சார்வாகன் கதைகள்

சார்வாகன் (1929)

இன்றைய திருவண்ணாமலை (அன்றைய வட ஆற்காடு) மாவட்டத்தில் உள்ள ஆரணியில் முதல் மேற்கத்திய வைத்திய ராக வந்தேறிய டாக்டர். வெ. ஹரிஹரனின் மூத்தமகனான இவரின் இயற்பெயர் ஸ்ரீனிவாசன். 1929ஆம் ஆண்டு வேலூரில் பிறந்தவர். தொழுநோயாளிகளின் உடல் ஊனங்களைச் சீராக்கும் அறுவை சிகிச்சைத் துறையில் பணிபுரிந்து உலக அளவில் பேர்பெற்றவர். தொழுநோய் மருத்துவத் துறையில் இவர் செய்த அளப்பரிய சேவையை மேன்மைப் படுத்தும் வகையில் 1984இல் பத்மஸ்ரீ விருது இவருக்கு வழங்கப்பட்டது.

சிறுவயதிலிருந்தே தமிழில் ஈடுபாடுள்ள இவர் அவ்வப்போது, ஆண்டுக்கு இரண்டு, மூன்று என்ற அளவில், சிறுகதைகள், கவிதைகள் முதலியவற்றை எழுதி வந்தார். இவரது படைப்புகளில் பெரும்பான்மையானவை 1965-1976 காலகட்டத்தில் எழுதப்பெற்றன. அவை தாமரை, தீபம், எழுத்து, சதங்கை, கணையாழி, ஞானரதம், பிரக்ஞை முதலிய இலக்கியப் பத்திரிகைகளில் வரவேற்கப்பட்டுப் பிரசுரமாயின. இவர் எழுதிய 'கனவுக்கதை' அது வெளிவந்த ஆண்டின் சிறந்த சிறுகதையாக 'இலக்கியச் சிந்தனை' அமைப்பால் தேர்ந் தெடுக்கப்பெற்றது. 'எதுக்குச் சொல்றேன்னா' என்ற தலைப்பில் இவருடைய 18 கதைகள் அடங்கிய சிறுகதைத்தொகுதி க்ரியாவினால் 1993இல் புத்தகமாக வெளியிடப்பட்டது. ஒரு கதாசிரியனைப் பற்றித் தெரிந்துகொள்ள அவனுடைய படைப்புகளே போதுமானவை என்று கருதுகிறவர் இவர். இவருக்கு இரண்டு மகள்கள் (நான்கு பேரக்குழந்தைகள்) இருக்கிறார்கள். இவர் தற்போது பாதிநேரம் சென்னையிலும் பாதிநேரம் பெங்களூரிலுமாக வசித்து வருகிறார்.

சார்வாகன் கதைகள்

சார்வாகன்

நற்றிணை பதிப்பகம்

சார்வாகன் கதைகள் ★ சிறுகதைகள் – குறுநாவல்கள் ★ © சார்வாகன் ★ முதல் பதிப்பு: டிசம்பர் 2013 ★ வெளியீடு: நற்றிணை பதிப்பகம் (பி)லிட்., ★ ப.எண்: 123A, புதிய எண்: 243A, திருவல்லிக்கேணி நெடுஞ்சாலை, திருவல்லிக்கேணி, சென்னை–600005.

நற்றிணை பதிப்பக வெளியீடு: *91*

Saarvaagan Kadaigal ★ Short Stories - Short novels ★ © Saarvaagan ★ First Edition: December 2013 ★ Size: Demy 1/8 ★ Paper: 18.6 kg maplitho ★ Pages: 544 ★ Published by Natrinai Pathippagam Pvt. Ltd., Old No: 123A, New No: 243A, Triplicane High Road, Triplicane, Chennai-600005 ★ Phone : 044-28442855 ★ Mobile: 94861 77208, 94429 56725, 95001 04832 ★ E-mail: natrinaipathippagam@gmail.com ★ natrinaipathippagampvtltd@gmail.com ★ Website: natrinaipathippagam.com

★ Printed at: Sai Thendral Printers, Chennai.

★ Mobile: 95005 98012, 90954 91222, 90956 91222

★ E-mail: saithendralprinters@gmail.com

முன்னுரை

நம்முடைய குழந்தைகள் வளர்ந்து பெரிசாகி ஒரு எம்.ஏ. பட்டமோ அல்லது முனைவர் என்று இப்போது அழைக்கப்படும் டாக்டர் பட்டமோ பெறும்போது நாம் அடைகிற மகிழ்ச்சி தனி யானது. இனிமையானதும்கூட. ஏனென்றால் அதில் ஒருவிதமான, 'அட, இத்துனூண்டிருந்த நம்ம பையனா இப்படி வளர்ந்து இவ்வளவு பெரிய ஆளாயிட்டான்!' என்கிற ஆச்சரியப் பெருமிதம் கலந்திருக்கும். அதனால்தான் அது ஒரு தனியான இனிமையான அனுபவம் என்று நான் நினைக்கிறேன். அதேமாதிரி எனக்கு இப் போது, நான் எழுதியிருப்பவற்றையெல்லாம் ஒரு சேரப் பார்க்கும் போது, 'அட, நான் இத்தனை எழுதியிருக்கிறேனா?' என்ற மலைப் புடன் கூடிய மகிழ்ச்சி.

நான் உண்மையாக 'எழுத்தாளன்' என்றிருந்தால் இதைப் போலக் குறைந்தபட்சம் நாலைந்து மடங்காவது எழுதிக்குவித்திருக்க வேண்டும், என் கை விரல்கள் மரத்து மடங்கிவிடவில்லையே! ஆகவே இன்னமும் எழுதிக்கொண்டிருக்கவும் வேண்டும். இரண்டும் நேரவில்லை. நான் அவ்வப்போது ஏதேதோ எழுதியிருந் தாலும் எப்போதும் என்னை ஒரு எழுத்தாளனாகக் கருதிக் கொண்டதில்லை. இப்போதும் கருதிக்கொள்ளவில்லை. இதற்கு முன்னால், பத்திருபது வருஷங்களுக்கு முன்னால், என்னுடைய சிறுகதைகளைத் தேடிப்பிடித்து அவற்றில் 18 கதைகளைத் தேர்ந் தெடுத்து ஒரு சிறுகதைத் தொகுதியாக "எதுக்குச் சொல்றேன்னா" என்ற தலைப்பில் க்ரியா குழுவினர் வெளியிட்டிருந்தபோதும் அதை நான் ஒரு முன்னோடியாகக் கொள்ளவில்லை. வானத்தில் என்றோ ஒருநாள் தோன்றிச் சில நாள் இருந்து மறையும் வால்நட்சத்திரம் போன்ற விசித்திரப்பிறவி என்றுதான் நான் நினைத்தேன். எனவே தான் போலும், "இது என் குழந்தை!" என்று நான் மார்தட்டித் திரியவுமில்லை. அப்படித் திரியவேண்டும் என்று தோன்றவு மில்லை.

இப்போது நிலைமை மாறிவிட்டிருக்கிறது! என்னுடைய முதிர்ந்த வயதில் என்னைத் தேடிவந்து என் படைப்புகளைத் தொகுத்துப் புத்தகமாக வெளியிடுகிறேன் என்று திரு. மோகன், திரு. யுகன் அவர்களால் ஆசைகாட்டப்பட்டு அதில் மாட்டிக் கொண்டு விட்டிருக்கிறேன்! இப்போது ஆசை பெருகுகிறது! இந்தச் சந்தர்ப்பத்தில் பேரக்குழந்தையைப் பறிகொடுத்த யூதப்பெண்ணின் கதை ஞாபகத்துக்கு வருகிறது. அதையும் சொல்லிவிடுகிறேன், கேளுங்கள். கடவுள் பக்தையான ஒரு யூதப்பெண் கடற்கரையிலே தன் பேரன் அலையருகில் விளையாடிக்கொண்டிருப்பதைப் பார்த்துக்கொண்டிருக்கிறாள். அப்போது திடீரென்று ஒரு பெரிய அலைவந்து குழந்தையை வாரிக்கொண்டு போய்விடுகிறது. அவள் அதிர்ந்துபோய், “ஆண்டவனே, என்னுடைய ஒரே ஒரு பேரப் பிள்ளை இவன், இவனைத் தயவுசெய்து காப்பாற்றிக்கொடு, நான் என்னவேணுமாகிலும் உனக்குச் செய்கிறேன்” என்று அழுது தொழுது கடவுளை வேண்டிக்கொள்கிறாள். ஒரு பெரிய மின்னல் வெடித்தது, காதைச் செவிடாக்கும் இடிச்சப்தத்துடன் ஒரு மாபெரும் அலை அடித்தது, அதன்மூலம் பையன் கரையில் ஒரு சேதமுமில் லாமல் வந்து சேர்ந்துவிடுகிறான். அவள் அவனைப் பார்த்துவிட்டு வானத்தை நோக்கி உரக்கக் கூவினாள்: “ஆண்டவனே, அவன் தலையில் ஒரு தொப்பி இருந்ததே!” என்று. இந்தப் புத்தகத்தைப் பற்றி நான் ஏதாவது சொல்லப்புகுந்தால் குழந்தை தலைத் தொப்பி யைக் காணோமே என்றது போலத்தான் இருக்கும்! இருந்தாலும் பரவாயில்லை, சொல்லி விடுகிறேன். இதில் சேராது விடுபட்ட என்னுடைய கதைகள், கட்டுரைகள் ஏதாவது உங்களில் யாரிட மாவது இருக்கும் பட்சத்தில் அவற்றை நற்றிணை பதிப்பகத்துக்கு, திரு. யுகன் அவர்களுக்கு அனுப்பிவையுங்கள், யாருக்குத் தெரியும், இந்தத் தொகுப்பின் இன்னொரு பதிப்பு வருமானால் அதில் சேர்த் துவிடலாம்.

எனக்கு இன்னும் ஒரு குறை. 1988இல் என்று நினைக்கிறேன், நான் இறந்துவிட்டேன் என்று கேள்விப்பட்டு (உண்மையில் கால மானது சார்வாகனல்ல, சாலிவாஹனன் என்னும் எனக்கு முந்தின தலைமுறை எழுத்தாளர்) வல்லிக்கண்ணன் ஓர் இரங்கல் கட்டுரை எழுதியிருந்திருக்கிறார். எதில் பிரசுரித்தார் என்று தெரியவில்லை. அந்த அரிய கட்டுரையைத் தேடுகிறேன்... தேடுகிறேன்... இன்னும் தேடிக்கொண்டே இருக்கிறேன்! எனக்குத் தெரிந்து மார்க்ட்வெய்ன் (Mark Twain) தவிர வேறு யாருக்கும் இந்த அரிய பாக்கியம் கிட்டின தில்லை. மிகப் பல வருஷங்களுக்குப் பிறகு வ.க.வைச் சந்தித்த போது அவரிடம் விசாரித்தேன். நடந்தது பற்றி அவர் வெட்கப் பட்டுக்கொண்டாரே தவிர எங்கே பிரசுரித்தார் என்பது அவருக்கும்

நினைவில்லை. அது யாரிடமேனும் இருந்தால் அதையும் அடுத்த பதிப்பில் (அப்படி ஒன்று வருமானால்) சேர்த்து விடலாம்.

நற்றிணை பதிப்பகம் திரு. யுகன், திரு. மோகன், ஆகிய இந்த இருவருக்கும், பல வருஷங்களுக்கு முன்னால் என் கதைகளில் பலவற்றைத் தேடிக்கண்டுபிடித்துச் சேகரித்துப் பாதுகாப்பாய் வைத்திருந்த நண்பர்கள் க்ரியா ராமகிருஷ்ணன், திரு. திலீப்குமார் ஆகிய இருவருக்கும் எனது மனமார்ந்த நன்றி. இவர்களே இந்தத் தொகுப்பு வெளிவர ஆதிக்காரணம். எழுதின தோஷம்தான் என்னது. மற்ற எல்லாவற்றுக்கும் பொறுப்பாளிகள் இந்த நால்வரும், அதற்கும் முன்னால் "எழுதுங்கய்யா" என்று என்னைப் பார்த்த போதெல்லாம் தூண்டிவிட்டுக்கொண்டிருந்த மூத்த தோழர் தி.க.சி. அவர்களுந்தான். அவர் என்னை அவ்வாறு ஊக்குவித்திருக்கா விட்டால் நான் இத்தனையாவது எழுதியிருப்பேனா என்பது ரொம்பச் சந்தேகம். இவர்கள் அனைவருக்கும் நான் மிகவும் கடமைப்பட்டிருக்கிறேன்.

கடைசியாக ஒரு வார்த்தை. அரிசியில் கல் இருப்பது மாதிரி இந்தத் தொகுப்பில் அரிசியும் இருக்கும், கல்லும் இருக்கும். எது அரிசி, எது கல் என்று என்னையோ அல்லது வேறு யாரையுமோ கேட்காதீர்கள். உங்கள் மனசுக்கு எது அரிசி என்று தோன்று கிறதோ அதுதான் அரிசி. எது கல் எனப்படுகிறதோ அது கல்தான். இவ்வளவுதான் விஷயம். நான் வாழ்க! நீர் வாழ்க! நானிலமும் வாழ்க!

ஜூன் 6, 2013   சார்வாகன்
சென்னை

பொருளடக்கம்

சிறுகதைகள்

விசுவரூபம்	15
பிரியா விடை	19
காலமும் தூரமும் கைலாசநாதனும்	26
முடிவற்ற பாதை	31
ஓடிப்போனவன்	40
கடவுள் சிரித்தார்!	47
நாதப்பிரும்மம்	56
காட்டிலே நடந்தது	61
சவாரி	69
எல்லைக்கோட்டில்	75
புதியவன்	82
பேய்த் தேர்	94
பிராயச்சித்தம்	101
சாபவிமோசனம்	109
திராட்சைக்காரன்	123
காப்பிக்குச் சர்க்கரை போதாது	130
பட்டு நூலும் இரும்பு 'கேட்'டும்	137
ச்சேர்மன் இல்லை க்கோரம் உண்டு	147
சின்னூரில் கொடியேற்றம்	157
கோணல் புத்தி	164
கனவுக் கதை	171
நையேலியா	178

மணியைப் பார்த்தேன்	*185*
தர்ப்பணம்	*193*
எதுக்குச் சொல்றேன்னா	*203*
சந்துருவின் பொன் மான்	*206*
பலி	*218*
இரு கடிதங்கள்	*231*
யானையின் சாவு	*238*
உத்தரீயம்	*243*
வா... வா... நகரம்	*249*
நகுலச் சக்கரவர்த்தியின் யோகம்!	*257*
உத்தியோக ரேகை	*283*
ரப்பர் மாமா	*295*
அருவங்கள்	*310*
வேலை உண்டு, ஆனால்...	*325*
கடைத்தேறினவன் காதல்	*338*
வெறி நாய் புகுந்த பள்ளிக்கூடம்	*346*
புதையுண்ட பிழம்பு	*375*
காப்பு	*390*

குறுநாவல்கள்

பிருந்தாவனம்	*399*
வால்நட்சத்திரங்கள்	*430*
அமர பண்டிதர்	*492*

சிறுகதைகள்

விசுவரூபம்

யார் இவன்? இவன் பெயர் என்ன?

ராமனா? முருகனா? முனியனா?

மாடனா? முத்தனா? மார்க்கண்டனா? மகாதேவனா?

நான் தினமும் அவனைப் பார்க்கிறேன்.

காலையில் எழுந்தவுடன் உறக்கத்தைப் பாயுடன் உதறிவிட்டு வேப்பங்குச்சியைத் தேடும்போது பார்க்கிறேன், வேப்பமரத்தடியில் கூழ் குடித்துக்கொண்டிருப்பான். அன்றும் அப்படியே குடித்துக் கொண்டிருந்தான். பாழுங்கோயிலில் பூசையின்றிக் கிடக்கும் சாமி போலக் கருத்து அழுக்கேறின மண் சட்டியிலிருந்து கூழ் குடித்துக் கொண்டிருந்தான். பிஞ்சுக் கன்னத்தில் அழுக்கும் கண்ணீரும் கட்டம்போடக் கண்ணைக் குவித்தபடி அவனருகில் குஞ்சுகள் தூங்கிக்கொண்டிருந்தன.

வேலை.

வேலைக்குப் போகிறானோ? வேலை தேடப்போகிறானோ?

நாள் பூராவும் வேலை செய்தும் சோற்றுக்கில்லாமல் இருக்கும் இவன் ஏன் வேலைக்குப் போகிறான்.

இவன் யார். இவன் பெயர் என்ன.

நான் ஆயிரம் பேருள்ளவன் சகஸ்ர நாமம்.

எனக்குப் பெயரில்லை. அநாமதேயம்.

நான் ஒரு நபர் பொது ஜனம். ஒரு நம்பர் கைதி. போலிஸ் காரன். போர்ட்டர், கூலிக்காரன். குடியானவன். தச்சன். கொத்தன். கூடை முடைபவன். வண்டிக்காரன். தொழிலாளி.

நான்தான் நீ. நான் நீயாகிறாய்.

நீ யார்? உன் பெயரென்ன? நீ எங்கிருக்கிறாய்?

நான் எங்கும் இருக்கிறேன். நான் சர்வ வியாபகன். நானில்லாத இடமே இல்லை.

நீ நாராயணனா? நீ இந்தத் தூணில் இருக்கிறாயா?

நான் நரன் நாராயணன் இந்தத் தூணில் இருக்கிறேன். உன் கையில் இருக்கும் காய்ந்த குச்சியிலும் இருக்கிறேன். என் சோறு என் தசை என் வேர்வை என் ரத்தம் இந்தத் தூணில் இருக்கிறது. இந்தத் தூண் இது தாங்கி நிற்கும் உன் வீடு ஓடு உடைமை எல்லாம் நான். அவை அனைத்தும் என் சிருஷ்டி. நான் இந்தத் தூணில் இருக்கிறேன். இந்தத் தூணாக இருக்கிறேன். நான்தான் எல்லாம்.

நீ யார்? உன் பெயரென்ன? நீ எங்கிருக்கிறாய்? நீ என்ன செய்கிறாய்? எங்கே போகிறாய்?

நான்... நான்... எங்கும் இருக்கிறேன். எல்லாம் செய்கிறேன். எல்லாவிடத்தும் போகிறேன். கிழக்கும் மேற்கும் வடக்கும் தெற்கும் எங்கும் போகிறேன். எங்கேயும் யாருக்கும் எதுவும் நானிருந்தால் தான் நடக்கும். நானன்றி ஓரணுவும் அசையாது. நடக்கிறேன். ஊர்கிறேன். மிதக்கிறேன். பறக்கிறேன். உன் காலில் நடக்கிறேன். தத்தி நடக்கும் குழந்தையின் காலில் நடக்கிறேன். முன்னால் பின்னால் மேலே கீழே எங்கும் போகிறேன். என் பிரயாணத்துக்கு முதலும் இல்லை. முடிவும் இல்லை.

நீ யார். உன்னால் என்ன லாபம். நீ கபந்தன். உனக்குத்தலை இல்லை. வயிறுதான் இருக்கிறது. காலில்லை. கைகள்தான் இருக்கின்றன. நீ கடவுள் அல்ல. நீ அசுரன். அத்து மீறி நடப்பவன். நீயும் நானும் இருக்கமுடியாது. நீ சூரியனின் பாதையில் நடக்கப் பார்க்கிற நெளியும் புழு. நீ வியாதி. நீ அஞ்ஞானம். நீ அகோரம். நீ சோம்பல். நீ தூக்கம். நீ சாவு.

மின்னல் வெட்டுகிறது. வானம் வையமெங்கும் கண்ணைப் பறிக்கும் சிவப்பொளி.

இடி இடிக்கிறது. தட தடவென்று காதைக் கிழிக்கும் சப்தம்.

வானமே வெடித்துவிட்டதோ? அண்டமே அதிர்ந்து தூளாகிவிட்டதோ.

என்னடா சொன்னாய்? அற்பப் பதரே! பார் என்னை!

கண்ணைக் கூசும் விசுவரூபம். கோடிக் கைகள். கோடிக் கால்கள். கோடித் தலைகள்.

கருப்பு, சிவப்பு, மஞ்சள், நீலம் இன்னும் எத்தனையோ பலப் பல வண்ணங்கள்.

தலை வெடித்துவிடும்போலிருக்கிறது.

வானம் அதிர்கிறது. மீண்டும் ஒரு மின்னல் வெட்டு.

நான் எங்கே? சாம்பல் தூசி அதுவும் இல்லை.

கட கடவென்ற சிரிப்பு காதைப் பிளக்கின்றது.

நான் இல்லை. ஆனால், சிரிப்பு கேட்கின்றது. வானமெங்கும் வையமெங்கும் வியாபித்து நிற்கும் விசுவரூபம் தெரிகிறது. நானில்லை. ஆனால், பார்க்கிறேன்.

விர்ரென்று சுழல் காற்று. நான் தூக்கி எறியப்படுகிறேன். நான் துகளாகிறேன்.

என்ன சாமி, குச்சியெ வெச்சுகினே தூங்கிட்டியே!

அவன் சிரித்துக்கொண்டிருந்தான்.

(தாமரை, 1964)

(இது சார்வாகன் எழுதிய முதல் படைப்பு. பிரசுரமான முதல் படைப்பும்கூட.)

அடுத்து வரும் ஐந்து கதைகள் 1960-களில் எழுதப்பட்டிருந்தாலும், இத்தனை வருஷ காலம் எந்தப் பத்திரிகைக்கும் அனுப்பப்படாமல் கிடப்பில் போட்டு எங்கேயோ என் கண் மறைவாக இருந்தவை. இப்போது தற்செயலாகக் கண்டு பிடிக்கப்பட்டு இத்தொகுப்பில் சேர்க்கப்பட்டுள்ளன..

சார்வாகன்

பிரியா விடை

திடீரென்று எனக்கு ஒரு புதுவித உணர்ச்சி உண்டாயிற்று. உடம்பின் கனமே தெரியவில்லை. படுக்கையிலிருந்து எழுந்திருந்தேன். சுற்றிலும் மூடு பனி மாதிரி மூடி எல்லாம் மங்கலாய்த் தெரிந்தது. கால்கள் தரையில் பாவவில்லை. காற்றிலே லேசாக மிதப்பதுபோல உணர்வு. எனக்கு ஒன்றும் புரியவில்லை. திரும்பிப் பார்த்தேன். கட்டிலில் என் உடம்பு கிடந்தது!

கட்டிலைச் சுற்றி ஐந்தாறு பேர்கள் இருந்தது மூடு பனிக் கிடையிலும் எனக்குப் புலப்பட்டது. என் மனைவி தலை மாட்டில் உட்கார்ந்து தெருக் குழாய் மாதிரிக் கண்ணீரைப் பெருக்கிக் கொண்டிருந்தாள். அவள் தலை மயிர் விரித்துப்போடப்பட்டு பிலாட்டிங் பேப்பரில் பரவும் மைக் கறைபோலப் பரவி அவள் முகத்தைக் கௌவிக்கொண்டிருந்தது.

வலப் பக்கத்தில் என் மகள் விசித்துக்கொண்டிருந்தாள். அழுது அழுது அவள் முகம் வீங்கிவிட்டிருந்தது. கையால் தன் முகத்தை மூடிக்கொண்டு கடிகாரப் பெண்டுலம்போல வினாடிக்கொரு முறை தோளும் முதுகும் குலுங்க அவள் அழுதுகொண்டிருந்தாள்.

சற்று எட்ட என் மாப்பிள்ளை உட்கார்ந்து சூன்யமாக வெறும் வெளியை வெறித்துக்கொண்டிருந்தான். அவனது நெய் வழித்த விரல் நுனி போலிருந்த வழுக்கைத் தலையில் மயிர் வேலிக்கருகில் இருந்த கருப்பு மச்சத்தை அவ்வப்போது சொறிந்துகொடுத்துக் கொண்டிருந்தது ஒன்றுதான் அவன் செய்துகொண்டிருந்த காரியம்.

என் காலடியில், அதாவது என் உடம்பின் கால்மாட்டில், என் மகனும் டாக்டரும் நின்றுகொண்டிருந்தார்கள். என் மகன் வாயை இறுக மூடிக்கொண்டு கைகளைப் பிசைந்து கொண்டிருந்தான். டாக்டர் என் உடலின் இடது கை மணிக்கட்டைத் தொட்டுப் பார்த்துவிட்டு மெதுவாகத் தலையை 'இல்லை' என்னும் பாவனையாக ஆட்டினார். என் மகன் கண்களிலிருந்து கண்ணீர் உருண்டோடி விழுந்தது.

டாக்டர் ஒன்றும் பேசாமல் காதுக் குழாயை மடித்துக் கோட்டுப் பையில் போட்டுக்கொண்டு காலடிச் சப்தம் வராதபடி, தூங்கும் குழந்தையை எழுப்ப விரும்பாத தாய்போல, நுனிக் காலில் நடந்து வெளியேறினார்.

"மோசம் பண்ணீட்டாரேடீ!" என்ற அவலக் கூச்சல் என் தலைமாட்டிலிருந்து கிளம்பி, அறையின் சுவர்களில் மோதி மோதிச் சிதறி அறை முழுவதும் வியாபித்தது.

அறைக்குள்ளே முருகனும் கந்தையாவும் ஓடி வந்தார்கள். முருகன் நான் ஆசையோடு வளர்க்கின்ற நாய். ஜாதி நம்மையெல் லாம் போல சாதா. கந்தையா என் வீட்டில் இருபது வருஷங் களுக்கும் மேலாக வேலை செய்து வரும் விசுவாச வேலைக்காரன். முருகன் "ஊழ்ழ்ழ்" என்று ஓலமிட ஆரம்பித்தான். மற்றவர்களின் அழுகுரலை மீறிக்கொண்டு அந்த நாயின் குரல் ஒலித்தது.

"இந்தச் சனியனை வெளியே எங்கியாவது கட்டித் தொலை!" என்று வாயைத் திறக்காமல் பற்களிடையேயிருந்து சீறினான் என் மகன்.

முருகனைத் தரதரவென்று இழுத்துக்கொண்டு வெளியேறி னான் கந்தையா.

என் மனம் நெகிழ்ந்தது. "நான் யாரையும் மோசம் பண்ண வில்லை, இதோ இருக்கிறேனே" என்று கூவினேன். நான் கூவுவதை யாரும் லட்சியம் செய்யாமல் அவர்கள் எல்லோரும் வெளிப்படை யாக உரத்த குரலிலோ, அல்லது மௌனமாகவோ அழுது கொண்டே இருந்தார்கள். என் குரல் அவர்கள் யார் காதிலும் விழுந்த மாதிரித் தெரியவில்லை. எனக்கு அப்போதுதான் மெதுவாக உறைக்க ஆரம்பித்தது. அவர்கள் பேச்சு எனக்குக் கேட்கிறது. அவர்களை நான் பார்க்கிறேன். என் உடலே எனக்கு நன்றாக முழுசாகத் தெரிகிறது. ஆனால், அவர்கள் என்னைக் காணவில்லை. அவர்களுக்கு என் குரல் கேட்கவில்லை. என் உடலில் மூச்சும் இல்லை. டாக்டர் பார்த்து நாடியும் இல்லை என்று சொல்லி விட்டார். நான் வேறு என் உடல் வேறு என்று ஆகிவிட்டிருக் கிறேன்!

என்ன செய்வது? இது யாருக்கும் நேர வேண்டியதுதான். எனக்கு இப்போது நேர்ந்துவிட்டிருக்கிறது. 'வருகிறேன், ஜாக்கிரதை!' என்று சொல்லாமல் கொள்ளாமல் திடீரென்று யாரும் எதிர்பாராத சமயம் நேர்ந்துவிட்டிருக்கிறது. அது ஒன்றுதான் விசேஷம். இதனால் எனக்கு அப்படி ஒன்றும் துக்கம் தெரிய வில்லை. பார்க்கப்போனால் ஒரு விதத்தில் கொஞ்சம் குறுகுறுப்பே.

என்னுடைய எத்தனையோ பைத்தியக்கார ஆசைகளில் இதுவும் ஒன்றாயிருந்ததாச்சே! வாழ்வுக்கு அப்புறம் என்ன இருக்கிறது என்று தெரிந்துகொள்ளவேணுமென்று. இப்போது அது தெரியப் போகிறது! ஆனாலும், என் மனைவியும் மகளும் மகனும் மாப்பிள் ளையும் எனக்காகப் படும் கஷ்டத்தைப் பார்க்கின்றபோது என் மனசுக்கு என்னமோ போலிருந்தது. அவர்களை எப்படித் தேற்று வது? எனக்காக அழும் அவர்களை நான் எவ்வாறு சமாதானம் செய்வது?

என் தோளை யாரோ தொட்ட மாதிரி இருந்தது. நான் திடுக் கிட்டுத் திரும்பிப் பார்த்தேன். என் பின்னே இரண்டு பேர் நின்று கொண்டிருக்கிறார்கள். ஒரு ஆள் குடியானவன் மாதிரி வெறும் உடம்பும் தலையில் முண்டாசும் இடுப்பில் கீழ்ப்பாச்சு வேஷ்டியு மாக. இரண்டாவது ஆள் ஒல்லியாக, ஒடிந்து விழுந்துவிடும் போன்ற உடம்புடன் வெள்ளை முக்கால் கை சட்டையும் தட்டுச் சுற்று வேஷ்டியுமாக. இருவருக்கும் பாதங்கள் இல்லை. சட்டை போட்டி ருந்த ஆள்தான் என்னைத் தொட்டது.

"யார் நீங்கள், தெரியவில்லையே?" என்றேன்.

"உங்களை அழைத்துவர மேலேயிருந்து அனுப்பியிருக் கிறார்கள், வாருங்கள், போகலாம்" என்றார் சட்டைக்கார மனுஷர்.

"நீங்கள்... எம தூதர்களா?" என்று ஆச்சரியத்தோடு கேட் டேன். எம தூதர்கள் என்றால் முறுக்கின மீசையுடன் கிங் காங் உடம்போடு கையில் பாசக் கயிறுடன் இருப்பார்கள் என்பதுதான் என் கற்பனை. அறுபது வயதுக் குடியானவன் போலவும், 'லட்சிய எழுத்தாளர்' போலவும் இருப்பார்கள் என்று நான் கனவிலும் கருதியதில்லை.

குளத்தில் கல் போட்டால் அலை பரவுமே அந்த மாதிரி அந்தக் 'குடியானவன்' முகத்தில் சுருக்கங்கள் நெளிந்தோடின.

"சத்யவான் சாவித்திரி நாடகத்துலே வர்ற மாதிரி இருப்பாங் கன்னு நினைச்சீங்களா?" என்று கேட்டுச் சிரித்தார் அந்த ஆள்.

"ஆமாம், நாங்கள் அங்கேயிருந்து வந்தவர்கள்தாம். இவர் உங்கள் காலத்துக்கு முன்னாலே 'சந்திரகுப்தன்' என்கிற பெயரிலே முன்னூறுக்கும் மேற்பட்ட கதை கட்டுரை கவிதை காவியம் எல்லாம் எழுதியிருக்கிறார், நான் 'வெடி மாலை' என்கிற காலாண்டு இதழுக்கு ஆசிரியராகப் பல ஆண்டுகள் பணிபுரிந்தவன். நீங்களும் எழுதுகிறவர் ஆனதாலே எங்களை அனுப்பியிருக்கிறார்கள். சடுதி யில் வாருங்கள், நேரமாகிறது" என்று இலக்கணமாகப் பேசி

அவசரப்படுத்தினார் சட்டைக்காரர், மற்றவருடைய விகடத்தை லட்சியம் பண்ணாமல்.

"எனக்கும் உடனே வரத்தான் ஆசை. ஆனால், இங்கே எனக்காக இப்படி அழுதுகொண்டிருக்கிறார்களே, இவர்களுக்கு ஒரு தேறுதலும் சொல்லாமல் போக என்னமோ போலிருக்கிறது. திருட்டுத்தனமாக நளன் மாதிரிச் சொல்லாமல்கொள்ளாமல் போனால் நல்லாயிருக்குதா, நீங்களே சொல்லுங்க" என்று முன்னாள் சட்டைக்காரப் பத்திரிகாசிரியருக்குப் பதில் சொன்னேன்.

அவர் சற்று ஆச்சரியத்துடன் என்னை ஏற இறங்கப் பார்த்தார்.

"உங்களுக்கு இன்னல் கொடுக்க நான் விரும்பவில்லை. நீங்கள் ஏன் இன்னும் அவர்களை எண்ணிக்கொண்டிருக்கிறீர்கள்? அவர்களுக்கும் உங்களுக்கும் இனிமேல் என்ன தொடர்பு? அவர்கள் உயிரோடிருப்பவர்கள், நீங்கள் காலமானவர். அவர்கள் துக்கம் அவர்கள் பாடு. அவர்களே சமாளித்துக்கொள்ள வேண்டியதுதான். அதுபற்றி உங்களால் ஒன்றும் செய்ய இயலாது" என்றார்.

"ஸ்வாமி, எனக்கு இன்னும் அந்தப் பக்குவம் வரவில்லையே, நான் இப்போதுதானே அவர்களிடமிருந்து வேறே என்று ஆகி விட்டிருக்கிறேன். கொஞ்சம் அவகாசம் கொடுங்கள், நான் அவர்களைத் தேற்றிவிட்டு வந்துவிடுகிறேன், தயவு செய்து, ப்ளீஸ்" என்று கெஞ்சினேன்.

அவர் சிறிது யோசனை செய்துவிட்டுப் பிறகு, "சரி சரி, நீங்கள் அவர்கள் மனத்துள் புகுந்து பார்த்துச் சமாதானம் சொல்லிவிட்டு வாருங்கள். ஆனால், ஞாபகம் வைத்துக்கொள்ளுங்கள், உங்களால் ஒவ்வொருத்தர் மனத்திலும் ஒரு நிமிடத்துக்கு மேல் இருக்கமுடியாது" என்று கண்டிப்பாகவும் அதே சமயம் கனிவுடனும் சொன்னார். அவர் எனக்காக இரக்கப்பட்டார் என்பது தெளிவாகத் தெரிந்தது.

அவருக்குக் கோடி வந்தனம் சொல்லிவிட்டு என் மனைவியின் மூச்சுக் காற்றோடு அவள் மனசில் புகுந்தேன். "இப்படி என்னைச் சந்தியில் விட்டுட்டு எனக்கு முன்னாலே போயிட்டாரே! தாலி அறுத்தவளா நான் மூலையிலே உக்காந்து கொட்டிக்கிண்டே கிடக்கணுமா? இன்னும் எத்தனை வருஷம் அப்பிடி இருந்து தொலைக்கணுமோ! சோத்துக்கு இவன் மூஞ்சியையும் அவ கையையும் பாத்துக்கிட்டு நிக்க வெச்சுட்டுப் போயிட்டாரே! ஆண்டவனே, ஒனக்கு ஏன் இந்தப் பொல்லாப்பு? என் ஆயுசிலே நான் பட்டது போறாமே இந்தச் சோதனை வேறயா எனக்கு! இப்பத்தான்

கொஞ்சம் சௌகரியமாக இருக்க ஆரம்பிச்சுது, அதுக்குள்ளே மண்ணை வாரிப் போட்டுட்டயே, ஒனக்கு இது அடுக்குமா? நான் பொண்ணாப் பொறந்ததுக்கு இதுதானா மிச்சம்...?"

அவள் மன ஓலம் என்னை வெருட்டியது. நான் அவசரம் அவசரமாக வெளியே வந்து என் மகளின் மனசில் புகுந்தேன்.

"ஐயோ அப்பா, இப்படித் திடீர்னு போயிட்டீங்களே! ஒங்களுக்கு ஈவு இரக்கம் கிடையாதா? கொஞ்ச நாள் கிடந்து போயிருந்தாலும் பரவாயில்லை. எங்களுக்கு இவ்வளவு அதிர்ச்சியா இருக்காது. எனக்குப் பிறந்த வீடுன்னு ஒண்ணு இருந்ததை ஒரு நொடியிலே மண்ணாக்கிட்டுப் போயிட்டீங்களே! நாளைக்கி எனக்கு ஏதாவது வேணுமின்னா நான் எங்கே போய் அழுவேன்? இப்பவே இடிச்சுக்காமிக்கறாங்க நான் சொத்தையின்னு. ஒங்க கிட்ட என்னவெல்லாமோ சொல்லணுமின்னு வந்தேன், இப்படி விட்டுட்டுப் போயிட்டீங்களே, என் குறையெல்லாம் நான் யார் கிட்டச் சொல்லுவேன்...?"

அவள் மன அழுகை என்னைத் திடுக்கிடச் செய்தது. உடனே நான் அவள் மனசிலிருந்து வெளியே வந்து என் மாப்பிள்ளையின் மனத்துள் புகுந்தேன்.

"ஹாய்யா லீவுக்கு வந்து ரெண்டு நாள் இருக்கலாமுன்னா திடீர்னு வாயைப் பிளந்துவெச்சிருக்கானே மனுசன்! அவனுக் கென்ன அதிர்ஷ்டம் பண்ணினவன். கஷ்டப்படாமே, வியாதி வெக்கையின்னு கெடக்காமே ஒரு தொந்தரவும் இல்லாமே டபால்னு கண்ணை மூடிட்டான். பத்துப் பதினஞ்சு நாளைக்கி லீவு போடணும். நான் லீவு கேக்கறதுக்காகவே இவர் செத்துப் போயிருக்காப்பலே பேசுவான் ஹெட் கிளார்க். அதை வேற கேட்டுக்கணும். ஆபீசிலே வேலை குமிஞ்சுடும். எந்த வேளையிலே கெளம்பினேனோ...?"

மேலும் ஒட்டுக் கேட்க எனக்குப் பிடிக்கவில்லை. என் மகனாவது என்ன நினைக்கிறான் பார்க்கலாம் என்று அவன் மனசில் புகுந்தேன்.

"இப்படித் தலையிலே கல்லைத் தூக்கிப் போட்டுட்டீங்களே அப்பா! இப்பத்தான் ஒங்க எழுத்து பிரபலமாக ஆரம்பிச்சுது, கடனையெல்லாம் என் தலைமேலே போட்டுட்டுப் போயிட்டீங் களே! இன்னும் ஆறு மாசம் இருந்திருக்கக் கூடாதா? ஒரு அறுப தாண்டுப் பண முடிப்பாவது கிடைக்கும்னு நெனைச்சுக்கிட்டி ருந்தேன். நான் எப்பிடி எல்லாத்தையும் சமாளிக்கப் போறேனோ? கடவுளுக்கே வெளிச்சம். சனியன், முருகன் ஏன் இப்படி

ஊளையிட்டுத் தொலைக்குது? கந்தையாவுக்கு அப்பா குடுத்த இடம், எங்கேயாவது தூரத்துலே கட்டுறான்னா ஜன்னலடியிலே கட்டிவெக்கறான். என்ன திமிர் அவனுக்கு? நாளைக்கே, வேணாம், எடுபிடி வேலைக்கி ஒத்தாசையா இருப்பான், பத்து நாள் போகட்டும், கர்மம் எல்லாம் ஆகட்டும், அப்புறம் அவனுக்குச் சீட்டுக் குடுத்துடறேன்...”

எனக்குக் கோபம் கோபமாய் வந்தது. விருட்டென்று வெளியே வந்தேன். கந்தையாவின் மனத்துள் புகுந்தேன்.

“ஐயா குடுத்து வெச்சவங்க, நோய் நொடீன்னு கெடந்து தானும் கஷ்டப்படாமெ யாருக்கும் கஷ்டம் குடுக்காமே போய்ச் சேந்துட்டாரு. எனக்கும் அப்பிடி ஆனா எவ்வளவோ நல்லாயிருக்கும், ஆறுமுகத்தண்டே சொல்லி வெக்கணும், ‘டேய், என்னைத் தேர்ப் பாடையிலெ வெச்சுக் கொண்டு போங்கடா’ன்னு...”

வெளியே முருகன் ஊளையிட்டுக்கொண்டிருந்தான். ‘அவன் மனசிலே என்ன இருக்கிறது, அதையுந்தான் பார்த்துவிடலாமே’ என்று தோன்றவும் நாயின் மனத்துள் புகுந்தேன். என்ன ஆச்சரியம்! அங்கே ஒன்றும் இல்லை, வெறுமனே வெளிச்சமே இல்லாமல் இருண்டு கிடந்தது. மழை பெய்தபின் தெருவில் உள்ள பள்ளங்களில் தண்ணீர் தேங்கிக் கிடக்குமே, அது மாதிரி மனசு பூராவும் துக்கம் தேங்கிக் கிடந்தது. வேறொன்றும் தெரியவில்லை.

வெளியே வந்தேன். சட்டைக்காரரைப் பார்த்து, “நான் தயார்” என்றேன்.

அவர் சிரித்துக்கொண்டே, “என்ன கோபமாக இருக்கிறீர்கள்?” என்றார்.

“பின்னே என்ன ஸார், ஒருத்தராவது எனக்காக அழணுமே, நன்றி கெட்ட ஜென்மங்கள், எல்லாருக்கும் தன்னைப் பற்றியே இரக்கம், பரிதாபம். என்னடா, ஒரு மனுஷன் திடீர்னு செத்துட்டானே, அவன் என்னவெல்லாம் செய்யணுமின்னு நெனைச்சிருந்தானோ, என்னவெல்லாம் திட்டம் போட்டிருந்தானோ, எல்லாம் பாழாப் போச்சே, இப்படீன்னெல்லாம் ஒரு பச்சாதாபம் வேண்டாம்? தனக்கு வந்த நஷ்டத்தைப் பத்தியே நெனைச்சு நெனைச்சு அழறாங்க, கண்ணாலே தண்ணி விடறாங்க, நீங்க சொன்ன மாதிரி இனிமே இதெல்லாம் அவுங்க பாடு, வாங்க போகலாம்” என்று சொல்லி என் ஆத்திரத்தைக் கொட்டித் தீர்த்துக் கொண்டேன்.

“உங்களுக்காக அவர்கள் எதற்காக அழவேண்டும்? உங்களுக்கு என்ன குறை வந்துவிட்டது இப்போது? குறையெல்லாம் அவர்களது

தானே? அவர்களைப் பொறுத்தவரை உங்களைப் பற்றிய அனைத்தும் இல்லையாகிப் போய்விட்டனவே! தவிரவும், மனிதனுக்குத் தன்னைப் பற்றி அழ ஒரு ஏது ஒன்று வேண்டாமா? அவன் என்ன சின்னக் குழந்தையா, நினைத்தபோது அழ முடியுமா? அழலாமா? உங்கள் சாவு இப்போது தங்களை எண்ணி அழ ஒரு ஏதுவாகியிருக்கிறது. அவ்வளவுதான். இதற்குப்போய் இவ்வளவு ஆத்திரப்படுகிறீர்களே, இதுகூட உங்கள் சுய மதிப்புக்கு அவர்களால் பங்கம் வந்தது என்று நீங்கள் நினைப்பதால்தானே? விடுங்கள் இதையெல்லாம். இதுவெல்லாம் பழங்கதை. உயிரோடு இருப்பவர்களைப் பற்றி உயிரோடு இருப்பவர்களே கவலைப்படட்டும். நமக்கும் அவர்களுக்கும் இனி என்ன தொந்தம்?.... வந்து... நீங்கள் எழுத்தாளர் என்பதாலே என்னை, எங்களை, அனுப்பியிருக்கிறார்கள். உங்கள் எழுத்து... நிரம்பக் கொச்சையாக இருக்கிறதே! என் கட்டுரைகளைப் படித்திருக்கிறீர்களா? நான்தான் 'முதுகிழார்' என்கிற பெயரிலே தமிழில் சுத்தமாகவும் இலக்கணப் பிழையின்றியும் எழுதவேண்டும், எழுத முடியும் என்று நிரூபித்துக் காண்பித்தவன். வழியிலே எல்லாம் சொல்கிறேன் வாருங்கள்" என்று கூறிக்கொண்டே நடக்க ஆரம்பித்தார்.

நானும் பின் தொடர்ந்தேன். அந்தக் குடியானவ உருவ எழுத்தாள எமதூதரும் என் பின்னால் வந்தார். முருகனுடைய ஓலம் வெகு தூரம் எங்களை விடாது தொடர்ந்து, மங்கி, பின் மறைந்தது.

பிரியா விடை ❀ 25

காலமும் தூரமும் கைலாசநாதனும்

கைலாசநாதன் எனக்குச் சமீபத்தில்தான் அறிமுகம் ஆனார். என்றாலும், வெகு சீக்கிரத்தில் நாங்கள் நன்றாய்ப் பழகிவிட்டோம். அவர் பெரம்பூரில் தொழிற்சாலை ஒன்றில் எஞ்சினீயர். மேற்படிப்புக்காகவும் வேலை விஷயமாகவும் இரண்டு மூன்று முறை மேல் நாடுகள் எல்லாம் போய் வந்திருந்தாலும் கர்வியோ அல்லது உச்சாணிக்கிளையில் ஏறி உட்கார்ந்துகொண்டிருக்கும் தன்மை உள்ளவரோ அல்ல. தவிரவும், கம்யூனிசம் என்றாலே கொள்ளைக் கூட்டம் என்று பதுங்கும் கும்பலின் நடுவே என்னைப் போல அவரும் ஒரு 'அனுதாபி'யாக இருந்தது எனக்கு ஒரு ஆறுதலைத் தந்தது. விதவா விவாகம், முதலாளித்துவ எதிர்ப்பு, மத வெறியின் கேடுகள், மூட நம்பிக்கைகள், கலப்பு மணம் முதலிய பல விஷயங்களிலெல்லாம் எங்களிடையே அபிப்பிராய ஒற்றுமை இருந்ததும் எங்கள் நட்புக்குக் காரணமாக இருக்கலாம். மேலும், அவருடைய நேர்மை, மனித சமூகத்தின் முன்னேற்றத்தில் அவருக்கு இருந்த அக்கறை, அவருடைய இனிமையாகப் பழகும் சுபாவம் முதலியவையும் காரணமாக இருந்திருக்கலாம். அவர் தன்னை ஒரு சீர்திருத்தவாதி, ஒரு முற்போக்குவாதி என்றே குறிப்பிட்டுக் கொள்வார். அவரோடு பேசிப் பழகுவது என்றால் எனக்கு எப்போதும் விருப்பம்தான். அன்றும் அவ்வாறே கைலாசநாதனோடு பேசிக்கொண்டிருந்துவிட்டேன். அன்று ஞாயிற்றுக்கிழமை யாகிவிட்டதா, எனக்கு வேறு வேலையும் இருக்கவில்லை. இந்திய அரசியல் ஊழல்கள், உணவுப்பஞ்சம், வரி கொடுக்காமலிருக்க முதலாளிகள் செய்யும் தகிடுதத்தங்கள். சுகர்ணோவின் மதன லீலைகள் இப்படிப் பல ருசிகரமான விஷயங்களை நேரம் போனதே தெரியாமல் பேசி அலசி எடுத்துவிட்டோம். மணி ஐந்தடித்தபோது தான் திடீரென என் மனைவியை அழைத்துக்கொண்டு அவள் 'நண்பி' ஒருத்தி வீட்டுக்குப் போவதாய் வாக்குக் கொடுத்திருந்தது எனக்கு ஞாபகம் வந்தது.

"சார், நேரமாகிவிட்டது, முக்கியமான வேலை ஒண்ணு மறந்தே போய்ட்டேன், வீட்டுக்குப் போகவேணும்" என்றேன்.

"இப்போ போகாதீர்கள்" என்று இழுத்தார் கைலாசம்.

"ஏன் ஸார், எனக்கு வேலை இருக்கிறதே, என் 'ஒய்ஃப்'கிட்டே சொல்லியிருந்தேன், நாலு மணிக்கே வந்துடுறேன்னு. மணி அஞ்சாகிவிட்டதே, போக வேண்டாமா?" என்றேன்.

"நாலரைக்கு முன்னால் போயிருக்கலாம், இல்லை ஆறடிச்சப் புறம் போகலாம், இப்போ வேண்டாம்" என்றார் கைலாசம்.

"சரிதான், அதைச் சொல்றீங்களா, எனக்கு அதிலெல்லாம் நம்பிக்கை கிடையாது ஸார்" என்று சிரித்துக்கொண்டே சொன்னேன்.

"நீங்க நாலும் தெரிஞ்சவர். ஆனாலும், இதை மாத்திரம் நான் ஒப்புக்கொள்ளமாட்டேன், ஸார். மனுஷனுக்கு மீறின சக்தி ஒண்ணு இருக்கிறது என்கிறதை நீங்கள் நிஜமாக நம்பவேண்டும். நானும் முந்தி உங்களைப்போலத்தான் இருந்தேன். ஆனால், எனக்கு நேர்ந்த ஒரு அனுபவத்துக்கப்புறம்தான் இப்படி நம்ப ஆரம்பித்துவிட்டேன்" என்றார் அவர். அவர் குரல் சிறிது கம்மிற்று.

"அப்படி என்ன நேர்ந்துவிட்டது?" என்று நான் வற்புறுத்திக் கேட்டபின், அவர் சொல்ல ஆரம்பித்தார்.

"நான் அந்தக் காலத்துலே இங்கிலாந்துக்கு மேல் படிப்புக் காகவும் வேலை அனுபவத்துக்காகவும் போயிருந்தேன் என்கிறது உங்களுக்குத் தெரிஞ்சிருக்குமே. பரீட்சையெல்லாம் முடிச்சுவிட்டு வேலை பார்த்துக்கொண்டிருக்கும்போது, ஒரு நாள் – அன்னைக்கு வெள்ளிக்கிழமை – 'அம்மாவுக்கு உடம்பு அபாயம், உடனே கிளம்பு' என்று என் அப்பா கொடுத்த தந்தி எனக்குக் கிடைச்சுது. நான் வீட்டுக்கு முதல் பிள்ளை என்பதால் மட்டுமல்ல, என் அம்மா வுக்கும் எனக்கும் எப்போதுமே ஒரு அளவுக்கு மீறின ஒட்டுதல். அதனாலே நான் ரொம்பவும் பதறிப்போய்விட்டேன். உடனே போய் விசாரித்து ஆகாய விமானம் மூலமாக மறுநாளே இந்தியா திரும்ப ஏற்பாடு செய்துவிட்டேன். சனிக்கிழமை காலை நாலு மணிக்கு விமானம் கிளம்பும்வரை மனசே ஒரு நிலையில் இல்லை. 'அம்மாவுக்கு என்ன உடம்பு, கடைசியாக எழுதின கடிதத்தில்கூட அப்படி உடம்பு சரியில்லாமல் இருப்பதாக எழுதவில்லையே' என்று என் மனசைக் குதறிக்கொண்டதுதான் மிச்சம்.

"அப்போதெல்லாம் 'ஜெட்' விமானங்கள் இல்லை. 'ஜெட்'டைக் காட்டிலும் ரொம்ப மெதுவாகப் போகும் சாதா 'கான்ஸ்டெலேஷன்'கள்தான். லண்டனிலிருந்து பம்பாய் வரவே இருபத்து நாலு மணி நேரத்துக்கும் மேல் ஆகிவிடும். நல்ல

வேளையாக, நான் சென்ற விமானம் ஆஸ்திரேலியா போய்க் கொண்டிருந்ததால் நான் நேரே சென்னைக்கே போய்ச் சேரும்படிச் சௌகரியமாக அமைந்திருந்தது. நீங்கள் விமானத்தில் போன தில்லையே, அது ஆகாயத்தில் பறக்கும்போது அருகில் மேகங்கள் வந்தாலன்றி நாம் வெகு வேகமாக, இரு நூறு, முன்னூறு மைல் வேகத்தில் போகிறோமின்னு தெரியாது. எனக்கு இருந்த மனோ வேதனையில் 'விமானம் போய்க்கொண்டிருக்கிறதோ இல்லையோ, நாம் சென்னை போய்ச்சேர்வோமோ மாட்டோமோ' என்றெல்லாம் சந்தேகம் வந்துவிடும். என்னதான் எஞ்சினீயர் ஆனாலும், சொந்த சுக துக்கம் என்று வரும்போது நம்முடைய அறிவும் கூர் மழுங்கித் தானே போகிறது?

"அடிக்கொரு முறை நான் 'ஏர் ஹோஸ்டெஸ்'ஸை, அதாவது பிரயாணிகளின் நலனைக் கவனித்துக்கொள்ள இருக்கும் விமானத் தாதியை என்று வைத்துக்கொள்ளுங்கள், 'நாம் எவ்வளவு வேகத் தில் போய்க்கொண்டிருக்கிறோம், எப்போது ரோம் போவோம், எப்போது கெய்ரோ வரும், பம்பாய் சென்னை எப்போது என்றெல் லாம் கேட்டுக் கேட்டுத் துளைத்துவிட்டேன். என் தொந்தரவு அவளுக்கே பொறுக்கவில்லை! ஒரு கற்றைப் பத்திரிகைகளை என் கையில் கொடுத்துவிட்டு, "நீங்கள் ஒன்றும் கவலைப்படாதீர்கள், நம் விமான கேப்டன் மகா சாமர்த்தியசாலி, குறித்த நேரம் தவறாது விமானத்தைச் சேர்ப்பதில் நிபுணர். அதற்காக மெடல்கூட வாங்கி யிருக்கிறார்" என்றெல்லாம் சொல்லிவிட்டுப் போனாள்.

"மத்தியானத்துக்கு கெய்ரோ வந்து சேர்ந்தோம். குறித்த மணிக்குச் சேர்த்துவிட்டான் அந்த மெடல் வாங்கின கேப்டன். என் அதிர்ஷ்டம் பாருங்கள், அங்கேயிருந்து ஒரு மணி நேரத்துக் குள்ளாகவே கிளம்பியிருக்கவேண்டிய விமானம் கிளம்பவே இல்லை! ரெண்டு மணியாச்சு, மூணு மணியாச்சு, அஞ்சு மணிக் காலம் ஆன பிறகு, கடைசியில், 'எஞ்சினில் ஏதோ கோளாறு, கிளம்புவதற்கு இன்னும் பத்து மணி நேரமாவது தாமதமாகும்' என்று அறிவித்துவிட்டார்கள். பழுது பார்ப்பது எல்லாம் முடிஞ்சு நாங்கள் கடைசியில் கிளம்புவதற்கு மொத்தம் சுமார் இருபது மணி நேரம் தாமதம் ஆகிவிட்டது. ஞாயிற்றுக்கிழமை மத்தியானம் சுமார் ரெண்டு மணிக்கு அங்கேயிருந்து புறப்பட்டோம். அங்கிருந்து வேறொரு விமானத் தாதி வந்தாள். கேப்டன்கூட மாறிவிட்டான் போலிருக்கிறது. விமானம் ஆகாயத்திலேயே எங்கேயும் போகாமல் ஒரே இடத்தில் மிதந்துகொண்டிருப்பதுபோல எனக்குத் தோணியது. மனசாலே மாத்திரம் முன்னூறு தரம் நான் சென்னை போய்ப் போய் வந்து கொண்டிருந்தேன்.

“நாங்கள் கடைசியில் பம்பாய் போய்ச் சேரும்போது திங்கட் கிழமை விடியற்காலை மூணு மணி இருக்கும். பின் அங்கேயிருந்து கிளம்பிச் சென்னையை அடைந்தபோது காலை எட்டு மணி. வெள்ளி, சனி, ஞாயிறு மூணு ராத்திரிகளும் நான் கண்ணை மூடவேயில்லை.

“என் வேதனையும், இந்த எதிர்பாராத தடங்கல்களும், வீட்டுக்குப் போய்ச் சேரவேணும் என்கிற ஆத்திரமும் என் மனசை அரித்து அரித்து உளுக்கவைத்துவிட்டிருந்தன. வாய்விட்டு அழாத குறைதான்.

“நான் விமானத்திலிருந்து இறங்கிச் சாமான்களுக்காகக் காத்திருக்க ஒரு சோபாவில் உட்கார்ந்தேன். மயக்கம் வரும்போலி ருந்தது, கண்ணை மூடிக்கொண்டேன். ‘இப்போ போகாதேடா, ராகு காலம், ஒம்பது அடிச்சப்பறம் போ, எல்லாம் நல்லா முடியும்’ என்று ஒரு குரல் என் காதில் விழுந்தது. திடுக்கிட்டுக் கண்ணை விழித்தேன். சுற்று முற்றும் பார்த்தேன். ‘விரிச்சி கேட்டல்’ என்று கேள்விப்பட்டிருப்பீர்களே! அந்த மாதிரித்தான் எனக்கு அப்போது தோணியது. சற்று தூரத்திலே வயதானவர் ஒருத்தர் அருகிலிருந்த ஓர் இளைஞனுடன் பேசிக்கொண்டிருந்தார். நான் மணியைப் பார்த் தேன், எட்டே கால். சாமான்களெல்லாம் எட்டரைக்குள் கிடைத்து விட்டது என்றாலும், அந்தக் குரலைக் கேட்டபின் உடனே வீட்டுக் குப் போக எனக்கு அச்சமாயிருந்தது. ‘இன்னும் அரை மணிதானே, பல்லைக் கடித்துக்கொண்டு கழித்துவிடுவோம்’ என்று நினைத்த வண்ணம் சோபாவில் சாய்ந்துவிட்டேன். என்னை அறியாமலேயே அப்படியே தூங்கிவிட்டேன். ஏதோ ஒரு துர் சொப்பனம் கண்டு பதறிக் கண்ணை விழித்தேன். மணி பத்தரையாகிவிட்டிருந்தது. அவசரம் அவசரமாக டாக்ஸி பிடித்து வீட்டுக்கு ஓடினேன். நீங்கள் நினைப்பது போலவே என் அம்மாவை நான் உயிரோடு பார்க்கக் கொடுத்துவைக்கவில்லை. நான் போய்ச் சேர்வதுக்கு அரை மணி நேரம் முன்னால்தான் கண்ணை மூடிவிட்டிருந்தாள். அது முதல் கொண்டு ராகு காலம் என்றால் மாத்திரம் எனக்கு ஒரு பயம். எந்தக் காரியத்தையும் அந்த வேளையில் நான் செய்வதில்லை” என்று சொல்லி நிறுத்தினார் கைலாசம்.

சிறிது நேரம் நான் ஒன்றும் பேசவில்லை. பின், “சரிதான், ஆனால், நீங்கள் நான் சொல்றேன்னு வருத்தப்படக்கூடாது, விமான நிலையத்தில் தூங்கிவிட்டதனால்தானே வீட்டுக்கு ‘லேட்’ டாகப் போய்ச்சேர நேர்ந்தது. ராகு காலத்தைக் கவனிக்காமல் உடனே போயிருந்தால் உங்கள் தாயாரை உயிரோடு பார்த்திருக்க லாமே. அப்படியிருக்க எப்படி ராகு காலத்தின்மேல் பழியைப் போடமுடியும்? எப்படி அதைக் காரணம் காட்டலாம்?” என்றேன்.

மேனாட்டுக்குப் போய்விட்டு வந்த இஞ்சினீயர் இந்த மாதிரி பஞ்சாங்கத்தையும் கடிகாரத்தையும் நம்பிப் பேசுகிறார் என்று எனக்கு ஒரு மாதிரி ஆச்சரியம். அவர் மீது சிறிது கோபமும்கூட.

“நானும் அப்படித்தான் நினைச்சு நினைச்சு என் மனசைப் புண்ணாக்கிக்கொண்டேன் ஸார். பிற்பாடு நல்லா யோசனை செய்துபார்த்தபின்தான் எனக்கு விஷயம் விளங்கிச்சு. அதனால் தான் இவ்வளவு நம்பிக்கை” என்றார்.

“எனக்கு விளங்கவில்லையே” என்றேன்.

“நான் லண்டனை விட்டது சனிக்கிழமை விடியற்காலை நாலு மணிக்கு. கெய்ரோவை விட்டது ஞாயிற்றுக்கிழமை பிற்பகல் ரெண்டு மணிக்கு. அந்தந்த ஊரின் கடிகாரக் கணக்கின் படியே நான் உங்களுக்கு நாங்கள் கிளம்பின நேரத்தை மணிக் கணக்கில் சொன்னேன். அதையெல்லாம் இந்திய மணிப்படி கணக்கிட்டுப் பாருங்கள், அப்போது விளங்கும். இங்கிலாந்துக்கும் இந்தியாவுக்கும் அஞ்சரை மணி வித்தியாசம் இல்லியா, அவங்க மணிப்படி காலை நாலு மணியானால் நம்ம ஊரிலே மணி காலை ஒன்பதரை ஆகுதில்லியா? சனிக்கிழமைக்கி அது கொழுத்த ராகுகாலம். அதே மாதிரி கெய்ரோவை விடும்போதும் நம்ம ஊரிலே ஞாயிற்றுக்கிழமை சாயங்காலம் அஞ்சு மணி. அதுவும் நல்ல ராகு காலம். நான் சென்னையிலே வந்து சேர்ந்ததும் நடு ராகுகாலத்துலேதான். என்னை விமான நிலையத்திலேயே அரை மணி நேரம் தாமதிக்கச் செய்து தூங்க வைச்சதும் ராகுகாலம்தானே. அதனால்தான், இந்த அனுபவத்துக்குப் பிறகுதான் நான் ராகுகாலத்துக்கு மாத்திரம் பயந்தவன். மற்றபடி நாள் நட்சத்திரம் இதிலெல்லாம் எனக்கு நம்பிக்கை கிடையாது” என்று விளக்கினார் கைலாசம்.

மறுமுறை அவரைச் சந்தித்தபோது நான் அன்றைக்கு வீட்டுக்குப் போனபின் என் மனைவி நடத்திய அகிம்சைப் போராட்டத்தையும் உண்ணாவிரதம் இருந்து படாத பாடுபடுத்திய கதையையும் அவரிடம் சொல்லவில்லை. அதற்கும் அந்த ராகுகாலம் தான் பொறுப்பு என்று காரணம் கண்டுபிடிக்க ஆரம்பித்து விடுவார். தவிரவும் எனக்கு இருந்த ஒற்றை நண்பரை நான் நம்பாத ராகுகாலத்திற்காக இழக்க நான் தயாராக இல்லை.

காலத்துக்கும் தூரத்துக்கும் தொடர்பு கண்டுபிடித்த ஐன்ஸ்ட்டைன் ஏன் இந்தியாவில் பிறந்திருக்கமுடியாது என்பது மாத்திரம் எனக்குத் தெளிவாகிவிட்டது!

♦

முடிவற்ற பாதை

தபால்காரக் கதிர்வேலு ரொம்பச் சாதாரணமான மனுஷன் தான். தன் வேலையைத் தனக்குத் தெரிந்த முறையில் நாணயமாகவும் ஒழுங்காகவும் செய்து நல்ல பேர் வாங்கி, பெரியதொரு குடும்பத் தைப் பெற்றெடுத்து வளர்த்துக்கொண்டு தரித்திரத்தின் ஓரத்திலே நின்று காத்திருந்து நல்ல நாள் என்றைக்காவது வராதா என்ற நம்பிக்கையில் ஒட்டிக்கொண்டு தவம் செய்யும் லட்சோப லட்சம் ஜனங்களில் அவரும் ஒருவர். அவரைக் குற்றம் சொல்வதற்கில்லை. யாரையும் குற்றம் சொல்வதற்கில்லை. அவர் பிறந்த வேளை அப்படிப்பட்டது போலும். ஆனாலும், நாட்டிலே இருக்கிற முக்காலே மூணு வீசம் ஜனங்களும் அதே வேளையில்தானா பிறந்திருக்கவேணும்!

அவர் வெறும் சாதாரண மனுஷன் என்று சொன்னால் மாத்திரம் போதாது. அவரை நல்ல மனுஷன் என்கிற ரகத்திலேயும் சேர்க்கவேண்டும். 'நல்லவன் என்று சொன்னால் கையாலா காதவன்' என்று அர்த்தம் புரிந்துகொள்கிற இந்தக் காலத்தில் அவருடைய தன்மையைக் குறிக்க வேறே ஏதாவதொரு வார்த்தை தேவைதான். நல்லவர் என்று இங்கே சொன்னது, அவர் நல்ல குணங்கள் கொண்டவர் என்னும் பொருளிலேயே. இல்லாவிட்டால் வீட்டில் வண்டி அவதிகளைச் சுமந்துகொண்டும் சிரித்துக் கொண்டும் சுமுகமாய் நாலு மனிதர்களுடன் தானும் ஒரு மனித னாய்ப் பழகிக்கொண்டிருக்க முடியுமா? பெண்டாட்டிக்கு டி.பி. நோய் வந்துவிட்டது. தீர்க்கக்கூடிய வியாதியானாலும் வியாதி வியாதிதானே, வரப்பிரசாதமல்லவே? அது ஒரு செலவு. பெரிய பெண் நாலாவது பிள்ளைப் பேற்றுக்காக வீட்டுக்கு வந்திருக்கிறாள். தனக்குச் செலவு என்பதுக்காக 'வயிற்றைத் தூர்த்துக்கொள்' என்று சொல்லிவிட முடியுமா? அப்படிச் சொல்லிவிட்டால்தான் இவர் மாடி வீடு கட்டிவிடுவாரா என்ன? அவளால் அஞ்சாவதுக்கும் ஆறாவதுக்கும் வர முடிகிறதோ இல்லையோ. அவளுக்கும் வீடு வாசல் குடும்பம், அதை அடுத்த செலவுகள் எல்லாம் பெருகிக்

கொண்டேதானே போகிறது. என்னமோ இவர் சிரித்த முகமாய் இருக்கக்கொண்டுதானே வருகிறாள். கடைசி குட்டி இந்த வருஷமோ அடுத்த வருஷமோ பெரியவளாகிவிடுவாள். அது வேறு செலவுதான். அப்புறம் தாவணியும் புடவையுமாகவல்ல வாங்கிக் கொண்டிருக்கவேணும்? ஆனால், எதுதான் செலவில்லை. உயிர் வாழ்வது மாத்திரமில்லை, சாவது கூடச் செலவுதானே! அவருடைய மகன்கள் மாத்திரம் நன்றாக வாய்த்திருந்தால் அவருக்கு இத்தனை பிடுங்கல்கள் இருந்திராது. இதெல்லாம் அவர் கையிலா இருக்கிறது? விதி என்றுதான் சொல்லவேணும். பெரியவன் புத்திசாலிதான். வழிதான் குறுக்கு வழியாகப்போய்விட்டது. கள்ளச் சாராயக் கேஸில் மாட்டிக்கொண்ட பிறகு அவன் ஊரை விட்டு எங்கேயோ ஓடிவிட்டான். அதற்கப்புறம் எத்தனைதரம் ஜெயிலுக்குப் போனானோ, யாருக்குத்தெரியும்? ஜெயிலிலோ வெளியேயோ, திருடனாகவோ நல்லவனாகவோ, எங்கேயாவது உசிரோடு இருந்தால் சரி. ரெண்டாவது பிள்ளையாலேயும் பிரயோஜனம் ரொம்ப இருக்காது போலிருக்கிறது. மூணாவது பையன் கெட்டிக்காரன். நல்ல குணவானும்கூட. கடவுளுக்கே பொறுக்கவில்லை போலிருக்கிறது! கடவுளைக் குற்றம் சொல்வானேன்! அவன் தலையெழுத்து அப்படி என்றுதான் சொல்லவேணும். எஸ்.எஸ்.எல்.சி படிக்கும்போது காலரா வந்து அவனைத் துடைத்து வாரிக்கொண்டு போய்விட்டது. பதினாறு வருஷம் கஷ்டப்பட்டு வளர்த்த குழந்தை நாலே நாளில் இருந்த இடம் தெரியாமல் போய்விட்டது! அவனைப்பற்றி இப்போது நினைத்தால் கதிர்வேலுவுக்கு ஏதோ சொப்பனத்தில் கண்டது போலிருக்கிறது. நாலாவது பிள்ளை சிறிசு. அதுங்குணம் வர வரத்தான் தெரியும். ஆக, கதிர்வேலுவுக்கு வீட்டில் ஒண்ணும் சுகபோக சொர்க்கமில்லை. அதுக்காக அவர் தூக்குப்போட்டுக் கொள்ளவுமில்லை, துறவியாகிவிடவுமில்லை. சாதாரணமாக சிரித்துப் பேசிக்கொண்டு சந்தோஷமாக இருந்ததுதான் ஆச்சரியம். அவருடைய நல்லதனத்துக்கு அது ஒரு அடையாளம். அவ்வளவு தான்.

அவர் நல்லவர் மாத்திரமில்லை. கொஞ்சம் விசித்திர மானவரும்கூட. 'காற்றைக் குதிரைகொண்டேறித் திரியும் மனம்' என்பது அவருடைய மனசுக்கு மிகப் பொருத்தம். வேலையில் மும்முரமாக ஈடுபட்டிருக்கும் நேரம் தவிர, சில்லறைத் தொந்தரவுகள் நெருக்குகிற சமயங்கள் தவிர, மற்ற நேரங்களிலெல்லாம் அவர் மனசு ஒரு பிரத்தியேகக் கற்பனை உலகத்தில் சஞ்சாரம் செய்து கொண்டிருக்கும். கதைகளில் நடக்கிற மாதிரியெல்லாம் அந்தக் கற்பனை உலகத்தில் நிகழும். 'ஊரிலிருக்கும் பெண்களின் தலைகள் எல்லாம் வழுக்கையாகிவிட்டால் எப்படி இருக்கும்!' என்பது

போன்ற கற்பனைகள் அல்ல அவர் மனசில் தோன்றுகிறவை. விசித்திரமான பிரயாணங்கள், தூர தேசத்தில் தான் செய்யும் சாகசச் செயல்கள் இப்படித்தான் அவரது கற்பனைகள் ஓடும். டார்ஜான் மாதிரித் தானும் காட்டில் பயங்கர வன விலங்குகள் நடுவில் தனியே இருப்பதாகவோ... சிந்துபாத் போலவோ... விக்கிரமாதித்த ராஜா போலவோ... அல்லது சித்திரக் குள்ளனாகவோ... இந்த மாதிரி விதம் விதமான தடங்களில் அவர் கற்பனைப் பாதை பாவிக் கொண்டிருக்கும். சில பத்திரிகைத் தொடர் கதைகள் போல அவருடைய மனக் கதைகளும் முடிவில்லாமல் நீண்டுகொண்டே போய்க்கொண்டிருக்கும். ஒரு கதை ஒரு வாரம் நீள்வது ரொம்பச் சாதாரணம். ரெண்டேதரம் மூணு வாரம் வரை நிற்காமல் ஓடியிருக் கிறது! ஒரு கதை முடிந்த பின் வேறு கதை. 'தான் அமெரிக்கா போனால்... ஏன் போகமுடியாது, பாகிஸ்தானிலிருந்து ஒரு வண்டிக்காரன் போகவில்லையா?' இப்படித் தொடங்கிவிட்டால் அவருடைய மனக் குதிரைக்கு லகான் போட முடியாது. எத்தனை காட்டு மிராண்டிகளை விரட்டியடித்திருக்கிறார்! எத்தனை அழகிய இளங்குமரிகளை (அவர்கள் அத்தனை பேர்களும் வெள்ளைக் காரிகள்!) காப்பாற்றியிருக்கிறார்! அதையெல்லாம் எழுதப்புகுந்தால் 'ஆயிரத்தோரு அரேபிய இரவுகள்' ஆசிரியர்கூடத் தன் கற்பனை வறட்சியை நினைத்து வருந்தி வெட்கித் தற்கொலை செய்துகொண்டு விடுவார்!

அன்றைக்கு அவர் எல்லம்மாவின் வீட்டுக்குப்போனபோது மிக நெருக்கடியான கட்டமொன்றில், நடுக்காட்டில் நர மாமிச பட்சிணிகளிடையே, அவருடைய கதாநாயகி சிக்கிக் கொண்டி ருந்தாள். அவளை விடுவித்து மீட்டுக்கொண்டு வரவேண்டியது இவர் பொறுப்பு. அதற்குள் எல்லம்மாவின் வீடு வந்துவிட்டது! வீடா அது? வீடு என்று ஒரு காலத்தில், அவள் பையன் குருசாமி ஊரிலிருந்த காலத்தில், நம்பும்படியாக இருந்திருந்தாலும் இப்போது அது வீடாக இல்லை. நாலு குட்டிச் சுவர்களின் மேல் பனை யோலையை அடுக்கிவிட்டால் வீடாகிவிடுமா என்ன? 'இந்த எல்லம்மாவின் அதிர்ஷ்டத்தைத்தான் பாருங்கள். புருஷன் வெகு காலத்துக்கு முன்னாலேயே செத்துப்போய் விட்டிருந்தாலும் எத்தனையோ கஷ்டங்களுக்கு ஈடுகொடுத்துத் தன் வயிற்றையும் வாயையும் கட்டித் தயிர் விற்றும் எடுபிடி வேலை செய்தும் தன் ஒரே பிள்ளை குருசாமியை எப்படியோ ஆளாக்கிவிட்டாள். ஆனால், பிறகு நடந்தது என்ன? வடக்கே எங்கேயோ சுரங்கத் திலோ தொழிற்சாலையிலோ அவன் வேலை தேடிப் போய் விட்டான். "வேலை கெடைச்சப்பறம் வந்து அழைச்சுக்கிட்டுப் போறேன்" என்று சொல்லிப் போனவன் தான், மாசம் ஏதோ

அஞ்சோ பத்தோ என்று அனுப்பிக்கொண்டிருந்தானே தவிர வருஷக் கணக்கானாலும் எட்டிக்கூடப் பார்க்கவில்லை. கிழவி எப்படி உருகிப் போய்க்கொண்டிருந்தாள். அழுது அழுது அவள் கண் பார்வை மங்கிப்போனதுதான் மிச்சம். அதுக்குமேலே, கண்ணுக்கு வைத்தியம் செய்கிறேன் என்று, கள்ளிப்பாலை அடிச்சு முள்ளாலே கீறி, கண்ணைச் சுத்தமாகப் பாழடித்துக் கொண்டாகி விட்டது. பிள்ளை எங்கேயோ போய் எவ்வளவோ சம்பாதிச்சு என்ன சுகம்?' இப்படியெல்லாம் எண்ணத்தை ஓட்டினபடியே, "எல்லம்மா" என்று குரல் கொடுத்தார் கதிர்வேலு. எல்லம்மாவைக் கூப்பிட்டுவிட்டு வெயிலில் வேர்த்துக்கொட்டிக் கொண்டிருந்த கழுத்துப் பிடியைக் கைக்குட்டையாலே துடைத்தபடி வீட்டு வாசலில் இருந்த திண்ணைக் குறட்டின்மேல் உட்கார்ந்தார்.

அவர் உட்கார்ந்தாலும் அவருடைய மனசைக் கட்டிவைக்க முடியவில்லை. அது குதிபோட்டுக்கொண்டு சென்றது. 'பயல் குருசாமி பரவாயில்லை, அப்படியொண்ணும் மோசமில்லை. மூணு நாலு மாசமாய் ஒண்ணுமே அனுப்பாது போனாலும் இப்போ சொளையாய் ஐநூறு ரூவாய் அனுப்பியிருக்கிறானே. இந்த சமாச்சாரம் கேட்டாலே கெழவி எவ்வள சந்தோஷப்படுவா' என்று நினைத்ததும் கதிர்வேலுவின் முகம் மலர்ந்தது. மனக்கண்ணில் எல்லம்மாவின் நொள்ளைக் கண்ணும் காவியேறின தாறுமாறான பல் வரிசையும் ஆழ்ந்த வடுப்போன்று குழிந்து ஒட்டிக் கிடந்த கன்னங்களும் நரைத்த மயிரோடுகூடிய பரட்டைத் தலையும் கொண்ட உருவம் துல்லியமாகத் தெரிந்தது. அவர் கூப்பிட்ட குரலுக்கு இன்னும் அவள் வரவில்லை. 'கெழவிக்கி காதுகூட மத்தியஸ்தமாய்க்கினு வராப்பில இருக்குது' என்று நினைத்தபடி இன்னொரு முறை "எல்லம்மா!" என்று கொஞ்சம் உரத்து குரல் கொடுத்தார்.

'எனக்கு யாராவது இப்படி ஒரு ஐநூறு ரூவா அனுப்பி வெச்சால் எவ்வள சௌகரியமாயிருக்கும்' என்ற எண்ணமும் அதன் பின் அதைத் தொடர்ந்து ஒரு முன் பின் தெரியாத நபர் ஐநூறோ ஆயிரமோ ஏன் தனக்கு அனுப்பவேணும் என்ற கேள்வியும் அதற்குப் பதிலாக ஒரு 'கதை'யும் உருவாக, அதை ரசித்தபடிக் கிழவியின் வீட்டுத் திண்ணையில் அமர்ந்திருந்தார் கதிர்வேலு. அசதியினால் அவர் கண் மெல்ல மூடியது.

ஐந்தாறு நிமிஷங்களுக்குப் பிறகு திடீரென்று கண் விழித்த வராய் நெற்றி வேர்வையை வழித்தபடி பொறுமையை இழந்து, "யாரம்மா உள்ளே, எல்லம்மா இல்லை?" என்று கூப்பிட்டபடி வாயில் கதவைத் தள்ளினார். அது திறந்துகொண்டது. உள்ளே எட்டிப் பார்த்தார்.

உள்ளே யாரையும் காணோம். அடுப்பு எரிந்த அடையாளமே காணோம். யாரும் குடியிருக்கும் வீடாகவே தோன்றவில்லை. எங்கே பார்த்தாலும் சிலந்தி வலைகள். தரையில் பாச்சைகள் ஓடின.

‘கெழவி ஊரைவிட்டே போயிட்டாளா என்ன, இங்கேதானே எப்பவும் விழுந்து கெடப்பா!’ என்று அதிசயித்தபடியே கதிர்வேலு வெளியே வந்தபோது எதிரே பாலு நாயக்கர் எனப்படும் பலராம நாயக்கர் வந்துகொண்டிருப்பதைப் பார்த்தார். பாலு நாயக்கர்தான் அந்த வடுகப்பட்டுக் கிராமத்தின் நடமாடும் நியூஸ்பேப்பர்.

“தபால்காரக் கதிர்வேலா, வாங்க வாங்க! எங்கே ரெண்டு மூணு மாசமா ஆளையே காணம்? ஒடம்பு ரொம்ப ஒடுங்கிட்டி ருக்கே, சீக்கு ஒண்ணுமில்லியே...?” மூச்சுவிடாமல் கேள்விகளை அடுக்கிக்கொண்டே போனார் பாலு நாயக்கர். வடுகப்பட்டுக் கிராமம் கதிவேலுவின் ‘பீட்’டில் வெகு காலமாக இருந்துவந்ததால் இருவருக்கும் நல்ல பழக்கம் உண்டு. “ஒண்ணுமில்லே, ஒடம்பு கொஞ்சம் உஷ்ணமாயிடுச்சு, அத்தாலே காச்சல் வந்துட்டுது, அவ்வளதான். லீவு எடுத்துக்கினேன்” என்று சமாதானம் சொன்ன கதிர்வேலுவுக்கு எல்லம்மாவின் ஞாபகம் வரவும், “ஆமா, எல்லம்மாவை எங்கே காணம்?” என்று கேட்டார்.

“அதுவா, சர்த்தான் போ, அது போயி இப்ப ஒரு மாசம் ஆயிருக்குமே, ஏன், என்ன விசேஷம்?” என்றார் பாலு நாயக்கர்.

“போச்சா, எங்கே போச்சு? அதுக்கு யாரும் சொந்தக்காரங்க இருக்காங்கன்னு எனக்கு இத்தினி நாள் தெரியாதே!” என்று ஆச்சரியத்துடன் கதிர்வேலு கேட்டார்.

“நீ ஒண்ணு, நீ தான் ரெண்டு மாசமா இந்தப்பக்கம் வரல்லியே, அதான் தெரியலே. அது எங்கே போகும்? நானும் நீயும் நாம எல்லாரும் ஒரு நாள் எங்கே போகணுமோ அங்கேதான். எல்லா ருக்குமா இருக்கானே ஒரு சொந்தக்காரன் அவன்கிட்டேதான் போயாச்சு. அவ கஷ்டம் விடிஞ்சுது” என்று வேதாந்தமாகப் பதில் சொன்னார் பாலு நாயக்கர், தோள்பட்டைக்கு அடியில் சொறிந்து கொண்டே.

“அடப் பாவமே! என்ன ஆச்சு அதுக்கு? எப்பிடிப் போய்ட்டா கெழவி?” என்று கேட்டார் கதிர்வேலு.

“கஷ்டமே படலை. ஒரு நாள் ராத்திரி தூங்கப் போனா, மக்கா நாள் காலையிலே எழுந்திருக்கலே! ஊராரு கண்டு பிடிக்கறதுக்குள்ளே கண்ணு மூக்கெல்லாம் எறும்பு பூந்துபொணம்

முடிவற்ற பாதை 35

நாத்தமெடுத்துட்டுது. தெருவாரே சேந்து கொளுத்திப்பிட்டோம். எல்லாம் முடிஞ்ச பின்னேதான் குருசாமிக்கே காயிதம் எழுதிப் போட்டோம். நானே என் கையாலே ஒரு கார்டு 'ஒன் ஆத்தா நேத்து காலமாயிட்டா, நாங்க கிரியை எல்லாம் பண்ணிட்டோம்'னு எழுதிப் போஸ்டு பண்ணினேன். சும்மா தந்தியடிச்சு அவனை வா எங்கிறதுலே யாருக்கு என்ன லாபம்? அவனுக்கும் செலவு நம்பளுக்கும் செலவு, என்ன நான் சொல்றது?" என்று செய்தியும், பொருளாதாரமும் கலந்த எதார்த்தவாதம் பேசினார் பாலு நாயக்கர்.

பிறகு, அவர் தோள் குழியிலிருந்து கையை எடுத்தபடியே, "ஆமா, நீ என்னாத்துக்கு எல்லம்மாவை தேடறே? குருசாமி கிட்டேருந்து தபால் வந்திருக்குதா என்ன? அப்பிடியெல்லாம் அவன் லெட்டர் எழுதற வழக்கம் கெடயாதே, பணம்தானே அனுப்புவான்?" என்று கதிர்வேலுவை உற்றுப் பார்த்துக்கொண்டே கேட்டார்.

"ஆமா, மணியார்டர் வந்திருக்குது" என்று சுருக்கமாகப் பதில் சொன்னார் கதிர்வேலு.

"எப்பிடி அனுப்புவான்? கெழவி செத்துப்போச்சுன்னு நான் அவனுக்கு எழுதி ஒண்ணரை மாசத்துக்கு மேலே ஆயிருக்குமே. அவனுக்குக் கெடைக்கலியோ... அப்பிடித்தான் இருக்கணும்" என்று தனக்குத்தானே உரக்கப் பேசிக்கொண்ட பாலு நாயக்கர் சட்டென்று பேச்சை நிறுத்தினார். கதிர்வேலுவை எடை போடுவது போல ரெண்டு மூணு முறை ஏற இறங்கப் பார்த்தார், சந்தேகத் தோடு. பிறகு தன் குரலைத் தாழ்த்திக்கொண்டு, "கெழவி காரிய மெல்லாம் முடிக்கிறதுக்குத் தெருவாருக்குக் கொஞ்சம் செலவாச்சு. எனக்கும்தான்னு வெச்சுக்கோயேன். குருசாமி வழக்கமா அனுப்பற பத்தோ இருவதோ, அதுக்கு மேலே போயிருக்காதுன்னு நெனைக்கிறேன். விஷயம் அவனுக்குத் தெரியாமே அனுப்பியிருக்கான், கெழவிக்குத்தானே அனுப்பிச்சான், அது... அந்தச் செலவுக்குச் சரிக்கட்டிடலாம்... நீங்க ஒண்ணும் வித்தியாசமா நெனைக்காதீங்க... அந்தப் பணத்தைக் கெழவிக்குக் குடுத்துட்ட மாதிரி காட்டிட் டீங்கன்னா... இந்த ஒரேதரம்தான். நீங்களே வேணுமின்னா அவனுக்கு எழுதிப்பிடுங்க, பணம் சேர்ந்த ரெண்டு நாளைக்கப்பறம் கெழவி காலமாயிட்டுதுன்னு... இல்லையின்னா நான் எழுதிப் போடறேன்... ஏன், நாம ரெண்டு பேருமே எழுதிடலாம்... நான் விஷயம் வெளியே வராதபடிப் பார்த்துக்கறேன். அத்தனைப் பணமும் எனக்கு வாணாம்... ஒங்களாலேதானே நடக்கணும், அதை ஞாபகத்துலே வெச்சுகினுதான் சொல்றேன், என்ன சொல்றீங்க? நீங்க மாட்டேன்னா நான் என்ன செய்ய முடியும்? சொல்றேன்,

அவ்வளதான்" என்று அதிகத் தயக்கமில்லாமல், ஒரு சிறு நகை கடைவாயில் கோணச் சொன்னார் பாலு நாயக்கர்.

கதிர்வேலு கொஞ்சம் ஆச்சரியமடைந்தார் என்றாலும் ரௌத்திராகாரமாய் மாறி நாயக்கருடைய ஈன யோசனையைப் பலமாகக் கண்டிக்கவோ அல்லது பாலு நாயக்கருக்குப் புத்தி சொல்லவோ செய்யவில்லை. சிரித்துக்கொண்டே, "என் ஸர்விசுலே இத்தினி நாள் பிளாக் மார்க் வாங்காமே காலம் கழிச்சுப் பொழைச்சுட்டேன், நான் நல்லா இருக்கிறது ஒனக்குப் புடிக்கலியா?" என்றுதான் கேட்டார். அவர் குரலிலேயே தன் யோசனை கொல்லப்பட்டுத் தள்ளப்பட்டது என்பதை உணர்ந்துகொண்ட பாலு நாயக்கர் அசட்டுச் சிரிப்புடன், "நல்லாச் சொன்னீங்க, சும்மாச் சொல்லிப் பார்த்தேன், ஹி ஹி, வெளையாட்டுக்குன்னு வெச்சுக்குங்க, ஹி ஹி" என்று சொன்னபடியே நடையைக் கட்டிவிட்டார். எல்லம்மாவுக்கு வந்திருந்த மணியார்டர்தான் வடுகப்பட்டியிலே அவருக்குக் கடைசி வேலையாக இருந்ததனாலே கதிர்வேலுவும் தன் ஊரான சின்னூரை நோக்கித் திரும்பினார்.

சின்னூர் ரெண்டு கல் தொலைவில்தான் இருந்தது என்றாலும் வெயில் மிகக் கடுமையாக இருந்ததால் இளைப்பாறவென்று வழியில் பரந்து விரிந்திருந்த ஒரு பூவரச மரத்து நிழலில் இருந்த குத்துக்கல் மேல் உட்கார்ந்தார். முகத்தில் வழிந்துகொண்டிருந்த வேர்வையைத் தன் கைக்குட்டையால் துடைத்து விட்டுக் கொண்டார். நிமிர்ந்து பார்த்தார். கண்ணுக்கெட்டின தூரம் வரை ஒரு ஈ காக்காய், மனுஷன் மாடு, ஒண்ணையும் காணவில்லை. கூசும் வெயிலில் சின்னூர் ரஸ்தாதான் நீண்டு நெளிந்து போய்க் கொண்டிருந்தது. "ஆமா, குருசாமியால என்ன இப்பிடித் திடீர்னு சொளையா இத்தனை பணம், ஐநூறு ரூவா, அனுப்ப முடிஞ்சுது?" என்று கேட்டது அவர் மனசு. தபால் பையைத் திறந்து குருசாமி அனுப்பியிருந்த மணியார்டர் ஃபாரத்தைத் தேடி எடுத்தார்.

அது எல்லம்மாவுக்குத்தான் வந்தது. ஆனால், குருசாமி அனுப்பியிருக்கவில்லை. யாரோ சரவணன் என்கிற ஆளால் அனுப்பப்பட்டிருந்தது. கீழே கூப்பனில், நுணுக்கி எழுதியிருந்ததைப் படித்துப் பார்த்தார். அதில், "உங்களுக்கு என்னைத் தெரியாது. நான் குருசாமியோடு வேலை செய்யும் சகதொழிலாளி. எங்க ஆலையிலே 'பாய்லர்' வெடித்து குருசாமிக்கு பலத்த காயம். ஃபாக்ட்டரி ஆஸ்பத்திரியில் எவ்வளவோ வைத்தியம் செய்தும் குருசாமியைப் பிழைக்கவைக்க முடியவில்லை. குருசாமி கடைசி காலத்தில் 'நான் கஷ்டப்பட்டு 500 ரூபாய் சேமித்துவெச்சிருக்கிறேன், அதை எப்படியாவது என் ஆத்தாளிடம் சேர்த்துவிடு, அவள்

கடைசி காலத்துக்கு உதவும்' என்று என்னிடம் சொன்னார். நான் தெற்கே வரும்போது குருசாமியினுடைய டிரங்குப் பெட்டியை உங்களிடம் கொண்டுவந்து சேர்த்துவிடுகிறேன். குருசாமி போய் விட்டதாலே உங்களுக்கு மாத்திரம் கஷ்டம் என்று நினைச்சு உருகிப் போகாதீர்கள். எங்க எல்லாருக்கும் அது பெரிய நட்டம். அவரு டைய கடைசி ஆசைப்படி செய்கிறேன் என்கிற ஒரு திருப்திதான் எனக்கு – இப்படிக்கு சரவணன்" என்று எழுதியிருந்தது.

கதிர்வேலுவுக்குத் தூக்கிவாரிப் போட்டது. விஷயத்தைக் கிரகித்துக்கொள்ள அவருக்குச் சில வினாடிகள் பிடித்தன. அதற் குள் பாலு நாயக்கர் இட்ட விஷ வித்து நெல்லுப் பொரி போல விரிந்து வளர ஆரம்பித்துவிட்டது! அது அவருக்கே திகைப்பாகவும் இருந்தது.

"ஐநூறு ரூவா முன் பின் தெரியாம வந்து குதிச்சா எவ்வள நல்லாயிருக்குமின்னு நெனைச்சியே, இதோ பார் வந்துடிச்சு. இப்போ என்ன செய்யப்போகிறே?" என்று அந்த நெல்லுப் பொரி பல்லைக் காட்டி ஏளனமாகக் கேட்டது. 'எ.. ன்.. ன.. து!!' என்று தடுமாறினார் கதிர்வேலு. கையால் நெற்றிப் பொட்டைப் பிடித்து விட்டுக்கொண்டு சுற்றும் முற்றும் பார்த்தார்.

பளீரென்று உச்சி வெயில் காய்ந்துகொண்டிருக்கிறது. சின்னூர் போஸ்டாபீஸுக்குச் செல்லும் பாட்டை அவரையும் அவருடைய சங்கடமான நிலைமையையும் சிறிதும் லட்சியம் செய்யாமல் முடிவே இல்லாதது போல நீண்டு நேராகவும் கொஞ்ச தூரத்துக்கப்புறம் வளைந்தும் போய்க்கொண்டிருந்தது. சாலையில் ஒரு ஜந்துவும் இல்லை. அவர் ஒருத்தர்தான் சாலையோரத்தில் பூவரச மர நிழலில் குத்துக்கல்மேல் தன்னந்தனியனாக உட்கார்ந்திருந்தார். மரத்திலே காக்காய் கூடக் கண்ணில்படவில்லை. அவர் அமர்ந்திருந்த இடம் ஒன்றுதான் அந்தக் கரம்பு நிலத்தில் நிழல். மேலே வெகு உயரத்தில், வெளிர் நீல வானத்தில் சிறு புள்ளியாகப் பருந்து ஒன்று சிறகை விரித்து அவசரமில்லாமல் மெதுவாக வட்டமிட்டுக்கொண்டி ருந்தது. சூரியன் இரக்கமில்லாமல் நெருப்புச்சிரிப்பை அள்ளி வீசிக் கொண்டிருந்தான்.

'யாருக்கும் தெரியாது, ஒரு கை நாட்டு போட்டால் போரும்... ஐநூறு ரூவாயிலே என்னவெல்லாம் செய்யலாம் தெரியுமா? அவளுக்கு ஒரு புடவை ரவிக்கை... எவ்வள நாளாச்சு நீ அவளுக் குப் புடவை வாங்கி... தவிர மருந்து டானிக்குங்க... ஒனக்கு ஒரு உடுப்பு, செருப்பு... பையனுக்குத் தேவையான புஸ்தகம் பேனா நோட்டு சட்டை நிஜார்... குட்டிக்கி ரெண்டு தாவணி... சில்லறைக் கடனெல்லாம் ஒழிச்சுடலாம்... யாருக்கும் நஷ்டமில்லை... ஒரே

ஒரு கை நாட்டு, ஒரே ஒரு சாட்சிக் கையெழுத்து... அவ்வளவுதான் வேண்டியது... ஐநூறு ரூவா!' நெல்லுப் பொரி பிரமாண்டமான ராட்சசப் பொரியாக வளர்ந்து வாணலியில் சட படவென்று துள்ளித் துள்ளிக் குதித்தது.

வெயிலின் காங்கை அவரைத் தகித்தது. மூச்சுக் காற்று உடலெங்கும் பரவி நெஞ்செல்லாம் கனன்றது. நாக்கில் ஈரமில்லை. கண் இமைகள் கரகரத்தன.

நடுங்கும் கையால் சட்டைப் பையிலிருந்து பேனாவை எடுத்தார். 'விலாசதாரர் காலமாகிவிட்டார்' என்று எழுதும்போது அவர் கைகளும் தொடையும் வேர்த்து அதிர்ந்தன. மணியார்டர் ஃபாரத்தை மீண்டும் பையிலும் பேனாவைச் சட்டைப்பையிலும் வைத்தார். கொட்டாவிவிட்டு வாயின் முன்னால் விரல்களைச் சொடுக்கிக்கொண்டார். சப்தம் வரவில்லை. பையைத் தோளில் மாட்டிக்கொண்டார்.

நெல்லுப் பொரி வெடித்துச் சிதறி மறைந்தது.

கொதித்துக்கொண்டிருந்த வெயிலில் முடிவே இல்லாமல் நீண்டு வளைந்த அந்தப் பாதையில் நீண்டு வளைந்திருந்த தன் நிழலையே மிதித்துக்கொண்டு நடக்க ஆரம்பித்தார் கதிர்வேலு.

ஓடிப்போனவன்

“பேப்பர் பாத்திங்களா? பரீச்சையிலே பாஸாவலேன்னு ஒரு பிள்ளை ஆத்துலே வுழுந்து உசிரை உட்டிடிச்சாம். பள்ளிக்கூடப் பரீச்சையிலே போச்சுன்னா அதுக்குப் போய் ஒரு பயித்தியக்காரப் பிள்ளை உசிரைவிடுமான்னு கேக்கறிங்களா? சரித்தான் போங்க, உங்களுக்குத் தெரிஞ்சது அவ்வளதான். நீங்க நல்லாப் படிக்கிறவங்க, ஒருவாட்டி படிச்சாலும் ஒங்க மனசிலே நின்னுடுது. பாடத்துலே சந்தேகமின்னா வூட்டிலே யாரண்டையாவது கேட்டுத் தெரிஞ்சுப்பீங்க. எல்லா வூட்டிலேயும் அப்பிடி முடியுங்களா? என்னைப் பாருங்க, நான் என்னா படிச்சேன்னு நெனைக்கறீங்க? அஞ்சாவதுகூட முடிக்கலே. அதுக்கு மேலே எங்கே படிக்கிறது? ‘ஏன்’ன்னு கேக்கறிங்களா? பயம்தான். மறுபடியும் பெயிலாயிடு மோன்னு பயம். சொல்லப்போனா நான் அஞ்சாவது கிளாஸிலே பெயிலானப்பவே செத்துப்போயிருக்க வேண்டியது. என்னமோ என் தலை விதி, நாம ரொம்ப பள்ளிக்கூடம் போவாத போனாலும் பள்ளிக்கூடம், காலேஜு போற பிள்ளைங்களையெல்லாம் நேரத் துக்கு இட்டுக்கினுபோவணுமின்னு எழுதிவெச்சிருக்குது... நான் ஏன் செத்துப்போயிருக்கணுமா? அது பெரிய கதைங்க, அதென் னாத்துக்குங்க?... சொல்லணுமா, அந்தப் பயித்தியக்காரக் கதை ஒங்களுக்கென்னாத்துக்குங்க?... வண்டிய இழுக்கிற செரமம் தெரியாமெ இருக்குமா, சரியாப் போச்சு. ஒங்களை வெச்சு இழுக் கிறது என்னா செரமம்? நீங்கதான் காத்தாட்டமா இருக்கீங்களே!... சொல்லித்தான் ஆவணுமா, சரி, கேளுங்க.

“நான் அஞ்சாவது படிச்சுக்கினு இருந்தெனா, பூனமல்லி பக்கத்துலே ஒரு கிராமம்... எப்பவா? ரொம்ப வருசத்துக்கு முன்னே, பதினஞ்சு இருவது வருசமோ இல்லே அதுக்கு மேலேயே இருக்கு மின்னு வெச்சுக்க. கிராமப் பள்ளிக்கூடம் அது. வாத்தியாரு ஒருத்தர், ஐயரு, இருந்தாரு. கணக்கு தெரியலேன்னா கையெப் பிச்சிடுவாரு. எனக்கெங்கே படிப்பிலே புத்தி! கொஞ்சம் புத்தி இருந்தாலும் எங்க வூட்டிலே எப்பிடிப் படிக்கிறது? கிருஷ்ணாயில்

வாங்கி வெளக்கு வெக்கறதே கஸ்டம், அதுக்கு அடியிலே ஒக்காந்து படிக்கணும். சேரியிலே எங்கியாவது அது ஆவுமா? என் ஐயாவுக்கும் ஆத்தாவுக்கும் என்னமோ நான் பத்தாவது வரைக்குமாவது படிச்சு முன்னுக்கு வரணுமின்னு ஆசை. அவங்க பெரியப்பா மவன் அப்பிடிப் படிச்சு பட்டணத்துக்கு வந்து என்னமோ வேலை பாத்துக் கொஞ்சம் பணம்கூடச் சேர்த்துட்டாராம். அதுலேந்து எங்க ஐயாவுக்கும் ஆசை, எப்பிடியாவது அந்தச் சேரியை வுட்டு வெளியூரு பட்டணமின்னு போயி கடையோ கண்ணியோ வெச்சு, இல்லை, வாச்மேன் வேலையாவது பண்ணி நாலு காசு சேர்க்கணுமின்னு அவருக்கு ஒரு ஆசை. எல்லாருக்கும் அதிர்ஸ்டம் இருக்குதுங்களா?

“எனக்கா, படிப்பிலே புத்தி போவலை. சின்னப் பையன் தானே! அந்தச் சேரியே சொர்க்கம் மாதிரி இருந்திச்சு எனக்கு. தோட்டம் தொறவுன்னு சுத்திப்பிட்டு, நாலு ஆடோ பன்னியோ பாத்தா அது போற பக்கம் போய்க்கினு இருக்கிறதை வுட்டூட்டு ‘பள்ளிக்கூடம் போடா, படீடா’ன்னா! இங்கலீசும் கணக்கும் எனக்கென்னாத்துக்குன்னு பட்டுது அப்போ. சின்னப் பிள்ளை புத்தி. இப்பவல்ல தெரியுது அப்பிடி இருந்திருக்கக் கூடாதுன்னு.

“கதைக்கி வர்றேனுங்க, அவசரப்படாதீங்க. இன்னிக்கி மாதிரித் தான் அன்னிக்கும் இருந்திச்சு... என்னிக்கா? அதான் அஞ்சாவது பரீச்சை முடிஞ்ச அன்னிக்கி. அஞ்சாவது படிச்சுக்கினு இருந்தனா, பரீச்சை வெச்சாங்க. அப்பெல்லாம் பரீச்சை முடிஞ்ச அன்னிக்கே பாஸா பெயிலான்னு சொல்லிடுவாங்க. என் வாத்தியாரு, மகராசன், எனக்கு எதுலேயும் நூத்துக்குப் பத்து மார்க்குக்கு மேலே போடலை. நான் பெயிலுன்னு சொல்லிட்டாரு. அத்தோடே வுட்டானா? வெளுத்துட்டான், முதுகு, சூத்தாமட்டையெல்லாம் செமை அடி. அத்தோடெயும் வுடலே, ‘பறப்பயலே, ஒனக்கென்னாத்துக்கடா இந்தப் படிப்பு? போயிப் பன்னி மேய்ச்சுக்கினு இருக்கிறதுதானே’ அப்பிடி இப்பிடி, அது இதுன்னு கன்னா பின்னான்னு பேசிட்டான். மொதலியார் ஊட்டு முருகேசன்னு ஒரு பையன், அரணை மாதிரி இருப்பான், என்னைப் பாத்தான்னா ஒரு மைல் ஓடுவான். அவன் கூடச் சிரிக்கறான். வாத்தியாரு வுடலே, ‘பாத்துக்கோடா தடியா, மத்தப் பசங்களையும் பாரு ஒண்ணையும் பாரு, அஞ்சாவதிலே மூணாவது வருசம் மண்டப் பொடி போட்டிருக்கயே, எங்கியாவது போயி மூளை கடன் வாங்கிக்கினு வா, கெடைக்கலீன்னா கொளம் காவான்னு பாத்துப் போய்ப் படுத்துக்கோ, போய்த் தொலை’ன்னான். எல்லாம் அந்த முருகேசன் பையன் முன்னாலே.

“எனக்கா அழுகையும் ரோஷமும் பொத்துக்கினு வந்துடுச்சு. பையைத் தூக்கிக்கினு கௌம்பிட்டேன்... எங்கியா?... ஊட்டுக்கா? நான் ஏன் ஊட்டுக்குப் போறேன்! எனக்கென்ன பயித்தியமா? ‘இந்த வருசமும் பெயிலுன்னு வந்தே, ஓங் காலை ஒடச்சு கழுத்திலே மாட்டிடறேனா இல்லியா பாரு’ன்னு எங்க ஐயாதான் சொல்லி யிருக்காரே! அங்கே போவெனா. ‘சே, இதுவும் ஒரு ஜென்மமா, இன்னொரு வருசம் இங்கிலீசு கணக்கோடயும் அந்த வாத்தியா ரோடயும் நம்மாலே மாரடிக்க முடியாது, அவன் மூஞ்சியிலேகூட முழிக்கக்கூடாது, அவன் சொன்ன மாதிரி எங்கியாவது கொளம் குட்டையிலே வுழுந்து உசிரை உடலாம்’ன்னு தோணிப்போச்சு. ஒடனே கண்டராயன் மடுவுதான் ஞாபகம் வந்துச்சு. கிழக்காலே ஊருக்கு வெளீயிலே வரப்பு மேலே நடந்து போனா ஆத்தங் கரைக்கி அப்பாலே முனீஸ்பரன் மண்டபம் ஒண்ணு இருக்குது, அதையும் தாண்டினா சின்ன மேடு இருக்குது, அதும் மேலே ஏறினா அந்தாண்டை அந்த மடுவு இருக்குது. எனக்கு இருந்த ரோஷத்துலே இருட்டிக்கினு மழை வர்ற மாதிரி இருந்ததுகூடப் பாக்காமே நேரே வுடு வுடுன்னு நடந்தேன்.

“யோவ், ஓரம், ஓரம், ஓரம் போய்யா! வண்டி வர்றது கண்ணு தெரியலே?”

“என்னா சொல்லிக்கினு இருந்தேன்? மடுவுப் பக்கம் போய்க்கினு இருந்தெனா, திடீர்ன்னு ஒரு மின்னல். தட தடான்னு மானமே உடஞ்சிட்ட மாதிரி இடி இடிக்குது. ‘மழை வரப்போவுது டோய்’னு ஓட ஆரம்பிச்சேன். மழைக்கி முன்னாலே மண்டபத் துக்குப் போயிடணுமின்னு. நல்லா இருட்டிக்கினு பட படன்னு மழை புடிச்சிக்கிச்சு. இருட்டிலே கண்ணு வேறே சரியாத் தெரிய லேயா, வரப்போ வழுக்குது, உழுந்து உழுந்து எழுந்து எழுந்து ஓடினேன். ஓடம்பெல்லாம் சேறும் சகதியும். சட்டையைக் கழட்டி, புஸ்தகப் பையை சட்டையிலே சுத்தி அக்குள்ளே வெச்சிக்கினு ஆத்தங்கரைக்கா ஓடினேன். மானம் மடுவெல்லாம் மறந்துபோச்சு. முனீஸ்பரன் மண்டபத்துக்குப் போனாப் போருமின்னு ஆயிப் போச்சு. மண்டபத்துள்ளே போன பிற்பாடுதான் எனக்கு மூச்சே வந்துது. காத்தும் மழையும் பிரமாதமாப் பிடிச்சுடிச்சு. உள்ளே போய் ஒதுங்கிக்கலாமின்னு உள்ளே நொழஞ்சதும் என் ரத்தம் அப்பிடியே ஒறஞ்சுபோச்சு. உள்ளே நெருப்புத் தணல் மாதிரி ரெண்டு கண்ணுங்க என்னையே பாத்துக்கினு இருக்குதுங்க!

“வழி உடம்மா, ஓரமாப் போறதுதானே!”

“வெளியே காத்தான காத்து, மழையான மழை. குளிரிலே கை காலெல்லாம் வெறைச்சுப்போச்சு. திரும்பிப் பூடலாமின்னு

பாத்தேன். ஆத்துலே... எந்த ஆறா? எங்க ஊர் ஆறு அது... அதும் பேரென்னவா? அதையெல்லாம் யார் கண்டாங்க? வெறும் காட்டாறு. மழை பேஞ்சாத் திடீர்னு வெள்ளம் வரும். பின்னாலே வந்தமாதிரியே வடிஞ்சுடும். அந்த ஆத்துலே தண்ணி வர ஆரம் பிச்சுட்டுது. அத்தோடே தண்ணி வடிஞ்சாத்தான் ஊருக்குப் போக முடியும்... அதும் மேலே பாலமா? சரியாப்போச்சு போ! அதும் மேலே சிமிட்டி ரோடு கூடக் கெடையாதுன்னா பாலத்துக்கு எங்கே போக. ஆத்துலே தண்ணி வடியற வரை அங்கியே முனீஸ்பரன் மண்டபத்துலேயேதான் இருந்தாவணுமின்னு தெரிஞ்சுபோச்சு. 'சே, ஓடற பாம்பைக் கையாலே புடிக்கிற சிங்கம் நீ, ஒனக்கென்னாடா பயம்'ன்னு சொல்லிக்கினு ஒரு கல்லைப் பொறுக்கி உள்ளே எறிஞ் சேன். 'மியாவ்' னு கத்திச்சு ஒரு பூனை! பயம் தெளிஞ்சு, 'நீயும் இரு, நானும் இருக்கேன், எனக்கு நீ தொணை ஒனக்கு நான் தொணையின்னு உள்ளே போயிக் குந்திக்கினேன். ரொம்ப நேரம் மழை பேஞ்சுக்கினே இருந்தது. எனக்கென்ன மணி தெரியுதா? ஒரே பசி. பசி தெரியாமெ இருக்கத் தூங்கிடலாமின்னா தூங்குறத் துக்கும் பயம், முனீஸ்பரன் மண்டபத்துலே இருக்கோம், மழைக்கி ஒதுங்கன்னு முனீஸ்பரனும் வந்துட்டா என்னா பண்றது! காத்து மழை வேறே. அப்பிடியே எவ்வள நேரம் இருந்தேன்னு தெரியாது. என்னை அறியாமலேயே கண்ணசந்துட்டேன்.

"ராத்திரி பூராத் தூங்கிட்டிருக்கேன்போல இருக்குது. கண்ணு முழிச்சப்போ வெய்யில் வந்துட்டிருந்துது. வயித்துப் பசி தாங்கலே. வூட்டைப் பாக்கப் போவலாமின்னா ஆத்துலே வெள்ளம் ஓடுது. செவேலுன்னு கொழம்பு மாதிரித் தண்ணி சுழிச்சுக்கினு ஓடுது. அது என்னா வேகமிங்கறே! மரக் கெளையுங்க, ஒரு முழு மரம்கூட, அது வேப்பமரமின்னு நெனைக்கறேன், எல்லாத்தையும் தண்ணி அடிச்சுக்கினு போவுது. நொரச்சுக்கினு. 'ஜோ'வுனு சத்தம் போட் டுக்கினு. ராச்சசன் மாதிரிச் சத்தம் போட்டுக்கினு வெள்ளம் ஓடுது. 'வயித்தைப் பசி கிள்ளுதே, ஏன் இப்பிடி வந்து மாட்டிக்கினோம்'னு நெனைச்சுக்கினேன். ஏன் வந்தெனா, மடுவுலே வுழுந்து சாவணு மின்னு இல்லெ வந்தேன், பரீச்சை பெயிலானது, அந்த வாத்தியாரு அடிமேலே அடிபோட்டுக் கன்னா பின்னான்னுதிட்டினது, அந்த அரணை முருகேசன் சிரிச்சது, எல்லாம் ஞாபகத்துக்கு வந்தது. 'சீ, அரணைப் பய சிரிச்சதுக்காக யாராச்சும் உசிரை உடுவாங்களா! அதுவும் மடுவுலே வுழுந்து முழுகியான்னு தோணிடுச்சு. மடுவின்ன வொடனே அங்கே ரெண்டு மாமரம் இருக்குதுன்னு நெனைப்பு வந்திச்சு. சரீன்னு மடுவைப் பாக்க நடந்தேன்.

"இதொ வூடு வந்திடுச்சம்மா, நீங்க எறங்கிக்கங்க, நான் வர்றேன்... என்ன மிச்ச கதையும் கேக்கணுமா? ஒங்களுக்கு நான்

கதை சொல்லிக்கினு இருந்தா ஆவுமா? எனக்கு பாடிகை வர வேணாமா? நீங்க போயி காபி டிபன் சாப்பிடப்போறீங்க, நான் நாலெடம் பாத்தாத்தானே ஒரு டீ பொரையாவது வாங்கிச் சாப்பிட முடியும்... நான் சொல்லி முடிச்சப்பாலே நீங்களே டீ தர்றீங்களா? அடேயப்பா! கதை கேக்க அவ்வள ஆசையாயிருக் குதா ஒங்களுக்கு? அப்ப சரி.

"மாமரம் நெனைப்பு வந்திச்சா, மடுவைப் பாக்க நடந்தேன். அது காய் காலம். மள மளன்னு மரத்துமேலே ஏறி ரெண்டு காயெப் பிச்சுத் துண்ணுட்டு, மடுப் பக்கம் எறங்கி நாலு வாயி தண்ணி அள்ளிக் குடிச்சேன். சில்லுனு மடுத்தண்ணி ருசியா இருந்துது. அங்கியே நின்னுக்கினு மீனுங்க ஓடிக்கினு இருக்கிறதைப் பாத்துக்கினு இருந்தேன். ஒரு பெரிய மாங்கெளை முறிஞ்சு மடுவுக் குள்ளே வுழுந்துட்டிருந்துது. 'சரி, நேத்துக் காத்துலே வுழுந்துட் டாப்பலே'ன்னு நெனைச்சுக்கினு இருக்கிறப்போ கெளை மத்தி யிலே என்னமோ வெள்ளையா தெரிஞ்சுது. அது என்னான்னு பாக்கலாம் அப்பிடியே இன்னும் ரெண்டு காயெப் பிச்சுக்கலா மின்னு தண்ணீலே குதிச்சு கெளையிருந்த பக்கம் போனேன். வெள்ளையா தெரிஞ்சுச்சே அது ஒரு துணி. வேஷ்டிபோலெ. யாரோ ஒரு ஆளு, கெளையோட வுழுந்து காலு ரெண்டும் ஒடிஞ்சு தண்ணீலே முழுவிச் செத்தூட்டிருக்கான். எப்போ போனானோ? பொணம் குப்புறக் கெடந்ததாலே செத்தூட்ட ஆளு யாருன்னு தெரியலே. பொணத்தைப் பாத்த ஒடனே எனக்கு ஒரே திகிலாய்ப் போச்சு. மடுவுலேருந்து எழுந்து ஓடி வந்து மண்டபத்துக்குள்ளே குந்திக்கினேன், ஆத்துலே தண்ணி வடியட்டும், வூட்டுக்குப்போயிட லாமின்னு. இன்னோரு ராவு அந்த மண்டபத்துலே இருக்கறதுக்கு என் மனசு ஒப்பலே. இப்போ மடுவுலே பொணம் வேறே! "சாமி, மாரியாத்தா, என்னை இந்த ஆபத்துலேருந்து காப்பத்தம்மா! எங்கய்யா என்னைத் திட்டி ஒதைச்சாலும் பரவாயில்லே, எப்பிடி யாச்சும் என்னை ராவிக்கி முன்னாலே வூட்டிலே சேத்துடு. ஆத்துத் தண்ணி சிவுக்குனு வடியணும் தாயே மகமாயீ!"ன்னு வேண்டிக் கினே இருந்தேன். "சத்யமாச் சொல்றேன், இனிமே நல்லாப் படிக் கறேன், எங்கய்யா என் காலை ஒடைச்சுவேணுமின்னாலும் போடட்டும், இப்ப வந்து என்னைக் கூட்டிக்கினு போயிடட்டும்" இப்படியெல்லாம் நெனைக்க நெனைக்க எனக்கு அழுகை வந்துடுச்சு. அழுதுக்கினே மண்டபத்துக்கு வெளியே உக்காந்தி ருந்தேன். அப்பிடியே தூங்கிட்டேன்.

"கண்ணை முழிச்சப்போ மத்தியானத்துக்குமேலே ஆயிட்டி ருந்துது. இருட்டிடுமோன்னு எனக்கு பயமாயிட்டுது. ஆத்தைப்

பாத்தேன், தண்ணி முக்காலும் வடிஞ்சுட்டிருந்துது. வூட்டைப் பாக்க ஓட ஆரம்பிச்சேன்...

“எழுந்திருக்காதீங்க! கதை இன்னும் முடியலே... வூட்டுக்குப் போய்ட்டேன், அவ்வளதானா? இல்லீங்க. அவ்வளதான்னா நான் ஏன் இப்பிடி வண்டியை இழுத்துக்கினு தெரு நாய் மாதிரி ஓடிக்கினு இருக்கேன்? மீதியையும் கேட்டுட்டுப் போங்க.

“சுடுகாட்டண்டை வந்ததும் சுத்திப் பாத்தேன், எங்கே பாத்தாலும் பிசாசும் முனீஸ்பரனும் ரத்தக் காட்டேரியும் என்னைப் பாத்து ஓடியாந்து வெரட்டற மாதிரி இருந்துச்சு. அழுதுக்கினே அரைக் கண்ணை மூடி முன்னை மாதிரியே வயலிலேயும் வரப்பி லேயும் வுழுந்து எழுந்து ஓடினேன். ஊருக்குள்ளே வந்ததும் மொதல்லே யாரப் பாத்தேன்னு நெனைக்கறீங்க? அந்த அரணைப் பய முருகேசனைத்தான். எனக்கு ஆத்திரம் பத்திக்கினு வந்திச்சு. நேரே வூட்டுக்குப் போயிடறதா, இல்லே, அவன் பல்லு அத்தனை யும் உதுத்துட்டு அப்பறம் போகவான்னு யோசனை. அதுக்கெல் லாம் அவன் ட்டயம் குடுக்கலே. “டேய், ஒங்கப்பாரு ஒன்னியே மடுவுலேந்து தூண்டி போட்டு எடுத்தாராடா?”ன்னு கேட்டான். “என்னாடா சொல்றே?”ன்னேன். “நீ கிளாஸெ வுட்டுட்டு ஓடிப் போனியா, கொஞ்ச நேரமானப்பறம் ஒங்கப்பாரு ஒன்னியேத் தேடிக் கினு வந்தாரு, ‘நீ பாத்தியா?’ ன்னு என்னைக் கேட்டாரு. ‘நீ பெயிலாயிட்டேன்னு வாத்தியாரு ஒன்னைத் திட்டி அடி அடின்னு அடிச்சு எங்காச்சும் கொளம் குட்டையிலே வுழுந்து போடா’ன் னாரு, நீ ஆத்தங்கரைக்கா ஓடினே’ன்னு சொன்னேன். “ஐயய்யோ, அந்த மூதேவிப்பய எங்காச்சியும் கண்டராயன் மடுவிலே வுழுந்து வெச்சுத் தொலைக்கப்போவுது!’ன்னு அவுரும் நீ போன பக்கம் ஓடினாரு. அப்பவே காத்து மழை ஆரம்பிச்சுடிச்சு, நான் எங்க வூட்டுக்கா ஓடிட்டேன், நீ எங்கேடா போயிருந்தே?”ன்னு பதில் சொன்னான் அந்த அரணை. எனக்குத் ‘திக்’குன்னுது. ‘அப்பா’ன்னு கூவிக்கினு நான் வூட்டைப் பாக்க ஓடினேன். அன்னிக்கு எப்பிடித்தான் நான் வண்டி சைக்கிள்லே மாட்டிக்காமே இருந் தேனோ, அது சாமிக்கே வெளிச்சம். எங்க தெருவண்டை போனப்போ அங்கே ஒரே கூட்டம். எங்க வூட்டுகிட்ட. போயி பாத்தா... அதையேன் கேக்கறீங்க? கண்றாவி. எங்க வூடு, வூடென்ன வூடு, மண் குடிசை, பக்கத்துலே இருந்த தூங்குமூஞ்சி மரம் காத்துலே பிச்சுக்கினு எங்க வூட்டு மேலே சாய, மழையிலே ஊறினவூடு அப்பிடியே ஒக்காந்துட்டிருக்குது. வூட்டிலே இருந்த என் அம்மாவும் தங்கச்சியும், அஞ்சு வயசு அதுக்கு, வஞ்சின்னு பேரு, ரெண்டு பேரும் மரத்துக்கு அடியிலே மாட்டிக்கினு மண்ணுக்குள்ளே

பொதஞ்சு போயிட்டாங்க. அவ்வள தாம்மா என் கதை... அப்பறம் என்ன ஆச்சா?

"அப்பறம் என்ன ஆவுறது? 'எங்கேடா போயிருந்தே போடு காலுக் கழுதே?'ன்னாரு ஒருத்தரு, 'எங்கேடா ஓன் போக்கத்த அப்பன்?'ன்னாரு இன்னோர்த்தர். 'என்னாடா முழிக்கிறே? ஒங்க ஆத்தா நாறிக்கிணு கெடக்கச்சே துட்டு செலவாயிடப்போவுதுன்னு ஓடிட்டானா ஒங்கப்பன்?' அப்பிடி இப்பிடியின்னு சொன்னாங் கம்மா. எனக்கு ரொம்பக் கோவம் வந்துடுச்சு. 'என்னெ வேணு மின்னா திட்டு, எங்கப்பாரைப் பத்திப் பேசாதே... என்னைக் காப்பாத்தணுமின்னு போயி...' எனக்கு அதுக்கு மேலே பேச முடியலே. கண்ணுலே தண்ணி வந்துட்டுது. கோவம் தாங்கலே. எகிறிக் குதிச்சு எதிரே இருந்தவன் மூஞ்சியிலே ஒரு குத்துவுட்டேன் பாரு... அவன் பல்லு பொத்து கையிலேருந்து ரத்தம் வழிய... அங்கியே இன்னும் நின்னா கட்டிவெச்சுத் தோலை உரிச்சுடு வாங்கன்னு அங்கேருந்து ஓடிட்டேன். அப்போ ஓட ஆரம்பிச்சது இன்னும் நிக்கலே, ராப்பகலா ஓடிக்கினே இருக்கேன்!

"ஏம்மா என் கதையை இப்பிடிக் கேக்கறீங்க? ஒங்கய்யா பத்திரிக்கைக்கெல்லாம் கதை எழுதுறாரில்லே? இதை எங்காச்சியும் எழுதிடப்போறாரம்மா! எந்தப் பத்திரிக்கைக்கு எழுதறாரு? போட்டாச் சொல்றீங்களா.

"இதோ வர்றேனுங்க, மாம்பலம் டேஷனுக்குப் போகணுங்களா, சரி."

"பாடிகை கூப்பிடுதும்மா, நான் போயி வரேன்... டீயா?... டீ குடிக்க நேரமில்லேம்மா. ஒரு ரெண்டணா குடுங்க, ஒங்கபேரைச் சொல்லி டீ வாங்கிக்கறேன்.

"நீங்க மகராஜியா இருக்கணும்."

கடவுள் சிரித்தார்!

[நமது தாய் உலகத்தை விட்டு இங்கு நாம் குடியேறி நூற்றைம்பது வருஷங்கள் ஆனதைக் கொண்டாடும் இச்சமயத்தில், நூறு ஆண்டுகளுக்குமுன் இந்தப் புதுவுலகக் குடியேற்றத்தின் ஐம்பதாவது ஆண்டு நிறைவு விழாவை ஒட்டி வெளியிடப்பட்ட புராதனமான நூல் ஒன்று அதிர்ஷ்டவசமாக நம் கைக்குக் கிட்டியது. நாம் இங்கு குடியேறுவதற்கு முன்னால் இந்த உலகம் இருந்த நிலைமை பற்றி அதில் இருந்த ஆராய்ச்சிக் கட்டுரை ஒன்று இதுவரை நாம் அறிந்திராத புதுச் செய்தி ஒன்றைத் தெரிவிக்கின்றது. இது நமக்கு உடனடியாகவோ நேரடியாகவோ சம்பந்தமில்லாத பழங்கதை ஆனாலும், வாசகர்களுக்கு இது ருசிக்கும் என்ற நம்பிக்கையினால் அந்தக் கட்டுரையை இங்கே பிரசுரிக்கிறோம்.]

நம்மால் “மார்வா” என்று அழைக்கப்படுவதும் அதன் பழங்குடிகளால் “பூமி” என்று அழைக்கப்பட்டதுமான இந்தக் கிரகத்தில் நாம் வெற்றிகரமாகக் குடியேறி நல்லதொரு சமுதாயத்தை நிறுவி ஐம்பது ஆண்டுகள் ஆகின்றன. அதையொட்டி வெளியிடப்படும் இந்தச் சிறப்பு மலரில் எனக்கு எழுதும் வாய்ப்பு அளித்ததற்கு மெத்த நன்றிகள். நான் ஒரு சரித்திர ஆராய்வாளன். என்னுடைய துறை, நம் புதுவுலகத்தின் புராதன வரலாறும் வாழ்க்கையும், சென்ற ஒரு வருஷ காலமாக நான் செய்த ஆய்வுகளின் பலனாக எனக்குக் கிடைத்த சில விவரங்களைப் பலரும் அறிந்துகொள்ளும்படிச் செய்ய இது ஒரு தக்க தருணம் எனறு எனக்குத் தோன்றியதால் இந்தக் கட்டுரையை உங்களுக்குச் சமர்ப்பிக்கிறேன். இக்கட்டுரை, பொது மக்களின் பார்வைக்கு என்று எழுதப்பட்டதால் என் ஆய்வுகளின் முடிவுகளை மட்டுமே இதில் குறித்திருக்கிறேன். இதில் குறிப்பிடப் பெற்றுள்ள செய்திகளின் உண்மை பற்றிய ஆவணங்கள் ஆதார சாட்சியங்கள், அவை கண்டுபிடிக்கப்பட்ட விதம் முதலிய விவரங்களைப் பற்றி நான் இங்கே எழுதவில்லை. அவற்றை ஏற்கனவே எங்கள் துறை விற்பன்னர்களுக்கான “மார்வா சரித்திர

ஆய்வுமாசிகை'யில் போன மாதமும் அதற்கு முந்தின சில மாதங்களிலும் வெளியிட்டுள்ளேன். அந்த விவரங்கள் வேண்டு வோர் அவற்றைப் பார்க்கவும் எனப் பணிவுடன் கேட்டுக்கொள்கிறேன்.

தற்செயலாக நேர்ந்த ஒரு "மகத்தான தவறின்" விளைவாக நாம் இந்தக் குடியேற்றத்தைத் தொடங்கி அதை அதிகக் கஷ்டங்கள் இல்லாதவாறும் வெற்றிகரமாகவும் முடிக்க முடிந்தது என்று அறிய உங்களுக்கு ஆச்சரியமாக இருக்கும். இந்த விவரத்தை நானே அண்மையில்தான் உணர முடிந்தது. இந்த உண்மையை மற்ற எல்லோரும் அறியவேண்டுமென்று நான் நினைக்கிறேன். மேலும், இந்தப் பழம் சரித்திர நிகழ்ச்சியில் நமக்கும் ஒரு படிப்பினை இருப்பதாக எனக்குப் படுகிறது. உங்களுக்கு எப்படியோ?

நமக்கு முன்னால் இங்கு இருந்த இவ்வுலகப் புராதனக் குடி மக்கள், நாம் குடியேறுவதற்குச் சுமார் ஐம்பது அறுபது ஆண்டு களுக்கு முன்னால், அதாவது அவர்கள் கணக்கின்படி 1955– 1985 காலகட்டத்தில், இரண்டு பெரிய கட்சிகளாகப் பிரிந்திருந்தார்கள் என்று தெரிகிறது. இதை உறுதியாகச் சொல்லத் தேவையான ஆவணங்களும் சாட்சியங்களும் இல்லாத போதிலும் நான் முக்காலும் அவ்வாறுதான் இருந்திருக்கும் என்று நம்புகிறேன். அப்படிப் பிரிந்திருந்ததன் காரணங்களை என்னால் இதுவரை முழுமையாக அறியக்கூடவில்லை. இதற்கு முக்கியத்தடையாக இருப்பது நாம் இன்னும், இவ்வளவு காலத்துக்குப் பின்னும், அவர்களுடைய பல்வேறு மொழிகளை நன்றாக அறிந்துகொள் ளாமல் இருப்பதே என்பது என் தாழ்மையான அபிப்பிராயம். இந்தக் குறையைப் போக்க வழக்கற்றுப்போன வேற்றுக்கோள் மொழியாராய்ச்சியிலும் அதன் புராதனச் சரித்திரத்திலும் ஈடுபட நம் இளைஞர்கள் பண வருவாயைக் கருதாமலும் உற்சாகத்துடனும் பெரிய அளவில் முன்வர வேண்டும்.

நிற்க, அந்த இரண்டு கட்சிகளும் "பேரரரசு"கள் என்று வழங்கப்பட்டன. கணிதத்திலும் "வெடிகள்" என்று அவர்களால் அழைக்கப்பட்ட சக்திப் பொட்டலச் சிதறல் கலையிலும் இவர்கள் பெரிதும் முன்னேறியிருந்தனர் என்பது நமக்கு ஓரளவு தெரிகிறது. ஆனால், இவர்களின் மூளை வளர்ச்சியும் அதனின்று பெறப்படும் சமூக அற நெறி அறிவும் கூட்டு வாழ்வு நிலையை எட்டியதாகத் தெரியவில்லை. இதன் விளைவாக அந்த இரு பேரரசுகளும் நட்புடன் கூடிச்செயல்பட்டுத் தங்கள் குடிமக்களின் வாழ்வையும் ஒழுக்கத்தையும் மேம்படுத்துவதில் ஈடுபடாமல் ஒருவரை ஒருவர் எப்படி அழிப்பது என்னும் காட்டுமிராண்டித்தனமான போட்டிப் பொழுதுபோக்கில் ஈடுபட்டிருந்ததாகத் தெரிகிறது. இவர்களின்

இந்த மனோபாவமும், அதற்கேற்ப இவர்களது கணித, சக்திப் பொட்டலச் சாஸ்திர அறிவு வளர்ச்சியும் இவர்களைத் தங்க ளுடைய நேரத்தையும் செல்வத்தையும், ஒன்றைவிட ஒன்று அதிக நாசம் விளைவிக்கக்கூடிய சக்திச் சிதறிகளையும் (அவற்றை "குண்டுகள்" என்று அழைத்தனர்) அவற்றைத் தாங்கி விரையக் கூடிய ஏவுகணைகளையும் போட்டி போட்டுக்கொண்டு தயாரிப் பதில் ஈடுபடுத்தியிருந்தன. இதுதான் அந்தக் காலச் சூழ்நிலை.

'உசெமேரியா'வில் (இது ஒரு பேரரசின் பெயர்), அவர்களுடைய கணக்கின்படிச் சுமார் 1970ஆம் ஆண்டளவில், ஒரு மகத்தான சக்திச்சிதறியைத் தயார் செய்வதில் வெற்றிபெற்றார்கள். அது பொலோனியம் அணுவைப் பிளந்து அதில் தோன்றும் எலெக்ட் ரான்களையும் பைமீஸான்களையும் ஒன்றாக ஒட்டும்போது ஏற்படும் பிரமாண்ட சக்தி வெளியீட்டினையும் அப்போது வீறிடும் நியூட்ரீனோக்களையும் உபயோகித்துச் செய்யப்பட்ட ஒரு விஷ சாதனம் எனத் தோன்றுகிறது. இந்தச் சாதனம் செயல்பட்டால் ('வெடிக்குமானால்') அது உலகத்தில் மூன்றில் இரண்டு பங்கில் உள்ள உயிர் வர்க்கங்களை சில நொடிப்பொழுதில் இல்லாமல் அழித்துவிடக்கூடிய அத்தனை சக்தி வாய்ந்தது! ஏராளமான செல வில் அதைத் தயாரித்ததன் பிறகுதான் அதை எப்படிச் சோதனை செய்வது, எப்படித் தங்களுக்குச் சேதமில்லாமல் உபயோகிப்பது, எங்கு பத்திரமாகச் சேமித்து வைப்பது என்றெல்லாம் யோசனை செய்யத் தொடங்கினார்கள். கடைசியில் இதைப் பூமியின் பரப்பில் எங்கும் வைக்கவும் கூடாது, வெடிக்கவும் கூடாது, அப்படிச் செய்தால் உலகம் முழுவதுக்கும் ஆபத்து நேரிடும் என்று உணர்ந்து, அதைப் பூமியின் குறுக்களவில் எண்பதில் ஒரு பங்கு தூரத்தில் வானத்தில் சந்திரனைப்போன்ற ஒரு உபக் கிரகமாக அது பூமியைச் சுற்றிவரச் செய்யவேண்டும் என்று தீர்மானித்தார்கள். அவ்வளவு தொலைவிலேயே அதை வெடிக்கச்செய்ய ரேடியோ அலைகள் மூலம் ஒரு மந்திரக் குறிச்சொல்லை உத்தரவாக ஏவுவது என்றும் முடிவெடுத்தார்கள்.

அந்தச் சாதனத்தை அவர்கள் தீர்மானித்தபடியே பூமியின் உபக் கிரகமாக்கிவிட்டார்கள் எனத் தெரிகிறது. ஆனால், எந்த ஆண்டில் அப்படிச் செய்தார்கள் என்பதற்குப் போதுமான அத்தாட்சிகள் இதுநாள்வரை கிடைக்கவில்லை. 1977ஆம் ஆண்டு வாக்கில் அவ்வாறு அவர்கள் செய்திருக்கக்கூடும் என்பது என் யூகம். இதை நிரூபிக்க நாம் இன்னும் தகவல்கள் சேகரிக்க வேண்டும்.

அதை வெடிக்கச்செய்யும் மந்திரச்சொல்லைப்பற்றி 1972ஆம் ஆண்டின் பிற்பகுதியிலிருந்தே பலத்த விவாதங்கள் நிகழ்ந்து

இருப்பதாக நாம் அறிகிறோம். கிடைத்துள்ள அக்காலத்து அரசு அறிக்கைகளில் அடிக்கடி இது பற்றி உசெமேரிய அரசின் உறுதி மொழி தென்படுகிறது. அவற்றின்படி அந்த மந்திரக் குறிச்சொல் மிக மிக அசாதாரணமானது என்றும் குருட்டாம்போக்கில் அதை யாராலும் கண்டுபிடிக்கவே முடியாது என்றும், அப்படிச் செய்ய 2000 விஞ்ஞானிகள் இடைவிடாது முயற்சி செய்வார்களேயானால் பத்து வருஷங்களுக்கப்புறம் அவர்களில் ஒருவருக்குப் அச்சொல் கிட்டுவதற்கு 60% சாத்தியக்கூறு இருக்கும். அவ்வளவு கடினமானது. எனவே அந்த வெடிகுண்டை எவராலும், எதிர்பாராத வகையில், தற்செயலாகக்கூட, வெடிக்கப்படச்செய்வது என்பது நடைமுறை யில் முற்றிலும் இயலாத காரியம் என்றும் ஒரு உறுதி மொழியில் சொல்லப்பட்டிருக்கிறது.

ஏறக்குறைய இதே சமயத்திலேயே "காபிரியா" விலும் (இரண் டாம் பேரரசின் பெயர் அது) மேற்சொன்னதுபோன்ற சாதனம் ஒன்று உருவாக்கப்பட்டிருக்க வேண்டும். அதன் விவரங்கள் எனக்கு இன்னும் கிடைக்கவில்லை. ஆகையினால், அதை உற்பத்தி செய்ய எந்த முறையைப் பின்பற்றினார்கள் என்று உறுதியாகச் சொல்ல முடியவில்லை. கிடைத்திருக்கும் தடயங்களிலிருந்து அவர்கள் குரோமியம் அல்லது மாங்கனீஸ் இவற்றில் ஒன்றின் அணுக்களை உபயோகித்திருக்கலாம் என்று ஊகிக்கத் தோன்றுகிறது. ஆனால், ஒன்று மட்டும் நிச்சயம், காபிரிய அரசாங்கமும் தங்கள் சாதனத் தைப் பூமியில் வைத்திருப்பது மிகவும் அபாயகரமானது என்று நன்றாக உணர்ந்து செயல்பட்டிருக்கிறது. இவர்கள் இந்தச் சாதனத்தை உசெமேரியா போல் ஒரு உபக் கிரகமாக பூமியைச் சுற்றவைக்காமல், சந்திரனில் பதுக்கிவைத் திருந்தார்கள் என்று நினைப்பதற்குப் போதுமான சான்றுகள் எனக்குக் கிடைத்திருக் கின்றன. காபிரியப் பேரரசின் தலைவர் 1977ஆம் ஆண்டு 276 ஆம் நாளில் உலக நீதிமன்றத்துக்குச் செய்துள்ள மனு ஒன்றில் உசெமேரியாவின் 'விஷக் கிரகம்' பூமிக்கு வெகு அருகில் இருக்கிற தென்றும், அது வெடிக்குமானால் உலகம் முழுதுக்கும் பேராபத்து நேரிடும் என்றும் புகார் செய்திருக்கும் கடிதத்தின் பிரதி ஒன்று சிறிதும் பழுதடையாமல் நமக்குக் கிடைத்திருக்கிறது. மேலும், இந்த மாதிரியான சர்வ நாசன சாதனங்களைக் குறைந்தபட்சம் பூமியின் சுற்றளவைப்போலப் பத்து மடங்கு தூரத்துக்கு அப்பாலாவது விண் வெளியில் இருத்திவைக்க வேண்டும், அதைவிட அருகில் இருத்தி வைக்கக்கூடாது என்ற ஒரு யோசனையையும் அக்கடிதம் கூறுகிறது. சந்திரன் பூமியிலிருந்து ஏறக்குறைய இதே தூரத்தில்தான் இருக்கிறது என்பதை இத்தருணத்தில் வாசக நேயர்களுக்கு நினைவூட்டுகிறோம். இதைப் போன்றே மிக நம்பகமான இன்னொரு சான்று சமீபத்தில்

கண்டெடுக்கப்பட்டிருக்கிறது. அதுவும் ஒரு கடிதமே. அந்தக் கடிதம் காலப்போக்கினால் மிகவும் பழுதாகிவிட்டபடியால் அதைத் துல்லியமாக மொழிபெயர்க்கக் கூடவில்லை. இருப்பினும் நமக்குச் சில விஷயங்கள் தெரியவருகின்றன. காபிரியாவின் சநாகுவை (சர்வ நாச குண்டு; இது போலச் சொற்களின் முதல் எழுத்துகளைச் சேர்த்துக் குறு பெயராக மாற்றி அழைப்பது அந்தக் காலத்தில் பரவலான வழக்கமாக இருந்திருக்கிறது. இதைப் பற்றி மேலும் தெரிந்துகொள்ள விரும்புவோர் என்னுடைய "புராதனக்குடியின் விநோத வழக்கங்கள்" என்ற நூலின் நான்காம் அத்தியாயத்தைப் படிக்கவும்.) ஒற்று அறிய ஏவப்பட்ட உசெமேரிய ஒற்றன் ஒருவன் தன் மேலதிகாரிக்கு எழுதியுள்ள குறிப்பின் பின்பகுதியில், "காசநாகு பல விதங்களில் உசநாகுவை ஒத்தது. நமக்குத் தெரியும் சந்திரனில் வடமேற்குப் பகுதியில் உள்ள 'மேகக் கடல்' என்ற பள்ளத்தாக்கில் இது இறக்கிவைக்கப்பட்டிருக்கிறது. பூமியிலிருந்தோ அல்லது வானில் 300 கி.மீ தூரத்தில் இதற்கெனப் பிரத்தியேகமாகச் செயல் பட்டுக்கொண்டிருக்கும் செயற்கைச் சந்திரனிலிருந்தோ லேஸர் மூலம் உத்தரவு பிறந்ததும் இந்தச் சநாகு சந்திரனிலிருந்து கிளம்பிப் பூமிக்கு அருகில் ஒரு குறிப்பிட்ட தொலைவுக்கு வந்தவுடன் வெடிக் கும்படி ஏற்பாடு செய்யப்பட்டிருக்கிறது" என்று குறித்திருக்கிறது. இந்தக் குறிப்பின் அடியில் பின்வருமாறு எழுதப்பட்டிருந்தது: "காச நாகுவை வெடிக்கவைக்கும் மந்திரச் சொல் மிக மிக ரகசியமாகப் பாதுகாக்கப்படுகிறது. அதை அறிவது நடை முறையில் இயலாத காரியம் என்று எனக்குத் தோன்றுகிறது. ஆனாலும், ஒரு நற் செய்தியை அறிந்தேன். இந்த மந்திரச் சொல் மிக மிக அசாதாரண மானது. குருட்டாம்போக்கில் கற்பனை செய்து கண்டுபிடிக்கவே முடியாததும் கூட. 1500 விஞ்ஞானிகள் அப்படிக் கண்டுபிடிக்க நிமிஷத்துக்கு ஒரு முறை வீதம், ஒரு நாளில் 24 மணிக் காலமும் இடைவிடாது முயற்சி செய்வார்களேயானால், அவர்களில் ஒருவ ருக்குப் பத்துவருஷங்களில் கண்டுபிடித்துவிட 50% சாத்தியக்கூறு தான் உண்டு என்று நம்பகமான வட்டாரங்களிலிருந்து தெரியவரு கிறது. இதிலிருந்து காபிரிய அரசும் தங்கள் சநாகு தற்செயலாய் வெடிக்காமலிருக்கத் தகுந்த முன்னேற்பாட்டுடன்தான் செயல்படு கிறார்கள் என்று நாம் நிச்சயமாய் நம்பலாம்." இவ்வாறு எழுதி அனுப்பிய ஒற்றனின் பெயர் தெரியவில்லை, அவனின் புனை பெயரும் தெரியவில்லை. அவர் கையெழுத்து கிடைத்திருக்கிறது. ஆனால், அது விளங்கவில்லை.

தலைக்கு மேலே இந்த மாதிரியான ஒன்றுக்கு மேற்பட்ட நாசகாரச் சாதனங்கள் சுற்றிக்கொண்டிருந்த அந்தக் காலம் மக்களின் மனத்திண்மைக்கும் சுக நலத்துக்கும் மிகவும்

சோதனையான காலமாக இருந்திருக்கவேண்டும். அதனால்தானோ என்னவோ, அறிவுக்கு முற்றிலும் புறம்பான கொள்கைகளும், விசித்திர மூட நம்பிக்கைகளும், கருத்துகளும், செய்கைகளும் மக்களி டையே வெகுவாகப் பரவியிருந்தன. அக்காலத்தில் தற்கொலை களும், கொலையின்பத்துக்கான கொலைகளும், சுய நலத்துக்கான கொலைகளும் மற்றும் பலவித சமுதாய விரோதச் செய்கைகளும் பிரசாரங்களும் மலிந்திருந்ததும் இதையே சுட்டிக்காட்டுகிறது. அவர்களுடைய அடிப்படை அறிவு வளர்ச்சிக் குறையை நாம் இதில் நன்றாகக் காணலாம். நான் "புராதனக் குடிகளின் மன நலக் குறைகள்" என்ற என்னுடைய இன்னொரு நூலில் இந்த விஷயத்தை விவரமாக ஆராய்ந்திருப்பதால் மீண்டும் அதை இங்கே விவரிக்க விரும்பவில்லை. இங்கே நான் சொல்ல விரும்புவது என்னவென்றால், அந்தக் காலத்தில் புராதனக் குடிகளில் பெரும் பாலானோர்க்கு மனத் தடுமாற்றம் ஏற்பட்டிருந்தது என நாம் யூகிக்க இடமிருக்கின்றது என்பதுதான். உசநாகுவையும் அதை வெடிக்கச் செய்யும் மந்திரச்சொல்லையும் தயார் செய்ய இயந்திர மூளை களுடன் பல ஆண்டுகள் வேலை செய்துகொண்டிருந்த விஞ்ஞானி யொருவரே மனம் பேதலித்துப் போனவருக்கான மனையொன்றில் அடைக்கப்பட்டிருந்தார் என்றால் பார்த்துக்கொள்ளுங்கள்!

இந்தச் செய்தியை நான் கண்டதும், அவர் யார், என்ன ஆனார் என்றெல்லாம் அறிந்துகொள்ள வேண்டுமென்ற ஆவலி னால் தூண்டப்பட்டு மேலும் நுணுகி ஆராய்ச்சி செய்தேன். அதன் பலனாகக் கீழ்க்காணும் செய்திகள் புலனாயின. அவர் பெயர் எட்மண் மரே. அவருடைய பிறப்பு வளர்ப்பு விவரங்கள் நிச்சய மாகத் தெரியவில்லை. அவர்களுடைய கணக்கின்படி இருபதாம் நூற்றாண்டின் நடுவில் ஐந்தாம் தசாப்தத்தில் (1940–1950) அவர் பிறந்திருப்பார் என்று தோன்றுகிறது. சநாகு தொடர்பான ஒரு மிகப் பெரிய இயந்திர மூளையில் வேலை செய்துவந்தார் என்பது மாத்திரம் நிச்சயம். அப்போதுதான் அவருக்கு 'சூரிய மண்டலத் துக்கு அப்பால் இருக்கும் பல கோள்களிலும், விண்வெளியில் பரந்து கிடக்கும் கணக்கற்ற பிரபஞ்சங்களில் உள்ள, பூமியைப் போல் உயிர் வர்க்கங்கள் வாழக்கூடிய, பல்லாயிரக்கணக்கான கோள்களிலும் பலவற்றிலாவது உயிர்ப் பிராணிகளும், பகுத்தறிவும் விஞ்ஞான அறிவும் வளர்ச்சிபெற்ற "மனிதர்"களும், அவர்களைவிட அறிவில் மிக மேம்பட்ட "அதி மானுடர்"களும் தோன்றியிருக்க வேண்டும்' என்ற எண்ணம் ஏற்பட்டிருக்கவேண்டும். அப்படிப் பட்டவர்கள் இருப்பார்களேயானால், அவர்கள் நம்முடன், அதாவது பிற கோள்களில் உள்ள விஞ்ஞான அறிவு படைத்த உயிர்ப் பிராணிகளுடன், தொடர்புகொள்ள முயற்சி செய்து

கொண்டிருப்பார்கள், அம்முயற்சிக்குத் தன்னாலான உதவி செய்ய வேண்டும் என்ற எண்ணமும் அவர் மனதில் ஊன்றிவிட்டிருந்தது. இதனாலேயே போலும் அவர் தம்முடைய வேலையில் கவனக் குறைவாக இருந்ததன் காரணமாக வேலையிலிருந்து நீக்கப்பட்டி ருக்க வேண்டும். ஏனெனில் அவர், 1971ஆம் ஆண்டு 77ஆம் நாள் எழுதிய கடிதம் ஒன்றில், “நான் வேலை இழந்ததும் ஒரு நன்மைக்கே! இனிமேல் என் பணியைத் தடங்கலின்றிச் செய்ய முடியும்” என்று குறிப்பிட்டிருக்கிறார். ‘அதி மானுடர்களுடன் தொடர்புகொள்ள வேண்டும்’ என்பதையே மூச்சுக் காற்றாகக் கொண்டிருந்த அவர் வாழ்வு மிகவும் சீர்குலைந்துபோயிருக்க வேண்டும். 1973ஆம் ஆண்டில் அவர் மனைவி அவரைவிட்டுப் பிரிந்ததும் இந்தக் காரணங்களினாலேதான் இருந்திருக்கக் கூடும் என நான் கருதுகிறேன்.

தன்னையும் தான் கவனித்துக்கொள்ளாமல், பிறராலேயும் கவனிக்கப்படாமல் தனியே விடப்பட்ட எட்மண் 1980ஆம் ஆண்டு மனம் தடுமாறியவர்களுக்கான மனையொன்றில் சேர்க்கப்பட்டார். அங்கே அவர் நன்றாகவே நடத்தப்பட்டதாகத் தெரிகிறது. அவரால் யாருக்கும் யாதொரு தீங்கும் நேராது என்று அறிந்த பின்னால் அவரை அவர் போக்கில் விட்டுவிட்டார்கள் என்று தோன்றுகிறது. அவரும் அந்த மனநோய் விடுதியிலேயே மூலை ஒன்றில் ஒரு சிறு சோதனைக்கூடம் தயார் செய்துகொண்டு அதி மானுடர்களுக்குச் செய்திகள் அனுப்பும் வேலையில் தீவிரமாக ஆழ்ந்துவிட்டார்.

அங்கிருக்கும்போதுதான் அவர் சில எளிதில் கிடைக்கக்கூடிய பொருள்களைக் கொண்டு, பளிங்குக் கற்கள், காந்தத் தகடுகள், மின்சாரம், லேஸர் ஜனனிகள்மூலமாக, ஜிரேனியம் என்னும் செயற்கை உலோகக் கட்டி துகளாகும்போது ரேடியோ அலைகளை மிக மிகச் சக்தியுள்ளவையாக்கி, விண்வெளியில் அவை எவ்வளவு தூரம் சென்றாலும் வீரியம் குறையாமல் அனுப்பும்விதத்தைக் கண்ட றிந்திருக்கவேண்டும். இப்படிப்பட்டதொரு சிறந்த விஞ்ஞானியை மனநோயாளி என்று முடிவுகட்டிய அந்தக் காலத்தில் ‘யாருக்கு மனநோய்?’ என்று கேட்கத் தோன்றுகிறது நமக்கு!

அவர் தமது ஆராய்ச்சியில் முழு மூச்சுடன் ஈடுபட்டதன் விளைவாகத்தானோ என்னவோ, மற்றவர்களுடன் உறவாடுவதையே நிறுத்திவிட்டிருக்கவேண்டும். ஏனெனில், 1982ஆம் ஆண்டு 317ஆம் நாள் எழுதிய தினக் குறிப்பு ஒன்றில் தான் அறையைவிட்டு வெளி யேறிப் பத்து நாட்களுக்கு மேலாகிறது என்று சொல்லியிருக்கிறார். அந்தக் குறிப்புகளில் தினம் தான் ‘அதி மானுடர்’களுடன் சம்பா ஷிக்கச் சூரிய மண்டலத்துக்கப்பாலும் அனுப்பும் குறியீடுகளைக்

குறித்துவைத்திருக்கிறார். குறியீடுகள், அவற்றை அனுப்பின நேரம், ரேடியோ அலைகளுக்குச் சக்தியூட்டின விவரங்கள் இவற்றைத்தான் அந்தக் குறிப்புகளில் பெரும்பாலும் காண்கிறோம். எப்போதாவது ஒரு நாள், 'இன்னும் பதில் ஒன்றும் இல்லை!' என்று காணப்படும். இதில் காணப்படுவனவற்றில் கடைசிக் குறியீடு குறிப்பிடத்தக்கது. 1985ஆம் ஆண்டு 187ஆம் நாள் 19 மணி 42 நிமிஷம் 16 வினாடி அனுப்பப்பட்டது. அதை அவர்களின் சங்கேத மொழியிலிருந்து நம்முடைய பாஷைக்கு மொழிபெயர்த்தால், "கடவுள் சிரித்தார்" என்று ஆகிறது. நம்முடைய தாய் உலகத்தில் வருங்காலத்தில் ஜன நெருக்கம் தாங்கமுடியாதபடி ஆகிவிடும் போலிருந்ததால் நாம் நமது பிந்தைய சகாப்தம் 3762ஆம் ஆண்டிலிருந்து ஆண்டு தோறும் 15 விஞ்ஞானி வேவுக்காரர்களை வேறு, நாம் குடியேறக்கூடிய ஒலகங்களைக் கண்டுபிடிக்கச் சொல்லியிருந்ததை வாசகர்கள் அறிவார்கள். அவர்களில் எவராவது நமக்கேற்ற உலகு ஒன்றைக் கண்டுபிடித்தவுடன், "கடவுள் சிரித்தார்" என்ற சங்கேதச்சொல்லை தாய் உலகுக்கு அனுப்பும்படிக் கட்டளையிடப்பட்டிருந்தார்கள் என்பது உங்களில் எவருக்கும் தெரிந்திராது. அதே சொற்களை, நம்மைப் பற்றியும், வெளி உலகங்களுக்குக் குடியேறவேண்டும் என்று நாம் எடுத்துக்கொண்டிருக்கும் முயற்சிகளைப்பற்றியும், நமது மொழியைப் பற்றியும் ஒரு சிறிதும் அறியாத எட்மண் அதே சொற்களைக் குறியீட்டு வாயிலாக விண்வெளியில் பரவவிட்டது தற்செயலாக நேர்ந்தது என்பது ஆச்சரியத்திலும் பரம ஆச்சரியம்! இது தற்செயலாக நிகழ்ந்ததுதானா அல்லது வேறு காரணங்களால் நிகழ்ந்திருக்கக்கூடுமா என்றுகூடச் சிலருக்குக் கேட்கத் தோன்றலாம்.

எட்மண் அனுப்பின நாளும் நேரமும்கூட விசேடத்துவம் கொண்டவை. நமக்குத் தெரிந்தவரை அந்த நாளுக்குப் பிறகு புராதனக்குடிகளின் வாழ்வு தொடரவில்லை என்று இது பற்றி ஆராய்ந்த அறிஞர்கள் ஒரு மனதாகக் கூறுகிறார்கள். அந்த நாளுக்குப் பின் அவர்கள் உயிர் வாழ்ந்ததுக்கான அடையாளங்களே இல்லை என்கிறார்கள். நமக்குக் கிடைத்துள்ள பல்வேறு சான்றுகளும், அந்த நாளில், மிகக் குறுகிய காலத்தில் மிகவும் எதிர்பாராத விதமான ஏதோ ஒரு விபரீத ஆபத்தினால் அவர்கள் அனைவரும் அழிந்துபட்டனர் என்றே நாம் துணிய வேண்டியிருக்கிறோம்.

"கடவுள் சிரித்தார்" என்ற சங்கேதச் சொல் நம்மை எட்டினதும், மிகவும் பிரயாசைப்பட்டு நாம் அவ்வொலி தோன்றிய இடத்தைக் கண்டுபிடித்ததும், பின்னர் பலப் பல ஆண்டுகள் தீவிர முயற்சி செய்து கடைசியில் ஐம்பது ஆண்டுகளுக்கு முன்னால் இங்கு வந்து சேர்ந்ததும் சமீப கால சரித்திரம்.

ஏன் இவ்வுலகப் பண்டைக் குடிமக்கள் அவர்களது 1985ஆம் ஆண்டு 187ஆம் நாள் மாலை திடீரென்று ஒருங்கே அழிந்து பட்டார்கள் என்பது பெரிய புதிர். இத்தனை காலமாக நான் செய்த ஆராய்ச்சியின் பயனாக இந்தப் புதிர் கடைசியாக ஒரு வழியாக விடுவிக்கப்பட்டது என நம்புகிறேன். "கடவுள் சிரித்தார்" என்னும் நமது மொழியிலான சங்கேதச் சொற்கள், அவர்களின் இருவேறு விதமான குறியீடுகளில், மிகவும் ஆச்சரியப்படத்தக்க விதமாக, அவர்களுடைய சநாகுகளை வெடிக்கச் சொல்ல ஏவும் மந்திரச்சொல்லாக இருந்திருக்கவேண்டும் என்பது என் கருத்து. இது ஒன்றே நமக்குக் கிடைத்துள்ள அனைத்துச் சான்றுகளையும் விளக்கும் திறவுகோல். நான் சொல்வதை முடிவான உண்மை என்று கொள்ளாமல் போனால்கூட, வேறு விதமாக நினைப்பதற்குத் தக்க உறுதியான சான்றுகள் கிடைக்கும்வரை நாம் வேறு விதமாக நினைக்கத்தேவையில்லை என்றே நான் கருதுகிறேன்.

[பின் குறிப்பு: மேற்சொன்ன ஊகம், கட்டுரை வெளிவந்து 17 ஆண்டுகளுக்குப் பிறகு நிச்சயப்படுத்தப்பட்டது.)

நாதப்பிரும்மம்

“மண்ணுலகத்து நல்லோசைகள் காற்றெனும்
வானவன் கொண்டுவந்தான்
பண்ணிலிசைத்தவ் வொலிகள் அனைத்தையும்
பாடி மகிழ்ந்திடுவோம்”

காலைச் சூரியன் வானைப் பீறிக்கொண்டு வெளிவந்து விட்டான். தன் ஆயிரம் தங்கக் கைகளால் அகில உலகத்தையும் திருதராஷ்டிரப் பிடியில் இறுக்கிக்கொண்டு மேல்மூச்சு வாங்க வானில் ஏறத் துவங்கிவிட்டான். சுகமான உறக்கத்தில் சொக்கி மறந்திருந்த பொதுஜனம் கண்ணைக் கசக்கிச் சோம்பல் முறித்துக் கொட்டாவிவிட்டு பல்குச்சியைத் தேடிக் கிளம்பிவிட்டார்.

சப்ததேவனின் சர்வவியாபகம் உலகத்துக்கு உயிரும் ஊட்டமும் கொடுக்கிறது. குருவிகள், கிளிகள், தலையைச் சாய்த்துக் கரகரத்த குரலில் கவனித்துக் கேட்பாரற்றும் கரையும் காக்காய்ப் பூசாரிகள்; மணிகள், மாடுகள், கன்றுகள்; கட்டைவண்டிகள், கப்பிக்கல் ரஸ்தாவில் குடிகாரனைப் போலச் சாய்ந்து சாய்ந்து போகத் துவங்கி விட்டன.

பாழும் மண்டபம்போல் இருண்டு ஓய்ந்திருந்த வீடுகள் உத்சவ காலக் கோயிலைப் போல உயிர்பெற்று எழுந்துவிட்டன. தண்ணீர்தெளிக்கும் சப்தம், தரை பெருக்கும் சப்தம். ராமா எழுந்திரு, தண்ணீர் எங்கே, சோப்பைக் காணோமே, குளிக்கும் அறையில் யார் புகுந்துகொண்டு இன்னும் வரவில்லை, அம்மா என் கணக்கு நோட்டு எங்கே, சித்தே கடைக்குப் போய் அஞ்சு பலம் கத்திரிக்காய் வாங்கி வாடா, ஸ்கூலுக்கு நேரமாச்சு; சப்தம் சப்தம் வீடெல்லாம் சப்தம்; தெருவெல்லாம் சப்தம்; பிஞ்சுக்கால்கள் கல்லையும் புழுதி யையும் உதைத்துக்கொண்டு போகும் சப்தம். சிலேட் உடைகிறது. முழங்கால் தேய்கிறது; அழுகை விம்மல் வீரீட்டுக் கதறல்; உதட்டில் சிரிப்பு; உள்ளத்தில் சிரிப்பு; கன்னத்திலிருந்து கண்ணீர் கீழே விழும் சப்தம்.

தடித்து வெடித்துத் தேய்ந்த பாதங்கள், ஆதிசேஷன் உலகப் பளுவுக்கடியில் நெளிவதுபோல் தலைச்சுமைக்கடியில் நெறியும் சப்தம். கால் விரல்கள் கழுகு நகங்கள்போல் சேற்றையும் சகதியை யும் மண்ணையும் தெருவையும் வீட்டு வாசற்படியையும் கௌவும் சப்தம். தராசு எடைகள் தவறி விழுகின்றன. வக்கீல் வீட்டில் ரேடியோ அலறுகின்றது. செட்டியார் சரசரவென்று தலைப்பாகை கட்டிக்கொள்கிறார். வாத்தியாரம்மாள் வெள்ளைப் புடவை தேடு கிறாள், பெட்டி திறந்து மூடுகிறது, கைவளை குலுங்குகிறது. கண்ணாடி வளை உடைந்து நொறுங்குகிறது. வெள்ளை நிறம் எந்த மாதிரிச் சப்தம் செய்யும்?

தெருவெங்கும் வீடெங்கும் சப்த ஜாலங்கள் பலகோடி வான வில்லைப் போலப் பின்னிப் பிணைந்து உயிரளிக்கின்றன. தோசை, இட்டலி, சொய்யென்று அப்பம். பாட்டி, ரெண்டு தோசை சட்டினி நல்லா இருக்குதா, இல்லே நேத்து மாதிரித்தானா? பணம் சட்டியில் விழுகிறது. ஆலம் விழுதுபோல் முறுக்கேறின கைகள் கரண்டியைத் தட்டுகின்றன. பல்லில்லா ஈறுகள் கரகரவென்று தேய்கின்றன. என்ன சார், பேப்பரிலே என்ன விசேஷம், ஒண்ணுமில்லே, சிவப்புக் கம்பி வாயிலிருந்து தரைவரை, செஞ்சாந்து வெற்றிலைக் குழம்பு பழுப்பு மண்ணில் பரவுகிறது. எறும்பு உலகில் நாசம், குழப்பம், கலவரம், ஓலம். இந்தாப்பா தராசு சரிதானே. வீசை ஒண்ணே கால் ரூவாய். இந்தாப்பா செல்லாக் காசைக் குடுத்து ஏய்க்கலாம்னு பாக்கறியா. சர்க்கார் போட்ட காசு செல்லாதுகூட இருக்குதா?

கடைத் தெருவில் மனித இனம் இரைச்சலுடன் உலாவுகிறது. வண்டிகள் எருமைகளைப்போல் சப்தத்துடன் போகின்றன. துரியோதனன் சேனைபோல் பஸ்கள். கூச்சலுடன் தூசியைக் கிளப்புகின்றன. அம்மா தாயே பிச்சை போடுங்கம்மா. ரொம்பப் புண்ணியம் உண்டம்மா. வர வர நம்ப பீபிள்ளாம் ரொம்ப லேஸி ஆயிட்டாங்க சார், போடா போ. வேலை செஞ்சு பொழைக்கிறதை விட்டு வந்துட்டான் மானமில்லாமே. கண்ட்ரக்டர் சார், சந்தைப் பாளையத்துக்கு ரெண்டு திக்கட்டு கொடு. இந்தாப்பா, கூடைக்கு ஒரு கை குடுக்கிறியா. ஒரு நாப்பது பேஜ் நோட்டு குடுங்க, சீக்கிரம் குடுங்க, இஸ்கோலுக்கு நேரமாயிடுச்சு. டேய், நீ போய்க்கினே இரு, நான் ஓடியாந்துடறேன்.

டாங், டாங், டாங்... பள்ளிக்கூட மணி அது. பையன்களின் கூச்சல் அங்கே. கடலொலிபோல் உறுமுகிறது பள்ளிக்கூடம். சரண கமலாலயத்தை அரை நிமிஷ நேரமட்டி. பிரேயர், விஷமக் கைகள் கணக்கு நோட்டைக் காப்பியடிக்கும் சப்தம். இங்கி புட்டி உடை கிறது. மை ஆலகால விஷம்போலப் பரவுகிறது. காகிதம் மையைப்

பரபரவென்று உறிஞ்சுகிறது. தடிக்கழுதை இங்கே வாடா. இங்கே கையை காட்டு... இனிமேலே இல்லை சார், பெஞ்சு மேலே ஏறு. சாஸ்திரிபோல் மந்திரமோதுகிறது பள்ளியில். தேன் கூடுபோல ஞொய் என்ற சப்தம். படபடவென்று பறக்கிறது. பியூன் முனிசாமி யின் தடித்த செருப்பு தேய்கிறது. நாற்காலிகள் தேய்கின்றன. மேஜை யில் கத்தியின் உதவியால் சுப்பிரமணியன் அமரத்துவம் அடை கிறான். புத்தகங்கள் பிரிக்கப்படுகின்றன. தூசி தட்டப்படுகின்றது.

சூரியனுக்கு அவசரம். மூச்சைப் பிடித்துக்கொண்டு வானில் தாவுகிறான். நெருப்புக் கிரணங்கள் வான முகட்டில் கணப்புக் காய்கின்றன. சூடு சப்தத்துடன் பரவுகிறது. காற்று தளதளவென்று கொதிக்கிறது. கொசுக்கள் குறட்டை விடுகின்றன. நாய்கள் பிச்சைக் காரர்கள், கழுதைகள், கிழவிகள், குமரிகள், அம்மாமிகள், அப்பாவி கள் குரைக்கின்றனர்; முனகுகின்றனர்; கொட்டாவி விடுகிறார்கள். ஜீவன் முக்தியடைந்த சாதுபோல வண்டிமாடு அசைபோடுகிறது சப்தத்துடன். சாணியிடுகிறது சப்தத்துடன் தலையை ஆட்டிவிட்டு மீண்டும் அசைபோடுகிறது சப்தத்துடன். கலர் ரெண்டணா ஐஸ் போடட்டுங்களா. பொரபொரவென்று நுரை பொங்கி வழிகின்றது. கல்லாப் பெட்டியில் காசு கரைகிறது. கச்சேரியில் வக்கீல் ஓலமிடு கிறார். கட்சிக்காரர் ஏழையாகிறார். காசு கை மாறச் சப்தம். மனது எக்காளமிடுகிறது. சமூகம் சப்தத்துடன் வஞ்சம் தீர்த்துக் கொள்ளு கிறது. வயிறு நிறையச் சப்தம். வயிறு நிறையும் சப்தம்.

அணையுடைந்து வெள்ளம் போலச் சப்தம். பள்ளிக்கூடம் மூடிவிட்டது. திறந்த சட்டைகள், பித்தானின்றி முடியிட்ட கால் சராய்கள், பறட்டைத் தலைகள் உராய்கின்றன. பைகள் தென்னங் கீற்றுகள் போல் ஆடுகின்றன. கட்டைவண்டிப் பிரயாணிகள் போலப் பைகளில் புத்தகங்கள், சிலேட்டுக் குச்சிகள், மயிலிறகு, தகர மூடிகள், கோலி குண்டுகள் ஜனநாயகம். சப்தம் சப்தம் கால் பந்து கட்டை விளையாட்டு கில்லி தாண்டல் சடுகுடு குரங்காட்டம் சடசடவென்று சிட்டுக் குருவிகளைப் போலக் கரையில்லாத பாவா டைகள் பறக்கின்றன. கோடு மெதிச்சுட்டா மொண்டி மொண்டி என்னடி சத்தம் தெருவிலே, இருட்டிப்போச்சு, விளையாடினது போதும் உள்ளே வா. தேங்காய் உடைகிறது. பூ, பணம், புண்ணியம் கை மாறுகிறது. வாய் முணுமுணுக்கிறது. அம்மா, தாயே! இன்னிப் போது நல்லபடியாப் போகணுமடி. கட்டில் கெஞ்சுகிறது. பாய் ஒப்பாரி வைக்கிறது. ஜன்னி முனகல் விம்மல் உவ்வே. வயிற்றுச் சோறு வாயில் சாக்கடையில் முற்றத்தில் தாழ்வாரத்தில். தாயின் உள்ளமும் குழந்தையின் இதயமும் இரட்டையாகத் துடிக்கின்றன.

அம்மா பசிக்குது. இண்ணைக்கி எவ்வள கொண்டாந்தே. பன்னண்டனா. ஓடிப்போயி நாயுடு கடையிலே ஓரணா மொளகா,

ஓரணா வெங்காயம், ஒரு வெள்ளைப் பூண்டு, வயத்தைப் பசிக்குது. நீராகாரம் இருக்குதா. நாளைக்காவது வெடியுமா. மாதாகோவில் மணி அடிக்கிறது. தையல் மிஷின் மாதிரி ஐயர் பரம பிதாவுக்கும் பாப ஜனங்களுக்கும் மத்தியில் தூது போகிறார்.

என்னங்க, நாளக்கி வர்றப்போ லச்சுமி ஸ்டோர்ஸிலே ரெண்டு கெஜம் சர்ட்டுத்துணி வாங்கியாங்க. நாளைக்கித்தானே சம்பளம் போடறாங்க. டூரிங் சினிமா மாதிரிக் குடும்பம் ஓடுகிறது. இடை வேளை சோடா கலர் பீடி சிகரெட் வடை முறுக்கு வசனம் பாட்டு ஹாஸ்யம் சோகம் காதல் நடனம் வீரம் பேசும் பாடும் படம். ஆட்டம் முடிந்ததும் புற்றிலிருந்து எறும்புகள் துண்டைத் தட்டிக்கொண்டே வருகின்றன. நல்லா இருந்துச்சுன்னு சொன்னாங் களேன்னு போனேன். மகா மட்டம், இதுக்குத்தான் எரண்டாம் மனிசன் பேச்சைக் கேக்கக்கூடாதுங்கறது. செத்தை இவனைத் தூக்கிக்கிறீங்களா. மூதேவி காசையும் கொடுத்துட்டு வந்து கொட் டாய்க்குள்ளே கலாட்டா பண்ணுது. வீட்டுக்குப் போறப்போ தூங்கித் தொலையுது. காராசேவு ஒரு பொட்டலம் குடுப்பா.

மசானத்தில் விறகு வெடிக்கிறது. இருளின் சப்தம் இருளைக் கிழிக்கிறது. மேளம் தப்பட்டை செருப்புக்கால்கள் கிழத் தடிகள் ஓலம் ஓலம். கிழவியின் வெற்றிலைச் சருகும் கொட்டைப்பாக்கும் சுரத்துடன் தாளம் போடுகின்றன. வயதும் ஆயுளும் பிறப்பும் இறப்பும் மூப்பும் சப்தத்தில் மறைகின்றன. கட்டில்கள் கீச்கீச் என்கின்றன. இன்னிக்கு ஒங்களுக்காகத் தனியா பண்ணி வெச்சிருந் தேன். நீங்க குட்டிக்கிக் கொடுத்திட்டீங்களே. இதைப் பாரம்மா, காலைத் தூக்கித் தலையிலே போடறான். சத்தம் போடாமேதூங்குடி. ஐய, மூச்சுமுட்டுது. கொஞ்சம் மெதுவா ஸ்ஸ்ஸ்கொழந்தை முழிச்சுக்கப் போவுது. சுடசுட உடம்புகள் உருள்கின்றன. காதல் காமம் ஜனனம் கலியாணம் விபசாரம் மரணம் எல்லாம் சப்தத்தில்.

மணி இரண்டடிக்கிறது. மனிதன் சவமானான். உறக்கம் ஊரைக் கௌவிவிட்டது. திரி சுடரிட்டுச் சடசடவென்று எரிகிறது. பிணங்கள் புரள்கின்றன. உறக்கத்தில் முனகல், பேச்சு, சிரிப்பு, அழுகைக் கனவுலகத்தில் கடலொலி கடவுள் பேச்சு சாகஸங்கள் பின்னணி இசை. வேட்டி நழுவுகிறது. கைகள் தலைமயிரைத் தேய்க்கின்றன. சிரங்கு வெடிக்கிறது. மூட்டைப் பூச்சிகள் கூச்சலிடு கின்றன. தூளி கீச் கீச் என்கிறது. எலியோ.

ஊர் உறங்கிவிட்டது. உண்ட மயக்கம். பசி மயக்கம். கணவ னுடன் கொண்ட சுக மயக்கம், பிரசவ வேதனையின் மயக்கம். சாவின் மயக்கம்.

பனித்துளி சல்லென்று விழுகிறது. இலை முணுமுணுக்கிறது. புல் சிலிர்க்கிறது. மொக்கு வெடிக்கிறது. என்ன சப்தம்.

சந்தையிரைச்சல் செய்த மனிதன் சவமானான். ஆனால், சப்தம் சவமாகவில்லை. அமைதி அமைதி என்று அமைதியை நாடி ஓடுகிறாயே, ஞானி என்று சொல்லிக்கொள்கிறாயே... சொல், நீ இப்போது சொல். எங்கே அமைதி? கடலிலா காற்றிலா பனித் துளியிலா பச்சைக் குழந்தையிலா, உடலிலா உள்ளத்திலா, வாழ் விலா, சாவிலா?

தூங்குங்கள். நெடுமூச்சுவிட்டுத் தூங்குங்கள். சப்தத்தில் திளைக்கும் ஜனங்களே, சப்தத்துடன் தூங்குங்கள். பாயும் புலியைப் போலப் பதுங்கித் தூங்குங்கள், நாளை வேலை மண்டிக்கிடக்கிறது.

டப்பென்று விளக்கு அணைந்துவிட்டது.

நான் ஏன் செவிடனாயிருக்கிறேன்.

தாமரை, 1965

காட்டிலே நடந்தது

கரளைக் காட்டின் சரித்திரத்திலேயே அது ஒரு விசேஷ நாள் என்றுதான் சொல்லவேண்டும். விசேஷ நாள் என்றால் விழா என்றோ அல்லது 'பெரிய கை கல்யாணம்' என்றோ அர்த்தமில்லை. ஒன்றுமே நடந்திருக்காத கரளைக் காட்டில் அந்த நாளன்று ஒரு சம்பவம் நடந்துவிட்டது. அவ்வளவுதான். 'அது சரி, என்னது இந்தக் கரளைக்காடு அது சரித்திரத்திலோ பூகோளத்திலோ எங்கே இருக்கிறது' என்று கேட்பீர்கள். உண்மையில் சொல்லப்போனால் கரளைக் காட்டுக்கு சரித்திரம் வேறு கேடா என்றுகூடக் கேட்கலாம். அதனாலே நான் முதலிலேயே சொல்லி விடுகிறேன். கரளைக் காடு வடாற்காடு மாவட்டத்திலே வேலூருக்கும் சித்தூருக்கும் இடையிலே, கிட்டத்தட்ட நடு வழியிலே, சென்னை ஆந்திரா எல்லையிலிருக்கிற ஒரு கிராமம். ஒரு காலத்திலே அது காடாயிருந்திருக்க வேண்டும். இப்போதும் வெறும் கரளைக்கல் தான். அந்தப் பக்கத்திலிருக்கிற எல்லாக் கிராமங்களைப்போல இதுவும் முக்கி முனகிக் கொண்டு ஆகாயத்தைப் பார்த்துக்கொண்டு கடலைக்காயும் நெல்லும் விதைத்துக்கொண்டு பஞ்ச காலங்களில் வயிற்றைச் சுருட்டிக் கொண்டு ஜீவித்திருக்க பிரம்மப் பிரயத்தனம் செய்துகொண்டிருந்தது, வெள்ளைக்காரன் ஆண்டகாலத்திலேயும் அதுக்கு முன்னால் ஆற்காட்டு நவாபு ஆண்ட காலத்திலேயும். இப்போது எல்லைப் போராட்டங்கள் நடந்த நாளிலும்கூட கரளைக் காட்டைப் பற்றி யாருக்கும் தெரியாது. மொத்தத்தில் சொல்லப்போனால் ஒண்ணாங்கிளாஸ் வாத்தியார் போல பத்தோடு பதினொண்ணாக இருந்தவிடம் தெரியாமல் இருந்துவருகிற லட்சோப லட்சம் கிராமங்களில் அதுவும் ஒன்று. அவ்வளவு தான். இந்த மாதிரி ஊரில் ஒரு சம்பவம் நடந்துவிட்டது. பத்திரிகைகளில் அதன் பேர் வெளிவரும்படியான ஆனால், வெளியாகாத சம்பவம் நடந்தது என்றால் அதைப் பற்றி எழுதித்தானே ஆகவேண்டும்.

அன்று காலை விடிந்தபோதே வீராசாமிப் பிள்ளைக்கு மனது சரியாயில்லை. 'நேத்துத் துண்ண மீனாங்காட்டியும்' என்று

முணுமுணுத்துக்கொண்டு முழங்காலைக் கட்டியபடி உட்கார்ந் திருந்தான். எழுதப் படிக்கத் தெரியாத மாஜி சிப்பாயானாலும் வீராசாமிக்கு கற்பனையில் குறைவில்லைதான். மீனாவது முட்டை யாவது? அதையெல்லாம் பார்த்து ரொம்ப நாளாகி விட்டது. இருந்தாலும் நாளும் சப்பாத்தியும் முட்டை தோசையும் தின்று ஈராக்கிலும் இட்டாலியிலும் திரிந்துவிட்டு வந்த வீராசாமி, அன்று சாப்பிடவேயில்லை. முதல் நாளும் நீராகாரம்கூட இல்லை. ஏதோ இலையைத் தழையைப் பொங்கலிட்டு பொன்னாயி ஊத்தின தண்ணிக் 'குழம்பு' குடித்தோம் என்று நினைக்க வெட்கமாயிருந்தது. திண்ணையின்மேல் உட்கார்ந்து மடிப்பு விழுந்த வயிற்றை நெருடிக்கொண்டு சுற்றுமுற்றும் பார்த்தான். கரளைக் காட்டுச்சேரி அவன் கண்ணைத்தான் நிறைத்தது.

முந்தின ஜென்மத்தில் மிடுக்காக நெட்டாலம் போன வீராசாமியையும், அதுக்கடுத்த ஜென்மத்தில் காக்கி சராயும் கையில் துப்பாக்கியும் முகத்தில் புல்லுக்கட்டு மீசையும் கொண்ட சிப்பாயாக (கரளைக்காட்டுச் சேரியில் மரியாதையாக பிள்ளைப்பட்டம் அப்போது வந்து ஒட்டிக்கொண்டதுதான்) எல்லாராலும் மதிக்கப் பட்டு வந்ததையும், இப்போது கற்பனையில் மீனைத்தின்று வயிற்று வலியினால் கஷ்டப்பட்டு, கசக்கின கருவேப்பிலைபோல் எல்லா ராலும் ஒதுக்கித் தள்ளப்பட்டு இடிஞ்ச குடிசையில் உட்கார்ந்து வெறுங்கையால் முழம்போடும் தன்னையும் நினைத்துக் கொண் டான். வெள்ளைக்காரன் சாம்ராஜ்யத்தையே காவல்காத்தவனுக்கு இப்போ பத்து மாமரத்தைக் காவல் காக்கிற வேலை கூட குதிரைக் கொம்பாய்ப் போச்சே என்று ஆத்திரம் வந்தது.

தூரத்தில் நாலு பேர் வந்துகொண்டிருந்தார்கள். முருகசாமியும் மாரியப்பனும் தம்பிராஜாவும் சங்கிலியும்.

"முருகசாமி பஞ்சாயத்து மெம்பர். தலைவர். அதுவே ஒரு ஆச்சரியம். கரளைக்காட்டுப் பஞ்சாயத்திலே சேரிதான் மெஜா ரிட்டி. கிராமந்தான் பாழ்த்துப் போச்சே. இருந்த ஒண்ணு ரெண்டு நாயக்கர்களும் ரெட்டிகளும் வேலூருக்கும் காட்பாடிக்கும் சித்தூ ருக்கும் பிச்சுக்கொண்டுபோக சேரிப்பய முருகசாமிக்கி யோகம், நம்ம காலத்துலே இப்பிடியிருந்து இருந்தா..." வீராசாமிக்கு மெல்ல அவல் கிடைத்தது.

பன்றிகளும் அசைவற்றுக் கிடந்தன. சொறிநாய்களும் தங்கள் வால்களைக் கடிக்கச் சுற்றிச்சுற்றி வட்டம் போடவில்லை. சாக்கடைத் தண்ணீர் கருத்துக் குழம்பித் தேங்கிக் கிடந்தது. அதில்

ஏராளமாய் கொசுக்கள் உட்கார்ந்திருந்தன. எதிர் வீட்டு முனிவேலு வின் மகன் சுப்பிரமணி தொப்புளுக்கடியில் சுவாரசியமாய் சொறிந்துகொண்டிருந்தான்.

“என்ன பெரியவரே. யோசனை பலமாயிருக்குது போலெ ருக்கு” என்ற குசலப் பிரசனம். “ஆங், அது ஒண்ணுதான் பாக்கி, மானம் காயற காச்சல்லே,’ என்ற சம்பந்தமற்ற அலுப்பில் தோய்த்து எடுத்த விடை.

நாலு பேரும் திண்ணையில் வந்து குந்திக்கொண்டனர். “விசயம் தெரியுமா?” என்றான் சங்கிலி.

பஞ்சாயத்து தலைவரும் (‘மீசை மொளைக்காத பயல்’) கூட மூணு இளவட்டங்களும் வரணுமானா விஷயம் இருக்கவேணும்.

“என்ன விஷயம்? சொன்னாத்தானே தெரியும்”

“நீங்க காலேலே என்னா சாப்டீங்க சொல்லுங்க.”

“நானா, நேத்து மீன் கொழம்பு, கீரைப் பொரியல். இன்னிக்கு வவுத்து வலி. மீனு ஒத்துக்கலை. காயப்போட்டுட்டேன்!

இளவட்டங்களின் அருகு மீசைக்கடியிலும் கருத்த உதடு களுக்கிடையிலும் பற்கள் நியான் விளக்கைப்போல் மின்னின.

“நல்லாசொன்னே பெரியவரே, எனக்குக்கூட கோழியும் ஆடும் உருளைக்கெயங்கும் சாப்புட்டு சாப்புட்டு வவுத்து வலியெடுத் திருச்சு” என்று சொல்லி ஒன்று ரெண்டு மூன்று குரல்கள் சிரித்தன.

“வெசயத்தைச் சொல்லுங்க” என்று தூண்டில் போட்டான் கிழவன்.

“ஆமாய்யா, வேலை கெடக்குது, கதை பேசிக்கினு ஆசியம் பண்ணிக்கினு இருக்கியே, வெசயத்தை சொல்லுவியா” என்று சங்கிலி இழுத்தான்.

முருகசாமிதான் முக்கியமான சமாசாரம் சொல்லுகிறோம் என்பதற்காக ரகசியமான குரலில் ஆரம்பித்தான்:

“மெர்ராசிலேந்து மந்திரி வராரு, கூட டில்லி மந்திரிகூட வருவாரு. நம்ம சேரிக்கில்லை. இந்த வழியாப் போறாங்க. நான் சொன்னேன்: இதுதான் சரியான சமயம். அவுங்களைப் பாத்து எங்க வவுத்துக்கு ஒரு வழி பண்ணுங்கய்யான்னு கேக்கணும். நெல மாவது வுடுங்க, இல்லே அரிசியாவது குடுங்கன்னு கேக்கணு மின்னேன். எல்லாரும் ஒத்துக்கிட்டாங்க. நீதான் சேரியிலேயே

வயசான பெரியவரு. நீ முன்னே நின்னு நடத்திக் குடுக்கணும். பஞ்சாயத்து தலைவருங்கிற ஓதாவிலே நானும் கூட இருக்கேன். ஆனாலும், பெரியவரு முன்னாலேயிருந்தா அதுக்கு மதிப்பு வேறேயில்லியா?''

''தனக்கு இந்த யோசனை தோணாமல் போச்சே'' என்ற ஏமாற்றம் வந்தாலும், இன்னும் தன் நரை மீசைக்கு ஒரு மதிப்பு இருக்கிறது என்ற நினைப்பு வீராசாமியின் வயிற்று வேதனையைக் கூடக் குறைத்தது.

''ஆமாங்கறேன். தழையையும் வேரையும் பொங்கவுட்டுக் குடிச்சுட்டுச் சாவுறோம். இதுக்கு ஒரு வழி பண்ணணுமின்னா நேரே மந்திரிகிட்டேயேதான் சொல்லணும். தாசில்தாரு கலைட்டெரெல்லாம் நாம பேசறதை எடுப்பாங்களா? நீங்க கவலைப் படாதீங்க, நான் பாத்துக்கறேன். இட்டாலிக்காரனே என்னெப் பாத்து அசந்துடவெச்சிருக்கேன். இதுக்கென்ன பிரமாதம்? எத்தனை மணிக்கி வராங்க, மத்தியானமா, சரி சரி'' என்று தலையையும் கையையும் ஆட்டிக்கொண்டு சொல்லி அவர்களை வழியனுப்பித்தான். கிழவனின் குரல் தன்னம்பிக்கையினாலும், தன் வயிற்றுக்கும் ஊர் வயிற்றுக்கும் ஒரு வழி செய்யப்போகிறோம் என்ற தெம்பினாலும், தனக்குள் இன்னும் சக்தி இருக்கிறது என்ற பெருமிதத்தினாலும் ஓங்கி ஒலித்தது.

வெயில் சுட்டுப் பொசுக்கிக்கொண்டிருந்தது. தார் ரோட்டிலிருந்து ஆவி படர்ந்து குத்துச் செடிகளை நடுங்க வைத்துக் கொண்டிருந்தது. சுற்றுப்புறமிருந்த குன்றுகள் மௌன சன்யாசிகளைப் போல் நின்று தவம் செய்துகொண்டிருந்தன. சாலையிலிருந்த தாரின் சூட்டைத் தாங்கமுடியாமல் காலை மாற்றி மாற்றி நின்றுகொண்டிருந்தார்கள் அவர்கள். ஆணும் பெண்ணும் குஞ்சும் குழந்தையும் கிழவியும் நாயும் வீராசாமி தலைமையில் கூட, பஞ்சாயத்து தலைவர் என்ற 'ஓதா'வில் இருந்த முருகசாமியுடன் நின்று வெந்து வறுபட்டுக்கொண்டிருந்தார்கள். பறக்கும்பல் புழுதி படிந்து வியர்வை வழிந்தோட கண்கள் எரிய வயிறு பசிப்பது கூடத் தெரியாமல் நின்றுகொண்டிருந்தது. கசமுசவென்ற சப்தத்துடன், குழந்தைகளுடைய அழுகையுடன், தாய்மார்களின் அதட்டலுடன், பெரியவர்களுடைய பேச்சுடன், குத்துச் செடிகளின் கருப்போடு கருப்பாக, குன்றுகளின் கருப்போடு கருப்பாக, சேரிச் சாக்கடைக் குழிபோல் தேங்கி அலை பாய்ந்து தளும்பிக்கொண்டு நின்றது. பரட்டைத் தலைகள் பூச்சி பறந்தன. முன்னால், கைத் தடியை ஊன்றிக்கொண்டு கருப்பண்ணசாமியைப் போல, அரிச்சந்திர 'மவராசா' போல, வீராசாமி நின்றுகொண்டு தொலைவில்

கார் ஏதேனும் வருகிறதா என்று தன் பிறை வளர ஆரம்பித்திருக்கும் கண்களை இடுக்கிப் பார்த்துக்கொண்டிருந்தான்.

தோ வருது, தெரிதா? என்றொரு குரல் எழுந்தது. எல்லோரும் குரல் காட்டின திசையை நோக்கினார்கள். வருகிற வண்டியை நிறுத்த ரோட்டின் குறுக்கே நின்று கைகளையும், துண்டுகளையும், தடிகளையும் வேகமாக ஆட்டினார்கள்.

அந்த 'வேனி'ல் தேப்பெருமாள் நாயக்கரும் ஏழுமலை முதலியாரும், சர்க்கிளும் பல போலீஸ்காரர்களும் இருந்தார்கள். தேப்பெருமாள் நாயக்கர் கரளைக் காட்டுக் கிராமத்திலிருந்து வேலூருக்குக் குடியேறிப்போன பெரும்புள்ளி. ரெண்டு பஸ்கள், நாலஞ்சு ரைஸ் மில்கள், கொஞ்சம் நிலம், ஒரு பீடித் தொழிற்சாலை, ஒரு சினிமா கொட்டகை இத்தனைக்கும் அதிபதி. லாரிகள் வேறே வாங்கப் போகிறார். ஏழுமலை முதலியார் பரம்பரைப் பெரிய மனுஷன். பச்சையப்ப முதலியார் காலத்திலேயிருந்து இவர் வம்சமும் பெரிய தனக்காரராக இருந்து வரும் குடும்பம். ஆனரரி மேஸ்ட்ரேட் வேறே. இது கட்டியக்கார கும்பல்.

'வேன்' கிறீச்சென்று சப்தமிட்டுக்கொண்டு நின்றது. தேப்பெருமாளுக்குக் கோபம் தாங்கவில்லை.

"டேய், வழியெவுட்டுப் போறீங்களா இல்லையா?" என்று கூப்பாடு போட்டார். அந்தச் சப்தம் குன்றுகளில் அடிபட்டுக் கடைசி வார்த்தை மாத்திரம் தெளிவாக திருப்பித் திருப்பி எதிரொலித்துக் கேட்டது. வழியை மறைத்து நின்ற நூற்றுச்சொச்சம் பேரில் இருபது முப்பது பேர்கள் இந்தக் கூச்சலிலேயே பயந்து பின்வாங்க ஆரம்பித்தார்கள்.

"டேய் கீய் னெல்லாம் பேசாதீங்க, ஒங்களுக்கு வழிவுடறோம். எங்க வேலை மந்திரிகிட்ட" என்று வீராசாமிக் கிழவன் சொன்னான். வெள்ளைக்கார ஸார்ஜன்டினுடைய அதட்டலுக்கே மசியாதவனாச்சே!

"பறப்பயலுகளுக்கு வந்திருக்கிற திமிரைப் பாத்தீங்களா" என்று தேப்பெருமாள் ஏழுமலை முதலியாருக்குச் சொல்லிவிட்டு, கைக் கடிகாரத்தைக் காண்பித்து சர்க்கிளின் காதில் என்னமோ ஓதினார்.

சர்க்கிள் எழுந்து நின்று, "நீங்க இப்பிடியெல்லாம் கூடி, வழியை மறிக்கிறது தப்பு, கையிலிருக்கிற தடி கம்பெல்லாம் போட்டுட்டு ஊரைப்பாக்க நடவுங்க. மந்திரிகிட்ட ஏதாவது தெரிவிக்கணுமின்னா மகஜர் எழுதி கலெக்டருக்கு அனுப்புங்க. என்ன, நான் சொல்றது புரியுதா?" என்று உரக்க விளம்பரம் படிப்பதுபோல் அறிவித்தார்.

வீராசாமி கையை ஆட்டிக்கொண்டே, "தே, வழிவுடுங்க இவுங்க போவட்டும்" என்று கூறினான்.

'கலைஞ்சு போறீங்களா இல்லையா?" இதற்குள் கூட்டத்தி லேயிருந்து ஏக காலத்தில் பல கூச்சல்கள் எழுந்தன.

"நாங்க மந்திரியைப் பாக்கறோம், நீ யாருய்யா எங்களைப் போவச் சொல்ல'' என்று முன் வரிசையிலிருந்து தம்பிராஜா கத்தி னான்.

ஏழுமலை முதலியார் முகத்தைத் துடைத்துக்கொண்டே கைக் கடிகாரத்தைக் காண்பித்து சர்க்கிளிடம் என்னமோ சொன்னார்.

''கடைசீ தபா சொல்றேன். மரியாதையா போறீங்களா இல்லியா?'' என்று சர்க்கிள் எதிர்க் கூச்சல் போட்டார்.

"பற நாயிங்களுக்கு மரியாதை வேறியா? நேரமாவுது, சிவுக்குனு கலையிங்க" என்று தேப்பெருமாள் அதட்டுவதற்கும், 'வேனி'லிருந்து போலீஸ்காரர்கள் கீழே குதிப்பதற்கும் சரியாயிருந்தது.

போலீஸ்காரர்கள் வரிசையாக வந்து கூட்டத்தை ரோட்டின் ஒருபுறமாக நெருக்கித் தள்ளினார்கள். கூட்டத்தின் பின் வரிசை நகர்ந்து நகர்ந்து சாலையின் ஓரத்தை எட்டி அங்கிருந்த பள்ளத்தில் சாய்ந்தது.

"ஐயோ, ஆத்தா, அடியோவ்'' இன்னும் அர்த்தமற்ற கூக் கூரல்கள், அழுகை, குழந்தையின் வீறல்.

"யோவ், மேலே கையை வெக்காதே, நாங்க என்ன பண்ணிப் புட்டோம்?" என்று தடியை ஊன்றிக்கொண்டு துக்கத்தினாலும் கோபத்தினாலும் பதற்றத்தினாலும் கண்ணில் நீர் துளிக்க மீசை துடிதுடிக்கச் சொன்னான் வீராசாமி.

"அட, சரித்தான் போடா, வழியை வுடுடான்னா லாபாயின்டு பேசறியே'' என்று சொல்லிக்கொண்டே அவன் மார்பில் கையை வைத்துப் பின் தள்ளினான் ஒரு போலீஸ்காரன்.

"எடுறா கையை'' என்று குறுக்கே பாய்ந்தான் முருகசாமி. எங்கிருந்தோ ஒரு கல் 'வேன்' மேல் 'டங்' என்று விழுந்தது.

மடாரென்ற சப்தம். ரெகுலேஷன்படி சப்தம் செய்துகொண்டு சட்டப்படி முழங்காலுக்கடியில் சுக்குமாந்தடிகள் சுழன்று அடித்தன.

கீழே விழுந்த கண்ணாடி தம்ளரைப்போலக் கூட்டம் சில்லாகிச் சிதறியது. சாலையின் ஓரமிருந்த குழிகளில் சில பெண்கள்

தலைகீழாய், புடவை ஒருபுறம் சாய விழுந்தார்கள். சிலர் தட்டுத் தடுமாறி ஓடி விழுந்து எழுந்து ஓடினார்கள்.

"மந்திரியைப் பாப்பியோ" – மடேர்

"வழி மறைப்பியோ" – மடேர்

"பறநாயி பேசுவியோ" – மடேர்

"மனுக் குடுப்பியோ" – மடேர்

"வாயைத் தெறப்பியோ" – மடேர்

"எதிர்க்கட்சி கட்டுவையோ" – மடேர்

"தலைபெருத்து ஆடுவையோ" – மடேர்

"போக மாட்டியோ" – மடேர்

"குறுக்கே நின்னு மெரட்டுவியோ" – மடேர்

"மரியாதை வேணுமோ" – மடேர்

ஓடிப்போன பெண்களையும் சிறுவர்களையும் ஆட்களையும் தவிர, மற்றவர்களை, பெண்களை, கிழவிகளை, இளைஞர்களை, தம்பிராஜாவை, சங்கிலியை, சுப்பிரமணியை, முனிவேலை, முருக சாமியை, மாரியப்பனை, வீராசாமியை, மண்ணாங்கட்டியை, தாந் தோணியை, அரிராஜை, அவனை இவனை எல்லாரையும் அடித் தார்கள். அடிக்க முடியாது விழுந்து விட்டவர்களை உதைத்தார்கள். பெண்கள் மார்பில், குழந்தைகள் முகத்தில், ஆண்களின் அடி வயிற்றில் உதைத்தார்கள். பெண்களின் மடியை, குழந்தைகளின் கால்களை, வீராசாமியின் முகத்தை மிதித்தார்கள். புடவைகளையும் ரவிக்கைகளையும் வேட்டிகளையும் சட்டைகளையும் கோவணங் களையும் கிழித்தெறிந்தார்கள். அழுகை, கூக்குரல், கோபக்குரல், ஆபாச வசவு, அடிச்சப்தம், துணி கிழிந்த சப்தம், எலும்பு முறியும் சப்தம் எல்லாம் ஒன்றாகிக் கலந்து குன்றுகளில் உதைபட்டுப்பட்டுத் தெறித்துக் குழம்பிக் காற்றை நிறைத்தது.

பத்து நிமிஷங்களில் சாலையில் எவரும் இல்லை, பக்கத்தில் இருந்த பள்ளங்களில் விழுந்து கிடந்தவர்களைத் தவிர, விழுந்து கிடந்தவர்களின் முனகலும் அழுகையும், அவர்களைக் கண் காணாமல் இழுத்துத் தூரத்தில் விட்டு விட்டு 'புஸ் புஸ்'ஸென்று மேல் மூச்சு வாங்கிக்கொண்டிருந்த போலீஸ்காரர்களின் இரைப்பும் தவிர வேறு சப்தம் இல்லை. பின்னால் தூரத்தில் கார் ஒன்று வருவது தெரிந்தது.

"சரி சரி, சீக்கிரம் ஏறுங்க" என்று அதட்டினார் சர்க்கிள். கசங்கிப் போயிருந்த சட்டையையும் நிஜாரையும் தட்டிவிட்டுக் கொண்டு தொப்பிகளைப் பொறுக்கிக்கொண்டு போலீஸ்காரர்களும் ஏறினார்கள். 'வேன்' கிளம்பியது.

தடையில்லாமல் மந்திரியின் காரும் போனது.

மறுநாள் பத்திரிகைகளில் மந்திரி முதல்நாள் பேசின 'ஜன நாயகமும் சோஷலிசமும்' பேச்சு முக்கால் பத்தி வந்திருந்தது. காப்பி ஓட்டல்கூட இல்லாத கரளைக்காட்டைப் பற்றி எழுத எந்த நிருபர் இருக்கிறார்? நீங்களே சொல்லுங்கள்.

தாமரை

சவாரி

உலகத்திலே ஒவ்வொரு மனுஷனுக்கும் ஏதாவதொரு அசட்டு ஆசை இருந்துகொண்டுதான் இருக்கிறது. இது மனுஷ சுபாவம் என்றே வைத்துக்கொள்ளலாம். மிருகங்களுக்குத்தான் இப்படியான அசட்டுத்தனங்களெல்லாம் கிடையாதே. கோடி வீட்டுப் பாட்டிக்குத் தன் பேரன் டிப்டி கலைட்டர் ஆகவேணு மென்று ஒரு ஆசை. எதிர் வீட்டு ஜெயராம் முதலியாருக்குதான் முனிசிபல் கௌன்சிலர் ஆகவேணுமென்று ஒரு ஆசை. ஹிட்ல ருக்கும் சர்ச்சிலுக்கும் உலகத்தைக் கட்டி ஆளவேணுமென்ற ஆசை இல்லையா? லெனினுக்குச் சமையல்காரன் எல்லாம் சட்ட நிபுணன் ஆகவேணும் என்ற ஆசை இல்லையா? என் சித்தாந்தப் படி இந்த ஆசைகளே மனிதனை மிருகத்தினின்றும் பிரித்துக் காட்டுகின்றன என்பேன். அந்த மாதிரியில், ராம காதை பாட வேணும் என்ற ஆசை கம்பனைப் பிடித்துக்கொண்டது போல, காரில் சவாரி செய்யவேணும் என்ற ஒரு ஆசை எப்படியோ வந்து தங்கப்பனைப் பிடித்துக்கொண்டது.

பைத்தியக்கார ஆசைகள் கலைஞர்களுக்கும் கவிஞர்களுக்கும் பொருந்தும். குறப் பையனுக்கு எப்படிப் பொருந்தும்? இருந்தாலும், இந்த ஆசை இருந்ததினால்தான் அவன் மிருகங்களோடு சேர்த்து எண்ணப்படுவதிலிருந்து தப்பித்தான் என்று கொள்ளவேண்டும். மற்றபடி அவனுக்கும் அவனைச் சுற்றியுள்ள மிருகங்களுக்கும் ரொம்ப வித்தியாசம் யாருக்கும் தெரியாது. அவனைச் சுற்றியுள்ள மிருகங்கள் என்றதிலிருந்து அவன் ஏதோ தாழ்த்தப்பட்டோருக்கு அளிக்கப்பட்டுள்ள அநியாயச் சலுகைகளின் உதவியினால் தன் தரத்துக்கும் மேலாகவே தன்னைவிடத் தகுதி வாய்ந்த உயர்ந்தோர் களை நெருக்கியடித்துக்கொண்டு மிருகக்காட்சிசாலையில் சர்க்கார் வேலையைப் பிடித்துக்கொண்டுவிட்டான் என்று நினைத்துவிடப் போகிறீர்கள். சர்க்கார் வேலைக்கு மனுப்போடக்கூட அவனுக்குத் தெரியாது. அவனுக்கு இன்னும் அந்தப் பேராசை வரும் வயசுகூட ஆகவில்லை. எட்டு வயசிலே எந்தச் சர்க்கார்தான் வேலை போட்டுத் தருவார்கள்?

பின்னே ஏது மிருகங்கள் என்று கேட்கிறீர்களா? அவசரப் படாதேயுங்கள், சொல்கிறேன். இந்தத் தெருவில் நேரே நடந்து போனீர்களானால் ரெண்டு பர்லாங்குக்கப்பால் ஒரு அனுமார் கோவில் வரும். அவர் ரொம்பச் சக்தி வாய்ந்த அனுமார். இல்லாது போனால் தன் முன்னாலிருக்கும் அவந்தரையை தினம் தினம் கண்டுகொண்டிருந்தும் அயரா நம்பிக்கையோடு மணி கட்டின வாலைத் தலைக்கு மேலே உயர்த்தி 'ஜம்மென்று நின்றுகொண்டி ருப்பாரா? ரோட்டின் வலப்புறத்திலே அனுமார் கோவில். இடது பக்கம், ரோட்டுக்கு ஒரு எட்டடிக் கீழ் மட்டத்திலே தங்கப்பனும் அவனது உற்றார் உறவினர் நண்பரது ஸ்தாவர ஜங்கம சொத்துகளும், மேலும் 'சந்திர கொளம்' என்று இடக்கரடக்கலாகச் சொல்லப்படும் நீர் நிலையும் இருப்பதைக் காணலாம். முன்னே குறச் சேரி இப்போது 'நேரு நகர்' என்ற புதுப் பெயரில். ஒளிவு மறைவு இல்லாமல் கண்ணாடிக் கடிகாரம் தன் பல் சக்கரங்களைக் காண்பித்து ஓடிக் கொண்டிருப்பது போல் அங்கே வாழ்க்கை நடந்துகொண்டிருந்தது. இருந்தது என்ன, இன்னும் நடந்துகொண்டிருக்கிறது.

அங்கே சுமார் இருபது குடிசைகள், சின்னூர் பஞ்சாயத்து ஆபீசின் ஹெட் கிளார்க் கோபால் ராவின் பல் வரிசை போலத் தாறுமாறாய் சுயம்பு லிங்கங்களாக முளைத்திருந்தன. களிமண் சுவரும் சாக்குப் பைகளும் பனையோலைகளும்தான் அவைகளின் மூலச் சரக்குகள். வீட்டுக்கு வீடு வாசற்படி என்கிற மாதிரி இங்கே வீட்டுக்கு வீடு சாக்கடைக் குழி. இந்தச் சாம்ராஜ்யத்துக்கு அகழி கட்டினாற்போல விளிம்பு கட்டித் தெருச் சாக்கடை. நடுவிலே, 'பன்னிக் குட்டை' என்று முன்னாள் அழைக்கப்பட்ட 'சந்திர கொளம்'. இந்த 'நகரி'ல் விதவிதமான மிருகங்களைப் பார்க்கலாம். கருப்புக் கோழிகள், நீலப் புறாக்கள், மூன்று கால் நாய், மயிர் உதிர்ந்த பூனை, வால் ஒடிந்த மாடு, காது மடல் கிழிந்தும் லட்சியம் பண்ணாமல் ஏக்கத்தோடு தரையையே பார்த்து நிற்கும் கழுதைகள், பன்றிகள், ஏன், ஒரு குடிசையில் சொறி பிடித்த நரி ஒன்றுகூட இருக்கிறது அங்கே. இவைகளுக்கு நடுவிலே கூடை தடுக்கு முடையும் குறவர்கள், குறத்திகள், அவர்களுடைய குஞ்சு குளுவான் கள், கல் அடுப்புகள், இன்னோரன்ன பிற. யாரோ ஒரு பிரெஞ்சு அறிஞன் 'மனிதன் ஒரு அரசியல் பிராணி' என்று சொன்னதை மெய்ப்பிக்கவேபோலும் அஞ்சாறு கொடிக் கம்பங்கள். அமெரிக்கா செல்ல ஆசைப்படும் 'ப்ளீடிங் மெட்ராஸ்' போலத் தங்கள் சுய வர்ணமெல்லாம் கரைந்து எல்லாம் ஒன்று சேர்ந்த ஒரு கதம்ப வர்ணமான கொடிகள். இந்தக் குவியலில் பிறந்து வளர்ந்த தங்கப்பன் என்னதான் மிருகத்தோடு மிருகமாய் இருந்தாலும் தானும் ஒரு மனிதப்பிறவி என்பதை நிரூபிக்கவே போலும்

தன்னுள் ஒரு பைத்தியக்கார ஆசையை வளர்த்துக் கொண்டிருந்தான். முன்னால் சொன்னதுபோல, 'காரில் போகவேண்டும்' என்கிற ஆசைதான் அது. முன் ஒரு தரம், ஆரம்பத்தில், அனுபவம் முதிராத வயசில், ஒரு நாள் தன் தாயிடம் அதை வெளிப்படையாகச் சொல்லிவிட்டான். இந்த இடத்தில் அவன் தாயைப் பற்றிக் கொஞ்சம் சொல்லவேண்டும்.

திரிகூடராசப்பக் கவிராயர் இவளை நிச்சயம் பார்த்திருக்க முடியாது. இவள் குற்றாலமும் போனதில்லை, வசந்த வல்லிக்கோ அல்லது வேறெந்த வல்லிக்கோ குறி சொன்னதும் இல்லை. ஏனென்றால் இவளுக்குக் குறி சொல்லவே தெரியாது. பாட்டுப் பாடவும் தெரியாது. கூடை முடையத் தெரியும். முறம் செய்வாள். தாழ்த்தப்படாதவர்கள் வீட்டுத் திண்ணைக்கு மதிலாக தடுக்கு பின்னுவாள். ஸ்பெஷலாக ஆர்டர் கொடுத்தால் வண்ணான் கூடைகூடச் செய்வாள். வேறே ஒண்ணும் அவளுக்குத் தொழில் முறையில் தெரியாது. குடிசைத் தொழில் இலாகாவிடம் போய்க் கற்றுக் கொண்டிருந்தால்தானே. மற்றபடி கூழாக்குவாள், பேன் பார்ப்பாள், துணி தோய்ப்பாள், குழந்தை பெறுவாள். அவ்வளவுதான்.

தங்கப்பன் தன்னுடைய மகத்தான ஆசையை வெளியிட்ட சமயமும் நல்ல சமயமில்லை. குழந்தை பிறக்காதிருக்க 'நரம்பு ஆபரேஷன்' செய்துகொண்டு வந்த பணத்தோடு எங்கோ ஓடி விட்ட புருஷனையும், அவன் தன் ஞாபகார்த்தமாக விட்டுப் போயிருக்கும் நாலு குழந்தைகளையும் சம்ரட்சிப்பது எப்படி என்ற லௌகிக விசாரத்தையும், தற்போது மார்பை வெறுமனே சப்பிக் கொண்டிருக்கும் கடைசி வாரிசின் வயிற்றை எப்படி நிரப்புவது என்ற உடனடிப் பிரச்சனையையும், வண்ணான் கூடையே வாங்காத ஊர் ஜனங்களின் அழுக்கு மனோபாவத்தையும் சபித்துக் கொண்டிருந்தவளிடம் போய், 'கார்லே போவணும்' என்று கேட்டால் கோபம் வராமல் என்ன செய்யும்? குழந்தைப் பாசமல்லாம் இந்த விசார அடைமழைக்கு முன்னால் நிற்க முடியுமா?

அடி செருப்பாலே நாயே, போயி நாலு காசு சம்பாரிக்கிற வயசாச்சு, ஐயாவுக்கு கார்லே போவணுமாம். ஓடு இங்கேருந்து. கூடையை எடுத்துக்கினு போயி சாணி பொறுக்கிக்கினு வா. வந்தாத்தான் இன்னிக்கி ஒன் வவுத்துலே கூழுத் தண்ணி!" என்று கூப்பாடு போட்டாள் அவள். அந்தக் கூச்சலே தாயின் வெறும் மார்பைவிட ரசமாயிருந்தபடியால் பால் குடிப்பதாகப் பாவனை செய்துகொண்டிருந்த குழந்தையும் தலையைத் திருப்பி, வாயைத் திறந்து, கண்களை விரித்து அழுவதற்குத் தன்னைத் தயார்

செய்துகொண்டது. தங்கப்பன் இதற்கெல்லாம் அயர்ந்துவிடுகிற வனில்லைதான். இருந்தாலும் அவன் தாய் இவ்வளவு சப்தம் போடு வாளென்று எதிர்பார்க்காததால் சற்றுத் திகைத்துப்போனான். அவன் கண்ணுக்குத் தன் கடைசித் தம்பியின் திரும்பிய முகமும் தாயின் மார்பும் தெரியவே தன் பிரதம ஆசையை மறந்துவிட்டான். அவன் வயிற்றிலும் பசி பிறாண்டுகிறாற் போல இருந்தது. அம்மா வைப் பார்த்து முகத்தைச் சிணுங்கிக்கொண்டே, "எனக்குப் பசிக்குது. எனக்கும் பால் குடுங்கம்மா" என்று கேட்டான்.

"வயசு ஆவுது, எருமைக் கடாவுக்கு ஆவுறாப்போலே! பாலு வேணுமோ, வா இங்கே, தரேன்" என்று அவள் உறுமினாள். ஒரு வேளை தன் தாய் நிஜமாகவே கூப்பிடுகிறாளோ என்ற நப்பாசை யினால் ஓரடி முன் வைத்தவன் தன்னை நோக்கி சாணிக் கூடை பறப்பதைக் கண்டு ஓடிவிட்டான்.

ஆனால், அந்தப் பாழாய்ப்போன ஆசைமட்டும் அவனை விடவில்லை. தான் பதுக்கி வைத்திருந்த கண்ணாடிக் கோலிகளைப் போல இந்த ஆசையையும் அவன் யாருக்கும் காட்டாமல் பதுக்கி வைத்திருந்தான். கரியனிடம் மாத்திரம் எப்பவாவது சொல்லிக் கொஞ்சுவான். கரியனும் தன்னைத் தங்கப்பன் காரில் ஏற்றிக் கொண்டு போவான் என்று நம்பியோ என்னவோ, வாலை ஆட்டிக் கொண்டு அவனை நக்கிக் கொடுக்கும். சென்ற மூணு வருஷமாகத் தங்கப்பன் என்னவெல்லாமோ யோசனை செய்துபார்த்தான். அவன் அதிர்ஷ்டம் ஒன்றும் உருப்படியாகவில்லை. ரெண்டு மூணு முறை அனுமார் கோவிலுக்கு வரும் கார்கள் அருகில் போய் சூரைத் தேங்காய் பொறுக்குகிற சாக்கில் திருட்டுத்தனமாக காருக் குள் எட்டிப்பார்த்துவிட்டும் வந்திருக்கிறான். அடடா, அதுக்குள்ளே எவ்வளவு ஜோராய் இருந்தது! உள்ளே விளக்கும் திண்டும். இவன் படுத்தும்கூட இன்னும் இடம் இருக்கும் ஸீட்டும். இதனாலெல்லாம் ஆசை அதிகமாயிற்றே தவிர தணியவில்லை. நமக்கு என்றோ வரப்போகிற சோஷலிசத்தைப்போலத் தன் கார் பயணத்தையும் எட்டாத ஆகாசத்திலிருக்கும் லட்சியமாக ஏற்றிவைத்துவிட் டிருந்தான்.

அன்று காலை, தங்கள் நகருக்கு வேலியாக இருந்த தெருச்சாக் கடையின் மதில் சுவரில் உட்கார்ந்துகொண்டு தெருவை வேடிக்கை பார்த்துக்கொண்டிருந்தான். காலடியில் சாணிக்கூடை கிடந்தது. ஆனால், அவன் மனசு சாணி பொறுக்கும் செயலிலோ, அதில் ஏற்படும் போட்டிகளைச் சமாளிக்கும் எத்துகளிலோ அல்லது வேறெந்த ரகசியத்திலோ ஈடுபட்டிருக்கவில்லை. காரணம் வயிற்றுப் பசிதான். சின்னப் பையனுடைய வயிறு சின்னதாய்த்தான் இருக்கும்

என்பதென்னமோ நிஜம்தான். அதிலிருந்து எழும் பசியும் சின்ன தாய்த்தானே இருக்கவேணும்? ஆனால், அவனுக்கு அப்படி யொன்றும் தெரியவில்லை. மாறாக வாயிலிருந்து அடிவயிறுவரை பசித்துக்கொண்டிருந்தது. பள்ளிக்கூடத்தில் படித்திருந்தாலல்லவா அவனுக்கு வயிற்றின் சைஸ் சமாசாரமெல்லாம் தெரிந்திருக்கும்? ஆக அவன் வயிற்றின் மொண மொணப்பை நசுக்க முழங்காலை முட்டுக்கொடுத்து கட்டிப் பிடித்துக்கொண்டு உட்கார்ந்திருந்தான். தான் நேற்றும் அரை வயிறாக இருந்ததையும், தன் தாய் முழுப் பட்டினியாக இருப்பதையும், தனக்கு அடுத்த வேளைக் கூழோ கஞ்சியோ எப்படிக் கிடைக்கும் என்பதையும் நினைத்தபடி, தன் தம்பி தங்கைகள் கொஞ்சமும் பசி நினைப்பும் சுகாதார நினைப்பும் இல்லாமல் கரியனோடு கட்டிப் புரண்டு விளையாடிக்கொண்டி ருப்பதையும் கவனியாமல் தன் பாட்டுக்கு ரோட்டை வேடிக்கை பார்த்துக்கொண்டு உட்கார்ந்திருந்தான்.

அன்று சனிக்கிழமை. அனுமாருக்கு நல்ல நாள். வடை மாலை யும் வாழைப்பழமும் சேர்க்கும் நாள். அதுகூட அவன் கவனத்துக்கு வரவில்லை. சும்மா உட்கார்ந்திருந்தான்.

மங்கிப்போயிருந்த அவன் கண்கள் திடீரென்று பிரகாச மடைந்தன. அனுமார் கோவிலுக்குப் போய்க்கொண்டிருந்த குடும் பத்தில் ஒரு அங்கத்தினர்தான் ஒரு வாழைப்பழத்தை நழுவி விட்டதுகூடத் தெரியாமல் போய்க்கொண்டிருந்தார். அவருடைய பக்தியை நினைத்தல்ல தங்கப்பன் பிரகாசித்தது. 'என்னைக் காப்பாற்று!' என்று இவனைப் பார்த்துக் கெஞ்சிக்கொண்டிருந்த வாழைப்பழம்தான் இவன் கண்களில் விளக்கேற்றி வைத்தது. இந்த உலகத்தில் எச்சிலைக்கும் போட்டி உண்டு என்பதை அனுபவத்தில் நன்கு உணர்ந்திருந்த தங்கப்பன் துள்ளி எழுந்தான். அனுமாருக்குப் போட்டியாகப் பழத்தை நோக்கி ஓடினான். எட்டு வயசுக் குறப் பையனிடமிருந்து வேறென்ன எதிர்பார்க்க முடியும்?

தங்கப்பன் ரோட்டின் குறுக்கே ஓடினது, பெங்களூருக்குப் போகும் அவசரத்தில் அந்தக் கார் வந்தது, கிறீச்சென்று பிரேக்குப் போட்டுப் பெரிய உலுக்கலுடன் அது நின்றது எல்லாம் ஒரு க்ஷணத் தில் நடந்தது. முன் சக்கரத்தினடியிலிருந்து தங்கப்பனை விடுவித்து வெளியே இழுக்கத்தான் பல நிமிஷங்கள் ஆயின.

இந்த உலகத்தையும், தன் தலையெழுத்தையும், தான் கிளம்பின வேளையையும், பிள்ளைகளைப் பன்றி மாதிரிப் பெற்றுப்போட்டு விட்டுப் பொறுப்பற்று இருக்கும் பெற்றோர்களையும் வைது கொண்டு, முன்னூற்று அறுபது டிகிரி முறுக்கிக்கிடந்த தங்கப்ப னுடைய கழுத்தை மீண்டும் பழையபடி இருக்கத் திருப்பி, அவனைக்

காரின் பின் ஸீட்டில் கிடத்தி, லோக்கல் பண்டு ஆஸ்பத்திரிக்கும் போலீஸ் ஸ்டேஷனுக்கும் வழி காட்டப் பக்கத்திலிருந்த சோடாக் கடையிலிருந்த ஒரு ஆளையும் ஏற்றிக்கொண்டு, சுற்றியிருந்த கூட்டத்தை விலக்கிக்கொண்டு அந்தப் பெரிய கார் கிளம்ப இன்னும் பலப்பல நிமிஷங்கள் ஆயின.

தங்கப்பா, வாழைப்பழம் போனால் போகிறது, நீ ஆசையோடு காத்துக் கிடந்த கார் சவாரி கிடைத்துவிட்டதடா. கண்ணை விழித்துப் பார், தங்கப்பா, தங்கப்பா, கண்ணைத் திறடா. யாராவது அவன் கரு விழி மேலே உட்கார்ந்திருக்கும் ஈயை விரட்டுங்களேன், அவன் பார்க்கட்டும்.

தாமரை

எல்லைக்கோட்டில்

மெல்லிய காற்றில் ஆடும் சிலந்தி வலைபோல் அவன் மூச்சு ஆடிக்கொண்டிருந்தது. தான் இன்னும் சிலநிமிஷங்களுக் குள்ளே மரணத்தை நேருக்கு நேர் சந்திக்கப் போகிறோம் என்பது அவனுக்குப் புலனாகிவிட்டது. ஆனால், என்ன ஆச்சரியம்? சாகப் போகிறோமே என்கிற பயத்தைக் காணோம். வருத்தம்கூடத் தெரிய வில்லை. அமைதி. ஆழ்ந்த இன்பகரமான சொகுசான ஒரு அமைதி. அவனுக்கே அது வியப்பாக இருந்தது. மார்பு படபடவென்றது உண்மைதான். ஆனால், அது மூளையையோ, மனத்தையோ அல்லது அதற்கும் புறம்பான எதையுமோ படபடக்கச் செய்யவில்லை. சாவு என்றால் மகா வேதனை என்றல்லவோ நினைத்திருந்தான். அது தவறுபோலிருக்கிறது. கஷ்டப்பட்டுக் கண்ணைத் திறந்து சுற்றிலும் பார்த்தான். கண்ணில் என்னென்னவோ பட்டன. ஆனால், கருத்து எதிலும் செல்லவில்லை. இன்னும் சில நிமிஷங்கள்தான் என்ற எண்ணமே எட்டிப் பார்த்துக்கொண்டிருந்தது. சாவதற்கு முன் தன் கடந்தகால வாழ்க்கை நிகழ்ச்சிகள் திரைப்படம்போல் தெரியும் என்று எதிர்பார்த்தான். ஒன்றும் தானாகத் தெரியவில்லை. யோசனைசெய்து பார்க்க வேண்டும் என்று முயற்சிசெய்தான். அலுப்பாயிருந்தது. சென்றுபோன நிகழ்ச்சிகள் எல்லாம் செத்தவை தானே, சாகப்போகும் நான் ஏன் செத்ததை எண்ணிச் சோர்வடைய வேண்டும் என்று நினைத்தான். சரி, நடந்துபோனது வேண்டாம், நடக்காததைப் பற்றி யோசித்தால் என்ன? 'சாகும்போது என்ன வேண்டுமென்று கோருகிறோமோ அது அடுத்த ஜென்மத்தில் கிட்டுமாமே' என்ற எண்ணம் மின்மினிப் பூச்சி போல் பளிச்சிட்டு மறைந்தது. யாருக்கோ பிறந்தோம். வேண்டியோ வேண்டாமலோ. யாருக்கோ பிறக்கப்போகிறோம், அவர்கள் வேண்டியோ வேண்டா மலோ. என்ன பிதற்றல். நான் இனி யாருக்குப் பிறக்கப் போகிறேன்? என் உடல் அழுகி அதிலிருந்து எண்ணற்ற உயிர்கள் பிறக்கும். என்னைப் பொறுத்தமட்டில் நான் போனவன் போனவன்தானே? அதற்காக வருத்தம் ஏற்படும் என்று எதிர்பார்த்தான். ஒன்றும்

காணோம். கை நரம்பில் ஒருவர் ஊசி மூலம் என்னமோ மருந்தைச் செலுத்திக்கொண்டிருந்தார். ஏன் என்னைச் சுகமாகச் சாகவிட மாட்டேன் என்கிறார்கள் என்ற எண்ணம் மேலிடக் கண்ணை மீண்டும் திறந்து பார்த்தான். என்னுடைய அற்ப வேலைக்கு ஆசைப்பட்டு என்னை மனதுக்குள் விஷம்போல வெறுத்த இவன் இதோ சோகமே உருவானது போல இருக்கிறான். எது நிஜம்? என்னை இவன் வெறுத்ததா? அல்லது இப்போது இவன் துக்கமாய் இருப்பதா? அல்லது நாளை நான் செத்தபின் என்னுடைய இடத்தில் மகிழ்ச்சியோடு இருக்கப் போவதா? நான் இருந்தது நிஜமா? அல்லது நான் சாவது நிஜமா? கண்கள் அசதியடைந்தன. நான் செத்த பின்னாவது எது நிஜம் என்று எனக்குத் தெரியுமா? நானே இல்லாதுபோனால் பின் என்னைப் பற்றிய உண்மையை நான் எவ்வாறு அறிந்துகொள்வது? அறிந்து என்ன ஆக வேணும்? இருந்தேன் போனேன். இரண்டும் இறந்தகாலத்தில். சந்தோஷமும் ஆயிற்று, துக்கமும் ஆயிற்று. அதுவும் இறந்தகாலத்தில்தான். நானே இறந்தகாலமாகப் போகிறேனே. சீ... இதென்ன கஷ்டம்? சாகும்போது ஏன் இந்த வேதாந்த விசாரம்? ஆட்டம் ஆடியாகி விட்டது. அமைதியான ஓய்வு வேண்டாமா? சாகிற நேரத்தில் அவன் செய்துகொண்டிருக்கும் வேதாந்த சர்ச்சைகளைப் பற்றி அவனுக்கே சிரிப்பாய் வந்தது. சிரித்திருக்க வேண்டும். இல்லாது போனால் ஏன், ‘உனக்கு என்ன செய்கிறது?’ என்று யாரோ அவன் காதில் கத்த வேண்டும்? அவன் கைகால்கள், உடம்பு, நாக்கு ஒன்றும் அவன் சுவாதீனத்தில் இல்லை. மனசும், மனசுவைத்தால் கண்ணும் காதும்தான் இயங்கின. வேதாந்தை நிறுத்திவிட்டுத் தான் சற்று முன் அனுபவித்த அந்த அசாதாரணமான அமைதியை, சாவின் முன்னோடியை, தன் வாழ்வின் ஒரே ஒரு உண்மையான கடைசி அனுபவத்தை மெதுவாகச் சுவைக்கலாம் என்று எண்ணினான் அவன்.

ஏற்றிய மருந்தின் விளைவோ என்னமோ தெரியவில்லை. அந்த அமைதி கிட்டவில்லை. மனம் பல விஷயங்களில் தாவ ஆரம்பித்தது. அப்படித் தாவும்போது மனதில் சுகதுக்கங்களின் சாயை கூட விழ ஆரம்பித்துவிட்டது போலத் தோன்றியது அவனுக்கு. நான் சாகப் போகிறேன் என்று நினைவூட்டிக்கொண்டான். இந்த உலகத்தில் இன்றியமையாதவர்கள் என்று யாரும் இல்லை என்று எங்கோ எப்போதோ படித்திருந்தது ஞாபகம் வந்தது. தானும் இன்றியமையாதவர்களில்லாத கூட்டத்தோடு சேரப் போகிறோம் என்று மனதுக்குள்ளே கூறிக்கொண்டான். எத்தனை முறை தான் இல்லாதுபோனால் காரியம் நடக்காது என்று சாப்பாடு தண்ணீரைக்கூட மறந்து வேலையில் முனைந்திருக்கிறான். அந்த

ஒரு மணி அரை மணிகூடத் தவறாமல் இருக்க வேண்டும் என்று இருந்திருக்கிறேன், இப்போது என்றென்றைக்கும் விட்டுவிட்டுப் போகிறேனே என்ன ஆகும் என்று கேட்டுக்கொண்டான். என்ன ஆகும்? ஒன்றும் ஆகாது. இரங்கல் தீர்மானம்; ஒரு நிமிஷ மௌனம். அடுத்த நிமிஷம், அப்புறம் எப்போதும் போல. இதற்கா நான் அத்தனை பேரை விரோதித்துக்கொண்டேன்? அத்தனை உழைத்தேன்? அத்தனை கேலிப் பேச்சுக்கும் குரோதத்துக்கும் ஆளா னேன்? அத்தனை என்னையே வருத்திக்கொண்டேன்? அத்தனை பேருக்கு வருத்தத்தையும் வேதனையையும் கொடுத்தேன் என்ற எண்ணங்கள் அலைமோதின. உனக்கிருந்த புத்திக்கும் சாமர்த்தியத் துக்கும் நீ மற்றவர்களைப்போல் இருந்திருந்தால் எவ்வளவு நன்றா யிருந்திருக்கும் என்ற குரல் அவன் காதில், புறக்காதில் அல்ல, மனக்காதில், கனவுலகத்தில் நமக்கு எந்தக் காதில் கேட்கிறதோ, அந்தக் காதில் கேட்டது. அம்மாவா இப்படிப் பேசுகிறாள் என்று மனதிலே திடுக்கிட்டான். அவள்தான் செத்துப் போய் எத்த னையோ வருஷங்கள் ஆகிவிட்டதே. அவள் ஆவி பேசுகிறதோ. சரி சரி, சாவதற்கு முன் புத்தி பேதலித்துவிடுமோ என்று சொல்லிக் கொண்டான். அவனைச் சுற்றி இருந்தவர்களுக்கு என்னமோ களகளவென்ற சப்தம்தான் கேட்டது. கவலையுடன் ஒருவரை ஒருவர் பார்த்துக்கொண்டனர். ஒருவர் நாடியைப் பிடித்துப் பார்த்து இன்னும் இருக்கிறது என்றார். அவளுக்கு என்ன குறைவு வந்து விட்டது? அனாதையாகச் செத்தாளே, நான் என்ன செய்வது, சிறையிலிருந்து விடமாட்டேன் என்றுவிட்டார்களே? செத்த பிறகு அனாதையானால் என்ன, ஆதரவிருந்தால்தான் என்ன? செத்தால் செத்ததுதானே? அவனுக்குச் சிரிப்பாய் வந்தது. அவளுக்கு வயிறு நிறையச் சாப்பாடுகூடப் போட முடியவில்லை, சிரிக்கிறதைப் பார் என்று ஒரு ஒலியற்ற குரல். நினைப்பின் நிழல், சர்க்கஸ் கோமாளி யைப்போல் தொந்தியைச் சாய்த்துக்கொண்டு இடுப்பில் கையை வைத்துக்கொண்டு சாய்ந்து சாய்ந்து ஆடியது. இது என்ன அதிசயம்! எண்ணங்களுக்குக்கூட உருவம் இருக்குமா என்ன? அப்போது நான் காணும் உருவங்கள் எல்லாம் எண்ணங்கள் தானோ? யாருடைய எண்ணங்கள் என்று வியந்தான்.

போகப்போகிறாய், ஒரேயடியாகப் போகிறாய். குற்றச்சாட் டுக்குப் பதில் சொல்லிவிட்டுப் போ. அப்போதுதான் நீ ஆவலோடு வேண்டுகிற அமைதி கிடைக்கும். செத்துவிட்ட பின்னால் யாருக்கு நான் பதில் சொல்ல வேண்டும்? சும்மா கிட. கல்யாண ஊர்வலத் தின்போது வானத்தில் சீறிச்சீறிப் பாய்ந்து வெடிக்கும் வாணங் களைப் போல அவன் மனத்தில் எண்ணங்கள் பாய்ந்தன. பிறகு சிறிது நேரம் அமைதி. காகிதம் பறக்காமல் வைத்திருக்கும்

கண்ணாடிக்கட்டிக்குள் இருக்கும் குமிழ்கள் போன்ற ஆட்டமற்ற அமைதி. நான் வேண்டும் என்றது இந்த அமைதிதான் என்று நினைத்தான்.

அமைதி சுக்குநூறாக ஓசையின்றி வெடித்துச் சலனமன்றிச் சிதறியது. செத்துப்போன பின்னால்தான் சித்திரகுப்தன் கணக்குப் பார்ப்பான் என்று நினைத்தேன். இப்போதே பேரேட்டைப் பிரித்து விட்டார்களே என்று நினைத்தான். உன் கணக்குப்படி நீ செத்தபின் நாங்கள் யாரிடம் போய் என்ன எப்படிக் கேட்பது? அதனால்தான் இப்போதே சமாதானம் கேட்கிறோம் என்று அந்தக் கோமாளி கேட்டுக்கொண்டிருந்தான். அவளுக்கு மாத்திரம் சாப்பாடு போடாது நான் என் வயிற்றை நிறைத்துக்கொண்டேனா? அதென்ன அவளை வேண்டுமென்று பட்டினி போட்டாற்போலப் பேசு கிறாயே, அவள் சோற்றுக்குத் தவித்தாள் என்று எவ்வளவு கஷ்டப் பட்டேன் தெரியுமா என்று தயங்கித் தயங்கி நினைப்பினால் பதில் சொன்னான் அவன்.

நீ கஷ்டப்பட்டால் அவள் கும்பி நிறைந்துவிடுமா என்று கூறிச் சட்டிவாணத்தைப் போலச் சிரித்தான் அந்தக் கோமாளி. பொறியும் புகையும் பரவக் கோமாளி மறைந்தான். எனக்கு ஒன்றும் புரியவில்லையே என்ற எண்ணம் அவன் மனத்தில் மெதுவாக மூடுபனிபோல் படர்ந்தது. நான் அனுபவித்த அந்த அமைதியின் எல்லையை வேண்டினால் என்னவெல்லாமோ வருகிறதே என்று குழம்பினான். நான் செய்ததெல்லாம் செய்துவிட்டேன். இப்போது ஏன் குழப்பிக்கொண்டு என் ஆயுளில் இதுவரை கண்டிராத அமைதியைக் கெடுத்துக்கொண்டிருக்கிறேன் என்று கெஞ்சினான் அவன். நான் போய்விட்டால் அவர்களுக்கு என்ன ஆகிவிடுமோ என்று தவிக்கப் பெண்டாட்டி, பிள்ளை, வேறு பிடிப்பு ஒன்றும் இல்லை. பின் ஏன் எனக்கு இப்படி என்று கேட்டுக்கொண்டான். பெண்டாட்டி இல்லைதான். ஆனால், நீ எத்தனை பெண்களை வஸ்திராபகரணம் செய்திருக்கிறாய் என்று ஓட்டை உடைசல் பற்களைக் காட்டிக்கொண்டு கோமாளி எங்கிருந்தோ முளைத்து விட்டான். மனக்கண்ணில் பற்களும் கோமாளியும் தெரியவில்லை. ஆனாலும், அவன்தான் என்றது ஓர் எண்ணம். கோமாளி கண்ணாடி ஜாடிக்குள் இருக்கும் மீனைப்போல் வாயைத் திறந்து திறந்து மூடிக்கொண்டிருந்தான். ஒவ்வொரு முறை திறந்து மூடும் போதும் கொப்புளங்கள்போல் எண்ணங்கள் தோன்றி வெடித்தன. பூவைப்போலச் சிதறின. ஒரே கொப்புள மயம். எந்தப் பெண்ணை யும் விடவில்லையே. எதிர்வீட்டுப் பெண், பக்கத்து வீட்டுப் பெண். பின்வீட்டிலிருந்தாளே அவள். தொண்டப் பெண். தோட்டிப்

பெண். காரிலே போனவள். குழந்தையை முதுகில் போட்டுக் கொண்டு திறந்த மார்புடன் போனாளே அந்தக் குறத்தி. சுசீலா, லீலா, பார்வதி, ராஜி, அஞ்சுகம், சரோஜா, ஸைனத், லில்லி, கருப் பாயி, ஷீலா, அறிவுக்கொடி, அன்னபூரணி – யார் தப்பித்தார்கள்.

ஒவ்வொருவரையும் பேராசைக் கண்களோடு மிருகப் பார்வை தானே பார்த்தாய்? யாரை விட்டாய்? பேதை, பெதும்பை, அரிவை, தெரிவை, மங்கை, மடந்தை, பேரிளம் பெண். கொப்புளங்கள் துப்பாக்கிக் குண்டுகளைப்போலப் பாய்ந்து வலை பின்னி அவனை இறுக்கின. நிறுத்து நிறுத்து என்றான் அவன். அவன் மனக்குரல் அவனுக்கே அழுகைபோல் ஒலித்தது. நான் என்ன மகாத்மாவா? விசுவாமித்திரனே தவறினானே? ஆனால், மற்றவர்களைப் போல முறை தவறி ஒரு தரம்கூட நான் நடக்கவில்லையே. மனத்தாலே தவறியிருக்கலாம்; ஆனால், எந்தப் பெண்ணின் வாழ்க்கையையும் பாழடிக்கவில்லையே? ஏன் இப்படிக் கூறுகிறீர்கள் என்று நினைத் தான். அவனுக்குச் சிரிப்பு வந்தது. நான் சாகப்போகிறவன். ஏன் கொல்லுகிறீர்கள் என்று முறையிடுகிறேன் என்று நினைத்தான்; சிரிப்பு வந்தது. இவனை ஒன்றும் சொல்லாதீர்கள். இவன் கண்ணால்தான் துகில் உரித்தான். மனத்தாலேதான் கேடு செய் தான். ஒரு பெண்ணையும் பாழடிக்கவில்லை. ஒரு பெண்ணுக்கு க்ஷண இன்பமும் கொடுக்கவில்லை. இடுப்பொடிந்தவன். மனப் பேடி. உடற்பேடி. மனசிலே அர்ஜுனன், துச்சாதனன்; உடம்பிலே பேடி. ரயில் புகையைப் போலக் கொப்புளங்கள் குமிழியிட்டுச் சூழ்ந்தன. மூச்சு முட்டிற்று. நானொன்றும் பேடி இல்லை, மற்றவர் களுக்காக என்னை இழந்தேன்; என் ஆண்மையை ஒளித்தேன். என்னால் மற்றவர்களைப்போல இருந்திருக்க முடியாதா? வீட்டுக் கொரு பெண்ணும் ஊருக்கொரு உறவுமாக இருந்திருக்க மாட்டேனா? மற்றவர்கள் வாழவேண்டும் என்ற அன்பினால்தான் நான் அன்பில்லாது வாழ்ந்துவிட்டேன். நான் பட்ட கஷ்டம், என் துயரம் எனக்கல்லவோ தெரியும் என்று விம்மிப் பொருமினான் அவன். அன்பினால் அன்பை இழந்த நீ எப்படி அன்போடு அன்பாக இருக்க முடியும் என்ற விஷம எண்ணம் பாம்பாக ஊர்ந் தது. அதன் வளைசலையும் நெளிவையும் மனத்தாலே பார்த்துக் கொண்டிருந்தான். மீண்டும் சிறிது நேரம் அமைதி. அவனுக்கு ஆனந்தமளித்த முன்மாதிரியான அமைதி அல்ல. நாள் முழுதும் உழைத்துவிட்டுப் பாயில் செத்த பாம்பு போல விழுவானே அந்த அசதி நிறைந்த அமைதி. மேல் மூச்சு வாங்கியது; மூச்சுத் திணறிற்று; மெதுவாகக் கோமாளி எட்டிப் பார்த்தான். என்ன அசிங்கமாக இருந்தான். இவனைப் பார்த்து ஜனங்கள் எப்படிச் சிரித்தார்கள்.

கூனல் முதுகும், கப்பைக் கால்களும் துடுப்புப் போன்ற கைகளும் கீழ் வரிசைப் பற்களும் ஈறும் தெரியத் தொங்கிக்கொண்டிருந்த தடித்த உதடும் பார்க்கப் பார்க்க அவனுக்கு இரக்கம் சுரந்தது. அந்தக் கோமாளியைச் சுற்றிச் சிரிப்பு மெல்லிய வலைபோல் சூழ்ந்துகொண்டிருந்தது. ஆவி உலகச் சிரிப்போ? சிரிக்காதீர்கள் என்று அதட்டினான் செத்துக்கொண்டிருந்தவன். கோமாளி பொம்மலாட்டப் பொம்மை மாதிரி நாட்டியமாடிக்கொண்டிருந்தான். நடுநடுவே வயிற்றிலடித்துக்கொண்டான். குட்டைக் கால்களைப் பரப்பி விகாரமாக வயிற்றுக்குக் கீழே அடித்துக்கொண்டான். தன் பயங்கர பரிதாபத்தை உணர்ந்தவனாகத் தெரியவில்லை; உணர்ந்தவனாகவும் தோன்றியது. சிரிப்பு வலை அவனை இறுக்கிக் கொண்டது போலும் தோற்றமளித்தது. தட்டு நிறைய லட்டு; லட்டு நிறையத் தட்டு. துட்டுத் தந்தால் லட்டு; லட்டுத் தந்தால் துட்டு என்று தச்சன் ஆணியடிப்பது போலத் தாள கதியின்றித் தாளம் போட்டு ஆடிக்கொண்டிருந்தான். அது வேடிக்கையாகவும் விகாரமாகவும் விரசமாகவும்கூட இருந்தது. அந்தக் கோமாளியின் ஆட்டத்தை மனசால் பார்த்த அவனுக்குச் சிரிப்பு வந்தது; அழுகை வந்தது. மூச்சுவிட முடியவில்லை.

வாழ்க்கையை நான் இப்போதோ அடுத்த கணமோ முடித்துக் கொண்டு போய்விடப்போகிறேன். எனக்கு டில்லி பாதுஷாவைப் போல் வழியனுப்ப நாட்டியம் என்று நினைத்ததும் சிரிப்பு வந்தது. அரைக்கணம்கூட நடந்திராத அந்த நாட்டியம் நின்றது. ஐயா பசி, வயிற்றுப்பசி, உடற்பசி, மனப்பசி, உயிர்ப்பசி, மூளைப்பசி என்ற அந்தக் கோமாளியின் குரல் ஒட்டடைபோல் ஆடி ஆடி ஒரு நுனியில் அறுந்து அந்தரத்தில் தொங்கியது. அதன் நுனியில் சிலந்திப் பூச்சி போல் கால்களை ஆட்டிக்கொண்டு அவனும் தொங்கிக் கொண்டிருந்தான். தான் பட்ட கஷ்டங்களை, இப்போது தான் கண்டதை, கொஞ்ச நேரத்துக்கு முன் தான் அனுபவித்த ஆனந்தத்தை, அமைதியை, சாவு என்றால் பயமில்லை, வலியில்லை என்பதைச் சொல்ல வேண்டுமென்று நினைத்தான். தான் கடைசியாகச் செய்யும் இந்தக் காரியம் மிக மிக முக்கியமானதென்று உணர்ந்தான். தனது செத்துக்கொண்டிருந்த தேகத்தில் சிதறிக்கிடந்த சக்திகளையெல்லாம் சேர்க்க ஒரு நெடிய மூச்சை இழுத்தான். அப்போது நூல் அறுந்தது. சிலந்தி விழுந்தது. அவன் அழுது அழுது வேண்டிக்கொண்டிருந்த அந்த ஆனந்தமயமான அமைதி அவனை மெல்ல வந்து மூடிக்கொண்டது.

ஒருவர் நாடியைப் பார்த்துவிட்டுத் தலையை ஆட்டிவிட்டு உதட்டைப் பிதுக்கினார். இரண்டு மூன்று நாள் கழித்து ஒரு

பத்திரிகையில் நமது மதிப்பிற்குரிய திரு.... அவர்கள் நேற்றிரவு அமைதியாக இறைவனடி சேர்ந்தார் என்பதை வருத்தத்துடன் தெரிவித்துக்கொள்கிறோம் என்று பிரசுரித்திருந்தார்கள். இரங்கற் கூட்டத்தைப் பற்றியோ ஒரு நிமிஷ மௌனத்தைப் பற்றியோ எனக்கு இப்போது ஞாபகமில்லை.

(தீபம், 1966)

புதியவன்

அவன் அந்த ஊருக்குப் புதுசு. அவனுடைய சொந்த ஊரைப் போலவே இதுவும் ஒரு சிறு ஊரானாலும், பெரிய அதிகாரி இருக்கும் ஊர். அவரிடம் ஒரு வேலை ஆகவேண்டியிருந்தது. அதற்காக வந்திருந்தான்.

அந்த ஊரின் தூசி படிந்த தெருக்களும், கருத்துக் குழம்பாகி நாற்றமெடுத்துக்கொண்டிருந்த சாக்கடைகளும் அவனுக்குத் தன் சொந்த ஊரையே நினைவு மூட்டின. இரைச்சலும் ஜன சந்தடியும் குப்பையும் மலிந்திருந்த கடைத்தெருவும் அவனுக்குப் பழக்கமானவை போலத்தானிருந்தன. தெருவோடு ஒட்டி, காரை பெயர்ந்திருந்த திண்ணைகளுடனும், சிரங்கின் பொருக்குப்போன்ற ஓட்டுவில்லைக் கூரைகளுடனும் கூடியிருந்த வீடுகளும், வீட்டு வாசலின் முன்னால் சாக்கடையோரம் நிர்வாணமாய் உட்கார்ந்து விரலைச் சுவாரசியமாய்ச் சப்பிக்கொண்டு, சௌசம் என்னும் கர்மயோகத்தில் ஈடுபட்டு, தெருவில் வருவோர் போவோரை வேடிக்கை பார்த்துக்கொண்டிருந்த சூணா வயிறுக் குழந்தைகளும் அவன் இதற்கு முன் பார்த்தவையே. ஆனால், அந்த ஊர் அவனுக்குப் புதுசு. அவன் அந்த ஊருக்குப் புதியவன். பெரிய அதிகாரியின் ஆபீசுக்கு வழிகேட்டுக்கொண்டு நடந்தான்.

இரும்புக் கிராதி 'கேட்டு'க்குள் மாமர நிழலில் உட்கார்ந்து வெற்றிலை போட்டு, சுற்றிலும் தாம்பூல அகழி கட்டிக்கொண்டிருந்த சிறு சிறு ஜனக்கூட்டங்களைத் தாண்டி, வழியில் தூங்கிக்கொண்டிருந்த, மயிரெல்லாம் உதிர்ந்துவிட்டிருந்த நாயையும் இடமாக வலம்வந்து, அவன் தேடிவந்த ஆபீசை அடைந்துவிட்டான். அங்கே அவன் எதிர்பாராத ஓர் உருவம் நின்றுகொண்டிருப்பதைப் பார்த்து, கொஞ்ச நேரம் ஒன்றும் செய்யத் தோன்றாமல் திகைத்து நின்றுவிட்டான். அந்த உருவம் அப்படி ஒன்றும் பூத பைசாசம் இல்லை. மார்பிலே அதிகாரப் பட்டயத்துடன் தலையிலே தலைப்பாகையுடன் தொங்குமீசையுடன் இருந்த ஆள்தான். இவனுக்கு அவன் புதுசு.

கொஞ்ச நேரம் ஒன்றும் பேசாமல் காத்திருந்து பார்த்தான். ஆனால், அவனைச் சேவகன் ஏறெடுத்தும் பார்க்கவில்லை. தான் எப்படி உள்ளே போவது, தன்னைப் போலொத்தவர்களை உள்ளே விடுவார்களோ மாட்டார்களோ, மேலதிகாரிகளிடமிருந்து சீட்டு ஏதாகிலும் வேண்டியிருக்குமோ என்றெல்லாம் அவன் மனம் குழப்பத்தில் ஆழ்ந்தது. பிறகு பொறுமையைக் கைவிட்டுத் தைரியத்தை வரவழைத்துக்கொண்டு சேவகனைப் பாராதவன்போல் நேரே உள்ளே நுழைய முயன்றான்.

"ஏய், எங்கே போறே?" என்று மறித்தான் அதிகாரத்தின் சின்னமான பட்டயக்காரன். அந்தக் கணமே தான் என்றென்றைக்கும் உள்ளே நுழைய முடியாது என்று பட்டுவிட்டது அவன் மனத்தில். இருந்தாலும் முயற்சிசெய்து பார்க்கவேண்டும் என்ற தீர்மானம் மேலோங்க, "நான் பெரிய அதிகாரியைப் பார்க்க வேண்டும்" என்று சொன்னான். "என்ன வேலை?" என்று விடாமல் கேட்டான் அச்சேவகன். இவனுக்கு எப்படித்தான் வந்த விஷயத்தை அவன் புரிந்துகொள்ளும்படியாக, சுருக்கமாக, அதே சமயத்தில் அதன் அவசரத்தையும் அவசியத்தையும் நியாயத்தையும் காண்பிக்கும் முறையில் சொல்வது என்று யோசித்துக்கொண்டு, "நிலம்... சொத்து விஷயமாக... ரொம்ப அவரிடம் சொல்ல வேண்டியிருக்குது... அவசரம்" என்று சொல்ல முடியாமல் சொல்லி முடித்தான் அவன். அதைக் கேட்ட சேவகனின் புருவங்கள் நெளிந்தன. பொங்கிவரும் சிரிப்பை அடக்க முடியாமல் அடக்கியவனாய் அந்தச் சேவகன் தலையைத் திருப்பிக் கீழே எச்சிலை உமிழ்ந்தான். அந்தச் சத்தத்தைக் கேட்டு, மாமரத்தடியிலிருந்த கும்பல் தலையைத் தூக்கிப் பார்த்தது. சேவகன் அவர்களைப் பார்த்துத் தலையை அசைத்தான். அவன் வாயோரத்தில் எச்சில் கம்பி சிலந்தி நூலைப் போல ஆடி வெயிலில் மினுமினுத்தது.

அவர்கள் ஓடோடியும் வந்தார்கள். "கேட்டீங்களா சங்கதியை, இவரு பெரிய அதிகாரியை ஒடனே பாக்கணுமாம், ரொம்ப சமாசாரம் சொல்லணுமாம்" என்று சொல்லி, தாறுமாறாக இருந்த காவிப் பற்களைக் காட்டிச் சிரித்தான் அந்தச் சேவகன். சினிமாத் திரையின் விளம்பரம் மாறுவதுபோல, ஆவலே உருவாக வந்த அவர்கள் முகத்தில் இருந்த ஆவல் மாறி அதிருப்தியும் ஏமாற்றமும் அசதியும் தோன்றின. சிலர் சேவகனுடன் சேர்ந்து சிரித்தார்கள். ஒருவன் வெற்றிலைச் சாற்றைத் துப்பிக்கொண்டே, "வாங்க போவலாம். என்னமோன்னு நினைச்சேன்" என்று திரும்பினான். "புதுசு போல இருக்கு" என்று சொல்லி இளக்காரமாகச் சிரித்துக்கொண்டு ஆச்சரியக்குறி தோன்ற அவனை ஏதோ புது மிருகத்தைப் பார்ப்பது போல் வேடிக்கை பார்த்தனர் இன்னும் சிலர். கூட்டம் சிறிது சிறிதாகக் கலைந்து மாமரத்தடிக்குச் சென்றது. அவனுக்கு வந்த

கோபத்தாலும் அவமானத்தாலும் அவன் உடல் குன்றியது. அவன் அங்கேயே நின்றுகொண்டிருந்தான். கடைசியில் போய்க்கொண்டிருந்த, சற்று வயதானவனாகத் தோன்றிய ஒரு ஆள் திரும்பி வந்து, "இங்கே வாங்க, நெழல்லே குந்திக்குங்க, நாங்களும் அதுக்குத்தான் காத்துக்கிட்டிருக்கோம்" என்று அழைத்தான். புதியவன் மனத்தில் மீண்டும் நம்பிக்கை துளிர்த்தது. பேசாமல் அவனும் அவர்களின் பின்னால் போய் மரநிழலில் உட்கார்ந்தான்.

அவர்களில் சிலர் ஆடுபுலி விளையாடிக்கொண்டிருந்தார்கள். சிலர் சீட்டாடிக்கொண்டிருந்தார்கள். ஏதோ தஸ்தாவேஜிகளைப் பரப்பிப்போட்டுப் படித்துக்கொண்டிருந்தார்கள். சிலர் பிரதி எடுத்துக் கொண்டிருந்தார்கள். சிலர் குறட்டைவிட்டுத் தூங்கிக்கொண்டிருந்தார்கள். புதியவன் மௌனமாய் உட்கார்ந்து அவர்கள் செய்வதை ஒரு கண்ணாலும், மற்ற கண்ணால் பட்டயக்காரச் சேவகனைப் பார்த்தபடியும் உட்கார்ந்திருந்தான். அவர்களும் இவனோடு பேசவில்லை. வெயில் காய்ந்துகொண்டிருந்தது.

வெகுநேரம் கழித்து, சீட்டாட்டத்திலிருந்து விலகின ஒரு ஆள், இவனை நிழலுக்கு வந்து குந்தியிருக்கும்படி சொன்ன அதே ஆள், ஒரு பீடியைப் பற்றவைத்துக்கொண்டு இவனருகில் வந்து உட்கார்ந்து கொண்டான். நாலு இழுப்பு இழுத்த பின்னர், "பீடி வேணுமா தம்பி?" என்று கேட்டான். இவன் வேண்டாமென்று தலையை ஆட்டினான்.

"எந்தூரு?" என்று அடுத்து அந்த ஆள் கேட்டான்.

"புதூரு, இங்கேந்து ரொம்பத் தொலைவு, நடந்தே வந்தேன்" என்றான் இவன்.

"பேரு?" என்று மேலும் கேட்டான் அந்த ஆள்.

"வேலச்சாமி."

"என்ன ஜாதி?"

"புள்ளைமார். ஆமா, நேரமாயிட்டேயிருக்குதே, எப்ப அதிகாரியைப் பாக்கறது?" என்று கேட்டான் வேலச்சாமி.

"தம்பி, புள்ளையா? ரொம்ப நல்லதாப்போச்சு. நாங்கல்லாம் புள்ளைங்கதான்" என்றான் அந்த ஆள்.

"எல்லாமா?" என்று ஆச்சரியத்துடன் கேட்டான் வேலச்சாமி.

"எல்லாம் இல்லே, இந்த சீட்டாடற கும்பல் மாத்திரம்தான். அதோ அங்கே இருக்கிறது. அது வேறே ஜாதி. இங்கே இருக்கிற ஒவ்வொரு கும்பலும் ஒவ்வொரு நாட்டுக்காரரு."

“எல்லாருமா அதிகாரியைப் பார்க்கறதுக்குக் காத்துக்கிட்டிருக் காங்க?” என்று கேட்டான் வேலச்சாமி.

“ஒனக்கு இந்த ஊரு புதுசுபோல இருக்கு. இங்கே யாராவது இருக்காங்களா, எங்கே தங்கப்போறே?” என்று பேச்சை மாற்றி னான் அந்த ஆள்.

“நான் ஏன் இங்கே தங்கணும், பெரிய அதிகாரியைப் பாத்து நியாயத்தைச் சொல்லீட்டு நான் போயிட்டே இருக்கிறவனாச்சே” என்றான் வேலச்சாமி.

“அதென்ன அவ்வளவு சுளுவாச் சொல்லிட்டே, அப்பிடி அவரெப் பாத்துட முடியுமா? நான் எவ்வளவு காலமா காத்துக் கிட்டிருக்கேன். நீ இன்னிக்கு வந்தவன் பாத்துடுவியா?” என்று எகத்தாளமாயும் கோபமாயும் கேட்டான் அந்த ஆள்.

“என்ன... ரொம்பக் காலமா?” என்பதைத் தவிர வேறொன்றும் உடனடியாகச் சொல்ல முடியவில்லை வேலச்சாமிக்கு. தான் எடுத்துக்கொண்ட காரியம் எவ்வளவு அசாத்தியமானது என்பதை அவன் அப்போதுதான் உணர ஆரம்பித்தான். பிறகு மெதுவாக, “நெஜமாவா?” என்றான்.

“நான் ஏன் பொய் சொல்றேன்? ஆனாலும், நான் அவசரப் படறத்துக்கு நியாயமில்லே. அங்கே தூங்கிக்கிட்டு இருக்கார் பாரு, அவரு எனக்கு முன்னாடி, எப்பவோ, எவ்வளவோ காலம் முன்னாடி வந்தவர். இன்னும் அவருக்கு முன்னாலே வந்தவங் களெல்லாம் இருக்காங்க. ஆனா அவங்க தெனம் இங்கே வந்து காத்துக்கிட்டு இருக்கிறதில்லை. என்னிக்காவது ஒரு நாளாவது வந்து தங்களோட பேர் கூப்பிட்டாங்களான்னு கேட்டுக்கினு போயிடுவாங்க. அப்பிடி இருக்கச்சே நான் அவசரப்பட்டா என்ன லாபம்? நான் சொல்றதை நம்பலேன்னா இங்கே யாரையாவது கேட்டுப்பாரு, சுந்தரலிங்கம் சொல்றது பொய்யான்னு” என்று சொல்லிக்கொண்டே அந்த ஆள் பீடியைக் கடைசி இழுப்பு இழுத்து வீசி எறிந்தான்.

வேலச்சாமிக்கு என்ன சொல்வதென்று தெரியவில்லை. சுந்தர லிங்கத்தின் முகத்தைப் பார்த்தான். பிறகு நிதானமாக, “நீங்கள்ளாம் எத்தனை வருசமானாலும் இருப்பீங்க, நான் அப்படியில்லை, இன்னிக்கே அதிகாரியைப் பாக்கப் போறேன்” என்று சொன் னான். அவனை அறியாமலேயே அவன் குரலை உயர்த்திவிட்டான் போலிருக்கிறது. திடீரென்று ஒரு அசாதாரணமான அமைதி, நிசப்தம் நிலவியது. வேலச்சாமி திடுக்கிட்டுப்போனான். எல்லோரும் இவனையே பார்த்துக்கொண்டிருந்தார்கள். பலர்

முகத்தில் இகழ்ச்சியும் வெறுப்பும் தாண்டவமாடியது. சிலர் இவனுக்கு இரக்கப்படுபவர்போல் தோன்றினார்கள். பலருடைய முகங்கள் ஆச்சரியத்தைக் காட்டின.

வேலச்சாமியின் மனத்தில் அவனையறியாத ஒரு நடுக்கம். மார்கழிக் குளிரில், பனிக்கட்டிமேல் ஆடையின்றி நிற்பது போன்ற உணர்ச்சி. அந்த நிசப்தத்தைப் பிளந்துகொண்டு 'ஹஹ்ஹஹா' என்று சிரித்தான் ஒருவன். சிரித்து, வெறுப்புத் தெறிக்க வாய் எச்சிலை உமிழ்ந்தான். எல்லோரும் மீண்டும் கசகசவென்று பேசிக் கொண்டு தங்கள் ஆட்டங்களைத் தொடர்ந்தனர். நிசப்தம் கலைந் ததில் ஓரளவு ஆறுதலைப் பெற்ற வேலச்சாமிக்கு ஆத்திரமும் கோபமும் தாங்கவில்லை. விடுவிடென்று அந்தச் சேவகனை நோக்கி நடந்தான். யாரும் தலையைத் தூக்கிக்கூட இவனைப் பார்க்கவில்லை.

"என்னய்யா மறுபடியும் வந்துட்டே?" என்று அதிகாரம் தொனிக்கக் கேட்டான் சேவகன்.

"வழியை விடு, யார் நீ என்னைத் தடுக்க?" என்று எதிர்த்தான் வேலச்சாமி.

இருவருக்கும் வாக்குவாதம் முற்றியது. மர நிழலில் உட்கார்ந்த வர்களில் சிலர் சாவதானமாக எழுந்து இவர்கள் இருக்குமிடம் நோக்கி வந்தனர். வாக்குவாதத்தின் காரணத்தை அறிந்தபின் இவர்கள் இரு கட்சியாகப் பிரிந்தனர். வாக்குவாதம் செய்வது சரி, அப்போது அந்தச் சந்தடியைக் கேட்டாவது அதிகாரி வரலாம் என்பது ஒரு சாராரின் வாதம். வாக்குவாதம் முற்றினால் சந்தடி யைக் கேட்டு, தாங்கள் மர நிழலில் ஒதுங்கியிருக்கும் சலுகையைக் கூட இழந்துவிடலாம், ஆதலால் சமாதானமாகப் போக வேண்டும் என்பது மற்றொரு சாராரின் வாதம். இவர்கள் இம்மாதிரி வாதிட்டுக்கொண்டு வந்ததைப் பார்த்து ஆத்திரமும் பயமும் அடைந்த காவல்காரன், திடீரென்று வேலச்சாமியின் கழுத்தில் கையை வைத்து நெட்டித் தள்ளினான். இதைச் சற்றும் எதிர்பாராத வேலச்சாமி தடுமாறித் தரையில் குப்புற விழுந்தான். மூக்கிலிருந்தும் உதட்டிலிருந்தும் ரத்தம் கசிந்தது. தங்கள் வாதத்திற்கு இனி அவசியமில்லை என்பதை உணர்ந்த மற்றவர்கள், பேச்சை நிறுத்திக் கொண்டு மீண்டும் மர நிழலை அடைந்து தாங்கள் விட்ட இடத்தி லிருந்து விளையாட்டைத் தொடர்ந்தனர்.

வேலச்சாமிக்கு அதிகம் அடிபடவில்லையானாலும் எழுந்தி ருக்க முடியவில்லை. அசாத்தியமான காரியத்தை மேற் கொண்டுவிட்டோமோ என்ற மன உளைச்சல் அவன் உடல்பலம்

அனைத்தையும் உறிஞ்சிவிட்டிருந்தது. வெளியிலும் இருள் பரவ ஆரம்பித்துவிட்டது. சேவகன் வேலச்சாமியை வெறுப்போடும் பரிதாபத்தோடும் பார்த்துக்கொண்டிருந்தான்.

'எழுந்திரு தம்பி' என்ற சுந்தரலிங்கத்தின் குரல் வேலச்சாமிக்குத் தான் இருக்கும் நிலையை உணர்த்தியது. மெள்ள எழுந்து சட்டையால் முகத்தைத் துடைத்துக்கொண்டான். சேவகனைக் கோபத்தோடு நோக்கினான்.

"அவன் மேலே கோபப்படாதே தம்பி. தன் வேலையை அவன் செஞ்சான், கெடக்குது வா" என்று ஆதரவோடு கூறியபடி சுந்தரலிங்கம் வேலச்சாமியின் கையைப் பிடித்து இழுத்தான். ஒன்றும் பேசாமல் வேலச்சாமி சுந்தரலிங்கத்துடன் நடந்தான்.

இருவரும் சுந்தரலிங்கத்தின் வீட்டை அடைந்தனர். திண்ணையை மறைக்கும் சாக்குத் திரை, உடைந்த கருங்கல் படிகள், புகையேறிய மாடத்தில் இன்னும் நம்பிக்கையோடு மினுக்கிக் கொண்டிருந்த அகல்விளக்கு, சிதிலமான ஓட்டுக் கூரை இவை எதையும் கவனிக்கவில்லை வேலச்சாமி. ஏதோ கனவில் இருப்பவனைப்போல இருந்தான் அவன்.

"காலைக் கழுவிக்கோ தம்பி" என்று சுந்தரலிங்கம் ஒரு கிரோஸீன் டின்னிலிருந்து எடுத்துக் கொடுத்த தண்ணீரை ஒரு பேச்சும் பேசாமல் வாங்கிக்கொண்டான் வேலச்சாமி. காலைச் சுத்தம் செய்துகொண்டு இருவரும் வீட்டு முற்றக் குறட்டில் உட்கார்ந்துகொண்டார்கள்.

"யாரது?" என்று கேட்டுக்கொண்டே உள்ளேயிருந்து வந்தாள் ஒருத்தி. இவர்கள் இருவரையும் பார்த்துச் சற்று ஆச்சரியத்தோடு புடவைத் தலைப்பைச் சரிசெய்துகொண்டு இவர்கள் அருகில் வந்தாள்.

"இவரு ஊருக்குப் புதுசு, பெரிய அதிகாரியைப் பாக்கணுமின்னு இன்னிக்கு வந்தாரு, கொஞ்சம் அவசரப்பட்டுட்டாரு" என்றான் சுந்தரலிங்கம் சிறிது புன்னகையுடன்.

"மொகமெல்லாம் ரத்தமாயிட்டுக் கெடக்கே, நல்லாத் தொடச்சிக்குங்க" என்று சொல்லிக்கொண்டே ஒரு செம்பில் தண்ணீரும் ஒரு துண்டும் கொண்டுவந்து கொடுத்தாள். அவள் வேலச்சாமி வந்தது பற்றியோ அவன் ரத்தக் காயத்துடன் இருந்தது பற்றியோ சற்றும் ஆச்சரியப்பட்டதாகத் தெரியவில்லை.

"வாங்கிக்க தம்பீ" என்ற சுந்தரலிங்கத்தின் குரலைக் கேட்டு வேலச்சாமி திடீரெனத் தன்னுணர்வு வரப்பெற்றவன்போல

விழித்தான். அவளிடமிருந்து நீரையும் துண்டையும் வாங்கி முகத்தைக் கழுவிக்கொண்டே அவளை அடிக்கடி பார்த்தவண்ணம் இருந்தான்.

"அதும் பேரு பொன்னம்மா, என் தங்கச்சி, சுந்தரின்னு கூப் படறது. அதுக்கு ஒன்னைப் புடிச்சிட்டது போல இருக்கு. இல்லாத போனா இந்த மாதிரி செஞ்சிருக்காது. நீயும் அதுங்கிட்ட நல்ல மாதிரியா இருக்கிறதுதான் நல்லது. அதுக்கு அந்த முனுசாமி சிநேகம். அதாலே நீ எங்களையும் முந்திக்கினு உள்ளே போனாலும் போயிடலாம்" என்று கண்ணை விஷமத்தனமாகச் சிமிட்டிக் கொண்டே சுந்தரலிங்கம் சொன்னதைத் தான் ரசிக்காவிட்டாலும் மீண்டும் அவளைப் பார்த்தான் வேலச்சாமி. சுந்தரியும் இவனைச் சற்றும் கூச்சமில்லாமல் பார்த்துக்கொண்டிருந்தாள்.

அவளுக்கு முப்பது வயதிருக்கும். தலைமயிர் சுருண்டு முன் நெற்றியில் விளையாடிக்கொண்டிருந்தது. சற்றுப் பருமனாக ஆனால், விகாரமில்லாத வகையாக இருந்தாள். நெற்றியில் அகலக் குங்குமப்பொட்டு ஒன்றைத் தவிர வேறு ஆபரணங்களில்லை. கண்கள் கருப்பாகவும் விசாலமாகவும் இருந்தபோதிலும் அவை பார்ப்பவர் மனத்தைச் சிறிதே துக்கப்படச் செய்தன. கழுத்திலிருந்து வியர்வை அரும்பி, சிறுசிறு துளிகளாக உருண்டோடி அவள் ரவிக் கையை நனைத்துக்கொண்டிருந்தது. அவள் நின்றுகொண்டு இவனைப் பார்த்திருந்த தோற்றம், அவள் கண்கள், அவை பின்னா லிருந்த இனம் புரியாத கடுகத்தனை துக்கம், குங்குமப்பொட்டு, ஈரக்கழுத்து, நனைந்த ரவிக்கை, சுருண்ட கேசம், சுற்றிலும் இருண்டு நடுவில் மாத்திரம் சிறிது வெளிச்சத்தோடிருந்த முற்றம், மேலே இருண்ட வானத்தில் தீப்பொறிபோல் தெரிந்த செவ்வாய் எல்லாம் ஒன்றாகக் கூடி அவனுக்கு ஒரு மயக்க உணர்ச்சியைக் கொடுத்தது. அவள் மனித இனத்தில் சேராத ஒரு யட்சிணிபோல அவனுக்குத் தோன்றினாள்.

"அதாரது முனுசாமி?" என்று அவன் வாய் கேட்டது.

"அதாம்ப்பா, அந்தப் பட்டயக்காரன்" என்று அசுவாரசிய மாக பதிலளித்தான் சுந்தரலிங்கம். சுந்தரி முகவாய்க்கட்டையைத் தோளில் இடித்துக்கொண்டு உள்ளே போய் இவர்களைச் சாப்பிடக் கூப்பிட்டாள். மறுநாள் காலை வேலச்சாமியின் கண்ணுக்கு அவள் சாதாரணப் பெண்ணாகவே அழகற்று ஆனால், குரூபியாகவும் இல்லாது எல்லாரையும் போன்ற ஒருத்தியாகவே இருந்தாள்.

அன்று சாயங்காலம் சுந்தரலிங்கம் எங்கோ போய் விட்டான். வேலச்சாமி தனியாகவே அவன் வீட்டுக்குப் போனான்.

“லிங்கண்ணன் வரல்லியா?” என்று கேட்டாள் சுந்தரி. இல்லை என்பதற்கு அடையாளமாகத் தலையை அசைத்தான் வேலச்சாமி.

“சரி, நீங்க சாப்பாட்டுக்கு வாங்க” என்று கூப்பிட்டாள்.

அவன் மௌனமாகச் சாப்பிட்டுக்கொண்டிருந்தான்.

“ஒங்களை மொத பாத்தப்போவே எனக்கு என்னமோ போலா யிடுச்சு. இந்த ஊரிலே எத்தனை ஜனங்க காத்திட்டுருக்காங்க அதிகாரியே பாக்கணுமின்னு. ஆனா ஒத்தரும் நீங்க செஞ்சமாதிரி செஞ்சதில்லே. நீங்க எப்படியும் பாத்துடுவீங்கன்னுதான் நான் நெனைக்கறேன்” என்றாள் அவள் பரிமாறிக்கொண்டே. வேலச் சாமி அவளை நிமிர்ந்து பார்த்தான். மீண்டும் ஒரு கணம் யக்ஷிணி யைப் பார்ப்பது போன்ற பிரமை. அவள் அவன் பார்வையைத் தாங்க முடியாதவள்போல் தலைகுனிந்தாள்.

“நீங்க மனசுவெச்சா முடியும்னு சுந்தரலிங்கம் சொன்னாரே” என்றான் வேலச்சாமி.

“அது அப்பிடித்தான் குறும்பு பண்ணும், என்னாலே ஆகு மின்னா அது ஏன் தெனம் போயிக் காத்துக்கினு கெடக்கணும்” என்று அவள் மெதுவாகச் சொன்னாள். அதற்கு மேல் அவர்கள் இருவரும் பேசவில்லை.

அந்தச் சமயத்தில், “தம்பீ!” என்ற எங்கோ கேட்ட மாதிரி குரல் வாசல்புறத்திலிருந்து எழுந்தது. சுந்தரி போய்ப் பார்த்துவிட்டு, “அவரு வந்திருக்காரு” என்று முகத்தைச் சுளித்துக்கொண்டே சொன்னாள். வேலச்சாமி அவசரமாகச் சாப்பாட்டை முடித்துக் கொண்டு திண்ணைக்குச் சென்றான். அகல் வெளிச்சத்தில், முதுமையை எட்டிப்பார்த்துக்கொண்டு நிற்கும் மீசைக்கார மனிதன் தன்னைக் கீழே தள்ளிய முனுசாமி என்று புரிந்துகொள்ள வேலச்சாமிக்குச் சில வினாடிகள் ஆயின.

அதற்குள் முனுசாமியே கிட்ட வந்து, “ஒக்காரு தம்பி” என்று குழறிக் குழறிச் சொன்னான். அவன் வாயைத் திறந்ததும் கள் நாற்றம் குப்பென்று வீசியது.

“என்ன தம்பி, இன்னும் எம்பேருலே கோவமா? என் எடத் திலே நீ இருந்தா என்ன பண்ணியிருப்பே? சத்தியமாச் சொல்றேன், ஒன்னை அடிச்சுக் காயம்பண்ணணுமின்னு எனக்கு எண்ணமே இல்லை. என் ஆயுசிலே நான் யாரையும் அடிச்சதே கெடயாது” என்று சொல்லிக் குழந்தையைப் போலே கேவிக் கேவி அழ ஆரம் பித்தான் முனுசாமி. விகாரமாகவும் அருவருப்பைத் தரும்படியும்

அவன் சற்று நேரம் அழுது ஓய்ந்தான். கண்ணீரினால் அவன் கன்னங்களும் மீசையும் நனைந்து பளபளத்தன. மூக்கின் நுனியில் ஒரு பெரிய சொட்டு ஆடிக்கொண்டு நின்றது. அந்தச் சொட்டில் சந்திரன் விட்டுவிட்டு மின்னினான்.

புறங்கையால் மூக்கையும் முகத்தையும் துடைத்துக்கொண்டே, "தம்பீ கிட்டே வா. ஒரு ரகசியம் சொல்றேன்" என்றான் முனுசாமி. வேண்டா வெறுப்பாக வேலச்சாமி அவனருகில் நகர்ந்தான்.

"நான் ஏன் ஒன்னைத் தள்ளினேன் தெரியுமா? இல்லாத போனா என் வேலை போயிருக்கும். அப்பறம் அதிகாரியைப் பாக்கறது எப்பிடி?" என்று வெகு வெகு ரகசியமாக வேலச்சாமி யின் காதில் ஓதினான் முனுசாமி.

"என்னது, என்ன சொல்றீங்க?" என்றான் வேலச்சாமி. அவன் காதையே அவனால் நம்ப முடியவில்லை.

"பின்னே என்ன? நான் ஒண்ணேகாலணாச் சம்பளத்துக்கா இந்த வேலை பாக்கறேன். ஒன்னைப் போலத்தான் நானும் வந்தேன், ரொம்ப ரொம்ப காலத்துக்கு முன்னாலே, அதிகாரியைப் பாக்கணு மின்னு. அப்போ ஒரு காவல்காரன் இருந்தான். என்னை உள்ளே போகாதேன்னான். அவனோடே நான் சண்டைப் புடிச்சு ஏக கலாட்டா பண்ணிட்டேன். இந்தச் சத்தத்தைக் கேட்டுப்பிட்டு உள்ளேயிருந்து ஒரு குமாஸ்தா வெளியே வந்து என்ன சங்கதீன் னாரு. அப்பறம் என்னைப் பாத்து, "நீ காவக்காக்கறயா?" அப்படீன் னாரு. "ஒழுங்காக் காவக்காத்தா அதிகாரி பாத்தாலும் பாப்பாரு"ன் னாரு. நான் சரீன்னேன். ஒடனேயே அவன் பட்டயத்தைப் புடுங்கி எனக்குக் குடுத்துட்டாங்க. இன்னும் காத்துக்கிட்டிருக்கேன். ஒரு நாளு அவரைப் பாக்காமயா போயிடுவேன்?" என்றான்.

வேலச்சாமி அவன் பேச்சை ஆவலோடு கேட்டபோதும் அவன் மனம் அதே சமயத்தில் எங்கோ விழுந்துகொண்டே போயிற்று.

முனுசாமி இவனை முற்றிலும் மறந்தவனாய், தனக்குத்தானே உளறிக்கொண்டே போனான்.

"ஆனா எனக்கென்னமோ சந்தேகம்தான். நான் இத்தனை காலமா அந்தக் குமாஸ்தாக்களைத்தான் பாத்திருக்கேன். அவங்க மாத்திரம் என்ன வாழ்ந்தாங்க? எங்கிட்டதான் என்னமோ பெரிய மனுசங்க மாதிரி பேசறாங்க, என்னைக் குருடன்னு நெனைச்சுக் கிட்டாங்க போலிருக்கு. நான்தான் பாக்கறேனே. அவங்க பெரிய குமாஸ்தா இருக்கற எடத்தை மீறிப் போனதில்லையே! அவரோ டயே அவங்களுக்குப் பேசத் தைரியம் இருக்கோ இல்லியோ. அவரு

ஒருத்தருதான் கீழ் அதிகாரியோட ரூமுக்குப் போவாரு. அதுகூட எப்பவாவதுதான். இந்தக் கீழ் அதிகாரிகளுக்கு மேலே இருக்காராம் தலைமைக் கீழ் அதிகாரி. அவரையே யாரும் பாத்ததில்லை. அவருக்கு மேலே உதவி அதிகாரிங்க இருக்காங்களாம். அவுங் களுக்கு மேலே இன்னும் எத்தனையோ பேரு. இவங்க எல்லாருக்கும் மேலேதான் பெரிய அதிகாரி. சில சமயம் எனக்கே சந்தேகம் வந்துடுது, அப்பிடி ஒருத்தரு இருக்காரான்னு. இல்லாமே சொல் வாங்களா? யார் கண்டாங்க...?" இவ்வாறு தட்டுத் தடுமாறிப் பேசிக்கொண்டே போனான் முனுசாமி.

"அப்போ இவங்க ஒத்தரையும் நீங்க பாத்ததே கெடயாதா?" என்று இடைமறித்தான் வேலச்சாமி.

"பாத்தா நான் ஏன் இந்த ஊரிலே கஷ்டப்பட்டுக்கினு கெடக் கேன்? ஊரைப்பாக்கப் போயிருக்க மாட்டேனா? என் பெண் சாதியெல்லாம் எப்படி இருக்காங்களோ?" என்று மீண்டும் அழ ஆரம்பித்தான் முனுசாமி.

வேலச்சாமியின் மனத்தில் இடிவிழுந்தாற்போலிருந்தது. முனுசாமியைத் திண்ணையில் அழவிட்டுவிட்டுத் தான் போய்த் தாழ்வாரத்தில் படுத்துக்கொண்டான்.

இப்போதெல்லாம் சுந்தரலிங்கம் என்றாவது ஒருநாள்தான் மாமரத்தடிக்கு வருவான். வந்து தன் பெயரைக் கூப்பிட்டார்களா என்று விசாரித்துப் போய்விடுவான். அவன் வீட்டுக்கு வருவது அதைவிட அபூர்வமாய்விட்டது.

வேலச்சாமிக்குத் தான் இங்கே வந்து எவ்வளவு காலமாயிற்று என்ற கணக்கே குழம்பிப் போய்விட்டது. சில சமயம் யோசிக்கும் போது ஒரு வாரமே ஆனாற்போலிருக்கும். மறுநிமிஷமே, ஆறு மாசமாயிருக்குமோ என்று யோசிப்பான். உடனே ஆறு மாசமா, இல்லை ரெண்டு வருஷமா என்று சந்தேகிப்பான். இப்போதும் பெரிய அதிகாரியைப் பார்த்துவிடலாம் என்ற நம்பிக்கை மாத்திரம் இன்னும் விடவில்லை. முந்தாநாளோ, போன வாரமோ முனுசாமி சில பேர்களைக் கூப்பிட்டானே, அவர்களில் யாரும் அந்த மரத்தடிக் கும்பலில் இல்லையென்பது நிஜம்தான். ஆனால், அவர்கள் கூப்பிட் டார்கள் என்பது உண்மைதானே. தன் பெயரையும் கூப்பிடுவார்கள் ஒருநாள், என்று சுந்தரியிடம் சொல்வான். அவளும் ஆமோதிப் பாள்.

அந்த வீட்டில் இவர்கள் இருவருமே இருந்து வந்தனர். சுந்தரலிங்கம் என்றாவது ஒருநாள்தான் வந்து பார்த்துப் போவான். வேலச்சாமி வருமுன்னால் சுந்தரி முனுசாமியிடம் சிநேகிதமாய்

இருந்தாளோ என்னமோ, இப்போது அப்படி இல்லை என்பதை வேலச்சாமியே அறிவான். இப்போதெல்லாம் அவள் யக்ஷிணியு மில்லை தேவ மாதுமில்லை. ஆனால், அவள் அன்பின் அரவணைப்பு ஒன்றுதான் அவனுக்கு இதம் கொடுத்தது. "நீ இல்லேன்னா என்னிக்கோ தற்கொலை பண்ணிக்கிட்டிருப்பேன்" என்று அவனே அவளிடம் பலதரம் சொல்லியிருக்கிறான்.

அன்று நல்ல வெயில். வேலச்சாமி மாமரநிழலில் நேரத்தைக் கடத்தச் சீட்டாடிக்கொண்டிருந்தவன் விளையாட்டு அலுத்து, கூட்டத்திலிருந்து விலகி உட்கார்ந்துகொண்டு சுற்றுமுற்றும் பார்த் தான். அப்போது ஒரு புது ஆள் தயங்கித் தயங்கி உள்ளே நுழை வதைப் பார்த்தான். அந்த ஆள் வெகுதூரம் நடந்து வந்திருப் பான் போலத் தோன்றியது. அவன் மெதுவாகக் காவல்காரன் நின்றிருந்த வாயிலருகே போய் நின்றான். பின் அவனும் காவல்கார முனுசாமியும் என்னவோ பேசிக்கொண்டனர். முனுசாமி பொங்கி வரும் சிரிப்பை அடக்குபவனாய்த் தலையைத் திருப்பி எச்சிலை உமிழ்ந்தபடி மரத்தடியில் இருந்தவர்களைப் பார்த்துத் தலையை ஆட்டினான். பலர் மிகுந்த ஆவலுடன் ஓடிச்சென்று, சில வினாடி களில் தலையைத் தொங்கப்போட்டுக்கொண்டு ஏமாற்றத்துடன் திரும்பிவிட்டார்கள். வேலச்சாமி இருந்த இடத்தை விட்டு நகர வில்லை. பின்னால் அந்தப் புதியவனும் குனிந்த தலையுடன் மெது வாக நடந்து வந்து வேலச்சாமியினருகில் உட்கார்ந்துகொண்டான். வெகு நேரம் அவனை யாரும் கவனிக்கவில்லை. அவனுடன் ஏதாவது பேச வேண்டும் என்று வேலச்சாமிக்கு ஒரு விசித்திர எண்ணம் உண்டாயிற்று.

"எந்தூரு?" என்று கேட்டான்.

"அடையூரு, ரொம்பத் தூரம். நடந்து வந்தேன்" என்றான் அந்தப் புதியவன்.

"பேரு" என்று மீண்டும் கேட்டான் வேலச்சாமி.

"அம்மாசை" என்றான் புதியவன்.

"என்ன ஜாதி?" என்று விடாமல் கேட்டான் வேலச்சாமி.

"மனித ஜாதி. நேரமாயிட்டே போவுதே, எப்போ அதிகாரி யைப் பாக்கறது?" என்று ஆத்திரத்தோடு பதில் சொன்னான் அம்மாசை.

"அவசரப்படாதே தம்பீ, நாங்கள்ளாம்கூட அவரைப் பாக்கற துக்குத்தான் காத்துக்கிட்டிருக்கோம்" என்றான் வேலச்சாமி.

“நீங்களும் இப்பத்தான் வந்தீங்களா?” என்று அம்மாசை கேட்டான்.

“நல்லாச் சொன்னே போ, இப்பவா? நீ புதுசு, அதான் அப்பிடிக் கேக்கறே. நான் வந்து எத்தினி வருஷமாவுது? எனக்கு முன்னாலே வந்தவங்கள்ளாம் இன்னும் காத்துக்கிட்டுக் கெடக் காங்க. நீ இப்ப வந்துட்டு ஒடனே பாக்கணுமிங்கறயே, ஆவுமா?” என்று கூறிச் சிரித்தான் வேலச்சாமி.

“நெசம்மாவா?” என்று அம்மாசை மெதுவான குரலில் கேட்டான்.

“நெஜந்தான். நான் ஏன் பொய் சொல்றேன்? யாரை வேணு னாலும் கேளேன், வேலச்சாமி சொல்றது பொய்யான்னு” என்று இன்னும் பலமாகச் சிரித்தான் வேலச்சாமி.

அம்மாசை ஒரு நிமிஷம் ஒன்றும் பேசாது மௌனமா யிருந்தான். பின் உரத்த குரலில், “நீங்க வேணுன்னா வருசக்கணக்கா காத்துக்கிட்டிருங்க. நான் அப்படியில்லை. இன்னிக்கே அதிகாரி யைப் பாக்கப்போறேன்” என்று கூவினான்.

எல்லோரும் தங்கள் விளையாட்டை நிறுத்தி மௌனமாக அம்மாசையையே நோக்கினர்.

அந்த நிசப்தத்தின் நடுவே, அதை இரண்டாகப் பிளந்து கொண்டு வேலச்சாமி கடகடவென்று சிரித்துக்கொண்டிருந்தான். புதியவன் முகத்திலிருந்த ஆத்திரமும் அவமானமும் வெறுப்பும் அவன் கண்களுக்குத் தெரியவில்லை.

திரிபுரம் எரித்த பரமேசுவரரைனைப்போல் அவன் கடகட வென்று தனக்குத்தானே சிரித்துக்கொண்டிருந்தான்.

(தீபம், 1976)

பேய்த் தேர்

நான் அப்படி ஒண்ணும் உசந்த ஜாதியில்லை. சாதாரண முருங்கைதான். என்ன திடுக்கிடுகிறீர்கள்? மரம் பேசுமா என்று சந்தேகமா? பேசும், நன்றாகப் பேசும். நான்தான் பேசிக்கொண்டிருக்கிறேனே! நீங்கள் உற்றுக் கேட்டால் நாங்கள் பேசிக்கொள்வது உங்களுக்குக் கேட்கும். அந்த நெட்டைப் பனையின் குரல் கேட்கிறதா? விரிசல் விட்ட பானைமாதிரி. சவுக்கன்தான் சரி. சாமியார் மாதிரி, எப்பவும் சிவ சிவா. தென்னையின் பேச்சு கேட்டிருக்கிறீர்களா? அவன் ஒரு கர்வத்தோடேதான் எப்பவும் பேசுவான். தான் கற்பக விருட்சம் என்ற இறுமாப்பு அவனுக்கு. உங்களுக்குத் தான் எங்கள் பேச்சைக் கேட்க அவகாசமில்லை. ஒரே அவசரம். என் காலடியிலிருக்கும் புல்கூடக் கொஞ்சிக் கொஞ்சிப் பேசுகிறதே! எங்கள் பேச்சே கேட்காதவர்கள் புல்லின் மழலையை எப்படிக் கேட்டிருக்க முடியும்?

என்னென்னவோ சொல்லிக்கொண்டு போகிறேனே! நான் சொல்லவந்தது எங்களுக்கே ராஜா மாதிரி இருந்த ஆலனைப் பற்றித்தான். ஆலன் பிரமாண்டமானவன். அவன் அடி மரம் பாம்பு மாதிரி நெளிந்து பூமியைக் கௌவிக்கொண்டிருக்கும். அவன் கைகளோ ஒவ்வொண்ணும் என்னைவிடப் பெரிசாயிருக்கும். எப்போது பார்த்தாலும் இலையும் காயுமாய் அகண்டாகாரமாய் இருக்கும் அவனைப் பார்க்கும்போதெல்லாம், கடவுள் இப்படித் தான், ஆனால், இன்னும் மகாப் பெரிய ஆலமரமாய் இருப்பார் என்ற புனிதமான எண்ணம் மேலெழும் எனக்கு.

ஆலனுக்கு இதில் கொஞ்சம் தலைக்கனம் என்றுதான் சொல்ல வேணும். இந்த வட்டாரத்தில் தானே ரொம்பப் பெரியவன் என்கிற எண்ணம் அவனுக்கு. நாம் ஏதாவது சொன்னாலும் பதில் கொடுக்க மாட்டான். காது கேட்காத மாதிரி இருப்பான். எத்தனை கிளி, மைனா, காக்காய் எல்லாம் அவன் கிளைகளிலே தங்கியிருக்கு! அதுகள் போடுகிற சத்தத்தில் உண்மையாகவே அவனுக்கு ஒரு வேளை காது கேட்காமல் இருந்திருக்கலாம். ஆனாலும், எனக்

கென்னமோ சந்தேகம்தான். தான் பெரியவன் என்கிறது மாத்திர மில்லை ஆலனுக்கு. ஒரு முக்கிய பாட்டையின் ஓரத்திலே இருக்கி றோம் என்றுவேறே அவனுக்குக் கர்வம். அத்தனை வண்டி ஜனங் களும், யாராயிருந்தாலும், அவன் கைகளுக்குத் தாழ்ந்துதான் போக வேண்டும். இதிலே அவனுக்கு ஒரு பெருமை. எனக்கென்னவோ இதுக்கெல்லாம் பெருமைப்படறது நியாயமாகப் படவில்லை. அவனென்ன, வேணுமென்றே இடந்தேடி அங்கே முளைத்தானா, இல்லை, தானாகவே அங்கேபோய் ஊன்றிக்கொண்டானா? ரெண்டும் இல்லை. என்னவோ முளைத்துவிட்டான். ஆலஞ்சாதி ஆனதுனாலே பெரீசா வளர்ந்தும்விட்டான். வயசு வேறே. இதிலே பெருமைப்பட என்ன இருக்கு? எல்லாரும் விரும்பிச் சாப்பிட ருசியான காயுண்டா? உடம்புக்கு உறுதி தரக்கூடிய இலையுண்டா? மனுஷனுக்கு எச்சிலைக்கும் பல் குத்தவும்தானே ஆலன். இதை ஒரு நாள் கிழக்கே இருக்கும் வேப்பனிடம் சொன்னேன். அவன் விழுந்து விழுந்து சிரிச்சானே தவிர வேறே ஒண்ணும் சொல்ல வில்லை. பழமெல்லாம் உதிர்ந்ததுதான் மிச்சம். அவன் எப்பவும் அப்படித்தான். ஒண்ணுக்கும் ஒண்ணும் சொல்லமாட்டான். ரொம்பப் புத்திசாலி. இல்லாதபோனால் கசப்பை உடம்பு பூராவும் வெச்சுக்கொண்டும் நல்ல பேர் வாங்க முடியுமா? மறுபடியும் என்னென்னவோ சொல்லிக்கொண்டே போகிறேனே, என்னைக் கோபிக்காதேயுங்கள். மரங்களெல்லம் இப்படித்தான். நாங்கள் என்ன மனுஷரா, கண்ணை ஒரே பக்கத்துலே வெச்சுக்க? எங்க ளுக்கு நாலா பக்கமும் கண்ணும் வாயும். பேச்சும் ஜாஸ்தி.

ஆலனைப் பத்தியில்ல சொல்லிக்கொண்டிருந்தேன். கொஞ்ச நாளைக்கு முன்னே யாராரோ வந்தார்கள், ரெண்டு மூணு காரிலே. வந்தவர்கள் ஆலனின் நிழலில் கார்களை நிறுத்தி ரோட்டையெல் லாம் அளந்தார்கள். அப்பறம் ஆலனைச் சுத்திச் சுத்தி நடந்தார்கள். தொலைவிலேயிருந்து பார்க்கிற எனக்கு அவர்கள் ஆலனையும் அளப்பது போல் தோணியது. எனக்கு ஒரே சிரிப்பு. கருவேப்பிலைக் கன்னு மாதிரி வெடவெடன்னு ஒல்லியா ஒரு ஆள். இன்னொரு ஆள் வாழைக்கன்னு மாதிரி மழ மழ. வேலங்குச்சி மாதிரி மீதிப் பேர். இவங்க போயி ஆண்டவன் மாதிரி அகண்ட அந்தப் பிரமாண்டமான ஆல மரத்தை அளக்கறாங்கன்னா சிரிப்பு வராமல் என்ன செய்யும்?

“என்ன அண்ணே, என்ன பார்க்கறாங்க?” என்று நான் குரல் கொடுத்தேன். அப்போ கூட ஆலன் என்னை மதிச்சு ஒரு வார்த்தை பேசணுமே. ஊஹூம், கிடையாது. கம்பீரமாக அவன் நின்றுகொண்டிருந்த நிலையும், அவன் காலடியில் கட்டெறும்பு

மாதிரி அந்த மனிசர் ஓடியாடறதையும் பார்த்த எனக்கு, ஆலன் மேலே கோபம் வந்தாலும் சிரிப்பு வர்றதையும் அடக்க முடியவில்லை. அந்தச் சமயத்திலே ஆலன்மேலே ஒரு பெரிய மதிப்பையும், ஏன், பக்தி விசுவாசத்தையும்கூடக் கொடுத்தது என்று சொல்லலாம். 'நானும் அவன் மாதிரி ஒரு மரம்'னு சொல்லிச் சொல்லிப் பூரிச்சுப்போயிட்டேன். ஏனோ அவன் காலடியில் விழுந்து அழுது மன்னிப்புக் கேட்கணும்போல இருந்தது. இந்த உணர்ச்சிகளெல்லாம் என்னை வண்டு மாதிரித் துளைச்சு எடுக்க வேப்பனைப் பார்த்தேன். எப்பவும் பேய் பிடிச்ச மாதிரி தலையை விரிச்சு ஆட்டிக்கொண்டு சிரிக்கிறவன், ஆலன் பக்கமே வெறிச்சுப் பார்த்துக் கொண்டு இருந்தான். ஒரு இலை ஆடவில்லை. எனக்கு அவனைப் பார்க்கவே பயமாய்ப் போச்சு.

இது கழிஞ்சு சுமார் பத்துப் பதினஞ்சு நாளைக்குப் பிறகு ஒரு நாள் பத்து இருபது பேர்கள் வந்துவிட்டார்கள். எனக்குத் தூரத்திலேயிருந்து சரியாகத் தெரியவில்லை. என்னமோ மும்முரமாக வேலை செய்தபடி இருந்தார்கள். எறும்புப் புற்று மேலே குரும்பை நெற்று விழுந்தா எப்படி இருக்கும்? அது மாதிரி இருந்தது அந்தப் பாட்டை. இந்த மனிசரே ஒரு புதிர். காரணம் இல்லாமே காரியம் செய்கிறதுலே மகா கெட்டிக்காரர்னுதான் எனக்கு அப்போ தோணியது. கல்லை உடைக்கிறதும் மண்ணைக் கிளறுவதுமாகக் கொஞ்ச நாள் செய்தார்கள். பிறகு ஒரு நாள் காலையிலே ரெண்டே பேர் வந்து ஆலனுக்கடியில் வெகு நேரம் நின்று அண்ணாந்து பார்த்து என்னென்னமோ பேசிக்கொண்டிருந்தார்கள். எனக்கு மறுபடியும் சிரிப்பு வந்துவிட்டது. தொலைவிலிருந்து அவர்களைப் பார்க்கிறப்போ வேப்பம் பட்டைத் துண்டுகள்தான் எனக்கு ஞாபகம் வந்தது. அதுவும் காக்காய் எச்சமிட்டுவிட்டுப் போன வேப்பம் பட்டைத் துண்டுகள்! இந்த வேப்பம்பட்டைகள் ஆலனை அளக்கிறதுன்னா!

கொஞ்ச நேரத்துக்கெல்லாம் காக்காய் ஒருத்தன் வந்து என் மேலே உக்காந்தான். "என்ன சமாசாரம் தம்பி, ஆலன் அடியிலே என்னமோ வேடிக்கை நடக்குதே?" என்று கேட்டேன்.

காக்காய்க்குக் காது சரியாகக் கேட்கலைபோலிருக்கு. தலையைச் சாய்ச்சுக்கொண்டு, "என்ன சொல்லறாய்?" என்றான். மறுபடியும் என் கேள்வியைக் கேட்டேன். காக்காய் தன் உடம்பைச் சிலிர்த்துக் கொண்டு, "ஆலனுக்கு ஆயுசு முடிஞ்சுது. அந்த மனுஷர் அவனைப் பிடுங்கி எறியப் போறாங்க" என்று சொல்லிவிட்டுத் தன் மூக்கை என் மூணாவது கிளையில் தீட்டிக்கொண்டு பறந்துபோய்விட்டான்.

இந்தக் காக்காய்களே இப்படித்தான். எந்த விஷயத்துலே விளையாடணும், எதிலே விளையாடக்கூடாது என்கிற இங்கிதமே

தெரியாத ஜென்மங்கள்! அந்த வேப்பம் பட்டைத் துண்டுகள் போய் ஆலனைப் பிடுங்கறதாவது! முருங்கையின்னா என்ன வேணுமானாலும் சொல்லிடலாம் என்கிற இளப்பம் அந்தக் காக்காய்க்கு. இப்படிக் கோபம் வந்தாலும் சிரிப்பும் பொங்கிக் கொண்டுதான் வந்தது. இந்த வேடிக்கையை வேப்பனிடம் சொல்ல லாம் என்று திரும்பினேன். எனக்கு வாய் அடைச்சுப் போச்சு. அவன் மறுபடியும் வெறி பிடித்தவன்போல ஆடாமல் அசங்காமல் ஜடமாய்விட்டிருந்தான். என் மனசிலே ஒரு அர்த்தம் புரியாத பயம் வந்து தொத்திக்கொண்டது.

மறுபடி ஆலன் பக்கமே பார்வையைத் திருப்பினேன். அங்கே கட்டெறும்பு மாதிரி ரெண்டு மனிசர் என்னமோ பண்ணிக் கொண்டிருந்தார்கள். என்ன செய்கிறார்கள் என்று எனக்குப் புலப் படவில்லை. ஆலனிடமிருந்து பட்சிகள் எல்லாம் பறந்துவிட்டி ருந்தன. என் மேலே ரெண்டு கிளிகள் வந்து குந்திக் கொண்டன. அதுகளுக்கு வெட்கமே கிடையாதோ? ரசாபாசம். அதுகள் கொஞ்சறதும் குலாவறதும் பார்க்கச் சகிக்கவில்லை. நாங்கள், மரங்கள், அப்படியில்லை. வம்ச விருத்திக்காகக்கூட கட்டித் தழுவி கொஞ்சி விளையாடமாட்டோம். நாசூக்காக வண்டு கிட்டேயோ தேனீ கிட்டேயோ சொல்லி அனுப்பினால் போதுமே! அந்தக் கிளிகளை இந்த உலகத்துக்கு வரவழைப்பதுக்குள்ளே நான் பட்ட பாடு! பிறகுதான் காக்காய் எங்கிட்டச் சொன்னது விளையாட் டில்லை, நிஜம்தான்னு தெரிஞ்சுது. அந்தப் பாட்டையை அகலப் படுத்துகிறார்களாம். குறுக்கே ஆலன் இருப்பதாலே அவனை அப்புறப்படுத்திவிடப் போகிறார்களாம். எனக்குத் தலை நடுங்கியது. மனசுலே ஒரு பாதி உளுத்து உதிர்ந்து ஓட்டைவிழுந்துவிட்ட மாதிரி ஆகிவிட்டது. இன்னொரு பாதி இலவம் பழம் மாதிரி வெடிச்சு துக்கமும் கோபமும் சிதறியது.

மறுபடியும் ஆலனைப் பார்த்தேன். அவன் என்னமோ எப்ப வும்போல் இறுமாப்போடுதான் இருந்தான். அவனைப் பார்த்தால் பிடுங்கி எறியப்படப் போகிறவன் மாதிரி இல்லை. அவனைப் பார்த்த பிறகு என் மனசிலே திரும்பவும் ஒரு விதமான சாந்தியும் தைரியமும் துளிர்விட்டன. 'மனிசர்கள் அசட்டு நம்பிக்கையிலே அவனைப் புரட்டிடலாம்னு நினைக்கலாம். அவ்வளவு சின்னவர் களுக்கு அதுக்கு மேலே எங்கே புத்தி? ஆனால், ஆலன் புரண்டிடு வானா, இல்லை, அவர்கள் புரட்டப் பார்த்தாலும் சும்மா இருப் பானா? ஒரு கையை வீசினாலே போதுமே, ரெண்டு பேரில்லை இருபது மனிசரை சாய்க்கிறதுக்கு' என்றெல்லாம் நினைச்சு நினைச்சு மனசை சமாதானம் செய்துகொண்டேன். ஆலனுடைய

தலை நிமிர்ந்த தோற்றமும் அகண்ட அடி மரமும் என் நம்பிக் கைக்குத் தண்ணி பாய்ச்சின.

ஆனாலும், என் அடி மனசிலே மரங்கொத்தி கொத்துகிற மாதிரி ஏதோ கொத்திக்கொண்டே இருந்தது. சில சமயம் இந்தக் கொத்தல் சந்தோஷத்தைக் கிளறுகிற மாதிரியும் ஒரு உணர்ச்சி. 'கர்வப்பட்டானே, நல்லா வேணும்; எதுக்காக அவனுக்குக் கர்வமோ அதனாலேயே அவனுக்கு இப்போ கஷ்டம்; தன் வயசு, பருமன், தான் பாட்டையின் ஓரத்தில் இருக்கிறோம், எல்லாரும் தனக்குக் கீழேதான் போகவேணும் என்கிற இதுகளே அவனுக்கு இப்போ ஆபத்தாகப் போச்சு இல்லையா? வேணும் வேணும்' என்று ஒரு புறம். அதே சமயம், 'அவனுக்காவது, ஆபத்தாவது, கடவுள் மாதிரி இருக்கிற அவனுக்கு என்ன ஆகும், ஒண்ணும் ஆகாது. ஏதோ வேடிக்கை காட்டப்போகிறான், பார்ப்போம்' என்று இன்னொரு பக்கம். 'ஒரு வேளை... அப்படியெல்லாம் ஆக முடியாது' என்று வேறோர் பக்கம். 'ஏன்தான் எனக்கு இப்படி உடம்பெல்லாம் மனசாகப் படைச்சானோ?' என்ற வேதனை ஒரு மூலையிலே. வேப்பனைப் பார்த்து தைரியம் பண்ணிக்கலாம் என்றால் அவனோ தூங்குமூஞ்சி மரம்போலப் பார்வையை எல்லாம் தன்னுள்ளே திருப்பிக்கொண்டு யோகம் செய்து கொண்டிருக்கிறான். நான் என்ன செய்ய? ஆலனையே பார்த்துக்கொண்டிருந்தேன்.

ஆலன் போக்கு எனக்கு விசித்திரமாக இருந்தது. அவன் இன்னும் முன்னைப் போலவேதான் இருந்தான். மனிசர்களுக்கு ஒன்றும் ஆகிவிடவில்லை. இன்னும் உயிரோடுதான் இருந்தார்கள், ரெண்டுக்கு நாலாக இருந்தார்கள். ஆலண்ணே, ஜாக்கிரதை! என்று நாலு தடவை கூவிக்கூடப் பார்த்தேன். அவன் தலையைத் திருப்ப ணுமே! ஊஹும். எனக்கு எரிச்சலாக வந்தது. என்னதான் கர்வமா னாலும், "சும்மா கலவரப்படாதே தம்பி, எனக்கு ஒண்ணும் ஆகாது" என்று ஒரு வார்த்தை சொல்லிவிட்டால் என்ன? இலையெல்லாமா உதிர்ந்துவிடப் போகிறது? எனக்கு மட்டும் உள்ளூற நம்பிக்கைதான், ஆலனை யாரும் அசைக்க முடியாது என்று.

அன்று சாயங்காலமாய்ப் போச்சு. அந்தி நேர இருட்டிலேயும் கொப்பும் கிளைகளுமாய் பசேலென்று ஆலன் பரந்து விரிந்திருந்த காட்சி, மரங்களுடைய தத்துவத்தை விளக்கவேணுமென்று கடவுளே எங்களுக்குக் காண்பிப்பதுபோல் இருந்தது. எனக்கு உடம்பு புல்லரித்தது. இந்த நினைப்பிலேயே லயித்து, இலைகளையெல்லாம் மூடிக் குவித்துக்கொண்டு கண்ணயர்ந்துவிட்டேன்.

அன்று மாதிரி நான் என்றைக்கும் உறங்கினதில்லை. ரசமான கனவுகள். சின்ன முருங்கைச் செடியான நான் நெடுநெடுன்னு

வளர்ந்துட்டேன். என் இலைகள் தடிச்சும் நீண்டும் பனிக் காலத்துப் புல் மாதிரி பளபளத்துக்கொண்டும் ஆகிவிட்டிருந்தன. என் கைகளை நீட்டி வளைத்து நான் அழகுபார்த்துக்கொண்டேன். சடை சடையாக விழுதுகள்! நான் முருங்கையாகத்தான் இருக் கிறேன், ஆனால், விழுதுகள்! என் காய்கள் புடலங்காய் போல நீண்டும் வில்வக்காய்போலப் பருத்தும் ஆலம் பழம்போலச் சிவந்தும் பசபசக்கின்றன. என் மனசுக்கு யாரோ பருத்திப் பஞ்சு கொண்டு தடவுற மாதிரி, சாயங்கால வேளையிலே இலைகளிடை யேயும் இதழ்களிடையேயும் வந்து கொஞ்சிவிட்டுக் காய்களை லேசாக ஆட்டி வேடிக்கை பார்க்குமே காற்று, அந்த மாதிரி மென் மையாகவும் ரம்மியமாகவும் இருக்கிறது, அப்போது ரெண்டு மனிசர், கட்டெறும்பு முகத்தோடே வேம்புப் பட்டை உடம்போடே தடுமாறிக்கொண்டே நடந்துவந்து, "இவனைப் பிச்சுப் புரட்டிட ணும்" என்கிறார்கள். நான் சிரித்துக்கொண்டே என் விழுதுகளைச் சுழற்றி வீசுகிறேன். நல்ல வெய்யில் காலத்துலே திடீரென்று மின்னல் சுழட்டி உலகமே வெடிக்கிறாப்போல இடிக்குமே, அந்த மாதிரி வெளிச்சமும் சத்தமும் ஏற்பட்டது, நான் அவர்களைச் சாடின போது.

நான் விழிச்சுக்கொண்டேன். பூமி இன்னும் லேசாக அதிருகிற மாதிரி என் வேர்கள் நடுங்கிக்கொண்டிருந்தன. ஒரே இருட்டு. ஒண்ணும் தெரியவில்லை. ஆலன் இருக்கும் பக்கம் பார்த்தேன். அவன் இருளோடு ஐக்கியமாகியிருந்தான். அவன் காலண்டை மாத்திரம் சில வெளிச்சங்கள், மின்மினி மாதிரி மங்கலாய். ஆனால், விட்டு விட்டு இல்லை, ஏதோ ஆட்கள் நடமாடுகிற மாதிரியும் தென்பட்டது. என் உடம்பு லேசாக நடுங்கிக்கொண்டிருந்தது. ஒரு வேளை நம் கனாவில்போல ஆலன் அந்த மனிசர்களைச் சாடி விட்டானோ? அப்படித்தான் இருக்கவேணும், நாம் பார்க்க முடி யாமல் போச்சே! என்ன பலம் அவனுக்கு! ஆலனுருவான ஆண்ட வனே, எனக்கும் அந்த மாதிரி பலம் கொடுக்கமாட்டாயா? என்று நினைச்சபடியே மறுபடியும் கண்களை மூடிவிட்டேன்.

சூரியனுடைய கைகள் என்னைக் கிள்ளி நிமிண்டிச் சுட்ட பிறகுதான் நான் மறுபடி விழிச்சுக்கொண்டது. அரைப் பிரக்ஞை யுடன் நான் சோம்பல் முறித்தபோது ராத்திரி கண்ட கனா ஞாபகத் துக்கு வந்தது. நடு இரவில் என் தூக்கம் கலைந்ததும் அப்போது ஏற்பட்ட எண்ணங்களும் மனசில் மலர்ந்தன. "நல்லாச் செய்தே ஆலண்ணே!" என்று சொல்லிக்கொண்டே பெருமிதத்தோடு ஆலன் பக்கம் பார்வையை வீசினேன்.

நல்ல குளிர் காலத்திலே பச்சைத் தண்ணியை யாராவது மேலே கொட்டிவிட்டால் எப்படியிருக்கும்? அப்படித்தான் ஆச்சு எனக்கும்.

ஆலன் நெடுஞ்சாண்கிடையாக விழுந்துகிடந்தான்! அவன் கிளைகளெல்லாம் தாறுமாறாகக் கிடந்தன. ஒரு மாபெரும் அசிங்கம்போல் சிதறிக் கிடந்தன. இந்தக் கோரம் சூரிய வெளிச் சத்தில் பளிச்சென்று தெரிஞ்சுது. அவன் உள்ளே ஒண்ணும் இல்லை! வெறும் பொந்து! பிணம் தின்னிக் கழுகுகள் மாதிரி மனிசர்கள் அவனைக் கொத்திக் குதறிக்கொண்டிருந்தார்கள். அதைப் பார்க்கவே அருவருப்பாக இருந்தது. அங்கே இருந்த மனிசர்கள் எல்லாரும் நல்லாத்தான் இருந்தார்கள். ஆலன் அவர்களை ஒண்ணுமே செய்யவில்லை, செய்யமுடியவில்லை!

நான் மௌனமாகத் தலையைத் திருப்பினேன். என் சூனிய மனசில் எண்ண இலைகள் படபடத்து ஆடின. ஒரு புறம் ஏக்கம். ஒருபுறம் துக்கம். ஒரு புறம் கொஞ்சம் கிளுகிளுப்புக்கூட. புல்லுருவிக் கொடிகள் மாதிரி இந்த உணர்ச்சிகள் என்னை இறுக்கின. இந்த ஆலனைப் போலல்லவா என் ஆண்டவன் இருந்தான். ஆனால், இந்தத் துக்கிணி மனிசர் ஆலனைப் புரட்டிவிட்டார்களே! அவன் பின்னே யார் மாதிரி இருப்பான்? ஒரு வேளை...?

நான் வேப்பனைப் பார்த்தேன்.

அவனோ தன் எல்லா இலைகளின் மூலமாகவும் மௌனமாக சூரிய நமஸ்காரம் பண்ணிக்கொண்டிருந்தான்!

(தீபம், 1971)

பிராயச்சித்தம்

பிரகலாதன் திகைத்துப்போய் நின்றுகொண்டிருந்தான். என்ன ஆச்சரியம்! தூண் பழையபடி ஒன்றாகிவிட்டது. நாராயணன் மறைந்துவிட்டான். கீழே குதறிக் கிடந்தது தந்தையின் சடலம். ரத்தச்சேற்றில் புழுப்போல நெளியும் குடல். அம்மம்ம, என்ன பயங்கரம். கண்கள் இருட்டிக்கொண்டு வந்தன. நா அண்ணத்தில் அழுத்திக்கொண்டு மேலெழும்ப மறுத்தது. அரண்மனை தள்ளாடியது. தூண்கள் காலனின் தண்டாயுதம் போலச் சுழல ஆரம்பித்தன. தான் ஒரு ரத்தச் சுழலில் மாட்டிக் கொண்டுவிட்டாற் போலிருந்தது. "அப்பா!" என்று அலறிக்கொண்டு கீழே விழுந்தான்.

வெளியே,

"துடும், துடும், துடும்; இதனால் சகலமான ஜனங்களுக்கும் தெரிவிப்பது என்னவென்றால், மகா ராஜாதி ராஜ ராஜகெம்பீர ராஜகுமார பிரகலாதப் பிரபு அவர்கள் இன்றைக்குப் பதினைந்தாம் நாள் பௌர்ணமி தினத்தன்று கூடிய சுபயோக சுபநாழிகையில் காலஞ்சென்ற சர்வேஸ்வரரான மகாசக்ரவர்த்தி ஹிரண்ய கசிபுவின் வாரிசாக உலகமெல்லாம் ஆளும் மகாசக்ரவர்த்தியாக அமர்த்தப் பெற்றுப் பட்டமேற்றுக்கொள்வார். எல்லாக் குடி படைகளும் அந்த நாளை ஒரு விழாவாகக் கொண்டாட வேணும். இது ராஜாங்க உத்தரவு. எல்லாக் குடிபடைகளும் அன்று ராஜ சமூகத்துக்கு வந்து தங்கள் காணிக்கைகளைச் செலுத்த வேணும். இது ராஜாங்க உத்தரவு."

இரண்டு வாரங்களாகப் பிரகலாதனுக்குத் தூக்கமேயில்லை. மனத்தில் ஒரு பெரும் பாரம். தாயைப் பார்க்கவே கண் கூசியது. அந்தப்புரம் பக்கம் போகவில்லை. 'நாராயணா நீயே என் துணை' என்று ஜபித்துக்கொண்டிருந்தான். ஆனால், மனம் சாந்தியடைய வில்லை. எத்தனையோ கேள்விகள், சந்தேகங்கள், குழப்பங்கள், மயக்கங்கள். இன்று பட்டாபிஷேகம். "சிறு பிள்ளையானாலும் நீ சக்ரவர்த்தி இன்று முதல். முகத்தில் கம்பீரத்தையும் சிரிப்பையும்

வரவழைத்துக்கொண்டு உன் ராஜவம்சத்துக்கேற்றபடி நடந்து கொள்” சுக்கிரன் இன்னும் என்னவெல்லாமோ சொல்லிக்கொண்டிருந்தான். அவனுக்கென்ன இது முதல் தடவையா பட்டாபிஷேகம் செய்வது? ஒவ்வொரு முறையும் இப்படியே சொல்லிச் சொல்லிப் பாடமாயிருக்க வேண்டும். உணர்ச்சியற்று உலர்ந்த சமித்துப் போலிருக்கிறானே, என்ன நினைக்கிறானோ என்னைப் பற்றி... பிரகலாதனின் மனம் எண்ண உளையில் அமிழ்ந்துகொண்டிருந்தது.

ஆனால், அவனை அதிகம் எண்ணவிடவில்லை அவனுடைய மந்திரி பிரதானிகளும் புரோகிதர்களும். எண்ணெய் ஸ்நானம், ஹோமம், பூஜை, புகை, மந்திரம், பூணூலை மாற்று, எடு, போடு, கையில் தண்ணீரை விடு. அட்சதை, அரிசி, பருப்பு, எள், மூக்கைப் பிடி, அக்னியைச் சுற்று, இன்னும் எத்தனையோ, ‘நல்லவேளை நான் தப்பித்தேன், சிறு பையன் ஆனதால் தலையில் என் தந்தையின் கிரீடத்தைத் தாங்க முடியாது, கால்களில் அவருடைய ராஜ பாதுகைகளை இட வேண்டாம், தப்பித்துவிட்டேன், தப்பித்துவிட்டேன்’ என்று அவன் மனம் குமிழியிட்டது. கண்ணீர் பொழிந்தது. உதட்டில் சிரிப்பு மலர்ந்தது.

‘பாவம், புகை கண்ணைக் கரிக்கிறது, இருந்தாலும் என்ன கம்பீரமான சிரிப்பு, ராஜாவின் பிள்ளையல்லவா’ என்று வியந்தனர் அருகிலிருந்தோர்.

அவன் பயந்துகொண்டிருந்த வினாடி இதோ வந்துவிட்டது. “பிரகலாதா, முதலில் உன் தாயைக் கண்டு அவளிடம் ஆசீர்வாதம் பெறு, பிறகு சுக்கிரனின் ஆசீர்வாதம்.” அவன் காதில் யாரோ ஓதினார்கள்.

‘என்னால் விதவையான என் தாய் என்னை எப்படி ஆசீர்வாதம் செய்வாள்? தந்தையைக் கொன்றவன் தாயைப் புணரும் சண்டாளனிலும் சண்டாளன் என்று கூறியதே சுக்கிர நீதி. எவ்வாறு என்னைச் சுக்கிரன் ஆசி கூறி வாழ்த்துவான்’ என்று பிரகலாதனின் மனம் ஓலமிட்டது.

அந்தப்புரத்தை நோக்கி ஊர்வலம் தொடங்கிற்று. கழுத்தில் பூமாலைகள் அசைய, அங்கவஸ்திரம் தரையில் புரள பிரகலாதன் நடுவில் நடந்துகொண்டிருந்தான். அவனுக்கே ஆச்சரியம். ‘நானா நடந்து போகிறேன். என் தாயிடம் ஆசி பெறவா? அம்மா, என் தந்தையைக் கொன்றுவிட்டேன், உன் கணவனைக் கொன்றுவிட்டேன். பட்டமேற்கப் போகிறேன், உன் ஆசிகள் வேண்டும் என்றா கேட்கப் போகிறேன். நானும் ஒரு மனிதனா? எப்படி என்

கால்கள் வெட்கமின்றி நடக்கின்றன. நாராயணா, ஏன் இப்படிச் சோதிக்கிறாய்? ஏன் என் தந்தையைச் சிதைத்தாய்? யார், நாரா யணனா செய்தது, நான் செய்த காரியமல்லவா அது! என் வாக்கை மெய்ப்பிக்கத்தானே நாராயணன் வந்தான். நரசிம்மா, ஏன் கொன் றாய். அத்தனை அவசரம் என்ன உனக்கு? என் தந்தையின் உடலைத் தேய்த்துவிட்டாய். ஆனால், அவர் நினைவைத் தேய்க்க முடியவில்லையே உன்னால். உன் மடியில் கிடந்த அவருடல் என் தலையுள் புகுந்து அழுத்துகிறதே! நான் எப்படி என் தாயை அணுகு வேன். நான் எப்படி, எந்த வாயால் அவளை 'அம்மா' என்றழைப் பேன். நரசிம்மா, என் நாவையும் அறுத்துவிடு, நாராயணா, என் கால்களையும் துண்டித்துவிடு. கேசவா, என் கண்களையும் அவித்துவிடு' என்று அவன் மனது குமுறிக்கொண்டிருந்தது.

சே, எத்தனை தூரம் அந்தப்புரத்துக்கு. எத்தனை தூண்கள். ஒவ்வொரு தூணிலும் ஒரு நரசிம்மன் இருக்கிறான். இது அரண் மனையா அல்லது காடா? ஏ கால்களே, உங்களுக்கு மான மில்லையா? தந்தையின் ரத்தத்தை மிதித்துவிட்டு இப்போது என் தாயின் ஹ்ருதயத்தை மிதிக்கப்போகிறீர்களே, தர்மதேவதையே, நீ எங்கே ஒளிந்துகொண்டுவிட்டாய். நாராயணா, என் தந்தை என்னைக் கொல்ல வந்தபோது என்னைக் காத்தாய், நீயே என் கடவுள் என இறுமாந்திருந்தேனே, நானே என் தந்தையைக் கொல்ல ஏதுவானாயே. சர்வமும் வல்லவனாகிய உன்னால் ஏன் என் பிதாவின் செருக்கை மாற்ற முடியவில்லை? சாகா வரம் பெற்ற ஹிரண்ய கசிபு மாண்டான். தன்னை எதிர்த்த பிரக லாதனைக் கொல்ல முயன்றான். தோற்றான். கர்வம் குறைந்தானா. இல்லை. தூணைப் பிளந்து தோன்றிய திரிவிக்ரமா, உன்னாலும் அவனை மாற்ற முடியவில்லையே, நான் அவன் பிள்ளை, சிறுவன், என் வார்த்தை எடுபடாதது அதிசயமில்லை. நீ சர்வமும் அறிந்த வன், சர்வமும் வல்லவனாயிற்றே. உன் வார்த்தை எடுபடாதது ஏன்? நீ ஏன் முயற்சி எடுக்கவில்லை? எடுத்த எடுப்பிலேயே உதரத்தைக் கிழித்துவிட்டாயே, ஏன் அவன் உள்ளத்தைத் தொட முடியவில்லை. உன்னால் முடியவில்லை. நீ கடவுளாயிற்றே, உன்னா லுமா முடியவில்லை... பிரகலாதனின் மனம் மஹா விஷ்ணுவின் சக்கரம்போல் சுழன்றுகொண்டிருந்தது.

சுற்றிலும் பார்த்தான், இன்னும் பாதி வழிகூட வந்தபாடில்லை. இடப்புறம் சுக்கிரன் வலப்புறம் முதன் மந்திரி மேகநாதன். பின்னால் வைதிகக் கும்பல் வேதமோதி வருகிறது. முன்னால் கட்டியக் காரன்: 'இந்த உலகும் ஏழுலகும் போர் முனையில் வென்று

தேவேந்திரனையும் சிறைப்படுத்தி மஹாவிஷ்ணுவையும் கடலுக்குத் துரத்தி மகேசுவரனையும் சுடலுக்குச் செலுத்திய மஹா மஹேசுவரன் சகல புவன சக்ரவர்த்தியான ஹிரண்ய கசிபுவின் மஹா குமாரர், மஹா சக்ரவர்த்தியையே மறுத்துப் பேசிய தீர புருஷர், வெறுத்தொதுக்கிய வீர புருஷர், சர்வேசுவரர் நாராயணனையே வேண்டும்போது வரவழைக்கும் சர்வ சர்வேசுவர பிரகலாத மஹாப் பிரபு...' நாராயணா இது உண்மையா? இத்தனை பேர்களும் இன்றைக்கு என்னை இப்படிப் புகழ்கிறார்களே! நேற்று என் தந்தையைப் புகழ்ந்தவர்களே இன்று என்னையும் போற்றுகிறார்களே, இது என்ன அசங்கியம்!

அடா ஆட்டுக்குட்டீ! தூணில் மறைந்திருந்து மனித மிருகமாய் வந்து என்னைக் கொன்றுவிட்டான் என்று நினைத்தாயே, பார், நன்றாகப் பார், நான் மடியவில்லை. என் உடலைக் கிழித்தான், உண்மைதான். ஆனாலும், நான் இறந்துவிடவில்லை. தெரிகிறதா நான் சொல்வதுதான் உண்மை. போய்ச் சொல்லு, லீலாவதியிடம் போய்ச் சொல்லு. என்னைக் கைப்பிடித்து என் பரந்த மார்பின் மீது தன் கொங்கைகளைக் குவித்துவைத்த என் லீலாவதியிடம் போய்ச் சொல்லு. அம்மா, என் அப்பா ஹிரண்ய கசிபுவை யாரால் கொல்ல முடியும் என்று சொல்லு. மன மயக்கத்தினின்றும் விடுபடு, பிரகலாதா, உன்மேல் எனக்குக் கோபம் என்றா நினைக்கிறாய்? நீ என் மைந்தன், உலகத்தையே எதிர்த்த என்னுடைய மகன் நீ. என்னையே நீ எதிர்த்ததில் என்ன ஆச்சரியம். நீ என் மார்பில் உன் சிறு கால்களால் உதைத்தபோது கோபித்தேனா. உன் சிறு கைகளால் என் கண்ணைக் குத்தவந்தபோது கோபித்தேனா. உன் சிறு வாயால் லீலாவதியின் மார்பைக் கடித்தபோது கோபித்தேனா. நீ குழந்தை. என் குழந்தை. உன் மேல் கோபமில்லை. வருத்தம்தான் உண்டு. உன்னுடைய உயர்வை அறியாமல் நாராயணனுடைய மாயையில் விழுந்தாயே என்றுதான் வருத்தம். நீ தவறு செய்தாய். ஆனால், கோழையாகவில்லை. நிஜமென்று நீ நம்பிய திடத்தால் என்னையே எதிர்த்தாய். அதில் எனக்குப் பெருமிதமே. இப்போது என்னிடம் சொல், உன் நாராயணன் உனக்கு உதவிவிட்டானா? உன் கண் முன்னால் என்னைக் கிழித்தெறிந்து கோரரூபியாய் நின்று உன்னைப் பயமுறுத்தினது தவிர வேறென்ன செய்ய முடிந்தது அவனால். நீ என் வித்து. என் வித்திலிருந்து விளைந்த குருத்து. நீ உள்ளளவும், உன் சந்ததிகள் உள்ளளவும், பூமியில் மனிதன் உள்ளளவும் நான் சாக மாட்டேன். இதை நீ இப்போதாவது உணர்ந்து கொள். மயக்கத்தினின்றும் விடுபடு. எங்கே உன் நாராயணன் இப்போது? உன் மனக்கிலேசத்துக்கு மருந்து எங்கே? சுற்றிப்பார். தூணாய்விட்டானே தவிர துணையாக வந்தானா?

அப்பா, நீங்கள் என்னவெல்லாமோ சொல்கிறீர்கள். எனக்குத் தலை குழம்புகிறது. உங்கள் மனத்தை மாற்ற வேண்டினேன் நான். உங்கள் மார்பைக் கிழித்துவிட்டான் நாராயணன். ஏன் அப்படிச் செய்தான்? என் மனம் மயக்கமுறுகிறதே.

"அரசே, பார்த்து நடவுங்கள்" சுக்கிராச்சாரியன் என்ன சொல் கிறான். அவன் கண்களிலிருந்து என்னால் ஒன்றுமே புரிந்து கொள்ள முடியவில்லையே. அவன் என்னைப் பற்றி என்ன நினைத்துக்கொண்டிருப்பான் – பிரகலாதனின் நெஞ்சம் துழாவியது.

"ஆசாரிய"

"உங்களிடம் ஒன்று கேட்க வேண்டும்."

"என்னிடம் நீங்கள் கேட்டுத் தெரிந்துகொள்ள வேண்டியது என்ன இருக்கிறது?"

பிரகலாதனின் வாய் அடைத்துவிட்டது. சுக்கிரா, உன் தந்திரம் எனக்குத் தெரியும். நீயேன் பேசப் போகிறாய். நான் என்ன கேட்கப் போகிறேன் என்று உனக்கு நன்றாய்த் தெரியும். ஏன் வாய்ப்பூட்டுப் போட்டுவிட்டாய் – பிரகலாதனின் உள்ளம் கேள்விமேல் கேள்வி போட்டது. உதடு அசையவில்லை.

நான் தவறா? நான் தவறென்றால் நாராயணனும் தவறல்லவா? நரசிம்மா, நீயே சொல், நான் தவறா? இல்லை, நான் சிறுவன், உலகமறியாதவன். என்னை வசப்படுத்திக்கொண்டாயே, நீ தவறு செய்துவிட்டாய். என்னைப் பார்த்துச் சொல், இல்லையென்று.

பிரகலாதன் சுற்றுமுற்றும் பார்த்தான். தன்னை யாரும் கவனிக்கவில்லை... ஹா, இதென்ன? நரசிம்மா என் வேண்டு தலுக்கிணங்கி வந்துவிட்டாயா. ஏன் இந்தக் கோலம். என்னை ஏன் பயமுறுத்த வேண்டும் நீ. அன்புருவான நீ ஏன் இப்படிக் கோரமாய் வந்து என்னை... சீ, நீயா அன்புருவம்?

'பிரகலாதா, தர்மம் அழிந்து அதர்மம் ஓங்கும்போது அதை நான் அழிக்க வருகிறேன். ஏன் எவ்வாறு எதற்கு என்று கேட்காதே. என்னைச் சரணடைந்துவிடு, உன்னை ஒன்றும் அசைக்காது' – சிங்க உறுமலுக்கிடையே பிரகலாதனின் செவியில் பட்டன இவ்வார்த்தைகள்.

எல்லாம் ஊர்வலமாக நடந்துகொண்டிருந்தனர்... பிரகலாத னுக்கு ஆச்சரியமாக இருந்தது. தன்னுடன் பேசும் நரசிம்மம் மற்றவர் களின் கண்களுக்குத் தென்படவில்லை போலும்.

பிராயச்சித்தம் 🌼 105

‘ஸ்வாமி, உங்களிடம் ஒன்று சொல்லவேண்டும்.’

‘பக்த பிரகலாதா, கேள், தைரியமாகக் கேள், எதுவானாலும் தருகிறேன்.’

‘ஸ்வாமி, நீங்கள் தப்பாக அர்த்தம் செய்துவிட்டீர்கள். எனக்கு எதுவும் வேண்டாம். நீங்கள் தவறு செய்துவிட்டீர்கள் என்று எனக்கு இப்போது படுகிறது. இதைத்தான் சொல்ல விரும்பினேன்.’

‘என்ன உளறுகிறாய்? நான் தவறுசெய்துவிட்டேனா?’

‘ஆமாம் ஸ்வாமி, என் தந்தை சாகவில்லை. அவரை நீங்கள் கொல்லவில்லை. உங்களால் கொல்ல முடியவில்லை. கொல்லவும் முடியாது. கொல்லப் பார்த்தது தவறு. நீங்கள் தோற்றுவிட்டீர்கள். அவர் வென்றுவிட்டார்.’

‘பிரகலாதா, உன் புத்தி மாறாட்டமாயிருக்கிறது. பிதுர் சோகமா? உன் கண் முன்னால் நடந்ததை மறந்து விட்டாயா? தூணைப் பிளந்து வந்து உன் தந்தையின் வயிற்றைக் கிழித்துக் குடலை வாகை மாலையெனச் சூடிக் காண்பித்தேனே, அதை மறந்துவிட்டாயா? பிரகலாதா, உன் பக்திக்கு மெச்சினேன், நீ சிரஞ் சீவியாய் இரு என்று வாழ்த்தினேனே அதையும் மறந்துவிட்டாயா?’

‘நரசிம்மா, நான் எதையும் மறக்கவில்லை. நான் கேட்கிறேன், பதில் சொல், ஏன் என் தந்தையைக் கொன்றாய், தின்றாய், வெறி பிடித்த ஓநாய் போல ரத்தத்தை உறிஞ்சிக் குடித்தாய்? ஏன் ஏன்... ஏன்?’

‘ஏனா? அவனே கடவுள் என்றான், மமதையினால் தன்னை மிஞ்சியவர் இல்லையென்றான். என்னைப் பரிகசித்தான்.’

‘நரசிம்மா, நீ மிருகம், கடவுளில்லை. என் தந்தையைக் கொல்ல என்னையே உபயோகித்த குள்ளநரி. நீ கொன்றாயே அதனால் அவர் மமதை அடங்கிற்றா? இல்லவே இல்லை. மமதைக்குமேல் மமதையையும் கொலைக்குமேல் கொலையும் காட்டினாய் நீ. உன்னை அவர் பணிந்தாரா? இல்லை. நீ அவரைக் கொன்றாயே தவிர வென்றாயா. இல்லை. தடியாலடித்தால் தன்மை மாறிவிடும் என்றா நினைத்தாய். நான் விழித்துக்கொண்டுவிட்டேன். நான் யார் தெரியுமா? பிரகலாதன், கடவுளையே எதிர்த்த ஹிரண்ய கசிபுவின் குமாரன். ஹிரண்ய கசிபுவையே நேருக்கு நேர் எதிர்த்த வன். எனக்கு விஷம் கொடுக்க வந்தார். என்னைச் சிரச்சேதம்

செய்ய வந்தார். ஆனைக் காலடியில் இடறுவேன் என்றார். எதற்கும் பயப்படாது நான் சரியென்று நம்பினதை மாற்றாது எதிர் நின்றவன். என்னிடம் உன் தடியடிவாதம் பலிக்காது. நீதான் தோற்றாய் என் தந்தையிடம். தந்தையைக் கொன்றால் தர்க்கத்தில் வென்றுவிடலாம் என்று நினைத்தாயே, நீயா கடவுள்? ஏன் மறைகிறாய்? ஏன் உறுமுகிறாய்? வா என் முன்னே.'

பிரகலாதன் திடுக்கிட்டான். சுற்றிலும் கலவரம். 'அரசே, அரசே, பிரபோ' என்ற கூக்குரல். ஊர்வலத்திலிருந்து மக்கள் தலை கெட்டு ஓடிக்கொண்டிருந்தனர். சுக்கிரன் இடக்கையை இழுத்து என்னமோ சொல்லிக் கொண்டிருந்தான் – "பிரகலாதா, இதோ உன் தந்தையின் வாள். குடிகளுக்குக் காண்பி நீ தீரனென்று."

"ஆசாரிய, என்ன நடந்தது?"

"அதோ பார்."

ரத்தப் பிழம்பு போன்ற நாக்கைத் தொங்கவிட்டுக் கொண்டு தெறித்து விழுந்த மூன்றாம் பிறைச் சந்திரனைப் போல் வளைந்து வெண்மையான கோரைப் பற்களுடன், ஆயிரம் பாம்புகளைப் போன்று சிலிர்த்தெழுகின்ற பிடரியுடன், கோடையிடிபோல் குமுறிக்கொண்டு வந்துகொண்டிருந்தது ஒரு ஆண் சிங்கம், மங்கிய தணல் போன்ற அதன் கண்கள் கோபத்தைக் கக்கிக்கொண்டிருந்தன.

'ஹோ' என்றது ஜனக் கூட்டம். ஆயிரம் ஆயிரம் கண்கள் பிரகலாதனையும் அச் சிங்கத்தையும் வலம் வந்தன.

வைகுண்டத்தில்: நாராயணன் படுத்துக்கொண்டிருந்தான். லட்சுமி தேவி பகவான் மேனிக்கு ஒத்தடம் கொடுத்துக் கொண்டிருந்தாள். "சீ, இந்த மனுஷர்களே மட்ட ரகம். நன்றிகெட்டவர்கள்" என்று முணுமுணுத்தார் பகவான்.

பூலோகத்தில்: 'தூணுக்குப் பின்னாலிருந்து வந்து தகப்பனைக் கொன்ற சிங்கத்துக்கு என்ன நேர்ந்தது பார்த்தீர்களா. புளியங் கன்றைப் பிடுங்குவதுபோல அநாயாசமாகத் தூணையே பிடுங்கி, தன்னைத் தின்னவந்த சிங்கத்தை ஹதம் செய்துவிட்டான். பார்த்தீர்களா, பிள்ளையின் தீரத்தை? தகப்பனுக்கேற்ற பிள்ளை' என்று இருவர் பேசிக்கொண்டனர்.

அந்தப்புரத்தில்: "மகனே பிரகலாதா, நீயும் உன் வீரத் தந்தை போல் எல்லோருக்கும் தெய்வமாய் நின்று நெடுங்காலம் காத்து ஆட்சி புரியவேண்டும்' என்று ஆசீர்வதித்துத் தன் மகனைக் கட்டித் தழுவினாள் லீலாவதி.

சுக்கிராசாரி ஒற்றைக் கண்ணை இடுக்கிக்கொண்டு புன் முறுவல் பூத்தான்.

(தாமரை, 1966)

சாபவிமோசனம்

யயாதி தனியே கைகளை நெறித்துக்கொண்டும் நெடுமூச்சு விட்டுக்கொண்டும் உட்கார்ந்திருந்தான். இன்று இருப்பது முன் இருந்த யயாதி அல்ல. ராஜாக்களுக்குள்ளே மன்மதன், போர் வல்லமையில் குமாரக் கடவுளுக்குச் சமானமானவன், ஈகையில் ததீசி, பெறற்கரிய சுக்கிரனின் மகளான தேவயானியை அவளா லேயே விரும்பப்பட்டு மனைவியாக அடைந்தவன் என்றெல்லாம் பெயர் பெற்றிருந்த யயாதி சக்கரவர்த்தி எப்படியாகிவிட்டான்? மீள முடியாத மூப்பு ஈயைச் சுற்றிய சிலந்தி வலைபோல அவனை மூடிவிட்டதே! காண்டாமிருகத்தின் தோல் மடிப்புகள் அவன் முகத் திலும் மார்பிலும் தொடையிலும் தொங்கிக்கொண்டிருந்தன. தலை மயிர் வெளுத்து மஞ்சளேறித் திரிந்து நின்றது. அவனது பரந்த தீட்சண்யமான கண்கள் இப்போது கிணற்றுள் விழுந்துகிடந்த தேவயானியைப்போல ஆழ்ந்த குழிக்குள்ளிருந்து மெல்லிய வெண் திரையால் மூடப்பட்டு ஈரத்துடன் மினுமினுத்தன. நீண்ட மூக்கு தொங்கிக் கிடந்தது. மல்லிகைப் பூவால் செய்த முத்துப் போன்ற பற்கள் இருட்டறையுள் பல்லாண்டு அடைந்து கிடந்த யானைத் தந்தங்கள் போன்று மஞ்சளடைந்து கிடந்தன. மஹேசுவரனது ரிஷபம் போல் முகவாய்க்கும் மார்புக்கும் இடையே நீண்ட ஆனால், சுருக்கங்களுடன் கூடிய தோல் மடிப்பு. பெண் பேய் மாதிரி நான்று வற்றிய மார்பு.

"நான் யாரைத் தேடுவது? சுக்கிரரோ சுலபமாகச் சொல்லி விட்டார், 'யார் உன் மூப்பை ஏற்றுக்கொண்டு தன் இளமையை உனக்கு மனப்பூர்வமாக வழங்குகிறார்களோ அவரே உன் மூப்பை ஒழிக்க முடியும்' என்று. நான் யாரைத் தேடுவது? யாரிடம் சென்று இளமையை யாசிப்பது?" என்று அவன் மனம் விகசித்தது. இருள் சூழ்ந்திருந்த அவனது அறையில் விளக்கேற்றும் பணிப்பெண்கள் கூட உள்ளே நுழைய அச்சம்கொண்டவர்களாய் அவ்வப்போது எட்டிப் பார்த்துவிட்டுத் தலையைப் பின்னுக்கிழுத்துக்

கொண்டிருந்தனர். அந்த அறையிற்போலவே அவனது மனதிலும் அந்தகாரம் பரவியிருந்தது.

காலை விடிந்தது. ஆனால், அவன் மனதில் ஓங்கியிருந்த துக்கம் வடிந்திருக்கவில்லை. இரவெல்லாம் 'தனக்கு மிக மிக நெருங் கியவர்கள் யார், யார் தன் இளமையை மனப்பூர்வமாகத் தத்தம் செய்வார்கள்;' என்ற தடத்திலேயே அவன் மனம் புரண்டு புரண்டு போய்க்கொண்டிருந்தது. தன் பெற்றோர்கள், மனைவி தேவயானி, காதற்கிழத்தி சர்மிஷ்டை, மூன்று மைந்தர்கள், முதன் மந்திரி சுமந்திரர், இவர்களில் ஒருவர்தான் தனக்காக உயிரையும் தியாகம் செய்ய இசைவார்கள் என்ற எண்ணம், சபலம், அவனது மிரண்டு இருண்ட மனதில் வெளிக்கீறிட்டது. அவர்களுடைய அன்பின் ஆழத்தை நினைத்த அளவில் அவனை அறியாமலேயே அவன் கண்களில் நீர் பனித்துளிபோல் தேங்கியது.

ஆனாலும்... மறுபடியும் ஒரு ஆனாலுமா? யயாதியின் வாழ்வே ஒரு 'ஆனாலும்' என்றுதான் ஆகிவிட்டிருந்தது. அன்று தேவயானி யின் கையைப் பிடித்துக் கிணற்றினின்றும் அவளை வெளிக் கொணர்ந்தான். அப்போது அவள், "ஹே ராஜன், என் கையைப் பிடித்து என் உயிரைக் காத்தீர், என் கையைப் பிடித்து என் வாழ் வையும் காப்பீர்" என இவனை வரித்த சமயத்திலும், இவன் முதலில் சொன்னது 'ஆனாலும்' தான். "ஆனாலும்... நீயோ பிராமணப் பெண், நானோ க்ஷத்திரியன்" என்றானே. பின்னொரு முறை தேவயானி தன் விரிந்த கண்களைச் சுருக்கிக்கொண்டு, "சர்மிஷ்டை என் அடிமையாக என்னுடன் வரப் போகிறாள்" என்றபோதும் யயாதி சொன்னது 'ஆனாலும்' தான். "ஆனாலும்... அவள் ராஜாவின் மகள். அதிலும் அசுரேந்திரனான வ்ருஷபர்வாவின் மகள். க்ஷத்திரியப் பெண். அவளா அடிமை? க்ஷத்திரியப் பெண்கள் அடிமையாவது முறையல்லவே!" என்றான். பின்னொரு முறை சர்மிஷ்டையைத் தனியே நந்தவனத்தில் காண நேர்ந்து அவள் இவனைக் காதற் பிச்சை இரந்தபோதும் யயாதி சொன்னது 'ஆனாலும்' தானே! "ஆனாலும்... நீ அடிமை... ஆனாலும்... நீ க்ஷத்திரியப் பெண்... ஆனாலும், உன்னை ஏற்பேன்... ஆனாலும்... உன்னைப் பகிரங்கமாக எப்படி ஏற்பேன்? தேவயானிக்குத் தெரிந்து விட்டால் என்னாவது? ஆனாலும்... ஆனாலும்..." என்று அவன் வாழ்க்கையே 'ஆனாலும்' என்று ஆகிவிட்டது.

ஆனாலும், தன் பெற்றோர்களிடம்தான் இளமையை எப்படி யாசிப்பது? அவர்களே முதியவர்களாயிற்றே. இந்த முட்டுப் பாட்டைக் கண்டதும் அவன் மனம் தளர்ந்தது. அவர்களும் கிழவர்கள். சுமந்திரரோ அதற்கும் மேலே. இவர்கள் உதவார்கள்.

பின்னே யார் இருக்கிறார்கள்? தேவயானியும் சர்மிஷ்டையும். தேவயானியை நினைக்கவே அவன் மனம் அஞ்சியது. எந்த முகத்துடன் சென்று அவளுடைய இளமையை யாசிப்பது?' உன்னை வஞ்சித்து உனக்குத் தெரியாமல் உன் அடிமையான சர்மிஷ்டையை உன் கணவனான நான் காதற்கிழத்தியாக வைத்திருந்தேன். உன் கோபமும் உன் தந்தையின் சாபமும் மீளமுடியாத மூப்பாக என்னை வந்து சூழ்ந்துகொண்டிருக்கிறது. நான் மீண்டும் அவளை அடைய என் நரையையும் மூப்பையும் எடுத்துக்கொண்டு உன் இளமையை எனக்குத் தா. என்னைப் பலர் அறிய அக்கினி சாட்சியாகக் கைப்பிடித்த மனைவியாயிற்றே நீ. உன்னையல்லாமல் வேறு யாரிடம் கேட்பது!' என்றா கேட்கமுடியும்?

தேவயானியும் உதவாள்.

சர்மிஷ்டை, அவள் பெயரை நினைத்ததுமே அவன் மனதில் இனித்தது. அவளைக் கட்டித் தழுவ வேணுமென்று அவன் கைகள் துடித்தன. கைகளைப் பார்த்துக்கொண்டான். பொன்போன்று பளபளத்து மலைப்பாம்பு போல் உருண்டும் திரண்டும் இருந்த யயாதியின் கைகளா அவை? பாலை நிலத்தில் பட்டுப்போய்க் காய்ந்து கள்ளியாகி நிற்கும் கருவேல மரம் போலல்லவா இருக்கின்றன அவன் கைகள்! தோலுக்கடியில் திரண்ட தசைகள் கொண்ட யயாதியின் கைகள் எங்கே? சுருண்ட மரவட்டைகளைப் போன்று சுற்றிச் சுழன்று நரம்பெடுத்து முண்டும் முடிச்சுமாய்க் கிடக்கும் இவை யார் கைகள்? அவன் மனம் வெருண்டது. அவன் சிந்தனைக்குப் பின்னணியாக 'ஓ' வென்ற ஒப்பாரி அவன் மனத்துள் பிறந்து அண்ட முகட்டைத் தொட்டு விழுந்தது.

"சர்மிஷ்டை, அவளால் வந்த வினைதானே இது, அவள்தான் இதற்குப் பரிகாரமும் தரவேண்டும், என்று ஒரு பால் அவன் மனம் கோணியது. 'ஆனாலும்... அவளுக்காகத்தானே எனக்கு வாலிபம் வேண்டும்? அவளுடைய இளமையை நான் பெற்றுக்கொண்டால் என் மூப்பு அவளைப் பற்றிவிடுமே, என்ன பயங்கரம்! அப்படியானால் சர்மிஷ்டை உதவாள். அவள் உதவுவாள், ஆனால், அவள் உதவி உதவாது."

ஏதோ முடிவுக்கு வந்தவனாய் எழுந்தான். யாரோ கனிவுடன் வைத்திருந்த கழியைப் பற்றிக்கொண்டு கால்கள் பின்னலிட நடந்தான் யயாதி.

"மகனே, வெட்கத்தை விட்டுச் சொல்கிறேன். உன் தந்தையான நான் என் மகனான உன்னிடமிருந்தே யாசிக்க வந்திருக்கிறேன்," என்று ஆரம்பித்த யயாதி தன் மூத்த மைந்தனின்

முகத்தைப் பார்த்து நெருப்பை மிதித்தவன் போலச் சட்டென்று நிறுத்திக்கொண்டான்.

"தந்தையே, என் உயிரை வேண்டுமானால் எடுத்துக்கொள்ளுங்கள், என் வாலிபத்தைக் கேட்காதீர்கள். மூப்பின் பயங்கரம் எனக்கு வேண்டாம், என்னை மன்னித்துவிடுங்கள்," இது யயாதி கேட்க வந்திருந்த கேள்விக்கு அவன் மூத்த மைந்தனின் மறுமொழி. ஆனால், அவன் சொற்களில் இருந்த பணிவும் கனிவும் அவன் கண்களில் இல்லை. இளமையின் மிடுக்கும் முதுமையின்மேல் அவனுக்கு இருந்த வெறுப்பும் யயாதியின் மங்கிய கண்களுக்கும் தெரிந்துவிட்டது. மறுமொழி கூறாமல் தள்ளாடி எழுந்த யயாதி கால் தடுமாறி விழப்போனான். அதற்குள் அவன் புத்திரன் அவனைத் தாங்கி அவனுடைய கைத்தடியை எடுத்து நீட்டவும் அதைப் பெற்றுக்கொண்டு உலைபோலக் கொதிக்கும் உள்ளத்துடன் வெளியேறினான் மூப்படைந்த மன்னன். "நன்றாகச் சொன்னீர்கள்" என்று அவன் மருமகள் தன் கணவனைப் பெருமையாகக் கொஞ்சியது அவன் காதில் விழவில்லை.

தான் செல்லம் கொடுத்து வளர்த்ததனாலே கெட்டுப் போய் பிடிவாதமும் சுயநலமுமே உருவாகி வளர்ந்துவிட்டான் முதலாமவன். இரண்டாமவன் அப்படியில்லை, நல்லவன் என்று மனதில் மென்றுகொண்டே நடந்தான் யயாதி. அவன் அதிர்ஷ்டம், இரண்டாமவனே எதிர்ப்பட்டுவிட்டான்.

"என்னப்பா, எங்கே போகிறீர்கள்? இங்கே உட்காருங்களேன்" என்று கூறியவாறே அருகிலிருந்த ஆசனத்தை இழுத்துப்போட்டான் இரண்டாமவன்.

"உன்னைத்தான் குழந்தாய் தேடி வந்தேன்."

"என்னையா? எதற்காக?"

"மகனே, நான் வெட்கத்தை விட்டுச் சொல்கிறேன்... எனக்கு நேர்ந்திருக்கும் சாபக்கேடு உனக்குத் தெரியும்... அதன் நிவர்த்தி மார்க்கமும் நீ அறிவாய்... எனக்கு... நீதான்... இளமையூட்ட வேண்டும். செய்வாயா?"

பழுத்த ஆலமரம்போல் தளர்ந்து தொங்கிக்கொண்டிருக்கும் தன் தந்தையையும், மரப் பொந்துக்குள்ளிருந்து உருட்டி விழிக்கும் ஆந்தையினது போன்ற அவன் கண்களையும், அவற்றில் ஜ்வலிக்கின்ற ஆவலையும் ஏக்கத்தையும் கண்ட இரண்டாமவனுக்கு அழுவதா சிரிப்பதா என்று தெரியவில்லை. 'இவனா என் தந்தை? இம்மாதிரி மானம் கெட்டு அலைபவனா என் தந்தை?' என்று அவன் மனம் கூசிக் குறுகி நெளிந்தது. மெல்லத் தொண்டையைக்

கனைத்துக்கொண்டு தந்தையின் உலர்ந்து சுரசுரப்பான கைகளை வருடினான். ஆகாயத்தை அண்ணாந்து பார்த்தவாறு பேச ஆரம் பித்தான்:

"அப்பா, நீங்கள் கேட்பது நியாயம்தான். ஆனால், எனக்கு இன்னும் இருபது வயதுகூட முடியவில்லையப்பா. நீங்களோ வாழ்க் கையை நுகர்ந்திருக்கிறீர்கள். அதன் இன்ப துன்பங்களை நன்கு சுவைத்து அனுபவித்திருக்கிறீர்கள். அதை இன்னும் சுவைக்க வேண்டும், மீளா மூப்பு வந்து பற்றிக்கொண்டபின்னும் இன்னும் அணுஅணுவாகச் சுவைக்கவேண்டும் என்று விரும்புகிறீர்கள். நானோ பலகணி வழியாக மற்ற பையன்கள் விளையாடுவதைப் பார்த்துக்கொண்டிருக்கும் நொண்டிப் பையனைப் போலத்தான் இதுவரை இருந்திருக்கிறேன். வாழ்க்கையின் இன்பங்களை தொலை விலிருந்து கண்டிருக்கிறேனே ஒழிய இன்னும் நேரிடையாக அனுபவித்ததில்லை. என் கடமை உணர்ச்சி நீங்கள் சொல்வதைச் செய்யவேண்டுமென்று தூண்டினாலும் மனம் ஒப்பவில்லையே! இளமையை வாங்கிக்கொண்டு முதுமையைத் தருகிறேன் என்கிறீர். என் தந்தையான நீர் எனக்கு என்ன செய்திருக்கிறீர்?..."

அவனை அறியாமல் அவன் குரல் மேலோங்கிக்கொண்டி ருந்தது.

"...என் அண்ணனைக் கொஞ்சிக் குலாவினீர், அவன் பட்டத்து ராஜகுமாரன் அல்லவா! புருவோ அம்மாவின் செல்லப் பிள்ளை, கடைக்குட்டிப் பிள்ளை அல்லவா! நீங்கள் இருவரும் என்னை, 'யார் நீ?' என்று கேட்டதுண்டா? என் அண்ணனுக்கும் புருவுக்கும் உங்கள் அன்பை வாரி வாரி வழங்கினீர்கள். எனக்கு என்ன கொடுத்தீர்கள்? அன்பை மாத்திரமா, ஆடை ஆபரணங்கள். விளை யாட்டுப் பொருள்கள், ஏன், கேவலம் தின்பண்டங்களைக்கூட நீங்கள் வேற்றுமை பாராட்டி வழங்கினவராயிற்றே! நடுவிலவன் ஞாபகம் இப்போது மாத்திரம் வந்துவிட்டதோ? நாவில் கூச்ச மில்லாமல், 'மூப்பைத் தருகிறேன், இளமையைக் கொடு' என்கிறீர் களே, ஈளைக் கண்ணும் கேளாக் காதும் எச்சில் ஊறி வழிந்து தொங்கும் உதடும் நில்லாத் தலையும் நரம்புக் கையும் நடுங்கும் காலும் ஆண்மை இல்லா இடுப்பும் தருகிறேன் என்கிறீர்களே! எனக்கு வலிமை வேண்டும், வீரம் வேண்டும் ஆண்மை வேண்டும், இன்பம் வேண்டும், எல்லாம் வேண்டும், மூப்பும் முதுமையும் வேண்டாம், எனக்கு முன்னே நில்லாதேயும், போம், போம், போங்கள்..."

வெறி பிடித்தவன் போலக் கூச்சலிட்டுக்கொண்டிருந்தவன் நிறுத்தினான். எதிரே அவன் தந்தையைக் காணோம். முன்னமேயே

மகனின் நோக்கத்தைப் புரிந்துகொண்டு விட்ட யயாதி வெகு நேரத் துக்கு முன்பாகவே தன் மூன்றாவது மகனைத் தேடிப் புறப் பட்டுவிட்டிருந்தான்.

'புரு, புரு, நீ தான் எனக்குக் கடைசி ஊன்றுகோல், என்னை கைவிட்டு விடாதே' என்று யயாதியின் மனம் அசுரகதியில் ஜபித்துக் கொண்டிருந்தது. புரு யயாதியின் மூன்றாவது மைந்தன், தேவயானி யின் கடைக்குட்டி. மலர்வனத்தில் மல்லிகைப் பந்தலடியில் ஆழ்ந்த உறக்கத்திலிருந்தான். தூக்கத்தில் ஒரு கனவு, யாரோ ஒரு அசுரன் நெஞ்சை அமுக்கிக் குரல் வளையை நெறிப்பது போல. மூச்சு முட்ட, உடல் வியர்க்க, விம்மி விம்மித் திடீரெனக் கண் விழித்தான். எதிரே நரைத் தலையும் திரையுடலும் கையில் ஊன்றுகோலுமாக யயாதி நின்றுகொண்டு 'புரு, புரு' என்று மெல்லிய நடுங்கும் குரலால் அழைத்துக்கொண்டிருந்த தந்தையைக் கண்ணுற்ற புரு திகைத்து, "அப்பா, இதென்ன பயங்கரம்?" என்றான்.

"மகனே, மானத்தையும் வெட்கத்தையும் துறந்து உன்னிடம் சொல்கிறேன்" என்று ஆரம்பித்துக் கட்டிய மனைவியான தேவ யானியின் கையடிமையான சர்மிஷ்டையுடன் காதல் கொண்டதும், அவளுக்குக் குழந்தைகள் பிறந்ததும், பின் தேவயானி தற்செயலாக இதைக் கண்டுகொண்டு தன் தந்தையான சுக்கிராச்சாரியாரிடம் முறையிட்டதும், அவர் வெகுண்டு கொடுத்த சாபத்தையும் பின்னர் தான் வெகுவாகக் கெஞ்சிக் கேட்டுக்கொண்டதன்மேல் அவர் சொன்ன பரிகாரத்தையும் கூறி முடித்தான் யயாதி.

புருவின் வனப்பையும் இளமையையும் கண்ட யயாதிக்கு, புரு தேவயானியின் செல்லப்பிள்ளை என்றறிந்திருந்த அவனுக்கு, தான் வேண்டி வந்த காரியத்தைச் சொல்ல நாவெழவில்லை.

யயாதி முடித்தவுடன்...

"அப்பா, நான் தருகிறேன் என் வாலிபத்தை. நீங்கள் ஏற்றுக் கொண்டு கவலை நீங்கி இன்பமடையுங்கள்" என்று கூறியபடி தந்தையின் கைகளைப் பற்றிக்கொண்டு அவற்றில் தன் தலையைப் புதைத்துக்கொண்டான் புரு. அவன் கண்களிலிருந்து நீர் பெருக் கெடுத்து யயாதியின் விரல்களை நனைத்துச் சுட்டது.

யயாதி திடுக்கிட்டான். அவனால் தன் காதுகளை நம்பமுடிய வில்லை. நிதானமாக ஆனால், திடமாக,

"புரு, நீ மனப்பூர்வமாகக் கூறும் வார்த்தையா இது?" எனக் கேட்டான்.

“ஆமாம் அப்பா, நீங்கள் ஆக்கி வளர்த்தவன் நான். உங்களுக்குப் பயன்படாவிட்டால் நான் இருந்தென்ன போயென்ன? இதோ நான் சத்தியம் செய்கிறேன்: இதற்கு ஆதித்தனும் அக்கினி தேவனும் சாட்சி. நான் சொல்வது பொய்யானால் தேவேந்திரன் என் சிரத்தைச் சேதிக்கட்டும், இதோ நான் என் இளமையை உங்களுக்குத் தத்தம் செய்கிறேன், இது சத்தியம், ஏற்றுக்கொள் ளுங்கள்.”

யயாதியின் மனதில் இன்ப வெள்ளம் நுரைத்துச் சுழித்துக் கொப்பளித்து ஓடி உடலெங்கும் பரவியது. "புரு, புரு, என் அருமைப் புரு” என்று கூறியபடித் தன் புத்திர ரத்தினத்தைத் தழுவித் தழுவி உச்சி மோந்து கண்ணீரால் குளிப்பாட்டினான்.

ஊருக்கு வெளியே இருந்த எளிய பர்ணசாலையில் சர்மிஷ்டை கவலையே உருவாக உட்கார்ந்திருந்தாள். அவமானத் தாலும் துக்கத்தாலும் அவள் உள்ளமும் உடலும் சுருங்கி விரிசல் விட்டு வெடித்துத் தீய்ந்துகொண்டிருந்தது. தன்னால் யயாதிக்கு நேர்ந்துவிட்ட சாபக்கேட்டினை நினைந்து நினைந்து உருகிக் கொண்டிருந்தாள். இடை இடையே தேவயானியின் நினைவு வரும் போதெல்லாம் அவள் மனத்தில் சம்மட்டியின் அடியால் பிறக்கும் தீப்பொறிகள்போல வெறுப்புச் சுடர்கள் தெறித்தன. தான் அசுரேந் திரனான வ்ருஷபர்வாவின் மகளாக இருந்தும் தன் தந்தையின் தயவால் ஜீவனம் செய்யும் பார்ப்பனனின் மகளின் முன்னே தன் கையாலாகாத்தனத்தை நினைந்து மனம் புழுங்கி வெதும்பினாள். இருண்ட கூந்தல் பிரிந்து புரள, ஆடை நிலை குலைந்துகிடக்கக் கண்களில் நீர் பெருக்கிக்கொண்டு வெறும் தரையில் வீழ்ந்து கிடந்தாள். கண்ணீர் வரிகள் திட்டுத் திட்டாய் அவளது அழகிய கன்னங்களைக் கறைப்படுத்த அவள் அழுது களைத்து அப்போது தான் உறங்க ஆரம்பித்திருந்தாள். கட்டாந்தரையில் உதறிவிடப் பட்டிருந்த பழம் புடவை போல் கிடந்த அவள் உறங்க ஆரம்பித்துச் சிறிது நேரமே ஆகியிருக்கும்.

“சர்மிஷ்டா! சர்மிஷ்டா!...”

இடி முழக்கம் போன்ற ஒரு குரல் அவளை உலுக்கி எழுப்பி யது. யாரோ கதவைத் தட்டிக்கொண்டு அவள் பெயரைச் சொல்லிக் கூவிக்கொண்டிருந்தார்கள். ‘இந்த இரவு நேரத்தில் யார் இப்படிப் பெயர் சொல்லிக்கூப்பிடுகிறார்கள்? எங்கோ கேட்ட குரல்போலிருக்கிறதே!’ என்று யோசித்தபடி உறக்க மயக்கம் முற்றும் தெளியப் பெறாதவளாய் எழுந்து வாயிற்கதவைத் திறந்தாள்.

“சர்மிஷ்டா, சர்மிஷ்டா, நான் வந்துவிட்டேன், நான் வந்திருக் கிறேன். உன்னைத் தேடி வந்திருக்கிறேன்.”

ஒரு யௌவன புருஷன் எல்லா அங்கங்களிலும் ஆத்திரமும் மோகமும் துடி துடிக்க நின்றுகொண்டு பேசிக்கொண்டிருந்தான். அவன் தலையிலிருந்த சுருண்ட கேசம் நெற்றியின்மேல் புரண்டு வியர்வையில் ஒட்டிக்கொண்டிருந்தது. ஒரு கையில் தீவர்த்தியுடன் விளங்கிய அவன் நிலவொளியில் காமனைப்போல நின்று கொண்டிருந்தான். சர்மிஷ்டையைக் கண்டதும் தீவர்த்தியைக் கீழே எறிந்துவிட்டுத் தன் கைகளை நீட்டி விரித்து அவளைத் தழுவ வருபவன்போல் ஓரடி முன் வைத்தான். அவன் முகத்தில் குதூகல மான ஒரு வெறி. கண்கள் எக்காளம் ஊதிக்கொண்டிருந்தன. தோளில் இருந்த உத்தரீயம் தரையில் நழுவி விழ ஆவலே உருவாக அவன் அவளைத் தழுவ வந்தான்.

"நில், யார் நீ?"

ஓடும் பாம்பை மிதித்துவிட்டவன்போல் அவன் திகைத்து நின்றுவிட்டான். அவன் கண்கள் சஞ்சலமடைந்து ஆயிரம் கேள்வி களை வாரி வீசின.

"சர்மிஷ்டா! என்னைத் தெரியவில்லையா? நான்... நான்... புரு... எனக்கு... மூப்பில்லை... யௌவனம்..."

சர்மிஷ்டையின் காதில் விழவில்லையோ?

கீழே சுடர்விட்டு எரிந்துகொண்டிருந்த தீவர்த்தியின் செந்நிற மான ஒளி வீச்சில் ரத்தமெனத் தோன்றிய மேனியுடன் சிவந்து வீங்கின கண்களுடன் விரிந்த கூந்தலுடன் சரிந்த மேலாடையுடன் மகா காளிபோல நின்றுகொண்டிருந்தாள் சர்மிஷ்டை. தீவர்த்தியின் ஒளிப் பிழம்பு அவளது கலங்கிச் சிவந்த கண்களில் நடனமாடிக் கொண்டிருந்தது. நிசப்தத்தைக் கிழித்துக்கொண்டு பேய்ச் சிரிப்புப் போன்ற இடியுடன் கூடிய மின்னல் கொடி ஒன்று வானத்தை வெட்டி மறைந்தது.

"வெட்கம் கெட்டவனே, தந்தை மூப்படைந்து ஆண்மை யிழந்துவிட்டான் என்று நீ வந்திருக்கிறாயா? தேவயானி கொஞ்சிக் குலாவி உன்னை அனுப்பி என்னைப் பழி வாங்கப் பார்க் கிறாளோ! நான் உனக்குத் தாய் முறையடா நீசா!"

அடிபட்ட பெண் புலியின் கர்ஜனை போல உறுமிச் சுடு சொற்களை வீசிவிட்டுச் சர்மிஷ்டை பர்ணசாலைக்குள் சென்று விட்டாள். வாயிற்கதவு படீரென்று மூடிக்கொண்டது. தீவர்த்தி பொறி பறக்க எரிந்துகொண்டிருந்தது. அதன் ஒளியில் யயாதியின் நிழல் காலில்லாத பிசாசுபோல ஆடிக்கொண்டிருந்தது.

நுண் மணலில் நடப்பது போலப் பூமியில் புதைந்த பாதங்களைச் சிரமத்துடன் தூக்கி அடியெடுத்துக் குனிந்த தலையுடன் யயாதி மெதுவாக வந்த வழியே நடக்க ஆரம்பித்தான். நூறு அடிகள் தான் போயிருப்பான். அருணோதயம் ஆனதுபோலப் பெருஞ் சிவப்பொளி தனக்குப் பின்னால் தோன்றவே திரும்பிப் பார்த்தான்.

சர்மிஷ்டையின் பர்ணசாலையே ஒரு பெரும் தீவர்த்தியாக மாறிவிட்டிருந்தது! பித்துப் பிடித்தவன்போல, 'சர்மிஷ்டா! சர்மிஷ்டா!' என்று கூவினபடிப் பர்ணசாலையைச் சுற்றிச் சுற்றி ஓடி வந்தான். ஆனால், நெருப்பின் வெப்பம் அவனை அணுக விடவில்லை.

மறுநாள் யயாதி தீர்த்த யாத்திரைக்குக் கிளம்பினான்.

அவன் போனவிடங்களிலெல்லாம் அவனது யௌவனத்தையும் அழகையும் கண்ட பெண்கள் பரவசத்தராகி அவனைச் சூழ்ந்துகொண்டனர். அந்தச் சபலம் மட்டும் அவனை விடவில்லை. இருந்தாலும், உள்ளூற அவன் மன அமைதி மெல்ல மெல்லக் குலைந்துகொண்டே வந்தது. நாளாவட்டத்தில் அவன் மனம் அமைதியிழந்தது. கங்கையும் யமுனையும் கோதாவரியும் கன்னியாகுமரியும் அவனுக்கு அமைதியளிக்கவில்லை. இப்போதெல்லாம் அழகிற் சிறந்த யுவதிகள் அவனுடன் சல்லாபிக்கும் சமயங்களிலும் சர்மிஷ்டையும் புருவும் அவனுக்கு நிம்மதியளிக்காமல் துன்புறுத்திக் கொண்டிருந்தனர். அவ்வப்போது சர்மிஷ்டை தன் தாயா அல்லது காதலியா என்று அவனுக்குச் சந்தேகம் வர ஆரம்பித்தது. குமார ஸ்திரீகள் இவனைத் தழுவி இவனது புஜ பலத்தைத் தங்கள் மிருதுவான விரல்களால் தொட்டுப்பார்த்து வியக்கும்போதுகூட இவனுள்ளம் கூம்ப ஆரம்பித்தது. பிரமைகள் பெருகின. திடீரென்று புரு தோன்றி, 'அப்பா, என் இளமை எப்படி இருக்கிறது, நன்றாக ரசிக்கிறீர்களா?' என்று கேட்பான். இது நிஜமா, பிரமையா என்று தீர்மானிப்பதே அவனுக்குக் கடினமாகிவிட்டது. இரவிலும் பகலிலும் அவனைக் கனவுகள் கௌவிக் கொண்டன.

புரு வருவான். 'அப்பா, என் வாலிபம் உங்களுக்கு, உங்கள் மூப்பு எனக்கு! மகன் கிழவன், தந்தை குமரன்! வேடிக்கையாயில்லை?' என்று சொல்லி நகைப்பான். சர்மிஷ்டை தோன்றுவாள். அவனைக் கட்டித் தழுவுவாள். திடீரென்று இவனை விலக்கி, 'நீ என் மணாளன் யயாதியில்லை, நீ புரு. தாயைப் பெண்டாள வந்த சண்டாளன், போ! போ!' என்று கூச்சலிட்டபடி அவனைத் தள்ளிவிட்டு ஓடி விடுவாள். யயாதி உடல் முழுதும் வியர்வையால் தெப்பமாக நனைய விழித்தெழுவான்.

சில சமயம் யயாதியை யௌவனப் பெண்கள் சூழ்ந்து இருப்பர். ஒவ்வொருத்தியும் அவனது வாலிபத்தையும் அழகையும் வியந்துகொண்டிருப்பர். அப்போது, வியாசன் போன்ற அருவருக்கத் தக்க உருவத்தோடு, உதடுகளிலிருந்து எச்சில் ஒழுக இருமிக்கொண்டு ஒரு கிழவன் வருவான். நாக்கைக் குதப்பிக்கொண்டு, 'பெண்டுகளா அவன் யௌவனனில்லை, போலி, நான்தான் நிஜ யயாதி சக்கர வர்த்தி, என்னிடம் வாருங்களடி' என்பான். உடனே அப் பெண்கள் கோபமுற்றுக் கற்களையும் தங்கள் காலணிகளையும் அவன்மேல் வீசி, 'மன்மதனைப்போல் இருக்கும் யயாதி சக்கரவர்த்தியே, அக் கிழவனைக் கவனியாதீர்' என்று யயாதியிடம் குழைவர். வியாசக் கிழவன் உருமாறி, புரு, யௌவனப் புரு, தோன்றுவான். யயாதிக்குக் கையும் காலும் ஈயத்தாலானவைபோலக் கனக்கும். புரு சிரித்துக் கொண்டே, 'ஹே ஸ்திரீகளே, நீங்கள் யயாதியிடம் பெறும் சுகம் என் இளமையிடம் பெறும் சுகமே. என் பிச்சை அது. நன்றாக அனுபவிக்கிறீர்களா?' என்று வினவுவான். இதைக் கேட்ட அந்தப் பெண்கள் மிகக் கோபமுற்று யயாதியை முறத்தாலும் துடைப் பத்தாலும் அடித்து விரட்டுவார்கள். ஆனால், யயாதியோ மூப்பின் மேலீட்டால் கை கால்களையும் அசைக்கமுடியாமல் மரணா வஸ்தைப்படுவான். அதே சமயம் கண் விழித்துத்தான் கண்டது கனவுதான் என்றறிந்து பெருமூச்சுவிடுவான்.

ஒரு நாள் துக்கம் தாளமுடியாமல், "புரு, உன் தியாகம் என்னை வதைக்கிறதடா!" என்று வாய்விட்டு அரற்றிக்கொண்டிருந்த சமயம், கண்வ மகரிஷி அவ்விடம் வந்துகொண்டிருப்பதைக் கண்டான். அவரிடம் ஓடி அவர் காலடியில் வீழ்ந்து 'கோ'வென்று கதறிக் கண்ணீர் பெருக்கி நின்றான் யயாதி.

"அரசனே ஏன் இவ்வளவு துக்கமடைந்திருக்கிறாய்? என்ன குறை உனக்கு?" என்று பரிவோடு அவனைத் தூக்கி வினவினார் அந்த ரிஷி.

"ஸ்வாமி, சுக்கிரனின் சாபத்தைவிட அதன் விமோசனத்துக்குக் காரணமாயிருந்த புருவின் தியாகம் என்னைத் தகிக்கிறதே! நான் என்ன செய்வேன், என்னால் தாங்கமுடியவில்லையே. நீங்களாவது ஒரு வழி சொல்லி என்னைக் கடைத்தேற்றவேண்டும்" என்று அழுது கெஞ்சி கண்களிலிருந்து நீர் மாலையாக ஓட வேண்டிக் கொண்டான் யயாதி.

"மன்னரே, என்னால் ஆகக்கூடிய காரியமில்லை நீங்கள் கோருவது. நீங்கள் ஹிமாசலம் சென்று அங்கே பிரம்மனை

வேண்டித் தவமிருந்து பாருங்கள், உங்கள் குறை தீரலாம்" என்று கூறி அவனை ஆசீர்வதித்தார் மகரிஷி.

ஆயிரம் ஆண்டுகள் செய்த தவத்தின் தேஜஸ் முகத்தில் ஜ்வலிக்க யயாதி தன் தலைநகரை நோக்கி வந்துகொண்டிருந்தான். அவன் உடல் வாடி மெலிந்து சுருங்கி இருந்தது. கண்களில் மாத்திரம் ஒரு பொலிவு. உடலை வருத்தி உள்ளத்தை ஒடுக்கிச் செய்த தவமும் ஆண்டுகளும் அவனுடைய யௌவனத்தை அழித்து விட்டிருந்தன. முண்டும் முடிச்சுமான கால் கைகள். பிரம்புக் கூடை போன்ற மார்புக்கூடு. அதை மறைத்து நாபிவரை தொங்கிக்கிடந்த நரைத்து அழுக்கும் குப்பையும் படிந்து செம்பட்டையேறிய தாடி. திரியிட்டுக் கிடக்கும் தலைச் சடை. கண்கள் குழி விழுந்து இருந் தாலும் ஆழ்ந்த கிணற்றுத் தண்ணீர்போலப் பிரகாசத்துடன் பள பளத்தன. தன் தவ வலிமையினால் பிரம்மனிடமிருந்தே வாக்குறுதி பெற்றுவிட்டான். இப்போது புருவினிடமிருந்து தன் மூப்பை மீண்டும் பெற்றுக்கொள்ளும் சக்தியை அடைந்துவிட்டான். அந்த உற்சாகம்தான் அவனுடைய குச்சிபோன்ற கால்களுக்கு வலு வளித்தன.

புருவின் அரண்மனையில் யாரும் யயாதியை அடையாளம் கண்டுகொள்ளவில்லை. புருவின் இருப்பிடத்தை விசாரித்துக் கொண்டு அவ்விடம் போய்ச் சேர்ந்தான் யயாதி. மூன்று பக்கமும் திறந்து மேலே பட்டு விதானத்துடன் கொண்டு பூஜாக்ருஹத்தை அடுத்திருந்த இடம் அது. நான்காவது பக்கம் நீலப் பட்டாலான திரைச்சீலை. அவ்விடத்தில் பல ஆசனங்கள் போடப்பட்டிருந்தன. யயாதி ஒன்றின் மேல் அமர்ந்து புருவின் வரவை எதிர்பார்த் திருந்தான்.

திரைச்சீலையை விலக்கிக்கொண்டு இரு பணிப்பெண்கள் வந்தனர். அவர்கள் பின்னால் இருவர் தாங்கி வரக் கைத்தடியை ஊன்றிக்கொண்டு மெல்ல அடிமேலடி வைத்துத் தெத்தித் தெத்தி வந்தான் புரு. யயாதிக்கு எதிரே இருந்த ஆசனத்தில் அவனை மெல்ல அமர்த்தினார்கள்.

"என்னைத் தெரிகிறதா?" என்று மெதுவாகக் கேட்டான் யயாதி. அதற்குள் புருவத்தின் மேல் கையை வைத்துக் கண்களைக் குவித்துப் பார்த்துக்கொண்டு, "அப்பாவா?" என்றான் புரு. அவன் குரல் கிணற்றுக்குள்ளிருந்து குருவிக் குஞ்சு பேசுவதுபோல இருந்தது.

"ஆமாம்"

“மன்னருக்குச் சுத்தமாகக் காதே கேட்பதில்லை, ஆகவே மெதுவாக அவரைப் பார்த்தமாதிரி நிதானமாகப் பேசுங்கள். உங்கள் உதடு அசைவதிலிருந்து நீங்கள் சொல்வதைத் தெரிந்து கொண்டுவிடுவார்” என்று அருகிலிருந்த பணிப் பெண்களில் ஒருத்தி சொன்னாள். புரு அவர்களையெல்லாம் வெளியே போகும் படிச் சைகை செய்தான்.

சிறிது நேரம் யயாதியும் புருவும் ஒருவரையொருவர் பார்த்த வண்ணம் மௌனமாக இருந்தனர்.

“சௌக்கியமா? யௌவன வாழ்க்கை எப்படியிருந்தது?”

புரு ஆவல் தொனிக்கக் கேட்டு மெல்ல நகைத்தான். அந்த நகைப்பில் ஏளனமில்லை, வெறுப்புமில்லை. ஏக்கம்தான் சிறிது தேங்கியிருந்தது. ஆனாலும், பழுக்கக் காய்ச்சிய வேலைப் போல அது யயாதியின் இதயத்தை ஊடுருவியது.

கண்களில் நீர் வடிய யயாதி நிதானமாக புருவுக்குப் புரியும் படியாக உதடசைத்துப் பேச ஆரம்பித்தான்.

“புரு, நீ மகா தியாக புருஷன், மகாத்மா. ஆனாலும், நீ தவறு செய்துவிட்டாய். நான் செய்த செயலின் பலனை நான் அனுபவித்து விடாமலிருக்க நீ பெருந்தியாகம் செய்து தடுக்கப் பார்த்தாய். நீ செய்த தியாகம் என்னமோ மிகப் பெரிதுதான். ஆனால், அத்தகைய தியாகத்தைத் தாங்கும் சக்தி அதனால் பலன் பெறுபவனிடம் இருக்கவேண்டும். எனக்கு அந்தச் சக்தி இல்லை. இருக்கிறதா என்று அனுமானித்த பிறகே நீ தியாகத்தைச் செய்ய முற்பட்டிருக்க வேண்டும்.”

“இல்லை அப்பா, மகன் தந்தைக்காகச் செய்வது எதுவா னாலும் அது தியாகமாகாதே. அப்படியே ஆகுமென்றாலும்... பாத்திரமறிந்து பிச்சை போடுவதா தியாகம்? தியாகம் செய்ப வனுக்குப் பெறும் பாத்திரத்தைப் பற்றி யோசனை இல்லை, இருக்கவும் முடியாது, இருக்கவும் கூடாது” என்று புரு தன் நைந்த குரலில் பதிலிறுத்தான்.

“புரு, நீ சொல்வது நிஜமாகவே இருக்கட்டும். ஆனாலும், உயர்ந்த தியாகத்தினால் மாசற்ற இன்பமல்லவா பெருகவேணும்? என் விஷயத்தில் உன் தியாகம், ஒப்பற்ற தியாகம், வீணாயிற்றே. பொய்யாயிற்றே, அதற்குத்தான் நான் வருந்துகிறேன்.”

“அப்பா, அதுவும் சரியல்ல. நான் உங்களை மறுத்துப் பேசு வதற்கு மன்னிக்கவேண்டும். தியாகத்தைச் செய்துவிட்டு அதற்குப்

பிரதிபலனை எதிர்பார்ப்பவனை எப்படி தியாகி என்று சொல்ல முடியும்? என் செய்கையின் பலனாக வாழ்நாளெல்லாம் பரமானந்த மாக இருக்கலாம் என்று நீங்கள் நினைத்திருக்கலாம். அவ்வாறு நேராவிடில் அதற்கு நான் எப்படிப் பொறுப்பாளியாவேன்? உங்களுக்கு என் இளமை தேவையாயிருந்தது. நான் துறந்தேன். அவ்வளவுதான். அதற்கு மேல் ஒன்றும் கிடையாது. நீங்கள் சுக்கிரனின் சாபத்தினால் எவ்வளவு துக்கத்தோடு இருந்தீர்கள்! என்னை வந்து பார்த்தபோது எப்படி மனம் நொந்துபோய் இருந் தீர்கள்! நான் என் யௌவனத்தைத் தத்தம் செய்த போது, செய்கி றேன் என்றபோது, எவ்வளவு சந்தோஷம் அடைந்தீர்கள்! அந்தச் சந்தோஷம்தான் என் தியாகத்துக்கு, தியாகம் என்று நீங்கள் குறிப்பிடும் செயலுக்குப் பிரதிபலன். அதற்கு மேல் நான் வேறெது வும் எதிர்பார்க்கவில்லை. எதிர்பார்க்கவும் கூடாது, எதிர்பார்ப்பதும் தர்மமாகாது."

இவ்வளவு நீளமாகத் தொடர்ந்து பேசியது புருவுக்கு மேல் மூச்சு வாங்கியது.

"புரு, போனது போகட்டும். நான் ஆயிரம் வருஷங்களாகத் தவம் செய்து பிரம்மனிடமிருந்து என் மூப்பை உன்னிடமிருந்து திரும்பப் பெற்றுக்கொள்ளும் சக்தி பெற்றுவிட்டேன். அதற்கே இப்போது வந்திருக்கிறேன்."

யயாதி சொன்னதைக் கேட்டதும் சுருக்கங்கள் நிறைந்த புருவின் முகத்தில் மேலும் ஒரு சுருக்கம் கூடிற்று. அவன் கண்களில் நீர் நிறைந்தது. ஆனாலும், அது அடியில் புதையுண்டு கிடந்த ஆவலை மறைக்கவில்லை.

"நிஜமாகவா அப்பா?" புருவின் குரல் நம்பமுடியாததை நம்ப விரும்புகிற மாதிரி மெல்லியதாக ஒலித்தது.

"ஆமாம், சத்தியமாகத்தான். நீ செய்தபடியே நானும் சத்தியம் செய்கிறேன். என் சத்தியத்துக்கு ஆதித்தனும் அக்கினி தேவனும் சாட்சி. நான் சொல்வது பொய்யானால் தேவேந்திரன் என் சிரத்தைச் சேதிக்கட்டும். என் மூப்பை உன்னிடமிருந்து நான் மீண்டும் பெற விரும்புகிறேன். இது சத்தியம்."

யயாதி புன்முறுவலுடன் சத்தியப் பிரமாணம் செய்தான்.

இருவரும் ஒருவரை ஒருவர் நோக்கியபடித் தத்தம் ஆசனங் களில் அமர்ந்திருந்தனர். இருவரது உடலும் ஒருமுறை குலுங்கி ஓய்ந்தது.

சற்று நேரத்துக்குப் பின் அவ்விடம் வந்த பணிப்பெண்கள் இரு முதுபெருங் கிழவர்களின் சடலங்களைக் கண்டனர். இருவர் முகத்திலும் அமைதியுடன் புன்முறுவலுங்கூட இருப்பதாகத் தோன்றியது. ஆனாலும், உற்று நோக்கியவர்கள், இருவர் முகத்திலும் ஓர் ஏக்கம், ஏமாற்றம் இருப்பது போலவும் தெரிகிறது என்றார்கள்.

யாராலுமே எது புருவின் உடல் என்பதை அறிய முடிய வில்லை.

(தாமரை, ஜூலை 1968)

திராட்சைக்காரன்

தெருக்கோடியில் திராட்சைக்காரன் குரல் கேட்கிறது. பச்சை திராட்சை, சாத்துக்குடி, கமலாரஞ்ஜ், எப்போதும் இந்த மாதிரித்தான். எழுதுவதற்கென்று பேனாவை எடுத்துத் தாள்களைச் சேகரித்துச் சரிப்படுத்தி வைத்துக்கொண்டு உட்கார்ந்தால் ஏதாவது ஒரு குரல் கேட்கிறது. இல்லை, சப்தம் கேட்கிறது. இதனாலே என் எழுத்து தடைப்பட்டுப் போகிறது என்று ஒரு பிரமை. நான் எழுதாதனாலே இலக்கியத்துக்கு ஒன்றும் பிரமாத நஷ்டம் ஏற்பட்டுவிடப் போவதில்லை. எத்தனையோ லட்சக்கணக்கான பேர் எழுத்தாளர்களாயிருக்க வேண்டியவர்கள் எழுதாமலேயில்லையா. கதை எழுத வேணுமென்று உட்கார்ந்தேன். திராட்சைக் காரன் குரல் கேட்கிறது. தினம் இல்லாவிட்டால் வாரத்தில் மூணு முறையாவது கேட்கிற குரல்தான், வெறும் குரலானால் பரவாயில்லை. எனக்கு எத்தனையோ குரல்கள் கேட்கின்றன. சில எனக்குள்ளேயே கேட்கின்றன. என் கதாபாத்திரங்கள் பேசிக்கொள்வது முதலில் கேட்பது எனக்குத்தானே, அதனாலே தொந்தரவு ஒன்றுமில்லை, ஆனால், வெளியிலிருந்து வருகிற குரல்கள் – அவைகளால்தான் பெரிய தொல்லை. எனக்குக் குரல்கள் பிடிக்காதென்பதில்லை. குரல்களைப் பேசுகிற மனிதர்களைப் பிடிக்காதென்பதுமில்லை. உண்மையில் அவர்களையெல்லாம் பிடித்திருக்கிறதனால்தான் வம்பு. என்ன பிரமாதமாகக் கதையெழுதுகிறது என்று தோன்றுகிறது. நடக்காததை நடந்த மாதிரி எழுதி உண்மையைப் போல நம்ப வைக்கிறதுதானே கதை. உண்மைகளே ஊரெல்லாம் சுற்றிக் கொண்டும் பேசிக்கொண்டும் சிரித்துக்கொண்டும் சிடுத்துக் கொண்டும் அழுதுகொண்டும் கெஞ்சிக்கொண்டும் திருடிக் கொண்டும் இரங்கிக்கொண்டும் உழைத்துக்கொண்டும் ஏமாற்றிக் கொண்டும் விளையாடிக்கொண்டும் செத்துக்கொண்டும் பிறந்து கொண்டும் புணர்ந்துகொண்டும் நம்மைச் சுற்றிச் சுற்றி வளையம் போடும்போது பொய்க்கதை எழுதுவதில் என்ன லாபம்? யாருக்கு நான் எழுதாவிட்டால் நஷ்டம்? யாருக்குமில்லை. எழுதினாலும்

யாருக்கும் நஷ்டமில்லை லாபமுமில்லை. தினம் தெருவில் போகிறேன். நான் தெருவில் காலை வைக்கும்போதெல்லாம் நஷ்ட மில்லாத நஷ்ட விஷயங்கள்தான். ஒவ்வொரு தடவை நான் தெருவில் போகும்போதும் பத்து ரூபாய் கண்டெடுத்தால் எனக்கு லாபம். இதுவரை அம்மாதிரி கண்டெடுக்காததனால் எவ்வளவு ரூபாய் நஷ்டமாயிற்று. ஆனால், அதே சமயம் இந்த நஷ்டத்தால் யாருக்கும் ஒரு குறையும் வந்துவிடவில்லை.

நான் எழுதுகிற எழுதாமலிருக்கிற விஷயமும் இப்படித்தான். திராட்சைக்காரன் குரல் கேட்கிறது. தெருக்கோடியிலே அவன் கூவிக்கொண்டிருக்கிறான். வெய்யில், இந்தச் சித்திரை மாச வெய்யிலிலே அவன் நமக்கெல்லாருக்கும் குளிர்ச்சியாகப் பழம் கிடைக்க வேணுமென்ற கருணையினால் பழம் விற்றுக்கொண்டிருக் கிறான். லாபத்துக்காகவும்தான் விற்கிறான். இல்லையென்று எப்படிச் சொல்ல முடியும்? லாபம் கூடாது என்று யார்தான் எந்தக் காரியத்தையும் செய்கிறார்கள்? நான் எழுதுவது மாத்திரம் பரமார்த்திக நலனுக்காகவா. அதற்காகவென்றால் ‘ராம ராம’ வென்று லட்சக்கணக்கில் எழுதிவிட்டுப் போய்விடலாம். எழுது வதும் சுலபம், ரெண்டேயெழுத்து. திருப்பித் திருப்பி அதையே எழுதிக்கொண்டு இருக்கலாம். மண்டையை உடைத்துக்கொண்டு கற்பனைக்கு வலைவீச வேண்டிய அவசியமில்லை. கதாபாத்திரத் தின் பேரோடு ஜாதிப் பெயரையும் எழுதலாமா கூடாதா என்று மயங்க வேண்டியதில்லை. என் கதையை மற்றவர்கள் புரிந்துகொள் வார்களோ மாட்டார்களோ என்று கவலைப்பட வேண்டியதில்லை. திரும்பத் திரும்ப ஒரே பெயர். எழுதிக்கொண்டே போகலாம். ஆனால், என் மனசுப்படி அதில் லாபம் தோன்றவில்லை. அதனால் தான் நான் அப்படி எழுதவில்லை. திராட்சைக்காரன் கூவிக் கொண்டிருக்கிறான். வெய்யில் சுட்டுப் பொசுக்குகிறது. தெருவில் அடியெடுத்து வைத்தால் பாதம் கொப்பளித்துவிடும்.

தூசி இல்லாமலிருக்கத் தெருவில் தார் போட்ட நாள் முதல் கோடையில் செருப்பில்லாமல் நடக்க முடிவதில்லை. தூசி குறைய வென்று தார் போட்டால் சூடு அதிகமாகத் தெரிகிறது. செருப்பில் லாமல் நடக்க முடியாது என்று சொல்லிவிட்டேன். ஆனால், எத்தனையோ பேர் இந்த வெய்யிலிலும் செருப்பில்லாமல் போகிறார் கள். அவர்கள் கால் ஒண்ணும் பாழாய்ப் போய்விடவில்லை. திராட்சைக்காரனுக்குச் செருப்புக் கிடையாது. அவனும் நாலு வருஷமாக நடந்துகொண்டுதான் இருக்கிறான். என் நண்பர் சொல்லுகிறார் எல்லாம் பழக்கந்தான். உம்மாலேயும் சரி என்னாலே யும் சரி, ஒரு நாள் காப்பி சாப்பிடாமல் இருக்க முடியாது. இருபத்து

நாலு மணிநேரம் பட்டினி கிடக்க முடியாது. ஆனால், உலகத்திலே காப்பி குடிக்காமல் லட்சோப லட்சம் ஜனங்கள் இல்லையா? ஒரு நாள் பூராவும் தண்ணியைக் குடித்துவிட்டு இருக்கிறவர்கள் இல்லையா? அவர்களெல்லாம் சந்தோஷமா இருக்கிறதில்லையா? சிரிக்கிறதில்லையா? எல்லாம் மனசுதான் காரணம். பழக்கந்தான். இதை நான் ஒத்துக்கொள்ளவில்லை. சிரித்துக்கொள்கிறதும் குழந்தை பெற்றுக்கொள்கிறதும்தான் பழக்கம். கஷ்டத்தைக் கண்டு எவன் சந்தோஷப்படுவான்? அப்படிப் பழகவும் கூடாது. அதே சமயம் காப்பி கிடைக்கவில்லையென்று உயிரைவிடுகிறதும் பைத்தியக்காரத்தனம். ஒருநாள் பட்டினி கிடக்க வேண்டியிருப்பதுக்கும் உயிரைவிடக்கூடாது. உயிரை விட்டா காபியோ சோறோ கிடைச்சுடுமா? உயிரோடு இருந்தாத்தானே இன்றைக்கில்லை என்றாலும் நாளைக்காவது, எனக்கில்லை என்றாலும் என் சந்ததிக்காவது கிடைக்கும்படியாகச் செய்ய முடியும் என்று சொல்வேன். தெருக்கோடியில் திராட்சைக்காரன் குரல் கேட்கிறது. பச்சை திராட்சை, சாத்துக்குடி, கமலாரஞ்ஜ். அவனுக்கும் செருப்புக் கிடையாது.

எனக்குத் தெரியும். செருப்பு இல்லையென்று அவன் வீட்டுக் குள்ளேயே அடைந்து கிடந்துவிடவில்லையே. இந்தக் கனல் பறக்கும் வெய்யிலிலேயும் அவன் வரத்தான் செய்கிறான். ஒப்புக்கு மாத்திரம் வந்து ஓடிப்போவதில்லை. நிறுத்தி நிதானமாக, தொண்டை கரகரக்கும் வரை கூவிவிட்டு ஆற அமர வீடு வீடாக விசாரித்துவிட்டுத்தான் போகிறான். வெய்யிலானாலும் மழையானாலும் அவனுக்கு லட்சியமில்லை. வெறும் வயிற்றுப்பாட்டுக்குச் செய்கிறான் என்று சொல்லி என்னால் இதைத் தட்டிக் கழிக்க முடிவதில்லை. வயிற்றுப் பிழைப்புக்கு என்றால் வெய்யிலில் அலையாமல் கிளியின் சிறகை முறித்துவிட்டு மரத்தடியில் உட்கார்ந்து கொண்டு ஜோசியம் சொல்லலாம். இப்படி அலைய வேண்டிய அவசியமில்லை. கர்மயோகம் என்றுதான் சொல்லத் தோணுகிறது. பாரதத்தில் வருகிற கசாப்புக்கடைக்காரன் கர்மயோகம் செய்கிறான், தெருவில் வருகிற திராட்சைக்காரன் செய்வதில்லையென்று எப்படிச் சொல்ல முடியும்? ஏன் சொல்ல வேணும்? திராட்சைக் காரன் குரல் கேட்கிறது. பச்சை திராட்சை, சாத்துக்குடி, கமலாரஞ்ஜ், எனக்கு இவனைத் தெரியும். இவனை மாத்திரம் என்ன, இந்தத் தெருவில் விற்பனைக்கென்று வருகிற எவ்வளவோ பேரைத் தெரியும். அன்றொரு நாள் ட்ரைலான் புடவை, ஸர்ட்டிங், ரவிக்கைத் துண்டு என்று கூவிக்கொண்டு ரெண்டு பேர் வந்தார்களே அவர் களையும் தெரியும். ஊருக்குப் புதுசாக இருந்ததால் எந்தூரு என்று கேட்டேன். பண்ருட்டி என்றார்கள். இதுக்கு முன்னாலே இங்கே

வந்ததில்லை போலிருக்கிறதே என்று கேட்டேன். இல்லை என்றார்கள். இதுதான் முதல் தடவை என்றார்கள். இத்தனை நாளாய் ஆந்திராதான் போவோம், இப்போதுதான் இங்கே வந்திருக்கிறோம் என்றார்கள். இந்த ஊரில் பணக்காரர்களே கிடையாதோ, யாருமே ஒண்ணுமே வாங்கவில்லையே என்றார்கள். ஆந்திராவில் நிறையக் காசு நடமாடுகிறது, எல்லாரும் ட்ரைலான்தான் வாங்குவார்கள், நீங்களும் ஒரு தரம் வாங்கிப் பாருங்கள் என்றார்கள். நான் கதர் கட்டுபவனாச்சே என்றேன். ஓஹோ, அப்படியானால் நீங்கள் இதை வாங்கமாட்டீர்கள், உங்களுக்கு இது ஒத்துக்காது என்று சொன்னார்கள். நான் சிரித்துச் சும்மா இருந்துவிட்டேன். இப்படி எத்தனையோ பேர். சிலருடைய பேர் ஊர் குடும்ப சமாசாரங்கள் எல்லாம் எனக்குத் தெரியும். நான் கேட்டுத் தெரிந்துகொள்கிறேன். ஒரு மனுஷனை ரிக்ஷாக்காரன் என்றோ டாக்டர் என்றோ முத்திரையடித்துவிட்டு மனப் பரணில் அடுக்கிப் போட்டுவிடுவது சரியல்ல. இந்த எல்லாவிதமான முத்திரைக்குப் பின்னாலும் மனுஷன் என்ற தனித்துவம் படைத்த ஜீவன் உயிர்த்துக்கொண்டிருக்கிறது. நேற்று எனக்குத் தெரிந்த டிரைவர் ஒருத்தன் கண்ணில் பட்டான். ஏன் ஒரு மாதிரி இருக்கிறே ரங்காராவ் என்றேன். வீட்டிலே சந்தோஷமில்லை ஸார் என்றான். என்ன சமாசாரம் என்று கேட்டேன். குழந்தைக்கு உடம்பு சுகமில்லை. மூணு வயசு என்றான். ரெண்டு நாளாக வாந்தியும் பேதியும் பீச்சியடிக்கிறது என்றான். வீட்டுக் காரிக்கு இந்தக் குழந்தை பிறந்ததிலிருந்தே மனசு கோளாறு. அவளால் குழந்தையைக் கவனிச்சுக்கொள்ள முடியாது. தன் தாயார்தான் ஆரம்பத்திலிருந்து குழந்தையை வளர்த்து வருகிறாள் என்றான். அவளுக்கு இங்கிலீஷ் வைத்தியத்தில் நம்பிக்கையில்லை. குழந்தைக்கு நாட்டு மருந்துதான் என்றான். பிழைக்குமோ என்னமோ ஆண்டவனுக்குத்தான் தெரியும், சந்தேகமாயிருக்கிறது என்றான். இத்தனை சுமையை மனசில் ஏந்திக்கொண்டும் அவன் வேலைக்கு வந்திருக்கிறான். எந்தக் காரணத்தைக்கொண்டு செய்தால் என்ன? யோகம் யோகந்தானே? நான் பார்க்கிறேன். என்னைச் சுற்றிலும் அநேகமாக எல்லாரும் யோகிகளாக இருக்கிறார்கள். ஒருவன் பெட்டிக்கடையில், ஒருவன் ஆஸ்பத்திரியில், ஒருவன் விறகுத் தொட்டியில். ஒருவன் பள்ளிக்கூடத்தில். ஒருவன் தெருவில். திராட்சைக்காரன் குரல் கேட்கிறது. பச்சை திராட்சை, சாத்துக்குடி, கமலாரஞ்ஜ். எனக்கு இவனை நன்றாகத் தெரியும். இவன் நாலு வருஷத்துக்கு முன்னால் முதல் முதல் இந்தத் தெருவில் குரல் கொடுத்த அன்றே எனக்கு இவனைப் பற்றித் தெரியும். யார் சொல்வார்கள். நான்தான் கேட்டுத் தெரிந்துகொள்கிறேன். என்னப்பா புது ஆசாமியாயிருக்கிறே, இத்தனை நாளாகக் கேட்கிற

குரலாயில்லையேன்னு பாத்தேன் என்று கேட்டேன். இந்த ஊருக்கே நிரந்தரமாகக் குடிவந்திட்டையா என்று கேட்டேன். இவ்வளவு வயசான ஆளா இருக்கிறே புருவமெல்லாம்கூட நரைக்க ஆரம்பிச் சுட்டுது. இப்போ போய் இந்த மாதிரி ஊர் சுத்துகிற வேலையை ஏற்றுக்கொண்டாயே என்று கேட்டேன். திராட்சைக்காரன் உண்மையிலேயே கிழவன்தான். அவன் கன்னமெல்லாம் சப்பிப் போயிருக்கிறது. எலுமிச்சம் பழத்தின் சாற்றையெல்லாம் பிழிந்து போட்ட பின் அந்த மூடி சப்பிப் போயிருக்குமே அது போல. வெய்யிலில் அவன் உடலெல்லாம் வியர்த்து வழிகிறது. பெருமாள் கோவில் மூலவர் போல இருக்கிறான் இந்தத் திராட்சைக்காரக் கிழவன். வாயிலே முன்பல் இல்லாததனாலோ என்னமோ அவனைப் பார்த்தால் எப்போதும் சிரிப்பது போல இருக்கிறது. தெருவில் திராட்சைக்காரனுடைய பழகிய புளிப்பேறிய குரல் கேட்கிறது. பச்சை திராட்சை கொத்துக் கொத்தாக அவன் குரலி லேயே காய்த்துத் தொங்குகிறது. பச்சை திராட்சை, சாத்துக்குடி, கமலாரஞ்ஜ். கிழக்குரல், கிழப்பழங்கள் கிழ வாடிக்கைக்காரர்கள், கிழ உலகம். கிழவனுக்கு இந்த ஊரில் வந்து பழம் விற்க வேணும் என்று ஏன் தோணியது. நான் கேட்டேன் வயசான ஆளாயிருக் கிறே, பல்லெல்லாம் உதிர்ந்து புருவங்கூட நரைச்சுப்போயிருக்கு, இப்போ போய் இந்த மாதிரி வெய்யிலிலே அலைகிற வியாபாரம் ஏன் வைத்துக்கொள்ளணும் என்று கேட்டேன். அவன் சிரிக் கிறான். காலை பதினோரு மணிக்குத் தன் சுற்றுலாவை ஆரம்பித்து மூணு மணி காலத்துக்கு அதிகமாகத் தெருவில் வெய்யிலில் கூடையைத் தலையில் சுமந்துகொண்டு கூவினபடியே நடந்து கொண்டிருக்கிற இந்தப் பல்லில்லாத கிழவன் சிரிக்கிறான். நான் வீட்டுக்குள்ளேயே சுழல் விசிறிக்கடியிலே ஹாய்யாக ஈஸிசேரில் உட்கார்ந்துகொண்டு உஸ்உஸ் என்று சொல்லிக்கொண்டு வேர்க்கிறது வேர்க்கிறது என்று துண்டால் வேறு விசிறிக்கொண்டு இந்த வருஷம் என்ன இவ்வளவு வெய்யில் இப்பவே ஆரம்பித்து விட்டதே என்று அங்கலாய்த்துக்கொண்டு எலுமிச்சம் பழ சர்பத்தைக் குடித்துக் குடித்து வயிறு திணற அவஸ்தைப்பட்டுக் கொண்டிருக்கையிலே இவன் சிரிக்கிறான். இல்லாத பல்லைக் காட்டிச் சிரிக்கிறான். நாங்களெல்லாம் வெய்யிலு காத்து மழை யெல்லாம் பார்க்க முடியுமா என்று சொல்கிறான். புதுசுலே கஷ்ட மாயிருக்கும் பழகினால் சரியாகிவிடும். சிரிக்கிறான். நீ தொழிலாளி, வியாபாரி, வெய்யில் குளிரெல்லாம் பார்க்க முடியாதுதான். ஆனாலும், இந்த வயசிலே இந்த ஊரிலே இந்த வியாபாரத்தைத் தொடங்கியிருக்க வேண்டாமே என்கிறேன். அதை ஏன் கேட்கறீங்க, பெரிய கதை என்கிறான். வாச்மேனாயிருந்து ரிட்டயர் ஆன பிறகு நெல்லூருக்குப் பெண் வீட்டுக்குப் போனேன் என்கிறான். வாச்மே னாயிருந்தபோது திருட வந்தவனோடு சண்டை போடப்போக

பல் போய்விட்டது. மார்வாடியின் சொத்தைக் காப்பாற்றுவதற் காகத் தான் செய்ததை மெச்சி எங்கியாவது போய் வெத்திலைப் பாக்கு – வாழைப் பழக்கடை வைச்சுப் பிழைச்சுக்கோ என்று சொல்லி மார்வாடி இருநூறு ரூபாய் கொடுத்தான் என்கிறான். அது அந்த ஆஸ்தியைக் காப்பாற்றச் சண்டை போட்டதுக்குப் பரிசு. வயசு அதிகமாய்விட்டதால் திருடனுக்கு ஈடுகொடுக்க முடியாமல் கீழே விழுந்து மயக்கமாய் விட்டதுக்கு விதிக்கப்பட்ட அபராதம். ரெண்டும் அந்த இருநூறு ரூபாய் என்கிறான். இது எனக்கு வெகு நாளாகவே புரிகிறதில்லை. அபராதம் இல்லாத பரிசு கிடையாதா? தூய்மையான நல்லது என்று ஒண்ணும் கிடை யாதா? எல்லாமே பரிசாகவும் அபராதமாகவும்தான் உலகத்தில் இருக்கிறது. தானியத்தைத் தின்று ஒழிக்கும் எலியைக் கொன்று தீர்க்கிற பூனைதான் குழந்தைக்கு வைத்திருக்கிற பாலையும் திருடிக் குடித்துவிடுகிறது. மோகனமாகப் பாடுகிற குயில்தான் காக்காய்க் குஞ்சை இரக்கமில்லாமல் கூட்டினின்றும் கீழே தள்ளிவிடுகிறது. நமக்கு எவ்வளவோ உதவக்கூடிய வற்றாத சக்தியை உள்ளடக்கி வைத்துக்கொண்டிருக்கும் அணுதான் நம் எல்லாரையும் ஒரே கணத்தில் கரித்து ஆவியாக்கும் ஆற்றல் படைத்ததாயிருக்கிறது. இந்த அபராதப் பரிசுகள் பழக்கமாய்விட்டதனால் இதுவேறு யாருக்கும் அதிசயமாகவும் ஆச்சரியமாகவும் வேடிக்கையாகவும் இல்லை போலும். லஞ்சம் வாங்கும்போது முதல் முறை ரெண்டாம் முறை ரொம்ப பயமாக வேடிக்கையாக இருந்தது. இப்போது பழகிப் போய்விட்டது. ஒரு வேடிக்கையுமில்லை பயமுமில்லை என்று ஒருவர் என்னிடம் சொல்லி ஆனந்தப்பட்டுக் கொண்டார். எனக்கு எதுவும் பழகமாட்டேன் என்கிறது. நல்லதும் சரி, கெட்டதும் சரி. அதனாலே எது நமக்குப் பழக்கமாய் விடுவதில்லையோ தெரிந்த தாய் விடுவதில்லையோ அதில்தான் புதுமையும் அதிசயமும் வேடிக்கையும். எனக்கு எல்லாமே புதுமை, வேடிக்கை. பழகினால் சரியாகிவிடும் என்று சவால்விடுகிறான் இந்தக் கிழவன். தெருவில் திராட்சைக்காரன் குரல் கேட்கிறது. வீட்டுக்குச் சமீபம் வந்து விட்டிருக்கிறான். வீட்டுக்கு முன்னால் வந்தவுடன் சேர்த்து வைத் திருந்த சக்தியையெல்லாம் திரட்டி இந்த ஒரு காரியத்துக்காகச் செலவழிப்பதுதான் தன் லட்சியம் என்று இருப்பவனைப் போலக் கூவுவான். அது எனக்கென்று பிரத்யேகமாக அவன் இடும் ஆணை. பச்சை திராட்சை, சாத்துக்குடி, கமலாரஞ்ஜ் ஆணை. இவன் உடம்பிலே எங்கிருந்து இவ்வளவு சக்தி. இன்றைய விஞ் ஞானத்தில் சொல்லிக் கொடுக்கிறபடி இவன் உயிரோடவே இருக்கக்கூடாது. ஆனால், இவன் இருக்கிறான். திராட்சை விற் கிறான். வெய்யிலிலே தார் ரோட்டிலே காலை பதினோரு மணி முதல் மாலை ஆறுமணி வரை அலைகிறான். ஏன் இப்படிச் செய்கிறாய் என்று கேட்டால் சிரிக்கிறான், கிள்ளி எடுக்கச் சிட்டிகை சதை

இல்லாத இவன், ஆளை உருக்கினால் ஒரு முட்டை நெய்கூடத் தேறுமோ தேறாதோ. இவனுக்கு எங்கிருந்து இவ்வளவு கொழுப்பு வந்திருக்கிறது. அதனால்தான் இவனை யோகி என்கிறேன். யோகம் தெரியுமா என்று கேட்டேன். ஜோசியம் தெரியும். யோகம் தெரியாது என்கிறான். அது ஊரை ஏமாத்துகிற பிழைப்பு. பழ வியாபாரம் யோக்கியமான பிழைப்பு. திராட்சைப் பழத்தைச் சாப்பிட்டுப் பாருங்கள். புளிச்சால் வாங்க வாணாம், புளிக்க வில்லையென்றால் வாங்குங்கள் என்கிறான். பெண் வீட்டுக்குப் போனவன் நெல்லூரிலிருந்து சின்னூருக்கு ஏன் வந்தாய்? நெல்லூரிலேயே யோக்கியமான பிழைப்பு நடத்தலாமே என்கிறான். பெண் வீட்டிலே உட்கார்ந்து எவ்வளவு நாள் சும்மா சோறு திங்க முடியும்? பிள்ளையானாலும் பெண்ணானாலும் அது வேறே, நாம் வேறே. அதும் வயிறு வேறே. நம் வயிறு வேறே என்கிறான். இருநூறு ரூபாயும் கரைந்துபோன பிறகுதான் இந்த அறிவு வந்த தென்கிறான். பணம் போச்சு, புத்தி வந்தது. ஒண்ணும் போகாத போனால் ஒண்ணும் வராது என்கிறான். போனது கணக்கில்லை என்ன வந்தது என்பதுதான் கணக்கு என்று சொல்லிச் சிரிக்கிறான். அந்த ஊரிலேயே வியாபாரம் செய்தபோது பெண்ணுக்கு அவமான மாய்விட்டது. மாப்பிள்ளை வெளியிலே தலைகாட்ட முடியவில்லை யென்றான் என்கிறான். மாப்பிள்ளையும் பியூன்தான். ஆனாலும், ஒரு காலத்தில் பெரிசாக வாழ்ந்த மானஸ்தன். அவனால் மாமனார் தெருத்தெருவாகக் கூவிக்கொண்டு போவதைப் பார்க்கத் தாங்க வில்லை. ஆத்திரம் வந்தது என்கிறான். கிழவன் நம்மை ஈனப்படுத்த வேணும் என்று குறியாய் இருக்கிறான் என்று நினைத்து விட்டார்கள். என் பிழைப்பை நான் மானமாய் நடத்த அவர்கள் வழியில் அவர்கள் மானமாய் வாழ இங்கே வந்துவிட்டேன் என்கிறான். அவுங்க அவுங்க ஊரிலே அவுங்க அவுங்க. இது என் சொந்த ஊர் என்கிறான். சொல்லிச் சிரிக்கிறான். பச்சை திராட்சை, சாத்துக்குடி, கமலாரஞ்ஜ். வீட்டெதிரே குரல் கேட்கிறது. புராணங் களில் இதிகாசங்களில் சரித்திரங்களில் கதைகளில் வரும் குரல்கள் மனத்துக்குள் கேட்கும் குரல்கள்தான். இது நிஜக் குரல். இந்தக் குரலுக்கும் எனக்கும் உறவு இருக்கிறது. இவனும் இருக்கிறான் நானும் இருக்கிறேன். சொல்லப்போனால் இவ்வளவுதான் உண்மை. எனக்குக் கதையெதற்கு. திராட்சைக்காரன் குரல் கேட்கிறது.

(தாமரை, 1967)

காப்பிக்குச் சர்க்கரை போதாது

பாழுங் கோவிலின் உள்ளேபோல இருள் ஊறிக் கிடக்கும் அந்த ஹாலில் சிறகிழந்த வௌவால்கள்போல ஒருவராகவும் இருவராகவும் சிறுசிறு கூட்டங்களாகவும் மக்கள் நுழைகின்றனர். விளக்குகள் திருட்டு விழி விழிக்கின்றன. வாயில் புடவை கட்டி, கிழிசல் தெரியாமல் சாமர்த்தியமாக இஸ்திரி போட்டு மடித்து உடுத்தும் சிலர்; இடுப்புச் சதை பிதுங்கவும் விலாவெலும்புகள் தெரியவும் வருகிற ஸ்டெனோக்கள் சிலர். அவர்களுக்கு முன்னும் பின்னும் இடையிலும் அரைக்கை முழுக்கால் அழுக்கேறிய கழுத்துப்பிடி, பஞ்சாப் ஸாண்டல்ஹவாய் செருப்பு, அமெரிக்கன் கிராப்பு, அருகு மீசை, ஆஸ்துமா அரிக்கும் மார்க்கூடு, சிகரெட் பீடிக் கருப்பு உதட்டுக் கிளார்க்குகள். இடையிடையே அங்குமிங்குமாய் வயிற்றுக்குக் கீழே கட்டிய வேட்டி வழுக்கி விழுந்துவிடாமல் இறுக்கிப் பிடித்திருக்க மூணு விரல் அகல தோல் பெல்ட் காஷியர்களும் ஸெக்ஷன் மானேஜர்களும் ஸேல்ஸ்மென்களும். கழுதைக் கலர் சராய் சட்டைப் பட்டிகளுடனும் கிருதாப் பட்டிகளுடனும் கடைசி வகுப்பு ஊழியர்கள். ஹாலில் கூட்டத்தின் நெரிசல். குளவிக் கூட்டின் மொணமொணத்த ரீங்காரக் குடைச்சல். இங்கே வாங்க இடம் இருக்கு, பரவாயில்லை, இங்கியே உக்காந்துக்கறேன். அவளைப் பாத்தியா. யாரை? ஓ! ஜானகியையா, அவனுக்கென்ன தினம் பாத்துண்டுதானே இருக்கான்? எவ்வளவு தூரம் முன்னேற்றம் மிஸ்டர்? நமிட்டுச் சிரிப்பு. கிளுகிளுப்பு. உடம்பில் மதமதப்பின் ஊறல். கை தலைமயிரைத் தடவிப் படியவைக்கிறது. சார், சார். மெதுவாப் பேசுங்க மேலே வெத்தலை அபிஷேகம் ஆவப்போவுது. போங்கடா ஆனா என்ன, கருப்பும் சிகப்புமா கலந்து காலத்துக்கேத்த கோலமாயிருப்பே. பெரியவா எச்சல் படக் குடுத்துவெச்சிருக்கணுமே. வெளிக்காட்ட முடியாத ஊமைக் காயமான கோபம் குமுறுகிறது. ரொம்பப் பெரியவாள்! என்னமோ வழுக்கைத் தலையும் பொக்கை வாயுமா இருக்கானேன்னு பாத்தா மரியாதை கெட்ட மனுஷன் எச்சத் துப்பறேங்கறான். நாமம் வேறே நாசமாய்ப் போக.

என்ன மிஸ்டர் பத்மநாபன் ராத்திரி எட்டு மணிக்கா வீட்டுப் பக்கம் வர்றீங்களா? நாளைக்கு லீவுதானே ஒரு ஆட்டம் போடுவம். ராஜாபாதர் விஜயகுமார் எல்லாரும் வர்றாங்க. நப்பாசை. பாழும் நப்பாசை. சர்க்கரையை நாவு கரைப்பது போலத் தடவித் தடவி அரித்துக் கரைக்கும் ஆசை. என்னிக்காவது ஒருநாள் கொள்ளைப் பணம் வாராமே விட்டுடுவேனா. இன்னி ராத்திரி வாணாம் பிரதர். வீட்டிலே கொஞ்சம் வேலையிருக்கு. ஹோ ஹோ ஹோ என்னய்யா புது மாப்பிள்ளை மாதிரி ஒமக்கு வீட்டிலே ராத்திரிலே வேலை. ஹோ ஹோ! தொந்திச் சதை, மார்ச் சதை, கழுத்துச் சதை, கன்னத்துச் சதை. தொடைச் சதை, காதுச் சதை எல்லாம் குலுங்க, போங்க ஸார், நீங்க ஒண்ணு எப்பப் பார்த்தாலும், கண்களில் சந்தோஷமும் வெட்கமும் துக்கிணியூண்டு கோபமும், உடம்பிலே சூடு பரவுகிறது. வேதாவுக்கென்ன மூணு குழந்தை பெத்தபின்னும் இங்கே இருக்கிற ரம்பைகளையெல்லாம் அவ காலிலே கட்டி யடிக்கணும். கண்கள் ரம்பைகளைத் துழாவுகின்றன. ஸ்பர்சிக் கின்றன. சல்லாபம் செய்கின்றன. அந்தப்புரம் வளைக் கைகள், வாட்ச் கைகள், வெறுங் கைகள், மருதாணிக் கைகள், மோதிரக் கைகள், புடவைத் தலைப்புகளைச் சரிசெய்கின்றன. கழுத்துச் செயின்களைச் சரிசெய்கின்றன. டம்பப் பைகளைத் திறந்து மூடு கின்றன, முழங்கால் புடவைகளை இழுத்துவிடுகின்றன. வண்ண வண்ணச் சீலைகள், சோலிகள், ரவிக்கைகள், தலைகள், கழுத்துகள், மார்புகள், கண்கள், இடுப்புகள், செருப்புகள், பைகள், வயிறுகள். மேனகாவைப் பாத்தியா புதுசா வாங்கியிருக்கா போலிருக்கு. மேனா இங்கே வா இடம் இருக்கு. அவ எல்லாம் நம்ம பக்கம் வருவாளா என்ன? நேத்து ரோட்டிலே யாரைப் பார்த்தேன் சொல்லு? ராஜாத்தியை. நம்ம ஸெக்ஷன்லே போன வருஷம் இருந்தாளே. ஓஹோ நீ வரதுக்கு முன்னாடியா. சொற்கள் சொறிந்துவிடப்பட்ட கன்றுக்குட்டியின் கழுத்தைப் போல வளைந்து வளைந்து கொடுக் கின்றன. மனுஷக் கலவையில் உதிர்கின்றன. உதிர்ந்து உருண்டு விழுந்து ஒருவரையும் தொடாமல் ஒட்டாமல் ஆவியாகின்றன. ஏன் இன்னும் பெரியவர் வரலை. லேட்டாச்சே. மணி என்னப்பா ஆச்சு? கண்ணும் கடிகாரமும் ஒரு கணம் உராயும் உரசல். வேர்வை ஊறுகிறது. ஒட்டுகிறது. சருமத்தைத் துணியுடனும் துணியை நாற்காலியுடனும் உடலை உடலுடனும் ஒட்டுகிறது. பிரிக்கிறது. சொற்கள் கசகசக்கின்றன. சுடுகின்றன. நெடியாய்ப் பரவி எல்லார் தலைமேலும் கஞ்சாப் புகையாய்க் கவிகின்றன. கவிந்து மேடைக்கு மேல் ஆடாமல் இருக்கும் மின்விசிறிமேல் மார்கழிப் பனித்துளியாய் அமர்கின்றன. விசிறி நடுங்காமல் செத்த மீனைப் போல் கிடக்கிறது. அஞ்சு மணிக்குன்னுதானே சொன்னாங்க, அஞ்சே முக்கால்

ஆகப்போகுதே. இன்னம் காணம் மொதலாளியை. முக்கியமான மீட்டிங் எதாவது இருக்கும். மீட்டிங் இல்லை சார், அதுக்கெல்லாம் இப்போ கான்பரன்ஸ்னு பேரு. ஐயங்காரைக் கேளுங்க. அதான் இப்போ பேஷன். அதோ வந்துட்டாங்க. சொற்கள் சோகை பிடித்த குழந்தைகள் மாதிரி வீர்யமின்றி எழுந்து தாழ்ந்து கூரையை முட்டித் தொட்டு விழுகின்றன. இருமல்கள் நிசப்தத்தை வரவேற்கின்றன. சிறு ஊர்வலம் உள்ளே நுழைகிறது. ஸ்தாபனத் தலைவர், உப தலைவர்கள், உயர் ரக அதிகாரிகள், சிறிசும் பெரிசுமாய், வெள்ளை யும் கருப்புமாய், இளசும் கிழடுமாய், தொந்தியாய், மீசையாய், சட்டை யாய், பூட்ஸாய், நரையாய், வழுக்கைப் பளபளப்பாய், பிரில்லி யன்டைனாய், ஓடிகோலனாய், கோல்டு ஃபிளேக்காய், மேடை முன் வரிசை மேஜை நாற்காலிகளாய், திரும்பாத தலைகளாய், நிசப்தத் தின் நடுவே தீரக் காளைகளாய் நாற்காலிகளை இழுக்கின்றன. நேரமாச்சு. சீக்கிரம் ஆகட்டும். எங்கே ஸதானந்தம்? ஸ்தாபன அலுவலர் அகமகிழ் மன்றச் செயலாளன் கிளார்க் பொக்கிஷதாரன் பியூன் ஸதானந்தம் எங்கே. பொறுமையிழந்த தலைமைக் கண்கள் சிறிது கடுத்து ஸதானந்தத்தைத் தேடுகின்றன. ஸதானந்தம் ஸதானந்தம். எங்கே தொலைஞ்சுபோயிட்டான்? இப்பவே மணி ஆறாகப்போகுது. ஸதா, போப்பா. வழி, வழி. முட்டாள். அவன் தானே முதல்லே பேசப்போறான். இப்படியா கூட்டத்துக்கு நடுவிலே போயி மாட்டிக்கிடறது? வேஷ்டி படக் படக்கென்று முரசு கொட்ட தோள் துண்டு பாவட்டா பறக்க கால் செருப்பு கட்டியங்கூற அகமகிழ் மன்றச் செயலாளன் மேடை விஜயம். ஃப்ரண்ஸ், தோழர்களே, ஐயையோ தோழர்களேன்னா கம்யூனிஸ் டுன்னு நினைச்சிப்போடுவானே, நாம் இங்கே எதற்காகக் கூடியிருக் கிறோம் என்பது உங்கள் அனைவருக்கும் தெரிந்திருக்கும். கண்கள் மாணிக்கவாசகத்தைத் தேடுகின்றன. எங்கே போயிட்டான் கிழவன். முன்னாலயே இருய்யான்னு எத்தனை தடவை சொன்னேன். வயசாச்சில்ல. நம்முடன் நமது ஸ்தாபனத்தில் வேலை செய்து வரும்... ஓ இங்கியே ஓரத்தில் பதுங்கிட்டிருக்கானோ. கை பச்சைக் கொடியாட்டுகிறது. திருவாளர் மாணிக்கவாசகம் பிள்ளை தமது முப்பதாண்டு ஸாரி முப்பத்துமூணா, முப்பத்துமூணு ஆண்டுகள் வேலை செய்து ஸ்தாபன விதிகளுக்கிணங்க இந்த மாதத்துடன் ஓய்வுபெறுகிறார். மாணிக்கம் இங்கே வாப்பா. மயங்காதே. முன்னாலே போங்க. மாப்பிள்ளையாட்டம் வெக்கப்படறாரு பாத் திங்களா. லிங்கத்துக்குப் பக்கத்தில் நந்தி உட்கார்கிறது. நாற்காலிக் கைகளில் தொடை படாமல் குறுகி அடங்கி முழங்காலிடுக்கில் கைகளுடன் முதுகு கூனி தோளிரண்டும் ஒன்றையொன்று காதலர்கள்போல் எட்டிப் பார்க்க. கழுத்து நீண்டு தலை முன்வந்து

கண்கள் ஈரப்பசை வேய்ந்து வெறித்து முன்னோக்கி. நம்மெல் லோரைக் காட்டிலும் மிக மிக அதிகமான ஸர்விஸ் நமது ஸ்தாபனத் தில் மாணிக்கவாசகம் பிள்ளையவர்களுக்குத்தான். ஆமா இந்த ஆள் எந்த செக்ஷன்லே இருந்தான். பாத்த மாதிரியே இல்லியே. கோடவுன்லே இருந்தான். அதுக்கு முன்னாலே ஆபீசுலேகூட இருந்தான். முப்பத்துமூணு வருஷமா இந்த நரகப் பட்டணத் திலேயே. முதுகுத் தண்டு சில்லென்று தொய்கிறது. காதுக்குள் வண்டு குடைகிறது. முப்பத்துமூணு வருஷம் ஆயிப்போச்சு. நெஞ் சுக்குழி படபடவென்று அடித்துக்கொள்கிறது. பளபளவென்று சூட்டுப் போட்டுப் பக்கத்தில் பெரிய துரை. இந்தப் பிள்ளையாண் டான் வந்து அஞ்சு வருஷம் ஆயிருக்குமா? திரை படிந்த கிழக் கண்கள் ஓரமாக நகர்ந்து பெரிய துரைப் பிள்ளையாண்டானைப் பார்க்கின்றன. தடித்த தொடை. தொடை மேல் மோதிரம். மோதிரத் துக்குள் விரல். கொழுகொழுவென்று சீமைப்பசு மடி மாதிரி கையும் விரலும். முருங்கைக்காய் விரல்கள் முழங்கால் சிப்பியைப் பலமாகப் பற்றி இறுக்குகின்றன. நிலைமை தெரியாமல் நகண்டு துரைப் பக்கம் போயிட்டா. இருக்குமிடம் தெரியாமல் தானுண்டு தன் வேலை யுண்டு என்று இருந்து தனக்கிடப்பட்ட வேலையை ஒழுங்காகவும் திறமையாகவும் செய்து வந்த இவர் நமக்கெல்லாம் எடுத்துக்காட்டு. சீக்கிரம் முடிப்பா ஸதா, வயிறு பசிக்குது. நீ பாட்டுக்குப் பேசிக் கிட்டே போறே. இந்த ஸதானந்தம் மூணு வருஷத்துக்கு முந்தி வந்தப்போ எப்பிடியிருந்தான். இப்போ என்னமா பேசக் கத்துட் டான். இத்தனை வருஷம் என்னைக் கண்ணால்கூடப் பாத்திருக்க மாட்டான். இன்னிக்கு என்னடான்னா நான் பொறந்ததுலேயிருந்து அவன் மடியிலே வளந்து வந்த மாதிரியில்ல பேசறான். முப்பத்து மூணு. இவருடைய நீடித்த சேவையைக் கௌரவிக்கும் வகையில் எங்கள் அன்பளிப்பாகவும் ஞாபகார்த்தமாகவும் இந்தப் பரிசை அளித்துச் சில வார்த்தைகள் பேசுமாறு முதல்வரை வேண்டிக் கொள்கிறேன். சடசடவென்று கரகோஷம். பேச்சு முடிந்ததுக்கோ அல்லது ஆரம்பிக்கப்போகிற பேச்சுக்கோ அல்லது பேசப்பட்ட விஷயத்துக்கோ. ஸதானந்தம் முதல்வர் காதில் குசுகுசுக்க அவர் எழுந்திருக்க, மாணிக்கமும் எழுந்திருக்க, நீ உட்காருய்யா என்று அவன் காதில் யாரோ அறைய, அவன் திடுக்கிட்டு அமர, சக தொழிலாளிகளே நண்பர்களே நான் சொல்ல வேண்டியது அதிகமில்லை. ஸதானந்தமே எல்லாம் சொல்லிவிட்டார். அவர் சொன்ன மாதிரியே அதாவது எல்லாரும் மாணிக்க வாசகத்தைப் போலவே உண்மையாகவும் உழைப்பாளியாகவும் இருந்தால்... என்னைப் பத்தியா பெரிய துரை இப்பிடிச் சொல்றாரு. முந்தா நாள்கூட கோவிச்சுகினாரு. அதாவது அவன்... ம்... அவர் சென்ற

பத்து வருஷங்களில் லீவே எடுத்ததில்லை. அவ்வளவு நாணயமான ஒழுங்கான ஆசாமி என்பதற்குச் சொல்கிறேன். தான் சேவக வேலை செய்தாலும் உங்கள் ஸ்தாபனத்தின்மேல் அவ்வளவு உறுதி யான அதாவது எல்லாரும் இவரைப் போலவே இருந்தால் இருக்க வேண்டுமென்பதுக்குச் சொல்லவருவது என்னவென்றால் உங்கள் அனைவரின் சார்பாக இந்த... ஏன்யா இந்த ஆளு முப்பத்திமூணு வருஷமா பியூனாவா இருந்தான். நோ... நோ. மொதல்லே ஆபிஸ் பையனா இருந்தான். அப்பறம் சின்னப் பியூன். அப்பறம் கொஞ்சம் பெரிய பியூன். அதுக்குள்ளே வயசாப்போச்சு. இல்லாதபோனா ஹெட் பியூனாகக்கூட ஆயிருப்பான். நடுங்கும் கைகள் பழுப்புக் காகிதப் பொட்டலத்தை வாங்கிக்கொண்டு நடுங்குகின்றன. விறைப் பும் வலுவும் ஊறிய கைகள் கொடுத்துவிட்டு விறைக்கின்றன. இவருக்கு ஆண்டவன் நீண்ட ஆயுளையும் நோயற்ற திடமான தேகாரோக்கியத்தையும் சந்தோஷகரமான ஓய்வு வாழ்க்கையும் அளிப்பானாக. பலத்த கரகோஷம். உளுத்த மரத்திலிருந்து தூள் உதிர்கிறது. நம்மை விட்டுப் பிரியப்போகிற திரு. மாணிக்கவாசகம் பிள்ளையவர்களைச் சில வார்த்தைகள் சொல்லுமாறு வேண்டிக் கொள்கிறேன். ஸதானந்தத்தின் வெடி கேட்டுக் கூட்டத்தில் அலை மோதல். சிரிப்புக் கொப்புளங்கள். கமான் மாணிக்கவாசகம் என்று ஒரு குரல் கேட்கிறது, ரேஸ் கோர்ஸில்போல. ஸ்பீச்... ஸ்பீச். ஏந்து நின்னு ஏதாவது ரெண்டு வார்த்தை சொல்லுய்யா என்று மாணிக்க வாசகத்தின் காதில் பாம்பு மீண்டும் சீறுகிறது. பொட்டலத்தைப் பிரித்துப் பார்க்கக் கைகள் துடிக்கின்றன. காதில் என்ன சீறல் என்று உடல் திடுக்கிடுகிறது. முப்பத்திமூணு. ஸதானந்தம் பொட்ட லத்தைப் பிரிக்கிறான். ஸ்டெய்ன்லெஸ் ஸ்டீலில் ஒரு சிறு மூண டுக்கு டிபன் பாத்திரம். மின்னுகிற மூணடுக்குப் பாத்திரத்தைத் தூக்கிக் காண்பிக்கிறான். அடுக்குகள் சிரிக்கின்றன. அவைகளில் ஒருபுறம் கொசுக் கூட்டம்போலத் தலைகள் சிரிக்கின்றன. மறுபுறம் மாணிக்கவாசகக் கிழவனின் முகம். ஸ்டீலில் நசுங்கி அகன்று தட்டையாகச் சப்பை மூக்கோடு கிழிந்த வாயோடு சொத்தைப் பல்லோடு அவனையே பார்க்கிறது. ஸ்பீச் ஸ்பீச். சும்மா பேசப்பா. சிரிப்பும் கும்மாளமும் கட்டளையும். சீக்கிரம் ரெண்டு வார்த்தை யோடே முடிச்சுக்க. மீண்டும் பாம்பின் சீறல், பேச்சா என்ன பேச்சு முழங்காலுக்கு என்ன வந்துடிச்சு, நிக்க மாட்டேங்குதே? ஆண்டவனே முப்பத்தி மூணு வருஷத்துக்கப்புறம். எனக்கு என்னா சொல்றதுன்னு தெரியலே. கூட்டம் சிரிக்கிறது. தப்பு சொல்லிட் டேனோ, மன்னிச்சுகுங்க. கழுத்த சுழன்று விழிக்கிறது. எல்லாரும் என்னையே பாத்துச் சிரிக்கறாங்க. நாசமாப் போவான் ஸதா, என்னை ஏன் இந்த வம்பிலே மாட்டி வெச்சுட்டான். எனக்குப்

பேசத் தெரியாது. மீண்டும் நான் என்னா சொல்றதுக்கு இருக்கு. நீங்கள்ளாம் படிச்சவங்க, பெரியவங்க. ஆண்டவன்தான் ஒங்களை யெல்லாம் காப்பாத்தணும். கைதட்டல். சிரிப்பு. தலைவர் முகத்தில் கூட, தலைசுற்றுகிறது. மூணடுக்குப் பாத்திரத்தை மையமாக வைத்து ஹாலுக்குள் தட்டுகளின்மேல் கோப்பைகளும் ஸாசர்களும் இனிப்பு களும் காரங்களும் கோப்பைக்குள் புதுவெள்ளம்போல் கலங்கலாக நுரையோடு டீயா காப்பியா எனக் கண்டுபிடிக்க முடியாத மர்மத் திரவங்களும் படையெடுக்கின்றன. முதல்வருக்கும் மற்றவர்களுக்கும் ஸதானந்தத்துக்கும் மாணிக்கவாசகத்துக்கும் ஒருவர் பின் ஒருவராக எல்லாருக்கும். சப்பாத்திப் புதரில் பூச்சி படருகிற மாதிரி. வெளுத் துக்கட்டிட்டயே ஸதா. பரவாயில்லை ஸார். நீங்க எடுத்துக்குங்க. ஸதாவா சும்மாவா? ரெண்டு ஸ்வீட்; ரெண்டு காரம். வெரிகுட். யார் சப்ளை? அதான் தேநீர் விருந்துன்னு அழைப்புப் போட் டாரா? விரல் நுனியில் காராசேவு. நாக்கு நுனிக்கு நளினப் பயணம். பாம்பு நாக்குகள், பல்லி நாக்குகள், கிளப்புக்குப் போகணும் லேட் டாய்ப் போச்சு. முதல்வர் எழுந்திருக்கிறார். பரிவாரங்கள் எழ. நேரமாச்சு. நான் வரேன். ரொம்ப தாங்க்ஸ் ஸார். வாய் நிறையப் பூந்தியுடன் ஸதானந்தம் வழிவிட. தன் சட்டைப் பைக்குள்ளேயே ஒளிந்திருக்கும் மாணிக்கவாசகம், சுவரில் அடித்த ஆணிபோல் மறைந்துவிட. இந்த ஜனங்களை இப்படியெல்லாம் தாஜா பண்ணாத போனா இந்தக் காலத்திலே என்று ஆங்கிலத்தில் பேசும் குரல். வாயில் வழியே காரில். இன்னும் பலப்பல குரல்கள். காராசேவின் கரகரப்பில் பஜ்ஜியின் எண்ணெய்ச் சொதசொதப்பில் பூந்தியின் நசநசப்பில் ஜாங்கிரியின் பிசுக்கில் கப்பில் ஸாசரின் தாளத்தில் காகிதத்தின் சடசடப்பில் கோப்பையில் கப்பியிருக்கும் உதடுகளின் உறிஞ்சலில் நுரைத்தெறிப்பில் நாக்கின் சுழட்டலில் தொண்டைச் சங்கின் குதிப்பில் வலுவிழந்து, உயிரிழந்து, உதைபந்தாகி ஓடி, உயரப் பறந்து, வீழ்ந்து, எழுந்து, முதல்வரிசையின் மூலையில் கிழவன் விழிக்க. விருந்தை ரஸிக்கத் தெரியாமல், இனிப்புத் தெரியாமல், மூணடுக்குப் பாத்திரத்தின் முன்னாடி, ஓரடுக்கு நீண்ட ஆயுள். ஓரடுக்கு திடகாத்திரமான தேகாரோக்கியம். மூணாவது அடுக்கு சந்தோஷமான ஓய்வு. ஓய்வு. முப்பத்திமூணு வருஷத்துக்குப்பின். மூணையும் இறுக்கிச் சட்டம் போட்டுக் கட்டி நாலங்குல ஸ்பூனால் நிறுத்தி வைத்திருக்கிறது. அடுக்குகள் விழிக்கின்றன. சட்டம் எதுவோ ஸ்பூன் எதுவோ மூணிலும் அவன் முகம் கேலிப்படம் மாதிரி. அவன் வாயை இறுக மூடிக்கொண்டாலும் அம்முகங்கள் இளிக்கின்றன. மூணு முகங்கள். முப்பத்திமூணு. கூட்டம் சிலிர்த்துக் கொள்கிறது. பொங்கும் பால் மாதிரி ஹாலிலிருந்து கதவு வழியாக வழிகிறது. நுரைக்கறை தரையில், வேட்டி, செருப்பு, சேலைக்

கரைகள், நகரும் கறைகள், சிந்திச் சிந்திக் கிடந்து ஓசையின்றி நசுங்கும் தின்பண்டத் துணுக்குகள். அவனைச் சுற்றி வழிகின்றன. கைகளைத் துடைத்துக்கொண்டு வாயைக் குதுப்பிக்கொண்டு அதில் ஊறிவரும் பேச்சைப் புகையோடு மென்று உமிழ்ந்து கொண்டு ஹால் ஜனத்தைக் கக்குகிறது. சந்தோஷகரமான ஓய்வைத் தேடி அவனுடைய வெள்ளைச் சட்டையின் தோல் மேல் முதுகு மேல் எண்ணெய்க் கைகள் தட்டும்போது அவன் திடுக்கிட்டு விழிக் கிறான். சிரிக்கும் இளமுகங்கள். உடம்பு நடுங்குகிறது. காலி அடுக்குப் பாத்திரம் ஆடி நடுங்குகிறது. அதில் ஹால் நடுங்குகிறது. அதில் அத்தனை ஜனங்களுக்கும்கூட ஆடி அதிரும் அதிர்வு. அவன் நெஞ்சதிர்வு. தலையதிர்வு. குதிகாலதிர்வு. தெருவில் சிறுவன் கை கயிற்றிலிருந்து விடுபட்டு நில்லாமல் நின்று தூங்கும் பம்பரம் ஆடி ஆடித் தள்ளாடி ஓயும் அதிர்வு. பையன், ஓட்டைப் பம்பரம் ஆணி தேஞ்சுபோச்சு என்று உதைத்துவிட்டு ஓடுகிறான், புழுதி மேக மண்டலம் மட்டும்.

நாலு நாளைக்குப் பிறகுதான் அந்த இருண்ட ஹாலின் மிக இருண்ட மூலையில் மூன்றடுக்குப் பாத்திரத்தையும் அதனருகே எறும்பு மொய்த்து அரிக்கப்பட்டுக் கிடந்த இனிப்புக் காரப் பொட்டலத்தையும் ஸதானந்தம் கண்டுபிடித்தான். "ஸ்வீட்டைத் தொடக்கூட இல்லை. முட்டா கிழவன். நமக்காவது கொடுத் திருக்கக் கூடாது? அனுபவிக்கத் தெரியாதவன்" என்று சொல்லிக் கொண்டான். இதுபற்றி அவன் யாரிடமும் ஒன்றும் சொல்ல வில்லை. சொன்னால் அடுக்குப் பாத்திரத்தைப் பற்றிக் கேட்பார் களோ என்று அவனுக்குப் பயம்!

அந்தப் பயம் அவனுக்குத் தேவையில்லை. அப்புறம் யாருக்கும் அந்தக் கிழவன் ஞாபகம் இல்லை. முப்பத்து மூணு வருஷமானால் என்ன கொம்போ? சந்திரனுக்குப் போயிட்டு வரவன் கணக்கே தட்டுக்கெட்டுப் போயிடுதாம். தேநீர் விருந்தா அது? எல்லாருக்குந்தான் அதுபோல எத்தனையோ. ஆனா இப்பல்லாம் எதுலேயும் காப்பிக்குச் சர்க்கரை போதாது.

(தீபம், 1968)

பட்டு நூலும் இரும்பு ‘கேட்’டும்

குழந்தைகளையெல்லாம் விரட்டிவிட்டு மனைவியிடம் இன்னும் ஒரு மணி நேரத்துக்கு என்னை யாரும் தொந்தரவு செய்யக் கூடாது என்று சொல்லிவிட்டு சிகரெட்டுப் பெட்டி–தீப்பெட்டி சகிதம் மேஜை முன்னால் உட்கார்ந்தாகிவிட்டது. கதை எழுத யோசனை செய்கிறது என்ற சாக்கில் ரெண்டு மூணு சிகரெட்டுகளைப் புகைத்துவிட்டாயிற்று, வாய் கசக்கிறது. என்னைச் சுற்றியிருக்கும் ஒவ்வொரு மனிதனும் ஒரு நடமாடும் கதை என்பது என்னவோ நிஜம்தான். ஆனால், அந்தக் கதையெல்லாம் வாசகர்களுக்கும் ரஸிகர்களுக்கும் பிடிக்குமோ என்னவோ? எதிர்வீட்டுக் காம்பவுண்டில் ஒரு மூலையில் இருக்கிற மண் குடிசையிலிருந்து தினம் பிற்பகல் மூணு மணிக்கு வெகு கச்சிதமாக உடையுடுத்திக் கொண்டு எங்கோ வெளியே கிளம்பிப் போகிறாளே அவளைப் பற்றி எழுதினால் என்ன என்று தோன்றுகிறது. வாசகர்களுக்குப் பிடித்திருக்கும் பெண் விஷயமாச்சே? கம்பராமாயணத்தையும் ஷேக்ஸ்பியரையும்விட எப்போதும் வற்றாத ஒரு கற்பனை ஊற்றாகவும் எல்லாருக்கும் பிடித்தமானதாயும் இருக்கும் விஷயம் இது. ரயில் கரிபோலப் பளபளத்த நிறத்துடன் உள்ள அவள் தன் மேலாக்கைச் சரிசெய்து சரிசெய்து தன்னிடம் ஒரு கவர்ச்சி இருக்கிறது என்பதை அறிந்தவளாக நடந்து போகும்போது தினமும் அவளை நான் பார்க்கிறேன். என் கற்பனையை ரெக்கை கட்டிப் பறக்கவிட்டிருக்கிறேன். இந்தக் கதைக்கு அவள்தான் சரி என்ற தீர்மானத்துக்கு வரும்போது தானாகவே என் கண் கடிகாரத்தைப் பார்க்கிறது. மணி மூன்று. அவள் வெளியே வரும் நேரம். நல்ல சகுனம் என்று பேனாவை எடுக்கிறேன். அதே சமயம் என் வீட்டு இரும்பு ‘கேட்’ திறக்கும் ஓசை காதில் விழுகிறது. ஓர் அர்த்தமற்ற சபலம்–ஒளிந்திருந்த அவா சலசலக்கிறது. என் ரெண்டாம் பெண் மீனா கரைப்பாவாடை படபடவென்று அலைக்கத் துள்ளிக் குதித்து உள்ளே ஓடி வருகிறாள். மூத்தவள் பரம சாது. பூமி அதிர நடக்க மாட்டாள், கொஞ்சம் பயந்த சுபாவமும்கூட. இது அப்படியில்லை. உள்ளே வரக்கூடாது என்று எச்சரித்திருந்தாலும் வருவாள்; வந்து

கொண்டிருக்கிறாள். இவளால் மெல்ல நடக்க முடியாது. சுண்டி விட்ட சில்லரைக்காசுபோலத் துள்ளியோடத்தான் தெரியும், என் கதாநாயகியைப் பற்றிய சிந்தனைகள் அறுந்து விழுகின்றன. "யாரோ வந்திருக்காங்கப்பா" என்ற மீனாவின் அறிவிப்புடன் அவை அந்தரத்தில் ஆடும் ஒட்டடைபோல் அலைகின்றன.

"யாரது கேளு."

எனக்கு ஒட்டடை என்றால் பிடிக்காது. ஆனால், இன்று காலை ஒரு சிலந்தி வலையைப் பார்த்தேன். ஜன்னலிலே கட்டி யிருந்தது. அற்புதமான வலை. குறுக்குக் கம்பிகளும் சுற்றுக் கம்பி களும் வலையை இழுத்துக் கட்டியிருந்த விதமும் அதன் மேல் சூரியரச்மி பட்டு மின்னும்போது ஏற்பட்ட வர்ண ஜால மயக்கங் களும் அவ்வலையின் நட்ட நடுவில் தான் சிருஷ்டித்திருக்கும் உலகத்தின் அச்சாணி போல இருந்து, ராஜாங்கம் செய்துகொண்டி ருந்த ஒரு மிகச் சிறிய மஞ்சள் சிலந்தியையும் பார்த்து எனக்குப் பொறாமையாக இருக்கிறது. உடம்பு சிலிர்க்கிறது. வாசலில் பேச்சுக் குரல்.

"யாரோ ஒங்களைப் பார்க்கணுமாம்."

மீனா மூச்சிரைக்கச் சொல்கிறாள். அவளுக்கு என்னமோ உற்சாக வெறி. எனக்கு எரிச்சல் வருகிறது. குழந்தைகளுக்கென்ன எதைக் கண்டாலும் ஆச்சரியம் மோகம் உற்சாகம். நம்மால் அப்படி இருக்க முடிகிறதா?

"யாரு... என்ன பேரு... என்ன வேணுமின்னு கேளு..." என்று அதட்டி அவளை மீண்டும் அனுப்புகிறேன். கதாநாயகிக்குப் பேர்கூட வைத்தபாடில்லை. அதற்குள் இத்தனை பிச்சுப் பிடுங் கல்கள். சிந்தனை செய்யவொட்டாமல் வாயிற்புறத்தில் குரல்கள் கலைக்கின்றன. மீனாவின் குரல் கணீரென்று கேட்கிறது. நான் கேட்கச் சொன்னதை அப்படியே ஒப்பித்துக்கொண்டிருக்கிறாள். நல்ல சூடிகையான பெண். குழந்தையாய் இருந்தாலும் பெண் இப்படித் துடிதுடிப்பாய் இருக்கலாமோ? பதில் குரல்கள் சரியாக விழுவதில்லை. ரெண்டு மூணு ஆண் குரல்கள். ஆண் குரல்கள் என்பது இப்போதுதான் மனத்தில் உறைக்கிறது. யார் இந்த வேளையில் என்னைப் பார்க்க வருபவர்கள்? யாராவது ரசிகர் களாக இருக்குமோ? எனக்கென்று ரசிகர்கள் இருப்பார்கள் என்கிற நம்பிக்கை எனக்குண்டு. இந்த நம்பிக்கைக்கு ஆதாரம் நம்பிக்கை தான். ஒவ்வொரு பெண்ணுக்குமென்று எங்கேயாவது ஓர் ஆண் பிறந்திருப்பான் என்கிற மாதிரி. ஒவ்வொரு எழுத்தாளனுக்கும் ஒரு ரசிகனாவது இல்லாமலா போய்விடப் போகிறான்? நான்

முந்தி குடியிருந்த வீட்டுக்குப் பக்கத்து வீட்டில் முப்பத்தைந்து வயதான பெண் ஒருத்தி இருந்தாள். அவளுக்காகப் பிறந்திருக்க வேண்டிய ஆணை இந்தப் பரந்த உலகத்தில் தேடிக் கண்டுபிடிக்க அவளிடம் ஐவேஜு இல்லை. அவள் அண்ணனுக்குப் பணமும் பொறுமையும் நேரமும் இல்லை. அந்தப் பைத்தியக்காரப் பெண்ணும் மனமொடிந்து மூட்டைப் பூச்சி மருந்தைச் சாப்பிட்டுத் தன் பிரச்சனைக்கு முடிவு தேடிவிட்டதாகக் கேள்வி. அண்ணியின் கொடுமை தாங்க முடியவில்லை என்பது இன்னொரு பாட பேதம். எனக்குத் தெரியாது. அதற்குள் நான் வீடு மாற்றியாகிவிட்டது. நானும் போய் விசாரிக்கவில்லை, அவள் அண்ணனை. துக்கம் விசாரிக்கக்கூடிய சமாசாரமாகத் தோன்றவில்லை எனக்கு. என்ன வென்று கேட்பது? மறுபடியும் மீனாவின் மேல்மூச்சு. பாவாடைப் படபடப்பு. முகத்திலே சீற்றத்தின் கீற்று. கண்ணைச் சுற்றி மாசிமாசப் பனிபோல வேர்வை படிந்திருந்தது.

"பக்கத்து ஊராம். பட்டுக்காரராம். ஒங்களைப் பாக்கணுமாம். வேறே ஒண்ணும் சொல்லமாட்டேங்கறாங்க."

எனக்கு ஒன்றும் புரிகிறதில்லை. மீனாவை விட்டு மேலும் கேட்கச் சொன்னால் அவள் ஒத்துழையாமையில் இறங்கிவிடுவாள். திறந்த பேனாவை மூடிவைத்துவிட்டு வாசல்புறம் போகிறேன். நான்கு பேர் நின்றுகொண்டிருக்கிறார்கள். ஒரு ஆள் வாட்டசாட்ட மாக இருக்கிறான். மீதி மூணு பேரும் நோஞ்சான்கள். இவர்களில் ஒருத்தனும் இலக்கிய ரசிகனாகத் தோன்றவில்லை. கொஞ்சம் கடுத்த முகத்தோடு, ஆனால், குரலை உயர்த்தாமல் கேட்கிறேன்.

"யார் நீங்கள்?"

எந்தப் புற்றில் எந்தப் பாம்பு இருக்குமோ? என்னைப் பார்த்துத் தான் யாராவது எழுத்தாளன் என்று நினைப்பார்களா? ஒரு நோஞ்சான் ஆசாமி ஒரு நோட்புத்தகத்தைப் பிரித்து நீட்டுகிறான். புத்தக விமர்சனம் செய்து எதையும் பூரா படிக்காமலேயே அறிந்து கொள்ளும் சக்தி எனக்கு வந்துவிட்டிருக்கிறது. விமர்சனத் தொழி லில் நான் இதுவரை கண்ட பலன் இது ஒன்றுதான். இதையும் மேலெழுந்தவாரியாகப் பார்க்கிறேன். வலது பக்கத்தில் பணம் கொடுத்திருப்பவர்களின் பட்டியலைக் கண்டதும், இது மாரியம்மன் கோவில் தர்மம் என்று நினைத்து எதிர்ப்பக்கத்தைப் பார்க்கிறேன். யாசகம். டவல் பேக்டரி... நாற்பது குடும்பங்கள்... தாழ்மையாகக் கேட்டுக்கொள்கிறோம். இதுதான் ஆதி நடு அந்தம். இடையில் இருக்கிறதைப் படிக்கத் தேவையில்லை. எத்தனையோ முறை படித்துப் படித்துத் தெரிந்ததுதானே? இவர்கள் என்னுடைய ரசிகர் களும் இல்லை. வேறெந்த இலக்கியாசிரியனுடைய ரசிகர்களும் இல்லை. மனசுக்குள் மூட்டைப் பூச்சிக் கடி மாதிரி எரிகிறது.

"யாரப்பா நீங்கள்ளாம்?" என் குரல் உயர்கிறது. மீனா ஸ்கிப்பிங் கயிற்றுடன் வந்து என்னருகில் நின்றுகொண்டு என்னை வேடிக்கை பார்க்கிறாள். அவளுக்கு எல்லாமே வேடிக்கைதான்.

"நாங்கள் டவல் பாக்டரிக்காரங்க. ஒரு மாசமா, வேலையில்லிங்க... நாப்பது குடும்பம் பட்டினி கிடக்கிறோங்க... ஒங்களாலானதைக் கொடுத்து உதவி செய்தா ரொம்பப் புண்ணியமா இருக்குமுங்க..."

குரல் ஒண்ணும் ஒரு மாசமாகப் பட்டினி கிடக்கிறதாகத் தோன்றவில்லை. வாட்டசாட்டமான ஆளுக்குப் பக்கத்தில் இருக்கிற நோஞ்சான் ஆசாமிதான் பேசுகிறான். இவர்கள் ரெண்டு பேரும் படிக்கட்டில் ஏறி நிற்கிறார்கள். மீதி ரெண்டு பேரும் இரு படிகள் தள்ளிக் கீழே நிற்கிறார்கள். நால்வரும் அண்ணாந்து என்னைப் பார்க்கிறார்கள். இவர்களுக்குக் கண்கள் ரொம்பப் பெரிசு. ராவணன் முழிபோல எரிகிறது. பக்கத்துத் தெருவில் தெரு மட்டத்துக்குக் கீழே இருக்கிற பிள்ளையாருக்கும் இப்படித்தான் இருக்கும். அந்தப் பிள்ளையாரையும் நாம் மேல் மட்டத்திலிருந்து குனிந்துதான் பார்க்க வேணும்.

"பக்கத்து வீட்டு வக்கீல்கூடக் குடுத்திருக்காருங்க. எதிர் வீட்டில்கூடக் குடுத்திருக்காங்க... நீங்களும்..."

குரல் கெஞ்சுகிறாப்போல இருக்கிறது. வாக்கியத்தை முடிக்காமலே நின்று என்னைப் பார்த்து மடியைப் பிடித்து இழுக்கிறது. டிக்கி என்று நாய் வைத்திருந்தேன். கருப்பாக இருக்கும். சுருட்டை மயிர். குச்சு நாய். அது வெளியே போகவேணுமென்றால் என்னிடம் வந்து வேட்டியைப் பிடித்து இழுக்கும். ரெண்டு வருஷத்துக்கப்புறம் வயிற்றுவலி வந்து செத்துப்போய்விட்டது. அது போய் ரொம்ப காலமாகிவிட்டது. வெகு நாளைக்கப்புறம் இன்றுதான் அதன் ஞாபகம் வருகிறது. முன் வரிசைக்காரர் நோட்டில் இருக்கிற பட்டியலில் கடைசிப் புண்யவானின் பெயரைத் தன் விரலால் சுட்டிக் காண்பிக்கிறார். நல்ல காலம். ஒரு ரூபாய்தான் போட்டிருக்கிறான் மனுஷன். ஓட்டலில் ஒரு சாப்பாட்டுக்காகுமோ என்னமோ. காலையில் நான் சிகரெட் வாங்கி ஐந்து ரூபாய் நோட்டை மாற்றின மீதி நாலு ரூபாய் நோட்டுகள் இருக்கின்றன. இப்போ நாலில் ஒண்ணு போனால் மீதி மூணுதான் இருக்கும். பரவாயில்லை. ஒண்ணும் குடிமுழுகிப் போய்விடாது. உள்ளே போய் ஒரு நோட்டைப் பிரித்தெடுக்கிறேன். பழைய சீட்டுக்கட்டைப்போலப் பிசுபிசுக்கிறது. கையில் ஒட்டிக்கொள்கிறது. வரவரப் பணத்துக்கு மதிப்பே குறைஞ்சுபோச்சு. ஆனால், இன்னும் அதிகப் பணம் வேண்டியிருக்கிறது. மற்ற பொருளையெல்லாம் மதிப்புக் குறைந்தால்

விட்டெறிந்துவிடுகிறோம். பணம் அப்படியில்லை. இதுவும் ஒரு வேடிக்கை. நான் ஒண்ணும் பேசாமல் பணத்தைக் கொடுக்கிறேன். தர்மப் பேரேட்டில் என் பெயரைப் பதிவுசெய்கிறேன். தினவு எடுக்கும்போது சொறிந்தால் உண்டாகுமே அந்த மாதிரி ஒரு திருப்தி. பிச்சை போடுவது, போடாமலிருப்பது பற்றி எனக்குச் சித்தாந்தம் ஒன்றும் கிடையாது. ஆனால், பொதுவாகப் பிச்சை போடப் பிடிப்பதில்லை. இது வேறே. பிச்சையில்லை. கஷ்ட காலத்தில் இருக்கும் நாலு பேருக்கு நல்ல நிலையில் இருப்பவன் செய்யும் உபகாரம். இதற்கு முன்னால் இப்படி உபகாரம் செய்திருக் கிறேன். ஏமாந்தும் இருக்கிறேன். பின்வரிசைக்காரரர்களில் ஒருவன் நான் பணம் கொடுத்ததைப் பார்த்தவுடன் சுவாரசியமிழந்து வெளியே நடக்க ஆரம்பித்து இரும்பு 'கேட்'டுக்கு அருகில் போய் நின்றுவிட்டான். என்ன அவசரம் அவனுக்கு? மற்றவர்களும் படியிலிருந்து இறங்குகிறார்கள். இவர்கள் என்னை ஏய்த்துவிட்டார் களோ? மற்றவர்கள் என்னை ஏமாற்றுவதைப் பற்றி எனக்கு ஆட்சே பணையில்லை. ஆனால், நான் ஏமாந்துவிட்டேன் என்று அவர்கள் சந்தோஷமடைந்து விடக் கூடாது. நான் முட்டாள்தனத்தினால் ஏமாந்துவிடவில்லை. தர்ம சிந்தனையினால்தான் உதவியிருக்கிறேன் என்பதை அவர்கள் உணர்ந்துகொள்ள வேண்டும். முன்னொருதரம் ஒருநாள் ஒரு குருவிக்காரன் வந்தான். தலையில் முண்டாசு; அரை யில் கோவணம்; தோளில் ஜோல்னாப்பை ஒன்று; கையில் தடி, அவ்வளவுதான் அவன் ஆடை அலங்காரம். "பொம்புளை குளி குளிச்சு ரெண்டு நாளாவது. ஒடம்பு ஜொரம். ஆபத்துக்கு அஞ்சு ரூவா பணம் வேணும்" என்று கெஞ்சினான். அவனுக்கு நாற்பது வயசிருக்கும். முகத்தில் புதர் மீசை. ஆனாலும், ஆள் லட்சணமாக இருந்தான். "பூமி மேலே சத்யமா சொல்றேன். நான் பொய் சொல் லலே சாமி. அடுத்தவாட்டி வரும்போது ஒங்களுக்கு நரித் தோலும் மான் கொம்பும் கொண்டு வரேன்" என்று கும்பிட்டான்.

எனக்கு அவன் பேச்சில் நம்பிக்கை குறைச்சல்தான். ஆனால், அவன் சத்தியம் செய்து சொன்னபோது குருவிக்காரர்கள் பொய்ச் சத்தியம் செய்யமாட்டார்கள் என்று எங்கேயோ படித்த ஞாபகம் வந்தது. ஒருவேளை அவன் பொண்டாட்டி நிஜமாகவே சாகக் கிடந்தால்? இப்படியெல்லாம் யோசனை. மான் கொம்பு கிடைத் தால் நன்றாகத்தானிருக்கும். ஆனாலும், அவன் கேட்டபடியே கொடுத்துவிட முடியுமா? மூணு ரூபாய் கொடுத்தனுப்பினேன். அவன் தரையில் விழுந்து நமஸ்காரம் செய்து வாழ்த்திவிட்டுப் போனான். நாலு வருஷமாச்சு! மானையும் காணோம். கொம்பை யும் காணோம்.

“ஏம்ப்பா, நீங்க என்னமோ தொழிலாளிங்க கஷ்டப்படறீங் கண்ணு சொல்றீங்க... எப்படி நான் நம்பறது...?” தாசில்தாரிட மிருந்து சர்டிபிகேட் வாங்கி வந்தால் நான் நம்புவேனோ என்னமோ? இல்லை அதுக்கு மேலே கெஜட்டட் ஆபீஸர் கையெழுத்து வேணுமென்பேனோ? நான் தாம்பரத்தில் இருந்து கிண்டிக்குப் போய்க்கொண்டிருந்தேன். கிண்டியில் ஒரு பெரிய படை ஏறியது. பார்க் ஸ்டேஷனில் கூட்டமெல்லாம் காலி. எனக்கு எதிரே அறுபது வயசு ஆங்கிலோ இந்தியக் கிழவன் ஒருவன் உட்கார்ந்திருந்தான். என்னோடு பேச ஆரம்பித்தான். ரயிலிலிருந்து நாங்கள் இருவரும் பீச் ஸ்டேஷனில் இறங்குவதற்குள் அவனுக்கு அஞ்சு ரூபாய் தானமாகிவிட்டது. என்னென்னமோ சொல்லி வாங்கிவிட்டான். இங்கிலீஷில் வேறு கேட்டுவிட்டதால் மறுக்கக் கூட முடியவில்லை. ‘வெளியூர்க்காரன் சார். பர்ஸ் காணாமல் போய்விட்டது சார்’ என்று ஏதாவது தமிழில் கேட்டிருந்தால், போய்யா போ என்று சொல்லியிருப்பேன். இங்கிலீஷில் கேட் டால்...? அந்தக் கிழவன் போய் பத்து நிமிஷத்துக்கப்புறம்தான் அவனும் கிண்டிக் கும்பல்காரன் என்பது ஞாபகம் வந்தது. அது வெல்லாம் நினைவு வருகிறது.

“நாங்க ஒளைச்சு சம்பாதிக்கிறவங்க. இந்த வயசிலே மானத்தை யெல்லாம் வுட்டு இப்பிடி வரோமின்னா வயித்துக் கொடுமை தானுங்க. நாங்க ஏனுங்க ஏமாத்தறோம். வேணுமானா எங்க தொழிலைப்பத்திக் கேளுங்க, சொல்றோமுங்க.”

ரெண்டு மூணு ஜதைக் கண்கள் என்னைத் தாக்குகின்றன. நான் அவர்களைக் கவனித்துப் பார்க்கிறேன். வாட்டசாட்டமாய் பொத்தானிடாது திறந்துவிடப்பட்ட மார்போடு அழுக்கான நீலச் சட்டையும் அழுக்கு வேட்டியும் துண்டுமாக ஒரு ஆள். நாற்பத்தஞ்சு வயசுக்கார நோஞ்சான் ஆசாமி. அழுக்கு வெள்ளை வேட்டி துண்டுடன் வயசு நாற்பத்தஞ்சுதான் இருக்குமென்றாலும் அறுபது வயசுக் கிழவன் மாதிரி உடம்பு தொய்ந்து கிடக்கிறது. இவர் களுக்குப் பின்னால் மூணாவது ஆள். கருத்துத் தடித்த உதடுடனும் பரட்டைத் தலையுடனும் சதைக்கடியிலிருந்து துருத்திக்கொண்டி ருக்கும் காறை எலும்புடனும் இருந்தான். முழங்கைக்குக் கீழே தொங்கும் அரைக்கை காக்கிச் சட்டை அழுக்குத்துண்டு வேட்டி சகிதம் நாலாவது ஆள் இரும்பு ‘கேட்’டுக்கு அருகில் வெளியே போகும் அவசரத்தில் நிற்கிறான். ரயில் விளக்கு மாதிரி கண் களுடன். பார்க்கக் கூசுகிறது. இவர்கள் எல்லோருமே, ரயில்வே பிளாட்பாரங்கள் மாதிரி ஒருத்தனைப்போல் இன்னொருத்தனாக ஜீவனில்லாமல் பல பேர் மிதித்த தூசி படிந்து புகை படிந்து

கிடக்கிறார்கள். இவர்களைக் குறுக்கு விசாரணை செய்து இவர்களைப் பொய்யர்களாக்க எனக்கு என்ன தெரியும்? இவர்களுடைய தொழிலைப் பற்றித் தெரிந்தாலும் யார் வேலை மெனக்கெட்டு அப்படியெல்லாம் செய்வார்கள்?

“பக்கத்து வீட்டு வக்கீலைக் கேளுங்க... அவர்கூட என்னென்னமோ எங்களைக் கேட்டுப் பார்த்தாருங்க, நாங்கள்ளாம் மானமுள்ளவங்க. வேலை இருந்துச்சுன்னா இப்பிடி வரமாட்டோமுங்க...’ வாட்டசாட்டமான ஆசாமி சூடாகவே பேசுகிறான். பணத்தைக் கொடுத்தாகிவிட்டது. பேச்சுக் கேட்டுப் பேரைக்கெடுத்துக் கொள்வானேன் என்றுகூடத் தோணுகிறது.

“குழந்தைங்க பட்டினி கெடக்கிறதெப் பார்க்கச் சகிக்கல்லிங்க. வேற வழியொண்ணும் தெரியல்லீங்க... அதான் இப்படி வந்துட்டோம்...”

கொடுத்த காசுக்கு ஏதாவது பதில் வாங்க வேண்டாமோ? இப்படி ஒரு நெருக்கடி டவல் வியாபாரத்தில் இருப்பதாகப் பத்திரிகைகளில் படிக்கவில்லையே... அதற்குள் போகத் தொடங்கி விட்டார்கள். வீடு வீடாக ஏறி இறங்கி சொன்னதையே திரும்பத் திரும்பச் சொல்லி என்ன பிழைப்பு வேண்டிக்கிடக்கிறது இவர்களுக்கு டியூஷன் வாத்தியார் மாதிரி?

“ஏன் டவல் வியாபாரம் இப்போ டல்லா?” போக ஆரம்பித்தவர்கள் நிற்கிறார்கள். சதுரங்கக் காய்கள் மாதிரி ஆளுக்கொரு கோணமாக நிற்கிறார்கள். ராஜா இல்லை. மந்திரி இல்லை. வெறும் காலாட்படைதான். கருப்புக் காய்கள். கருப்புக் காய்கள்.

“முறுக்குப் பட்டு கெடைக்கறதில்லீங்க... ரெண்டு மாசமா கோட்டா இல்லீங்க...”

இவர்கள் பட்டு நெசவுக்காரர்களா? அதுதான் இப்படி. எனக்கு நினைவு தெரிந்த நாள் முதலாக, என் அனுபவ ஞானம் பட்டு நெசவுக்காரன் பாதிப் பிச்சைக்காரன். சின்னூரில் பார்த்திருக்கிறேன். ரெங்கைய பாகவதர், கேசவ பாகவதர், ராமைய பாகவதர் எல்லாரும் என் கண் முன்னால் காஞ்சிபுரம் கைலாசநாதர் கோவில் மாதிரி கரைந்துபோய்க்கொண்டிருப்பதைப் பார்த்திருக்கிறேன். இது தீராப் பட்டினி.

“பட்டு நெசவுக்காரரா நீங்களெல்லாம்? சேலை வியாபாரம் ஒண்ணும் இப்போ அவ்வளவு மோசமில்லையே...’’

போன தீபாவளிக்குக் காஞ்சிபுரத்தில் புடவை எடுக்கக் கடையுள் நுழைந்தபோது கடைக்காரன் என்னைப் பார்த்துவிட்டு,

“இங்கேயெல்லாம் பட்டுப்புடவைதான்... நூல் புடவை கிடையாது” என்று சொன்னான். கடை நிறையக் கூட்டம் வேறே.

“ஆமாமுங்க... ஆனா முறுக்குப் பட்டு குடுக்க மாட்டே னென்குறாங்க... ரெண்டு பாவு போட்டா என்னங்க செய்யறது...”

இரும்பு ‘கேட்’டுக்கருகில் அவன் நகராமல் நின்றுகொண்டி ருக்கிறான். எங்கள் சம்பாஷனையில் அவனுக்குத் துளிகூட இஷ்டமோ, சம்பந்தமோ இருப்பதாகத் தெரியவில்லை. பட்டு நூல் காரனுக்கு என்ன இருந்தாலும் இவ்வளவு இறுமாப்புக் கூடாது.

“மந்திரிங்களைப் பார்த்துக் கேட்டு ஒண்ணும் செய்யலையா...” இந்தப் பட்டு நூல் பொருளாதாரமே எனக்குப் புரிகிறதில்லை. பிச்சைக்கார தேசத்தில் பட்டு வாங்க ஆள் இல்லையோ? ஆனால், நான் போகிற விசேஷங்களிலெல்லாம் ஒவ்வொரு பெண்ணும் குழந் தையும் பட்டைச் சுமந்துகொண்டுதானே நிற்கிறது? எந்த ஜாதிக் கல்யாணமானாலும் பச்சையும், மஞ்சளும், நீலமும், சிவப்பும், மயில் கழுத்தும், பிஸ்கோத்தும், சந்தனமும் ஜரிகையுமாகத்தானே பளபளக் கிறது. ஆனால், பட்டு நெசவாளி மாத்திரம் தர்மத்துக்காக ஊர் விட்டு ஊர்வந்து கழுத்தெரியும் வெயிலிலே வீடு வீடாக ஏறியிறங் கிக் கொண்டிருக்கிறான். இவர்களை முதல் முறையாக உற்றுக் கவனித்துப் பார்க்கிறேன். தூசி படிந்து, வேர்வை பனித்துக்கொண்டு அழுக்குத் துணி மாதிரி இருக்கிறார்கள். வண்ணான் கூடையில் அடிமட்டத்தில் கிடக்கும் துணி மாதிரி கசங்கி மடிப்பேறி இருக் கிறார்கள் இவர்கள். “நூலைக் கொடுங்கள். பளபளக்கும் பட்டு நெய்து கொடுக்கிறேன்” என்கிறார்கள். மேலே காயும் வெயில் மீதும் ஊடே பறக்கும் தூசி மீதும் என்னுடைய நேரத்தை வீணடித் துக்கொண்டிருக்கும் இவர்கள் மீதும் வெட்கம் இல்லாது பள பளக்கும் சட்டை அணிந்துகொண்ட எங்களை வினோத விளை யாட்டுப் பொருளாக வேடிக்கை பார்த்துக் கொண்டிருக்கும் மீனாவின் மீதும் எனக்குக் கோபம் வருகிறது.

“மனுவெல்லாம் கொடுத்தோமுங்க... முதல் மந்திரியைப் பார்க்க முடியல்லீங்க...”

நோஞ்சான் ஆசாமிதான் பதில் பேசுகிறான். ரசனை உணர்ச்சியே இல்லாத பட்டிக்காட்டான்போல இருக்கிற இவனா பட்டிலே வர்ண ஜால வித்தை காட்டுபவன். இவர்களைத் திடீ ரென இப்படியே விட்டுவிட்டு உள்ளே போய் ஈஸிசேரில் விழுந்து சிகரெட்டைச் சாம்பலாக்க வேணுமென்று தோணுகிறது.

“வீடிஸ் மெட்ராசுன்னு நல்லாப் போச்சுங்க... அமெரிக்கா விலே எல்லாம்கூட நல்ல வியாபாரமாச்சுங்க. வெளிநாட்டுக்குப்

போகுதுன்னு அதிக லாபத்துக்கு ஆசைப்பட்டு முதலாளிங்க மட்டச் சாயத்தைப் போட்டு மட்டச் சரக்கைத் தள்ளிவிட்டுட் டாங்க. இப்போ வியாபாரமே படுத்துடுச்சுங்க–”

“அந்தக் கவர்மெண்டு இருந்தப்பவும் பார்த்தோமுங்க. எங்களுக்கு வழி பொறக்கலை. இந்தக் கவர்மெண்டு வந்தப்புறமும் பார்த்தோங்க...”

“எங்களை என்னான்னு கேக்குறத்துக்கு ஆள் இல்லீங்க...”

“ஆயிரக் கணக்கிலே, லச்சக் கணக்கிலே விழா, எக்கிபிசன்னு செலவு பண்றாங்க. ஆனா எங்களுக்கு.”

“வீடிஸ் மெட்ராஸ் போன மாதிரி வியாபாரம் ஆனா நாங்க வீடே கட்டிட்டிருக்கலாமுங்க... அதிக லாபத்துக்கு ஆசைப் பட்டு...”

“கோட்டா கெடைக்கறதில்லீங்க.”

“கோவாபரேடிவ் யூனியன்லே சேரலாமின்னா மொதல்லே முன்னூறு ரூவா முன்பணம் கட்டணுமிங்கறாங்க...”

“ஒரு ரூவாக்கே வழியில்லாமே நடுத்தெருவில அலையு றோமுங்க.. நாங்க எங்கே முந்நூறு ரூவா...”

மிட்டாய்க்காரனை மொய்க்கும் பள்ளிச் சிறுவர்களைப் போல இவர்களின் குரல்கள் ஒன்றன் மேல் ஒன்றாக அடுக்கடுக்காக வந்து மொய்க்கின்றன. எனக்கு மூச்சுத் திணறுகிறது. தன் துயரத்தைக் கேட்பதற்கு ஆள் கிடைக்காமல் கடைசியில் தன் குதிரையிடம் தன் துக்கத்தைச் சொல்லி அழுத வண்டிக்காரன் கதை ஞாபகத் துக்கு வருகிறது. இவர்கள் எந்த ஊர்...?

“நீங்க எந்த ஊர்?”

முப்பது மைல் தூரத்திலிருக்கும் ஒரு ஊரின் பெயரைச் சொல்கிறார்கள். அந்த ஊரிலிருந்து ஒருவர் மந்திரியாக இருப்பது நினைவுக்கு வருகிறது.

“மந்திரியே ஒங்க ஊர்க்காரர்தானே? அப்போ கூடவா ஒண்ணும் செய்ய முடியலே?”

முன்னெல்லாம் தேசத்துக்கு ராஜா. ராஜாவுக்கு மந்திரி. இப்போ எல்லோரும் ராஜா. தேசத்துக்கு மந்திரி இல்லை. அந்தந்த ஊர் ராஜாக்களுக்கு அந்தந்த ஊர் மந்திரிகள். எனக்குத் தெரியும். இந்த மந்திரியில்லை. வேறு எந்த மந்திரியாலேயும் ஒண்ணும் பிரமாதமா செய்துவிட முடியாது. ஒருவேளை மகாத்மா காந்தி சொன்னது

போல, ஒரு கைத்தறி நெசவாளி பட்டினியிருக்கும் வரையில் மில் துணி வாங்குவது பாவம் என்று எல்லோரும் நினைத்தால் சரியாகுமோ, என்னமோ? இந்தக் காலத்தில் பாபமாவது புண்ணிய மாவது? லாப நஷ்டம்தான் கணக்கு. அப்படியேயானாலும் மில் தொழிலாளியெல்லாம் என்ன செய்வார்கள்? ஒரு படையாகக் கிளம்பிவிட மாட்டானா? கைத்தறிக்காரன் மாதிரி வயிற்றில் ஈரத் துணியைச் சுருட்டியடைத்துக்கொண்டா இருப்பான்? இவன் வயிற்றை நிரப்ப, அவன் வயிற்றில் அடிப்பது என்ன நியாயம்? தலை சுற்றுகிறது. டாக்டரைக் கேட்டால், 'பிளட் பிரஷர்' என்கிறார்.

"எங்க சொந்த ஊர் அதில்லிங்க. போன ஒன்பது வருசமாத் தான் இங்கே இருக்கிறோமுங்க. நாங்க கோயமுத்தூர் ஜில்லாவுங்க. திருப்பூர் பக்கம். அங்கே பொழப்பு அத்துப்போன பிறகு இங்கே வந்தோமுங்க. இப்பிடி ஆயிடுச்சு."

"கோயமுத்தூர் ஜில்லாவா? அதான் பேச்சு இப்படியிருக்கு..."

"போய் வாரோமுங்க–"

அவர்கள் போகிறார்கள். இரும்பு 'கேட்'டுக்கு அருகில் இருக் கிறவன் கேட்டைத் திறக்கிறான். வாட்டசாட்டமான ஆள் என்னை நன்றியறியும் கண்களோடு கையெடுத்துக் கும்பிட்டு, மறுபடியும், "போய் வாரோமுங்க" என்கிறான். நான் தலையசைக்கிறேன். என்னுடைய ஒத்தை ரூவாக் காசுக்கும் அஞ்சு நிமிஷத்துக்குமா உயிரையே விலை பேசாது கொடுப்பதுபோன்ற அத்தனை நன்றி. என் மனசு குறுகுகிறது. மீனா குதித்துக்கொண்டே ஓடி 'டாட்டா' என்கிறாள். அவர்கள் சிரிக்கிறார்கள். இரும்பு 'கேட்'டுக்கருகில் இருந்தவன் இரும்பு 'கேட்'டின் தாழ்ப்பாளைப் போட்டுவிட்டு வெளியேறுகிறான். அவன் சிரிக்கவில்லை. எனக்கு அவனைப் பார்க்க பயமாயிருக்கிறது. முந்தானையைச் சரிசெய்துகொண்டு போகும் உருவம் தெருக்கோடியில் திரும்பி மறைவது தெரிகிறது. அந்தக் கதையை இன்று எழுத முடியாது. "பட்டுக்காரரே 'கேட்'டைத் தாழ்ப்பாள் போட்டுட்டுப் போயிட்டாரப்பா" என்று ஆச்சரியத்தோடு அறிவித்துவிட்டு நொண்டியடித்துக் கொண்டே ஓடுகிறாள் மீனா. இவள் படுசுட்டி. இவளுக்கு எதைக் கண்டாலும் ஆச்சரியம். இரும்பு 'கேட்'டைப் பார்த்தால்கூட ஆச்சரியம்.

(தீபம், 1968)

ச்சேர்மன் இல்லை
க்கோரம் உண்டு

சில ஊர்களுக்குத்தான் பெயர்ப் பொருத்தம் நன்றாக அமைந்துவிடுகிறது. பூஞ்சேரி என்று பெயர் கொண்டு பொட்ட லாக இருக்கிற ஊர்கள்தான் அதிகம். இந்த மாதிரியே சின்னூர் பெயரிலும் ஆகிருதியிலும் மாத்திரம்தான் சின்னது. மற்ற விஷயங் களிலெல்லாம் சின்னது ஒன்றுமில்லை. பெரிய பெரிய சாக்கடை கள், ஈக்கள் அளவுக்குக் கொசுக்கள், வேணுமானா சகலவிதமான– ஆனைக்கால் முதல் கோழித்தலை வரை – வியாதிகளும் உண்டு. விலங்குச் செல்வத்துக்கும் குறைச்சலில்லை. கன்றுக்குட்டிகள் மாதிரிப் பன்றிக்குட்டிகள், எதேச்சையாகத் திரியும் வன விலங்குகள் போலத் திரியும் நாய், பூனை, கழுதை, எருமை வகையறாக்கள் ஏராளம். ஜீவராசிகளில் மிக உயர்ந்ததாகச் சொல்லப்படுகிற மனிதர் களுக்கும் குறைவில்லை. வக்கீல்கள், அம்மாமிகள், இடியாப்பக் காரிகள், எச்சப் பொறுக்கிகள், வைதீகர்கள், (அ)நியாயவிலைக் கடைக்காரர்கள் சினிமா வண்டிகளில் கிளாரினெட் ஊதுபவர்கள், ஆண்கள், பெண்கள், குழந்தைகள், குடுகுடு கிழவர்கள் – எல்லா விதமான ஆட்களும் இருக்கிறார்கள். இப்படிப் பலவிதமான மனிதர் கள் இருப்பதற்கேற்றபடி சகலவிதமான அரசியல், அரசியல் அல்லாத கட்சிகளும் சின்னூரில் உண்டு. காங்கிரஸ் (ரெண்டு கோஷ்டிகள்), கழகம் (மூன்று வகை), நாம் தமிழர், தெலுங்கர், மலையாளிகள் கட்சிகள், கம்யூனிஸ்டு (ரெண்டு வகை), சோசலிஸ்டு (நாலு ரகம்), சுதந்திரா, பிராமண ஸமாஜம், ஹரிஜன லீக், வன்னியர் கட்சி, பலிஜ நாயுடு சங்கம், பர்மா அகதிகள் கட்சி (ரெண்டு பேர்), ஸாயி பாபா ஸமாஜம் (இருவேறு பாபாக்களுக்கு நாலு இடத்தில் ஆபீஸ்), சைதன்ய சங்கம், கிறிஸ்துவ சபைகள், ஜனோபகார நிதி, சிட்பண்டுகள் – இன்னும் எத்தனையோ!

என்னுடைய சொந்த ஊர் என்பதற்காக நான் ஒரேயடியாகப் பெருமையடித்துக்கொள்வதாக நினைத்துக்கொள்ள வேண்டாம். சின்னூரில் குறையே கிடையாதென்று சொல்லமாட்டேன். சொல்ல வும் முடியாது. தமிழ்நாட்டிலேயே மிகப் புராதனமான பஸ்

ஸ்டாண்டு (நகராட்சி பேருந்து நிலையம்) – இது பழைய மகாராஜா ஒருவன் தன் காமக்கிழத்திக்குக் கட்டிக்கொடுத்த மாளிகையின் அஸ்திவாரத்தின் மேல் கட்டப்பட்டிருக்கிறது என்று ஊர்ப் பௌராணிகர் சொல்கிறார். திருமலை நாயக்கனுடைய சிற்றப்பனின் மைத்துனியின் வீட்டின் மேல் கட்டப்பட்டிருக்கிறதாக உள்ளூர்ச் சரித்திர ஆராய்ச்சியாளர்கள் சிலர் அபிப்பிராயப்படுகிறார்கள். எது சரியோ. ஏதாவதொரு அஸ்திவாரத்தின் மேல்தான் கட்டப் பட்டிருக்கும் என்பது என் நம்பிக்கை – பஸ் ஸ்டாண்டு இருந் தாலும் ஒரு பெரிய குறை சின்னூர்வாசிகளுக்கெல்லாம் இருக்கிறது என்பதை மறுக்க முடியாது. சின்னூருக்கு ரயில்வே ஸ்டேஷன் கிடையாது. ஊரிலிருந்து பத்து மைல் தூரத்தில் மீட்டர் கேஜ் பாதையில் பாஸஞ்சர் வண்டிகள் ஒரு நிமிஷ நேரம் நிற்கும் பாக்கியம் படைத்த ரெண்டாம் பட்டு என்கிற இரண்டாம் பட்டிதான் மிக அருகில் உள்ள ஸ்டேஷன், ஒண்ணேகால் வீடுள்ள ரெண்டாம் பட்டுக்கு ஸ்டேஷன் இருக்கும்போது சின்னூருக்கு அது இல்லை என்கிற மாபெருங்குறை தவிர மற்ற குறைகள் யாருக்கும் கிடையாது. யாரும் காணவும் முடியாது. இதற்கு மிஸ் மேயோவும் ரோனால் ஸேகாலும் வி.எஸ். நைபாலும் சாட்சி. இவர்கள் எவரும் சின்னூரைப் பற்றி ஒரு வரிகூடக் குறைவாக எழுதவில்லையே.

ஊருக்கு நடு நாயகமாய் விளங்கும் இடிந்த கோட்டைக்குள் (ராபர்ட் கிளைவ் ஒரு இரவு தங்கியிருந்த இடம்) அதன் ஜவ்வாதுப் பொட்டுப்போல விளங்கும் கட்டடத்தில்தான் ஊரின் நகராண்மைக் கழகம் அல்லது ஊராட்சி மன்றம் என்று குறிப்பிடப்படுகிற முனிஸி பல் ஆபீஸ் இருக்கிறது. அடிமைப் புத்தியினால் இப்படி ஆங்கிலத் தில் அழைக்கப்பட்டாலும், பொதுக்கூட்டங்களிலும், ஈ ஒழிப்பு வாரத்தின்போதும், மந்திரிகளுக்கு வாசித்தளிக்கப்படும் வரவேற் பிதழ்களிலுமாவது தமிழினால் அழைக்கப்படுகிறதே என்று தமிழ்ப் பண்டிதர் சித்தாந்த சமுத்திரம் சின்னையாப்பிள்ளை சந்தோஷப் பட்டுக்கொள்கிற இடம் இதுதான். சின்னூர் முனிஸிபாலிட்டியாகி நூறாண்டுகள் ஆகாததினாலும் (இன்னும் எண்பத்தெட்டு ஆண்டு களில் அதன் நூற்றாண்டு விழாவை மகத்தான முறையில் கொண் டாடத் தயாராயிருக்கிறோம் என்பதை இந்தச் சந்தர்ப்பத்தில் நாசூக் காகத் தெரிவித்துக்கொள்கிறேன். இலக்கிய ரஸிகர்கள் நான் எப்படிக் கோடி காண்பிப்பதோடு நிறுத்திக் கொண்டுவிடுகிறேன் என்பதை உற்றுக் கவனித்து அனுபவிப்பார்களாக) நிதி நிலைமை யினாலும், முனிஸிபல் உறுப்பினர்களுக்குச் சொந்தமாகப் பெரிய கட்டடக் காண்ட்ராக்டர்கள் யாரும் இதுவரை வாய்க்காததினாலும், நவாப் காலத்தில் கட்டிவிடப்பட்டிருந்த குதிரை லாயங்கள் ஏற்கெனவே பொதுச்சொத்தாக இருக்கிறபடியாலும் மேற்படி

ஊராட்சி அலுவலகங்கள் நவாப்பின் பஞ்ச கல்யாணிக் குதிரைகள் தங்கியிருந்து வெள்ளையனை வெளியேற்றப் பணிபுரிந்த இடத்தி லேயே தங்கள் காரியங்களை நடத்தி வருகின்றன. பொறாமை பிடித்த சில வெளியூர்க்காரர்களையும் உள்ளூர் அராஜகவாதி களையும் தவிர வேறு யாரும் இதை ஒரு குறையாக நினைப்பது கிடையாது. நிற்க.

ஜனநாயகத்தின் மிக உச்சகட்டமான இருகட்சி ஆட்சி முறை பாரத நாட்டில் வரவில்லையே என்று ஜனநாயகத்தில் பக்தியுள்ள பலர் குறைபட்டுக்கொள்ளலாம். சின்னூரைப் பொறுத்தவரையில் இந்தியாவுக்கே ஒரு முன்மாதிரியாக அமைந்துவிட்டபடியால் இக் குறைபாடுகள் முளைக்கவே இடமில்லை. சின்னூர் முனிஸிபா லிட்டியில் உள்ள பதினைந்து அங்கத்தினர்களில் எட்டுப் பேர் கொண்ட ஒரு கட்சி ஆட்சியை நடத்தி வருகிறது. ஆறு பேர் கொண்ட மறுகட்சி எதிர்க்கட்சியாக இயங்கிவருகிறது. ஒருவர் மாத்திரம் சுயேச்சையான உதிரிக்கட்சி. பொதுமக்களிடையே உள்ள பரஸ்பர நல்லுறவு வளர வேண்டுமென்கிற பொது நலனை உத்தேசித்துக் கட்சிகளின் பெயரைக் குறிப்பிடாமல் விடுகிறேன். கோஷ்டி சேராத நடுநிலைக் கொள்கைதானே உயர்ந்தது, சௌகரிய மானதும்கூட.

நகராண்மை முதல்வர், அதாவது ச்சேர்மன், ஷராப் ராஜப்பன் என்கிற எதிராஜ் முதலியார். சுள்ளுக்கடை முதலியார் என்று அந்தக் காலத்தில் காந்திக்காரர்களால் அழைக்கப்பட்டு வந்த ராவ் சாகிப் ஸ்ரீமான் சுந்தரமூர்த்தி முதலியாரவர்களின் நேர் வாரிசு. தந்தையார் இருபது ஆண்டுகளுக்கு மேலாக அலங்கரித்த பீடத்தை மகனார் அலங்கரிப்பதில் எல்லாருக்கும் பெருமைதான். துணை முதல்வர் என்கிற கௌரவப் பட்டம் பெற்றிருக்கிற நாலாம் வார்டு அங்கத்தினரான சங்கரலிங்கம் பிள்ளை, முதல்வருக்கு நகராட்சி யிலும் சரி வெளியிலும் சரி உறுதுணையாகவும் உடுக்கையிழந்தவன் கையாகவும் இருந்து வருகிறார். மகா சாமர்த்தியசாலி. இல்லா விட்டால் தன்னுடைய அம்மைத் தழும்பு முகத்தையும் ஐந்தடி உடலை யும் எஸென்ஸ் வியாபாரத்தையும் மட்டும் வைத்துக்கொண்டு துணை முதல்வராக ஆகிவிட முடியுமா என்ன? இவ்விருவர் தவிர ஆளும் கட்சியில் ராஜலிங்க உடையார் (கறிகாய் வியாபாரம்), ஷண்முக முதலியார் (பாங்க்கர், சின்னூர் ஜனோபகார நிதி டிரஸ்ட் டின் செயலாளர்), ராமாஞ்ஜுலு நாயுடு (பழம் பெரும் தேசபக்தர், சிறை சென்ற தியாகி), அப்பாண்ட ராஜ் என்கிற பாகுபலி நாயினார் (நேமிநாதா கறார் ஜவுளி ஸ்டோர்ஸ்), கேசவ பாகவதர் (மானேஜர், ஆமை விலாஸ் பஸ் அண் லாரி ட்ரான்ஸ்போர்ட்), குப்ஸாமி ஐயங்கார் (கிருஷ்ணாஸ் கபே, காபி அண் சாப்பாடு ஹோட்டல்)

இருக்கிறார்கள். எதிர்க்கட்சியில் ரத்னவேல் நாயக்கர் (வேதநாயகி ரைஸ் மில் அண் மெர்ச்சன்ட்ஸ்) தலைமையில், ஜனாப் அப்துல் ரவூஃப் (இஸ்லாமியா ஸ்டோர்ஸ், இரும்பு, பெயின்ட், கவலை தொண்டான் தோல், யுனானி மருந்துகள் விற்குமிடம்), கன்னியப்பன் (பாம்பே டெய்லரிங் மார்ட், லேடீஸ் டெய்லரிங்), ராஜகோபால் என்கிற ரங்கதுரை முதலியார் (லாண் லார்டு அண் மெர்ச்சன்ட்ஸ், மண்டி வியாபாரம்), நரசிம்முலு (இளம்பருதி தேநீரகம்), ஸ்ரீமான் சுப்பா பிள்ளை (அகஸ்தியர் சித்த வைத்திய சாலை, ஜோதிஷமும் ஆரூடமும் பார்க்கப்படும்) ஆகியவர்களும் ஜனநாயகத்தின் பாது காவலர்களாக இருக்கிறார்கள். ஐயாவு மேஸ்திரி உதிரியாக ஒன்ப தாவது வார்டின் 'சுயேச்சை' அங்கத்தினர்.

கொஞ்ச நாளைக்கு முன்னால் நகராண்மைக் கழகக் கூட்டம் கூடியபோது ஒரு இக்கட்டான நிலைமை ஏற்பட்டுவிட்டது. பிற்பகல் மூன்று மணிக்கு என்று அறிவிக்கப்பட்டிருந்த கூட்டத்துக்கு ஒவ்வொருத்தராக உறுப்பினர்கள் மூன்றரை மணியளவில் வந்து சேர்ந்தும் நாலு மணிவரைகூட முதல்வர் வரவில்லை. நாலு மணிக்கு மிஸ்டர் டேவிட் ஜேசுரத்னம், பி.ஏ., முனிஸிபல் கமிஷனர், கூட்ட அறைக்கு வந்து, "சொந்த அலுவலாகச் சென்னைக்குப் போயிருந்த முதல்வர் இன்னும் வரவில்லை. அடுத்த பஸ் குறித்த நேரத்துக்கு வந்தால்கூட ஐந்தரை மணிக்கு முன்னால் வராதாகை யால் கூட்டத்தை ஒத்திப்போடலாம்" என்று யோசனை தெரி வித்தார். தங்கள் பொறுப்புகளைத் தீவிரமாக உணர்ந்திருந்த எதிர்க் கட்சியினர் பலருக்கும் ஆளும் கட்சியினர் சிலருக்கும் இந்த யோசனை சிறிதும் பிடிக்கவில்லை. பத்திரிகை பாஷையில் 'சபை யில் சிறிது சலசலப்பு' ஏற்பட்டது. கூட்டத்துக்குப் பன்னிரெண்டு பேர்கள் வந்திருக்கிறபடியால் 'க்கோரம்' இருக்கிறது. ஆகவே கூட் டத்தை நடத்த வேண்டும் என்று கன்னியப்பன் பிரேரிக்க, ஜனாப் ரவூஃப் ஆமோதிக்க, வேறு வழியின்றிக் கூட்டம் நடத்துவது என்று தீர்மானிக்கப்பட்டது. அப்போதுதான் தலைமை தாங்கத் துணை முதல்வர் சங்கரலிங்கமும் வரவில்லை என்பது கண்டுபிடிக்கப் பட்டது. அவர் என்ன ஆனார், ஏன் வரவில்லை என்று சரமாரி யாகக் கேள்விகள் எழுந்தன.

"போன வாரமே சொல்லிக்கிட்டிருந்தாரு. வேலூர் ஆசுபத்திரி யிலே இந்த செவ்வாய்க்கிழமை மூலவியாதிக்கு ஆபரேஷன் பண்ணிக்கப் போறேன்னு. நான் எவ்வளவோ சொன்னேன், கேக் கலை. வெள்ளைக்காரன் போனாலும் நம்மோட அடிமைப் புத்தி போகலை பாருங்க. அவுங்க வைத்தியத்தையே, அது அறுத்தாலும் கொன்னாலும், அதையே கட்டிக்கினு அழுவறமே. அது ஏன்? ஏன்யா, சாவறதுன்னா இங்கிலீஷ் வைத்தியத்துலேதான் சாவணுமா,

இப்பிடியே போனா நம்ம வைத்திய முறைகள்ளாம் எப்பிடி வளரும்?" என்று தனது சித்த வைத்திய முறைக்கு நேர்ந்துவிட்ட அவமானத்தைத் தாங்க முடியாத அங்கலாய்ப்பையும் தனது தூய தீவிர தேச பக்தியையும் சொல்லாமல் சொல்லி, சங்கரலிங்கத்தின் தற்போதைய இருப்பிடத்தையும் அம்பலப்படுத்தினார் ஸ்ரீமான் சுப்பா பிள்ளை.

"மூல ஆபரேஷனா! ஆபத்தொண்ணுமில்லியே?" என்று குப்ஸாமி ஐயங்கார் கேட்க, அதற்குப் பதிலாக ப.பெ.தே.ப.சி.செ.தி. ராமாஞ்ஜுலு நாயுடு அந்தக் காலத்தில், அதாவது முப்பது முப்பத்தைந்து ஆண்டுகளுக்கு முன்னால், ஜெயில் ஆஸ்பத்திரியில் இது விஷயமாகத் தனது சொந்த அனுபவத்தை விஸ்தாரமாக எடுத்தியம்பி எப்படித்தான் அப்போது நாட்டுச் சேவைக்காக உயிரையும் பணயம் வைத்து ரத்தத்தைச் சிந்திச் சொல்லொணா வேதனையையும் பொருட்படுத்தாமல் இருந்தார் என்பதை விளக்கப்புக, சபையோரின் பொறுமை கொஞ்சம் அளவுக்கு மீறியே சோதிக்கப்பட்டுவிட்டது எனலாம்.

"மூலத்தைப் பத்தி அப்பறம் பேசலாம் நாயுடுகாரு, இப்ப காலம் போகுது பாருங்க. வேலைக்கி வருவோம்" என்று ஆத்திரத்தில் பிறந்த பிராசத்தோடு அடுக்கி மொழிந்தார் அப்பாண்டராஜ்.

இந்தச் சமயத்தில் கன்னியப்பன் இன்னொரு விஷயத்தைக் கண்டுபிடித்துச் சொன்னபோது சபையில் 'சலசலப்பு' நின்று அமைதி ஏற்பட்டது.

விஷயம் இதுதான். ஆளும் கட்சியில் எட்டுக்கு ஐந்து பேர்களே வந்திருந்தார்கள். முதல்வர் சென்னைக்கும், துணை முதல்வர் வேலூருக்கும் ("பாவம் மூலத்துக்கு ஆபரேஷனா செய்துக்கப் போனார்?" "சரி சரி, விஷயத்தைக் கேக்கலாம்"), ராஜலிங்க உடையார் தன் பேத்தி கல்யாணத்துக்காகத் தர்மபுரிக்கும் போய்விட்டதால் ஆளும் கட்சியில் ஐந்து பேர்தான் வந்திருக்கிறார்கள். எதிர்க்கட்சி அங்கத்தினர்கள் ஆறு பேரும், ஐயாவு மேஸ்திரியும் ஆஜர். ஆக அந்தக் கூட்டத்தில் ஆளும் கட்சி மைனாரிட்டியாகிவிட்டது!

இதை யாரும் எதிர்பார்க்காததால் ஒரு நிமிஷம் எல்லோரும் அமைதியாக இருந்தார்கள். அதாவது என்ன செய்வதென்று தெரியாமல் பேசாமல் சும்மா இருந்தார்கள்.

நகராட்சி நிர்வாகத்தில் இருந்த இருக்கிற இனி இருக்கப் போகிற ஊழல்களை அம்பலப்படுத்திக் கண்டித்தும், உடனே சின்னூரில் ஒரு ரயில்வே ஸ்டேஷனையும் ஒரு சித்த வைத்தியக் கல்லூரியையும் நிறுவ வேண்டும் என்று அரசாங்கத்தை வற்புறுத்தியும் காரசாரமாக ஒரு பிரசங்கத்தை மிக்க சிரமப்பட்டுத் தயார் செய்து

வந்திருந்த ஸ்ரீமான் சுப்பா பிள்ளை, ஆளும் கட்சியினர் இந்த மாதிரி வஞ்சகம் செய்து தன்னைப் பேசவொட்டாமல் செய்து விட்டார்களே என்ற ஆத்திரத்தில் வாயில் அடக்கி வைத்திருந்த புகையிலைக் கட்டை விழுங்கிவிட்டுப் புரையேறி அவஸ்தைப்பட, பியூன் பச்சையப்பன் பானைத் தண்ணீர் கொண்டுவந்து கொடுத்து அவரை ஆசுவாசப்படுத்துவதற்குச் சிறிது நேரமாகியது. அந்தக் காலத்தை வீணாக்காமல் கட்சி அங்கத்தினர்கள் கூடிக் கூடிப் பேசிக்கொண்டார்கள். மிஸ்டர் டேவிட் ஜேசுரத்னம் பி.ஏ., தலையைச் சொறிந்துகொண்டு நின்றார்.

ஐயாவு மேஸ்திரி எழுந்து பேசினார், "சகோதர சகோதரிகளே, இன்று நேர்ந்திருக்கிற சிக்கலான விஷயத்தை, நாம் பொறுப்புணர்ந்த நகர பிதாக்கள் என்று உலகம் அறியும் வகையில், தீர்க்க வேண்டும். நாம் இன்னிக்கி நடந்துகொள்ளும் விதமாகப்பட்டது ஜனநாயக அரசியல் முறைக்கும் நமது பாரத கலாசாரப் பண்பாட்டுக்கும் ஒரு முன்மாதிரியாக இருக்க வேணும். (பலத்த கைதட்டல்.) நமது சிக்கலைத் தீர்க்க மூணு வழிகள் இருக்கின்றன.

ஒண்ணு: இன்னிக்குத் தற்செயலாக மெஜாரிட்டியாக இருக்கிற கட்சி அங்கத்தினர் ஒருவரைச் சபைத் தலைவராக ஏற்பது.

ரெண்டாவது: கட்சி சார்பற்ற ஒருவரைத் தலைவராக நியமிப்பது. நான் ஒத்தன்தான் இந்த நிலையில் இருக்கிறேன் என்பதால் நானே என் பெயரை பிரேரிக்க முடியாத நிலையிலிருக்கிறேன் என்பதைக் குறிப்பிடுகிறேன்.

மூணாவது: இங்கே இருக்கக்கூடிய அங்கத்தினர்களில் வயது முதிர்ந்தவரைத் தலைவராகத் தேர்ந்தெடுப்பது.

இன்றைய ஒரு நாள் கூட்டத்துக்காக மாற்றுக்கட்சித் தலைவரைத் தலைமை தாங்கச் சொல்வது பொருந்தாதாகையால் முதல் யோசனை அவ்வளவு உசிதமில்லாதது என்று நினைக்கிறேன். (ஆளும் கட்சியினர்: "சரி சரி") ஆகவே ரெண்டாவது யோசனையை ஆதரிப்பவர்கள் கை தூக்கலாம்."

இளம்பருதி தேநீரகம் நரசிம்முலு இந்தக் கட்டத்தில் எழுந்து, "கை தூக்குவது வோட் எடுப்பதற்குச் சமானம், ஏதாவதொரு தீர்மானத்தை ஒருவர் முன்மொழிந்தும் இன்னுமொருவர் வழி மொழிந்தும் சபை நடவடிக்கைக்குள் புகுத்த வேண்டும். இல்லா விட்டால் வோட் எடுப்பது சட்ட விரோதம்" என்று ஒரு ஒழுங்குப் பிரச்னையைக் கிளப்ப, எல்லோரும் ஒருவர் முகத்தை ஒருவர் பார்த்துக்கொண்டனர்.

மேஸ்திரியின் யோசனையை யாரும் முன்மொழிந்தோ வழி மொழிந்தோ வரவேற்காததால் அது அனாதையாக விடப்பட்டு நிராகரிக்கப்பட்டுவிட்டது. ஐயாவு மனந்தளராமல் மூன்றாவது யோசனையை மீண்டும் சொல்லி, தீர்மான உருவம் கொடுத்து முன்மொழிந்தார். "நான் இதை ஆமோதிக்கிறேன்" என்று குப்ஸாமி ஐயங்கார் வழிமொழிந்தார்.

வோட் எடுப்பதற்கு முன்னால் எல்லோரும் தங்கள் வயதைச் சொல்ல வேண்டும் என்று ரைஸ் மில் ரத்னவேல் நாயக்கர் யோசனை சொல்லி, அது ஏற்றுக்கொள்ளப்பட்டு எல்லோரும் தங்கள் வயதைச் சொன்னார்கள். வந்திருப்பவர்களில் மூத்தவர் அறுபத்துநான்கு வயது நிரம்பின ராமாஞ்ஜுலு நாயுடுதான் என்பதும் அவருக்கு அடுத்தவர் அறுபத்தொரு வயதான ஐயாவு மேஸ்திரி என்பதும் தெளிவாயின.

இந்தச் சமயத்தில் கன்னியப்பன் எழுந்திருந்து, "வயது முதிர்ந்த வர் என்று இருப்பதை வயதில் மூத்தவரான ஸ்ரீ ராமாஞ்ஜுலு அவர்களை என்று மாற்ற வேண்டும்" என்று ஒரு திருத்தம் கொண்டுவர அத்திருத்தம் எதிர்ப்பின்றி ஏகமனதாக நிறைவேறியது.

பின்னர் திருத்தப்பட்ட தீர்மானம் வோட்டுக்கு விடப்பட்டது. ராமாஞ்ஜுலு நாயுடு தன்னடக்கத்துடன் தனக்கே தான் வோட்டளிக்க மறுத்துவிட்டதாலும் எதிர்க்கட்சியினர் எல்லோரும் தீர்மானத்தை எதிர்த்து வாக்களித்ததாலும் நான்குக்கு ஆறு என்ற கணக்கில் தீர்மானம் தோற்றுவிட்டது. ஐயாவு வோட்டளிக்க வில்லை.

உடனே ரைஸ் மில் ரத்னவேல் நாயக்கர் பெயரை கன்னி யப்பன் பிரேரிக்க, ஜனாப் ரவூஃப் வழிமொழிய எதிர்க்கட்சியினர் அனைவரும் தீர்மானத்தை ஆதரிக்க, ஐயாவு மேஸ்திரி மீண்டும் நடுநிலைமை வகிக்க, ஆளும் கட்சியினர் எதிர்க்க, ஆறுக்கு ஐந்து என்ற கணக்கில் தீர்மானம் ஜெயித்துவிட்டது.

எல்லோரும் எழுந்து வந்து ரத்னவேலு நாயக்கருடன் கைகுலுக்கித் தங்கள் வாழ்த்துகளைத் தெரிவித்தார்கள். ஒரு பக்கம் ஜனாப் ரவூஃப்பும் இன்னொரு பக்கம் கன்னியப்பனும் கைலாகு கொடுத்துத் தாங்கி வர ரத்னவேலு நாயக்கர் முதல்வரின் ஆசனத் தில் அமர்ந்தார். பியூன் பச்சையப்பனை சத்தார் சாகிப் கடைக்கு ஓடி ரோஜா மாலை ஒன்று, இல்லாவிட்டால் ஒரு சாமந்தி மாலை யாவது வாங்கிவரும்படி நரசிம்முலு அனுப்ப, பச்சையப்பனும் பீடி குடிக்கச் சமயம் வாய்த்ததென்று சிட்டாய்ப் பறந்தான். பச்சை யப்பனால் ஓடக்கூட முடியும் என்பதை அன்றுதான் சின்னூர் வாசிகள் தெரிந்துகொண்டார்கள்!

புது முதல்வர் திருவாளர் ரத்னவேல் நாயக்கர் எழுந்து பேச ஆரம்பித்தார்: "மதிப்புக்குரிய நகரப் பெருமக்களின் பிரதிநிதிகளே, வணக்கம். நம் நாட்டு எல்லைகளில் சின்னத்தனம் மிகுந்த சீனத்துக் காரனாலும் பகையுணர்ச்சி படைத்த பாக்கிஸ்தான் ஆட்களாலும் சண்டைக்கிழுக்கப்பட்டாலும், நாம் ரத்தம் சிந்தி தியாகம் செய்து போராடிப் பெற்ற நமது கண்ணுக்கினிய சுதந்திரத்தையும் அதன் உயிர் மூச்சான ஜனநாயக முறைகளையும் கைவிடமாட்டோம் என்பதற்கு இன்று நான் தேர்ந்தெடுக்கப்பட்டிருக்கிறதே சாட்சி. என் மனத்தில் சில வருஷங்களாக, நமது சின்னூர் நகராட்சியைப் பொறுப்பேற்று அதன் குறைகளை நீக்கி, சீர்குலைந்து கிடக்கும் சிறப்பு வாய்ந்த சின்னூரைச் செம்மைப்படுத்திச் செழிப்பாக்கும் சீரிய பணியில் சிறிது ஈடுபடுத்திக்கொள்ள வேணும் என்ற எண்ணம் இருந்துவந்திருக்கிறது. அதற்குரிய சந்தர்ப்பத்தை இப்போது எனக்கு அளித்ததற்கு உங்கள் எல்லோருக்கும், உங்கள் மூல்யமாக சின்னை மாநகர்ப் பொதுமக்களுக்கும் நான் மிகவும் கடமைப்பட்டிருக் கிறேன். இதை நான் வெளிப்படையாக எடுத்துச் சொல்லத் தேவை யில்லையென்றாலும் என்னுள் உறைந்து கிடக்கிற தமிழ்ப் பண்பு என்னைச் சும்மா இருக்க விடுமா" – இந்த ரீதியில் சுமார் அரை மணி நேரம் பேசி, "மேலும் பேசி உங்களுடைய பொன்னான நேரத்தை நான் வீணாக்க விரும்பவில்லை" என்று சொல்லிக் கச்சித மாய் முடித்துக்கொண்டார்.

இந்தச் சமயம் பியூன் பச்சையப்பன் இரண்டு அங்குலத்துக்கு ஒரு பூ வீதம் கட்டப்பட்டிருந்த சாமந்திப் பூ மாலைகள் இரண்டு கொண்டுவரவும் எதிர்க்கட்சி சார்பில் (அது இந்த சமயம் தலைவ ரைத் தேர்ந்தெடுத்து 'ஆளும்' கட்சியாகிவிட்டபோதிலும், வாசக நேயர்களுக்குக் குழப்பம் உண்டாகக் கூடாது என்பதற்காக 'எதிர்க்' கட்சி என்றே குறிப்பிடுகிறேன்) கன்னியப்பனும், ஆளும் கட்சி சார்பில் (எதிர்க்கட்சி பற்றிச் சொல்லியிருக்கும் முன் குறிப்பைப் பார்க்கவும்) குப்ஸாமி ஐயங்காரும் புது முதல்வருக்கு மாலையிட்டுத் தங்கள் நல்வாழ்த்துகளைத் தெரிவித்து, அவருடைய அநந்த கல்யாண குணங்களைச் சிலாகித்து, தாங்கள் அவரிடமிருந்து எத்தகைய ஆட்சியை எதிர்பார்க்கிறார்கள் என்பதையும் குறிப்பிட்டு ஆளுக்கு ஒரு மணி நேரம் – ஒருவேளை நான் மிகைப்படுத்திக் கூறியிருக்கலாம், ஐம்பத்தைந்து நிமிஷம் இருக்கும் என்று வைத்துக் கொள்ளுங்களேன் – பேசினார்கள்.

இவர்கள் பேச்சு முடியவும், முதல்வர் மீண்டும் எழுந்து உணர்ச்சிவசப்பட்டு மீண்டும் ஒருமுறை தனது நன்றியைத் தெரி வித்துக்கொண்டார். நன்றிப்பெருக்கைத் தனது சிற்றறிவினால்

எடுத்துச்சொல்ல இயலாதிருக்கும் நிலையை விளக்கிப் பேசி ஐம்பத்து மூன்றே முக்கால் நிமிஷங்களுக்குள் முடித்துக்கொண்டார்.

அப்போது தேநீரகம் நரசிம்முலு எழுந்து, "சின்னூர் நகராட்சியில் ஏற்பட்டிருக்கிற இந்த மகத்தான திருப்பத்தை நம் எல்லோரையும் உணரவைப்பது நகராட்சிக் கழகத்தின் முதற் கருமம். மூணு மணியிலிருந்து இதற்காக உழைத்து உழைத்து நா வறண்டு மெய் சோர்ந்து நமது சின்னூரைப் போலவே மேனி வாடிவிட்டோம். நகருக்கு முதல்வர் செய்யவிருக்கிற பலவித நன்மைகளின் முன்னோடியாகவும், புதுத் திருப்பத்தைக் கொண்டாடி வரவேற்கும் விதமாகவும், நகர பிதாக்களுக்குப் புத்துயிரூட்டவும் ஒரு தேநீர் விருந்து வைக்கணும்" என்று யோசனை கூற, பலத்த கரகோஷத்தினிடையே தீர்மானம் ஏகமனதாக நிறைவேறியது.

ஸ்ரீமான் குப்ஸாமி ஐயங்கார் தீர்மானத்தை ஆமோதிக்கும் வகையில் பேசுகையில், "இந்த மாதிரிக் காரியங்களுக்கு வெறும் டீ மாத்திரம் போறாது. நாம் இங்கே நகர விரோதிகளுக்குக் காரமாயும் நகர மக்களுக்கு இனிப்பாகவும் இருக்கிறோம் என்பதைக் குறிக்கும் முறையில் ரெண்டு ஸ்வீட், காரம், டீ, அல்லது காபி இருக்கணும். தவிர இந்தப் பொதுக் காரியத்துக்கு நகரத்துக்கே பங்கு இருக்க வேண்டுமாகையால் நகராட்சி சபை அதிகாரபூர்வமாக இந்தப் பார்ட்டியை ஏற்பாடு செய்யணும்" என்று சொல்ல, எல்லோரும் ஏகமனதாக அவருடைய கோரிக்கையின் நியாயத்தைச் சிலாகித்து ஏகமனதாக அவர் யோசனையை அங்கீகரித்தனர்.

உதிரிச் சுயேச்சையான ஐயாவு மேஸ்திரி மாத்திரம் இதிலெல்லாம் பங்கெடுக்காமல் தன் பொடி மட்டையைத் தேடிக்கொண்டிருந்தார். அவர் அதை வீட்டில் விட்டுவிட்டு வந்துவிட்டோம் என்பதை உணர்ந்ததும், கோபத்துடன் எழுந்து நின்று, "நம் சின்னை மாநகரப் பெருமக்களை எதிர்நோக்கி மகத்தான பிரச்சனைகள் முதலை வாயைத் திறந்துகொண்டு கபளிகரம் செய்யவர, நாம் இந்த மாதிரித் தீர்மானம் செய்யறது சுத்தமா நல்லாயில்லை. இத் தீர்மானம் நிறைவேறுவதற்கு நான் உடந்தையாய் இருக்க மாட்டேன், மறுக்கிறேன் என்ற முறையில் வெளிநடப்புச் செய்கிறேன்" என்று ஆவேசத்தோடு சொல்லிவிட்டு விடுவிடென்று வெளியேறிப் பொடி மட்டையைக் கைப்பற்ற வீட்டை நோக்கி முன்னேறினார்.

பியூன் பச்சையப்பனை முதல்வர் ரத்னவேல் நாயக்கர் கிருஷ்ணாஸ் கபே, இளம்பருதி தேநீரகம் ஆகிய இடங்களுக்குப் போய் ஸ்வீட், காரம், காபி, டீ, பிஸ்கோத்து (பனிரெண்டு அங்கத்தினர்கள், மிஸ்டர் டேவிட் ஜேசுரத்னம், பி.ஏ., பச்சையப்பன் உள்படப் பதினாலு பேருக்கு) வாங்கிவர அதிகாரபூர்வமாக அனுப்பிவைக்க,

அவனும் குப்ஸாமி ஐயங்காரிடமிருந்தும் நரசிம்முலுவிடமிருந்தும் சீட்டுகளைப் பெற்றுக்கொண்டு பஜார் தெருவை நோக்கி விசில் அடித்துக்கொண்டே சென்றான்.

அவன் திரும்புவதற்கும், கையில் பொடி மட்டை இருக்கிறது என்ற தைரியத்தினடியிற் பிறந்த ஆனந்தத்துடனும், சிமிட்டாப்பொடி மூக்குள் குடிபுகுந்த நிறைவுடனும் ஐயாவு மேஸ்திரி திரும்பி வருவதற்கும் சரியாக இருந்தது.

"நான் உங்க தீர்மானத்தைத்தான் எதுத்தேனேயொழிய உண்ணாவிரதம் இருக்கேன்னு சொல்லலியே" என்று சொல்லிக் கொண்டே உள்ளே நுழைந்த மேஸ்திரியை எல்லோரும் சந்தோஷத் துடனும் சிரித்த முகத்துடனும் வரவேற்றனர்.

'பார்ட்டி' நடந்தபோது பல முக்கியமான விஷயங்கள் விவாதிக் கப்பட்டு ஒத்திவைக்கப்பட்டன என்பதைச் சொல்லத் தேவை யில்லை.

தானும் முதல்வராக இருந்தோம் என்ற பெருமையோடு ரத்னவேல் நாயக்கரும், காசு செலவில்லாமல் ஓசி டிபன் (காரந்தான் கொஞ்சம் காரல், ஸ்வீட்டு நெய் 'மணம்' கொஞ்சம் பழசாயிருந்தாப் போ தோணிச்சு, இருந்தாலும் தானங்கொடுத்த மாட்டைப் பல்லப் புடுங்கிப் பாப்பாங்களா) சாப்பிட்டோம் என்ற திருப்தியுடன் பலரும், விலையாகாமல் கெட்டுப்போய்க்கொண்டிருந்த பண்டங் களைத் 'தள்ளியாகிவிட்டது' என்ற பெருமூச்சோடு குப்ஸாமி ஐயங் காரும், 'ஒரே சமயத்தில் இருபது கப் டீ ஒண்ரை பவுன்ட் பிஸ்கோத் வித்தாச்சு' என்ற ஆனந்தத்துடன் நரசிம்முலுவும், ஆறரை மணிக்குள் கூட்டம் முடிந்ததே என்ற சந்தோஷத்துடன் மிஸ்டர் டேவிட் ஜேசு ரத்னமும், 'ஏன் தெனம் இன்னி மாதிரி கூட்டம் நடக்கிறதில்லை?' என்ற அறிவினாவுடன் பச்சையப்பனும் அவரவர் இல்லம் ஏகினர்.

நீங்கள்கூட அடுத்த வாரம் வந்த 'தினக்காவலன் – நாட் செய்தித்தாளில்', சின்னூர்ச் செய்திகள் என்ற தலைப்பில் "புதுத் தலைவர் தலைமையில் நகராண்மைக் கழகக் கூட்டம் ருசிகரமாக நடந்தது" என்று குறிப்பிட்டிருந்ததைப் பார்த்திருப்பீர்களே. இப்போ சொல்லுங்கள் எங்கள் ஊர் 'சின்ன' ஊரா என்று? அடுத்த நகர சபை எலெக்ஷனுக்கு முன்னால் எங்கள் வார்டு அங்கத்தினரை நான் சந்திக்கும்போது, ஊரின் பேரை மாற்றச் சொல்லி தீர்மானம் கொண்டுவரும்படி சொல்லலாம் என்று இருக்கிறேன், சரிதானே!

(தீபம், 1967)

சின்னூரில் கொடியேற்றம்

அன்று காலை நரசிம்மன் கண்விழித்தபோது, ஏழு மணிக்குக் கொடியேற்றத்துக்குப் போக வேண்டுமென்பது ஞாபகத்துக்கு வந்தது. அவசரம் அவசரமாகப் பல் விளக்கிவிட்டுக் காப்பியை ஒரு விழுங்கில் குடித்துவிட்டுக் கூடத்துக்கு வந்தான். அங்கே அவன் தந்தை ராமஞ்ஜுலு நாயுடு தயாராயிருந்தார். "வாங்க போகலாம்" என்று சொல்லி வாசல் பக்கம் நடந்தான்.

ராமாஞ்ஜுலு நாயுடு பழைய காங்கிரஸ்காரர், இப்போது தொழில் ஒரு சிறு மளிகைக் கடை வியாபாரம். துணைக்கு ஹோமியோபதி வைத்தியம். கொஞ்சம் நிலபுலனும் தியாகி நிலமும் உண்டு. அந்தக் காலத்திலே கள்ளுக்கடை மறியலில் தடியடிபட்டுச் சிறையில் ஒரு வருஷம் வனவாசம் இருந்தவர். சுதந்திரம் கிடைத்த பின்னால் அரசியலிலிருந்து மெதுவாக ஒதுங்கிவிட்டார். முதல் பொதுத் தேர்தலில் தன்னை நிற்கவைக்கக் கட்சி ஒத்துக்கொள்ளவில்லையென்ற மனத்தாங்கல் ஒரு காரணமாக இருக்கலாம். 'சுதந்திரம் வந்தாச்சு, நம்ம வேலை முடிந்துவிட்டது' என்ற பெருந்தன்மையாகவும் இருக்கலாம். ஒதுக்கப்பட்டாரோ அல்லது ஒதுங்கிவிட்டாரோ – மொத்தத்தில் அவர் அரசியலில் இல்லை. அதாவது சமீப காலம்வரை.

இந்த முறை நரசிம்மன் வருஷாந்தர லீவில் சின்னூருக்கு வந்தபோது தன் தந்தைக்கு நகரக் காங்கிரஸ் கமிட்டியின் தலைவராக நியமனம் ஆகியிருக்கிறது என்று அறிந்தபோது அவனுக்குத் தூக்கிவாரிப்போட்டது.

"ஏன் நயினா, வயசுக்காலத்திலே ஒங்களுக்கு இந்த வம்பெல்லாம்?" என்று புத்தி சொல்ல ஆரம்பித்தான். ஏனென்றால் அவன் ஒரு லட்சியவாதி. முதலில் காந்தி – ராமகிருஷ்ணர் – விவேகானந்தர் உபாசகனாயிருந்து, பிறகு கம்யூனிஸ்டு அபிமானியாக மாறி, 1956க்குப் பின்னால் நேரு கட்சி – ஆனால், காங்கிரஸ் இல்லை

என்ற நிலைமைக்கு வந்து, கடைசியில் அரசியல் அபிமானம் தன்னைப் போன்ற லட்சியவாதிகளுக்கு ஏற்றதில்லை என்ற முடிந்த முடிவுக்கு வந்திருக்கிறான். அவனுக்குத் தன் தந்தை ஆளும் கட்சி யின் பிரதிநிதியாக, அதுவும் தேர்தலுக்கு ஆறு மாதத்துக்கு முன்னால், தலைமைப் பதவியேற்றது பிடிக்கவில்லை. அவரை உபயோகித்துக்கொண்டு 'கெட்டவர்கள்' அவரையே ஏமாற்றி விடுவார்கள் என்ற எண்ணத்தோடு, 'அறுபத்தஞ்சு வயசுக்கு மேலே அரசியல் என்ன வேண்டிக் கெடக்குது' என்ற வாதம் வேறே.

ஆனால், ராமாஞ்ஜுலு இதையெல்லாம் ஒத்துக்கொள்ள வில்லை. 'யோக்கியன்கள்ளாம் ஒதுங்கி ஒதுங்கிப் போயிட்டா தேசம் குட்டிச்சுவராத்தான் போகும், வேறென்ன ஆகும்?' என்பது அவர் வாதம். நரசிம்மனாலும் அதை மறுக்க முடியவில்லை.

'காலமே ஏழு மணிக்கிக் கொடியேத்தணும், நாளக்கி சுதந்திர தினம் பாரு' என்று முதல் நாளே ராமாஞ்ஜுலு சொல்லியிருந்தார்.

நரசிம்மன் காரைக் கிளப்புவதற்கு ஆயத்தம் செய்தான். தான் காருடன் வந்திருக்கும்போது தந்தையை நடக்கவைப்பானேன் என்ற எண்ணமும், அதோடுகூட தன் தகப்பனார் ஊரின் காங்கிரஸ் தலைவர் என்ற ஹோதாவில், ஊரின் நட்ட நடுவிலிருக்கும் பிரதம முச்சந்தியில் தேசக் கொடியை ஏற்றுவதைப் பார்க்கவேண்டும் என்ற ஆசையும்தான் அவனைக் காலையில் கிளப்பினது.

கார் புறப்பட ரெண்டு நிமிஷம் இருக்கும்போது கிருஷ்ண வேணியம்மாள் தானும் கூட வரலாமா என்று ராமாஞ்ஜுலுவைக் கேட்டாள். கிருஷ்ணவேணியம்மாள் ராமாஞ்ஜுலுவின் தங்கை, அவர் தகப்பனார் கோவிந்தசாமி நாயுடுவின் ரெண்டாம் தரத்தின், ராமாஞ்ஜுலுவின் சிற்றன்னையின் மகள். ஆதிகாலத்திலேயே புருஷனைக் காலராவுக்கு விட்டுக்கொடுத்துவிட்டு வீட்டோடு வந்து சேர்ந்துவிட்டாள். வந்ததிலிருந்து ராமாஞ்ஜுலுவின் வலது கையா யிருந்து வந்தாள். 1932இல் ராமாஞ்ஜுலு ஜெயிலுக்குப் போயிருந்த போது, தன் தாயையிழந்த நரசிம்மனை அன்று முதல் எடுத்து வளர்த்தவள். இன்றைக்கு அவளுக்கும் தன் அண்ணன் பழைய காலத்தில் மாதிரி மீண்டும் முச்சந்தியில் கொடியேற்றுவதைப் பார்க்க வேண்டுமென்று ஆசை.

இருவரையும் ஏற்றிக்கொண்டு நரசிம்மன் காரை முச்சந்திக்கு விட்டான். முதல் நாளிரவு பெய்திருந்த மழையினால் சேறாகிவிட்டி ருந்த தார் ரோட்டில், ஜெட் விமானம் ஆகாயத்தில் கோலம் போடு வதைப்போல, அந்தக் காரும் 'டயர்க் கோலம்' போட்டுச் சென்றது.

முச்சந்தியில் நாலைந்து கொடிக்கம்பங்கள், சிவப்பும் வெள் ளையும் பச்சையும் கருப்புமாய்ப் பல கட்சிக் கொடிகள் சிறிதும்

பெரிதுமாக அக்கம்பங்களிலிருந்து தொங்கிக்கொண்டிருந்தன. முச்சந்தியின் நடுவில் ஐநூறு ரூபாய் செலவில் இத்தாலியிலிருந்து இறக்குமதி செய்து நிலைநாட்டப்பெற்றிருந்த காந்திஜியின் சிலை – மார்பு வரையான உருவம் – உயரமான கல்லின் மேல் பதித்து வைக்கப்பட்டிருந்தது. காந்திஜியோடு, அந்தச் சிலையைப் பனிரெண்டு வருஷங்களுக்கு முன்னால் திறந்துவைத்த ஜில்லாக் கலெக்டர் ஸ்ரீ ஏ.பி. வெங்கடேஸ்வரன் ஐ.சி.எஸ்ஸும், அந்நாள் முனிசிபல் சேர்மன் ஸ்ரீமான், ராவ் சாகிப் சுந்தரமூர்த்தி முதலியாரும், அச்சமய முனிசிபல் கமிஷனர் ஸ்ரீ. டேவிட் பால் பி.ஏயும் சலவைக் கல்லில் பெயரடித்து வைக்கப்பட்டு அமரத்துவம் அடைந்துவிட்டிருந்தார்கள். சிலையைச் சுற்றி இரும்பு வேல்களினால் ஒரு வேலி. காந்திஜியின் சிலை ஒருவேளை உயிர்பெற்றுவிட்டால் சின்னூரை விட்டு ஓடிவிடுமென்றோ என்னமோ அந்த வேலி கட்டப்பட்டிருந்தது போலும்.

இவர்கள் முச்சந்தியை அடைந்தபோது சரியாக மணி ஏழு. காரை 'ரங்கராஜ் பில்டிங்ஸ்–1945' ஓரமாக நிறுத்திவிட்டு நரசிம்மனும் ராமாஞ்ஜுலு நாயுடுவும் இறங்கினார்கள். யாரையும் காணோம்.

"என்ன யாரையும் காணோம்" என்று அலுத்துக்கொண்டான் நரசிம்மன்.

"வருவாங்க, வருவாங்க" என்றார் ராமாஞ்ஜுலு தன் பழைய கதர் அங்கவஸ்திரமாகப் பணியாற்றிக்கொண்டிருந்த கைத்தறித் துண்டைச் சரியாக மடித்துத் தோளில் போட்டுக்கொண்டே.

இருவரும் சுற்றுமுற்றும் பார்த்தார்கள். அருகிலிருந்த சிறு சந்து ஒன்றிலிருந்து ராஜகோபால் முதலியார் வந்தார்.

"வாங்க, வாங்க, ஏது கரெக்டா ஏழுன்னா ஏழு மணிக்கே வந்துட்டீங்களே" என்று சொல்லிக்கொண்டே வாயிலிருந்த வெற்றிலைக் குப்பையைத் தரையில் இறக்குமதி செய்தார் முதலியார்.

"ஸார் யாரு தெரியலையே?"

"நம்ம பெரிய பையன், நரசிம்மன்."

"ஓஹோ பட்டணத்திலே இருக்காரே அவரா? வணக்கம் ஸார், ரொம்ப சந்தோஷம்!"

"எங்கே மத்தவங்கள்ளாம்?"

"ஓட்டலுக்கு நாஸ்தாவுக்குப் போயிருக்காங்க. இதோ வந்துடுவாங்க. நெழலுக்கா வாங்களேன்" என்று உபசாரம் செய்தபடி அருகிலிருந்து ஒரு கடைக்குப் போய் கடைக் கதவைத் திறந்தார்

ராஜகோபால். திறந்த பிறகுதான் அது கடையில்லை, நகர காங்கிரஸ் கமிட்டியின் கொடிப் பொக்கிஷம் என்று நரசிம்மனுக்குத் தெரிந்தது.

அப்போது கன்னியப்பனும் இட்டிலிக் கடை வெங்கட்ராமை யரும் (மாஜி இட்டிலி வியாபாரம், இப்போது பஸ்ஸில் 'செக்கிங்' வேலை) வந்தார்கள். இன்னும் சிலரும் வந்தார்கள். கசமுசவென்று பேச்சுத் தொடங்கியது. 'எங்கே கொடியெல்லாம் எடுங்க, பதினேழு கொடி வேணும். சின்னக் கடைத்தெரு, ரெங்கப் பிள்ளை தெரு, தர்மராஜா கோவில் தெரு, கொசத் தெரு...' முச்சந்திக் கொடியேற்ற வைபவத்தின் பின் நடக்கப்போகும் கொடியேற்றங்களை ரசித்துக் கேட்டுக்கொண்டிருந்தான் நரசிம்மன்.

அச்சமயம் திடீரென்று எழுந்த சப்தத்தைக் கேட்டு ஒரு கணம் அவன் திடுக்கிட்டுப் போய்விட்டான். அது என்ன சப்தம், எங்கே யிருந்து வந்தது என்று கண்டுபிடித்துத் தன்னைச் சுதாரித்துக் கொள்ள அவனுக்குச் சில விநாடிகளாயின.

காந்தி சிலையருகே ஒரு இங்கிலீஷ் பேண்டு தவிலுடன் வெளுத்துக்கட்டிக்கொண்டிருந்தது! சுற்றிலும் ஒரு சிறு கும்பல்.

எல்லோரும், கிருஷ்ணவேணியம்மாள் உள்பட, சிலையை நோக்கி நகர்ந்தார்கள். நரசிம்மனும் கிருஷ்ணவேணியம்மாளும் நாயுடுவுக்குச் சற்றுப் பின்னால் ஒதுக்குப்புறமாக நின்றுகொண் டார்கள். மற்றவர்களெல்லாம் கொடிக்கம்பங்களைச் சூழ்ந்து நின்றனர்.

"சீக்கிரம் மளமளனு வேலை ஆகட்டும்" என்று அவசரப் படுத்தினார் ராமாஞ்ஜுலு.

செவிட்டுக் கன்னையன் காங்கிரஸ் கொடிக்கம்பத்திலிருந்து கட்சிக் கொடியை இறக்கிவிட்டுத் தேசியக் கொடியை ஏற்றுவதற்குத் தோதாகக் கட்டினான். பிறகு எதிர்க்கடைக்கு ஓடினான். இங்கிலீஷ் பேண்டு ஏதோ ஒரு வரியை – அது இன்ன பாட்டென்று நரசிம்ம னால் கண்டுபிடிக்க முடியவில்லை – விடாமல் திரும்பத் திரும்ப வாசித்துக்கொண்டிருந்தது. பொடிப் பையன்கள் பத்துப் பதினஞ்சு பேர் கூடிவிட்டார்கள். புகையிலைக் கடை வாசலில் நாலஞ்சு பேர் நின்றுகொண்டிருந்தார்கள். கூட்டத்தில் இப்போது வி.ஜி. கிருஷ்ணசாமி முதலியாரும் (நகர காங்கிரஸ் கமிட்டி செயலாளர்) ரெங்கைய பாகவதரும் வந்துவிட்டிருந்தார்கள். சலவை சுந்தரஞ் செட்டியார் வேறே.

“ரெங்கைய பாகவதர் முன்னேயெல்லாம் எப்பிடி இருப்பாரு. இப்ப எப்பிடி தெரங்கிப் போய்ட்டாரு பாத்தியா?” என்று கிருஷ்ண வேணியம்மாள் நரசிம்மன் காதில் குசுகுசுத்தாள்.

“பட்டுநூல்காரனெல்லாம் அப்பிடித்தான் ஆயிட்டாங்க” என்று அசுவாரசியமாகப் பதில் சொன்னான் நரசிம்மன். அவன் மனத்தில் ‘பட்டுநூல்காரன்’ என்றால் மனுஷ ஜாதியில் அடிமட்டம் என்ற ஒரு பொதுவான அபிப்பிராயமேயொழிய, ரெங்கைய பாகவதர் மேல் தனிப்பட்ட விரோதம் ஒன்றும் கிடையாது.

கன்னையா வேல் வேலிமேல் ஏறி ஒரு கையால் நெற்றியில் குங்குமத்தை இட்டான்.

“பாழாப்போவான், சோத்துக் கையாலே இடக் கூடாது?” என்று சற்று உரக்கவே கண்டித்தாள் கிருஷ்ணவேணியம்மாள். செவிட்டுக் கன்னையனோ மற்றவர்களோ இந்த விமர்சனத்தை லட்சியம் செய்யவில்லை.

திலகமிட்டான பிறகு கன்னையன் வேலிக்குள் கீழே குதித்தான், கற்பூரத்தை எடுத்துச் சிலை முன் ஏற்றினான். வி.ஜி. கிருஷ்ணசாமி முதலியார் வேலிக்கு மேலாகக் கொடுத்த தேங்காயை வாங்கிச் சிலாபீடத்தின்மேல் தட்டி உடைத்துவிட்டுக் கற்பூரத்தைக் கண்ணில் ஒத்திக்கொண்டு வேலிக்குமேல் ஏறி வெளியே குதித்தான். மீண்டும் ஒருமுறை சிறை சென்று திரும்பின மகிழ்ச்சி அவன் முகத்தில் தெரிந்தது.

“சீக்கிரம் ஆவட்டும்பா” என்றார் ராமாஞ்ஜுலு. பேண்டை நிறுத்தச் சொல்லிக் கன்னியப்பனும் ராஜகோபாலும் கையை ஆட்டினார்கள். இங்கிலீஷ் பேண்டு நின்றது. அந்தச் சமயம் சேங்கானூர் பஸ், இதுவரை வேகமாக வந்தது, இவர்கள் இருந்த கூட்டத்தைக் கண்டு அந்திம ஊர்வலத்தில் போல மெதுவாக ஊர்ந்து கடந்து சென்றது.

“சேறு தெறிக்கும், ஜாக்கிரதை” என்று வெங்கட்ராமையர் எச்சரிக்கை கொடுத்ததும் பஸ்ஸிலிருந்து யாரோ பலமாக மூக்கைச் சிந்தினார்கள்.

வி.ஜி. கிருஷ்ணசாமி முதலியார், ஈயப் பாத்திரத்துக்குள் தலையை விட்டுக்கொண்டு பேசுகிற மாதிரியான குரலில்,

“நமது இன்றைய சுதந்திர தின விழாவின் முதல் கொடி யேற்றத்தை நமது நகர காங்கிரஸ் தலைவரும் முன்னாள் சிறை சென்ற தியாகியும் பழம்பெரும் தேச பக்தருமான ஸ்ரீமான் ராமாஞ் ஜுலு நாயுடு அவர்களை நடத்தி வைக்குமாறு கோருகிறேன்” என்றார்.

ராமாஞ்ஜுலு நரசிம்மன் பக்கம் திரும்பி, "எல்லாம் பழைய ஆளுங்கதான் வந்திருக்காங்க பாத்தியா?" என்று சொல்லிவிட்டு, கொடிக்கம்பத்துக்குச் சென்று கொடியேற்றம் செய்தார். முதலில் சிறிது கஷ்டப்பட்டாலும் பிறகு சுளுவாகக் கொடி ஏறிவிட்டது. காற்றில்லாததால் கொடி படபடவென்று பறக்காதது நரசிம்மனுக்கு ஏமாற்றமாயிருந்தாலும், காலை வெயில் பளிச்சென்று கொடிமேல் பட்டுப் பிரகாசித்தது அவன் மனசுக்குச் சந்தோஷமாக இருந்தது.

"சின்னூர் மகா ஜனங்களே" என்ற ராமாஞ்ஜுலு நாயுடு பேச ஆரம்பித்ததற்கும் இங்கிலீஷ் பேண்டு மறுபடி பழைய பல்லவியை ஆரம்பித்ததற்கும் தாடிக்கார சுப்பிரமணிய ஆசாரி தின்பண்ட விநியோகம் ஆரம்பித்ததற்கும் சரியாக இருந்தது. கன்னையன் கூச்ச லிட்டு வாத்தியத்தை நிறுத்தினான். ராமாஞ்ஜுலு நாயுடு மீண்டும் தன் பிரசங்கத்தை ஆரம்பித்தார்.

"சின்னூர் மகா ஜனங்களே, நாம் எவ்வளவோ கஷ்டப்பட்டு மகாத்மா காந்தியடிகள் தலைமையில் வெள்ளைக்காரனோடே போராடினது இந்தக் கொடியை மேலே ஏத்தறதுக்குத்தான். இப்போது, சென்ற பத்தொன்பது வருஷமாக நமக்கு அந்த உரிமை கிடைத்துவிட்டது. ஆனாலும், நம்முடைய சுதந்திரப்போராட்டம் நின்றுவிடக் கூடாது. வெளி தேசத்துக்காரர்களிடமிருந்தும் நமக்கு இப்போ கஷ்டம். உள்ளூரிலேயும் ஜனங்களுக்குக் கஷ்டம். விலை வாசியெல்லாம் விஷம்போல் ஏறிக்கொண்டே..." இந்த இடத்தில் கூட்டத்தில் அமளி உண்டாகிவிட்டது.

தாடிக்கார சுப்பிரமணிய ஆசாரி மூவர்ண மிட்டாய்களை விநியோகம் செய்ய ஆரம்பித்ததன் விளைவாக ஆசாரியைச் சுற்றிச் சிறியவர்களும் பெரியவர்களுமாக ஒருத்தரை ஒருத்தர் இடித்துக் கொண்டும் தள்ளிக்கொண்டும் கையை நீட்டினபடி, "ஸார், ஸார்" என்று கூப்பாடு போட ஆரம்பித்துவிட்டார்கள். நாயுடுவின் பேச்சு யார் காதிலும் விழவில்லை.

"தூரப் போய்க் குடுங்க ஆசாரி" என்று ராஜகோபால் பத்தி ருபது முறை கர்ஜித்த பிறகுதான் ஆசாரியோடு கூட்டம் நகர ஆரம்பித்தது.

இந்தச் சந்தடியைக் கவனித்துக்கொண்டிருந்ததில் நரசிம்மன் தன் தகப்பனாரின் பேச்சைத் தவறவிட்டுவிட்டான். குழப்பம் அடங்கின சமயத்தில் அவரும் பேச்சை முடித்துவிட்டார்.

பேண்டு மீண்டும் முழங்க ஆரம்பித்தது. இரும்பு வேலிக்குள் இருந்த காந்தி சிலையை முறையாக வலம்வர ஆரம்பித்தது.

“அப்போ நீங்கள்ளாம் போயி கவனிச்சுக்குங்க, நான் வரேன்” என்று சொல்லிவிட்டு அங்கவஸ்திரமாகப் பாசாங்கு செய்து கொண்டிருந்த துண்டால் கழுத்துப் பிடியைத் துடைத்துவிட்டுக் கொண்டே காரை நோக்கி நடந்தார் ராமாஞ்ஜுலு நாயுடு. நரசிம்மனும் கிருஷ்ணவேணியம்மாளும் உடன் நடந்தனர்.

“நாங்க பாத்துக்கிறோம், நீங்க கவலைப்படவாணாம், வரேன் ஸார், வணக்கம்” என்றவாறு விடைபெற்றுக் கொண்டு கன்னி யப்பன், வி.ஜி. கிருஷ்ணசாமி முதலியார், கன்னையன் முதலிய மற்றவர்கள் பஸ் ஸ்டாண்டை நோக்கிப் புறப்பட்டார்கள். அடுத்த கொடியேற்று விழா அங்கே போலும்.

நரசிம்மன் காரைக் கிளப்ப ஆரம்பித்தபோது, “சும்மா பீப்பீன்னு ஊதறானே, தேசீயகீதம் வாசிக்கிறதில்லை?” என்று கிருஷ்ணவேணியம்மாள் பொதுவாகக் கேட்டாள்.

நரசிம்மன் கார் ஜன்னல் வழியாக எட்டிப் பார்த்தான்.

இங்கிலீஷ் பேண்டு இன்னும் ஒரே வரியை உருப்போட்டுக் கொண்டு காந்தி சிலையை வலம்வந்துகொண்டிருந்தது. தூரத்தில் தலைக்குமேல் மிட்டாய்த் தட்டைத் தூக்கி நடனமாடியபடி சுப்பிரமணி ஆசாரி மூவர்ண மிட்டாய் விநியோகம் நடத்திக் கொண்டிருந்தார். இருபதடி முன்னால் வி.ஜி. முதலிய மற்றவர்களும் வேஷ்டியை மடித்துக் கட்டிக்கொண்டு நடந்து போய்க்கொண்டி ருந்தார்கள். ‘ரங்கராஜ் பில்டிங்ஸ்–1945’இல் இருந்த கடிகாரம் ஏழே முக்கால் காட்டியது. நரசிம்மலு பொடிக்கடையைத் திறந்து கொண்டிருந்தான். நரசிம்மனுக்குப் பளிச்சென்று ஞாபகம் வந்தது. அந்த பேண்டு வாசித்துக்கொண்டிருந்தது. ‘இட்ஸ் எ லாங் லாங் வே டு டிப்பரேரி’ என்ற ஐரிஷ் பாடலின் முதல் வரி.

“பசிக்குது, வண்டியை விடு” என்று ராமாஞ்ஜுலு நாயுடு சொன்னார்.

(குருக்ஷேத்திரம், 1968)

கோணல் புத்தி

சின்னஞ் சிறு வயதில் ஏற்படுகிற 'காதல்' ஒரு புனிதமான அனுபவம். அது கிடைக்கப் பெறாதவர்கள் தங்கள் வாழ்க்கையில் அத்தியாவசியமில்லாத ஆனால், மிக முக்கியமான ஒரு பகுதியைப் பெறாமலே இழந்து ஏழையாகி விடுகிறார்கள். விஞ்ஞானிகளும் மனோதத்துவ நிபுணர்களும் அந்தக் காதலுக்கு என்ன விளக்கம் கூறினாலும் அதன் புனிதத் தன்மை மாசுபட்டுவிடவில்லை. பனிரெண்டு வயசுப்பையனின் உருப்பெறாத உணர்ச்சிப்பிண்டமான ஆனால், காமக் கறை படியாத மனசிலேதான் என்னவெல்லாம் தோன்றுகிறது! அந்த வலுவற்ற அஸ்திவாரமற்ற உணர்ச்சிகளுக்குத்தான் எத்தனை சக்தி! எவ்வளவு ஆழமாகத் தன் அடிமனசிலே அது வேரூன்றிவிட்டிருந்தது! இதையெல்லாம் நினைத்துப் பார்த்தபோது அவனுக்கு இப்போது புல்லரித்தது. ஆண் பெண் விவகாரமே மூடுமந்திரமாக இருந்த அந்த வயசிலே ரூபாவைப் பார்த்தவுடன் மாத்திரம் தன் மனசு ஒரு இன்ப லாகிரிகொண்டு கற்பூரமாகப் பற்றி எரியுமே என்பதை நினைக்க அவனுக்கு இப்போதும் மனசில் ஒரு இன்பமாகத்தான் இருந்தது. அப்போது ரூபாவுக்கு என்ன வயசு இருக்கும்? பதினாலோ பதினஞ்சோ. வம்புக்கு இழுத்து வல்லடி பண்ணும் சிறுமியாக இருந்தது போக பெண்ணாக மாறிக்கொண்டிருந்தாள். அவளுடைய மனசில் என்னென்ன உணர்ச்சிகள் இருந்தனவோ அவனுக்குத் தெரியாது. ஆனாலும், அவளுக்குத் தன்மேல் ஒரு தனி அன்பு, இல்லாதுபோனால் ஒரு விசேஷ சினேகபாவமாவது இருந்திருக்க வேணும். இல்லாதுபோனால் தன்னோடு அவ்வளவு சுதந்திரமாகவும் நெருக்கமாகவும் பழகியிருக்கமாட்டாளல்லவா. ஒரு வேளை அவளுக்கும் தன் மேலே ஒரு வடிவில்லாத, பின்னால் காதல் என்னும் வடிவைப்பெறும் சக்தி வாய்ந்த உள்ளக் கிளர்ச்சி இருந்திருக்குமோ? அவன் மனது செக்கு மாடுபோலக் கடந்த நாட்களைச் சுற்றிச் சுற்றி இழுத்தது.

ரூபா அப்போது எப்படி இருந்தாள்? நினைத்துப்பார்த்த போதுகூட அவன் மனசுக்கு அவள் சதையாலான ஒரு பெண்,

தான் ஆண் என்பதுபோல, தன்னிலும் உடலில் வேறுபட்ட பாலைச் சேர்ந்தவள் என்று நினைக்கமுடியவில்லையே என்று அவனுக்கு ஆச்சரியமாக இருந்தது. அவளை நினைத்தால் பளபளவென்று தேய்த்து வைக்கப்பட்ட குத்துவிளக்கு ஞாபகம்தான் வந்ததே தவிர, அதன் உருத்தான் தெரிந்ததே தவிர, கை கால் உடம்போடு கூடின உருவம் தெரியவில்லை. அவள் முகத்தை நினைத்தாலும்கூட அந்தக் குத்துவிளக்கின் சுடரே அவன் மனத்தில் வெளிச்சமிட்டது. இத்தனை வருஷமாக அவளை நினைத்துக்கூடப் பார்க்காத தனக்கு இப்போது நேரில் பார்க்கப்போகிறோம் என்று தெரிந்ததால் ஏற்படும் பிரமையோ? இவ்வளவு விசித்திரமாக, இத்தனை வருஷ காலமாகத் தன் மனசிலேயே ரூபா அழியாமல் இருந்திருக்கிறாள் என்றால் அந்தக் காலத்தில் தன் மனசில் அவள் எப்படிப்பட்ட விளைவுகளை ஏற்படுத்தியிருக்கவேண்டும்? ஆனால், அது அப்போது தனக்குத் தெரியவில்லை, வேடிக்கையாயில்லை? என்று தன்னையே கேட்டுக்கொண்டு சிரித்துக்கொண்டான். உடனே யாராவது தன்னைப் பார்த்துவிட்டு என்ன நினைப்பார்கள் என்ற அச்சத்தில் சுற்று முற்றும் பார்த்து எட்டி நடைபோட்டான்.

இப்போது ஞாபகம் வந்தது. அவளுடைய முன் பல் ஒன்று சற்றே திரும்பியிருக்கும். "என்னடா, என் வாயையே பாத்துண்டு நிக்கறயே?" என்று அவள்கூடக் கேட்டிருக்கிறாள். அவள் முகத்திலே சற்றுக் கோணியிருந்த அந்த முன் பல் ஏன் அவன் கவனத்தை அவ்வளவு கவர்ந்தது? கசப்பும் ஒரு சுவை, கோணலிலும் ஒரு கவர்ச்சி உண்டு என்பதைப் பிற்காலத்தில் அவனை உணரவைத்தது அவன் உள் மனசில் பதிந்திருந்த அவளுடைய முன் பல்லின் ரேகைகளின் விளைவுதானோ. அவளுடைய பல குணங்களும் ஒன்றுகூடும் வயிர ஊசி முனை அந்த முன் பல்லின் கோணல் என்று அவனுக்கு இப்போது தோன்றுவானேன்?

"என் பல்லும் கோணல், என் புத்தியும் கோணல்!" என்று ஒரு நாள் அவள் சொல்லவில்லை? அல்லது அதுதானாகத் தன் மனசில் கற்பித்துக்கொண்டதோ? அவளுக்கு அப்படி என்ன கோணல் புத்தி இருந்தது? கால்கள் முன்னே நடக்க மனசோ பின்னே ஓடிக்கொண்டிருந்தது.

நாம் அவசியம் என்று தேடுகின்ற பொருள் அரை மணி நேரம் தேடியும் கைக்குக் கிடைக்காமல் மனசை அயரவிட்டுப் பின் நாம் சற்றும் எதிர்பார்க்காதபோது நம் கண் முன்னால் குத்துக் கல்போல் நிற்பதில்லையா, அதேபோல ஒரு நிகழ்ச்சி, தன் பாதைக் குக் குறுக்கே அம்பாரம் புத்தகங்களைச் சுமந்துவந்த ஒரு காலேஜ் மாணவியைப் பார்த்து அவள் கடப்பதற்காக ஒரு தப்படி குறைத்துப் போட்டபோது, பளிச்சென்று நினைவுக்கு வந்தது. ஒரு நிகழ்ச்சியாக

வரவில்லை. ஒன்றன்மேல் ஒன்றாக, அடுக்கடுக்காக, கூடையைக் கவிழ்த்தவுடன் மாம்பழங்கள் ஒன்றையொன்று உருட்டித் தள்ளிக்கொண்டு விழுவதுபோல விழுந்து அவனை மூச்சுமுட்டச் செய்துவிட்டது...

"ஏன் ரூபா, ஓம் புத்தி கோணல்னு சொல்றே?"

"ரூபாவாம், தாலிகட்டின புருஷன் மாதிரிக் கூப்பிடறதைப் பாரு! ஒனக்கென்ன தெரியும்? நான் ரொம்பப் பெரியவளானா என்ன பண்ணப்போறேன்னு தெரியுமா?"

"என்ன பண்ணுவே? கோடி வீட்டு மாமி மாதிரி ஜம்முனு கார்லே போவே. என்னை ஒன்னோடே சமையக்காரனா வெச்சுக்கறயா?"

"ஐயே, புத்தி போறதே! ஆசைப்படறதாவது ராஜாவாகணும்னு ஆசைப்படக்கூடாது? கரண்டிக் காம்பிலேதான் போகணுமா?"

"பின்னே என்ன செய்வியாம்?"

"பள்ளிக்கூடத்தை முடிச்சூட்டு, காலேஜ்லே படிச்சு, பீ.ஏ.எல்லாம் படிச்சு பெரீய வக்கீலாகப்போறேன்."

"ஐயய்ய, பொம்மனாட்டி போய் வக்கீலாவாளோ? யாராவது பாத்தா சிரிப்பா."

"ஏன், ஆனா என்னவாம்?"

"வக்கீலானா கொலைகாரன் எல்லாம் வருவான், பொய் சொல்லி அவனைக் காப்பாத்தணும். நீ சொன்னா யார் கேப்பா?"

"இல்லேன்னா ஏரோப்ளேன் விடுவேன், கப்பல் ஓட்டிண்டு போவேன், டாக்டராயி ஆபரேஷன் செய்வேன். எங்கம்மா மாதிரி குழந்தை துணி மாத்திக்கிண்டு அடுப்படியிலேயே கெடப்பேன்னு நெனைச்சயா? நீ பாத்துண்டே இரு, ஒனக்கு மேலே சம்பளம் வாங்கறேனா இல்லையானு."

"பாத்திரம் தேய்க்கிறவாதான் சம்பளம் வாங்குவா, மத்த பொம்மனாட்டியெல்லாம் சம்பளம் வாங்குவாளோ? ரூபா, ஒனக்கு புத்தி கோணல்தாண்டி."

"டே...ன்னே, குட்டிப்பிடுவேன். அப்பறம் ஒன்னோடே பேச மாட்டேன், பேசவே மாட்டேன், பாத்துக்கோ."

"ரூபா, ரூபா, சனியன் எங்கே தொலஞ்சுபோய்ட்டா? வயசாச்சு, புத்தியைப் பாரு, ஆம்பிளைப் பசங்களுக்குச் சரியா அரட்டையடிச்சிண்டு. இங்கே வாடி, இந்தப் பாத்திரமெல்லாம்

அலம்பி உள்ளே கொண்டு போ!" அவள் தாயாரின் கீச்சுக் கதறல் அவன் காதிலும் பட்டது...

"ஏண்டி ரூபா அழறே? அம்மா வெசுட்டாளா?"

"இல்லேடா கண்ணா, நான் இனிமே ஸ்கூலுக்குப் போகப் படாதாம்."

"ரொம்ப நல்லதாப்போச்சே! ஹோம் வொர்க், பொயட்ரீ, பரீட்சை, ஒரு தொல்லையும் இருக்காதே! இதுக்குப் போய் அழு வாளோ?"

"போடா முட்டாள், நீ ஆம்பிளை, நீ படிக்கலேன்னாக்கூட ஒதை குடுத்து ஒன்னைப் படிக்க வெச்சுடுவா. நான் மேலே படிக்கக் கூடாதாம். ஏன்னா நான் பொண்ணாச்சே. எனக்கில்லேடா கோணல் புத்தி, எங்கம்மாவுக்கு, அப்பாவுக்கு, தாத்தாவுக்கு பாட்டிக்கு மாமாவுக்கு மாமிக்கு அவாளுக்குத்தான் கோணல், கோணல் புத்தி, கோணல்... கோணல்..."

அவள் விசித்து விசித்து அழுதாள்.

அப்போது எப்படி இருந்தாள்? நினைத்துப் பார்த்து அவள் உருவத்தைக் கண் முன்னே கொண்டுவரப் பிரயாசைப்பட்டான். ஒரு நாள் காலை. இரவு பெய்த நல்ல மழைக்குப் பிறகு பளீரென்று வெயில் அடித்தபோது, தோட்டத்தில் வேப்ப மரத்தடியில் ஒரு மைனாக் குஞ்சு விழுந்துகிடந்தது. இறகெல்லாம் நனைந்து உடல் வெட வெட என்று நடுங்க தன் பிரமாண்டமான வாயைத் திறந்து அழுக்கேறின நூல் பந்துபோலிருந்த அக்குஞ்சு ஈனசுரத்தில் கீச்சிட்டுக்கொண்டிருந்ததுதான் இப்போது ஞாபகத்துக்கு வந்தது. அவள் உருவம் ஞாபகத்துக்கு வரவில்லை. அந்தக் குஞ்சுப் பறவையை அவன் கையில் எடுத்தபோது அது எப்படி கிடு கிடென்று ஆடி இவன் எலும்புக்குள்ளேயும் குளிரைக் கட்டி வைத்துவிட்டது! சோற்றுப் பருக்கையையும் விழுங்கச் சக்தியில்லாத அந்தப் பறவை சில மணி நேரங்களில் இறந்துவிட்டது. அவன் அதைப் புதைத்தபோது எப்படி அழுதான். அதுவெல்லாம் அவன் நினைவுக்கு வந்ததேயொழிய அவளுடைய பூதவுடல், முகம், மூடி மூடித் திறக்கும் அவள் கண்கள் எப்படி இருந்தன என்பது நினைவுக்கு வரவில்லை.

இருபது வருஷங்களுக்கு இவ்வளவு சக்தியா? ஆனால், அவள் நினைவு, அவளுடன் பழகின அந்தக்கால அனுபவங்கள் மாத்திரம் அவனுடைய அடி மனதில் புதைந்துவிட்டிருந்தனவே...

தூரத்தில் ரூபா குடியிருக்கிற வீடு தெரிந்தது. நெஞ்சில் எண்ணங்கள் கும்மியடிக்க இனம் புரியாத பரபரப்போடு அந்த வீட்டை அடைந்து கதவைத் தட்டினான்.

அவனுக்குச் சிரிப்பு வந்தது. நெஞ்சில் ஒன்றுமே இல்லை. சுமையுமில்லை பரபரப்புமில்லை. வெறுமைதான். "போய்ப் பார்த்தது தப்போ' என்றுகூடத் தன்னையே கேட்டுக்கொண்டான். தப்பென்ன இருக்கிறது, வயசு ஏற ஏறப் புதுசு புதுசாக விஷயங்கள் புரிந்துவிடுகின்றன. புதுசு என்பதற்கு எல்லையே கிடையாது போலும்...

இவனுக்குத்தான் ரூபாவை அடையாளம் புரிந்துகொள்ள முடியவில்லையே தவிர அவள் இவனை உடனே தெரிந்துகொண்டு விட்டாள். எவ்வளவு உபசாரங்கள் செய்தாள்!

"என்னடாது, புல்லுக்கட்டு மாதிரி மீசை வெச்சுண்டிருக்கே?" என்று ஆதரவோடும் உரிமையுடனும்தான் விமர்சனம் செய்தாள்.

ஆனால், குத்துவிளக்கையும் காணோம், கூர்ந்து எரியும் சுடரையும் காணோம்! எல்லாரையும்போல அவளும் ஒரு 'மாமி' யாகத்தான் இருந்தாள். அதனால்தான் அடையாளம் புரிய வில்லையோ?

அவளே அதற்கும் அவன் கேளாமலேயே பதிலும் சொல்லி விட்டாள்.

"முன் பல்லு ஒண்ணு கோணலா இருந்தது எனக்கு, ஞாபகம் இருக்கோ? அதைப் பிடுங்கிப்பிட்டு வேறே பல் கட்டிண்டுட்டேன். அதான் ஒனக்கு தெரியலைபோல இருக்கு. இதைக் கேட்டேளா, அந்தக் காலத்துலே கண்ணன் ரொம்பக் கோட்டா பண்ணுவான், கோணப் பல்லுனு. இப்ப என்னடான்னா 'பல்லு நன்னாயிருக்கு, அதாண்டி அடையாளம் தெரியல்லே' ங்கறான்" என்று சொன்ன படி உடம்புச் சதையெல்லாம் குலுங்கக் குலுங்கச் சிரித்துத் தன் ஹாஸ்யத்தை வேணமட்டும் அனுபவித்தாள். எல்லாரும் சிரித் தார்கள். அவனும்கூடத்தான். ஆனால், அவனுடைய மனக் குறளி மாத்திரம் 'குத்துவிளக்கு எங்கே? கோணற் பல் எங்கே?' என்று கேட்டுக்கொண்டே இருந்தது. தன் அடி மனதுள் இத்தனை வருஷம் புதைந்து கிடந்து, சீசாவுக்குள்ளிருந்து வெளிவந்து வான ளாவிய பூதம் போலச் சிறிது நேரத்துக்குள் வளர்ந்த ரூபாதானா இவள்? அவள்தான் இவள் என்றால் குத்துவிளக்கெங்கே? கோணற் பல்லெங்கே? இல்லையென்றால், 'நான் தான் அவள்' என்று சொல்லுகிற இவளுக்கும் அவளுக்கும் என்ன தொடர்பு? தனக்கும்

இவளுக்குந்தான் என்ன தொந்தம்? என்று அவன் மனது அவனை உள்ளூற அரித்துக்கொண்டேயிருந்தது. மேலுக்கு அவளோடும், அவள் கணவனோடும் குழந்தைகளோடும் அவன் சிரித்துப் பேசிக் கொண்டேயிருந்தாலும் உள்ளுக்குள் குளவி கொட்டிக்கொண்டே யிருந்தது.

"கண்ணன் ஒனக்கு மாமா மாதிரி, விஷயம் தெரிஞ்சவன். நாலு ஊருபோய் வந்திருக்கான். என்ன கண்ணா நான் சொல்றது சரிதானே? நமஸ்காரம் பண்ணுடீ...!"

அவன் இவ்வுலகத்துக்கு வந்தான். எதிரே ஒரு குத்துவிளக்கு. பளபளவென்று புளியால் தேய்க்கப்பட்டதுபோல. அப்பழுக்கற்று குளிர்ந்த சுடருடன் ஒளிர்ந்துகொண்டிருந்த குத்துவிளக்கு ஒன்று விசுக்கென்று நமஸ்காரம் செய்துவிட்டு எழுந்தது.

அவனுக்கு ஆச்சரியம் தாங்கமுடியவில்லை, அதன் வாயிலும் கோணற் பல்! அவனுக்கு சந்தோஷம் அடக்க முடியவில்லை.

"ஒன் பேரென்னம்மா? என்னமோ யோசனை பண்ணிக்கிண்டு இருந்துட்டேன், நீங்க சொன்னதை காதிலே வாங்கிக்கலை" என்று சிரித்துக்கொண்டே சொன்னான்.

ரூபா சிரித்தபடியே அர்த்த புஷ்டியுள்ள பார்வையொன்றை அவன் மீது வீசினாள். பின் தன் கணவனோடு பார்வையைப் பரிமாறிக்கொண்டாள். பேச ஆரம்பித்தாள்.

"எங்களுக்கென்னடாப்பா கொட்டிக்கிடக்கிறதா? சுமதிக்கோ பதினேழு வயசுக்கு ஆச்சு. மெடிக்கல் காலேஜிலே சேர்த்து விடுடீன்னு ஒரே பிடிவாதம், அழுகை. காலமோ கெட்டுக் கிடக் கச்சே, காலா காலத்துலே நாம செய்யவேண்டியதைச் செய்ய வேண்டாமோ? மெடிக்கல்லே எடம் கிடைக்கல்லேன்னா பி. எஸ்ஸி படிக்கணுமாம். அப்பறம் கிளார்க் வேலை பாக்கணும். கூட இருக் கிற இன்னொரு கிளார்க்கைப் பண்ணிக்கணும். அதுகூட அதிர்ஷ்டம் இருந்தா. இல்லேன்னா கீரைத்தண்டு மாதிரி மத மதன்னு வளந்து நார் நாராப் போய்த்தானே ஆகணும்? நான் எட்டாவது வரைக்கும்தான் படிச்சேன். என்ன கொறைஞ்சுபோச்சு இப்போ? விவேகம் இருந்தாப் போறாதோ, டிகிரி வாங்கினாத் தானா? இந்தக் காலத்திலேன்னா படிப்பு ஏற ஏற புஸ்தகச் சுமையும் செலவும்தான் ஜாஸ்தியாயிண்டேபோறதே தவிர விவேகம் கொறைஞ்சிண்டுதானே வரது. குதிரை குதிரையா இதுகள் போறதை யும் வர்றதையும் பாத்தா யாராவது இவாளைப் பொம்மனாட்டிப் பசங்கன்னு சொல்வாளோ...?

மூச்சுவிடாமல் வேறு யாரையும் பேசவிடாமல் திரும்பத் திரும்பத் தான் சொன்னதையே சொல்லிக்கொண்டிருந்தாள் ரூபா. ஒருவழியாக அவள் பேசி முடித்ததும், அவன் ரூபாவைப் பார்த்துக் குறும்பாகச் சிரித்து கொண்டே, "கோணல் புத்தி வந்திருக்கு இல்லையா?" என்று கேட்டான்.

"நன்னாச் சொன்னே! கேட்டுக்கோடி சுமதி, கேளு கண்ணன் சொல்றதை."

அவன் அரைக் கணம் கண்களை மூடிக்கொண்டு இருபது வருஷத்துக்கு முன் இருந்த குத்துவிளக்கை நினைத்துப் பார்த்தான். சற்று ரெட்டை நாடியான உடலோடும் நேர்படுத்திவைக்கப்பட்ட பொய்ப் பல்லோடும் கூடிய தற்போதைய ரூபாவின் உருவம்தான் அவன் கண் முன் நின்றது.

எதிரே கலங்கின கண்களோடு சுமதி நின்றுகொண்டிருந்ததைக் கண்டான்...

"எனக்கு நேரமாச்சு" என்று சொன்னபடியே எழுந்திருந்தான் அவன். வாயிற்படியை விட்டிறங்கும்போது, "வேற பல்லு வெச்சுடு, புத்தி நேராயிடும்" என்று சொல்லிவிட்டு நடந்துவிட்டான். அவன் பேச்சு ரூபாவுக்கு, ஏன் மற்ற எல்லாருக்குமேதான், ஒன்றும் புரிய வில்லை என்பது தெளிவாகத் தெரிந்தது.

அவனுக்குச் சிரிப்பு வந்தது. ஆனால், அவன் மனதில் ஒன்றுமே இல்லை. சுமையுமில்லை பரபரப்புமில்லை. வெறுமைதான். 'போய்ப் பார்த்தது தப்போ' என்றுகூடத் தன்னையே கேட்டுக்கொண்டான். தப்பென்ன இருக்கிறது, வயசு ஏற ஏறப் புதுசு புதுசாக விஷயங்கள் புரிந்துவிடுகின்றன. புதுசு என்பதற்கு எல்லையே கிடையாது போலும்... அவனுடைய மன வெறுமையைக் குலைத்துக்கொண்டு மைனாக் குஞ்சு ஒன்று கிறீச்சிடுவதாக ஒரு பிரமை. 'கோணல் புத்தி' என்று முணுமுணுத்துக்கொண்டே போனான். அன்று இரவு வெகு நேரம் அவனுக்குத் தூக்கம் வரவில்லை.

(தீபம் 1971)

கனவுக் கதை

நாங்கள் நேஷனல் ஸ்டோருக்குப் போனபோது அங்கே வாங்குவோர் கூட்டமே இல்லை.

நடேசன் கடையில் அது ஒரு சௌகரியம். அங்கே எப்பவும் கூட்டம் நெரியாது. கறுப்பு பச்சை சிவப்புப் பெப்பர் மிட்டுகள், ரப்பர் பந்துகள், விலை சரசமான பேனாக்கள், வர்ண வர்ண இங்கி புட்டியுடன், (புட்டியில்லாமல் அளந்து) சோப்பு, சீப்பு (நேஷனல் ஸ்டோரில் கண்ணாடி கிடையாது), சவரத்துக்கு முன்னும் பின்னும் முகத்தை அழகு பண்ணிக்கொள்ள, நரை மயிரைக் கறுப்பாக்க, ஒத்தை ஜோடி மூக்கை நந்நாலு என்று விதம்விதமாகக் கோடுபோட்ட, கோடே போடாத குறுக்கும் நெடுக்குமாய்க் கோடு போட்டுக் குவித்த நோட்டுப் புத்தகங்கள், பென்சில்கள், இன்னும் எத்தனையோ சாமான்கள், எல்லாம் வாங்குவோரை எதிர்பார்த்துக் காத்திருக்கும். சாதாரணமாய் நாங்கள்தான் போய் நிற்போம்.

நடேசன் சிரிச்சபடி 'வாங்க வாங்க' என்பான். வெத்திலைக் காவி படிந்த பல்லைக் காண்பிக்கமாட்டான். அவன் பல் வெளேரென்று இருக்கும். அவனுக்கு வெத்திலைப் பழக்கம் கிடையாது. சிகரெட்டுத்தான். அதுவும் கடைக்குள் இல்லை. குடி கூத்தி ரங்காட்டம் ரேஸ் வில்வாதி லேகியம் அரசியல் கலை மொழி மதம் என்று எந்தவிதமான பழக்கமும் கிடையாது. அவனுண்டு அவன் கடையுண்டு. யார் வேணுமானாலும் அவன் கடையில் என்ன வேணுமானாலும் (மளிகை சாமான்கள் மருந்து சாமான்கள் பால் பவுடர் தவிர) வாங்கிக்கொள்ளலாம். ரொக்கந்தான். ரொம்பத் தெரிஞ்ச ஆளானால் கடனுக்குக்கூடக் கிடைக்கும். நாங்கள் போனால் 'வாங்க வாங்க' என்று வரவேற்பானே தவிர, எங்களை 'என்ன வேணும்' என்று கேட்கமாட்டான். வாங்குவதற்கு எங்களிடம் சாதாரணமாய்க் காசு இருக்காது என்பது அவனுக்குத் தெரியும். ஏதாவது வேணுமானால் நாங்களே கேட்டுக்கொள்வோம் என்பதும் அவனுக்குத் தெரியும். பைபிள் படிக்காது போனாலும் கேளுங்கள் கொடுக்கப்படும் என்ற வாசகம் அவனுக்குத் தெரியும்.

அன்றைக்கு நாங்கள் போனபோது நடேசன் கண்களில் குறும்புத் தாண்டவமாடிக்கொண்டிருந்தது. முகத்தில் ஒரு விஷமப் புன்னகை. தண்ணீர்மேல் எண்ணெய் சிந்தினால் நிற அலைகள் பரவுகிற மாதிரி. நாங்கள் கடைக்குள்ளே நுழைந்தோம். சிவப் பிரகாசம் மாத்திரம் எச்சிலைச் சாக்கடையில் துப்பிவிட்டு வந்தான். கடைக்குள்ளே துப்பினால் நடேசனுக்குப் பிடிக்காது. எங்களைப் பார்த்தவுடன் சிரித்தபடி 'வாங்க வாங்க' என்று வழக்கப்படி வரவேற்றுவிட்டு நடேசன் குனிந்து மந்திரவாதிபோல மேசைக்கடியி லிருந்து ஒரு பொருளை எடுத்துக்காட்டி, 'இது என்ன சொல்லுங்க பார்ப்பம்' என்றான். பெருமிதத்தோடு எங்களைப் பார்த்தான்.

அவனுடைய இந்த அசாதாரணமான நடவடிக்கையினால் ஒரு கணம் சிந்தனை தடுமாறிப்போன நான் சமாளித்துக்கொண்டு 'என்ன அது' என்று கேட்பதற்குள் ரெங்கன் அப்பொருளைக் கை நீட்டி எடுத்தான்.

முதலில் அதில் ஒன்றும் விசேஷமாகத் தெரியவில்லை. சாதாரணக் கடைத் தராசென்றுதான் நினைத்தேன். ரெங்கன் அதை எடுத்துத் தூக்கி 'நிறுத்துப்' பார்த்தபோதுதான் அது சாதாரணத் தராசல்ல என்பது தெரிந்தது. அதில் ஒரு பக்கம் ஒரு தட்டும் மறுபக்கம் ஒன்றன் கீழ் ஒன்றாக மூன்று தட்டுகளும் இருந்தன. எனக்கு ஒண்ணும் புரியவில்லை.

'இது என்னன்னு சொல்லிட்டா ஆளுக்கு ரெண்டு ஸ்வீட் தர்ரேன்' என்று சொல்லி மீண்டும் ஒரு பெருமிதப் புன்னகையை உதிர்த்தான் நடேசன். நானும் சிவப்பிரகாசமும் தெரியவில்லை என்று சொல்லித் தோல்வியை ஒத்துக்கொண்டுவிட்டோம். ரெங்கன் மாத்திரம் சிறிது நேரம் அந்த மூணு தட்டுத் தராசைத் திருப்பித் திருப்பிப் பார்த்தபடி யோசனை செய்தான். வயது நாற்ப தானாலும் அவனுக்கு இன்னும் 'ஸ்வீட்' என்றால் ஆசையோ என்னமோ. கடைசியில் அவனும், 'என்னா இது, படா ஆச்சரிய மாயிருக்குதே' என்று பொதுவாக உலகுக்கு அறிவித்துவிட்டுத் தோற்றதுக்கு அடையாளமாகத் தராசைத் திருப்பித் தந்துவிட்டான்.

நடேசனுக்கு ஒரே சந்தோஷம். 'பரவாயில்லை, தெரியாவிட் டாலும் பரவாயில்லை, எடுத்துக்குங்க' என்று சொல்லி அருகி லிருந்த பெப்பர்மிட்டு பாட்டிலுக்குள் கைவிட்டுச் சில மிட்டாய்கள் அள்ளி எங்களிடம் நீட்டினான். ரெங்கன் ரெண்டு எடுத்துக் கொள்ள நானும் ஒண்ணு எடுத்துக்கொண்டேன். மரியாதைக்காக.

சிவப்பிரகாசம் வேண்டாமென்று மறுத்துவிட்டான். அவனுக்கு டயபிடீஸ். சர்க்கரைவியாதி. ஸ்வீட்டும் சாப்பிட மாட்டான், அரிசிச் சாதமும் சாப்பிடமாட்டான்.

‘சும்மா எடுத்துக்கப்பா, இந்த ஸ்வீட்லேயெல்லாம் சர்க்கரையே கிடையாது’ என்று நடேசன் வற்புறுத்தவே, ‘என் பங்கை நீயே எடுத்துக்க’ என்று சிவப்பிரகாசம் பிடிவாதமாய் மறுத்துவிட்டான். நடேசன் தன் பங்கையும் எடுத்துக்கொள்ளவில்லை. சிவப்பிர காசத்தின் பங்கையும் எடுத்துக்கொள்ளவில்லை. சர்க்கரை இல்லாத ஸ்வீட் பிடிக்காதோ அல்லது ரெண்டு பைசாவைத்தான் வீணடிப் பானேன் என்ற சிக்கன புத்தியோ.

மிட்டாய்களை பாட்டிலுக்குள் போட்டபின் நாங்கள் வேண்டிக்கேட்டதன் பேரில் மூணுதட்டுத் தராசின் மர்மத்தை விளக் கினான் நடேசன். ஒரே சமயத்தில் மூணு பேர் கடைக்கு வந்து ஒரே சாமானைக் கேட்டு நெருக்கினால் ஒவ்வொருத்தருக்கும் ஒவ்வொரு முறையாக நிறுத்துக் கொடுப்பதற்குப் பதிலாக ஒரே முறையில் நிறுத்து நேரச் செலவையும் சக்திச் செலவையும் குறைக்கும் சாதனமாம் அது. ‘எப்படி நம்ம யோசனை’ என்று பெருமிதத்தோடு கேட்டான்.

நடேசன் கடை வைத்த நாள் முதலாகப் பார்த்திருக்கிறேன். ஒரே சமயத்தில் மூணுபேர் கூடிச் சாமான் உடனே வேணுமென்று ரகளை செய்ததை ஒரு நாள்கூடப் பார்த்ததில்லை. இருந்தாலும் அவனுடைய உற்சாகத்தைக் கெடுப்பானேன் என்று சும்மா இருந்துவிட்டேன். ரெங்கனுக்குத்தான் ஆச்சரியம் தாங்க முடிய வில்லை. ‘நம்ம நடேசனுக்கா, இவ்வளவு முன்யோசனையா’ என்று தன் உணர்ச்சிகளை வெளிப்படுத்தினான். அந்தச் சமயத்தில்தான் அந்த ஆள் கடைக்கு வந்தது.

வந்த ஆசாமி சாமியார் போலவுமில்லை. குடும்பி போலவும் இல்லை. நாற்பது வயசிருக்கும். கரளைகரளையாகக் கட்டுமஸ்தான தேகம். தலைமயிர் கருப்பாக நீண்டு வளர்ந்து பிடரிமேல் புரண்டு கொண்டிருந்தது. அடர்த்தியான புருவம் நெற்றிமேல் கம்பளிப் பூச்சிபோல ஒட்டிக்கொண்டிருந்தது. கண்கள் கருப்பு வைரங்கள் போல ஜ்வலித்தன. முகத்தில் ரெண்டு வாரச் சேமிப்பு. வெறும் உடம்பு. இடுப்பில் ஒரு நாலுமுழத் தட்டுச் சுற்று வேட்டி முழங்கால் தெரிய அள்ளிச் சொருகிக் கட்டியிருந்தது. வேட்டி காவியாயிருந்து வர்ணம் போனதோ அல்லது வெள்ளையாயிருந்து பழுப்பாக மாறிக்கொண்டிருந்ததோ ஆண்டவனுக்கே தெரியும். புஜத்தில் தோளிலிருந்து முழங்கை வரை சுண்ணாம்புக் கறை. நெற்றியில் அரை ரூபாய் அளவுக்குக் குங்குமப் பொட்டு.

மத்தாப்பு போலப் பொறி பறக்கும் கண்களுடன் வந்த அந்த ஆள், ‘ஒரு கிலோ பெப்பர்மிட்டுக் குடுங்க, சீக்கிரம்’ என்று அதட்டி னான். அவன் குரல் கண்டாமணி மாதிரி ஒலித்தது.

நடேசன் நிதானமாக, ‘கிலோ அஞ்சு ரூபாய்’ என்று சொல்லி இருந்தவிடம் விட்டு அசையாமல் நின்று, வந்த ஆளை ஏற இறங்கப் பார்த்தான்.

‘சரி சரி குடுங்க, சீக்கிரம்’ என்று சொன்னபடியே அந்த ஆள் இடுப்பைத் தடவி ஒரு முடிச்சை அவிழ்த்து எட்டாக மடித்து வைத்திருந்த அழுக்கேறிய அஞ்சு ரூபாய் நோட்டை எடுத்து மடிப்புக் கலையாமல் நீட்டினான்.

நடேசன் சாவதானமாக நோட்டை வாங்கி மேசை மேல் வைத்துவிட்டு, தராசை எடுத்து மூணு தட்டுகளில் ரெண்டைக் கழற்றி வைத்துவிட்டு ஒரு கிலோ படிக்கல்லைப் போட்டு இன்னொரு தட்டில் பெப்பர்மிட்டுகளை அள்ளிப் போட்டுத் தங்கம் நிறுப்பது மாதிரி நிறுத்துப் பின் பெப்பர் மிட்டுகளைக் காகிதப் பையில்போடப் போகும்போது, ‘பையிலே போடுவாணாம், சும்மா அப்படியே காயிதத்துலே வைச்சுக் குடுங்க’ என்று சீறினான் அந்த ஆள். அவன் கண் பாம்பின் நாக்கு மாதிரி இருந்தது. ஒரு தமிழ்த் தினசரித் துண்டில் அளிக்கப்பட்ட மிட்டாய்களை வாங்கிக் கொண்டு அந்த ஆள் மணிக்கூண்டின் பக்கமாக விடுவிடென்று நடந்தான்.

அவன் என்ன செய்யப் போகிறான் என்ற ஆவலினால் ஈர்க்கப் பட்டு நானும் ரெங்கனும் சிவப்பிரகாசமும் அவனுக்குச் சற்றுப் பின்னால் அவனைத் தொடர்ந்தோம்.

நடேசன் கடையிலிருந்து சுமார் நூற்றைம்பதடி தொலைவில் நகராட்சி மணிக்கூண்டு இருக்கிறது. அது வருஷம் தேதி காட்டு வதில்லை. ஆகவே அது நின்று எவ்வளவு நாள் ஆச்சுதென்று தெரியாது. எப்போதும் பனிரெண்டு மணி காட்டிக் கொண்டி ருக்கும். விளக்கு வைக்கும் அந்த நேரத்திலும் அது மணி பனிரெண்டு எனக் காட்டிக்கொண்டிருந்தது. எங்கள் ஊர் பஜாரின் நடுநாயக மான மணிக்கூண்டைச் சுற்றித்தான் சிறிது வெற்றிடம் இருக்கிறது. சாதாரணமாக நாலுநாலு பேராய்க் கூடிக் கூடிப் பேச வசதியான இடம். சற்றுத் தள்ளிப் போனால் பறவைகளின் எச்ச வீச்சு களுக்குப் பலியாக நேரும். மணிக்கூண்டருகே அப்படியில்லை.

மணிக்கூண்டினடியில் இருந்த சிறு மேடையருகில் நின்று கொண்டு அந்தப் பெப்பர்மிட்டுக்கார ஆள் அருகில் இருந்தவர்கள் கையில் ஓரிரு பெப்பர்மிட்டுக்களைத் திணித்தான். அவர்கள் திகைத்தார்கள். ‘சாப்பிடுங்க சாப்பிடுங்க, ஆண்டவன் பிரசாதம்’

என்று சொல்லிக்கொண்டே இன்னும் சில பேர்களுக்கும் நடேசன் கடை மிட்டாய்களை அளித்தான்.

யாரோ ஓர் ஆசாமி மணிக்கூண்டருகே சும்மா ஸ்வீட் விநியோகம் செய்கிறான் என்ற செய்தி எப்படியோ அரை நிமிஷத் துக்குள் பஜார் முழுதும் பரவிவிட்டது. 'பள்ளத்துள் பாயும் வெள்ளம் போல' ஜனக்கூட்டம் மணிக்கூண்டை நோக்கிப் பாய்ந் தது. மணிக்கூண்டின் அருகே வந்துவிட்ட நானும் ரெங்கனும் சிவப் பிரகாசமும் முழங்கையாலும், பிரஷ்டத்தாலும் இடித்து உந்தித் தள்ளி நகர்த்தப்பட்டுக் கொஞ்சம் கொஞ்சமாகக் கூட்டத்தின் வெளிப்புறத்துக்கு வந்துவிட்டோம். சுற்றிலும் மேலே இருந்து கூச்சலிடும் பட்சிகளின் சப்தத்தை அமுக்கிக்கொண்டு 'ஸார் ஸார். மிட்டாய் ஸார்' என்ற சப்தந்தான் கேட்டது.

எங்கள் ஊர்வாசிகளுக்கு பெப்பர்மிட்டு மிட்டாய் என்றால் அவ்வளவு பிரேமை என்று எனக்கு அது நாள்வரை தெரியவே தெரியாது. கூட்டமே சேராத நடேசன் கடையில்கூடப் பெப்பர் மிட்டு வாங்க ஏதாவது குழந்தைகள்தான் எப்போதாவது வருமே யொழிய, இங்கேபோல விழுந்தடித்து ஓடிவந்த பெரியவர்களைக் கண்டதில்லை. வெள்ளைச் சட்டைக்காரர்கள், கம்பிக்கரை வேட்டிக்காரர்கள், சட்டையேயின்றிச் சாயவேட்டி கட்டினவர்கள், டெரிலீன் பனியன்கள், மணிக்கட்டில் கடியாரம் கட்டினவர்கள், கயிறு கட்டினவர்கள், வெள்ளிக் காப்புப் போட்டவர்கள், நரை மீசைகள், வழுக்கைத் தலைகள், முறுக்கு விற்றுக்கொண்டிருந்த பல்லேயில்லாத கிழவி, அவளது ஏஜண்டான அவள் பேரன், பளபள நைலான் ஜரிகை மினுக்கும் ரவிக்கையுடன் பஜாருக்கு வந்திருந்த கைக்குழந்தைக்காரிகள், குருவிக்காரிகள், பெட்டிக்கடை யில் பீடி சிகரெட் சோடா கலர் வெற்றிலை வாழைப்பழம் புகை யிலை வாங்க வந்தவர்கள், இவர்கள் கால்களுக்கிடையே குனிந்து வளைந்து ஓடின நிர்வாணச் சிறுவர் சிறுமியர். கண்ணை மூடித் திறப்பதற்குள் பெருங்கூட்டம் சேர்ந்துவிட்டது. தேன் கூடுபோல 'ஞொய்'யென்ற சப்தம்.

பெப்பர்மிட்டுக்காரன் மிட்டாய்கள் தேங்கி நின்ற காகிதத்தை அனுமார்போலத் தலை மட்டத்துக்கு ஏந்திப் பிடித்து மேடைமேல் ஒரே தாவாக ஏறி நின்றான். இவ்வளவு தூரத்திலும் அவன் கண்கள் தணல்போலத் தெரிந்தன. 'சத்தம் போடக் கூடாது, நான் சொல்றபடி கேட்டால் எல்லாருக்கும் கிடைக்கும்' என்று உரத்த குரலில் கூவினான். 'மொல்'லென்று ஒலியெழுப்பிக்கொண்டிருந்த கூட்டம்

கனவுக் கதை ❈ 175

ஒரு கணத்தில் மௌனமானது. முனிசிபல் விளக்கின் நீல வெளிச் சத்தில் கூட்டத்தின் ஓராயிரம் முகங்களும் மூச்சு விடுவதைக்கூட நிறுத்தி மோவாயை நிமிர்த்தி அண்ணாந்து அவனை ஆவலுடன் நோக்கின. அம்முகங்கள் அவ்வொளியில் பச்சையாய் இருந்தன.

'எல்லாரும் மணிக்கூண்டுப் பெருமாளுக்கு ஒரு பெரிய நமஸ்காரம் போடுங்க' என்று பெப்பர்மிட்டுச் சாமியாரிடமிருந்து ஆணை பிறந்தது.

ஒரு கணம் உயிரிழந்து பிணமாய் நின்றிருந்த கூட்டம் உலுக்க லுடன் உயிர்பெற்றது. சடசடவெனச் சாய்ந்தது. முன்னாலிருப்ப வர்கள் கால் மேல் தலையும் பின்னாலிருப்பவன் முகத்தின் மேலே காலையும் வைத்துக் கூட்டம் சீட்டுக்கட்டு சாய்வது மாதிரி சாய்ந் தது. நாய், பன்றி, மாடு, குதிரைச் சாணத்தின்மீது, எச்சில் மூத்திரக் கறைகளின்மீது, வாழைப்பழத்தோல் காலிசிகரெட் பெட்டி பீடித் துண்டுகள்மீது, தெருப்புழுதிமீது, மல்லாக் கொட்டைத் தோல்மீது, எண்ணற்ற காலடித் தடங்கள்மீது, கண்ணை மூடியபடி, கையைக் கூப்பியபடி, ஆண் பெண் சின்னவன் பெரியவன் காளை கிழவன் பேதமின்றிச் சம தருமமாக, சாஷ்டாங்கமாகத் தன் மீதே ஒருவர் மேல் ஒருவராக விழுந்தது.

'ஹரிஓம்' என்று ஒரு கோஷமெழுப்பியபடி அந்தச் சாமியா ரல்லாத சாமியார் பெப்பர்மிட்டுக் காகிதத்தைக் கூட்டத்தின் முதுகின்மேல் உதறினான். ஜனக் கூட்டத்தின் மேல் மிட்டாய் மழை.

தரையில் விழுந்து கிடந்த கூட்டம் கலைக்கப்பட்ட தேனடை போலக் கலகலத்துத் தனக்குள்ளேயே பாய்ந்தது. பெருமூச்சும் ஏப்பமும் கலந்த சப்தத்துடன் தன்னை உலுக்கி உதறிக்கொண்டது. சிறுவர்களும் பெரியவர்களும் குமரிகளும் கிழவிகளும் தமிழர்களும் தெலுங்கர்களும் இந்துக்களும் முஸ்லீம்களும் கிறிஸ்தவர்களும் நாஸ்திகர்களும் எல்லாரும் சில்வண்டு போலத் தரையைத் துளைத் தனர். மற்றவர்களை இடித்துத் தள்ளிச் சுரண்டினர். மண்மேல் சிதறிக்கிடந்த மிட்டாய்களை ஆத்திரத்துடன் பொறுக்கினர், பிடுங் கினர், சுவைத்தனர், பிரிந்தனர். மிட்டாய் வீசியவனை நோக்கினர். ஆனால், அவனைக் காணோம். மிட்டாய்க் காகிதத்தை உதறிய வுடன் மேடைமீதிருந்து குதித்து மணிக்கூண்டின் பின்னாலாக ஓடிவிட்டிருக்கவேண்டும்.

ஐந்து நிமிஷ நேரத்துக்குள் கூட்டம் சேர்ந்ததுபோலவே கரைந்துவிட்டது. நாங்கள் நேஷனல் ஸ்டோருக்குத் திரும்பினோம். வேடிக்கை பார்க்கக் கடைக்கு வெளியே வந்திருந்த நடேசன் கடைக் குள் நுழைந்து எங்களைப் பார்த்துச் சிரித்தான். 'பார்த்தீங்களா

பைத்தியம் போல இருக்குதில்லே. ஆனாலும், அதாலே ஒருத்தருக்கும் நஷ்டமில்லை' என்று சொல்லிப் பெப்பர்மிட்டு வாங்கியவன் விட்டுப் போயிருந்த ஐந்து ரூபாய் நோட்டின் மடிப்புகளைப் பத்திரமாகப் பிரித்து அதை ஆள்காட்டி விரலால் ஒருதரம் சுண்டித் தட்டிவிட்டு மேசைக்குள் போட்டான். நாங்கள் 'ஆமாம் ஆமாம்' என்றோம். சிவப்பிரகாசம் எச்சில் துப்ப எழுந்து கடைக்கு வெளியே போனான்.

(ஞானரதம், 1971)

லெனின் நூற்றாண்டு : 1870 – 1970

நையேலியா

'ஆஸ்தான் கீனோ' ஹோட்டல் வாசலில் நான் ஒதுக்குப் புறமாக நின்றுகொண்டிருக்கிறேன். போவோரும் வருவோரும் இருப்பாருமாக சுற்றிலும் ஒரே கூட்டம். புது நட்புறவுகளை ஏற்படுத்திக்கொள்ளும், பலப்படுத்திக்கொள்ளும் குதூகலிப்பு. சிறு சிறு கும்பல்களாக இந்திய இளைஞர்களும் சோவியத் யுவர்களும் யுவதிகளும் கூடிப்பேசிச் சிரித்துக்கொண்டிருக்கிறார்கள். எந்த மொழிப் பிரச்சனையையும் தடையையும் போக்கிப் புரட்டிவிடும் நட்புறவுச் சிரிப்புகள், இருண்டு வரும் அந்த மாலை நேரத்தில் மின்னி ஒலி பரப்புகின்றன. நான் தனியே சற்று ஒதுக்குப்புறமாக நின்றபடி வேடிக்கை பார்த்துக்கொண்டிருக்கிறேன். நெரியும் கூட்டத்திலும் தனியனாக இருந்து பழகிவிட்டதாலோ, அன்றி, ஏழு நாட்கள் மாஸ்கோவில் காலை முதல் இரவுவரை கையகராதி ஒன்றைத் தவிர வேறு துணையின்றி ஊர் சுற்றி வேடிக்கை பார்த்து பலதரப்பட்ட சோவியத் மக்களுடன் பேசி விவாதித்துப் பதில் சொல்லிக் களைத்து விட்டதாலோ, சற்று அலுப்பாக இருக்கிறது. மூன்று நாளாய் எங்கேயும் போகவில்லை. 'ஆஸ்தான் கீனோ' அறையே கதியென்றிருந்திருக்கிறேன். ஏஷியன் ஃப்ளூ. அதன் விளைவாகவும் இருக்கலாம். நான் ஒதுங்கித் தனியாய் நிற்கிறேன்.

'களுக்'கென்ற சப்தம் சந்தடியின் நடுவிலும் தனியாகக் காதில் ஒலிக்கிறது. திரும்பிப் பார்க்கிறேன். இரு சிறுமிகள் பத்துப் பதினைந் தடி தூரத்தில் நிற்கிறார்கள். நானறிந்தவரை இவர்கள் கொஞ்ச நேரமாகவே அங்கே நின்றுகொண்டிருக்கிறார்கள். நான் திரும்பிப் பார்த்ததும் அவர்கள் என்னைக் கண்டு புன்னகை பூக்கிறார்கள். நானும் பதிலுக்கு முறுவலிக்கிறேன். அவர்கள் என்னருகே வருகிறார் கள். கொஞ்சம் தயக்கம். கொஞ்சந்தான். நான் அவர்களை உற்றுக் கவனிக்கிறேன். இருவருக்கும் பனிரெண்டு பதின்மூன்று வயசிருக் கும், பன்னீர் ரோஜா இதழ் வண்ணம். கரிய ஆனால், சற்றுச் சாய்வான கண்கள். அழகுமுகங்கள் சிரிப்பாடும் அவர்களைக் கண்டதும் என் மனது விரிகிறது. 'என்ன சமாசாரம்?' என்று

சிதைந்த ரஷ்யனில் கேட்கிறேன். இருவரும் ஒருவரை ஒருவர் இடித்துப் பேசிக்கொள்கிறார்கள். 'நீதான் சொல்லேண்டி' பாணியில்.

'களுக்'கென்று மீண்டும் ஒருத்தி சிரிக்கிறாள். முதலில் கேட்ட அதே களுக் இது. சந்தேகமேயில்லை. 'நீங்கள் எந்த நாட்டைச் சேர்ந்தவர்' என்று மற்றவள் கேட்கிறாள்.

"நான் இந்தியன்"

"உங்கள் பேரென்ன?"

சொல்கிறேன். எழுதிக் காட்டச் சொல்கிறார்கள். ருஷ்ய லிபியில் எழுதிக் காட்டுகிறேன். பெயரைச் சொல்லிப் பழகு கிறார்கள்.

"நீங்கள் முஸ்லீமா?"

முதலில் சிரித்துவிட்டுப் பிறகு இதுவரை வாய்திறவாதிருந்த இரண்டாவது சிறுமி கேட்கும் கேள்வி இது.

எனக்குத் தூக்கிவாரிப் போடுகிறது.

மீசையும் தாடியுமாக இருப்பதால் இப்படிக் கேட்கிறாளோ.

'இல்லை, நான் ஹிந்து' என்று சொல்ல வாயெடுத்தவன், 'ஆம், நான் முஸ்லீம்தான்' என்கிறேன். அவர்கள் முகத்தில் சிரிப்பு மறுபடியும் குதிக்கிறது.

'என்ன, குழந்தைகளிடம் போய் இப்படிப் புளுகுகிறாயே' என்று மனசு குத்துகிறது. ஹிந்துவாய்ப் பிறந்தும் ஹிந்துவாயில்லாத நான் ஏன் என்னை முஸ்லீமாகவும் சொல்லிக்கொள்ளக்கூடாது என்று எனக்குள் திருப்பிக் கேட்டுக்கொள்கிறேன்.

"நாங்களும் முஸ்லீம்கள்!"

இரு சிறுமிகளும் கைகொட்டிச் சிரிக்கிறார்கள்.

எனக்கு மறுபடியும் தூக்கி வாரிப் போடுகிறது. 'மாஸ்கோவில் முஸ்லீம்களா?' என்று கேட்கிறேன். 'நாங்கள் ருஷ்யர்கள் இல்லை. தார்த்தார்கள். எங்கள் தாத்தா காலத்தில் மாஸ்கோ வந்தோம்' என்று பதில் வருகிறது.

இரண்டாவது சிறுமிக்குச் சிறிது சந்தேகம். இந்த ஆளின் பெயர் குரான்-இ-ஷெரீபில் இல்லாத பெயராக இருக்கிறதே என்றோ, அல்லது, 'நான் முஸ்லீம்தான்' என்று சொல்லுமுன் ஏற்பட்ட ஒரு கணநேர தயக்கமோ அல்லது, 'நாங்களும் முஸ்லீம்கள்' என்று அவர்கள் சொன்னவுடன் என் முகம் இயற்கையாக மலராத காரணத்தினாலோ, அவளுக்குச் சந்தேகம்.

‘எங்கே, எங்கள் முஸ்லீம் பிரார்த்தனையைச் சொல்லுங்கள் பார்க்கலாம்,” என்று கண்களை அகலத் திறந்து வாத்தியார் போலக் கேட்கிறாள். எனக்குப் பரீட்சை!

மூணாவது முறை எனக்குத் தூக்கிவாரிப் போடுகிறது. கபடமற்றுச் சிரித்துப் பேச ஆரம்பித்திருக்கும் அவ்விரு அழகிளஞ் சிறுமிகளிடம் உண்மையை ஒப்புக்கொள்ள வெட்கமாகிறது. நான் உங்களிடம் பொய் சொல்லி விட்டேன் என்று எப்படிச் சொல்வது அசட்டுச் சிரிப்புச் சிரிக்கிறேன். ‘முஸ்லீம் பிரார்த்தனையா’ என்கிறேன். ‘இப்போ என்ன செய்யப் போகிறாய், அப்பவே சொன் னேனே கேட்டியா’ என்று மனசு குத்திக் காட்டுகிறது. ‘சும்மா இரு’ என்று மனசை அதட்டுகிறேன்.

“சரி. கேளுங்கள். சொல்கிறேன்.”

இதெல்லாம் நேரம் கடத்தும் வழி.

‘பிஸ்மில்லா’ என்று ஆரம்பிக்கிறேன். ‘ஹிர் றஹுமா னிர் றஹீம்’ என்று சொல்லி முடித்தவுடன் மேற்கொண்டு என்ன சொல்ல வேண்டும் என்று எனக்குத் தெரியாது என் குட்டு வெளிப்பட்டு விடும். எப்படியாவது தமாஷாகச் சமாளித்துவிட வேண்டும். என்ன செய்யலாம். என் மூளை கனவேகத்தில் வேலை செய்கிறது.

“...ஹிர் றஹ்மா னிர்...” நான் மெதுவாகத் தொடர்கிறேன்.

“போதும் போதும், நான் சும்மாத்தான் கேட்டேன்.”

நையேலியாவின் முகம் சிரித்து சிவக்கிறது.

நான் பரீட்சையில் தேறி விட்டேன்!

என்னை முஸ்லீமா என்று கேட்ட சிறுமி நையேலியா. பரீட்சையில் நான் தேறினவுடன் என்னுடன் அவர்கள் பேச ஆரம் பிக்கும்போது தெரிந்துகொள்கிறேன். நையேலியாவுக்குச் சிறிது ஆங்கிலம் தெரிகிறது. மற்றவளுக்கு ஆங்கிலம் தெரியவில்லை. எனக்குச் சிரமம் குறைய நையேலியாவுக்குத் துபாஷ் வேலை யாகிறது.

இருட்டு கவிகிறது. நேரமாகிவிட்டது. ‘வீட்டுக்குப் போக வேண்டும்’ என்று கிளம்புகிறார்கள். ‘நாளை மீண்டும் சந்திப்போமா’ என்று கேட்கிறேன். நையேலியா ‘ஓ’ என்கிறாள். மற்றவள் என்னவோ சொல்கிறாள். அவளுக்கு ஏதோ வேலை இருக்கிறதாம். வருவதற்கில்லையாம்.

“இங்கேயே வருகிறாயா?”

நையேலியா தலையை ஒருபுறம் சாய்த்து யோசனை செய்கிறாள். அவளுடைய ரெட்டைப் பின்னல் அசைகிறது. தீவிர யோசனை.

"நீங்கள் அகில யூனியன் எக்ஸிபிஷன் பார்த்தாச்சா?"

"இல்லை" என்கிறேன். அருகில்தான் இருக்கிறது. கேள்விப்பட்டிருக்கிறேன். பார்த்ததில்லை.

"அப்போ அங்கே சந்திக்கலாம். அது பூராவும் நான் உங்களுக்குச் சுற்றிக் காண்பிக்கிறேன். ரொம்ப நன்றாயிருக்கும்!"

"அது ரொம்பப் பெரிய இடமாமே, நான் எங்கே உனக்காகக் காத்திருக்கிறது?"

"ஆமாம், ரொம்பப் பெரிசு" என்று சொல்லி மீண்டும் யோசனை செய்கிறாள். நெற்றியில்கூட ஒரு சுருக்கம். எனக்குச் சிரிப்பு வருகிறது.

"துர்க்மானியா கட்டிடத்தின் முன்னால் இருங்கள். நான் வந்து உங்களுக்கு எல்லாவற்றையும் காண்பிக்கிறேன்."

துள்ளிக் குதித்து ஓடி இருளில் மறைகிறார்கள். என் மனது மணக்கிறது.

கோடையானாலும் மாஸ்கோவில் இவ்வளவு வெயிலாக இருக்கும் என்று நான் நினைக்கவில்லை, நையேலியா இன்னும் வரவில்லை. அவள் சொன்ன நேரத்துக்கு அரைமணி முன்னதாகவே வந்து விட்டிருக்கிறேன். துர்க்மானியா கட்டிடத்தின் முன்னாலும் அருகிலும் சும்மா உலாவிக்கொண்டிருக்கிறேன். எக்ஸிபிஷனின் நடுவில் ஒரு தடாகம். அதன் மத்தியில் வெற்றி வாள் போல் தானியக் கற்றைகளைத் தூக்கிப்பிடித்து நிற்கும் விவசாயிச் சிலைகள். சுற்றிலும் நீர் வாரி இறைக்கிறது. சூரியக் கதிர்கள் நீர்த்திவலைகளில் சிக்கி வானவில்லாக வளைந்து குழைகின்றன. நாற்புறமும் ஜனக்கூட்ட ஜீவநதி பிரவகித்து ஆயிரம் கால்களாக வடிந்தோடுகிறது. நையேலியா இன்னும் வரவில்லை. அவள் சொன்ன நேரத்துக்கு அரை மணி மேலாகியும் அவள் இன்னும் வரவில்லை. எதிர்பார்த்து பார்த்துக் கண் கடுக்கிறது. மேலும் கீழும் நடந்து கால் கடுக்கிறது. இன்னும் வரவில்லையே என்று மனசில் கடுக்கிறது. தடாகத்தின் கைப்பிடிச் சுவரின் மேல் உட்கார்கிறேன். என்ன செய்யலாம் என யோசிக்கிறேன். கண் அவள் வரக்கூடிய பாதைகளைக் கொத்தியபடியே இருக்கிறது.

அவள் ஓடி வருகிறாள். பெரிய பூப்போட்ட கவுன் முழங்காலுக்கு மேல் படபடக்க, சிட்டுக்குருவி போல் தலைப்பின்னல்கள் சிறகடிக்க ஓடிவருகிறாள்.

“பாட்டிக்கு மருந்து வாங்கப் போயிருந்தேன். நேரமாகிவிட்டது, மன்னிக்கவும்.”

அவளுக்கு மூச்சு இரைக்கிறது. கலவரத்தில் கண்கள் படபடக்கின்றன. கண்களைச் சுற்றிலும் நெற்றியிலும் மோவாயிலும் வேர்வை.

“அதனாலென்ன, பரவாயில்லை. பாட்டிக்கு உடம்புக்கு ரொம்ப ஒண்ணுமில்லையே”

“அதெல்லாம் ஒண்ணுமில்லை. பாட்டிக்கு வயசாகி விட்டது. அம்மா வேலைக்குப் போய்விட்டாள். நான்தான் போய் மருந்து வாங்கி வரவேண்டியதாய்ப் போச்சு, அதனாலே நேரமாய் விட்டது.”

கைக்குட்டையை எடுத்து முகத்தையும் கழுத்துப் பிடியையும் துடைத்துக்கொள்கிறாள்.

“வாருங்கள், எக்ஸிபிஷன் பார்க்கலாம்.”

நான் ‘வைத்திய டாக்டர்’ என்று தெரிந்ததும் பெரியவர்களைப் போல உடனே பாட்டிக்கு என்னிடம் ஆலோசனை கேட்பதில்லை. என் கையைப் பிடித்துத் துர்க்மானியா குடியரசின் கட்டிடத்துக்கு இழுத்துச் செல்கிறாள். நான் அவள் வழி தொடர்கிறேன்.

“இவர் இந்தியாதேசத்திலிருந்து வந்திருக்கிறார். வைத்திய டாக்டராக்கும். இவரும் முஸ்லீம். எல்லாம் நன்றாகக் காண்பியுங்கள். விளக்கிச் சொல்லுங்கள்’ என்று உள்ளே இருக்கிற பணியாளுக்கு நையேலியாவிடமிருந்து கட்டளை பிறக்கிறது. அவள் சொல்வது முழுவதும் எனக்குப் புரியவில்லைதான். பாஷை புரியாவிட்டாலும் மனசின் தொனி புரியாதா என்ன? அவர் சிரிக்கிறார், துர்க்மானியக் குடியரசின் வளர்ச்சியைத் தெரிவிக்கும் படங்கள், தயாரிப்புகள் முதலியவற்றைச் சிரித்துக்கொண்டே காண்பிக்கிறார். கண்கவர் பொருட்கள்.

“ரொம்ப நேரமாக்காதீர்கள். இன்னும் பல இடங்களை நான் காண்பித்தாக வேண்டும். எக்ஸிபிஷனில் எல்லாவற்றையும் நான் இவருக்குச் சுற்றிக் காண்பிக்கப் போகிறேன்.”

குழந்தையின் அதிகாரத்துக்குக் கீழ்ப்படிகிறார் பணியாளர். சலாமலைக்கும் சொல்லி வெளியே வருகிறோம்.

அடுத்து உஸ்பெகிஸ்தான் கட்டிடம். பிறகு தாட்ஜிக்ஸ்தான். பின்னர் காஜக்ஸ்தான். அதன் பின் கிர்கிஸ் குடியரசு. ஒவ்வொரு கட்டிடத்திலும் அந்தந்த நாட்டின் வளர்ச்சியை, சாதனையைத் தெரிவிக்கும் படங்கள், புத்தகங்கள், பொருட்கள், கண்காட்சிகள்

ரேடியோக்கள், கம்பளங்கள், கைவேலைப் பொருட்கள், என்னென் னவோ மெஷின்கள். ஒவ்வொரு கட்டிடத்திலும் நையேலியாவின் அதிகாரம் தூள் பறக்கிறது. 'இந்தியாவிலிருந்து வந்திருக்கும் நண்பர். வைத்திய டாக்டர். முஸ்லீம் என்ற அறிமுகம். நன்றாகக் காண்பி யுங்கள்' என்ற கட்டளை. 'நேரமாச்சு நேரமாச்சு, சீக்கிரம் சீக்கிரம்' என்ற அதிகாரம். நானும் பணியாளர்களும் அவள் சொற்படி ஆடுகிறோம்.

"இந்த எக்ஸிபிஷன் ரொம்பப் பெரிசு. நன்றாய்ப் பார்க்க மூணு நாள்கூடப் போதாது."

அவள் கண்கள் விசாலிக்கின்றன. முகத்தில் சிரிப்புக் கொப் பளிக்கிறது. என் கையைப் பிடித்து இழுத்துச் செல்கிறாள். அறிமுகம் செய்கிறாள். அதிகாரம் செலுத்துகிறாள். நான் அவள் சொன்னபடி செய்கிறேன். செலுத்தியவழி செல்கிறேன்.

"ஆமாம். இது ரொம்பப் பெரிசுதான். மீதியை நாளைக்குப் பார்க்கலாம்."

அவள் பின்னலைத் தள்ளிவிட்டுக்கொண்டு, 'சரி. அப்படியே செய்யலாம். இன்றைக்கு மாதிரியே நாளைக்கும். அதே இடம், அதே நேரம்' என்கிறாள்!

நிறைந்த மனதுடன் நான் 'ஆஸ்தான் கினோ'வுக்குத் திரும்பு கிறேன். அறையில் இருவர் விவாதித்துக் கொண்டிருக்கிறார்கள். ஒருவர் இந்தியர். உத்தரப் பிரதேசத்துக்காரர். 'மாலட்டாவையும், மாலென்காவையும், ஷெஃபீலாவையும் தள்ளி விட்டார்களே, அதற்கு என்ன சொல்கிறீர்கள்?' என்று உணர்ச்சியோடு உருகக் கேட்கிறார். ருஷ்ய இளைஞர் என்னமோ பதில் சொல்கிறார். எனக்கு தலை வலிக்கிறது. கால் கனக்கிறது. படுக்கையில் விழுகிறேன்.

நாளை அதே நேரத்தில் அதே இடத்தில் நான் இல்லை. வேறெங்கோ இருக்கிறேன். தனியே வெளிச்சென்று வழிதப்பி எங்கேயோ இருக்கிறேன். வேறு நண்பர்களின் பிடிப்பில் சிக்கிக் கொண்டிருக்கிறேன். விடுபட்டுத் திரும்பிவர வெகுநேரமாகி விடு கிறது. இரவாகி விடுகிறது. ஹோட்டலின் வாசலிலாவது நையேலியா இருப்பாளோ. இந்த அகாலவேளையில் அவள் இருக்கமாட்டாள். இருந்தாலும் ஒருவேளை, அவள் இல்லை. வேறு யார் யாரோ இருக்கிறார்கள். அவர்கள் பெரியவர்கள். அந்தக் குழந்தை எனக் காக எக்ஸிபிஷனில் காத்துக் கால் கடுத்து ஏமாந்து வீடு சென்றி ருப்பாள். மனசு வெறிச்சென்றாகிறது.

அதற்கு மறுநாள் கடைசி நாள். என்னென்னவோ கெடுபிடி வேலைகள். அலைச்சல். மூச்சுவிட நேரமில்லை. எங்கிருந்தாவது

'களுக்'கென்ற சிரிப்புக் கேட்காதாவென்றிருக்கிறது. எத்தனையோ சிரிப்புகள் காதில் விழுகின்றன. அப்பப்பா சிரிப்பில்தான் எத்தனை ரகம்.

ரயில் கிளம்பப் போகிறது. பியலோருஸ்க்காயா ஸ்டேஷனில் கூட்டம் ரொம்பி வழிகிறது. இரைச்சல், பிரிவுபசாரங்கள், பிரசங்கங்கள், ஆலிங்கனம், கைகுலுக்கல், கைகூப்பல், கோஷங்கள், கண்ணீர் சிந்தல், சிரிப்புகள். ஆனால், அந்த 'களுக்' இல்லை. கூட்டத்தின் நடுவில் நான் மீண்டும் தனியனாகிறேன்.

நையேலியா, நையேலியா என்று ஜபித்துக்கொண்டே ரயில் ஓடுகிறது. அவளுக்குத் தந்தையில்லை. இரண்டாம் உலக யுத்தத்தில் மாண்டு போனாராம். அந்தப் போரில் மாண்ட லட்சக்கணக்கான சோவியத் பிரஜைகளில் அவரும் ஒருவர். அந்தப்போரினால் தந்தையிழந்த லட்சக்கணக்கான சோவியத் குழந்தைகளில் அந்தத் தார்த்தார்ப் பெண் நையேலியாவும் ஒருத்தி. தந்தையின் போட்டோவைத்தான் பார்த்திருக்கிறாள். 'கட்டாயம் வருகிறேன் என்று சொல்லிவிட்டுப் போகாமல் இருந்து விட்டாயே, நையேலியா இந்தியர்களைப் பற்றியும், வைத்திய டாக்டர்களைப் பற்றியும், முஸ்லீம்களைப் பற்றியும், உன்னைப் பற்றியும் என்ன நினைத்துக் கொள்வாள்' என்று மனசு இடிக்கிறது. நையேலியா... ஆ... ஆ என்று கூவி ரயில் ஓடுகிறது. நான் பெருமூச்செறிகிறேன். தானியங்களைச் சுமந்து கண்ணுக்கெட்டிய தூரம் கிடக்கும் வயல்வெளிகள் நான் அருகில் வர வர வாரிச்சுருட்டிக்கொண்டு கோடிக்கால்களால் என்னை விட்டோடுகின்றன. நடுநடுவே தனித்து நின்று களுக்கெனச் சிரித்து அகலக் கண்ணை விரிக்கும் சூர்யகாந்திச் செடிகள் என்னை விட்டோடுகின்றன.

செஞ்சதுக்கத்தில் ஒரு மணிநேரம் கியூவில் நின்று பின் குளிர்ந்த கல்லறையுள் ஆழ் துயிலில் இருப்பதுபோல் இருந்த லெனின் உடலை நான் அப்போது பார்த்தபோது நான் அவசரப்படவில்லை. பதின்மூன்று ஆண்டுகளுக்குப் பிறகு, இப்போது அவர் பிறந்து நூறு வருடமாகிறது, காலமாகி ஐம்பதாண்டுகளாகப் போகிறது என்பதைக் கேட்டால், 'லெனின் காலமாகி விட்டார் என்று யார் சொன்னது' என்று கேட்கத் தோணுகிறது. இன்றைக்கும் என் காதில் 'களுக்' கென்ற சிரிப்பொலிதான் கேட்டுக் கொண்டிருக்கிறதே!

(தாமரை, 1970)

லெனின் நூற்றாண்டு மலர்

மணியைப் பார்த்தேன்

நமது வாழ்க்கையில் எந்தச் சம்பவம் முக்கியமானது எது முக்கியமில்லாதது என்று எப்படி நிச்சயிப்பது. அது ஞாபகத்தில் அழியாமலிருப்பதனாலா? எனக்குச் சந்தேகம்தான். நான் முதல் முதலில் யாருக்கு வைத்தியம் செய்தேன் என்பதும் மருந்து கொடுத்தேன் என்பதும் முதல் முதலில் யாருக்கு ஆபரேஷன் செய்தேன் என்பதும் முதல் முதலில் எந்த நோயாளியைப் பரிசோதனை செய்தேன் என்பதும் முக்கியம் வாய்ந்த நிகழ்ச்சிகள் தானே. இருந்தாலும் இதுவொண்ணும் எனக்கு நினைவே இல்லை. எவ்வளவு யோசித்துப் பார்த்தாலும் ஞாபகத்துக்கு வரமாட்டேன் என்கிறது. இது கிடக்கட்டும். என் மனைவி அவ்வப்போது சொல்லி எடுத்துக்காட்டும் பல முக்கியமான நிகழ்ச்சிகள்கூட ஒண்ணும் நினைவில் இல்லை. ஆனால், சில சிறிய நிகழ்ச்சிகள் நடந்து பல வருஷமாய்விட்டிருந்தாலும் மனசில் அப்படியே பதிந்து விட்டிருக்கின்றன. நினைப்பின் அடிமட்டத்தில் அமிழ்ந்து மறைந்துவிடாமல் தீபஸ்தம்பம் போல மேலே நின்றுகொண்டிருக்கின்றன. என்ன யோசித்துப்பார்த்தாலும் அவை ஏன் இவ்வாறு இருந்து உறுத்திக்கொண்டிருக்க வேண்டும், அவற்றில் என்ன அவ்வளவு முக்கியத்துவம் வாய்ந்த பொருள் புதைந்திருக்கிறது என்று தெரிகிறதில்லை. அவை நினைப்பை விட்டகலாது நின்றிருப்பதற்கு நானறியாத காரணம் இருக்க வேண்டும். காரணம் தெரிந்து விட்டால் ஒரு வேளை மறந்துபோய்விடுமோ என்னவோ, யார் கண்டது? சில வருஷங்களுக்கு முன்னால் நான் ஒரு நாள் பூனாவில் பஸ்ஸில் போய்க்கொண்டிருந்தேன். சாயங்கால நேரம். வெளிச்சம் மங்க ஆரம்பித்திருந்தாலும் இருட்டிவிடவில்லை. நகருக்கு வெளியே சற்றுத் தொலைவில் இருந்த கிராமத்துக்குப் போகும் டவுன் பஸ் அது. நான் இறங்க வேண்டிய இடத்துக்கு அரை மைலுக்கு முன்னால் ஓரிடத்தில் பஸ் நின்றது. யாரோ நாலஞ்சு பேர் ஏறினார்கள். அவர்கள் யார் எப்படியிருந்தார்கள் என்றெல்லாம் எனக்கு இப்போது ஞாபகம் இல்லை. கடைசியாக ஒரு பெண்

ஏறினாள். நான் இருந்த இடத்துக்குச் சற்றுத் தள்ளி முன்னால் இருந்த இடத்தில் உட்கார்ந்தாள். கிராமத்துப் பெண். இருபது இருபத்திரண்டு வயசுக்குள்தான் இருக்கும். கையில் ஒரு நிர்வாணக் குழந்தை. அழுக்குச் சேலை, இதெல்லாம்கூடப் புகை மாதிரிதான் ஞாபகம் இருக்கிறது. அவள் முகம்கூட மனசில் படியவில்லை. இன்றைக்கும் என் மனசில் அழியாமல் இருப்பது அவள் கண்கள். பெரிசாகக் கருப்பாக. இமை மயிர்கள் நனைந்து ஒன்றுடன் ஒன்று ஒட்டிக்கொண்டு ரம்பப் பற்கள் போலக் கிடந்த கூர்மை. மங்கலான மஞ்சள் வெளிச்சத்திலும் வெட்டின பளபளப்பு. அவள் கண்களி லிருந்து தாரையாக நீர் வடிந்துகொண்டிருந்தது. அவள் வாய்விட்டு அழவில்லை. விசும்பவில்லை. மௌனமாக அழுதுகொண்டி ருந்தாள். பஸ்ஸில் இருந்த யாரும் அவளை ஏன் என்று கேட்க வில்லை. கவனித்தார்களோ, இல்லையோ. அல்லது அவளுடைய அந்தரங்கத் துக்கத்தில் பங்குபெற நினைப்பது அநாகரிகம் என்று நினைத்தார்களோ, ஐந்து நிமிஷம் கழித்து நான் இறங்க வேண்டிய இடம் வந்தது. இறங்கிவிட்டேன். ஆனால், அவள் கண்களும், அவற்றை ஆக்ரமித்துக்கொண்டிருந்த சோகப் பெருக்கின் ஈரப் பளபளப்பும் கூர்மையும் என் நெஞ்சைவிட்டு அஞ்சு வருஷமாக இறங்கினபாடில்லை. நான் மணியைப் பார்த்ததும் இதே மாதிரியான முக்கியமற்ற, ஆனாலும், மனசிலே மாறாத வடுவை ஆழச் செதுக்கி வைத்துவிட்டிருக்கிற சம்பவம்தான். பத்து வருஷமாகப் போகிறது. பச்சையாயிருக்கிறது.

மவுண்ட் ரோடிலே நடந்துகொண்டிருக்கிறேன். நடுப்பகல், நல்ல வெயில், கழுத்துப் பிடியில் வேர்வை உப்பு கரகரக்கிறது. எரிகிறது. மனசில் ஏமாற்றமும் கோபமும் உரசிக்கொண்டிருக்கிறது. இந்தியா திரும்பி மூணு மாசமாகியிருக்கும். அன்று தலைமை மருத்துவதிகாரியைச் சந்திக்கும்வரை நம்பிக்கை இருந்தது. இப்போது அதுவும் இல்லை. வேலை கிடையாது போ என்று விரட்டினால்தானா என்ன? ட்ரௌசர் தொளதொளவென்று இடுப்பிலிருந்து நழுவுகிறது. பெல்ட் வாங்கவேணும், கோட்டும் டையும், தோளையும் கழுத்தையும் நெருக்குகிறது. இனி மேலும் எதற்கு வேஷம். கழுத்துச் சுருக்கை நெகிழ்த்தி விடுகிறேன். மனசு மணி முடிச்சுப் போட்டுக்கொண்டு நெகிழ மறுக்கிறது. வேலை காலியில்லை என்று அவர் சொல்லியிருக்கலாம். காலியில்லை யென்றால் யார்தான் என்ன செய்யமுடியும். நான் திரும்பியே வந்தி ருக்கக் கூடாதோ. இருளும் புழுதியும் பரவிக்கிடந்த கட்டடத்துள் நுழையும்போதே சந்தேகமாகத்தான் இருந்தது. தூங்கி வழிந்து கொண்டிருந்த பியூனைக் கண்டபோதும், அவன் தூக்கம் கலைந்த எரிச்சலோடு காட்டிய, ஒருகால் ஊனமாய் மேல் பலகை விரிசல்

விட்டுக் கிடந்த பென்ச்சின்மேல் உட்கார்ந்து காத்திருந்தபோதும் சந்தேகந்தான். மேற்படிப்புப் படிக்கப்போனபோது இதையெல்லாமா யோசனை செய்தார்கள். அவ்வளவு முன்யோசனை இருந்திருந்தால் பரீட்சையில் தேறினவுடனேயே ஏதோ ஓர் ஊரில் அட்டையிலே பேர் எழுதி மாட்டித் தொங்கவிட்டு முடிஞ்சால் லேடி டாக்டர் ஒருத்தியையும் கல்யாணம் செய்துகொண்டு ஏழைகளுக்குச் சலுகை வைத்தியம் ஒரு ஊசி நாலு மாத்திரை அஞ்சு ரூபாய் என்று சொல்லி வேங்கடாஜலபதி உண்டி மாதிரி பணம் சேர்த்திருக்கலாம். இதெல்லாம் இப்போதுதானே தெரிகிறது. அந்நிய தேசத்தில் ஆயுளில் அஞ்சு வருஷத்தையும் உடம்பில் இருபத்திரண்டு பவுண்டு எடையையும் கழித்துவிட்டு உயர் பரீட்சையில் தேறினபோது உடல் பூரித்துச் சந்தோஷமாச்சே தவிர, திரும்பிப் போய் என்னத்தைச் செய்யப்போகிறோம். எவ்வளவு சம்பாதிக்கப்போகிறோம் என்று லாபநட்டக் கணக்கா போட்டோம்? ஒருமணி காலம் காத்திருந்த பிறகு, 'ஐயா வரச் சொல்றாரு' என்று டவாலிப் பூசாரி வரங் கொடுத்த பின் தூசி தட்டப்படாது குப்பையும் கூளமும் மலிந்திருந்த மரப்படிகளின்மேல் ஏறிப் போகும்போது இருளும் தூசியும் ஒருமணியும் உடைந்த பென்ச்சும் மூணு மாசமும் இருபத்திரண்டு பவுண்டுகளும் அஞ்சு வருஷங்களும் நினைவுக்கு வரவில்லை. நாம் சிறப்பாகப் பயிற்சி பெற்ற துறையில், நாட்டில் இப்போதுதான் அத்துறையைத் தொடங்க முயற்சி எடுக்கப்போகிற நேரத்தில் வந்து சேர்ந்திருக்கிறோம். நாமும் இவ்வாரம்பத்தில் ஈடுபட்டு என்ன வெல்லாம் சாதிக்கலாம் என்ற உற்சாக நினைப்பில் வேறெதுவும் தைக்கவில்லை. மெதுவாகக் கீழே இறங்கிவரும்போதுதான், 'அவர் நம்மை உட்காரக்கூடச் சொல்லவில்லையே' என்று தைக்கிறது. கூட அவருடைய கடுமையான குரல் மனசுக்குள்ளேயே சுற்றிச் சுற்றிப் பறக்கிறது. அறைக்குள்ளே வந்துவிட்ட குருட்டுத் தூரிஞ்சில் மாதிரி சுவரிலும் ஜன்னலிலும் மோதி அருவருப்பைத் தருகிறது. "நீ என்னமோ லண்டன் போய்ப் பெரிய படிப்புப் படித்துவிட்ட தால் நீ கேட்கிற வேலையை நான் கொடுத்துவிட வேண்டும் என்று நினைத்துக்கொள்ள வேண்டாம். எந்த ஊரில் எந்தத் துறை யில் எந்த வேலைக்கு யாரை அமர்த்தவேண்டும் என்று எனக்குத் தெரியும். நீ சொல்லிக்கொடுக்க வேண்டியதில்லை. அதுக்காகத் தான் ஏராளமாய்ச் சம்பளம் போட்டு என்னை இங்கே வைத்திருக் கிறார்கள். இவ்வளவு சின்ன வயசிலே விசேஷப் பயிற்சி பெற்றதால் ஒருத்தன் நிபுணனாகிவிட முடியாது!" யார் நிபுணன்? என்ன சின்ன வயசு? வயசு முப்பதாகிக்கொண்டிருக்கிறது. கணுக்காலும் கெண்டைச் சதையும் கடுக்கிறது. வேர்வை தொடையின் பின்புறம் வழிந்து குறுகுறுவென்று கீறுகிறது. தொண்டை வறள்கிறது.

சுற்றுமுற்றும் பார்க்கிறேன். ஜனக் கூட்டம். பளபளத்துக்கொண்டு ஒன்றுடனும் ஒட்டாது தனித்தனியே பாதரசத்துளிகள் போல உருண்டோடும் கார் சைக்கிள் கைவண்டி ஜனம். இப்போது நடு முதுகில் வேர்வை வழிந்து கிச்சுக் கிச்சு மூட்டுகிறது. சிரிப்புத் தான் வரவில்லை. தாகம். தொண்டையை நனைக்க ஏதாவது கிடைக்குமா என்று பார்க்கிறேன். அப்போது மணியைப் பார்க் கிறேன்.

அவன் சாலையின் எதிர்ப்புறத்தில் எனக்கு நேரே இல்லாமல் இடதுகைப்புறம் சற்றுத் தள்ளி நின்றுகொண்டிருக்கிறான். அது மணியேதான். சந்தேகமில்லை. பத்து வருஷமாயிருக்குமா அவனைப் பார்த்து? மேலேயே இருக்கும். அதே செம்பட்டை மயிர். அதே முகம். அதே செம்பட்டைப் புருவம். சாலையின் குறுக்கே கடந்து அவனை நெருங்குகின்றேன். 'எக்ஸ்க்யூஸ் மீ, நீங்கள் மணிதானே?' இது என்ன அசட்டுக் கேள்வி. சம்பிரதாயத்துக்குத்தான். இது மணியேயன்றி வேறே யாராகவும் இருக்க முடியாது. எவ்வளவு பெரிய ஜனக்கூட்டமானாலும் எத்தனை வருஷமானாலும் மணியை அடையாளம் தெரியாதா என்ன? பறங்கிப்பழ நிறம். தலையிலும் புருவத்திலும் இமையிலும் வெளிர் செம்பட்டை மயிர். முன்கை யிலும் முகத்திலும் கழுத்திலும் இருக்கிற பூனைமயிர்கூடச் செம் பட்டை. பச்சையில் கருப்பு வரியோடும் பூனைக்கண். சற்று எடுப் பான தாடை. அகன்ற பரந்த முகம். கோடாலியால் வெட்டிப் பிளந்ததுபோல வாய். பழைய காலத்துப் பெரிய மனிதர்கள் வீட்டுச் சுவரில் பதிக்கப்பட்டிருக்கும் பீங்கான் தட்டோடு போல வெள்ளை யாய்ப் பளிச்சென்றிருக்கும் அகன்ற பற்கள். சவரம் செய்து மோவாய்ச் சருமம்தான் சற்று தடித்துவிட்டிருக்கிறது. வளர்ந்து ஆளாகிவிட்டிருக்கிறான். மற்றபடி எல்லாம் முன்னைப்போல வேதான். அதே குச்சி உடம்பு. பக்கங்களில் நசுக்குண்டு முன் தள்ளிய மார்க்கூடு. வேட்டிகூட முன்னைப்போலவே பழுப்பா யிருக்கிறது. அவனேதான்.

அவன் என்னை ஒரு மாதிரியாகப் பார்க்கிறான். கௌரவப் பிச்சையென்று நினைத்துவிட்டாற்போல. அவனுக்கு என்னை அடையாளம் தெரியவில்லை. என்னுடைய மீசையும் மூக்குக் கண்ணாடியும் கோட்டும் டையும் பூட்ஸூம் என்னை மறைத்து விட்டிருக்கின்றன. ஒட்டவெட்டிய தலைமுடியும் அரைக்கைச் சட்டையும் முழங்கால் வரை வரும் காக்கி நிஜாரும் போட்ட வனாகவே என்னைப் பார்த்தவன். பத்துப் பதினைந்து வருஷ மாகப் பார்க்காதவன். பள்ளிச் சிறுவனாகவே பார்த்தவன். இப்போது மீசையும் கோட்டும் பூட்ஸூம், எனக்குச் சிரிப்புப்

பொத்துக்கொண்டுவருகிறது. அவன் பூனைக்கண்ணால் சந்தேகத் தோடு பார்க்கிறான். எனக்கோ சிரிப்பு வருகிறது. “என்னை மறந்து போச்சா? நான்தான் எம்மாரெஸ். சின்னூர் போர்டு ஹைஸ்கூலில் ஒன்னோடே படிச்சேனே, ஞாபகமில்லை? நீ இப்போ என்ன செய்யறே...” என்று அவன் ஞாபகத்தைக் கிளறிவிடுகிறேன். கேள்விகளை அடுக்கிவிடுகிறேன். அவன் மறதியின் தடுமாற்றத்தைக் கண்டு, இத்தனை வருஷம் கழித்து அவனைப் பார்க்க நேரிட்ட மகிழ்ச்சியோடு கூடச் சிரிக்கிறேன். அவன் கையைப் பிடித்துக் குலுக்குகிறேன்.

அவன் கை மெத்தென்றிருக்கிறது. சில்லென்றிருக்கிறது. பாம்பைப்போல.

பள்ளிக்கூடத்தில் அவனுக்குப் பூனைக்கண்ணன் என்று பேர். சற்றுத் தொலைவில் நின்றுகொண்டு, ‘டேய் பூனைக்கண்ணா’ என்று கத்திவிட்டு அவன் கையில் பிடிபடாமல் இருக்க ஓடி விடுவார்கள் பையன்கள். பெரிய பையன்கள் அவனைப் பார்த்து ‘டேய் பூனைக்கண்ணா’ என்று கூப்பிட்டுவிட்டு அங்கேயே நிற் பார்கள். உள்ளே வலைபனியன் தெரியும்படியான சட்டை போட்டுக் காலரை ஏற்றிவிட்டுக் கழுத்துப்பிடியில் பொடிக்கலர் கைக்குட்டையைச் சொருகிக்கொண்டு மல்வேட்டியை ‘மதறாஸ் கட்டு’ கட்டி அதன் வெளிச்சுற்றை மடித்துக்கட்டி பள்ளிக்கூடத்தில் கக்கூஸுக்குப் பின்னால் சிகரெட் ஊதிக்கொண்டு நின்றபடி, ‘டேய் பூனைக்கண்ணா’ என்பார்கள். சிரிப்பார்கள். அவன் முகம் கோபத் தால் தக்காளிப்பழம் போலச் சிவக்கும். அவர்களுக்கு எட்டாத தூரத்தில் நின்று தன்னுடைய ரெட்டை ஸ்ருதிக் குரலில் கழுத்து நரம்புகள் இருபுறமும் புடைத்தெழ அவர்களை வாயில் வந்தபடி திட்டுவான். நான் கற்றுக்கொண்ட கெட்ட வார்த்தைகள் எல்லாம் அவனிடமிருந்துதான். அவர்கள் சிரிப்பார்கள். வாயைத் திறக்காமல் உதட்டைப் பிரிக்காமல் முன் பல்லிடுக்கு வழியாக லாவகமாக எச்சில் துப்புவார்கள். அவனுடைய சொல்லாட்சியைக் கண்டு எனக்கு ஆச்சரியமாயிருக்கும். அவனுடைய தைரியத்தைக் கண்டு பொறாமையாக இருக்கும். நான் அவனை, ‘டேய் பூனைக் கண்ணா’ என்று கூப்பிடமாட்டேன். எனக்குப் பயம். நான் ரொம்பச் சின்னப் பையன். அவன் எங்கள் தெருவிலே வேறே குடியிருந்தான். நான் எங்கே போக வேண்டுமானாலும் அவனும் அவனைப் போல இன்னும் ஏராளமான பேர் குடியிருந்த ‘கொத்தவால் சாவடியை’க் கடந்துதான் போக வேணும். அதனாலேதான் நான் அவனை ‘டேய் பூனைக்கண்ணா’ என்று கூப்பிட மாட்டேன். அவன் ரொம்ப ரொம்பக் கெட்டவார்த்தை சொல்லித் திட்டுகிறவன் என்று

எனக்கு அவனைப் பிடிக்காது. கோலியாட்டத்திலும் சடுகுடுவிலும் அவன் எங்கள் முட்டியைப் பேர்த்துப் பதம்பார்த்துச் சிரிப்பவன் என்று எனக்கு அவனைப் பிடிக்காது. அவன் அப்பாவுக்கு உடம்பு சரியில்லாதபோது அவன், என்னோடு உடன் படிக்கிறவனாகிய அவன், எங்கள் வீட்டுக்குத் தண்ணீர்க் குடம் சுமந்து வருவான் என்று எனக்கு அவனைப் பிடிக்காது. என்னால் அவ்வளவு பெரிய குடத்தைத் தூக்க முடியாதே என்றும் எனக்கு அவனைப் பிடிக்காது. அவன் அப்பா பூக்கடை (கிராமம்) வெங்கட்ராமையர். அவருக்குக் கப்பைக் கால்கள். அவருடைய கால்கள் ரெண்டும் அடைப்புக் குறிகளைப்போல வளைந்து முழங்கால்கள் விலகி அகண்டிருக்கும். வலது கால் யானைக் கால் வேறே. பாதம்வரை பெரிதாய் வீங்கிப் பார்க்கப் பயமாய் இருக்கும். அவருடைய பிள்ளை இவன் என்று எனக்குப் பிடிக்காது. மேலே சொன்ன எல்லாக் காரணங்களுக் காகவும் எனக்கு அவன்மேல் பொறாமையும்கூட. ஒரு மாதிரி மரியாதையும்கூட. பூசலார் மாதிரி மனசுக்குள்தான். தவிரவும் அவன் 'ஸ்கூல் ரௌடி'யான ஸொன்டி வைத்திக்கு ரொம்ப வேண்டியவன். இருந்தாலும் இவன் ரௌடியாகவில்லை. வைத்தியும் பூனைக் கண்ணனாகவில்லை. அது எனக்கு ரொம்ப ரொம்ப ஆச்சரியமான விஷயம். ஒருதரம் சயன்ஸ் எல்.டி. சுந்தரமூர்த்தி முதலியாருக்கு அவன் மேல் ரொம்பக் கோபம் வந்துவிட்டது. அவர் ஒரு மாதிரி. ரொம்பக் கோபக்காரர். ஆனால், ஒவ்வொரு வகுப்புக்கும் அவரது கோபத்தைக் கிளப்பிவிடவும் தண்டனை மூலமாக அவரைச் சாந்தப்படுத்தவும் ஒரு பையன் இருப்பான். நாலாம் பாரத்துக்குப் பெட்டிக்கடை நரசிம்முலு நாயுடுவின் பிள்ளை மணவாளன், அஞ்சாம் பாரத்துக்குப் பூக்கடை வெங்கட்ராமையர் பையன் பூனைக்கண் மணி. ஆறாம் பாரத்துக்குப் பக்கத்துக் கிராமத்திலிருந்து வரும் அப்பாண்டை. இப்படியே ஒவ்வொரு வகுப்பிலும் அவருடைய கோபத்தைக் கிளறி விடவும் அது தணிய செம்மையாய் அடிவாங்கவும் ஒவ்வொரு பையன். அவர்கள் எல்லாம் தங்களது ஏழ்மையினடியாகப் பிறந்த தியாகத்தால் வகுப்பிலிருந்து எங்களை சயன்ஸ் எல்.டி.யிடமிருந்து காத்துவந்தார்கள் என்று இப்போது தெரிகிறது. அன்றைக்கு அவருக்கு வழக்கத்தைவிட அதிகமாய்க் கோபம். பூனைக்கண் மணி நிஜமாகவே தப்பு செய்துவிட்டிருந்தான். பயிற்சிப் புத்தகம் கொண்டு வரவில்லை. அவனை வலது கையாலும் இடது கையாலும் அறைந்து காதைத் திருகி ரொட்டி மாவு பிசைவது போலப் பிசைந்து தள்ளிவிட்டார். அவன் வாயைத் திறக்கவே இல்லை. கண்ணும் கலங்கவில்லை. அன்றைக்குப் பாடம் முடிந்த பின் வீட்டுக்குப் போகும்போது நான் அவனைத் தேடிப் பிடித்து, "மணி, சயன்ஸ் எல்.டி. மேலே கேஸ் போடு. ராட்சஸன் மாதிரி அடிச்சுட்டான். நான் எங்கப்பாகிட்டே சொல்லி பீஸ் இல்லாமே

சர்ட்டிபிகேட் வாங்கித் தரேன்" என்று சொன்னேன். மணி தலை யைத் திருப்பிப் 'பச்'சென்று எச்சிலைத் துப்பினானே ஒழியப் பதில் ஒன்றும் பேசவில்லை. சிரிக்க முயற்சி செய்த மாதிரி இருந்தது. ஆனால், அவன் கண்களில் நீர் தளும்பியது. அந்த ஒரு முறைதான் நான் அவன் கண்கலங்கிப் பார்த்தேன். 'சீ, இவன்கிட்டே போய்ச் சொன்னேனே' என நினைத்துக்கொண்டு நான் ஓடிவிட்டேன். சிவந்து வீங்கியிருந்த அவனுடைய கன்னங்களும் காதுகளும் கலங்கி நனைந்திருந்த கண்களின் செம்பட்டை இமை மயிரும் எனக்கு அருவருப்பாயிருந்தது. அதன்பின் ஒரு வாரம் அவனிடமிருந்து நான் ஒதுங்கியிருந்தேன் என்று ஞாபகம்.

இதெல்லாம் எனக்கு இப்போது ஞாபகம் வருகிறது. அப்போ மவுண்ட் ரோடிலே அவனைச் சந்தித்தபோது ஞாபகம் வரவில்லை. சந்தோஷந்தான் வந்தது. அவன் கையைப் பிடித்துக் குலுக்குகிறேன். கை சில்லென்றிருக்கிறது. பாம்பைப்போல...

அவன் கையை விடுவித்துக்கொள்கிறான். அவன் பூனைக் கண்ணின் பாப்பா அகன்று குறுகுகிறது. "ஆள் ரொம்ப மாறிட்டீங் களே, அதான் ஒரு நிமிஷம் தெரியலே. என்னை எப்பிடி அடை யாளம் கண்டுபிடிச்சீங்க? என்னை மாதிரி ஆளுகள் எல்லாம் உங்க மாதிரி பெரிய மனுஷங்களுடைய நினைப்பிலே இருக்க முடியுமா..." பச்சைத் தண்ணியை மூஞ்சியிலே வாரி அடிக்கிறான்.

நான் அவனைப் பார்க்கிறேன். என் கைகள் இரண்டும் வெறு மனே துவண்டு தொங்குகின்றன. கனக்கின்றன. நான் அவனைப் பார்க்கிறேன். அவனுடைய பூனைக்கண்களும் முகமும் சலனமற்றி ருக்கின்றன. பச்சைக் கட்டம் போட்ட சட்டையும் பழுப்பு வேட்டி யும் காற்றில் லேசாக அசைகின்றன. ஒற்றை இழையில் தொங்கிக் கொண்டிருக்கும் மேல் பித்தான் காக்காய் மாதிரி தலையைச் சாய்த்துக்கொண்டு என்னைப் பார்க்கிறது. அவனைப் போலவே அதுவும் செம்பட்டையாக இருக்கிறது. நாவை இழுத்து உதட்டைப் பிரித்து அசைத்துப் பேச ஆரம்பிக்கிறேன். கண்ணில் வேர்வை கரிக்கிறது. அவன் பேசிக்கொண்டிருக்கிறான்.

"...நீங்க இங்கிலண்டு போயிருந்தீங்கன்னு கேள்விப்பட்டேன். இருந்தாலும் வெறும் என்.ஜி.வோவாயிருக்கிற என்னைப் பார்த்து அடையாளம் கண்டுபிடிச்சு கையைத் தொட்டுப் பேசறதுன்னா. ஆச்சரியப்பட்டு ஆனந்தப்பட்டு நன்றிப்பெருக்காலே நமஸ்காரம் செய்ய..."

அவன் என்ன சொல்கிறான்? என்ன நடக்கிறது? ஒன்றும் புரியவில்லை. புருவத்தின் மேலிருந்து ஒரு பெரிய வேர்வைத்துளி

இமைமேல் விழுந்து கண்ணுக்குள் தெறிக்கிறது. சுரீர் என்று எரிகிறது. வேர்வைப் படலம் கண்ணை மறைக்கிறது. கைக்குட்டை எடுத்துக் கண்ணைத் துடைத்துக்கொள்கிறேன். மீண்டும் அவனைப் பார்க்கிறேன். முதல் முதலாக அவனைப் பார்க்கிறேன். அவன் பேசி முடித்துவிட்டுக் கண்ணை மூடித் திறக்கிறான். வெயில் அவன் மூடிய கண்மேல் கொட்டுகிறது. அதன் இமைகள் மெல்லிய ஜவ்வு களாகச் சிவந்து காண்கின்றன. மூடிய இமை வழியாகக் கருப்புப் பாப்பா தெரிகிறது. பல்லி வயிற்றுக்குள்ளேயிருந்து தெரியும் பூச்சி மாதிரி... அதற்கு நேர் கீழே இருந்த ஓர் இமை மயிர் மாத்திரம் வெயிலில் தீக்கதிர் மாதிரி சுடர்விட்டுப் பாய்கிறது. அவன் கண் திறக்கிறது. அதில் அன்பில்லை. மகிழ்ச்சியில்லை. வெறும் கண் ணாக இருக்கிறது, சவத்தின் கண்போல். “போய் வரேன்” என்று சொல்லி வேட்டியை மடித்துக் கட்டியபடி அவன் போகிறான். நான், “சரி” என்று தலையை ஆட்டுகிறேன். காலிலிருந்து தலை வரை பழுப்பும் செம்பட்டையுமான அவன் உருவம் வெயிலில் பிழம்புபோல இருக்கிறது. நான் பார்த்துக்கொண்டு நிற்கிறேன். எனக்குத் தாகம் போய்விட்டது. கை கால்கள்தான் வேர்வையில் ஊறிக் கனத்துத் தொய்கின்றன. கோட்டும் பூட்ஸும் போட்ட நான் தெருவோரத்தில் எப்படி உட்கார்வது? வீட்டை நோக்கிப் போனேன்.

இது நடந்து பத்து வருஷமாகிறது. இன்றைக்கும் இந்த நிகழ்ச்சி, அதிலும் அவன் கண்களை மூடினபோது நான் அவனுடைய சிவந்த இமைகளின் வழியாகப் பார்த்த பாப்பாவும், கதிரவனொளி கொண்டு மின்னிய ஒற்றை இமை மயிரும் என் மனசைவிட்டு அகலவில்லை. மீதியெல்லாம் யோசித்துப் பார்த்த பிறகுதான் கொஞ்சம் கொஞ்சமாக எனக்கு இப்போது ஞாபகத்துக்கு வருகிறது.

(தீபம், 1971)

தர்ப்பணம்

முன்சீப் ராமச்சந்திரன் குட்டிபோட்ட பூனைபோல உள்ளுக்கும் வாசலுக்குமாக அலைந்துகொண்டிருந்தான். முகத்தில் எள்ளும் கொள்ளும் வெடித்தது.

“சீ, சனியன்! யாரது வழியிலே பலகாயைப் போட்டது?”

எட்டி உதைத்தான். சீனு, கடைசி மகன். கூனிக் குறுகிக் கொண்டு மணையை நகர்த்தி வைத்தான்.

“டே சீனு, எங்கே போய்த் தொலைஞ்சான் அந்த முனுசாமி. வாத்தியாரைக் கூட்டிண்டு வரத்துக்குப் பிரம்ம தேசமே போய்ட்டான் போல இருக்கே. தெருக்கோடி வரைக்கும் போய்ப் பாரு. வரலேன்னா நீயே போய் கையோட அவரை அழைச்சுண்டு வா.”

சீனு ஓடி மறைந்தான். முன்சீப் மீண்டும் கூண்டுக் கரடியாய் அலைய ஆரம்பித்து விட்டது.

“சனியன்கள், இந்த வைதிகன்களுக்கெல்லாம் வர வர திமிர் ஜாஸ்தியாய் போச்சு. ஏழு மணிக்கே வரன்னான் மனுஷன், மணி எட்டாகப் போறது, இன்னும் ஆளையே காணம்.”

“ஏன்னா, கொஞ்சம் ஒக்காந்துக்கறதுக்கு தானே, தானே வரார். வயஸானவரைப் போயி ஏன் வையறேள்?” இது அவன் சகதர்மிணி சுந்தரகாமாட்சி, இரட்டை நாடி உடம்பிலிருந்து ஈனசுரத்தில் பேசினாள் அவள்.

“இந்தப் பாழாப்போன ஊர்லே வேறே முக்கியமான சாஸ்திரியும் கிடையாது. எல்லாரும் கிராப் வெட்டிண்டு சினிமாப் பாத்துண்டிருக்கான். இருக்கிற ஒருத்தனுக்கும் தான் மகாபிரகஸ்பதீன்னு எண்ணம்” என்று முணுமுணுத்துக்கொண்டே ஸ்டூலின் மேல் உட்கார்ந்தான் ராமச்சந்திரன். கடிகாரம் ஓடிக்கொண்டே இருந்தது.

சங்கர சாஸ்திரிகளுக்கு வயது அறுபதைத்தாண்டி எழுபதை எட்டிப் பார்த்துக்கொண்டிருந்தது. காய்ந்த முருங்கைக் காய்

உடம்பு. வியர்வையால் மூல விக்கிரகம் போல பளபளக்கும் மேனி. அடர்ந்து நரைத்த புருவத்தினடியில் இரு விழிகள் சிம்னி விளக்குப் போல மினுக்கிக்கொண்டிருக்கும். வெள்ளையெல்லாம் பழுப்பேறிய புழுதியடைந்த கண்கள். கண்களுக்கும் மோவாய்க்கும் இடையே பாலம் போட்டாற் போல மூக்கு. கீழே பஞ்சு மாலை போல மீசை தாடி மார்பை மறைத்தது. தாடியினடியிலிருந்து பூணூல் ஒட்டிய வயிற்றையும் உலர்ந்த உடம்பையும் சுற்றளவு பார்த்துக்கொண்டி ருந்தது. தோய்த்துத் தோய்த்துக் காவியேறியிருந்த கச்சம் போட்டுக் கட்டிய வேஷ்டி தொடைகளைக் கூட முழுசாக மறைக்க முடியாமல் இருந்தது. இந்த அழகில் கிழிசல் வேறு.

“மீனாட்சி, நாளைக்குக் கார்த்தாலே எழுப்பீடு. முன்சீப்பாத்துத் தர்ப்பணத்துக்குப் போகணும். நேரத்துக்குப் போகலேன்னா கழுகாக் கொத்தியெடுத்திடுவான், அந்தக் கிராதகன்'' என்று சொல்லிவிட்டுத் தெருத்திண்ணைக்குத் துண்டை எடுத்துக் கொண்டு போனவர் சூரியன் சுளீரென்று மேலே உறைத்தபோது தான் விழித்துக்கொண்டார்.

“என்ன கஷ்டம், எனக்குத்தான் வயசாச்சுன்னா இவளுக் கும்னா என்னைவிட மறதியாயிட்டிருக்கு” என்ற முனகிக்கொண்டே உள்ளே போய் ஒரு செம்பை எடுத்துக்கொண்டு பூணூலைக் காதில் மாட்டிக்கொண்டு வெளியே ஓடினார். அந்தக் ‘கொத்தவால் சாவடி’யில் இந்த வேளைக்கு குளிக்கவோ அல்லது வேறெந்தக் காரியத்துக்குமோ இடம் கிடைக்காது என்பது அவருக்குத் தெரியும். மூன்று பர்லாங்கு தூரத்தில் அப்போதுதான் வறள ஆரம்பித்துக் கொண்டிருந்த ஏரியும் வாய்க்கால் கரையும்தான் அவருக்கு அடைக்கலம்.

திரும்பி வரும்போது சூரியன் நன்றாக மேலே ஏறிவிட்டி ருந்தான். அவர் மனசு உதைத்துக்கொண்டது.

“சாமிநாதா. மணி என்ன சொல்லேன்? என்றார் சாஸ்திரி வீட்டிற்குள் நுழைந்துகொண்டே. அடுப்பை ஊதிக் கொண்டிருந்த சாமிநாதன், ‘மணி ஏழரையாறது சாஸ்திரிகளே’ என்றான். சாமிநாதன் அந்தக் கொத்தவால் சாவடியிலிருந்து ஒண்டுக் குடி களுள் ஒரு குடி. அவன் வீட்டில் என்றும் அவன்தான் சமையல். அவன் மனைவி மீனா எப்போதும் இடுப்பில் ஒரு குழந்தையும் வயிற்றில் ஒரு குழந்தையுமாகத்தான் இருப்பாள். சாதாரணமாக, மேற்கொண்டு ஒரு குழந்தை பிறக்கும்போது முந்தியதில் ஒன்று போய்விடும். வாந்தியோ பேதியோ ஜுரமோ ஏதாவது வந்து ‘சென்ஸஸ்’ஸைச் சரிசெய்து விடும். எல்லாம் சாதாரணமான தீர்க்கக்கூடிய தடுக்கக்கூடிய நோய்கள்தான். இருந்தாலும் எப்படியோ இயற்கையே சாமிநாதன் விஷயத்தில் இந்த மாதிரிக்

குடும்பக் கட்டுப்பாட்டைச் செய்துகொண்டிருந்தது. மீனாவுக்கு இப்போது அஞ்சாவதோ ஆறாவதோ. இத்தனைக்கும் சாமிநாதன் பொறுப்புணர்ச்சி மிக்கவன். கொத்தவால் சாவடியில் அவனிடம் மாத்திரமே கடிகாரம் இருந்தது. தினமும் போஸ்டாபீஸில் பார்த்து கடிகாரத்தைச் சரி செய்து கொள்ளுவான்; சாவடியில் எல்லாரும் மணிக்கு இவனைத்தானே நம்பிக் கொண்டிருந்தார்கள்?

சாமிநாதனிடம் மணி கேட்டுக்கொண்டே சங்கர சாஸ்திரி அவசரமாக முன்தாழ்வாரத்தைத் தாண்டி பாசி பிடித்த முற்றத்தை சர்க்கஸ்காரன் கம்பிமேலே நடக்கிற மாதிரிக் கடந்து கொண்டிருந்த போது 'சாஸ்திரிகளே' என்று சாமிநாதன் கூப்பிட்டது கேட்டுத் திரும்பிப் பார்த்தார்.

"சாஸ்திரிகளே, முன்சீப் வீட்டிலேந்து ஆள் வந்திருக்கான்" முனுசாமியின் பரட்டைத் தலை கதவோரத்திலிருந்து எட்டிப் பார்த்துவிட்டு மறைந்துகொண்டது.

"வந்துண்டேருக்கேன்னு சொல்லுடாப்பா" என்றார் சாஸ்திரி.

"சாஸ்திரிகளே, இந்தாங்கோ, நேத்திக்கிச் சாயங்காலம் இந்தக் கடிதாசு வந்துது. மீனாட்சின்னு போட்டிருக்கவே தனக்காக்கும்னு இவ வாங்கிண்டுட்டா, ஆனா இது உங்காத்துக்கு வந்திருக்காப்பல இருக்கு" என்று ஒரு கையில் இரும்புக் கரண்டியையும் மற்றொரு கையில் ஒரு கார்டையும் வீசிக்கொண்டு மறுபடியும் கூப்பிட்டான் சாமிநாதன். சாஸ்திரி மெதுவாகத் திரும்பி வந்து சாமிநாதன் கையி லிருந்த கடிதத்தை ஒரு கையில் வாங்கிக்கொண்டு, இன்னொரு கையில் செம்பையும் ஈர வேஷ்டியையும் தூக்கிப் பிடித்தபடி மீண்டும் ஒருமுறை முற்றத்தைக் கடக்கும் முயற்சியில் ஈடுபட்டு வெற்றியும் அடைந்தார். 'எனக்கு யார் எழுதுவா? கிட்டுவாத்தான் இருக்கணும்' என்று நினைத்தபடி உள்ளே போனார்.

உயிரோடிருந்த அவர் சந்ததிகளில் ஒரே ஒரு ஆண் வாரிசு கிட்டு. அந்தக் காலத்தில் பிறந்த அருமைப்புத்திரன், இவருக்குக் கொள்ளி வைக்கவும் எள்ளும் தண்ணீரும் இறைக்கவும் பாத்தி யதையுள்ள ஒரே ஜீவன். அணில் போல இவர் சேமித்து வைத்திருந்த அறுபது எழுபது ரூபாயை வாங்கிக்கொண்டு வேலை தேடுவ தற்காகச் சென்னைக்குப் பத்துப் பதினைந்து நாட்களுக்கு முன் போயிருந்தான். முன்சீப் ராமச்சந்திரன்தான் யாருக்கோ சிபாரிசுக் கடிதம் கொடுத்திருந்தார். அதையும் கையில் எடுத்துக் கொண்டு போனவனிடமிருந்து இதுவரை தகவலே இல்லை. 'அவன்தான் எழுதியிருக்க வேண்டும், என்ன எழுதியிருக்கிறான்' என்று பார்க்கக் கூரை விட்டத்தைத் துழாவி இரும்பு பிரேம்போட்ட வெள் ளெழுத்துக் கண்ணாடியை மாட்டிக்கொண்டு பின் தாழ்வாரத்தைத் தாண்டிக் கொல்லைப்புறம் வந்தார் வெளிச்சத்துக்காக.

“அன்புள்ள அம்மாவுக்குக் கிட்டு அநேக நமஸ்காரம். க்ஷேமம். க்ஷேமத்திற்கு எழுதவும். முன்சீப் கொடுத்த கடுதாசை நான் சுப்பிரமணிய ஐயரிடம் கொடுத்தேன். தற்போது வேலையில்லை, ஆனாலும், ஒண்ணு விட்டொரு நாளைக்கு அவரைப்போய்ப் பார்க்கணும்னு சொன்னார். நான் மூன்றாந்தரம் போய்ப் பார்த்த போது, ஆராவமுதய்யங்கார் என்கிறவர்க்கு ஒரு கடிதாசு கொடுத் தார். நானும் போய்ப் பார்த்தேன். என் கடையிலே வேலை செய்ய நம்பகமான நல்ல பிராமணப்பிள்ளை வேணும், வேலை செய்ய இஷ்டமா? அப்பா என்ன செய்கிறார், நான் என்ன படிச்சிருக் கிறேன் – என்றெல்லாம் கேட்டார். கடைசியிலே வேலைக்கு வெச்சுக் கறேன், ஐம்பது ரூபாய் டெபாசிட் கட்டணும் என்றும் சொன்னார். நானும் சரின்னு சொல்லிவிட்டேன். மறுநாள் போய்ப் பார்த்தா அது செருப்புக்கடை, வரவா காலிலே அவாளுக்கு வேணுங்கிற செருப்பை மாட்டிச் சரியாயிருக்கான்னு பார்க்கணும். வியாபாரம் பண்ணணும். நான் அவர்கிட்டே போய் என்ன சார் நீங்க செருப்பு கடைன்னு சொல்லலியேன்னு கேட்டேன். அவருக்கு ரொம்பக் கோபம் வந்துவிட்டது. நானே இருக்கிறபோது ஒனக்கென்னன்னு சத்தம் போட்டார். ‘சென்ட் கடையிலேதான் வேலை செய்வியோ’ என்று கேலி பண்ணினார். அந்த வேலை வேண்டாம் என்று நான் வந்துவிட்டேன். ஒரு வாரம் வேறே வேலைக்காக ஊரெல்லாம் அலைஞ்சு கஷ்டப்பட்டேன். தலைக் குடுமியைப் பார்த்துவிட்டு எல்லாரும் கேலி பண்ணறா. மறுபடியும் ஆராவமுதய்யங்கரிடம் போய்க் கெஞ்சி கேட்டுண்டேன். முதலிலே ஒண்ணும் முடியாதுன் னுட்டார். அப்புறம் போனால் போகிறது, பிராமணப் பிள்ளையா யிருக்கே, வேலைக்கு எடுத்துக்கறேன். ஆனா உடனே போய்க் குடுமியை சிரச்சிண்டுவான்னார். நேத்திக்கே போய் மொட்டை அடிச்சுண்டு விட்டேன். நான் செருப்புக் கடையிலே இருக்கிறதை அப்பாகிட்டே சொல்லாதே, கேட்டா அப்பா ரொம்பக் கஷ்டப் படுவார். நீயும் கஷ்டப்பட்டுக்காதே. மாசம் ஐம்பது ரூபாய் சம்பளம். நன்னா வேலை செய்தா இன்னும்கூட ஒசரும். செருப்பு வித்துச் சம்பாதிச்சா என்ன, பணம் நாறவா போகிறது? ஆனா தயவுசெய்து இதை அப்பாகிட்டே சொல்லிடாதே.”

இப்படிக்கு
உன் பிரியமுள்ள கிட்டு.

முக்காலணா கார்டில் கிட்டு நுணுக்கி நுணுக்கி எழுதியிருந்தது சாஸ்திரியின் மனத்தைப் பெரும் பாரமாக அழுத்தியது. விஷயம் மனத்தில் இறங்க அவருக்குப் பகீரென்றது. மனம் சூனியமாயிற்று. உலகே இருண்டு அவர் உள்ளத்தை ஒடுக்கிப் பிதுக்கிக் கசக்கி விட்டது. ‘கிட்டூ, என்னடா பண்ணீட்டே’ என்று அந்தராத்மா அலறியது. நோஞ்சான் கால்கள் பின்னலிட தன் மனைவியைப்

பார்க்க உள்ளே ஓடினார். அவர் 'வீடா'ன பின் தாழ்வாரத்திலிருந்த ஓர் இருட்டறையில் உறங்கிக்கொண்டிருந்த மீனாட்சியம்மாள் இன்னும் எழுந்திருக்கவில்லை. 'என்ன மூதேவியாட்டமா இன்னும் தூக்கம்' என்று முனகிக்கொண்டே அவளை உலுக்கினார்.

மீனாட்சியம்மாளுக்குச் சரியாக அறுபது வயது. ஆனால், பார்ப்பதற்கு எண்பது போலிருக்கும். தும்பைப் பூத் தலை. ஒட்டிய கன்னங்கள். பற்கள் அற்ற வாய். வற்றிய உடம்பு. உலர்ந்த சுள்ளி போன்ற கணுக்குக் கணு வீங்கிய விரல்கள். காலணா அகலத்துக்கு நெற்றியில் குங்குமம். வண்ணமெல்லாம் போய்ப் புழுதி நிறமான புடவை. அதுதான் மீனாட்சியம்மாள்.

அவள் கண்கள் மூடியிருந்தன. புடவைத் தலைப்பு நழுவி, வாடிய மார்பு சரிந்து கிடந்தது. முகத்தின் சுருக்கங்களெல்லாம் ஒரு படிமானத்துக்கு வந்து அசாதாரணமான சாந்தத்தைக் காட்டியது. அறுபது வருடம் ஓடியாடி உழைத்த அலுப்புத் தீர ஆழ்ந்த நித்திரையில் இருப்பது போன்றிருந்தது. சாஸ்திரி அவளை உலுக்கினார். உடம்பு சில்லென்றிருந்தது.

'பிள்ளை உயிரோடு செத்தான், பிராமணப் பிள்ளை நீசனாகி விட்டான். இவளோ போய் வருகிறேன் என்றுகூடச் சொல்லிக் கொள்ளாமல் போய்விட்டாள். ராமா, ஏன் என்னை அந்திம காலத்தில் இப்படி வதைக்கிறாய்' என்று அவர் மனம் அரற்றியது. வறண்ட கண்களுடன் வெறித்த பார்வையுடன் தலைமேல் கை வைத்து அப்படியே உட்கார்ந்துவிட்டார்.

"சாஸ்திரிகளே, சாஸ்திரிகளே"

யாரோ கூப்பிட்டார்கள். மெதுவாக வெளியே வந்தார். சாமிநாதன்தான். அவன் பின்னால் சீனு, முன்சீப்பின் கடைசிப் பிள்ளை, ஒண்டிக்கொண்டிருந்தான்.

சாஸ்திரிகளே, அப்பா காத்துண்டிருக்கா, சீக்கிரம் வாங்கோ, கோவிச்சுக்கறா, தர்ப்பணம் பண்ணீட்டு வெளிலே போணுமாம், ரொம்ப டயம் ஆயிடுத்தாம்"

சீனு தெத்திக்கொண்டிருந்தான்.

"ஆமா, ஆமா, தர்ப்பணம் பண்ணணும், பண்ணட்டும்" என்று முனகியபடி சாஸ்திரி மீண்டும் உள்ளே சென்றார். சாமிநாதனும் சீனுவும் ஒருவரையொருவர் பார்த்துக்கொண்டனர்.

உள்ளே போனவர் மீனாட்சியம்மாளின் சடலத்தைப் பார்த்துக் கொண்டு ஒரு நிமிஷம் நின்றார்.

தர்ப்பணம் 197

‘மீனாட்சி, நீ அதிருஷ்டசாலி, குங்குமத்தோடே போயிட்டே. பிள்ளை பஞ்சமன் ஆனது தெரியறதுக்குள்ளே கண்ணை மூடீட்டே. என்னை மட்டும் லோகத்திலே தனியா திண்டாடறதுக்கு விட்டூட்டே’ என முணுமுணுத்தபடி புடவைத் தலைப்பைச் சரி செய்தார். கீழே கிடந்த கிட்டுவின் கடிதத்தை ஒரு குச்சியால் மூலையிலிருந்த தகரப் பெட்டியினடியில் தள்ளினார். ஒரு பெரிய நெடுமூச்சை விட்டபடி வேஷ்டியால் மூக்கைத் துடைத்துக் கொண்டு முன் தாழ்வாரத்துக்கு வந்தார்.

சீனு மாத்திரம் நின்றுகொண்டிருந்தான். கையோடே அழைச் சிண்டு வரச்சொன்னா அப்பா’ என்று மெலிந்த குரலில் சொன் னான். ‘வாடாப்பா போகலாம்’ என்று சாஸ்திரி சொன்னதும் அவர் முகத்தை நிமிர்ந்து பார்த்துவிட்டுப் பின் தலையைத் தாழ்த்திக் கொண்டு ஆடுபோல அவருடன் நடக்க ஆரம்பித்தான். பிஞ்சும் பழமும் தர்ப்பணப் பிரயாணத்தைத் தொடங்கின.

“என்ன ஓய், இவ்வளவு லேட் பண்ணீட்டீர், நான் வேலைக்குப் போகறதா, இல்லே ஓமக்காக நாளெல்லாம் இங்கேயே காத்துண்டி ருக்கறதா, சீக்கிரமா சட்டுப்புட்டுனு முடியும்” என்று உறுமினபடியே ராமச்சந்திரன் உட்கார்ந்தான், ஒற்றைநாடி தேகம். சைனாக்காரன் தாடிபோல அங்கொன்றும் இங்கொன்றுமாக நெஞ்சிலே முடி. சிறு பானையைக் கட்டி வைத்த மாதிரி குட்டித் தொந்தி. தொடை யின் பின்புறம் மேல்வரை தெரியக் கட்டிய பட்டு வேட்டி, அது அவிழ்ந்துவிடாமல் இருக்க இடுப்பில் பட்டு அங்கவஸ்திரக் கச்சை, கழுத்துப்பிடியில் வியர்வை, நெற்றியிலும் புஜத்திலும் திருநீற்றுப் பட்டைகள், ‘ரோல்டு கோல்டு’ பிரேம்போட்ட கண்ணாடி சகிதம் மனைமேல் உட்கார்ந்தான் ராமச்சந்திரன்.

“டேய்! சாஸ்திரிகளுக்கு மணை கொண்டா”

தர்ப்பணம் தொடங்கியது. சங்கர சாஸ்திரி வெற்று மனத் துடன் யந்திரம்போல மந்திரம் ஓத ஆரம்பித்தார். “சுக்லாம் பரதரம்.... பூணூலை மாலையாப் போடறது.. தர்ப்பையைக் கையிலே எடுத்துக்கறது...”

அவர் வாய் ஓடிக்கொண்டிருந்தது. கண்கள் மெதுவாகத் தன்னையறியாமல் மூட ஆரம்பித்தன. தலைக்குள் உலைக்களம் போலச் சூடு. யாரோ சம்மட்டியால் அடிக்க ஆரம்பித்தார்கள். மிக்கப் பிரயாசைப்பட்டுக் கண்களைத் திறந்தார்.

“என்ன சாஸ்திரிகளே, ஒடம்பு சரியாயில்லியா என்ன, நான் வேணுன்னா ஒரு லெட்டர் தரேன். போயிக் கவர்மெண்டு ஆஸ்பத் திரியிலே காமியுங்கோ” என்றான் ராமச்சந்திரன்.

உடம்புக்கு ஒன்றுமில்லை என்பதற்கு அடையாளமாகத் தலையை ஆட்டினார் சாஸ்திரி. தலைக்குள் குழம்பு கொதித்தது. கூழாங்கற்கள் உருண்டு மோதிப் பீரங்கிக் குண்டுகளாகக் கனத்தன.

“லெட்டராம் லெட்டர், என்ன லெட்டர், கிட்டுவுக்குத் தந்தேளே, ஒங்க பவிஷு லெட்டர் அவனை ஒழிச்சது போரும், என்னையும் சாக்கிறதுக்கா, நான் தரேன் சித்திரகுப்தனுக்கு லெட்டர், கொண்டு போய்க் காமியும்” என்று சாஸ்திரியின் வாய் சொன்னது. ஆனால், சொற்கள் ஒன்றோடொன்று பின்னிப் புரண்டன. ராமச்சந்திரனுக்கு ஒன்றும் புரியவில்லை.

“தாயார் பேரைச் சொல்லுங்கோ.”

“மீனாட்சியம்மாள்” என்றான் ராமச்சந்திரன்.

“மீனாட்சி போயிட்டியேடீ!”

சவுக்காலடிபட்டது போல ராமச்சந்திரன் துள்ளியெழுந்தான். சங்கர சாஸ்திரியின் சூனியப் பார்வையும் அவர் அரைக்கண்ணை மூடியபடி இருந்ததும் அவன் அடி வயிற்றை என்னமோ செய்தது. நா எழும்பவில்லை.

சாஸ்திரி கண்ணை மூடித்திறந்தார். ஆயிரம் ஆண்டுகள் வேலை செய்தாற்போலக் கண்களிலே அலுப்பு.

“ஒக்காருங்கோ, இன்னும் முடியலியே.”

ராமச்சந்திரன் மெதுவாக வந்தான்.

“சாஸ்திரிகளே, ஒங்களுக்கு ஒடம்பு சரியாயில்லை. நீங்க நேரே போய் டாக்டரைப் பாருங்கோ” என்று சொன்னபடி மணையின் விளிம்பில் உட்கார்ந்தான். கிலியும் கேள்வியும் குடிகொண்ட முகத்துடன் சுந்தரகாமாட்சி எட்டிப் பார்த்தாள். சீனு ஜன்னலுக்குப் பின் ஒளிந்துகொண்டான்.

“ஆமா, ஆமா, வயசாச்சோல்லியோ, ரொம்ப அசதியாயிருக்கு, சரி, உத்தரணியை எடுங்கோ...”

மந்திர மெஷின் மீண்டும் தொடங்கியது.

ராமச்சந்திரனுக்கு ஒன்றும் புரியவில்லை. மௌனமாகத் தலையை ஆட்டிக்கொண்டே சாஸ்திரியை ஓரக்கண்ணால் கவனித்தபடி உத்தரணியை எடுத்தான். கொஞ்ச நேரம் ஓடிக் கொண்டேயிருந்து பின் மெஷின் திடீரென்று நின்றது.

ரகசியமான குரலில், “அவளை இன்னும் எடுக்கல்லே. நான் கூடத் தீட்டு. அக்னி வெக்கிறதுக்கும் ஆளில்லே...” சாஸ்திரி பேசிக் கொண்டிருந்தார். கண்களில் ஒளியில்லை.

ராமச்சந்திரன் பூனைபோல எழுந்து அடிமேல் அடி வைத்துப் பின்னம் புறமாக நடந்து சமையல் கட்டுக்குள் போனான்.

“சாஸ்திரி என்னமோ பேத்தறார், சித்தப் பிரமை போலிருக்கு, இல்லை ஜன்னியோ” என்று சுந்தரகாமாட்சியின் காதில் ஓதினான். மிரண்ட முகத்துடன் அவள் தலையை ஆட்டினாளே தவிர ஒன்றும் சொல்லவில்லை. மீண்டும் சந்தடி செய்யாமல் திரும்பி வந்தான். சங்கர சாஸ்திரி எதிரே இருந்த தாம்பாளத் தண்ணீருடன் ரகசியமாக என்னமோ பேசிக்கொண்டிருந்தார். அவன் காதில் ஒன்றும் சரியாக விழவில்லை. சுமங்கலி... பஞ்சமன்... கலி... அக்கினி... பிராமணன்... காயிதம் என்று அங்குமிங்குமாய் சம்பந்த மற்ற சொற்கள். ஓசைபடாமல் வந்து மணைமேல் உட்கார்ந்தான். சாஸ்திரியை நோக்கினான்.

கண்களிலிருந்து வடிந்துகொண்டிருந்த நீர்தான் அவருக்குக் கண்கள் இருந்தன என்பதைக் காட்டின.

“சாஸ்திரிகளே, சாஸ்திரிகளே” என்று மெதுவாகக் கூப் பிட்டான்.

தூக்கத்திலிருந்து திடுக்கிட்டு எழுந்திருப்பவனைப் போலத் தலையைத் தூக்கினார் சங்கர சாஸ்திரி.

“க்ஷமிக்கணும், ரொம்ப ஆயாசம், தூங்கிட்டேன் போலிருக்கு, சீக்கிரம் முடிச்சுப்பிடறேன், கோவிச்சுக்காதீங்கோ.”

மந்திரம் மீண்டும் ஆரம்பித்தது. எப்படியோ சீக்கிரம் முடிந் தால் போதும் என்று ராமச்சந்திரனும் ஒத்தூத ஆரம்பித்தான். ஆனால், அவன் சாஸ்திரியை விட்டுக் கண்ணை எடுக்கவில்லை.

ஒரு வழியாக வேறு தடங்கலின்றித் தர்ப்பணம் முடிந்தது.

ராமச்சந்திரன் உள்ளே போய்க் கையில் ஒரு ‘கவரு’டன் வந்தான்.

“சாஸ்திரிகளே, டாக்டருக்கு லெட்டர் எழுதி வெச்சிருக்கேன். உள்ளே தட்சிணையும் இருக்கு. ஒங்களுக்கு ஒடம்பு சரியில்லே, நேரே ஆஸ்பத்திரிக்குப் போங்கோ” என்று குழந்தைக்குச் சொல்லு வதுபோலச் சொன்னான்.

சாஸ்திரியின் கண்ணில் மின்வெட்டு ஒன்று தோன்றி மறைந்தது.

“சீ, அஸத்து, என்னை என்ன செம்படவச்சீன்னு நெனைச் சுட்டயா பணத்தைக் கொடுத்து வாங்கிக்க?” என்று அசாதாரண மான குரலில் உரத்துச் சொன்னார் சாஸ்திரி.

ராமச்சந்திரனுக்கு ‘திக்’கென்றது. தன் முந்தைய பலஹீனங்கள் இவருக்கு எப்படித் தெரிந்தது என்று அவனுக்குப் புரியவில்லை. சாஸ்திரி பேசிக்கொண்டே போனார். கூச்சல் கூப்பாடு எதுவும் போடாமல் ஆனால், வழக்கத்தைவிடச் சிறிது உரத்த குரலில் நிறுத்தி நிதானமாக அழுத்தந் திருத்தமாகப் பேசிக்கொண்டே போனார். அவர் குரலில் உயிரில்லை. கல்லறையிலிருந்து சவம்பேசுவது போலக் குளிரும் பாழும் கூடிக்கிடந்த குரலில் பேசிக்கொண்டே போனார்.

‘ஒங்க மாதிரி ஜாதிகெட்ட ஜென்மாக்கள் கிட்ட கையேந்திக் கையேந்தித்தான் எனக்குப் பாபமும் சாபமும் வந்து தொலைச் சிருக்கு. ஒனக்குப் பூணூல் போட்டேனோ இல்லியோ அதுனாலே நீ பண்ற பாபகிருத்தியங்கள்ளாம் என்னை வந்து வந்து அண்டிட் டிருக்கு. நீ ஒருநாள் ஆத்மார்த்தமா பூஜை பண்ணிருப்பியா, ஒரு ஸத்ஸங்கம் உண்டா, பெரிவாளை மதிச்சதுண்டா. ஒங்க பவிஷு தெரிஞ்சிருந்தும் கேவலம் கால் ரூபாய்க்காக ஆசைப்பட்டுண்டு ஒங்க காலடியிலே வந்து விழறேனே அந்தப் பாவம்தான் என்னை ஆட்டி வைக்கிறது. அதான் லோகமே பிராம்மணாள்னா தூஷிக் கிறது. ஊருக்கெல்லாம் எள்ளும் தண்ணியும் இறைச்சுட்டு எனக்கு இறைக்கிறதுக்கு ஆளில்லாமே அடிச்சுட்டியே, ஒங்கிட்டேயிருந்து தட்சணையும் வாண்டாம், லெட்டரும் வாண்டாம், எனக்கு என்னத் துக்கு வைத்தியம்? மொதல்லே ஒங்க ஆத்மாக்களுக்கு வைத்தியம் பண்ணிண்டு வாங்கோ, இல்லாட்டா பிரம்ம ராட்சஸா அலை வேள். மீனாட்சி புண்யவதி, போய்ட்டா. நான்தான் இன்னும் ஆசையை விடாமே உசிரைப் பிடிச்சுண்டு ஆமை மாதிரி உக்காந் துண்டு இருக்கேனே மகா பாபி. ஒன் லெட்டரை நீயே வெச்சுண்டு கிட, என் பிள்ளையை உசுரோடே கொன்னது போதும், என்னை யும் ஒங்க சாக்கடையிலே விழச் செய்யாதே!”

இதுவரை அணைந்திருந்த அவர் கண்கள் திடீரென்று அனல் கக்கின. “மகா பாபி, மகா பாபி, எனக்கு யாருடா தர்ப்பணம் பண்ணுவா,’ என்று உரத்த குரலில் கூவிக்கொண்டு ‘மடேர் மடேர்’ என்று தலையில் அடித்துக்கொண்டு அப்படியே தெருவில் இறங்கின சங்கர சாஸ்திரி இன்னும் அலைந்துகொண்டுதான் இருக்கிறார்.

இப்போதெல்லாம் அது நடுரோட்டில் நின்றபடி மந்திரம் ஓதிக் கொண்டிருக்கும். யாராவது போய், ‘என்ன ஸ்வாமீ பண்றீர்?’ என்று கேட்டால், ‘தர்ப்பணம் பண்றேண்டா, தர்ப்பணம் பண்றேன். எங்க அப்பாவுக்கு, அம்மாவுக்கு, தாத்தாவுக்கு, பாட்டிக்கு, பிள்ளைக்கு, பேரனுக்கு, எங்க வம்சத்துக்கே தர்ப்பணம் பண்றேன், லோகத்துக்கே பண்றேன். ஒனக்கும் பண்ணட்டுமா, ஒண்ணரேணாகூட

செலவில்லாமே பண்ணறேன். ஆனா மந்திரத்துக்கெல்லாம் அர்த்தம் கேட்டுக்கணும்'' என்று பதில் வரும். அதுதான் சங்கர சாஸ்திரி.

ஊரில் பலருக்கும் இவரால் பல கவலைகள். வேறே நல்ல வாத்தியார் கிடைக்கலியே என்று சுந்தர காமாட்சிக்குக் கவலை. ராமச்சந்திரனுக்கோ எங்கே 'செம்படவச்சி சமாசாரம்' வெளியில் வந்துவிடுமோ என்று கவலை. உள்ளூர்ச் சனாதனிகளுக்கோ நல்ல பிராமணன் பைத்தியமாகப் போயிப் பாயைச் சுரண்டறதே என்று கவலை. பள்ளிக்கூடம் போகும்போது பைத்தியம் தன்னை ஏதாவது பண்ணிவிடுமோ என்று சீனுவுக்குக் கவலை. சங்கர சாஸ்திரியைக் கேட்டால் 'நீங்கள்ளாம் பிரம்ம ராட்சஸாப் போயிண்டிருக்கேளேன்னுதான் எனக்குக் கவலை' என்கிறார். ஆனால், தனக்குத் தர்ப்பணம் செய்ய ஆளில்லையே என்பதுதான் அவருடைய உண்மையான கவலை என்று எல்லோரும் சொல்லிக் கொள்கிறார்கள். கிட்டு என்னமோ சாஸ்திரிக்குத் தர்ப்பணம் செய்யத் தயாராயிருக்கிறான். இருந்தாலும் கவலை யாரை விட்டது போங்கள்!

எதுக்குச் சொல்றேன்னா

அவன் பேசிக்கொண்டே போனான்: "என்ன செய்கிறது சொல்லுங்கள். நாம் என்ன, கேட்டுக்கொண்டா பிறந்தோம். இல்லை, நம்முடைய அப்பா அம்மாவை நாமே தேடிக்கொண் டோமா. யாரோ ரெண்டு பேர் என்னமாவோ முடிச்சுப் போட்டுக் கொண்டாங்க, நாம வந்து விழுந்தோம். பாலும் சர்க்கரையும் கலந்து வெக்கறப்போ ஈ வந்து விழுந்த மாதிரி. இது பொருத்தமில்லையோ? அப்போ சிரங்கிலே புழுவந்து தோணின மாதிரின்னு வெச்சுக்குங் களேன். எதுக்குச் சொல்றேன்னா, நாம வந்ததுக்கு நாம பொறுப் பாளியில்லை. ஆனாலும், வந்துட்டோம். வந்த பிறகு போகிறதுக் குள்ளே இருக்க வேண்டிய பொறுப்பு மாத்திரம் நம்மதாயிட்டுது. ஏன், நமக்குக்கூட சில சமயம் தோணறதில்லையா, எல்லாத்தையும் ஒழிச்சுட்டு ஒரேயடியாப் போயிட்டா என்னன்னு? ஆனா எவ்வளவு பேர் அப்படித் துணிஞ்சு செய்யறோம். இயற்கையோட விதி நாம் இருக்கிறதுக்குத்தான் வழி செய்துகொள்ளச் செய்யுதே தவிர, இறக்கிறதுக்கு வகை செய்யறதில்லை. ஆனாலும், அதிசயம் பாருங்க, நாம் இருக்கிற ஒவ்வொரு நாளும் சாவை நோக்கியே ஒரு படி. எதுக்குச் சொல்றேன்னா, வாழ்வு என்கிறது பொறுப்பத்த வழியிலே ஆரம்பிச்சு, ஒரு நாள் நிச்சயமாப் பொக்குனு போகிற போக்கத்த வியாபாரம். இதிலே எதுக்கய்யா நாம அனாவசியமா நம்மைக் கஷ்டப்பட்டு வறுத்து எடுத்துக்கணும். என்ன வேதாந்தம் பேசறேன்னு பாக்கறீங்களா, வேதாந்தமும் இல்லை, வெண்டைக் காயுமில்லை. அப்பட்டமான உண்மையைத்தான் சொல்றேன். உண்மைக்கும் பொய்க்கும் என்ன வித்தியாசம் சொல்லுங்க, உண்மை மாதிரி இருக்கும். ஆனால், அது உண்மையில்லை. அது தானே பொய்? வேதாந்தமும் அந்த மாதிரி பொய். நீங்களே சொல்லுங்க, நம்ம வாழ்விலே எது நிஜம்? நேத்து நடந்ததெல்லாம் போயிட்டுது. செத்துப்போனது. நாளைக்கு வரப்போகிறது வந்த பின்னாலே தான் நிச்சயம். அதுவரைக்கும் அதுவும் நிஜமில்லைதான். நாளைக்கு குத்தப்போகிற முள் உங்களுக்கு இன்னிக்கு வலிக்குதா? இல்லை,

முந்தாநாள் தின்ன பாகற்காய் இன்னிக்குக் கசக்குதா? சும்மா பிணத்திலே ஊறுகிற புழு மாதிரி முந்தாநாள் நடந்ததிலேயே மனசை நெளிச்சுக்கிண்டிருந்தா எப்பிடி சுகம் வரும். நாளன்னிக்கு வரப் போகிற ஜிலேபியை நெனைச்சு நாக்கைச் சப்புக் கொட்டிக் கொண்டிருந்தால் இன்னிக்கு வயறு நெறஞ்சுடுமா?

தொடை மாமிசத்தைக் கடித்து இழுப்பதற்காகச் சில வினாடிகள் பேச்சை நிறுத்தினான். அவன் மீண்டும் தொடர்ந்தான்: "எதுக்குச் சொல்றேன்னா, இப்போ, இந்த நிமிஷம், இந்த க்ஷணம் தான் நெஜம், அதுதான் உண்மை. அதுதான் எனக்குத் தெரியும். அதால்தான் என்னை உறைக்க முடியும். அதைத்தான் என்னால் உணரவும் முடியும். மீதியெல்லாம் செத்ததோ, இல்லை இன்னம் பிறக்காத வெறும் கனவோதானே. ஆனாலும், பாருங்க, விஷயம் சுளுவாயில்லை. ஆழ்ந்து பார்த்தா இந்த நிமிஷம், க்ஷணம்கூட கொஞ்சம் வலுவில்லாததுதான். நிமிஷமோ வினாடியோ நின்னாத் தானே, அதுதான் ஓடிக்கொண்டேயிருக்கே, இதுதான் இந்த வினாடின்னு நான் எதைச் சொல்றது? சொல்லுகிறப்பவே ஓடிப் போச்சே, வேறே வினாடி வந்துட்டுதே. இந்த வயத்தெரிச்சலுக்கு என்ன செய்கிறது. அப்போ நிஜம்னு ஒண்ணும் கிடையாதா? எல்லாம் பொய்யின்னா அதிலேயும் ஒரு சங்கடம் இருக்கு."

பேச்சை நிறுத்தி, எலும்பைக் கடித்து, உள்ளே இருந்த மஜ்ஜையை சத்தத்தோடு உறிஞ்சிக்கொண்டே பேச்சை விட்ட இடத்திலேயிருந்து ஆரம்பித்தான்:

"எதுக்குச் சொல்றேன்னா, 'நான்' என்று சொல்லிக்கொள்கிற ஒண்ணாவது நிஜமாக இருக்கணும், இல்லாதபோனா நானே, என் பேச்சும் எண்ணமும் உள்பட, பொய்யாய்ப் போகிறேன். அதே மாதிரி இந்த வினாடி, இருக்கிறவரையில், நிஜமாக இருக்கணும், அது நிகழ்காலமாயிருக்கிறதனாலேயே. ஆனா, 'நான்' என்கிறதே கடந்த கால அனுபவமும் எதிர்காலக் கனவுகளும் பிண்டமான ஒண்ணுதானே. எல்லாம் பொய்யால் ஆன 'நான்' மட்டும் எப்படி நிஜமாயிருக்க முடியும்? இப்படியெல்லாம் சந்தேகத்திலே கடைக் காலெடுத்து, காத்தையும் கனவையும் செங்கல்லாக்கி எழுப்பின கட்டிடம் நம்ம வாழ்க்கை. இதுலே நகாசு வேலை – நல்லது கெட்டது, புண்ணியம் பாவம், ஒன்னது என்னது, ஒசந்தது தாழ்ந்தது, நாகரிகம் அநாகரிகம், கவுரவம் அகவுரவம், வேண்டியது வேண்டாதது, பிடிச்சது பிடிக்காதது – எத்தனை போங்கள், இதெல்லாம் யாரை யார் ஏய்க்கிறதுக்குன்னு எனக்கே வெளங்கலை. எதுக்குச் சொல்றேன்னா, என்னைப் பொறுத்தமட்டிலே இதுலே யெல்லாம் அர்த்தமிருக்கிறதாகப் படவில்லை எனக்கு. நாம

நல்லதென்னு நெனைச்சா நல்லது, இல்லையின்னா கெட்டது. நியூகினிக்காரன் நல்லதுன்னா தலையை வெட்டலையா, வெள்ளைக் காரன் நல்லதுன்னா வேண்டாதவங்களைச் சுட்டுப் பொசுக் கலையா, துரோணன்கூட ஏகலைவன் கட்டை விரலைக் கடிச்சுக் கலையா. எல்லாம் மனசுலேதான் இருக்குதுங்கறேன். எதுக்குச் சொல்றேன்னா, இதோ பாருங்க, நீங்களும் நானும் இப்போ ரசிச்சுக் கிட்டு சாப்பிடறோம். கறி எவ்வளவு ருசியாயும் மெதுவாயும் இருக்கு. இந்தக் கறி நடமாடிக்கிட்டிருந்ததைப் பற்றி யோசிக்கிறோமா, ரொம்பப் பேருக்கு யோசிக்கவே பிடிக்கிறதில்லை. ஏன் அப்பிடித் தெரியுமா? நடமாடறப்போ அங்கே இருந்த உண்மை வேறே. அது அப்போ சாப்பிடற வஸ்துவில்லை. இப்போ அந்த உண்மை இறந்த காலமாய்ப்போச்சு. இது வேறே உண்மை. இதைச் செத்துப்போன பழைய உண்மையோடே எப்பிடிச் சேர்த்துப் பாக்கறது? எதுக்குச் சொல்றேன்னா, நமக்கு புத்தி இருக்கு. விருப்பு வெறுப்பில்லாமல் கொஞ்சம் யோசனை பண்ணலாம். பண்ணணும். வார்த்தைகளைக் கண்டு மலைச்சுப் போகக்கூடாது. வார்த்தைகளோடே சண்டை போடக்கூடாது. வார்த்தைதான் வாயிலேருந்து வந்தா காத்தாப் போச்சே! இதைப் பாருங்க, இந்தக் கறி இன்னைக் காலையிலேகூட ஓடியாடிக்கிட்டிருந்தது. அப்போ அதுக்குத் தெரியாது, இப்போ நம்ம வயித்துக்குள்ளே போகப் போகிறோம்னு. கொஞ்சிற்று. பாட்டுப் பாடிற்று. ஒரு க்ஷணம் அது இருந்தது. ஒரு வெட்டு, மறு க்ஷணம் அது இல்லை. நமக்குச் சாப்பாடு. இதுதான் உலகம். இது என்ன மிருகம்னு கேட்கிறீங்களா, இதைப் பாருங்கள்." அவன் தன் ஜோல்னாப் பையிலிருந்து ஒரு சிறு குழந்தையின் தலையொன்றை எடுத்து வெற்றிப் புன்னகையோடு காண்பித்தான். நான் எச்சில் கையோடு அங்கேயிருந்து ஓடிவிட்டேன்.

(தாமரை, 1968)

சந்துருவின் பொன் மான்

சந்துருவுக்கு மனசு ஜில்லென்று, ஐஸ் கிரீம் சாப்பிட்ட மாதிரி, ஒரே சந்தோஷமாக இருந்தது. வெள்ளை வேட்டியும் சட்டையும் போட்டுக்கொண்டு ரிஸ்ட்வாட்ச் கட்டிக் கொண்டிருந்ததனால் இல்லை. தெருக்கோடியில் கமலா வந்துகொண்டிருந்தாள்; அதனால்தான்.

தினம் சாயங்காலம் அஞ்சு மணிக்குச் சரியாக அவனுக்கு இந்த மாதிரி சந்தோஷம் வரும். கூடத்திலிருந்த பழைய காலத்து ஜப்பான் கடிகாரம் "டர்ர் டங், டர்ர் டங்" என்று அஞ்சு மணி அடிக்க ஆரம்பிக்கும்போதே கையைப் பின்புறம் துடைத்துக் கொண்டு அவன் வாசல்பக்கம் வந்துவிடுவான். வந்து, தெருத் திண்ணையை அடுத்திருந்த தூணின்மேல் இடக்கையை உயர்த்தி வளைத்துக்கொண்டு வலக்கையை இடுப்பின்மேலே வைத்தபடி நின்று மேலும் கீழும் பார்ப்பான். அவன் வந்து நிற்பதற்கும் தெருக் கோடியில் கமலா அவன் பக்கமாகத் திரும்புவதற்கும் சரியாக இருக்கும். அவள் அவனைக் கடந்து செல்லச் சரியாக நாலு நிமிஷங்களாகும். இரண்டு வீடு தள்ளி எதிர் வாடையில்தான் இருக்கிறது அவள் வீடு. அவள் படியேறுவது வரைக்கும் அவன் பார்த்துக் கொண்டிருப்பான். அவள் உள்ளே நுழைந்ததும் அவனும் உள்ளுக்குத் திரும்பிவிடுவான். அவள் படியேறக் காலைத் தூக்கி வைக்கும்போது புடவை சற்று மேலேற, உள் பாவாடை வெள்ளையாக விளிம்புகட்ட, சந்தனத்தாலே செய்துவைத்தது போலிருந்த அவளது கணுக்கால் பளிச்சென்று தெரியும்போதுதான் அவனது சந்தோஷத்தின் சிகரம். அதுக்கப்புறம் அவனுக்குத் தெருவில் வேலை இல்லை. உள்ளே காபி, டீ, பலகாரம் எல்லாம் எடுத்து வைக்க வேணும். இந்த மாதிரி ஆனந்த வாரிதியில் மிதக்கும்போது கூட அவனுக்கு ஒரு குறை. கமலா நடந்துவரும்போது அவள் கால் செருப்பு தரையில் உராயும் சப்தம், செருப்பின் குதிகாலின் மேலெழும்பி அவள் பாதத்தில் இடிக்கும் சப்தம் ஒன்றும் தனக்குக்

கேட்பதில்லையே என்று அவனுக்குப் பெருங்குறை. ஏனென்றால் அவன் செவிடு.

சமையற்காரனாயிருந்தபோதிலும் சந்துருவுக்குக் கற்பனை வளம் நிறைய உண்டு. கற்பனை வளமும், “என்னிக்காவது ஒரு நாள் நல்ல காலம் பிறக்கும்” என்ற நம்பிக்கையும் இல்லாதுபோனால் அவன் எப்படி இத்தனை வருஷங்களை வறுமைக்கிடையிலும் காது வலிக்கிடையிலும் முதல் இருபத்தைந்து வருஷங்களில் அனுபவித்த குடும்பத் தொல்லைகளுக்கிடையிலும் சிரித்துப் பேசிக்கொண்டும் வேலை செய்துகொண்டும் கழிக்க முடியும்? அவன் கற்பனையும் எதிர்காலத்தின் மேலிருந்த நம்பிக்கையும் சென்ற எட்டு வருஷங்களாகப் பெருகி வலுப்பெற்றுவிட்டிருந்தன. ஊரிலே பெரிய மனுஷர்களிலே ஒருவரான வக்கீல் சக்கரவர்த்தி ஐயங்காரின் வீட்டிலே வேலைக்குச் சேர்ந்த பிறகுதான். அதுக்கு முந்தின கால வாழ்க்கையை நினைத்துப் பார்க்கக்கூட அவனுக்கு அச்சமாயிருந்தது. நினைத்துப் பார்க்க வேணுமென்று அவன் ஆசைப்பட்டதுமில்லை.

இந்த எட்டு வருஷங்களாகக் கமலாவைப் பார்த்துக்கொண்டிருந்து வந்தாலும் சென்ற நாலு வருஷங்களுக்குள்ளாகத்தான், கணக்காகச் சொல்லப்போனால் மூணே கால், மூணரை வருஷங்களாகத்தான் “அஞ்சு மணி தரிசனம்“ செய்கிறது வழக்கமாய்ப் போச்சு. அதுக்கு முன்னால் அவள் பாவாடை சட்டை போட்ட சிறுமி அல்லது சீட்டித் தாவணி கட்டின பெண். இப்போதோ புடவை கட்டி உலாவிவரும் இள நங்கை. இந்த மாற்றம் மெதுவாகத்தான் நிகழ்ந்தது. இருந்தாலும் ஒரு நாள், அன்றைக்கு என்னவோ விசேஷம், நவராத்திரியோ தீபாவளியோ, அதுவெல்லாம் அவளைக் கண்ட ஆச்சரிய மயக்கத்தில் சந்துருவுக்கு மறந்துவிட்டது, ஒரு நாள் அவள் எஜமானியம்மாளைப் பார்க்க வந்திருந்தாள். அப்போதுதான் அவன் மனசில் குப்பென்று தீப்பற்றிக்கொண்டது. அதற்கப்புறம் நாலு நாள் கழித்து, தினம் சாயங்காலம் அஞ்சு மணிக்குத் தன் வீட்டு வாசல் வழியாக அவள் வீட்டுக்குப் போகிறாள் என்பதைக் கண்டுபிடித்தான். அது முதல் அவனுக்கு என்ன வேலையிருந்தாலும் அப்படியே போட்டுவிட்டுச் சரியாக மாலை அஞ்சு மணிக்குத் தெருத் திண்ணைக்கு வந்துவிடுவான். அந்த அஞ்சு மணியிலிருந்து அஞ்சு நாலு வரையிலான நாலு நிமிஷங்கள் அவன் மனசு மாசுமறுவற்றுத் தெளிந்த நீரோடை போல, குழப்பம்தரும் எண்ணங்களற்று வெறும் உணர்ச்சிமயமாய் இருக்கும்.

இப்போது கொஞ்ச நாளாய்த்தான் சந்துரு அவளுடைய டிரஸ்ஸையெல்லாம் கவனிக்க ஆரம்பித்திருக்கிறான். ரெண்டு மூணு

மாசமாகத்தான். ஒரு நாள் கமலாவின் புடவையில் ஒரு கிழிசல் வெகு சாமர்த்தியமாக, பளிச்சென்று வெளிக்குத்தெரியாமல் இருக்கும்படித் தைக்கப்பட்டிருந்தது. இருந்தாலும் அது அவன் கண்ணில்பட்டுவிட்டது. அது முதற்கொண்டுதான் அவன் மானசீகப் பூஜை செய்யும் தேவதை மட்டத்திலிருந்து கமலாவை இறக்கி அவளை மனுஷியாகப் பார்க்க ஆரம்பித்தான். இப்போது அவனுக்குக் கமலாவிடம் எத்தனை சேலை, எத்தனை சோளி, எத்தனை தினுசு வளைகள், செருப்பு என்பதெல்லாம் அத்து படியாகத் தெரியும். தவிரவும், அவளை மனுஷியாகப் பாவிக்க ஆரம்பித்த பிறகுதான் அவள் மேலே தனக்கு ரொம்பவும் ஆசை பிறந்துவிட்டது என்பதையும் உணர்ந்துகொண்டான்.

சுமார் ஒண்ணரை மாதத்துக்கு முன்னால், ஒரு நாள் ராத்திரி, மறுநாள் காலைக்கான இட்டலிக்கு அரைத்துவிட்டு அடுக்களை யெல்லாம் சுத்தம் செய்துவிட்டு, அலுப்புத் தீர வெற்றிலை பாக்குப் புகையிலை சகிதம் தெருத் திண்ணைக்கு வந்தபோது திடீரென்று ஓர் எண்ணம் அவனுக்குத் தோன்றியது. ‘அந்தப் பொண் இப்போ ஒன் பக்கத்திலேயிருந்து சிரிச்சுக்கிண்டு வெத்திலை மடிச்சுக் குடுத்தா எப்பிடியிருக்கும்!’ அப்படி நினைத்தமாத்திரத்தில் அவனுக்கு உடம்பு புல்லரித்தது. அதைத் தொடர்ந்து, ‘அவ சிரிச்சா நம்ம காதுலே விழாதே’ என்ற நினைப்பு வந்ததும் அவனுக்குப் பெரும் துக்கமாகிவிட்டது. “பாவி, பெரும் பாவி, பொண்டாட்டி சிரிச்சாக்கூட காது கேக்காத பாவி” என்று தலையில் அடித்துக் கொண்டான். கண்ணில் தண்ணீர் வந்துவிட்டது. புகையிலை புரைக்கேறி இருமிக்கொண்டிருக்கும்போதே, ‘அவ சிரிச்சாலும் கேக்காது, ரகசியம் பேசினாலும் கேக்காது’ என்கிற நினைப்பும் வந்தது. இருமி முடித்ததும், தான் அவளைப் ‘பொண்டாட்டி’ என்று கூப்பிட்டுவிட்டோம் என்பது அவனுக்கு உறைத்தது. அரைப் படுக்கையாக இருந்தவன் திடுக்கிட்டு நிமிர்ந்து எழுந்து உட்கார்ந் தான். தன் எண்ணங்களின் விசித்திரப் போக்குகளை அவனா லேயே நம்ப முடியவில்லை. அவை அவனுக்குள் ஏற்படுத்திவிட்டி ருந்த குதூகலத்தைமட்டும் ரசிக்க முடிந்தது. உடனே பயந்துபோய் விட்டான். ‘தப்பு, தப்பு’ என்று கன்னத்தில் போட்டுக்கொண்டே ‘மன்னிச்சுக்கோடி கமலா...’ என ஆரம்பித்தவன், மறுபடியும் தான் அவளை, தன் மனசின் இஷ்ட தேவதையாயிருந்தவளை, ‘டீ‘ பட்டம் போட்டு உரிமையுடன் கூப்பிட ஆரம்பித்து விட்டதைக் கண்டு மீண்டும் திடுக்கிட்டுப்போய்விட்டான். ‘டேய் சந்துரு, இதெல்லாம் நல்லதுக்கில்லை, வாயை மூடிண்டு கிட, பொங்கித் திங்கற

முண்டத்துக்கு இந்த மாதிரி புத்தி போகலாமா, அவ எங்கே, நீ எங்கே?' என்று தனக்கே சொல்லிக்கொண்டுவிட்டு வாயைச் சுற்றி இறுகத் துவாலையால் மூடிக் கட்டிக்கொண்டு படுத்துவிட்டான். ஆனால், மனசை அந்த மாதிரிக் கட்டிப்போட முடியவில்லை அவனால்.

சந்துரு எப்பவுமே ஒரு மாதிரித்தான். தனக்கே சற்று உரக்கப் பேசிக்கொள்வது அவனுக்கு ரொம்ப நாளாய்ப் பழக்கம். தன்மை, முன்னிலை, படர்க்கை ஆகிய மூவிடங்களிலும் தன்னையே வைத்துத் தனக்குத்தானே சற்று உரக்கப் பேசிக்கொள்வதும், புத்தி சொல்லிக்கொள்வதும் சந்துருவுக்குப் பழக்கமாகிவிட்டிருந்தது. இது பற்றித்தானோ என்னமோ சிலர், 'சந்துரு நல்லவன்தான், ஆனால், கொஞ்சம் 'லூஸ்' என்பார்கள். உண்மையில் தான் 'லூஸு' மில்லை, 'டைட்டு' மில்லை என்பது அவனுக்கே தெரிந்திருந்தாலும், செவிடு என்று பேர் வாங்கியிருப்பதிலும் சில சௌகரியங்கள் இருப்பது போலவே 'கொஞ்சம் லூஸ்' என்று பேர் எடுத்தாலும் அதிலும் சில லாபங்கள் இருக்கின்றன என்பதைச் சந்துரு உணர்ந்திருந்ததால் அதையெல்லாம் அவன் பொருட்படுத்தவில்லை. வரவேற்றான் என்றுகூடச் சொல்லலாம். "டேய் சந்துரு, ஒனக்கேண்டா, யார் என்ன வேணுமானாலும் சொல்லிக்கட்டுமே, நீ என்ன ராஜாவா, கொறஞ்சுபோயிடுமோ" என்று தனக்கே சொல்லிக்கொண்டு குறட்டைவிட்டுத் தூங்கப்போய்விடுவான். கமலா விஷயத்தில் மாத்திரம் அவனால் அவ்வளவு சுலபமாக எடுத்தெறிந்துவிட்டுத் தூங்கிவிட முடியவில்லை.

சில நாளைக்கப்புறம் அவளைப்பற்றிக் கொஞ்சம் கொஞ்சமாகத் தகவல் தெரியவர ஆரம்பித்ததும், "இப்படியெல்லாம் அவளைப் பத்தி நினைக்கக் கூடாது" என்று தனக்குத்தானே புத்தி சொல்லிக்கொள்வதையும் நிறுத்திவிட்டான். அவ்வளவு தைரியம் வந்துவிட்டது அவனுக்கு. அப்படியானால் அத்தனை நாள்வரை அவனுக்கு அவளைப்பற்றி ஒண்ணும் தெரியாமல் இருந்தானா என்று கேட்கலாம். அத்தனை நாள் அவனுக்கு ஒண்ணும் தேவை யிருக்கவில்லை. அவளுடைய தரிசனம் மாத்திரமே போதுமானதா யிருந்த தேவதையாக இருந்தவரை அவள் யார் என்றோ எப்படிப் பட்டவள் என்றோ தெரிந்துகொள்ளவேணுமென்றுகூட அவன் கருதியதில்லை. மாலை ஐந்து மணிக்கு வருவாள் என்ற ஒன்றுதான் அவனுக்குத் தேவையான, தெரிந்த சங்கதி. பார்க்கவேண்டும் போலிருக்கும், வாசலில் வந்து நின்று பார்த்துவிட்டுப் போய்விடு வான், அவ்வளவுதான். தேவதையாக இருந்த அவள் மனுஷியான பிறகுதான் அவளைப்பற்றி மேலும் தெரிந்துகொள்ளவேணும் என அவனுக்குத் தோன்றியது.

வெறுமனே அஞ்சு முதல் அஞ்சு நாலுவரை தினத்துக்கு நாலு நிமிஷம் பார்த்தால் போதுமானதாயிருந்த காலம் போய், இப்போது அவள் பக்கத்திலே இருந்து வெற்றிலை மடித்துக் கொடுக்க மாட்டாளா என்று ஏங்குகிற காலம் வந்துவிட்டது. காது கேட்ப தில்லையானதாலே சினிமா பார்த்தால் பாதிப் பணம் தண்டம் என்று கருதி, சினிமா போவதை முக்காலும் நிறுத்திவிட்டிருந்த அவனுக்குக் கற்பனை அப்போது அதுக்கு மேலே ஓடவில்லை.

அவளைப்பற்றித் தெரிந்துகொள்ள ஆரம்பித்த பிறகுதான் அவள் பேர் கமலா என்பதுகூட அவனுக்குத் தெரியவந்தது. அது தெரிந்த அன்றைக்கு அவனுக்கு வெகு சந்தோஷமாய்விட்டது. மகா வயிற்றுவலிக்காரரான சக்கரவர்த்தி ஐயங்காரே 'இன்னிக்கி நம்ம சந்துருவோட சமையல் வெகு ஜோர்' என்று அபூர்வமாக அன்றைக் குப் பாராட்டினதுகூடச் சந்துருவுக்குப் பெரிதாகப்பட வில்லை. நாலு நாட்கள், "கமலாங்கிறது எவ்வளவு நல்ல பேர், எவ்வளவு பொருத்தமான பேர் அவளுக்கு" என்றே அவன் மனசு குதூகலித் துக்கொண்டிருந்தது. அவனுக்குக் கிடைத்த ஒவ்வொரு சமாசாரமும் விக்கிரமாதித்தனுடைய சிம்மாசனத்தின் மேல் ஏறப்போன போஜராஜனுக்கு ஒவ்வொரு படியைத் தாண்டியதும் ஏற்பட்ட சந்தோஷத்தைக் கொடுத்தது. 'அவளும் ஒரு ஐயர் பொண்ணாம், பேஷ், ஜாதி வேறேன்னு கஷ்டப்பட்டுக்கவேண்டியதில்லை' ஒரு படி தாண்டியாச்சு. 'அவ அப்பா ஒரு சின்னப் பள்ளிக்கூடத்திலே வாத்தியாராம், ரொம்ப சரி, அந்தஸ்து வித்தியாசம் ரொம்ப இருக்காது' இன்னொரு படி தாண்டியாச்சு. 'அவங்களுக்கு ரொம்ப பணம் காசுன்னு கிடையாதாம். பலே பலே, கொம்புத் தேனில்லை.' மூணாவது படியும் ஆச்சு. 'அவ ரொம்ப இரக்க குணமுள்ள பொண்ணாம். வெரி குட். சந்துரு செவிடுன்னு கோவிச்சுக்க மாட்டா. ஐயோ பாவம், முன்னாலியே வைத்தியம் பண்ணியிருக்கக் கூடாதோன்னு அங்கலாய்ச்சுக்கிண்டு ஆறுதல் சொல்லுவா.' நாலாவது படியும் தாண்டியாச்சு. "அடக்கமானவளாம், ஆனா ரொம்ப தைரியசாலியாம். அதே சமயத்திலே ரொம்ப கெட்டிக் காரியாம். வீட்டுக் காரியம் எல்லாம் பட்டுப்போல செய்வாளாம். தம்பி தங்கைகளையெல்லாம் ரொம்ப சாமர்த்தியமாய் அரவணைச் சுக்கிண்டு போவாளாம்." 'ரொம்ப சிரேஷ்டம். நம்மோட சமத்துக்கு வர பொண்ணு இந்த மாதிரித்தான் கெட்டிக்காரியாய் இருக்கணும். அப்போதான் குடும்பம் உருப்பட்டு வரும். மூணு நாலு குழந்தை களையும் செவிட்டுச் சந்துருவையும் சேர்த்து வளர்க்கிறதுன்னா சும்மாவா?' இந்தக் கட்டத்தில் அவனுக்குத் தன்னுடைய எதிர்காலக் குழந்தைகளின் ஞாபகம் வந்துவிடும். இதையெல்லாம்பற்றி

நினைக்கும்போதே அவனுக்கு வெட்கமாகிவிடும். “போடா சந்துரு, நீ ரொம்ப பேராசைக்காரண்டா, இந்தக் காலத்துலே பள்ளிக்கூடப் பசங்களே ‘ரெண்டுக்கு மேலே எப்போதும் வேண்டாம்’னு கத்திண்டு போகிறதுகள், நீ போய் மூணு நாலுன்னு கணக்குப் போட ஆரம்பிச்சுட்டியே, அவ என்ன பிளான் போட்டு வெச்சிருக் காளோ?” என்று புத்தி சொல்லிக்கொள்வான். உடனேயே, “ஆனா லும், நான் தீர்மானமாகச் சொல்லி விடுவேன், புருஷன் பேச்சை இப்பேர்ப்பட்ட புத்திசாலிப் பொண்ணு கேக்க மாட்டாளா என்ன” என்று தைரியமும் சொல்லிக்கொள்வான். அப்போது இன்னும் ஏதாவது புதுச் சந்தேகம் முளைத்துவிடும். ஆக, இந்தப் படி தாண்டியாச்சா என்பது அவ்வளவு நிச்சயமில்லாதிருந்தாலும், தாண்டின மாதிரித்தான் என்று கணக்குப் போட்டுக்கொள்வான். அடுத்த படிக்கு வந்தபோதுதான் அவனுக்கு நிஜமாகவே தயக்கம் வந்துவிட்டது. அவள் எஸ்.எஸ்.எல்.ஸி. படிப்பை முடித்துவிட்டுக் காலேஜிலும் ஒரு வருஷம் படித்தாளாம். பாஸாகவில்லையாம். அதனாலே தையல், பூ வேலை, டைப்ரைட்டிங் இந்த மாதிரியெல் லாம் கற்றுக்கொண்டிருந்தாளாம். தற்போது ஏதோ ஓர் ஆரம்பப் பள்ளியில் வேலை பார்க்கிறாளாம். இந்தச் சங்கதிகளைக் கேட்ட வுடன், இத்தனை படிப்புப் படித்தவள் தற்குறியான தன்னை விரும்பு வாளா என்று அவனுக்கு அதிகச் சந்தேகம் வந்துவிட்டது. இத்தனை படி தாண்டியான பின்னர் இது ஒண்ணும் அவ்வளவு பெரிய முட்டுக் கட்டையாக மேலே போக முடியாமல் அவனை நிறுத்திவிடாது என்று மாத்திரம் அவனுக்கு உள்ளூற ஒரு நம்பிக்கை இருந்துவந்தது. தவிரவும், தன் நம்பிக்கைகள் ஒரு நாளும் பொய்க் காது என்று ஒரு அடிப்படை நம்பிக்கை சந்துருவுக்கு. “டேய் சந்துரு, நீ யாரையாவது ஏமாத்தியிருக்கியா, ஒரு பைசா திருடி யிருக்கியா, பொய்சாட்சி சொல்லியிருக்கியா, சின்னச் சின்ன விஷயம் தவிர பெரிசா எப்பவாவது பொய் சொல்லியிருக்கியா, எந்தப் பொண்ணையாவது கெடுத்திருக்கியா, சூதாடியிருக்கியா, சண்டை போட்டு யாரையாவது அடிச்சிருக்கியா, குடிச்சிருக்கியா, கொலை பண்ணியிருக்கியா, பின்னை, ஸ்வாமி ஒன்னை என்னிக்கும் ஏமாத்திடமாட்டார்” என்று எத்தனை முறை தனக்குத்தானே நம்பிக்கையை ஊட்டிக்கொண்டிருக்கிறான்! இப்படியெல்லாம் சந்துருவுக்கு எண்ணம் போகும்போது, வெற்றிலை மடிப்பதாக ஆரம்பித்த பாவனை விரிந்து, குழந்தைகள் தன்னைச் சூழ இருந்து மழலை பேசி, குட்டிக் கைகளால் தன்னைத் தொட்டுத் தடவி இழுத்து மடியின் மேல் ஏறி உட்கார்ந்து, “அப்பா, ஒரு கதை சொல்லு” என்று கேட்பதாகப் பெருகிவிடும். அப்போது அவன் மெய் நிஜமாகவே சிலிர்த்துவிடும்.

சின்ன வயசிலிருந்தே அவனுக்குத் தன் அப்பா மடிமேல் உட்கார்ந்து கதை கேட்க வேணுமென்று ஓர் ஆசை. சின்ன ஆசை தான். ஆனால், நிறைவேறவில்லை. அவனுக்கு நினைவு தெரிந்த நாள் முதலாக அவன் அப்பா இருமிக்கொண்டு படுத்த படுக்கை யாகவே இருந்து போய்விட்டார். 'ஓட்டல் புகையிலே சரக்கு போட்டுப் போட்டு உடம்பையும் கரியாக்கிக்கொண்டு விட்டார்' என்று சொல்லி அவன் அம்மா எத்தனைதரம் அழுதிருக்கிறாள். அம்மாவிடம் கதை கேட்கவேணுமென்ற ஆசையே அவனுக்குத் தோன்றியதில்லை. அவள் வீட்டில் உட்கார்ந்தே அவன் பார்த்த தில்லை. ரெண்டு மூணு வீட்டில் காரியம் செய்துகொண்டு வீட்டில் நோயாளிப் புருஷனையும் குழந்தைகளையும், அதிலும், வயசு வந்து கல்யாணமாகிப் பின் காக்காய் வலிப்பு என்று புருஷனால் விரட்டப்பட்டு வீட்டோடு உட்கார்ந்து ஒரு நாளைக்கு நாலுதரம் உதைத்துக்கொண்டிருக்கும் பெண் ஒருத்தியையும் சம்ரட்சணை செய்துகொண்டிருந்தவளுக்குக் கதை சொல்லிக் கொஞ்ச எங்கே நேரம் கிடைக்கும்?

இதெல்லாம் பழங்கதை. அன்றைக்குச் சந்துருவுக்கு நாலு மணிமுதலே பரபரப்பு. மூணு மணிக்கு அவன் லட்டு பிடித்துக் கொண்டிருந்தான். எஜமானியம்மாள் உள்ளே வந்து, "சந்துரு, நான் வெளியே போயிட்டு வரேன், திரும்பி வரதுக்கு ஆறு மணி ஆயிடும், குழந்தைகள் வந்ததும் காப்பி டிஃபன் குடுத்துடு" என்று சொல்லிவிட்டுப் போய்விட்டாள். சந்துருவின் கை எந்திரம்போல் உருண்டை பிடித்துக்கொண்டிருந்தாலும் அவன் மனசு யோசனை செய்துகொண்டே போனது. 'வக்கீல் ஆறரை மணிக்கு முன்னாலே வர மாட்டார், குழந்தைகள் வர அஞ்சரை மணியாகுமா' என்று மனசு கணக்குப் போட்டுக்கொண்டே போனது. ஒரு லட்டு பிடிபடாமல் துண்டானது. ஒரு சிறு துண்டை வாயில் போட்டுக் கொண்டான். பச்சைக் கற்பூரம், லவங்கம், முந்திரிப் பருப்பு, நெய் மணத்தோடு தித்திப்பாக இருந்தது. 'கமலாவுக்குக் குடுத்தால் எவ்வளவு சந்தோஷப்படுவாள்' என்று நினைத்துக்கொண்டே இன்னொரு துண்டை வாயில் போட்டுக் கொண்டான். அப்பப்பா, எவ்வளவு ருசியாயிருந்தது! அன்றைக்கே அவளுக்குத் தன் ஆசை யைத் தெரிவித்துவிடவேணும் என்று நினைத்துக் கொண்டான். கமலா வரும் சமயத்தில் வாசல் படியில் தினமும் தான் நிற்பதை அவளும் கவனித்திருக்கிறாள் என்பது அவனுக்குத் தெரியும். 'சில நாள் தலையைத் தூக்கி நிமிர்ந்து இவனை விழுங்கி விடுபவள் போலே பார்த்திருக்கிறாளே! தவிர, கொஞ்ச நாளாய் இவன் இருக்கு மிடத்தைக் கடந்து போகும்போது புடவைத் தலைப்பை இழுத்து மூடிக்கொண்டு விறு விறு என்று நடந்து போகிறாளே, என்னதான்

நாகரிகமான பெண்ணானாலும் நாணம் என்று இருக்குமில்லையா?' என்று மனசுக்குள் சிரித்துக்கொண்டிருக்கிறான். நாலைந்து நாளுக்கு முன்னால் கமலா தனியாக வராமல் கூட தன் சினேகிதி ஒருத்தியுடன் வந்து கொண்டிருந்தாள். அவள், அந்தச் சினேகிதிதான், எவ்வளவு அவலட்சணமாய் இருந்தாள். அவளை நினைத்துப்பார்க்கும்போதே அவனுக்குச் சிரிப்பு வந்தது. 'அட்டைக் கரி, புகையடுப்பில் வெச்ச வெங்கலப் பானை மாதிரி. ஆள் பாக்கிறதுக்குக்கூட அப்பிடித்தான் இருந்தா. மூஞ்சியோ பாக்கச் சகிக்கலே, சப்பை மூக்கு, நெத்தி எங்கே இருக்குன்னு தேடணும், அவ மோவாய்தான் எவ்வளவு நீளம்! அவள் பக்கத்தில் கமலா தான் எவ்வளவு ஜோராய் இருந்தாள்!' துவண்டு மெலிந்து நீண்டிருக்கும் பயற்றங்காயைப் பார்க்கும்போதெல்லாம் சந்துருவுக்குக் கமலாவின் ஞாபகம்தான் வரும். அவள் அவ்வளவு ஒல்லியாய் இருப்பாள், அவ்வளவு வெள்ளையாய் இருப்பாள். தன் ஆகிருதிக்கு அவள் கொஞ்சம் அதீதமாகவே மெல்லிசுதானோ என்று தோன்றியது அவனுக்கு. உருண்டு திரண்டிருக்கும் தன் தோளையும் கரளை கரளையா யிருக்கும் தன் புஜங்களையும் பெருமையோடு பார்த்துக்கொள்வான். "பாவம், எலிமென்டரி ஸ்கூல் வாத்தியார் பெண்தானே, வேளா வேளைக்கி ஒன்னைப்போலே வகை வகையா திங்கக் கிடைச் சிருக்குமா அவளுக்கு? ஒரு வாரம் ஒன் கையாலே சமைச்சுப் போட்டப்பறம் பாரு, ராஜாத்தி மாதிரிக் கொழுகொழுன்னு ஆயிட மாட்டாளான்னு பாருடா சந்துரு!" என்று சொல்லிச் சிரித்துக் கொண்டான். "அப்பறம் மரத் தட்டு மாதிரி இருக்கிற அவளோட மார்கூட புஸு புஸுன்னு ஆயிடும்." அப்போது அவனுக்குப் பேரானந்தமாகிவிட்டது. தனக்கோ நன்றாகச் சமைக்க வரும், அவள் தான் வேலைக்குப் போய் சம்பாதிக்கட்டுமே, ஆசையாயிருந்தால். தான் வீட்டைப் பார்த்துக் கொள்ளலாமே என்றுகூடச் சில சமயம் அவன் நினைத்ததுண்டு. "ஒரு வாரம் ஒன் கையாலே சமைச்சதைச் சாப்பிட்டாலே கொழு கொழுன்னு ஆயிடுவான்னா, ஒரு வருஷம், ரெண்டு வருஷம், நாலு வருஷம்னு சாப்பிட்டப்பறம் அவ கதி என்னடா ஆகிறது?" என்று கேட்டுக்கொண்டு சிரிப்புத் தாங்க மாட்டாமல் குளியல் அறைக்கோ, வேறெங்காவதோ போய் வாய் விட்டுக் கண்ணில் ஜலம் வருகிற வரைக்கும் சிரித்துவிட்டு வந்த நாளும் உண்டு.

அவள் சினேகிதி மாதிரி கமலாவின் மூக்கு சப்பையில்லை. நன்றாக நீண்டு வளைந்திருக்கும். நெற்றி நல்ல அகலம், ராஜ வீதியாட்டம். மோவாய் உள்ளடங்கிக் குறுகலாய் இருக்கும். "இடது கன்னத்திலே ஒரு குழிகூட இருக்கே" என்றெல்லாம் அவளை நினைக்கும்போது சொல்லிக்கொண்டிருக்கிறான். கமலாவின் வலது

கன்னத்தை அவன் பார்த்ததில்லை. ‘அதிலும் குழி உண்டோ இல்லையோ’ என்று யோசித்திருக்கிறான். ‘அந்தச் சினேகிதியின் கன்னம் எப்படி அப்பம் மாதிரி ஊதிப் போயிருந்தது’ என்று நினைத்தபோது, அவனுக்கு அன்றைக்குக் கமலா அவனைத் தாண்டிப்போன போது தன்னுடைய சினேகிதியிடம் ஏதோ சொன்னதும், நாலடி தள்ளிப் போன பிறகு இருவரும் அவனைத் திரும்பிப் பார்த்ததும், கமலா சிரிப்பு இழையோடப் பார்த்ததும், அவள் சினேகிதியோ காண்டாமிருகத்தைக் குடியானவன் முறைத் துப் பார்க்கிற மாதிரி பார்த்துவிட்டு முகத்தைத் திருப்பிக் கொண்டதும், அவனுக்குச் சிரிப்புப் பொங்கிவர, வெட்கம் கவிய, உடம்பெல்லாம் குப்பென்று சூடானதும், நெஞ்சுக்குள்ளே பகீர் பகீர் என்று இன்ப நெருப்பின் ஆவி அலைகள் பாய்ந்ததும், எல்லாம் மனசைக் கிறக்கடிக்கும் மோகன நினைப்புகளாய்க் குவிந்து அவனைத் திக்குமுக்காடச் செய்துவிட்டன.

“இன்னிக்குத்தான் சரியான சமயம்” என்று நினைத்துக் கொண்டான். நாலு மணிக்குள் வேலையெல்லாம் முடித்துக் கொண்டு அவசரம் அவசரமாக ரெண்டு வாளித் தண்ணீர் இழுத்துத் தலையில் கொட்டிக்கொண்டு குளித்துவிட்டுத் தன் பழைய டிரங்க்குப் பெட்டியிலிருந்து ஒரு புது வெள்ளை வேட்டி யையும் வெள்ளைச் சட்டையையும் எடுத்து உடுத்திக்கொண்டான். பால் கணக்கு நோட்டுப் புத்தகத்திலிருந்து ஒரு பக்கத்தைக் கிழித்தெடுத்து ஒரு பென்சிலையும் தேடியெடுத்து ஒரு மூலையில் போய் உட்கார்ந்துகொண்டான். இருபத்தஞ்சு நிமிஷம் மோவாயில் இடது மணிக்கட்டை ஊன்றி யோசித்து எப்படியோ அடித்தல் திருத்தலுடன் சிறிசும் பெரிசுமான எழுத்துகளால் அவளிடம் வாய் திறந்து சொல்ல வெட்கப்பட்டதை எழுத்தால் எழுதித் தீர்த்து விட்டான். பள்ளிக்கூடப் பையன்களின் கோணல் மாணலான எழுத்துகளை நிதமும் பார்த்துப் பழக்கப்பட்டிருக்கிற அவளுக்குத் தன் கையெழுத்தின் காரணமாகத் தன் மேல் வெறுப்பு ஏற்பட்டு விடாது என்று தைரியப்படுத்திக்கொண்டபடியே எழுதி முடித் தான். எல்லாம் நாலே முக்காலுக்குள்முடிந்துவிட்டது. அவளுக் காகவே, அவள் தன்னை மதிக்கவேணும் என்பதற்காகவே, போன மாசம் தகர உண்டியை உடைத்து அதில் அணில் மாதிரி அவன் சேர்த்து வைத்திருந்த நூற்றிருபது ரூபாயில் வாங்கியிருந்த கைக் கடிகாரத்தையும் கடைசி நிமிஷத்தில் கட்டிக்கொண்டான். எதையுமே கவனிக்காத சக்கரவர்த்தி ஐயங்கார்கூட இவன் கடிகாரம் வாங்கிக் கட்டிக்கொண்ட முதல் நாளே அதைக் கவனித்துவிட்டார். “ஏது, சந்துரு வர வர மைனராயிண்டிருக்கான்” என்று சாதாரணக் குரலில் சொல்லி ஆச்சரியப்பட்டுவிட்டு, பிறகு அவன் காது கேட்க

உரத்த குரலில், " என்ன சந்துரு, மாப்பிள்ளை மாதிரி வாட்செல்லாம் கட்டியிருக்கே, பொண் பாத்தாச்சா?" என்று கேலியாகக் கேட்டு விட்டார். அப்போது அவனைப் பிடுங்கித்தின்ற வெட்கத்தில் மறு நாளே கடிகாரத்தைக் கழற்றிப் பெட்டியில் பத்திரப்படுத்தி விட்டான். இப்போது மறுபடியும் அதை எடுத்துக் கையில் கட்டிக் கொண்டபோது வக்கீல் சொன்ன கேலிப் பேச்சின் நினைப்பு வந்து அவனைக் கிளு கிளுக்க வைத்தது. ஒரு லட்டுவையும் அவன் எழுதின கடிதத்தையும் ஒண்ணாகச் சேர்த்து ஒரு பொட்டலமாகக் கட்டி நாலே முக்காலுக்கே வாசலில் வந்து திண்ணையில் பொட்டலத்தை வைத்துவிட்டு தூணிலும் இடுப்பிலும் கை வைத்த படி வழக்கம்போல் நிற்க, நின்றபடி தவம் செய்ய ஆரம்பித்து விட்டான்.

தினம் போல அன்றைக்கு அவனால் சாவதானமாக, இலை முன்னாலே ஸ்வீட்டுக்காகக் காத்திருக்கும் குழந்தைபோல, வரப் போகும் ஆனந்தத்தை எதிர்நோக்கி அமைதியாக இருக்கமுடிய வில்லை. நெஞ்சு படபடவென்று மோதிக்கொண்டிருந்தது. உள்ளே ஒருதரம் ஓடிப்போய் சுவாமி படத்தருகிலிருந்த விபூதியை எடுத்துக் கொஞ்சம் வாயில்போட்டுக்கொண்டு மீதியை நெற்றியில் இட்டுக் கொண்டு மறுபடியும் வாசலுக்கு வந்து நின்றான். லட்டுப் பொட்ட லத்துக்கு எறும்பு வந்துவிட்டதோ என்று அடிக்கடி திரும்பிப் பார்த்தபடி நின்றிருந்தான்.

அஞ்சடிக்க இன்னும் ஏழு நிமிஷம் இருந்தது. மறுபடியும் உள்ளே ஓடினான். கண்ணாடி முன்னால் நின்று தலையைக் கோதிவிட்டுக்கொண்டான். முப்பத்தோரு வயசிலேயே தலையில் முன்னால் கொஞ்சம் நரையும் பின்னால் கொஞ்சம் வழுக்கையும் ஆரம்பித்துவிட்டிருந்தது. "இது பித்த நரை, அது பிதிரார்ஜிதம்" என்று சொல்லிச் சிரித்துவிட்டுத் தலைமுடியைச் சரி செய்து வாசலுக்கு ஓடிவந்து நின்றான். வெகு நேரம் கழித்து ஜப்பான் கடிகாரம் ஐந்து மணி அடிக்க ஆரம்பித்தது. சந்துருவுக்கு மனசு ஜில்லென்று ஐஸ்கிரீம் சாப்பிட்ட மாதிரி ஒரே சந்தோஷமாக இருந்தது. தெருக்கோடியில் கமலா வந்துகொண்டிருந்தாள்.

அவள் தனியாகத்தான் வந்துகொண்டிருந்தாள். கூட சினேகிதிகள் யாரும் இல்லை. தெருவில் ஜன நடமாட்டமும் இல்லை. தெய்வமே அவனுக்குச் சகாயமாக இருப்பதாக அவனுக் குப் பட்டது. அவள் நெருங்க நெருங்க அவனுக்கு உதடு உலர ஆரம்பித்தது. நாக்கால் உதடுகளை நக்கி நனைத்துக்கொண்டே, அவள் வீட்டெதிரே வந்ததும், லட்டுப் பொட்டலத்தை எடுத்துக் கொண்டு படியிறங்கி அவள் எதிரே போய் நின்றான்.

"இந்தா, இதை வெச்சுக்கோ, உள்ளே பிரிச்சுப் பாரு" என்று சொல்லிப் பொட்டலத்தை நீட்டினான்.

அவள் திகைத்துப் போய் நின்றுவிட்டாள். அவன் நீட்டின பொட்டலத்தை வாங்கிக் கொள்ளாமல் ரெண்டடி பின்வாங்கினாள். தன் பேச்சு தனக்கே கேட்பதில்லையாதலால் தான் சொல்ல வந்ததைச் சொன்னோமா, அல்லது சொன்னதாக நினைத்துக் கொண்டோமா என்று அவனுக்கே சந்தேகமாய்விட்டது. எனவே மறுபடியும் சற்று உரக்கவே, "இந்தா, இதை வெச்சுக்கோ, உள்ளே பிரிச்சுப் பாரு" என்று சொல்லிப் பொட்டலத்தை மறுபடியும் நீட்டினான்.

வெறும் வேஷ்டியும் வேர்வையும் முழத்துண்டுமாகத் தெருத் திண்ணையில் நின்றுகொண்டு தினமும் தன்னை வெறித்துப் பார்க்கிற செவிட்டுச் சந்துரு இன்றைக்கு வெள்ளை வேட்டியும் சட்டையும் விபூதியும் ரிஸ்ட் வாட்சுமாய் எதிரே நின்று என்னமோ ஒரு பொட்டலத்தை நீட்டுகிறானே என்று கமலாவுக்கு ஆச்சரியமாகிவிட்டது. பொட்டலத்தை வாங்கிக்கொண்டாள்.

"பிரிச்சுப் பாரு"

அவன் சொன்னபடியே பிரித்துப்பார்த்தாள். உள்ளே ஒரு லட்டுவும் ஒரு காகிதமும் இருந்தது. அந்தக் காகிதத்தைப் பிரித்துப் பார்த்தாள்.

அதற்குள் அவன் வீட்டுத் திண்ணைக்குத் திரும்பிவந்து வழக்கம்போல நின்றுகொண்டான். தான் செய்யவேணுமென்று நினைத்த காரியத்தை ஒரு வழியாகச் செய்து சாதித்துவிட்டோம் என்கிற திருப்திகரமான மகிழ்ச்சியோடு, அவன் தூணில் சாய்ந்தபடி நின்றுகொண்டான். அவன் முகத்தில் நகை தாண்டவமாடியது.

நெய்க்கறை ஏறியிருந்த அந்தக் காகிதத்தை அவள் பிரித்துப் படித்துப்பார்த்தாள். பல விதமான அடித்தல் திருத்தல்களுக்கிடையே அதில், "கமலா ஓம்மேல் எனக்கு கொள்ளை ஆசை" என்று எழுதி யிருந்தது. ஒரு கையில் லட்டுவையும் இன்னொரு கையில் கடிதத் தையும் வைத்திருந்த அவள் தலை நிமிர்ந்து சந்துருவைப் பார்த் தாள். அவள் முகம் குங்குமமாய்ச் சிவந்திருந்தது. சந்துரு சிரித்தான்.

"தடிக் கட்டையிலே போறவனே, ஒன் வெளையாட்டுக்கு வேறே எவளும் கெடைக்கலியா? ஏழை வீட்டுப் பொம்மனாட் டீன்னா கரண்டி பிடிக்கிற கம்மனாட்டிக்கிக் கூட தைரியம் வந்துடுத்தா? த்தூ!"

லட்டுவை அவன் இருந்த பக்கம் வீசி எறிந்தாள்.

எல்லாம் நடக்க அரை நிமிஷம் கூட ஆகியிருக்காது. கண்களில் கோபம் பொறி பறக்க தலையை உதறிக்கொண்டு முன் பற்கள் தெரியும்படியாக மேல் உதட்டை ஏற்றி வாயின் கோணங்கள் முன்னும் பின்னும் அசையச் சுடு சொற்களைக் கொட்டிவிட்டு வெறுப்புடன் அவனைப் பார்த்துக் காறி உமிழ்ந்துவிட்டு விருட் விருட்டென்று கமலா போய்விட்டாள்.

லட்டு சந்துருவின் காலடியில் விழுந்து தூளாகிச் சிதறியது.

சந்துரு தூணைக் கெட்டியாகப் பிடித்துக்கொண்டான். அவன் கால்கள் துவண்டன. 'கட்டையிலே போறவனா, தடியனா, திமிர் பிடிச்சவனா, நானா, சந்துருவா, வெளையாடறானா...' அவன் தலை சுற்றிச் சுழன்றது. பாதங்களைச் சற்று எட்டவைத்து நின்று, சிவக்கும் முகத்தோடு அவள் இவனைப் பார்த்ததும், அப்போது அவள் முகம் விகாரமாகக் கோணினதும், அவள் கண்களிலிருந்து வீசிப் பறந்த வெறுப்பு ஜ்வாலையும், புடவைத் தலைப்பு புஜத்தின்மேல் சரிவதையும் பொருட்படுத்தாமல் அரக்கிபோலப் பற்களைக் காட்டி அவன் செவிட்டுக் காதிலும் கேட்கும்படி அவள் எறிந்துவிட்டுச் சென்ற கொதித்துக் காந்தும் வார்த்தைகளும்?

"ஐயோ அவ்வளவு மட்டமானவனா நீ, டேய் சந்துரு, கேட்ட யாடா, கரண்டி பிடிக்கிற கம்மனாட்டி..."

வக்கீலும் குழந்தைகளும் வருவதற்குள் அவசரம் அவசரமாக வாயிற்படியில் சிந்திச் சிதறியிருந்த லட்டுத் தூளையெல்லாம் பெருக்கி வாரிச் சாக்கடையில் எறிந்தான்.

மறுநாளே, "எனக்கு இப்பவே ஊருக்குப்போணும்போல் இருக்கு, நீங்க வேறே ஆள் பாத்துக்கோங்கோ" என்று நிர்த்தாட்சண்யமாய்ச் சொல்லிவிட்டுப் பெட்டி படுக்கையோடு அவர்கள் என்ன சொல்லியும் கேளாமல் பிடிவாதமாய்க் கிளம்பிப் போய் விட்டான்.

"இந்தச் சமையக்காரப் பசங்களே இப்படித்தான்! கிறுக்குப் பிடிச்சவனுக! இவன் என்னமோ ஒழுங்கா இருந்தானேன்னு பாத்தேன், திருஷ்டி ஆயிடுத்து! இப்போ வேறே ஆள் பாக்கணும்" என்று சக்கரவர்த்தி ஐயங்கார் அலுத்துக்கொண்டார்.

சந்துரு இருந்த அறையில் சுவாமி படம் சில்லாகிக் கிழிந்து கிடந்தது. கைக் கடிகாரம் அம்மிக் குழவியால் நசுக்கப்பட்டுக் கிடந்தது. அந்தச் சுவாமி படத்துக்கு இனி யாரும் பூ வைக்க மாட்டார்கள். அந்தக் கைக்கடிகாரம் இனி யாருக்கும் மணி காண்பிக்காது.

(சுதேசமித்திரன் தீபாவளி மலர், 1972)

பலி

கார்த்திகை மாதத்துக் கரிய மேகங்கள் வானத்தில் யானைக் கூட்டம்போலத் திரண்டுகொண்டிருந்தன. சூரியன் குருதி வெள்ளம் கக்கிச் செத்துக்கொண்டிருந்தான். மாலை வெயிலில் தீப்பிடித்து விட்டாற்போலிருந்த சிவந்த கரைகளுடன் கூடிய கருத்த மேகங்கள் அச்சத்தை மூட்டும் வகையில் இருந்தன. கண்ணுக்கெட்டின தூரம் வரை வெறும் பொட்டல் வெளி. சந்தியா காலத்தில் பூமியும் ஆகாயமும் ஒன்றுசேர்வது தெரியாத முறையில் பிணைந்து கொண்டிருந்தன. பளீரென்று மின்னல் கொடியொன்று உச்சி வானத்தில் தொடங்கிச் சுடரிட்டுக் கிளைவிட்டு நெளிந்து அடி வானத்தைத் தொட்டு மறைந்தது. சில கணங்களுக்கு அப்பால் தாழ்ந்த உறுமலாக ஆரம்பித்து அரை நொடியில் பல நூறு நகராக் கள் ஒன்று சேர்ந்து முழங்குவதுபோல இடி இடித்தது. அந்தப் பேரொலி உடனே அடங்காமல் பல வினாடிகள் அதிர்ந்துகொண்டி ருந்தது. மனித சஞ்சாரமற்ற அந்தப் பொட்டல் வெளியிலே வறண்டு கிடந்த பூமி சில இடங்களில் வெடித்துப் பிளந்தும் இன்னும் சில இடங்களில் திடீர்ப் பள்ளங்களுடனும் சிவப்பு மண்ணுடனும் கூடித் தேவாசுர யுத்த களம்போலக் காட்சியளித்தது. ஆங்காங்கே கரும் பச்சை நிறக் குத்துச் செடிகள் தெரிந்தன. சில சில இடங்களில் வழி தப்பித் திகைப்பனபோலப் படர்ந்திருந்த நெருஞ்சி. மற்றபடி அது பூண்டற்றுச் சரளைக்கல் முளைத்திருந்த கட்டாந்தரை. மின்னல் மறைந்த சில நாழிகையில் அந்தி வெளிச்சமும் மறைந்தது. மூடுபனி போல இருள் விரைந்து சூழ்ந்தது. மாலைக்கருக்கலில் வானிலிருந்த மேகங்களும் பூமியும் முட்புதர்களும் நெருஞ்சிக் கொடியும் சரளைக் கற்களும் வேறுபடுத்தமுடியாதபடி ஒன்றாகி ஒன்றுள் ஒன்று மறைய ஆரம்பித்தன.

அந்த மங்கிய வெளிச்சத்தில் இன்னும் கண்ணுக்குப் புலனா னவை இரண்டே இரண்டுதான். மட்டைகளை இழந்து மொட்டை யாகிக் கரிந்து சூரபத்மனின் நடுகல்போல நின்றுகொண்டிருந்த

ஒற்றைப் பனை. அதற்கு நூறடி தூரத்தில் உடைந்த படிகளுடன் காச நோயாளியின் விலாவில் தெரியும் எலும்புகள்போலக் கற்கள் தெரிந்துகொண்டிருந்த சுவர்களுடன் கூடிய பாழ் மண்டபம். விரிந்து கிடந்த அந்தப் பாலை நிலத்தில் அம்மண்டபம் என்றும் அழியாத நித்தியமாய்ப் பரந்து கிடக்கும் இயற்கையின் முன் மனிதனின் சிறுமையை, நிலையாமையை, நிரூபிக்க முயன்றுகொண்டிருப்பது போல நின்றுகொண்டிருந்தது.

"ஹர ஹர மகாதேவ!"

மண்டபத்தின் வாயிலிலே பத்துப் பனிரெண்டு மனிதர்கள் நின்றிருந்தனர். அக்கூட்டத்துக்குத் தலைவன் போலிருந்த முதியவன், தலை முழுக்க நரைத்து அருவிபோல நரை பாயும் தாடி மீசை யுடனும் கூடியவன், மீண்டும் தன் மெலிந்த குரலில், "ஹர ஹர மகாதேவ!" என்றான். கூட்டத்தைச் சேர்ந்த மற்றவர்கள் முணு முணுப்பாகப் பதில் கோஷம் எழுப்பினர்.

மீண்டும் ஒரு மின்னல்கொடி முளைத்து வானைக் கிழித்து மறைந்தது. அதைத் தொடர்ந்து உறுமலாக ஆரம்பித்து கர்ஜனை யாக ஓங்கி எதிரொலிபோல அடங்கிய இடி.

கிழவன் வானத்தை அண்ணாந்து பார்த்தான்.

"இரவை இங்கேதான் கழிக்கவேண்டும், வேறு வழியில்லை" என்றான். ஒவ்வொருவராக அந்த மண்டபத்துக்குள் மெல்ல நுழைந்தனர். சிறிது நேரத்துக்குள் மூலையில் ஒரு சிறு தீ ஏற்றப் பட்டது.

"நல்ல வேளை, இந்த மண்டபம் இருந்ததோ பிழைத்தோம்," என்றான் ஓர் இளைஞன். அவன் உடல் முழுதும் புழுதியும் வேர்வை யுமாக இருந்தாலும் இளவயதின் எக்களிப்பு அவன் கண்களில் தாண்டவமாடியது.

"அர்ஜுனரே, அடுத்த நகரம் எது?" என்று கால்களைப் பிடித்து விட்டுக்கொண்டே கேட்டான் ஒரு நடுப் பிராயத்தினன். அவனுக்குப் பதிலளித்த அர்ஜுனனும் தூசியேறிச் சிவந்து பழுப் பான தலைப்பாகையுடன் கூடிய ஒரு நடுத்தர வயதுள்ளவனே. கற்றையாக இருந்த மீசையைக் கையால் ஒதுக்கிக்கொண்டு, "அடுத்தது, உஜ்ஜயினி, மாகாளியின் புண்ணியத்தலம், இன்னும் நாலைந்து நாளாவது ஆகும். அதுவரை இந்தப் பொட்டல் பாலைதான்" என்றான் அர்ஜுனன். பின்னர் கால் நாழிகை நேரம் எவரும் ஒன்றும் பேசாது தங்கள் தோள்களிலிருந்த சிறுசிறு மூட்டைகளை இறக்கினர்.

அந்த வழிப்போக்கர் கூட்டத்தில் பத்துப் பனிரெண்டு பேர்கள் இருந்தார்கள். எல்லாரிலும் முதியவர், முதலில் 'ஹர ஹர மகாதேவ' கோஷத்தை எழுப்பிய சங்கமர். அவரருகில் அவரைப் போலவே கிழடுதட்டின வயோதிக மாது, பார்வதியம்மை. அவளுக்குப் பக்கத்தில் சிவந்த உதடுகளுடனும் வேப்பந்தளிர் போலும் நிறமுடைய உடலுடனும் வசீகரமான கண்களுடனும் கூடின, சுமார் முப்பது வயதுக்கு மேற்படாத மங்கை ஒருத்தி. அவள் பெயர் கலியாணி. அவளது வெறும் நெற்றியும் கழுத்தும் கைகளும் அவள் ஒரு கைம் பெண் என்பதைப் பறை சாற்றின. சற்றுத் தள்ளி அர்ஜுனன். அவனருகே அவனைக் கேள்வி கேட்ட சாத்தன். சாத்தனுக்குப் பக்கத்தில் நாற்பது ஐம்பது வயதினனான மணிவண்ணன். வழுக்கைத் தலையுடன் நரை தோன்றிய மீசையுடன் வயதுக்கு மீறிய வயோதிகத்தை அடைந்தவனாயிருந்தான். அவன் கண்கள் சிவந்து உருண்டு கீழிமைகள் பருத்துத் தொங்கிக்கொண்டிருந்த மடிப்பு களுடன் கூடியவனாயிருந்தான். மணிவண்ணனுக்கு எதிர்ப்புறமாக துறவிக்கோலம் பூண்டவர் இருவர் இருந்தனர். அவர்களது முண்டிதமான தலையும் மஞ்சள் காவி உடையும் அவர்கள் பௌத்த சங்கத்தைச் சேர்ந்தவர்கள் என்று காட்டின. அவர்களிடமிருந்து சற்று எட்டி இருவர், குடியானவர்களைப்போலக் கருத்த நிறமுடையவர்கள், கிருஷ்ணரும் நரசிங்கரும், இருந்தனர். மேலாகப் பார்ப்பதற்குக் குடியானவர்களைப் போலிருந்தாலும் அவர்கள் அணிந்திருந்த வெள்ளிக் கடகங்களும் மணி வடங்களும் சீனப் பட்டுப் போர்வைகளும் அவர்கள் செல்வாக்குடைய நிலக்கிழார்கள் என்பதைத் தெரிவித்தன. இவர்களுக்கருகில் இருக்க விரும்பாதவனைப்போலச் சற்றுத் தள்ளி முழங்காலைத் தேய்த்துக்கொண்டும் கெண்டைச்சதையை அமுக்கிவிட்டுக்கொண்டும் உட்கார்ந்திருந்தான் அந்த இளைஞன்.

தென்னாட்டிலிருந்து காசி யாத்திரைக்குப் புறப்பட்ட இந்த யாத்ரிகர் குழுவுடன் வடுகர் நாட்டிலே நடுவில் வந்து சேர்ந்து கொண்டவன் அந்த இளைஞன். முதலில் தன் பெயரைக்கூடத் தெரிவிக்க மறுத்துவிட்டான் அவன். வெகு நேர வாக்குவாதத்தின் பின்னர் யாத்ரிகர்களின் தலைவராய் இயங்கிவந்த சங்கமர், "நீ வழிப்பறிக்காரனாகவும் இருக்கலாம், கொலைகாரனாகக்கூட இருக்கலாம். உன் பெயரைத் தெரிவிக்கக்கூட நீ இவ்வளவு தயங்குகிறாய், ஆகவே நீ எங்களுடன் வருவது என்பது இயலாத காரியம்" என்று உறுதியாகச் சொல்லிவிட்ட பிறகுதான் அவ்விளைஞன் தன் பெயர் வீரபத்திரன் என்றும், அனாதையாகிய அவன் ஒரு பற்றுக்கோடுமின்றித் திரிவதாகவும் இவர்களுடன் உஜ்ஜயினிவரை வர விரும்புவதாகவும் தெரிவித்தான். அவன் தமிழ் கொச்சை

ஆகவும் திக்கித் தடுமாறியும் இருந்தது. வேற்று நாட்டினனான அவன் தங்களுடன் வருவதுபற்றி அவர்களுக்கு முதலில் இஷ்டமில்லாதிருந்த போதிலும் இளமை கொப்பளிக்கும் அவனது முக விலாசத்தினால் சிறிது மனமிரங்கி அவர்கள் கடைசியில் அவன் வேண்டுகோளுக்கு ஒத்துக்கொண்டனர். அதன் பிறகு அவர் களோடு சேர்ந்து பயணம் செய்தாலும் வீரபத்திரன் அவர்களுடன் மிக நெருங்காமலும் அனாவசியமான பேச்சுகளில் ஈடுபடாமலும் தனக்குள்ளேயே தன்னைச் சுருக்கிக்கொள்ளும் ஆமைபோல் ஆகி விட்டிருந்தான். மற்றவர்களுக்கும் அது உடன்பாடாயிருந்தது என்றே சொல்லலாம். அவனுக்குப் பெண்டு, பிள்ளை, தாய், தந்தை, உடன் பிறப்பு என்று எவரும் இல்லை என்பது தவிர வேறெதுவும் வீரபத் திரனைப் பற்றி அவர்களால் அறியக்கூடவில்லை. வாதாபியிலே கோவேறு கழுதைகள் இவர்களுக்குக் கிட்டாததால் கால் நடை யாகவே பயணத்தை மேற்கொள்ள வேண்டியிருந்தது. குறுக்கே கிடந்த இந்தப் பாலை நிலத்தைக் கடக்கையில் இவர்களுக்கு இந்தச் சங்கடம் ஏற்பட்டுவிட்டது.

பாழ் மண்டபத்தின் மூலையில் சிறு தீ புகையைக் கக்கிக் கொண்டு மினுமினுத்தது. தீயின் அருகே முழந்தாளின்மேல் கைகளைக் கட்டினபடி உட்கார்ந்திருந்த கலியாணி தன் அகன்ற கண்களை மற்றவர் மீது ஓட்டிக்கொண்டிருந்தாள். வீரபத்திரனிடம் வந்தபோது அவள் கண்கள் தயங்கின. செம்பில் வார்த்தெடுத்த பதுமைபோன்றிருந்த அவள் உடல்மீது தீயின் மஞ்சள் வெளிச்சம் தவழ்ந்து தடவிச் சென்றது. வீரபத்திரன் எதையும் கவனியாது தலையைக் குனிந்துகொண்டு முழங்கால்களைத் தேய்த்தபடி என்னமோ தனக்குள் வடுக பாஷையில் முணுமுணுத்துக்கொண்டி ருந்தான். மற்றபடி நிசப்தம் நிலவியது. மண்டபத்துக்கு வெளியே இருள் தேங்கிக் கிடந்தது.

மின்னல் ஒன்று வானத்தை இரு கூறாகப் பிளந்து மறைந்தது. உடனே உடலை உலுக்கும் இடி. சட சடவென்று நாவல் பழம் அளவுள்ள மழைத் துளிகள் விழ ஆரம்பித்தன. சீக்கிரம் மழை வலுத்தது.

சிரம பரிகாரம் செய்துகொண்ட யாத்ரிகர்கள் தங்கள் மூட்டை களை அவிழ்க்க ஆரம்பித்தனர். மணிவண்ணன் ஒரு நீண்ட சுரைக் குடுக்கையை எடுத்தான். அவல், பொரி, வறுத்த மாவுப் பண்டங் கள், உப்பிட்டு உலர்த்தப்பட்ட மாமிசக் கண்டங்கள் முதலிய வற்றைக் கலியாணியும் சங்கமரும் அர்ஜுனனும் பரப்பினர். களைத்துச் சோர்ந்து புழுதியும் புகையும் கண்ணைக் கரிக்க அனைவரும் உட்கார்ந்தனர். புத்த பிக்குகளுக்கு முதலிலும் பின்னால் மற்றவர்களுக்கும் உணவுப் பொருட்களை வழங்கினர்.

மின்னலினால் மட்டுமே அவ்வப்போது விலக்கப்பட்ட காரிருளிலே, பாலை நடுவிலிருந்த பாழ் மண்டபத்திலே, புகை வெளிச்சத்திலே, மழை இரைச்சலிலே, மெல்லிய குரல்களில் தங்களுக்குள் உரை யாடிக்கொண்டு யாத்ரிகர்கள் வயிற்றுப் பசியைத் தீர்த்துக் கொண்டனர்.

மறு நாள் மழை சிறிது குறைந்திருந்தாலும் நிற்கவில்லை. இரண்டாவது இரவையும் பாழ் மண்டபத்தில் கழிப்பது என்று யாத்ரிகர்கள் தீர்மானிக்கவேண்டிய நிர்ப்பந்தம் அவர்களுக்கு ஏற்பட்டது. குளிர் காற்றில் மழைச் சாரல் உடலை ஊடுருவப் பின்னும் ஓரிரவைப் பாழ் மண்டபத்தில் கழிக்க யாருக்கும் விருப்ப மில்லை. எல்லோர் முகத்திலும் அலுப்பு, கடுமை, சிடு சிடுப்பு.

அடுத்த நாள் மழை மீண்டும் வலுப்பெற்றுவிட்டது. யுக முடிவில் பெய்யும் மழை போல, ஆகாயத்திற்கும் பூமிக்கும் இடையே நீர்த் தம்பம் நிறுவிய மாதிரிப் பெய்துகொண்டிருந்தது. தீ மூட்டும் கற்கள் நனைந்துவிட்டபடியாலும், உலர்ந்த சுள்ளிகளோ ஓலை களோ இல்லாததாலும் அணைந்துவிட்டிருந்த தீயை மீண்டும் ஏற்ற முடியவில்லை. மின்னலும் இடியும் முன்னிலும் பலமாகிவிட்டி ருந்தது. எந்த வினாடியும் விழுந்துவிடும்போலிருந்த அந்த மண்ட பத்தை விட்டுத் தாங்கள் கிளம்பப்போகிறோமா, உயிரோடு காசிக்குத் தாங்கள் போய்ச் சேரப்போகிறோமா என்ற சந்தேகம், பயம் யாத்ரிகர்களின் மனசை உறுத்த ஆரம்பித்துவிட்டிருந்தது. புத்த பிக்குகள் ஓயாமல் முணுமுணுத்தபடி ஏதோ ஜெபம் செய்த வண்ணமாகயிருந்தனர். விடிந்தால் மழை விட்டிருக்கும் என்ற நம்பிக்கைப் பசையில் ஒட்டிக்கொண்டு அவர்கள் அன்றிரவைக் கழித்தனர்.

மறு நாள் காலை கண்விழித்தபோது மழை விட்ட பாடில்லை, இன்னும் பெய்துகொண்டிருந்தது! அன்று யாத்ரிகர்கள் பேய றைந்தது போல மௌனமாகி விட்டிருந்தனர். வீண் பேச்சுப் பேசாமல் யாத்ரிகர்கள் அனைவரும் ஆளுக்கொரு மூலையாக வெறும் வெளியை, நீர்ச் சரங்களை வெறித்துப் பார்த்துக்கொண்டு உட்கார்ந்திருந்தனர். அவ்வப்போது அவர்கள் மௌனத்தைக் கலைத்துக்கொண்டு இடியோசையின் வெடிச் சத்தமும் காட்டானை உறுமலும் கேட்டுக்கொண்டிருந்தது.

அன்று மாலை, “நாம் காசிக்குப் போவதில் விசுவேசுவரனுக்கு விருப்பமில்லை போலிருக்கிறது” என்று தன் மெலிந்த குரலில் சொன்னார் சங்கமர்.

“அப்படியொன்றும் இருக்காது, இந்த வடுகப் பயல் நம்முடன் வந்து சேரும் மட்டும் நாம் ஒரு வித இடையூறும் இல்லாமல்தானே வந்துகொண்டிருந்தோம்? நம்முடைய யாத்திரை தெய்வத்துக்குப் பிடிக்கவில்லையென்றால் ஆரம்பத்திலேயே தெரிந்திருக்காதா என்ன, இவன் நம்முடன் வருவதுதான் தெய்வத்துக்குப் பிடிக்க வில்லை” என்றான் மணிவண்ணன்.

அங்கிருந்த பலர் மனதுக்குள் அமிழ்ந்து அடைந்துகிடந்த எண்ணத்தையே மணிவண்ணன் வெளிப்படுத்தினான் என்பது அவர்கள் முகத்திலிருந்தே தெளிவாகத் தெரிந்தது.

எல்லோரும் தலையைத் திருப்பி வீரபத்திரனை நோக்கினர். விஷயத்தைச் சரியாகப் புரிந்துகொள்ளாததனாலோ, அல்லது அவர்கள் முகங்களில் தென்பட்டுக்கொண்டிருந்த வெறுப்புக் குறியைப் புரிந்துகொண்டதனாலோ, அல்லது அவர்கள் பார்வை யில் இருந்த வெப்பத்தைத் தாங்க முடியாததனாலோ என்னமோ வீரபத்திரன் பயத்துடன் தன் தலையைத் திருப்பிக்கொண்டான். வெளியே மழையின் இடைவிடாத ஓலம். இடியின் இடைவிடாத குமுறல். மின்னலின் இடைவிடாத ஒளி வெட்டுகள்.

“இந்தக் கயவனை விரட்டிவிடுவோம், அப்போதுதான் தெய்வத்தின் கோபம் தணியும். இவனால் தவறு நேர்ந்ததானால் அது இவன் ஒழிவதால்தான் சரியாகும்” என்றனர் கிருஷ்ணரும் நரசிங்கரும், ஒருவரையொருவர் ஆமோதித்தபடியே.

அதுவரை ஒன்றும் சொல்லாது மௌனமாயிருந்த அர்ஜுன னும் வாய் பேசாது எழுந்து வீரபத்திரனை நோக்கி நடந்தான். அவ்விருவரையும் எல்லோரும் வாய் திறவாது பார்த்துக்கொண்டி ருந்தனர். தனக்கு ஏதோ நேரிடப்போகிறது என்று உணர்ந்து கொண்ட வீரபத்திரன் முகத்தில் பரவிய பீதி மின்னல் வெளிச்சத் திலும் புலப்பட்டது.

“இந்தப் பழிகாரன் யாரோ, என்ன ஜாதியோ! என்ன குலமோ! தொழிலோ! இவனைப்போய்ச் சேர்த்துக்கொண்டீர்களே, பாருங்கள் இவன் திருடன்போல விழிப்பதை!” என்று ஆக்ரோஷத்துடன் சொன்னாள் பார்வதியம்மை.

அர்ஜுனன் வீரபத்திரனின் கைகளைப் பற்றி இழுத்துக் கொண்டு வந்தான். இளைஞன் கண்களில் நீர் மல்க, வடுக மொழியில் என்னமோ குழறிக்கொண்டு பலியாடுபோல் இழுபட்டு இவர்கள் முன்னால் வந்து நிறுத்தப்பட்டான்.

“நீ எங்களுடன் வந்து சேர்ந்துகொண்டதால் தெய்வக்குற்றம் நேர்ந்து விட்டிருக்கிறது, எங்களைவிட்டு எங்காவது ஓடிப் போய்விடு” என்றார் சங்கமர்.

குளிரினாலும் பயத்தினாலும் நடுங்கிக்கொண்டிருந்த வீரபத்திரனுக்கு ஒன்றும் புரியவில்லை.

"என்ன சொல்கிறீர்கள்?" என்றான்.

அர்ஜுனன் மண்டபத்தின் முகப்புக்கு அவனை இழுத்துவந்து வலக்கையை அவன் பிடரியில் வைத்து, "வெளியே போ!" என்று உரத்த குரலில் இடியோசைக்கும் மழையோசைக்கும் மேலாகக் கேட்கும்படிச் சொல்லி வீரபத்திரனை உந்தித் தள்ளினான். இதைச் சற்றும் எதிர்பாராத வீரபத்திரன் தடுமாறி எட்டடி தள்ளி வெளியே சேற்றுக் குட்டையில் முழந்தாள் ஊன்ற வீழ்ந்தான். அவன் உடம் பில் சேறு திட்டுத் திட்டாய் அப்பிக்கொண்டிருந்தது. அவன் தலை மயிரிலிருந்து மழை நீர் தாரை தாரையாக ஒழுகிக்கொண்டிருந்தது.

அவசரமாகத் தட்டுத் தடுமாறி விழுந்து எழுந்து, "ஐயோ, என்னை விரட்டிவிடாதீர்!" என்று கூவினபடி மீண்டும் உள்ளே ஓடிவந்தான் வீரபத்திரன். வந்தவன், துறவிகளின் கால்களைப் பிடித்துக்கொண்டு, "சுவாமிகளே, நான் என்ன குற்றம் செய்தேன்? என்னை ஏன் விரட்டுகிறீர்கள்? நான் எங்கே போவேன்?" என்று அழுது அரற்றினான்.

மணிவண்ணனும் அர்ஜுனனும் அவனுடைய உடம்பில் ஒட்டியிருந்த சேற்றையும் பொருட்படுத்தாமல் அவனைப் பிடித்து இழுத்து வெளியே தள்ளப் பார்த்தனர். ஆனால், வீரபத்திரன் பிக்குகளின் கால்களை விடவில்லை. தங்கள் முயற்சி வீணானது கண்ட அவர்கள் எரிச்சலுடன் அவனை விட்டுவிட்டு ஒரு மூலை யில் சென்று உட்கார்ந்து கையில் இருந்த சேற்றைச் சுவற்றில் வழிக்க ஆரம்பித்தனர். பிக்குகளோ இன்னது செய்வதென்று அறியாமல் சங்கடப்பட்டபடி தங்கள் கால்களைச் சுருக்கிக்கொண்டனர்.

வெளியே மழையும் இடியும் மின்னலும் வலுத்தன. வீரபத்திர னின் அழுகுரலின் சுருதி மட்டுமே மழையோசையின் நடுவில் அபசுரமாக ஒலித்துக்கொண்டிருந்தது. அவன் தங்களைப் பகைத்து எதிர்த்திருந்தால் அவனுடன் ரோஷத்தோடு மல்லுக்கட்டி அவனை வெளியே தள்ளி விரட்டியடித்திருக்கலாம். வெட்கம், மானம் எல்லாம் விட்டுக் கால்களில் விழுந்து கெஞ்சி அழுபவனை எப்படி ஓட்டுவது என்பது தெரியாது மற்றவர்கள் தங்களுக்குள் கசமுச வென்றுபேசிக்கொள்ள ஆரம்பித்தார்கள். கலியாணி கற்சிலை போலிருந்தாள்.

சில மணி நேரத்துக்குப் பின்னர் திடீரென்று, 'ஹா ... ஹா... ஹா" என்று ஓர் அமானுஷ்யக் கூச்சல் கேட்டது.

எல்லோரும் திடுக்கிட்டனர்.

"யாரது?" எனக் கூவினான் சாத்தன்.

"என்னைத் தெரியவில்லையா? நன்றாகப் பாரடா!" குரல் கலியாணி இருக்குமிடத்திலிருந்து வந்தாலும், இவர்களுக்கு அடையாளம் தெரியாத யாரோ ஒரு வேற்று மனுஷியின் கீச்சுக் குரலில் பதில் வந்தது.

சடேரென்று ஒரு மின்னல் கொடி பட்டுப்போன மருதாணி மரத்தின் கொப்புப் போல கிளை கிளையாய்ப் பிரிந்து பாய்ந்து தூரத்தில் இருந்த ஒற்றைப் பனை மேல் இறங்கியது. அடுத்த வினாடியே செவிப்பறை கிழிந்துவிடும்படியான பிரமாண்ட இடிச் சப்தம். எல்லோரும் திகிலுடன் திரும்பிப் பார்த்தனர். ராட்சதத் தீவர்த்திபோல அந்தப் பனை மரம் உச்சியில் சில கணம் எரிந்து அணைந்து புகைந்து நின்றது.

கலியாணியின் நெற்றியிலும் மோவாயிலும் வேர்வை முத்துகள் அரும்பிக் கிடந்தன. கூந்தல் விரிந்து கிடந்தது. அவள் கண்கள் வெட்ட வெளியை வெறித்து நோக்கியிருந்தன.

"தாயே, மன்னிக்க வேண்டும். நீங்கள் யாரென்று தெரிய வில்லையே" என்றாள் பார்வதியம்மை, தன் கைகளைக் கூப்பிக் கொண்டு.

"நான் காஞ்சி காமாட்சியின் துவாரபாலகி விஜயை. நீங்கள் மா பாவிகள். உங்களைக் காசிக்குப் போகவிடமாட்டேன்" என்று அதே கிறீச்சென்ற வேற்றுக் குரலில் கலியாணியிடமிருந்து பதில் வந்தது.

"தாயே, நாங்கள் என்ன பரிகாரம் வேண்டுமானாலும் செய்கி றோம். நாங்கள் காசிக்குப் போய் வர வழி காட்டம்மா, உன்னை வேண்டிக் கேட்டுக்கொள்கிறோம். வழி சொல்லம்மா, அதன்படியே செய்கிறோம்" என்று சொன்னபடியே பார்வதியம்மை தன் கன்னத் தில் படீர் படீரென்று அறைந்துகொண்டாள். மற்றவர்கள் எல்லோரும், "ஆமாம் தாயே, செய்கிறோம்" என்று சொல்லித் தங்கள் கன்னங்களில் திரும்பத் திரும்ப அறைந்துகொண்டனர்.

"பாவியைப் பலி கொடுத்துவிடுங்கள்.அப்போதுதான் நீங்கள் விசுவேசுவரனுக்குச் செய்திருக்கும் அபசாரம் நீங்கும்" என்று சொன்னபின், "ஹா! ஹா!' என்று கூவித் தன் கைகளை விறைத்தாற் போல முன்னால் நீட்டி அப்படியே கட்டைபோல் பின்னோக்கிச் சாய்ந்தாள் கலியாணி.

மெல்லிய நூலிழை போல அவள் மூச்சு ஓடிக்கொண்டிருந்தது. கண்கள் முக்காலும் மூடிக் கருவிழிகள் செருகிக் கிடந்தன. வேர்த்துத் தெப்பமாகி நனைந்த உடலில் புடவை ஒட்டிக் கிடக்க, கல்லில் செதுக்கிய பதுமைபோல் வீழ்ந்திருந்தாள் கலியாணி. எல்லோரும் வாய் திறவாது ஒருவரை ஒருவர் பார்த்துக் கொண்டனர். அனைவர் முகத்திலும் பீதி தாண்டவமாடியது.

சில நிமிஷங்கள் கழிந்த பிறகு, தூக்கத்திலிருந்து விழிப்பவளைப் போல் கலியாணி மெதுவாகக் கண்களைத் திறந்தாள்.

"என்ன நடந்தது? எனக்கு மயக்கம் வருகிறாற்போல இருந்தது. நான் நினைவு தப்பி விழுந்துவிட்டேனா என்ன?" என மெல்லிய குரலில் கேட்டாள். பார்வதியம்மை அவளுக்கு நடந்ததை விளக்க மற்றவரெல்லாம் மௌனமாக அவ்விருவரையும் நோக்கினபடி இருந்தனர்.

பார்வதியம்மை பேசி முடித்த பின் அதுவரை ஒன்றும் பேசா திருந்த புத்த பிக்குகளில் ஒருவர் பேச ஆரம்பித்தார்: "நம்மில் யாரோ ஒரு பாபி இருக்கிறான் என்று விஜயை சொல்கிறாள். அதனால்தான் இந்தப் பொட்டல் வெளியில் நம்மை மேலே போக முடியாமல் தேவர்கள் தடுத்து நிறுத்தி வைத்துவிட்டிருக்கின்றனர். இதற்குப் பரிகாரமாக அவனைப் பலியிட்டுவிடும்படி விஜயையின் உத்தரவாகியிருக்கிறது. ஆனால், நம்மில் யார் அந்தப் பாவி என்று யார் எப்படி நிச்சயம் செய்வது? பாபம் செய்யாத மனுஷர்கள் யார் இந்தப் பூமியில் இருக்கிறார்கள்? இவ்வளவு சொன்ன விஜயையே இதற்கும் விடை சொல்லிவிடட்டும்"

எல்லோரும் கலியாணியைப் பார்த்தனர். தனக்கு ஒன்றும் தெரியாது, தன்னால் ஒன்றும் ஆகாது என்ற பாவனையில் கலியாணி தலையை அசைத்தாள்.

"அப்படியானால் விஜயை குறிப்பிட்ட அந்தப் பாவி யார் என்பதை நாமேதான் கண்டறியவேண்டும்."

"எப்படிக் கண்டுபிடிப்பது?" என்று கேட்டான் சாத்தன்.

"ஏதாவது சோதனை வைக்கவேண்டும்" என்றார் துறவி.

"சோதனை என்ன வேண்டிக்கிடக்கிறது! அதோ அவனைப் பாருங்கள்! அவன் முகத்தைப் பார்த்தாலே தெரிகிறதே யார் விஜயை குறிப்பிட்ட பாவி என்று. அவன் நம்மோடு வந்து சேர்ந்த தன் பின்தானே நமக்கு ஆபத்து வந்து நேர்ந்தது. அவனைப் பலி யிடும்படித்தான் விஜயை குறித்திருக்கிறாள்" என்று கோபத்தோடு

கூறினபடி தன் முண்டும் முடிச்சுமாயிருந்த கைகளினால் வீரபத்திர னைச் சுட்டிக் காட்டினார் சங்கமர்.

"ஆமாம்... ஆமாம், நீங்கள் சொல்வதுதான் சரி" என்று சொல்லிக்கொண்டே மற்றவர்கள் ஆவேசத்துடன் வீரபத்திரனைச் சூழ்ந்துகொண்டனர்.

வீரபத்திரன் அலறிக்கொண்டு மறுபடியும் பிக்குகளின் கால் களைக் கெட்டியாகக் கட்டிக்கொண்டான்.

"அல்லது அந்த ஆள் தெரியாத பாவிக்காக நம்மில் ஒருவர் ஆத்மத் தியாகம் செய்யலாம். அதுவும் தேவர்களுக்கு ஏற்புடைய தாகலாம், நீங்கள் என்ன சொல்கிறீர்கள்?" என்று மெல்லக் கேட்டார் முதலில் பேசிய துறவி.

"வீரபத்திரனுக்குத்தான் பெற்றோர், குடும்பம், உறவினர் என்று எந்த விதமான தொந்தமுமில்லை. நாமெல்லாம் குடும்பிகள், நாம் உயிரை விட்டுவைத்தால் நம்மை நம்பியிருக்கும் ஜீவன்கள் கதி என்னாவது?" என்று கூவினான் மணிவண்ணன்.

"தவிரவும், அவன் ஒருத்தன்தான் தீர்த்த யாத்திரையாக, தெய்வ தரிசனத்துக்காகவும் பாபவிமோசனத்துக்காகவும் காசிக்குப்பயணம் செய்யவில்லை. வெறும் லௌகிகமாக, வயிற்றுப் பிழைப்புக்காக உஜ்ஜயினிவரைதான் செல்கிறான். அதனாலே ஆத்மத் தியாகத் துக்கு அவனே ஏற்றவன். ஆத்மத் தியாகம் செய்து அவனே உஜ்ஜ யினி மகா காளியின் திருவடிகளை அடையட்டும்" என்று வெறுப் போடு கூறினான் சாத்தன்.

'ஆமாம்... ஆமாம்...' என்று எல்லோரும் அவனை ஆமோதித் தனர்.

"சுவாமிமார்களே, நான் அனாதைதான், ஆண்டவன்தான் எனக்குத் தாயும் தந்தையும். உங்களைப்போல புண்ணியத்துக் காகவோ, மோட்சத்தை அடையவோ நான் தீர்த்த யாத்திரை மேற் கொள்ளவில்லை என்பதும் உண்மைதான். உஜ்ஜயினிக்கு வயிற்றுப் பிழைப்புக்காக, வேலை தேடித்தான் போகிறேன். ஆனாலும், நான் சாகமாட்டேன். மூன்று நாள் விடாமல் மழை பெய்தது என்பதற் காக என்னைக் கொல்கிறேன் என்கிறீர்களே. இது நியாயமா? உங் களுக்கு இரக்கமில்லையா? என்னைப் போலக் குமாரர்களும் தம்பி களும் உங்களுக்கு இல்லையா? ஒரு தப்பும் செய்யாத என்னைக் கொன்றுவிடாதீர்கள், உங்களுக்குக் கோடிப் புண்ணியம்" என்று அலறி அழுதான் வீரபத்திரன். வெளியே வெள்ளமெனக் கொட்டும் மழையில் நின்றாற்போல அவன் முகம் கண்ணீரினால் நனைந்து கிடந்தது.

இரண்டாவது பிக்கு சொன்னார்: "நாங்கள் இருவருமே ஆத்மத் தியாகம் செய்ய முன் வந்திருப்போம், ஆனால், காஞ்சி விஹாரையின் சங்க ரட்சகர் மிக மிக முக்கியமான காரியம் ஒன்றுக்காக எங்களைக் காசிக்கும் கயைக்கும் அனுப்புவித்திருக் கிறார். அது தவிர, நாங்கள் அங்கே கூடவிருக்கும் மஹா ஸபாக் களில் வாதிட்டுப் பௌத்த தர்மத்தின் எதிரிகளை வாதில் வென்று தர்மத்தை நிலைநாட்டும்படியான முக்கியமான பொறுப்பையும் எங்கள் மேல் சுமத்தியிருக்கிறார்கள்."

"என் வயோதிக மனைவியும் அவளைவிட முதியவளான என் தாயும் கங்கா தீர்த்தத்துக்காகக் காத்திருப்பார்களே!" என்றார் சங்கமர்.

"எந்தப் பாவிக்காகவும் நான் உயிரை விட மாட்டேன்" என்றாள் பர்வதியம்மை.

"நான் கங்கையில் வேண்டுமானால் விழுந்து சாகிறேன், இந்தப் பாழும் பாலை நிலத்தில் சாக மாட்டேன்" என்று கலியாணி தீர்மானமாகக் கூறிவிட்டாள்.

"நாங்கள் குடும்பிகள்" என்றனர் ஏனையோர்.

"ஐயோ, என்னைக் கொல்லாதீர்!" என்றான் வீரபத்திரன்.

எல்லோரும் அவனை வெறுப்புடன் நோக்கினர். சிறிது நேரம் யாரும் ஒன்றும் பேசவில்லை. பகலொளி விரைவாக மங்கிக் கொண்டுவந்தது. ஏதோ யோசித்தபடியிருந்த கிருஷ்ணர் தலையைத் தூக்கி,

"எனக்கு ஒன்று தோன்றுகிறது, சொல்லட்டுமா?" என்றார்.

சங்கமரும் மற்றவரும் அவரைச் சொல்லுமாறு தூண்ட அவர் சொன்னார்: "சுவாமிகள் சொல்வதுபோல யாராவது ஒருவனது உயிர் இறைவனுக்கு வேண்டுமென்றால், யார் தனக்கு வேண்டும் என்பதை ஆண்டவனே தெரிந்தெடுத்துக் கொள்ளட்டுமே."

"அது எப்படி நடக்கும்?" என்றான் சாத்தன்.

"இப்போதுதான் நாம் பார்த்தோம், அந்த ஒற்றைப் பனையை மின்னல் தாக்கி அதன் மீது இடி விழுந்ததை. நம்மில் ஒவ்வொரு வரும் இந்த மண்டபத்தைவிட்டு வெளியே வந்து மெதுவாக நடந்து போய் அந்தப் பனையைத்தொட்டுவிட்டு வரட்டும். ஆண்டவன் தனக்குத் தேவையானவனை இடி மூலம் தாக்கித் தெரிந்தெடுத்துக் கொள்வான்" என்றார் கிருஷ்ணர்.

சிலர் இந்த யோசனையை வரவேற்றனர். சிலர் எதிர்த்தனர். வெகு நேர வாக்குவாதத்துக்குப் பின்னர் எல்லோரும் இந்தப்

பரீட்சைக்கு அரை மனதுடனோ முழு மனதுடனோ ஒத்துக் கொண்டனர். எல்லோரும் என்றால் வீரபத்திரனைத் தவிர. அவனுக்கு இந்த ஏற்பாடு உடன்பாடா என்று எவரும் அவனைக் கேட்கவில்லை. அவனுடைய சம்மதத்தையும் கோரவில்லை.

தாங்கள் முதலில் சென்று வருவதாகப் புத்த பிக்குகள் இருவரும் முன்வந்தனர். அவர்களுக்குப் பிறகு சங்கமர், பின் பார்வதியம்மை, கலியாணி, அர்ஜுனன், சாத்தன், மணிவண்ணன், கிருஷ்ணர், நரசிங்கர் என்ற முறையில் சென்று வருவது என்றும் ஏற்பாடாயிற்று. ‘நான் போக மாட்டேன்’ என்று முதலில் பிடிவாதம் பிடித்த வீரபத்திரன், முடிவில், தான் கடைசியில் போவதற்கு ஒத்துக்கொண்டான். வெறுப்புடன் மற்றவர்கள் அதை ஏற்றுக் கொண்டார்கள்.

கொட்டிக்கொண்டிருந்த மழையினூடே துஷ்ட மிருகங்களின் கர்ஜனை போன்று இடைவிடாது ஒலித்துக்கொண்டிருக்கும் இடி முழக்கத்தினிடையில், அயராது பளிச்சிட்டுக்கொண்டிருந்த மின்னல் ஒளியில் இரு சன்னியாசிகளும் ஒருவர் பின் ஒருவராக ஜாக்கிரதையாக மெல்ல நடந்து சென்று ஒற்றைப் பனையைத் தொட்டனர். திரும்பி வந்து தங்கள் மஞ்சள் துறவாடைகளைப் பிழிந்தவண்ணம் மற்றவர்களைப் பார்த்து முறுவலித்துக்கொண்டே ‘உங்கள் முறை’ என்றார்கள். அவர்களைத் தொடர்ந்து ஒருவர் பின் ஒருவராக, சங்கமர் முதல் நரசிங்கர் வரை, எல்லோரும் அந்தப் பனை மரத்தைத் தொட்டுவிட்டு வந்தனர். கொட்டும் மழையில் நடந்ததால் உச்சிமுதல் உள்ளாடை வரை சொட்டச்சொட்ட நனைந்துபோனதைத் தவிர அவர்களுக்கு வேறு ஹானி ஏதும் ஏற்பட்டுவிடவில்லை.

கடைசியாக எஞ்சி நின்ற வீரபத்திரன் முறை வந்தது. அவன் ‘போக மட்டேன்’ என்று அழுதான். கையகலம் இருந்த அந்தப் பாழ் மண்டபத்தின் மூலையில் ஒண்டிக்கொண்டு ஒளிந்துகொள்ளப் பார்த்தான். கெஞ்சி வேண்டிக்கொண்டான். ‘நீ தனி மரம், வேலை வெட்டி ஒன்றுமில்லாத ஒண்டிக் கட்டையன், உன் தியாகத்தி னாலாவது நீ உலகத்துக்குச் சேவை செய்யேன், எல்லோருக்கும் க்ஷேமம் உண்டாகும்படியாக இந்த ஒரு காரியமாவது செய்’ எனப் பலவிதமாகச் சொல்லி ஆண் பிள்ளைகள் அனைவரும் ஒன்றாகச் சேர்ந்து அவனைக் குண்டுக்கட்டாகத் தூக்கி வெளியே எறிந்தனர். ஓலமிட்டபடியே அவன் மீண்டும் மீண்டும் மண்டபத்தினுள் நுழைந்துகொள்ள வந்தான். அவர்கள் அவனை உள்ளே வர விடவில்லை.

விஷப் பரீட்சையிலிருந்து தான் தப்ப முடியாது என்பதைக் கடைசியில் உணர்ந்துகொண்ட வீரபத்திரன் பனை மரத்தை நோக்கி ஓட ஆரம்பித்தான்.

இடைவிடாது வானைக் கீறிக்கொண்டிருந்த மின்னல் வெளிச்சத்தில் அவன் விழுந்தும் எழுந்தும் கால்கள் பின்னலிட விகாரமாக ஓடியது எல்லோருக்கும் தெரிந்தது. தங்களைப் பிடித்த பீடை கடைசியாகத் தீர்ந்தது என்ற திருப்தி நிரம்பின மகிழ்ச்சி யினால் அனைவரும் முகம் மலர்ந்தனர். புன்னகைத்தனர்.

வீரபத்திரன் எப்படியோ தட்டுத் தடுமாறி ஓடிச் சென்று உச்சியில் புகைந்து கரிந்திருந்த அந்த ஒற்றைப் பனை மரத்தை அடைந்துவிட்டான்.

சட்டச் சடேரென்ற சப்தம், அண்டமும் பூமியும் ஒரேயடியாக வெடிக்கின்றது போன்ற சப்தம், செவிப் பறையைக் கிழித்து ஒவ்வோர் எலும்பின் உள்ளேயும் ஊடுருவிப் பாய்ந்து மஜ்ஜையை உறையவைக்கும் சப்தம். அதே சமயத்தில் கண்ணைப் பறித்துக் குருடாக்கி அவித்துவைக்கின்ற பேரொளி, வானம் வெளியெங்கும் நீல வெளிச்சத்தை ஒரு கணம் வாரி வீசிய ஒரு ராட்சச மின்னல், உலகமே உலைக்களமாகிவிட்டாற் போல.

"அம்மா!" என்று அலறிக்கொண்டு பனையைக் கட்டின படியே கண்ணை மூடிக்கொண்டான். அந்தக் குளிரிலும் மழை யிலும் அவன் உடலில் வேர்வை ஆறாகப் பெருகி மழை நீருடன் கலந்தது. அவன் உடம்பின் ஒவ்வொரு மயிர்க்கால்களும் குத்திட்டு நின்றன.

அவன் கண்ணைத்திறந்து பார்த்தபோது எதிரே இருந்த பாழ் மண்டபம் இடிந்துகிடந்தது, பாதி எரிந்த பிரேதம்போல அருவருக்கத்தக்கபடி அம்மண்டபம் இடிந்துகிடந்தது. அதில் ஒண்டி யிருந்தவர்களின் அங்கங்கள் கரிந்து அங்கொன்றும் இங்கொன்று மாக இடிபாடுகளுக்கிடையில் அசிங்கமாகத் தெரிந்தன. இடைவிடாத மின்னல் ஒளியில் அவன் இதைக் கண்டான்.

(ஆசிரியர் குறிப்பு: இந்தக் கதை, இன்றைக்குச் சுமார் அறுபது வருஷங் களுக்கு முன்னால் என் தாய் மாமன் பேராசிரியர் திரு. கிருஷ்ண சிவராமன் அவர்கள் சொல்லக் கேட்ட 'கதை'யை அடிப்படையாகக் கொண்டு 1972இல் புனையப்பெற்றது. இது போன்ற கதை ஆங்கிலத்திலும் வேறு பல மொழிகளிலும் பலவிதமான உருவத்தில் உலவி வருவதாக அறிகிறேன். இவற்றுக்கெல்லாம் மூலக் கதை எங்கிருந்து வந்தது என்று என்னால் கண்டறிய முடியவில்லை.)

(தீபம், நவம்பர் 1972)

இரு கடிதங்கள்

சேஷாவை நான் முதலில் பார்த்தபோது அவளுக்குப் பன்னி ரெண்டு வயது. பார்த்தவுடனேயே நான் அவள்மீது மையல் கொண்டுவிட்டேன் என்றுதான் சொல்லவேண்டும். எனக்குப் பெண் பிறந்தால் எப்படியெல்லாம் இருப்பாள் என்று நான் கற்பனை செய்துகொண்டிருந்தேனோ அப்படியே இருந்தாள் சேஷா! பெயர்தான் வேறேயாகிவிட்டது. அதே காப்பி வர்ணம், சுருட்டை மயிர், கன்னங்கரிய விசாலமான கண்கள், அதே மாதிரி கருவிழிக்கடியில் மூன்றாம் பிறைச் சந்திரனளவே தெரியும் வெள்ளை விழி. பரந்த மேல் இமை எப்போதும் கனவுலகத்தில் சஞ்சரிப்பதுபோல் தோற்றமளித்தது, சிறிய வாய், எடுப்பான கூரிய மூக்கு, அழகாக வளைந்த காதுகள், கை தேர்ந்த சிற்பி கடைந் தெடுத்தது போன்ற கழுத்தும் கைகளும் கால்களும், பருமனாக இல்லாது வளைந்து விழுந்துவிடப்போகும் பசுந்தண்டு போன்ற உடல். இந்த மாதிரித்தான் என் பெண் பன்னிரெண்டு வயதில் இருப்பாள் என்று நான் அந்தக் காலத்தில் எண்ணிக்கொண்டி ருந்தேன். இப்போதுதான் ஒரு பிஞ்சும் இல்லாத நான் மரத்துக் கொண்டிருக்கிறேனே, என் நெஞ்சை என்னமோ செய்தது. ‘எல்லாம் அந்தப் பிரசாத்தினால்’ என்று நினைத்துக்கொண்டேன்.

உங்களுக்குப் பிரசாத்தைத் தெரிந்திருக்க நியாயமில்லை. அவன் என் மனதுள்ளே மூடிக் குமைந்து என்னை மறுகவைத் திருக்கும் கணப்புப்போலே. நான் ஆசிரியர் பயிற்சிக்கல்லூரியில் படித்தபோதுதான் அவன் எனக்கு அறிமுகம் ஆனான். தேவப்ரசாத் என்ற பெயருக்கேற்றபடியே இருந்தான். அவனைப் பார்த்த பிறகுதான் என் பெண் எப்படியிருப்பாள் என்று நான் கற்பனை செய்ய ஆரம்பித்ததுவே. அப்படி என் மனசைக் கலக்கிவிட்டான். முதலில் புது மனிதர்களைப் போலப் பழக ஆரம்பித்தபோதிலும் வெகு சீக்கிரம் நாங்கள் இருவரும் நெருங்கிய நண்பர்களாகி விட்டோம். ‘நெருங்கிய’ என்றால் இந்தக் காலத்தைப்போலத் ‘தொட்டு விளையாடும்’ நெருக்கம் அல்ல. எங்கள் இருவருக்கும்

இடையே ஒரு பாசப் பிணைப்பு இருக்கிறது என்று வாய் விட்டுச் சொல்லிக்கொள்ளாமல் கண்ணாலும் மனசாலும் மாத்திரமே உணர்ந்து அதனால் ஏற்பட்ட உள்ள நெருக்கம் அது. நாங்கள் பயிற்சிப் படிப்பை முடித்த பின்னர்தான், நாங்கள் இருவரும் தத்தம் ஊருக்குத் திரும்பிப் போய்விட்டபின்தான் நான் எவ்வளவு தூரம் காதல்வயப்பட்டிருந்தேன் என்பதை உணர முடிந்தது. அதுகூட அவ்வளவு துல்லியமாகப் புலப்படவில்லை. மனசில் ஒரு வலி, அர்த்தமற்ற ஆழ்ந்த சோகம், பிரசாத்தைக் காணவேண்டும், அவனுடன் பேசவேண்டும், அவன் முன்னிலையில் அல்லது அவன் அருகாமையிலேனும் இருக்கவேண்டும் என்று துடிப்பு. அந்தத் துடிப்பு வரும்போது நெஞ்சில் ஓர் அசாதாரணமான, லேசாகப் பறப்பதுபோன்ற , தன்னைப் பரவசப்படுத்தி மறக்கடிக்க வைக்கும் புத்துணர்ச்சி. அத்துடன்கூட இன்பகரமான ஒரு வலி. தினவெடுத்த இடத்தில் சொறிந்து சொறிந்து பின் அவ்விடத்தில் ஏற்படும் வலி யைப்போல. ‘இதுதான் காதலோ?’ என்று கேட்டுக்கொண்டேன். முதல் தரம் பிரசாத்திடமிருந்து கடிதம் வந்தபோது பார்க்க வேண்டுமே என் தவிப்பை! இத்தனைக்கும் அவன் அப்படி ஒன்றும் ‘கண்ணே! மணியே! கட்டிக் கரும்பே!’ என்றெல்லாம் அதில் எழுதி யிருக்கவில்லை. மரியாதையாகவே, தான் தனியாக இருப்பதாகவும் பொழுதே போகவில்லை என்றும் என்னைப் பார்த்துப் பேச வேண்டும் என்று தோன்றியதாகவும் ஆகவே எழுதினதாகவும் எழுதினது தப்பானால் மன்னித்துவிடும்படியாகவும்தான் எழுதி யிருந்தான். வேறே விசேஷமில்லை. சாதாரணக் காகிதத்தில் எழுதப் பட்டிருந்த அந்தச் சாதாரணக் கடிதத்தை எத்தனை முறை நான் திருப்பித் திருப்பிப் படித்திருப்பேன்! இதுதான் காதல் என்று எனக்கு உறுதியாகிவிட்டது. அதன் பின்னர் நான் எவ்வளவு மனக் கோட்டைகள் கட்டினேன்! எங்கள் நேசப் பிணைப்பைப் பற்றியும் நாங்கள் இருக்கப்போகும் வீட்டைப் பற்றியும் அதில் பிரசாத்தை ‘அப்பா’ என்றும் என்னை ‘அம்மா‘ என்றும் கொஞ்சப்போகும் குட்டிக் குழந்தையைப் பற்றியும் என் மனம் சதா கவி பாடிக் கொண்டிருந்தது. கடித மூலம் எங்களுக்குப் புலனாகிய காதல் என்னும் புது அனுபவம் கடித மூலமே வளர்ந்துவந்தது. அதைக் கடித மூலமாகவே கொலை செய்துவிடுவோம் என்று அப்போது யார் கண்டார்கள்? முதல் கடிதத்துக்குப் பின் எங்கள் கடிதப் போக்கு வரவு பலமானது. பின் காதற் கடிதங்களும் எழுதிக்கொண்டோம். இனிமேலும் பிரிந்திருக்க முடியாது என்ற நிலை ஏற்பட்ட சமயம் தான் என் காதற் பயிருக்குக் கோடாலியான அந்தக் கடிதம் வந்தது. தன் பெற்றோரும் உறவினரும் தான் ஒரு இந்துப் பெண்ணை மணம் புரிந்துகொள்வதற்குச் சிறிதும் இஷ்டப்படவில்லை என்றும், தான்

அப்படியொன்றும் பரம வைதிகமான கிறிஸ்தவன் இல்லையென்றாலும் தன் பெற்றோர்களையும் நெருங்கிய மற்றவர்களையும் தன்னை வளர்த்து ஆளாக்கிவிட்ட மதத்தையும் பகைத்துப் புறக்கணித்துப் பிரிந்து கலியாணம் செய்துகொண்டு தனியாக வாழ்க்கை நடத்திக்கொள்ளும் அளவுக்குத் தனக்கு மனோதிடம் இல்லையென்றும், நான் கிறிஸ்தவ மதத்தில் சேர்ந்துவிட்டால் எங்கள் திருமணத்துக்கு ஒருவிதத் தடையும் இராதென்றும் எழுதியிருந்தான் பிரசாத்! அன்றுதான் காதல் என்பது ஓர் இன்பமான உணர்ச்சி மட்டுமல்ல, முழுக்க முழுக்க வலியும் வேதனையோடும் கூடியதும் கூட என்பதை உணர்ந்தேன். அன்று வரை அவன் என்ன ஜாதி மதம் என்று நான் நினைத்துக்கூடப் பார்த்ததில்லை. இழப்பு என்றால் என்ன என்பதை முதன் முறை அனுபவித்த நான் மூன்று நாட்கள் அழுதுகொண்டே இருந்தேன். நான் ஜூலியட்டோ லைலாவோ அல்லவே! கடைசியில் காதல்தான் செத்தது. மூன்று நாட்கள் உடைந்து தூளாகிவிட்ட என் காதலையும் மனக் கோட்டைகளையும் அதனால் ஏற்பட்ட சொல்லொணாத் துக்கத்தையும் எண்ணி எண்ணி ஏங்கி அழுது முடித்த பிறகு அவன் கடிதம்தான் மிஞ்சியது. எனக்குக் கோபம் வந்தது. நான் மட்டும் கிறிஸ்தவச்சி ஆகவேண்டுமாம், ஏன் அவன் தன் மதத்தை விடக் கூடாது? ஒருவரும் தங்கள் மதத்தை விட்டுக்கொடுக்காமல் ஏன் ரிஜிஸ்தர் கலியாணம் செய்துகொள்ளக்கூடாது என்றெல்லாம் எனக்கு அவன் மேல் கோபமாக வந்தது. 'நீங்கள் சொல்வதுபோல் நடக்க இயலாது. என் அதிர்ஷ்டம் அவ்வளவுதான், தயவு செய்து நான் உங்களுக்கு எழுதிய கடிதங்களைத் திருப்பி அனுப்பிவிடுங்கள். உங்கள் கடிதங்களை வேறு யாராவது பார்த்துவிடுவார்களோ என்ற பயத்தினால் அவ்வப்போதே நான் கிழித்தெறிந்துவிட் டேன்' என்று சுருக்கமாக, என் மன வலியும் வேதனையும் வெளி வராதபடியான கடிதம் எழுதிப்போட்டேன். மறு தபாலிலேயே அவன் என் கடிதங்களனைத்தையும், வருத்தத்தில் தோய்ந்த தன் கடிதம் ஒன்றையும் சேர்த்து அனுப்பிவிட்டான். நான் ஒன்றும் அவன் கடிதங்களைக் கிழித்தெறிந்துவிட்டிருக்கவில்லை. அவற்றையும் என் கடிதங்களையும் ஒரு கட்டாகக் கட்டிப் பெட்டியடியில் வைத்துவிட்டேன். என் மனோகரமான காதல் வாழ்வின் ஒரே சின்னமல்லவா அவை! மன வலி அதிகமாகும்போது அவற்றை எடுத்துப் பிரித்துப் படித்துக் குமுறிக் குமுறி அழுவது என் வழக்கமாகிவிட்டது. அவை தவிர இன்னுமொரு சின்னம் என் மனசுக்குள்ளேயே இருந்துவந்தது. எனக்குப் பிறக்கவேண்டும் என நான் கற்பனை செய்துவைத்திருந்த குழந்தைதான் அது. அது மாத்திரம் என் கற்பனையிலேயே பிறந்து வளர்ந்து பன்னிரெண்டு வயதாகியிருந்த சமயம், திடீரென்று ஒரு

நாள் நான் பாடம் சொல்லிக்கொடுத்துக் கொண்டிருந்த வகுப்புக் கும் வந்துவிட்டது! பெயர் மாத்திரம்தான் வேறே. சேஷா. மற்றபடி அதே குழந்தை. அதன் மீது நான் மையல்கொண்டுவிட்டதில் என்ன ஆச்சரியம்?

சேஷாவிடம் நான் ஆசிரியை என்ற முறையில் பழகவில்லை. மானசீகத் தாய் என்ற முறையிலும் பழகவில்லை. கூடப் பிறந்தவள் போல், நெருங்கிய சிநேகிதி போல் பழகினேன். காலத்தினால் உள்ளே மறைந்துகிடந்த மன வலி அவளைப் பார்த்த புதிதில் மீண்டும் கிளம்பியது. வலியைத் தூண்டிவிட்ட அவளே அதை ஆற்றும் மருந்தாகவும் இருந்தாள். அதுவே எனக்கு ஆறுதலாகவும் இருந்தது.

அவள் எங்கள் ஊரில் இருந்தது மூன்று வருஷங்களே. அதன் பின் அவள் பெற்றோர்கள் வேறு ஊருக்கு மாற்றலாகிப் போய் விட்டார்கள். ஆனாலும், நானும் சேஷாவும் கடிதம் மூலம் எங்கள் நேச பாசத்தை உறுதிசெய்துகொண்டோம். அக்கா இல்லாத அவளுக்கும் என் சிநேகிதம் ஒரு விதத்தில் உதவியது என்றே நினைக்கிறேன்.

அவள் நல்ல புத்திசாலி. பள்ளிப் படிப்பை வெற்றிகரமாக முடித்து காலேஜில் படித்துக் கொண்டிருக்கும்போது மீண்டும் அவளைச் சந்திக்கமுடிந்தது.

அப்போது அவளுக்குச் சுமார் பத்தொன்பது இருபது வயதி ருக்கும். அவளை அப்போது பார்த்தபோது எனக்கு ஒரு கணம் மூச்சு நின்றுவிடும்போலிருந்தது. அந்த வயதில் நான் எப்படி இருந் தேனோ அப்படியே அவள் இருந்தாள். சோர்ந்து கிடந்த என் அங்கங்கள் அவள் உடலில் பூரிப்புடனும் எழிலுடனும் விளங்கின. அவளைப் பார்க்கும்போது என்னையே நான் சந்திப்பதுபோலி ருந்தது. அப்போது மூன்று நாட்கள் அவள் என்னோடு தங்கியி ருந்தாள். என்னுடைய வறண்ட 'பிரசாத்துக்குப் பின்' வாழ்க்கையில் அந்த மூன்று நாட்களும் ஒரு மனோகரமான கனவுபோல, குதூகலமான இடைவெளி போல இருந்தன.

இந்த முறை அவளைச் சந்தித்தபோது என் மன வலியின் சுவடே மறைந்துவிட்டிருந்தது. நான் எதிர்பார்த்த மாதிரியே அவள் தைரியசாலியாகவும், கர்நாடகக் கட்டுப்பெட்டிப் பெண்ணாக இல்லாமல் பாரதியின் புதுமைப்பெண் போல நிமிர்ந்த நோக்குட னும் தன்னம்பிக்கை மிக்கவளுமாக இருந்தாள். அவளைப் பார்க்கும் போதெல்லாம் எனக்கு அவளைக் கட்டிக்கொண்டு அழவேணும் போலிருந்தது. "சேஷா, எப்போடீ உன் கல்யாணம்?" என்று நான் கேட்டபோது, அவள் புன்முறுவலுடன், "கொஞ்சம் பொறுங்கள்,

சமயம் வரும்போது நானே உங்களுக்குச் சொல்கிறேன். உங்களுக்குத் தெரிவிக்காமலா என் கல்யாணம் நடந்துவிடும்?" என்றபோது அவளை மணம் செய்துகொள்ளப்போகிறவன் மீது எனக்குக் கொஞ்சம் பொறாமையாக இருந்தது என்றுகூடச் சொல்லலாம்.

இதெல்லாம் பழைய கதை. விஷயத்துக்கு வருகிறேன். போன வாரம் எனக்கு ஒரு திருமண அழைப்புக் கடிதம் வந்தது. 'ஆர்தர் டானியேல் சந்திரன் தேவசகாயத்துக்கும் பரிபூரணம் பீ.ஏ. வுக்கும் ஏதோவொரு சர்ச்சில் கலியாணம்.' கூட இருந்த ஒரு காகிதத்தில், எனக்கு மிகவும் பரிச்சயமான கையெழுத்தில், "பரிபூரணம் யார் தெரியுமா? நான்தான் சேஷா. கட்டாயம் வந்து ஆசீர்வாதம் செய்ய வேண்டும். வருவீர்கள்தானே?" என்று எழுதியிருந்தது! என் தலைமேல் இடி விழுந்திருந்தால்கூட நான் அப்படி ஆகியிருக்கமாட்டேன். என் வயிற்றை என்னமோ செய்தது. வந்திருந்த ஆத்திரம் அத்தனையும் கொட்டி ஒரு கடிதமாக எழுதிவிட்டேன்.

'என் அருமை சேஷா.'

உன்னைப் பரிபூரணம் என்று கூப்பிடாமல் சேஷா என்று அழைப்பதற்கு மன்னித்துக்கொள். உன்னை மணக்கோலத்தில் எப்படியெல்லாமோ நான் கற்பனை செய்திருந்தேன். ஆனால், உன் புத்தி கெட்ட செய்கை என் கற்பனை எவ்வளவு வறண்டது என்று காட்டிவிட்டது. நீ புதுப் பெண், தன்மானத்தோடே இருப்பவள் என்று கர்வத்தோடே இருந்தேன். நீயோ உன் மானம், கௌரவம், மதம் அனைத்தையும் காற்றில் பறக்க விட்டுக் கேவலம் புருஷ சுகத்துக்காக வேறு மதம் புகுகிறாய். நீ உனக்கே துரோகம் செய்து கொள்ளும் நிலை வந்துவிட்டது என்பதை நினைக்க எனக்கு ஏமாற்றமும் கோபமும்தான் வருகிறது. நீ போன முறை இங்கே வந்தபோது, "கோவிலுக்கு வர மாட்டேன், சாமியாவது, பூதமாவது" என்று சொன்னவள். அதே நீ, இப்போது, உன்னுடைய கோவிலில்கூட அல்ல, வேற்று மதக் கோவிலில் ஒரு ஆண் மகனின் கையைப்பிடிக்கப் போகிறாய். இந்த அளவுக்கு நீ மனத் திடம் இல்லாதவளா என்று எனக்கு ஆத்திரமாக வருகிறது. இதை, நீ செய்யும் இந்தத் துரோகச் செயலை, உனக்கும் உன் மனச் சாட்சிக்கும் உன் பெற்றோருக்கும் உனக்கு அறிவையும் அறத்தையும் ஊட்டிய உன் மதத்துக்கும் நீ செய்துள்ள துரோகச் செயலை நான் என்னவென்று சொல்ல? நீ விபசாரத்தைக்கூடச் செய்திருக்கலாம் நான் உன்னை மன்னித்திருப்பேன். உடல் அசுத்தமானால் கழுவிக் கொள்ளலாம். கறை படிந்த, அதுவும் காமக் கறை படிந்த மனதை யார் எப்படிக் கழுவுவார்கள்? எனக்கு உன் மீதிருக்கும் அன்பும்

இரு கடிதங்கள் 235

மதிப்பும்தான் உன்னை இவ்விதமாகக் கண்டிக்கும் உரிமையையும் கொடுத்திருக்கிறது. உன்னை நான் என் மாதிரிப் பாவித்தேன், நீ துரோகம் செய்துவிட்டாய். இனி உன் வாழ்வு எப்படியானாலும் எனக்கு அக்கறையில்லை. ஆனாலும், ஒரு பெண் என்ற முறையில், 'உனக்கு ஆண்டவன் இன்பத்தை நல்கட்டும்' என்று வாழ்த்துகிறேன். மனப்பூர்வமாக நான் நேரிலேயே வந்து என் சேஷாவை வாழ்த்தியிருப்பேன். ஆனால், நான் இல்லாமலேயே நீதான் பரிபூரணமாகிவிட்டாயே. திருமண அழைப்பு அனுப்பியதற்கு நன்றி.

இப்படிக்கு உன்னை நினைத்து ஏமாந்த உன்

அக்கா

இந்தக் கடிதத்துக்குப் பதில் வருமென்று நான் எதிர்பார்க்கவில்லை. ஆனால், இரண்டு நாளைக்குப் பின் அதே ஆத்திரமூட்டும் கையெழுத்தில் சேஷா பதில் எழுதியிருந்தாள்:

அன்புள்ள அக்கா,

உங்கள் கடிதம் பெற்றுத் திகைப்படைந்தேன். நீங்கள் பரந்த நோக்கமும் திறந்த மனசும் உள்ளவரென்று சந்திரனிடம்கூடச் சொல்லியிருந்தேன். என்னை விபசாரி என்று வர்ணிக்கும் உங்கள் கடிதத்தை நான் எப்படி அவரிடம் காண்பிக்க முடியும்? நீங்கள் ஆச்சரியப்படுவீர்கள், ஆனாலும், என்னை ஆதரிப்பீர்கள், நினைத்ததை முடிக்க உலகத்தையே எதிர்க்கும் மனத்திண்மை வேண்டும் என்று சொல்லும் நீங்கள் என்னை வாழ்த்துவீர்கள் என்றெல்லாம் நினைத்திருந்தேன். உங்கள் கடிதம் என் நம்பிக்கை எவ்வளவு போலியானது, ஆதாரமற்றது என்று என் முகத்தில் அறைந்தது போலக் காட்டிவிட்டது. என் மனமறியச் செய்யும் செய்கைகளுக்கு நான் யாருக்கும் பதில் சொல்லியாகவேண்டும் என்ற அவசியமில்லை. இருந்தாலும் உங்களுக்குப் பதில் சொல்லவேண்டுமென்று எனக்குப் பட்டது. இதனால் உங்களுக்கு மன வருத்தம் ஏற்பட்டால் அதற்கு நீங்களே பொறுப்பாளியாகிறீர்கள்.

நீங்கள் தனியர். காதல் என்பது பாடப் புத்தகத்திலே வருகிற, பிறருக்கு உபதேசிக்க ஏற்பட்டிருக்கிற சரக்கு உங்களுக்கு. பள்ளிக்கூடத்துப் பையன்களையும் பெண்களையும் பார்த்து ஆனந்திக்கும் நீங்கள் உண்மையான காதலைப் பற்றி எப்படி அறிய, அறிந்திருக்க, முடியும்? நான் மதத்தையும் சாமியையும் நம்பவில்லை என்றது உண்மைதான். இன்னும் நான் அப்படித்தான் இருக்கிறேன். இல்லாத ஒரு சாமிக்காக இருக்கும் என் காதலை இழக்க நான் விரும்பவில்லை. சாமியையே நம்பாத நான் எப்படி மதம் மாற முடியும்? நான் பரிபூரணம் ஆனதுதான் மாற்றம். இதுவரை பூரணமாகாது இருந்தது

என் வாழ்வு, இப்போது பரிபூரணமாக ஆகிறது. இதைப்பற்றி நான் வெட்கப்படவில்லை, சந்தோஷமே அடைகிறேன். இருக்கிறது என்று நம்புபவர்களை நம்பாதே என்றும் நம்பாதவர்களை நம்பு என்றும் நச்சரித்து, இல்லையென்று நான் நினைக்குமொன்றுக்காக என் வாழ்க்கையை வீணடித்துக்கொள்வதில் எனக்கு விருப்பமில்லை. எனக்கு என் சந்திரன் வேண்டும். அதற்காக என் பெயர், என் வாழ்க்கையைப் போலவே பரிபூரணமாக வேண்டுமென்றால் அதை யாரும் தடுக்க முடியாது. காதலைப்பற்றித் தெரியாத உங்களுக்கு என் உணர்ச்சி காமக் கறையாகப் படுவதில் ஆச்சரியமே இல்லை. உங்களுடைய அழுக்கு மனத்தை இத்தனை நாள் நான் அறிந்து கொள்ளாதிருந்ததுதான் எனக்கு ஆச்சரியமாக இருக்கிறது.

இப்படிக்கு
பரிபூரணம்

என்று எழுதியிருந்தாள் அந்தப் பழிகாரி!

(தாமரை, அக்டோபர் 1972)

யானையின் சாவு

ரங்கநாதனுக்குக் கோபமும் எரிச்சலும் அத்துமீறிக் கொண்டு வந்தது. குழந்தையின் முதுகில் அங்கேயே ஓர் அறை வைக்கக் கையை ஓங்கி விட்டான். ஒருவரையொருவர் இடிச்சு மோதிக் கொண்டு வேர்வை நெடியும் தூசியும் பல்வேறு அழுகல் கறிகாய் வாசனைகளும் நிறைந்த நட்ட நடு கடைத்தெருவில் செல்லுலாயிடு பிளாஸ்டிக் பொம்மைகளைப் பரப்பி வைத்திருந்த அந்தக் கிழவனை விட்டு நகர மாட்டேன் என்று சத்யாக்கிரகம் செய்து கொண்டிருந்த குழந்தையின் கையை ஆத்திரத்துடன் அமுக்கிப் பிடித்தான். அகத்திலே உடைப்பெடுத்துவரும் கோபத்தினால் கண்களைச் சுருக்கி 'புஸ்புஸ்'ஸென்று மூச்சு விட்டுக்கொண்டு, "நீ வரயா இல்லை நான் ஒன்னை இங்கியே விட்டுட்டு போயிடட் டுமா?" என்று சீறினான். குழந்தை அவனை நிமிர்ந்து பார்த்தது. தும்பியின் சிறகைப் போலிருந்த அதன் கண்கள் பளபளத்தன. ஈனக் குரலில், "எனக்கு யானை வேணும்ப்பா" என்று கெஞ்சியது.

அவன் காஞ்சிபுரம் கோவிலில் குழந்தைக்கு யானை காட்டினதிலேயிருந்து இரவும் பகலும் இதே பல்லவிதான். எனக்கு யானை வேணும் எனக்கு யானை வேணும்ப்பா! தன் பொருளாதார நிலையில் யானையைக் கட்டித் தீனி போட்டு மாளாது என்று குழந்தையைப் புரிந்து கொள்ள வைக்க அவனுக்கு ரெண்டு வாரங் கள் ஆச்சு. நாலு நாளாய்த்தான் யானையை மறந்திருந்தான். இப்போ மறுபடி பிடிச்சுக்கொண்டது.

நடைபாதையோரத்தில் வியாபாரம் செய்யும் கிழவனை வெறுப் போடு பார்த்துவிட்டு, "இங்கே யானை இல்லை, வா வீட்டுக்குப் போகலாம்' என்று குழந்தையின் கையை இழுத்தான். "அதோ இருக்கே" குழந்தை கையை நீட்டி ஒரு மூலையைக் காண்பித்தது. அது காட்டிய இடத்தில் நிசமாகவே ஒரு யானை இருந்தது. கிளிப் பச்சை நிறத்தில் உடம்பு, முதுகில் தங்கவர்ணத்தில் வேலைப்பாடு களும், ரோஸ் நிற வாயும், நல்ல எலுமிச்சை மஞ்சளில் தந்தமும்

கொண்டு தும்பிக்கையின் ரோஸ் நிறமான பின்பாகம் தெரியத் தூக்கி சலாம் போடும் நிலையில் நின்றுகொண்டிருந்தது அந்த யானை. அத்தனை குப்பை சாமான்களுக்கிடையேயும் அதைக் கண்டுபிடித்துவிட்ட குழந்தையின் கண் தீட்சண்ணியத்தை மனசில் சபித்துக்கொண்டே அதை வாங்கி விடலாம் என்று ஜேபியில் கை விட்டான். மறுபடியும் அவன் பார்வை அந்த யானைமேல் பாய்ந் தது. அழகுணர்ச்சி மிக்க அவனுக்கு – அழகுணர்ச்சி தன்னிடம் நிறைய இருக்கிறது என்று பெருமைப்பட்டுக்கொண்டிருந்த அவனுக்கு – அந்தப் பிளாஸ்டிக் யானை துதிக்கையைத் தூக்கி ரோஸ் வாயைக் காட்டி அவனை ஏளனம் செய்வது போலிருந்தது. யானைக் குலத்தையே, ஐராவதம் முதல் வரதர்கோவில் யானைவரை இதுவரை உலகத்தில் இருந்த, இனிமேல் இருக்கப் போகிற அத்தனை யானைகளையும், அதோடு தன்னையும் பரிகாசம் செய்வது போலிருந்த அந்தப் பச்சை யானை மேல் அவனுக்குத் திடீரென்று அளவுக்கு மிஞ்சின கோபமும் ஆத்திரமும் பொங்கிக்கொண்டு வந்தது.

'சீ' இது வாணாம், அசிங்கம், யானை எங்கியாவது பச்சை யாவா இருக்கும்? நான் ஒனக்கு நல்ல கருப்பு யானை வாங்கித் தரேன், இப்போ வீட்டுக்குப் போலாம் வா' என்று மறுபடியும் குழந்தையை இழுத்தான். குழந்தை நிமிர்ந்து கண்களை அகல விரித்துக்கொண்டு அவனைப் பார்த்தது.

"நெஜம்மா?"

"நெஜம்மாத்தான், நீயே பாரு."

அவன் வாக்குக் கொடுத்தபின் இருவரும் வீட்டைப் பார்க்க நடந்தனர்.

அவன் யானையை மறந்தாலும் அவனை மறக்க விடவில்லை அந்தக் குழந்தை. "எங்கே யானை எங்கே யானை, வாங்கித்தரேன் னியே" என்று அவனை அரிச்சு எடுத்து விட்டது. "இந்த ஊர்லே நல்லதாக் காணும், நான் வெளியூர் போய் வரப்போ வாங்கி வரேன், ப்ராமிஸ்" என்று சத்தியம் செய்தபின் அதன் துளைச்சல் நின்றது.

சொன்ன வாக்கை அவன் நிறைவேற்றியும் விட்டான். அது மர யானை. அப்படியொண்ணும் பிரமாதக் கலாசிருஷ்டியாக பிரமிப்பூட்டும் வகையில் இல்லாது போனாலும் கருப்பாக, கிட்டத்தட்ட கருப்பாக இருந்தது. தும்பிக்கை இருந்தது. வெள்ளைத் தந்தமும் இருந்தது. ரோஸ் வாய் இல்லை. யானைக் குலத்தையும் அவனையும் ஏளனம் செய்யவில்லை.

அதை வாங்கி வந்தது முதல் வேறொரு விபரீதம். குழந்தை எப்போ பார்த்தாலும் யானையோடேதான். சாப்பிடும்போது அதுக்கும் சோறு வைக்க வேணும். அது தூங்கினப்புறந்தான் குழந்தை தூங்கமுடியும். அந்த யானையின் விருப்பு வெறுப்புகளும் பிடிவாதமும் கோபமும் விளையாட்டும் அந்த வீட்டின் நடைமுறை வாழ்க்கையையே உலுக்கி விட்டது.

அவனுக்கென்னமோ இது விபரீதமாகத்தான் பட்டது. என்ன தான் குழந்தையென்றாலும் ஆறு வயசாச்சே. அந்தப் பொம்மை யானை ஓர் உயிருள்ள யானை மாதிரி, அதுவும் செல்லம் கொடுத்து கெட்டுப் போன ஒரு குழந்தை யானை மாதிரி வீட்டில் லூட்டி யடிப்பது அவனுக்குச் சரியானதாகப்படவில்லை. அது பொம்மை; மரம்; கல்கண்டு சாப்பிடாது; ஹார்லிக்ஸ் குடிக்காது; வேர்க் கடலையும் கரும்பும் கேட்காது என்று ஒண்ணுக்குப் பத்துத்தரமாகச் சொல்லிப் பார்த்தான். இது யானைதான். பொம்மையில்லை என்று ஒரு நாள் பூராவும் குழந்தை அழுது ஆர்ப்பாட்டம் செய்தது. மறுநாள் குழந்தையும் யானையும் அவனோடு பேசவில்லை.

அவனுக்கு மனது ரொம்பவும் கஷ்டமாகப் போய்விட்டது. மூணாவது நாள் அவன் குழந்தையைக் கூப்பிட்டு, "இது நெஜ யானைதான், நான்தான் இதுக்கு முன்னாலே சரியாப் பாக்கலை" என்று மன்னிப்புக் கேட்கும் முறையில் சொன்னவுடன் பார்க்க வேணுமே குழந்தையின் உற்சாகத்தை. "பாத்தியா நான் சொன்னா தெரியலியே, தும்பிக்கை இருக்கு, தந்தம் இருக்கு, காதைப் பாரு மொறமாட்டம், கருப்பு ஒடம்பு. இதைப் போயி ஆனை இல்லை யின்னா – ஆனைக்கி ஒம் மேலே ரொம்ப ஆசையாம், எப்பிடித் தடவிக் குடுக்க வருது பார்த்தியா...?" என்று அடுக்கிக்கொண்டே போனது.

அன்று முதல் அந்த யானைக்கு ரெண்டு விளையாட்டுத் தோழர். குழந்தையும் ரங்கநாதனும். அதைக் குளிப்பாட்டுவார்கள். அதற்குச் சோறு போடுவார்கள். அதோடு காட்டில் வேட்டைக்குப் போவார்கள். காயம் பட்டால் கட்டுக் கட்டி விடுவார்கள். கோபம் வந்து அடிப்பார்கள். சோறு போடாமல் தண்டனை கொடுப் பார்கள். செய்த தப்புக்கு அது வருந்தி கெஞ்சி மன்னிப்புக் கேட்க வரும்போது அதற்குப் புத்தி சொல்வார்கள். அதுக்குக் கோபம் வரும்போது அதன் கையில் அகப்படாது ஒளிந்துகொள்வார்கள். அது சுமுகமாய் இருக்கும்போது சர்க்கஸ் வித்தைகள் கற்றுக் கொடுப்பார்கள். இப்படியாக எல்லாம் இருவரும் சேர்ந்தே செய்து வந்ததன் பலனாக ரங்கநாதனுக்கு அந்த யானை ரொம்ப ரொம்பப் பழக்கமாகிவிட்டது. அதனுடைய மனநிலைகள், விருப்பு

வெறுப்புகள் எல்லாம் அவனுக்கு அத்துபடியாகிவிட்டன. சில சமயம் குழந்தை இல்லாதபோதுகூட அந்த யானை அவனோடு விளையாட வரும். அல்லது முரண்டிக்கொண்டு நிற்கும்.

மறுபடி அவன் வேலை நிமித்தமாக வெளியூர் போக வேண்டியிருந்தது. திரும்பி வரும்போது வழிநெடுக அவனுக்குக் 'குழந்தை யானை' ஞாபகம்தான். புது விளையாட்டு ஒன்றைக்கூட கற்பனை செய்து வைத்திருந்தான். யானையை மீன் பிடிக்க வைக்கவேணும். சேற்றிலிருந்து அசரை மீனை அது தும்பிக்கையால் துழாவித் துழாவி எடுத்துக் கொடுக்க வேணும். பிறகு அது பெரிய மடுக் கரையில் உடகார்ந்தபடி தூண்டிலுக்குப் பதில் தும்பிக்கையில் புழுவை வைத்துப் பிடிக்கவேணும் இன்னும் எத்தனையோ.

ரயில்வே ஸ்டேஷனிலிருந்து வீடுபோய்ச் சேர்ந்தபோது குழந்தையையும் காணோம்! யானையையும் காணோம். வெளியே எங்கோ விளையாடப் போயிருக்கிறார்கள் என்று நினைத்துக் கொண்டான். சாயங்காலம் அவன் வெளியே போய்விட்டு வந்த போது நேரம் அதிகம் ஆகிவிட்டிருந்தது. குழந்தையும் தூங்கப் போய்விட்டிருந்தது. புது விளையாட்டை நாளைக்குக் கற்றுக் கொடுக்கலாம் என்று ஆறுதல் சொல்லிக்கொண்டான்.

மறுநாள் காலை ரங்கநாதன் குழந்தையைப் பார்த்தவுடன் அவன் கேட்ட முதல் கேள்வி 'யானை எங்கே'தான். ஏனென்றால் அதன் கையில் யானையைக் காணோம். "அது எங்கயோ' என்று அசுவாரசியமாக பதில் சொன்னது குழந்தை. அவனுக்கு ஒண்ணும் புரியவில்லை. ஏமாற்றமும் கோபமுமாக வந்தன.

"காணாமே போக்கிட்டியா, இல்லே காட்டுக்கு ஓடிப்போயிடுச்சா?" என்று கேட்டான். அவன் காதுக்கு அது சாதாரணக் கேள்வி போல் தொனிக்கவில்லை. அதட்டலா அழுகையா?

"ஊகும் இங்கேதான் எங்கியாவது கெடக்கும்" என்று சொல்லிக்கொண்டே குழந்தை பல் தேய்க்கப் போய்விட்டது.

"ஏய், புது யானை வெளையாட்டு கண்டுபிடிச்சிருக்கிறேன், மீன் பிடிக்கிற வெளையாட்டு' என்று சொன்னபடியே ரங்கநாதன் குழந்தையைப் பின் தொடர்ந்தான்.

மூலையில் அழுக்குத் துணிகளிடையே யானை கேட்பாரற்றுக் கிடந்ததைக் கண்டான்.

"ஐயோ பாவம், ஒடம்பு சரியில்லை போலிருக்கே, காச்சல் வந்துட்டுதோ, ஆஸ்பத்திரிக்குப் போலாமா, மருந்து குடுக்கலாமா?

"ஏய், இதோ இங்கே இருக்கு பாரு யானை" எனப் பரிவுடன் சொல்லிக்கொண்டே யானையை எடுக்கக் குனிந்தவன் குழந்தையின் பதிலைக் கேட்டுச் சடேரென்று நிமிர்ந்தான்.

"நீ என்னப்பா, அதுக்கு ஒண்ணும் வராது. அது என்ன நெஜ யானையா? பொம்மைக்குப் போயி காச்சலும் பேதியும் வருமா" என்று சொல்லிவிட்டுக் குழந்தை அலமாரியைத் திறந்து, "அப்பா, நீ இதைப் பாத்தியா, நெஜ டயரு போட்டிருக்கே, எப்பிடி ஓடுது பாக்கறியா" என்று சொன்னபடியாக சிவப்பு நிறமான, குட்டி டயர் போட்ட தகரக் கார் ஒண்ணை எடுத்து வெற்றிகரமாக அவனுக்குக் காண்பித்து, "நான் தரமாட்டேன், எதிர் வீட்டம்மா எனக்குத்தானே குடுத்தாங்க" என்று பெருமை பேசியது குழந்தை.

அவனுக்கு ஒண்ணும் புரியவில்லை. குழந்தையைப் பார்த்தான். குறும்புச் சிரிப்போடு பின்னம்புறம் ஒளிக்க முயன்றுகொண்டிருந்த அதன் கையிலிருந்து கார் எட்டிப் பார்த்து பளபளவென்று மின்னும் பல்லைக் காட்டி இவனை ஏமாளி செய்து கொண்டிருந்தது.

தலையைத் திருப்பிக் கீழே பார்த்தான். செத்துப்போன யானையின் சடலம், "நான் வெறும் மரம், யானையில்லை" என்று முனகிவிட்டு மறுபடியும் செத்துப்போச்சு. அவனுக்கு ஒண்ணும் புரியவில்லை.

"என்னப்பா சொல்றே?" என்று காரைத் தரையில் தேய்த்துக் கொண்டே கேட்டது குழந்தை.

அவனுக்கு ஒண்ணும் புரியவில்லை.

உத்தரீயம்

கோட் ஸ்டாண்டிலிருந்து உத்தரீயத்தை எடுத்துக் கழுத்தில் மாட்டிக்கொண்டபோது சற்றுப் பிசகாய்ப் போச்சு. உத்தரீயம் மெல்ல நழுவிக் கீழே விழுந்தது. சினிமாவிலே காண்பிப்பானே குதிரை ரேஸை சில சமயம் ஸ்லோ மோஷன்லே, அது மாதிரி மெதுவாய் ஆற அமர அலை அலையாய் நெளிந்து புஷ்பக விமானம் தரையில் இறங்கற மாதிரி இறங்கி விழுந்தது. புஷ்பக விமானத்தை யார் கண்டது. ஹெலிகாப்டர் மாதிரி என்று சொல்ல லாம். ஆனால், சினிமாவிலே நேரே பார்க்கிற ஹெலிகாப்டரை விடக் காதால் கேட்டுப் புராணத்தில் படிச்ச புஷ்பக விமானந் தானே மனசுலே நிறைஞ்சிருக்கு. ஸ்லோ மோஷனிலே அது விழுந்த அழகை ரசித்துக்கொண்டு எடுக்கக் குனிந்தபோது, 'விலுக்'கென்று சொடுக்கிவிட்டுக்கொண்டு அது மறுபடியும் நெளிந்து பாதத்தின் மேலே ஏறிற்று. ஜரிகைக் கரையும் ஸ்ரீராமஜெயமும் பாம்புச் செதிலாக மின்னியது. பாதம் கணைக்கால் கால் முழங்கால் தொடை இடுப்பு வயிறு – அட சட்டைக்கடியில் பூந்துகொண்டதே. உத்தரீயம்னு நெனைச்சேன் பாம்புதானோ என்னமோ, பாம்பா னால் பாம்புப் பிடாரனைக் கூப்பிடணும். மகுடி கொண்டுவந்து ஊதுவான். பாம்பு வசியப்பட்டுக் கூடைக்குள் வந்து விழுந்துவிடும், கூடையை மூடிக்கொண்டு பிடாரன் பிடாரியைத் தேடிக்கொண்டு போய்விடுவான்.

நான் இப்போ எங்கே பிடாரனைத் தேடிக்கொண்டு போகிறது. இப்படியெல்லாம் யோசிப்பதற்குள் கழுத்துப் பிடியுள் ளிருந்து எட்டிப்பார்த்துக் கண்ணாடிக் கோலி போலிருந்த கண்களில் ஒண்ணை மாத்திரம் மூடித் திறந்து கண்ணடித்தது பாம்பு. ஈக்குத் தலையிலே விஷம், பாம்புக்குப் பல்லிலே, பாம்பு கடிக்கிற துக்குள்ளே அதை அடக்கிடணும், பல்லையாவது பிடுங்கிடணும். எங்கேயாவது குளோரோஃபாரம் கிடைச்சால் ஒரு கைக்குட்டை யில் கொஞ்சம் ஊற்றிப் பாம்பின் மூக்கருகே பிடிச்சு அதுக்கு

மயக்கம் வரப்பண்ணி ‘கப்’பென்று கழுத்தில் கையை வைத்து அமுக்கிப் பல்லைப் பிடுங்கிட்டு தூரக் கண்காணா இடத்தில் கோட் ஸ்டாண்டில் எறிந்துவிடலாம். குளோரோஃபாரம் எங்கே கிடைக்கும். டாக்டர்கிட்டே இருக்குமோ. பாம்பு காலருக்கடியி லிருந்து சட்டைப் பைக்குத் தாவிவிட்டது. அதனுடைய யோக தண்டம் போலப் பிளவுபட்ட நாக்கு மாத்திரம் பைக்கு வெளியே தெரிகிறது. சட்டைப்பையின் விளிம்பைக் கெட்டியாகப் பேனா கிளிப் மாதிரி பிடித்துக்கொண்டிருக்கிறது. ஜாக்கிரதையாக எட்டிப் பார்த்தால் பேனா பாம்பு மாதிரியாகவோ பாம்பு பேனா மாதிரி யாகவோ இருக்கிறது. பாம்பு நாக்கோ பேனா கிளிப்போ, கண்ணாடி யில் பார்த்தால் தெரிந்துவிடும். ராகுகாலத்தில் கண்ணாடியிலே பார்க்கலாமோ? கூடாது. அதுவும் பாம்பு சம்பந்தப்பட்ட விஷயத் திலே. ராகு காலம் கெட்டதுன்னு வைத்தமாதிரி நல்லதுன்னு கேது காலம் இருந்தா ரொம்பச் சௌகரியமாயிருக்கும். மறுபடியும் எச்சரிக்கையோடே பார்த்தால் பாம்பின் தலை பேனா போலவும் வால் கார்க்கு ஸ்க்ரூ போலவும் இருக்கிறது. கார்க் ஸ்க்ரூ சட்டை யைத் துளைச்சு தோலைத் துளைச்சு கொழுப்பைத் துளைச்சு சதையைத் துளைச்சு நறநறவென்று எலும்பைத் துளைச்சு – ஆ – இருதயத்தில் பூந்து விட்டிருக்க வேணும். இல்லாவிட்டால் ஒவ்வொரு நாடித் துடிப்புக்கும் ரயில் புகை மாதிரி குப்குப்பென்று அதுவும் அடிச்சுக்கொள்வானேன். விஷயம் முத்திப்போச்சு. ஆசுபத்திரிதான். ஆசுபத்திரியிலே குமாஸ்தா, பியூன், நர்ஸ், கத்துக் குட்டி டாக்டர், சின்ன டாக்டர், பெரிய டாக்டர் எல்லோருக்கும் இந்தப் பஞ்சகாலத்திலே செலவுக்குச் சில்லறை வேண்டியிருக்கு. இதுக்கெல்லாம் பெரியவன் டில்லியிலே. டில்லிக்கே போயிருந்தால் மந்திரி டாக்டரையும் ராஜா டாக்டரையும் அவன் அப்பனுக்குத் தாத்தனையும் பார்க்கலாம். நமக்கு உள்ளூர் டாக்டர்தான். டாக்டர் ஸார் மொதல்லே என் மாரிலேயிருந்து பேனாவைப் பிடுங்கி வெளியே எறிஞ்சு விடுங்கோ. ரொம்ப உறுத்தறது. உங்களுக்குப் புண்ணியமாயிருக்கும். இந்தக் காலத்திலே எது புண்ணியம் எது பாவம் யாருக்குத் தெரியும். அன்னிக்கு புண்ணியம்னு செய்ததை இன்னிக்குச் செய்தா ஜெயிலிலே போட்டுவிடுவான்கள். இல்லை பைத்தியக்கார ஆசுபத்திரியிலே அடச்சுவிடுவான்கள். இல்லை வேலையை விட்டுத் தள்ளிவிடுவான்கள். மனுவே வந்தால்கூட பைத்தியம் பிடிச்சுடும், பாவம் செய்தா நரகம், புண்ணியம் செய்தா சொர்க்கம். ரெண்டையும் பார்த்ததில்லை. கண்ணுக்குத் தெரியற இந்த பூலோகத்திலே பிறக்க என்ன செய்ய வேணும். அதை எங்கே செய்கிறது. அவுட்பேஷண்டிலேயிருந்து ஆப்பரேஷன் தியேட்ட ருக்கு உருட்டிக்கொண்டு போகிற வண்டி ரொம்பச் சத்தம்.

எண்ணெய் விக்கற விலையிலே வண்டிச் சக்கரத்துக்குப்போய் யார் எண்ணை போடுவான். ஆடர்லி வழிச்சுச் சாப்பிட்டிருப்பான். அவனுடைய சொந்த வண்டியா என்ன. தரையிலே மோஸேயிக் போட்டிருக்கிறபோதே இவ்வளவு உலுக்கல். கல்லும் முள்ளுமா யிருந்தா. வியாதியில்லாதவனெல்லாம் ஆசுபத்திரிக்கு வந்து டாக்டர்களோடே காலத்தை வீண் பண்ணாமல் ஊசி இட்டிலி சாப்பிடாமல் இருக்கவேணுமானால் கல்லும் முள்ளும்தான் போட்டிருக்கணும். நான் வியாதிக்காரனோ இல்லையோ. மார்பிலே பாம்போ பேனாவாக கார்க் ஸ்க்ரூவோ தைச்சுவிட்டால் அது வியாதியா இல்லையா. வியாதியாகத்தான் இருக்கவேணும். மோஸேயிக் போட்டிருக்கே. இல்லாமல் போனால் வண்டியிலே வெச்சத் தள்ளுவானேன். மேலே கூரையெல்லாம் வெள்ளையாக வனாந்திரமாக இருக்கு. குறுக்கே கருப்பா வாரைகளை வரிசை வரிசையாகப் போட்டிருந்தால் எவ்வளவோ நன்றாயிருக்கும். ஒண்ணைப்போல் ஒண்ணு, அலையலையாய் தாண்டிப்போகிறதைப் பார்த்தாலே வியாதிக்காரனுக்கு மயக்கம் வந்துடும். ஊசியும் போடவேண்டாம். மூஞ்சியிலே துணியை வெச்சி அமுக்கி மருந்தைக் கொட்டவும் வேண்டாம். ஊசியே வேண்டாமின்னா ஊசி பண்ணுகிறவன் விற்கிறவன் எல்லாம் பிழைப்புக்கு என்ன செய்வான். பட்டணத்துக்கு வந்து சேருவான். ஊரூராகச் சுத்து வான். நான் சேலம் சார். ஊசி பண்ற ஜாதி சார். ஆசுபத்திரி யிலே கூரையிலே வாரை போட்டப்புறம் சோத்துக்குக் கஷ்டப் படுகிறோம் சார் என்று சொல்லணும். அட்டை மாட்டணும். தார் ரோட்டிலே வெள்ளைச் சாக்கிலே எழுதணும். அதான் வாரை போடவில்லை. ஆணி மாண்டவ்யருக்கு ஆணியைக் கழட்ட முடியாமே அந்தக் காலத்து டாக்டர் தலைக்கு மேலேயும் ப்ருஷ்டத் துக்குக் கீழேயும் ஆணியை வெட்டிவிட்டான். பேனாவைப் பிடுங்க முடியாதுன்னு இன்னிக்குப் பெரிய டாக்டர் கொட்டாப் புளியெடுத்து அறைஞ்சு உள்ளே இறக்கிவிட்டான். இனிமேலே நான் உண்மையாகவே விளம்பரம் செய்துகொள்ளலாம். இதயத்தில் பேனா இறங்கின எழுத்தாளர் என்று எதுகை மோகனையோட. இப்போ ரத்தத்திலே இங்க் சேர்ந்து நீலமாய்விடுமோ. தெரிய வில்லை. டயரியில் எழுதிவெச்சிடணும் காயம்பட்டால் கவனி என்று. இவ்வளவு ரகளையும் முடிஞ்சு வீட்டுக்குப் போவதற்குள்ளே இருட்டிப் போச்சு. வழியிலே தார் ரோட்டிலே நடந்து காலெல்லாம் சகதி. தண்ணியைக் கொட்டினாலும் போகிற ஜாதியில்லை. தோய்க் கிற கல்லுலே காலை நன்றாக உரசி உரசித் தேய்ச்சுத் தேய்ச்சுக் கழுவி முழங்காலுக்குக் கீழே நாலரை அங்குலம் வரையிலே ரெண்டு காலும் தேஞ்சு போகிறவரைக்கும் தேய்ச்சுக் கழுவின பிறகுதான்

சகதி போகிறது. இதனாலே நடக்கிறப்போ டக்குடக்குன்னு எலும்பு தரையில் இடிக்கிற சத்தம் கிழவன் தடி மாதிரி கேட்கிறது. சாப்பிட உட்காரும்போது அம்மாவுக்குத் துக்கம் நெஞ்சைப் பொத்துக் கொண்டு வருகிறது. இப்படிப் பொத்துக்கொண்டு வர்ற துக்கமும் பேனா மாதிரித்தானோ என்னமோ. அவள் தன் வழக்கமான பல்லவியை ஆரம்பித்துவிட்டாள். அப்பவே சொன்னேனே கேட் டாயா. உத்தரீயம் மித்ர சத்ரு. அப்பாவுக்கும் இப்படியேதான் ஆச்சாம். அவருக்குச் சகதியைச் சுரண்டுவதற்குள்ளே வயிறு வரைக் கும் தேஞ்சுப்போய் வயிற்றை சணல்பிரிக் கயிற்றாலே தெச்சு வெச்சா ராத்திரி எலி வந்து கயிற்றையும் குடலையும் கொறிச் சுட்டுதாம். அவருக்குத் தெரியவேயில்லை. எலிகூட மனுஷன் மாதிரித்தானாமே துர்க்குணத்திலெல்லாம். (நாளைக்கு ப்ரொப சரைக் கேட்டுப் பார்க்கணும்.) சாதத்திலே உப்பேயில்லை. ஊரிலே உப்பு விலையேறினால் தரித்திரம். எலிகளிலே பலசரக்குக் கடைக்கார எலி எப்படி பண்டத்தையெல்லாம் திங்காமல் பதுக்கி வெச்சு வியாபாரம் பண்ணும், அப்பாமேலே இருந்த இருக்கிற இருக்கப்போகிற ஆங்காரத்தையும் துக்கத்தையும் அம்மா என்மேலே வெச்சு இப்படி இறக்கவேண்டாமே. பிறக்கிறதுக்கு அஞ்சு மாசம் முன்னாலேயே நான் அப்பாவை முழுங்கியாச்சாம். அம்மா வயிற்றிலே நான். என் வயிற்றிலே அப்பா. இத்தனை வருஷமாக என் வயிற்றுக்குள்ளே எங்கேயோ ஒளிஞ்சு வேடிக்கை பார்க்கிறார் அப்பா. அம்மா கையெல்லாம் வேர்வையும் குழம்புக்கறையும், சகதி கழுவின தண்ணி போதாத மாதிரி. என்மேலே இவளுடைய உடம்புத் தண்ணும் கண்ணுத்தண்ணும். மாரிலே பாம்பும் பேனாவும் சொருகிக் கிடக்கிறது போதாத மாதிரி என் கழுத்தைச் சுற்றி இவளுடைய முழங்கை முன்கை புறங்கை நக்கில்ஸ் நகம் அதிலே பிறை. ராக்கெட்டிலே போகிறவன் பிறைச் சந்தினிலே போயி இருட்டான போர்ஷனிலே இறங்கியபோது அந்த இடத்திலே சந்திரனே இல்லாமல் நிஜமாகவே சந்திரன் பிறையாக இருந்தால் எப்படி இருக்கும். என்ன செய்வான். ஏமாறுவான், அம்மா தொட்ட இடமெல்லாம் கன்னிப்போச்சு. வேகவெச்ச கத்திரிக்காய் மாதிரி. நாட்டுக்காய் பிரயோஜனமில்லை. நல்ல ஜாதிக்காய், முள்ளோட இருக்கிற வகை வேணும். நாக்கு சாகிறதுக்குள்ளே ஒருநாள் சாப்பிட வேணும். அம்மா கண்ணுத் தண்ணி பட்ட இடமெல்லாம் கொப்புளிச்சுப் போச்சு. தண்ணியைக் கொப் புளிச்சா களகளான்னு சத்தம் வரும். உடம்பு கொப்புளிச்சா சத்தமேயில்லை. கையும் காலும் தோலும் நாருமாக இருக்கிற உடம்பை எப்படிக் கொப்புளிக்கிறது. யார் அப்படிச் செய்வான். அப்படிச் செய்யக்கூடியவன் ஒரு மகா பிராணியாக இருப்பான்.

நமக்குத் தெரிந்த அணுவெல்லாம் நம்முடைய சூரிய மண்டலம் மாதிரி இருக்கிறது. நம்முடைய சூரிய மண்டலமே அவனுடைய உலகத்திலே ஒரு அணுவாயிருக்குமோ என்னமோ, யார் கண்டது. அப்புறம் அவன் இருக்கிற சூரிய மண்டலம் இன்னும் ஒரு பிரமாண்ட அணுவாக இருக்கலாம். நமக்குத் தெரிகிற அணுவுக் குள்ளேயும் ஜனங்கள், ஜந்துக்கள், மரம், மடு, மோட்டார் கார், ராக்கெட், அணுகுண்டு எல்லாம் இருக்கலாம். உடம்பு கொப்புளிச்சு முத்து முத்தாக பழைய கதவிலே பெயின்ட் உப்புகிற மாதிரி உப்பி விட்டிருக்கிறது. அம்மா கண்ணிலே அவ்வளவு கொதிப்பு சூடு. தூக்கத்திலே சொறிகிறபோது நகத்திடுக்கிலேயெல்லாம் மேல்தோல் சொருகிக்கொண்டு இளிக்கிறது. தோல் இளிக்குமோ, நன்றாய் இளிக்கும். தோல் மட்டும்தானா. நாற்காலி சுவர் தெரு புகை எல்லாம் இளிக்கும். பெட்ஷீட்டில் தோல் ஒட்டி தலைமுதல் கால் வரை சிம்பன்ஸி பெயின்டிங், குரங்கிலிருந்து மனுஷன் வந்தானானால் முதல் மனுஷன் முதல் மனுஷனா கடைசிக் குரங்கா. ஆண்டவனுக்குத்தான் வெளிச்சம். ஆண்டவன் என்று சொன்னா ஒரு காலத்திலே ஆண்டவன். இப்போ என்ன ஆனான். இறந்த காலத்திலே சொல்கிறது ஏன். அவன் இல்லாதுபோனதினாலே தான் இறந்த காலமோ. மனுஷன் பிறக்கிற வரைக்கும் இந்த உலகத்தை ஆண்டானாக்கும், அப்புறம் அவன் வாரிசு மனுஷன். நான் அப்பாவின் வாரிசு மாதிரி, மனுஷனுக்கு வாரிசு யார் வருவான். சாம்பல் பொடி நிக்கும். எதாவது குரங்கு தப்பிச்சுக் கொள்ளும். குரங்கு மனுஷன், மனுஷன் குரங்கு. ஸம்பவாமி யுகே யுகே சாம்பல் பொடியும். விபூதி போட்டால் எல்லாம் சரியாகப் போய்விடும். வாயிலேயும் போட்டுக்கலாம். உள்ளே அப்பாவுக்கும் சேரும். கைத்தல நிறைகனி, அது பிள்ளையார் பாட்டாச்சே, பிள்ளைக்கு வந்த கஷ்டம் அப்பனாலேதான் போகணும். சாமி யிலேயும் அப்பன் பிள்ளை தாயாதி கோர்ட் சாட்சி அமீனா எல்லாம் மனுஷன் மாதிரியே. சாமி மனுஷன் மாதிரியா மனுஷன் சாமி மாதிரியா. யார் யார் மாதிரியோ, சங்கடத்துக்கு ஒரு சாமி வேண்டியிருக்கிறதே. விபூதியிலே மண்ணைக் கலந்திருக்கிறது. பசுவுக்கே மண்ணைக் கலந்து திங்கக் கொடுத்துவிட்டான்களே புண்யவான்கள். கன்றுக் குட்டிக்காவது வைக்கோல் கிடைக்கிறது உடம்பு நிறைய. பசு வாயிலே மண். விபூதியிலே மண். வாயிலே மண். அப்பா வாயிலேயும் மண். மண்ணிலே இல்லை சக்தி. அதுக் குள்ளே இருக்கிற நம்பிக்கையிலேதான் இருக்கிறது. சக்தியில் லைன்னு நம்பி விபூதி சாப்பிட்டாலும் அது மண்தான். சக்தியிருக்கு மின்னு நம்பி மண்ணைச் சாப்பிட்டாலும் விபூதிதான். புரண்டு புரண்டு படுத்து ஒரு குட்டித் தூக்கம் போடுகிறதுக்குள்ளே ஆகாசம்

சாம்பலாகி சாம்பல் விபூதியாகி விபூதி ரத்தமாகி என்னைப் பார் ஒன்னைப் பார் என்று சூரியன் வந்துடறான். அவனைத் துரத்திக் கொண்டு உலகமே ஓடணும். ஓடவில்லைன்னா உலகமும் மண் தான். ஓடினாலும் மண்தானோ. யாரையாவது கேட்கணும். ஆசாரி யாளை சாஸ்திரியை விஞ்ஞானியை அறிவாளியை. பல்லைத் தேய்ச்சு முகத்தைக் கழுவி உடம்பைத் தேய்ச்சுக் குளிச்சுவிட்டு காப்பியை ஆத்திக் குடிச்சுப்பிட்டு வாயைக் கொப்பளிச்சு வெத் திலை போட்டுக்கொண்டு சட்டை மாட்டி செருப்பை மாட்டிக் குடையை எடுக்கக் கிளம்பும்போது ஞாபகம் வருகிறது. கோட் ஸ்டாண்டு கிட்டப் போனா உத்தரீயம் இருக்கிறது. ஜிலுஜிலுனு ஜரிகை மின்னுகிறது. பாம்புச் செதில் மாதிரி பளபளக்கிறது. அதை எடுத்துக் கழுத்தில் மாட்டிக்கொள்ளுகிறபோது என்னமோ பிசகாப் போகிறது. உத்தரீயம் நழுவிக் கீழே விழுகிறது.

(குருக்ஷேத்திரம், 1968)

வா... வா... நகரம்

'எதிர்காலத்தில் வாழவேண்டுமா! உடனே எங்கள் நகருக்கு வாருங்கள்! வந்து பாருங்கள்!' என்று எக்கச்சக்கமாகச் செய்யப் பட்டிருந்த விளம்பரங்களை நெடுநாளாகப் பார்த்துவந்ததன் விளைவாகத்தான் அவன் அங்கே போயிருந்தான். 'வாருங்கள் வாருங்கள்' என்று எல்லோரையும் கூவி அழைத்தவண்ணம் இருந்த அந்த நகரத்துக்கு அவனே "வா வா நகரம்" என்று செல்லப்பெயர் சூட்டி அங்கு போகும் விமானப் பயணத்துக்குப் பணம் சேரும் வரை பல்லைக் கடித்துக்கொண்டு காத்திருந்தவன், பணம் சேர்ந்த வுடன் முதல் காரியமாக அவனுடைய ஆதர்ச நகரமான அந்த 'வா வா நகர'த்துக்கு டிக்கட் எடுத்துப் பறந்தான். 'எதிர்காலத்தைப் பார்க்கவேணும், அங்கு வாழ வேணும்' என்று அவனுக்கு அவ்வளவு ஆத்திரம், அவசரம். அதன் முடிவு இப்படியாகுமென்று அவன் கொஞ்சமும் எதிர்பார்க்கவே இல்லை.

தினப்படி காலை எழுந்து மாலை வரை வேலை செய்து இரவில் ஓய்ந்து விழுந்து, ஓஹோ என்று உன்னதமாய் வாழ முடியாமல்போனாலும் எப்படியோ மானமாய் வாழ்ந்து வயிற்றைக் கழுவிவந்த அவனுக்கு அங்கே போய்ச் சேர்ந்தபோது முதலில் எல்லாம் வெகு புதுமையாக இருந்தது, ஆச்சரியமாகவும் இருந்தது. ஏன், பெருமையாகக்கூட இருந்தது என்றும் சொல்லலாம். மனிதன் செய்யும் எல்லா வேலைகளையும் மெஷின்களே செய்கின்றன என்றால் யாருக்குத்தான் ஆச்சரியமாக இருக்காது? அதுவும் செய் யும் வேலைக்கேற்ற மாதிரித் தினுசு தினுசான உருவமுள்ள யந்திரங்கள். சில மனுஷர்களைப் பார்த்து அச்சடித்த மாதிரி, அப்படியே மனுஷர்களைப்போலவே இருந்தன. உருவத்தைப் பார்த்து மெஷின் என்று கண்டுபிடிக்கவே முடியாத மாதிரி. அவை பேசினால்தான், அவைகளின் உணர்ச்சியற்ற உயிரில்லாத குரலிலிருந்துதான் அவை யந்திரங்கள் என்று அவனால் கண்டு கொள்ள முடிந்தது. 'வா வா நகர'த்துக்கு வரும் வரை அவன் உயிருள்ளவைக்கும் உயிர் இல்லாத பொம்மைகளுக்கும் அவற்றின்

கண்களிலிருந்து வித்தியாசம் கண்டுபிடித்துவிடலாம் என்றுதான் நினைத்திருந்தான். ஆனால், இங்கே இந்த யந்திரங்களின் கண்களில் கூட எப்படியோ உயிரின் பளபளப்பை ஏற்றிவிட்டிருந்தார்கள் அங்கிருந்த அதி மானிடர்கள்! அவர்களாலும்கூட என்ன காரணத்தாலோ அவற்றின் குரலுக்கு மட்டும் உயிரூட்டத்தெரிந்திருக்கவில்லை.

அவன் போய்ச் சேர்ந்ததும், விமான நிலையத்திலும் சரி, ஓட்டலிலும் சரி, யந்திரங்களே அவனை வரவேற்றன. பெட்டி படுக்கையைத் தூக்கிக்கொண்டு டாக்ஸிகளில் அவனை ஏற்றிவிட்டன. மனித ஓட்டிகள், மனிதக் கண்டக்டர்கள் இல்லாமலேயே ஓடும் வண்டிகள் தாமே பணம் பெற்றுக்கொண்டு சில்லறையும் கொடுத்தன. சாரதி இல்லாமலேயே டாக்ஸிகள் ஓடின. சில குறிப்பிட்ட வண்டிகளில் மாத்திரம் சாரதிபோல உடுப்புப்போட்ட மனித பொம்மைகளை முன்னால் உட்கார்த்திவைத்திருந்தார்கள். ஓட்ட சாரதி இல்லையென்று அறிந்தால் சில பிரயாணிகளுக்குப் பயமாகி விடுகிறதாம். அந்த மாதிரி வண்டிகளில் ஏற மறுத்துவிடுகிறார்களாம்! இதை அவன் கேள்விப்பட்டபோது அவனுக்குச் சிரிப்பு வந்தது. அவனுக்குத்தான் தெரியுமே, பெரும்பான்மையான சாலை விபத்துகளுக்கு மெஷின் கோளாறுகளைவிட மனிதர்கள் செய்யும் தவறுகளே காரணம் என்று. அவன் தங்கியிருந்த ஓட்டலிலும் சாப்பாடு, காப்பி, டிபன் எல்லாம் மெஷின்களே தயார் செய்தன, மெஷின்களே பரிமாறின. வரவேற்பறையிலும் ஒரு மனித உருவுள்ள யந்திரமே உட்கார்ந்து, "வருக, வருக, உம் வரவு நல் வரவாகுக," என்று இலக்கணமாகப் பேசிப் பல்லைக் காட்டிப் பளபளத்த கண்ணை உருட்டி விழித்து மூடித் திறந்து உயிரற்ற குரலில் அவனை வரவேற்றபோது மாத்திரம் அவனுக்கு என்னவோ போலிருந்தது.

கொஞ்ச நேரம் இளைப்பாறிவிட்டுப் பிறகு சாரதியில்லாத தானியங்கி டாக்ஸி ஒன்றில் ஏறி மாலைப் பொழுதை "வா வா வினோத வேடிக்கைப் பூங்கா"வில் கழிக்கச் சென்றான். அதைப் பூங்கா என்று சொன்னது தவறு; அது ஒரு நவ நாகரிக நகரம், பிரமாண்டமான கேளிக்கை மாளிகை என்று சொல்ல வேண்டும். விஞ்ஞானப் புதுமைகளையெல்லாம் உபயோகித்துப் பிரமிப்பூட்டும் வகையில், ஆச்சரியமும் சந்தோஷமும் பொங்கிப் பெருகும் வகையில், அமைதியும் ஆனந்தமும் மெதுவாகப் பரவி மெய்மறக்கவைக்கும் வகையில், மயிர்க்கூச்செறிந்து எலும்பை உறையவைக்கும்படித் திகிலூட்டக்கூடிய வகையில், பொழுது போவதே தெரியாத மாதிரி நேரத்தைக் கழிக்க விதம் விதமான ஏற்பாடுகள் அங்கே செய்யப்பட்டிருந்தன. வாரம் பூராவும் கழித்தாலும் 'வா வா வினோத

வேடிக்கைப் பூங்கா'வை முழுசாகப் பார்த்துவிட முடியாது என்று அவனுக்குப் பட்டது. இங்கே வருவதுக்காகத்தான் தான் இத்தனை நாள் வயிற்றைக் கட்டி வாயைக் கட்டி குருவிபோலக் கொஞ்சம் கொஞ்சமாகப் பணம் சேர்த்ததெல்லாம் வீண்போகவில்லை என்று மனசுக்குள் சந்தோஷம் கலந்த திருப்தியடைந்தான். மணியைப் பார்த்தபோது இரவு ஒன்பதாகிவிட்டிருந்தது. மத்தியானத்திலிருந்து வயிறு காலி என்பது அப்போதுதான் அவனுக்கு நினைவுக்கு வந்தது. உடனே அகோரப் பசியெடுக்க ஆரம்பித்தது. ஏதாகிலும் சாப்பிடலாம் என்று அருகிலிருந்த சிற்றுண்டிச் சாலையொன்றுக் குள் நுழைந்தான்.

அங்கே, அவனுடைய ஊரில் ரயில்வே ஸ்டேஷனில் இருக்கிற எடை காட்டும் யந்திரம் போன்ற யந்திரங்கள் வரிசையாக வைக்கப் பட்டிருந்தன. காப்பிக்கு ஒன்று, 'டீ' க்கு ஒன்று, ஐஸ் கிரீமுக்கு ஒன்று, உப்பு மாவுக்கு ஒன்று, வடைக்கு ஒன்று என்று இவ்வாறு ஒவ்வொரு வகைத் திண்டிக்கும் ஒன்றாகச் சுமார் முப்பது வகை களுக்கு மெஷின்கள் வைக்கப்பட்டிருந்தன. ஒவ்வொன்றின் முன்னாலும் ஒரு நீண்ட கியூ வரிசை. ஒவ்வொரு வரிசையிலுமாக நின்று நகர்ந்து மெஷின்களிடமிருந்து தனக்குத் தேவையானவற்றைப் பெற்றுக்கொண்டு, காலி இடம் தேடி உட்கார்வதற்குள் அவனுக்குக் கால் கையெல்லாம் கடுப்பெடுத்து உடம்பும் மனசும் தளர்ந்து விட்டது.

அவனோடு சிரித்துப்பேசி உரையாட யாராவது கூட இருந் திருந்தால் அவனுக்கு அவ்வளவு கஷ்டமாக இருந்திராது. அங்கு நிறைந்து நெருக்கியடித்த கூட்டத்தின் நடுவிலும் தான் தனியனாக இருந்தது அவனது தளர்வை இன்னும் அதிகப்படுத்திவிட்டது. புழுக்கம்வேறு. 'இங்கே சாப்பிட்டுக்கொண்டிருக்கிறவர்களில் முக்கால்வாசிப் பேர் உள்ளூர்க்காரர்கள் போலிருக்கிறது' என்று நினைத்தபடி சுற்றிலும் பார்த்தான். இவர்கள் எல்லோரும் பார்த்தால் வெறுமனே பொழுதுபோக்க வந்தவர்கள் மாதிரித் தெரியவில்லை. 'நிறையப் பேர் இந்த யந்திரங்களை இயக்குகிறவர்களோ, அல்லது, இங்கு சுற்றிலுமுள்ள இடங்களில் வேலை செய்பவர்களாகவோ அல்லது அந்த யந்திரங்களைத் தயார் செய்கிற தொழிற்சாலைகளில் வேலை செய்கிறவர்களாகவோ, அல்லது அதையும் வேறு யந்திரங்களே செய்துவிடுமானால் இவர்கள் தங்களுக்குத் தாங்களே அனாவசியமாய் விட்டோம், தாங்கள் எதற்காக இருக்கிறோம் என்னும் தத்துவ விசாரணையில் இறங்கித் தங்களையே, தாங்கள் இருப்பதையே மறக்கடித்துக்கொள்வதற்காக இங்கு வந்தவர் களாகவோ இருப்பார்கள் போலிருக்கிறது' என்று நினைத்துக் கொண்டான். எது எப்படியானாலும் கூட்டத்துக்குத் தக்க பேச்சர வத்தைக் காணோம்; யாரும் ஒருவருக்கொருவர் அதிகம் பேசிக்

கொள்வதாகத் தெரியவில்லை. தட்டு, கரண்டி குவளைகளின் ஒலிகள்தான் கேட்டன. சிலருடன் அவன் பேச முயற்சி செய்த போது அதற்குக்கூட யாரும் சகஜமாகப் பதில் சொல்லிப் பேச்சை வளர்த்த முன்வரவில்லை. அவசரம் அவசரமாக அள்ளிப் போட்டுக்கொண்டுவிட்டு எழுந்துபோய்விட்டார்கள். இன்னும் கொஞ்சம் நேரத்துக்குள் தன்னுடன் யாரும் பேசாவிட்டால் அழுகை வந்துவிடும்போலிருந்தது அவனுக்கு. அந்த நேரத்தில், அவன் இருந்த மேசையில் அவன் ஒருத்தனே தனியாக இருந்த போது, புதுசாக ஒரு நபர் வந்து சேர்ந்தார்.

ஆவலோடு அவன் அவரைப் பார்த்தான். நன்றாக, நாகரிக மான, மடிப்புக் கலையாத உடை உடுத்தி வாட்ட சாட்டமாக இருந்த அவர் நடுத்தர வயசுக்காரர். தலை சுத்தமாக வாரிவிடப் பட்டிருந்தது. அந்தப் புழுக்கமான சூழ்நிலையிலும் அவர் முகத்திலே துளிகூட வேர்வையைக் காணோம். அவனுக்கு எதிரே இருந்த நாற்காலியருகில் வந்து சிறிது தயங்கினபடி நின்று அவனைப் பார்த்தார்.

“உக்காருங்க, உக்காருங்க, இன்னிக்கு ரொம்பப் புழுக்க மாயில்லே?” என்று கூறினபடி வரவேற்று அவரை இருக்கும்படிக் கையை ஆட்டினான் அவன்.

“ஆம் நண்பரே, இன்றைக்கு நிரம்பப் புழுக்கந்தான். பகலில் உச்ச பட்ச வெப்ப நிலை முப்பத்தாறு புள்ளி எட்டு டிகிரி, காற்றின் ஈரப்பதம் எண்பத்தெட்டு சதவிகிதம்” என்று சொல்லிக்கொண்டே நாற்காலியை இழுத்துப் போட்டுக்கொண்டு உட்கார்ந்தார் அந்த ஆள். அவர் முகத்தில் லேசாகப் புன்னகை இருந்தது. ஆனால், குரலில் உயிரில்லை.

அவனுக்குத் தூக்கிவாரிப்போட்டது.

“நீ... நீர்... மெஷின்தானே, மனுஷனில்லியே?” என்று தட்டுத் தடுமாறிப் பின் தன்னைச் சுதாரித்துக்கொண்டு கேட்டான் அவன். இருந்தும் அவன் குரல் கம்மிவிட்டது. கேவலம் ஒரு யந்திரத்தினிடம் பேசுவதற்குத் தனக்கு இப்படிச் சங்கடமாகிறதே என்று அவனுக்கே வெட்கமாயிருந்தது. தன் மேலும் தன்னை ஒரு கணம் ஏமாற்றிவிட்ட அந்த மனித யந்திரத்தின் பேரிலும் அவனுக்குக் கோபம் வந்தது.

“ஆம் நண்பரே, நான் மெஷின்தான், உங்கள் மேசையில் நான் உங்களுடன் சரி சமமாக உட்காருவதில் தங்களுக்கு ஆட்சேபணை ஏதும் இல்லைதானே?” முகத்தில் சிறிது கவலையையும் சந்தேகத் தையும் காட்டினபடி அது கேட்டது.

“எனக்கென்ன ஆட்சேபம்? தாராளமாக உக்காரலாம், நீயாவது... ஸாரி... நீராவது... என்னோடு பேசுகிறதே.”

உயர்திணை உருவில் இருந்த அந்த அஃறிணையை எப்படி விளிப்பது என்று அவனுக்குப் புரியவில்லை, சமாளிப்பதற்காகப் பேச்சை நிறுத்தாமல் மேலும் தொடர்ந்தான்.

“...இந்தச் சாப்பாட்டுக் கடையில் உம் மாதிரி மனித மெஷின் களுக்கு என்ன வேலை?”

“இந்தக் கடையை நிர்வகித்து நடத்துவதே மெஷின்கள்தான். இங்கே வரும் மனிதர்கள், எங்கள் எஜமானர்கள், சுகாதாரமான முறையில் செய்யப்பட்ட போஷாக்குள்ள சத்துணவுகளைச் சுத்த மான சூழ்நிலையில் உட்கார்ந்து சுகமாகச் சாப்பிட்டுச் சந்தோஷ மாக இருக்கவேண்டும் என்று இதை நடத்துகிறோம். மெஷின் களானாலும் எங்களுக்கும் உணவு தேவை. எண்ணெய்கள், சில சக்திப் பொருள்கள் முதலியன. அதற்காக மெஷின்களைப் பணி மனைக்கு அனுப்புவதானால் இங்கே வேலைக்குக் குந்தகமாவது மட்டுமன்றி அனாவசியச் செலவும் உண்டாகிறது. எனவே எங்களில் சிலருக்கு மனித உரு கொடுக்கப்பட்டிருக்கின்றது. என் போன்றோர் இங்குள்ள யந்திரங்களைக் கவனித்துக்கொள்ளச் செய்யப்பட்டி ருக்கும் ஏற்பாடு இது.”

பேச்சுக்குத் தகுந்தபடி நிஜ மனிதர்களைப்போலவே கைகளை ஆட்டியவாறே உதட்டை அசைத்துக்கொண்டு இலக்கணமாகப் பதில் சொன்னது அது.

அவனுக்கு எரிச்சலாக வந்தது.

“அதுக்கு ஏன் இங்கே வந்து உக்காரணும்?” என்று கோபத் தோடு கேள்வியைத் துப்பினான்.

“இங்குள்ள யந்திரங்களில் இன்று கவனிக்கவேண்டியவற்றைக் கவனித்தாகிவிட்டது. கால் வலித்தபடியால் சிறிது உட்கார்ந்து, அப்படியே நீங்கள் அனுமதித்தால் என்னுடைய சில குறுகிய தேவைகளையும் பூர்த்தி செய்துகொள்ளலாம் என்று நினைத்தேன். சில மனிதர்கள், எங்கள் எஜமானர்கள், எங்களுடன் உட்கார் வதையோ, பேசுவதையோ விரும்புவதில்லை. எனவேதான் முன் கூட்டியே உங்கள் அனுமதியை வேண்டினேன்” என்று உயிரற்ற குரலில் பதில் வந்தது.

மனிதனைப்போலவே நடித்துப் பேசிக்கொண்டிருந்த அந்த யந்திரத்தின்மீது அவனுக்கு அடங்காக் கோபம் பிறந்தாலும் கஷ்டப்பட்டு கோபத்தை அடக்கினபடியே,

“சரி சரி என்ன வேணுமானாலும் செய்துகொள், எனக் கொண்ணும் ஆட்சேபணையில்லை” என்று வெறுப்புடன்

சொன்னான் அவன். புழுக்கம் தாளமுடியவில்லை. கைக் குட்டையை எடுத்து முகத்திலும் கழுத்துப்பிடியிலும் வழிந்து கொண்டிருந்த வேர்வையைத் துடைத்துவிட்டுக்கொண்டான்.

"நீங்கள் அனுமதி அளித்ததற்கு உங்களுக்கு மிகவும் நன்றி" என்று சொல்லிப் பின் அந்த மனுஷ ரூப மெஷின் சாவதானமாகத் தன் கோட்டுப் பையிலிருந்து ஒரு 'டின்'னை எடுத்துத் திறந்து உள்ளே இருந்த கரி பிஸ்கோத்து போன்றிருந்த எதையோ ஒன்றை எடுத்து வாயில் போட்டுக்கொண்டு கரகரவென்று மென்று தின்றது. பிறகு இன்னொரு டப்பியை எடுத்து உடைத்து அதிலிருந்து 'வாஸலீன்' போன்ற ஆனால், அதைவிட இன்னும் கெட்டியாக இருந்த பசையை வழித்தெடுத்தது. – "எக்ஸ்கியூஸ் மீ" என்று மிகவும் மரியாதையாக ஆனால், உயிரற்ற குரலில் சொல்லிவிட்டு விலாப் புறமிருந்த சட்டைப் பகுதியைத் திறந்து அங்கிருந்த துளையொன்றில் வழித்துவிட்டுக்கொண்டது. காது மூக்கு ஓட்டைகளுக்குள்ளும் அதே பசையைப் போட்டுக்கொண்டது. பிறகு, சட்டைப் பையிலிருந்து கைக்குட்டையொன்றை எடுத்து விரலைத் துடைத்து விட்டுக்கொண்டபடியே அவனைப் பார்த்து புன்முறுவல் செய்தது.

அவனுக்கு வெறுப்பு வயிற்றைக் குமட்டிக்கொண்டு வந்தது. மூச்சுவிடக்கூட முடியவில்லை. நாற்காலியைப் பின்னுக்குத் தள்ளினபடியே 'சிவுக்'கென்று எழுந்தான். எப்படியாவது இந்த இடத்தைவிட்டு அகன்றுவிடவேண்டும் என்ற ஒரே எண்ணம்தான் அவன் மனதை ஆக்ரமித்துக்கொண்டிருந்தது.

அவன் எழுந்த வேகத்தில் மேசையின் மேலிருந்த தண்ணீர்க் குவளை தவறிச் சாய்ந்தது. முழங்கால்மேல் கொட்டிவிட்ட தண்ணீரைத் தட்டி உதறிக்கொண்டே வேகமாக நடந்தான். "உங்கள் கைக்குட்டையை விட்டுவிட்டீர்களே, நண்பரே!" என்ற உயிரற்ற குரல் அவனைத் தொடர்வதைக் கேட்டதும் சுற்றியிருந்தவர்களை இடித்துத் தள்ளிக்கொண்டு ஓட்டம்பிடித்தான்.

ஒரு வழியாக அவன் தங்கியிருந்த அறையை அடைந்தபோது அவனுக்கு மேல் மூச்சு வாங்கிக்கொண்டிருந்தது. சற்று முன்னால் வரை அவனைப் பச்சைக்குழந்தையாக்கி விட்டிருந்த புதுமையும் பிரமிப்பும் இப்போது இருந்த இடம் தெரியவில்லை. மனசு பூராவும் வெறுப்பும் ஆத்திரமுமாகத்தான் – கொஞ்சம் பயமும் என்றுகூடச் சொல்லலாம் – இருந்தது. மறு நாள் பொழுது விடிந்ததும் ஊரை விட்டுக் கிளம்பிவிடவேண்டும் என்ற ஒரே நினைப்புத்தான். உடுப்பைக்கூடக் கழற்றாமல் அப்படியே கட்டிலில் 'தொப்'பென்று விழுந்தான்.

“இனிமையான கனவுகளுடன் சுகமாக உறங்குங்கள்” என்று கட்டில் மெல்லிய குரலில் சொன்னது! அவன் திடுக்கிட்டு எழுந்து உட்கார்ந்து சுற்றுமுற்றும் பார்த்தான்.

கட்டிலுக்குப் பக்கத்தில் ஒரு சிறிய மேசை. அதில் வரிசையாகப் பொத்தான்கள் போல 'ஸ்விட்சு'கள் வைக்கப்பட்டிருந்தன. மங்கல் வெளிச்சத்திலும் பளபளவென்று அவை அவனை விழித்துப் பார்த்துக்கொண்டிருந்தன. 'காலைப் பலகாரத்துக்காக உத்தரவிட', 'கணக்குப் பார்த்து பில்கொடுக்க' என்று பலவிதமானவை. அவன் கண்கள் மேசை மேல் விழுந்தபோதும் அவை அவன் பார்வையில் விழவில்லை. காலையில் தனக்குத் திரும்பிச் செல்ல முதல் விமானம் எப்போது கிடைக்கும் என்பதில் அவன் யோசனை போய்க்கொண்டிருந்தது. 'ஒரு வேளை திரும்பிச் செல்ல முடியாதோ, அதற்கேற்றபடி விமான சேவை கிடையாதோ' என்ற திகில் அவனைத் திடீரென்று பற்றியது.

கலவரமடைந்த அவன் பீதியுடன் சுற்றுமுற்றும் பார்த்தான். அப்போது அவன் கண்ணுக்கு ஒரு 'ஸ்விட்ச்' தென்பட்டது. கண்ணுக்கு இதமான குளிர்நீலநிறத்தில் அதன் மேல் பளிச்சென்று 'இரவுச்சேவை' என்று எழுதியிருந்தது. சில வினாடிகள் அதையே பார்த்துக்கொண்டிருந்த அவனுக்கு, 'இரவுச்சேவை' யைக்கூப்பிட்டு விமானத்தைப் பற்றிக் கேட்டாலென்ன' என்ற யோசனை தோன்றியது. 'அப்பாடா!' என்ற பெருமூச்சுடன் அந்தப் பொத்தானை ஒரு முறைக்கு இரு முறையாகத் தட்டிவிட்டு, மெதுவாகக் கட்டிலின்மேல் மல்லாந்தான். 'மறுபடிக் கட்டில் என்ன சொல்லுமோ' என்று அவனுக்குப் பயம்! நல்ல வேளை, கட்டில் ஒன்றும் சொல்லவில்லை. அவன் மனசும் சூனியமானது.

சுமார் ஆறேழு நிமிஷங்களுக்குப் பின்னர் அவன் அறைக் கதவை யாரோ தட்டினார்கள்.

“கதவு திறந்துதானிருக்கு, உள்ளே வரலாம்” என்று அவன் குரல் கொடுத்தான்.

கதவு திறந்தது. அவன் கண்களை நம்பமுடியவில்லை. அவளுக்குச் சுமார் இருபத்துநாலு அல்லது இருபத்தைந்து வயசிருக்கும். துடைத்துவிட்ட ரோஜாப்பூப் போன்ற மேனியோடு கூடிய கட்டிளங்குமரி. கடைந்தெடுத்த அவயவங்கள். ஈடு எடுப்பில்லாத உடற்கட்டு. அதை மறைப்பதுபோல் ஆனால், கவர்ச்சிகரமாக எடுத்துக்காட்டும் ஆடை. ஆசையை மூட்டிவிடும் அழகு முகம். விசாலமான கண்கள், புன்சிரிப்புத் தவழும் கன்னத்தில் சின்னக் குழி. மோவாயில் ஒரு சிறிய மச்சம்.

அறைக்குள் நுழைந்த அவள் கதவை மூட ஆரம்பித்தாள்!

"ஏய், ஏய், யார் நீ?" என்று கத்தினான் அவன். அவனால் எழுந்திருக்கக்கூட முடியவில்லை.

"நான்தான் மீனா, இரவுச்சேவைக்காக வந்திருக்கிறேன்."

தலையைச் சிறிது கவிழ்த்தபடி, நாணத்தோடுகூடிய புன்சிரிப்புடன் வலது கால் கட்டை விரலால் தரையைக் கீறியபடி அவள் பதில் சொன்னாள். அவள் நெற்றி மேல் முடிக்கற்றை ஒன்று சுருண்டு மெல்லத் தவழ்ந்துகொண்டிருந்தது.

அவள் சொன்னது அவன் காதில் விழுந்தாலும் அவன் மனசில் விழவில்லை. அவனுக்கு ஒன்றும் புரியவில்லை. கால்கள் வெலவெலத்துவிட்டிருந்தன. தான் கேட்கவேண்டுமென்று நினைத்திருந்ததெல்லாம் மறந்துவிட்டிருந்தது. மார்பு படபட வென்று அடித்துக்கொண்டது. உடம்பு குப்பென்று வேர்த்தது. நடுங்கும் குரலில் மீண்டும்,

"ஏய் , யார் நீ, இங்கே என்ன செய்யறே?"என்று குழறினான்.

"நான் மீனா. இரவுச்சேவைக்கு வந்திருக்கிறேன். சுத்தமாகவும் சுகாதாரமாகவும் செய்யப்பட்டிருக்கும் என்னுடன் இருந்தால் உங்களுக்குப் பூரண இன்பம் கிடைப்ப..."

அவள், அது, மீனா, பேசிக்கொண்டே போனது. உயிரற்ற குரலில். புன்சிரிப்புடன். நாணத்துடன். கண்களைப் படபட வென்று இமைத்தபடி. அவனை நோக்கி ஓரடி எடுத்து வைத்தபடி....

அவன் முகம் விகாரமாக மாறியது.

அப்போதுதான் அவனுக்கு வெறி பிடித்தது.

எதைப் பார்த்தாலும் உரத்த கூச்சலுடன் உடைத்துத் தூளாக்கப் பார்க்கிறான் என்று அவனைத் தற்போது தற்காலிகமாக ஒரு தனி யறையில் அடைத்து வைத்திருக்கிறார்கள். அவனை என்ன செய்வது என்று முடிவெடுப்பதற்கு முன்னால் அவன் சமூக விரோதியா அல்லது பைத்தியமா என்று தீர்மானிக்கவேணுமாம்.

நகுலச் சக்கரவர்த்தியின் யோகம்!

சின்னூரிலுள்ள பலநூறு அபாக்கியவான்களில் தானே தலைசிறந்த அபாக்கியவான் என்று நகுலச் சக்கரவர்த்திக்கு திடமான அபிப்பிராயம் சின்ன வயசிலிருந்தே உண்டு. பாண்டுப் பிள்ளையின் நாலாவது மகனாகப் பிறந்ததே தனது துர் அதிர்ஷ்டத்தின் அறிகுறியென்று கருதினார் அவர். பாண்டுரங்கம் தன்னுடைய பேரை பாண்டுப் பிள்ளையென்று சுருக்கி வைத்துக் கொண்டு தினமும் மகாபாரதம் படித்ததன் பலனாகத்தானோ என்னவோ முதல் அஞ்சும் பையன்களாகப் பிறந்துவிட்டன. அவரும் அவற்றுக்கு முறையே தருமன், பீமன், அருச்சுனன் என்று வரிசைக் கிரமப்படிப் பேர் வைத்துவிட்டார். நாலாவதுக்கு மாத்திரம் வெறுமனே நகுலன் என்று வைக்காமல் நகுலச் சக்கர வர்த்தி என வைத்துத் தொலைத்து விட்டார். 'இதுக்கு பூமி ஆளும் பாக்கியம் இருக்கு' என்று ஆஸ்தான ஜோஸியன் அம்பலவாண ஆசாரி சொல்லிவிட்டதன் விளைவு. பள்ளிக்கூடத்திலே நாலாங் கிளாஸ் வாத்தியார் ராயலிங்கத்தின் வாயில் விழுந்து விழுந்து எழுந்த பின் நகுலச் சக்கரவர்த்திக்கு மகாபாரதத்தின் மேலும், சக்கரவர்த்திகள் மேலும், பாண்டவர்கள் மேலும் தீராப் பகை ஏற்பட்டதில் ஆச்சர்யமில்லை.

"டேய் நகுலச் சக்கரவர்த்தி, இங்கே வாடா" என்று ராயலிங்கம் அன்பொழுக அழைத்து வகுப்புப் பையன்கள் எல்லாரும் பார்க்கும் படித் தன் பக்கத்தில் நிறுத்தி வைத்துக்கொண்டு பாடத்தை ஆரம்பிப்பார்.

"இவனைப் பார்த்தீங்களாடா, மூக்குச் சளியைத் தொடைக்கக் கூட அறிவில்லை, ஒம்பதாம் வாய்ப்பாடு தெரியுமாடா ஒனக்கு?"

வாத்தியார் அடிக்கமாட்டார் என்ற தைரியத்தில் 'தெரியாது' என்று நகுலச் சக்கரவர்த்தி பதிலளிப்பான்.

"பார்த்தீங்களாடா ஒம்பதாம் வாய்ப்பாடுகூடத் தெரியாது இவருக்கு; ஒடம்பைப் பாருங்கடா. பறச்சேரிப் பண்ணி மாதிரி அழுக்கு. டேய், இந்த வாரம் குளிச்சயாடா நீ?"

பால நகுலச் சக்கரவர்த்தி தலையசைப்பான். அது இல்லையென்பதைக் குறிக்கிறதா அல்லது அந்த வாரம் குளித்திருக்கிறான் என்பதைக் குறிக்கிறதா என்பது கண்டுபிடிக்க முடியாதபடி இருக்கும்.

"பார்த்தீங்களாடா. இவரு யாரு தெரியுமா, நகுலச் சக்கரவர்த்தி, படா சக்கரவர்த்தி, மகாராஜாவுக்கும் மேலே. ஜார்ஜ் சக்கரவர்த்தி மாதிரி லண்டன்லேயிருந்து இப்பத்தான் ஓட்டைக் கப்பல்லே வந்திருக்காரு தொரை! சே, கசுமாலம், ஏண்டா வர்றீங்க நீங்கள்ளாம் பள்ளிக்கூடத்தை நாத்தமடிக்கிறதுக்கு..." இப்படிப் பாடம் நடக்கும்.

நகுலச் சக்கரவர்த்தியை வைத்துக்கொண்டே ராயலிங்கம் சரித்திர பாடத்தையும் அதில் வருகிற வெவ்வேறு சக்கரவர்த்திகளையும் அவர்களது குணாதிசயங்களையும் பலஹீனங்களையும் ஒப்பீடு செய்து சொற்பெருக்காற்றிவிடுவார். முடிவில், "டேய், மகாபாரதம் தெரியுமா ஒனக்கு? அதிலே நகுலன், அவன் பாவம் வெறும் நகுலன் தான். இவராட்டம் சக்கரவர்த்தியில்லை. அவன் எதிலே கெட்டிக்காரன் தெரியுமா? குதிரைங்களைப் பார்த்துக் கறதுலே கெட்டிக்காரன். நம்ம நகுலச் சக்கரவர்த்தி குதிரைங்ககிட்ட போனா என்ன ஆகும்? ரேஸ்குதிரையும் கழுதையாட்டம் சொறி பிடிச்சு முட்டிக்கால் தட்டிக்கினு இவரு மேலே உராஞ்சுக்கினு நிக்கும்!" என்று முடியும்.

அவர் போதனையின் விளைவாக வகுப்பில் உள்ள பெரிய பையன்கள் இவனைக் குதிரைச் சக்கரவர்த்தியென்றும் கழுதை சக்கரவர்த்தியென்றும் உரக்கக் கூப்பிடுவார்கள். ரோஷமுள்ள சின்னப் பையனானதால் அவனுக்கு உள்ளூற அழுகையும் கோபமும் வந்தாலும் மொட்டைத் தலையைத் தடவிக்கொண்டு முன்னே நீண்டு வந்திருக்கும் பற்களை இன்னும் தெரியக்காட்டி அசட்டுச் சிரிப்பு சிரித்துச் சும்மா இருந்து விடுவான். ஆனாலும், அப்போதிருந்தே அவன் மனசின் அடிமட்டத்தில் அவனுக்குத் தெரியாமலே ஓர் ஆசையின் வித்து ஆழமாய்ப் பதிந்திருக்க வேணும். தான் எப்படியாவது இந்தப் பேரை வைத்துக்கொண்டே ஊரில் ஒரு பெரிய மனுஷனாகி நாலுபேர் தன்னைப் பார்த்தால் எழுந்து நிற்கும்படி செய்யவேணும் என்பதுதான் அது. சக்கரவர்த்திகள் மேல அழியா வெறுப்பும் தீராப் பகையும் கொண்ட தீவிர ஜனநாயகக் குடியரசுவாதியானபடியால் நகுலச் சக்கரவர்த்தி வெண்கொற்றக்குடைக்கும் தங்கக் கிரீடத்துக்கும் செங்கோலுக்கும் கப்பம் கட்டும் சிற்றரசர்களுக்கும் ஆசைப்படவில்லை. தன்னை ஏளனம் செய்தவர்களும் தன்னைப் பார்த்து மரியாதை செய்ய வேணும் என்கிற சாதாரண ஆசைதான் பட்டான். அந்த ஆசையின்

உந்துதலினால்தானோ என்னமோ பள்ளிக்கூடத்தில் கிடைத்த அடியையும் உதையையும் ஏச்சையும் பொருட்படுத்தாமல் முக்கி முனகித் திக்கித் திணறி ஊரிலேயே பெரிய படிப்பான எஸ்ஸெஸ் ஸெல்ஸியில் எப்படியோ தேறிவிட்டான். அதனால் ஏற்பட்ட சந்தோஷமும், மகனை அவையத்து முந்தியிருக்கச் செய்தாகி விட்ட தால் தம் கடமை முடிந்துவிட்டது என்ற திருப்தியும் இருதய நோயும் ஒண்ணாய்ச் சேர பாண்டுப் பிள்ளை கண்ணை மூடிவிட்டார். இருந்தாலும் மனோ தைரியத்தைக் கைவிடாமல் தகப்பனின் ஒண்ணேகால் சொத்தில் பாகம் போட்டுக் கிடைத்த சொற்ப பணத்தில் ஆரம்பித்த சின்ன பெட்டிக்கடையை எத்தனையோ வில்லங்கங்களுக்கிடையில் ஜகப்புரட்டுச் செய்து பெரிய பெட்டிக் கடையாக விஸ்தரித்துப் பிறகு க்ஷவர சாமான்கள், சோப்பு, சீப்பு, கண்ணாடி, ரிப்பன், வளையல், மாலை, மிட்டாய், சூயிங்கம், பேப்பர், பென்ஸில், ரப்பர் விற்கும் குட்டி 'ஷாப்புக்' கடையாக உயர்த்தி விட்டார். இருபது வருஷத்தில் இப்படி வளர்ந்திருந்தாலும் தான் ஊரிலேயே ஒண்ணாம் நெம்பர் அபாக்கியவான் என்ற நம்பிக்கை அவர் உள்ளத்தில் ஆழ்ந்துவிட்டிருந்தது.

அதனால்தான் உள்ளூர் நகர கூட்டுறவு பாங்க்கின் டைரக்டர் களில் ஒருவராக அவர் தேர்ந்தெடுக்கப்பட்டிருக்கிறார் என்ற செய்தி தெரிந்தபோது, ஊரில் எல்லோரையும்விட அவருக்கே ஆச்சரியம் அதிகமாக இருந்தது.

சின்னூர் நகர கூட்டுறவு பாங்கின் டைரக்டர் பதவிக்குப் போட்டியிட வேண்டும் என்று அவர் கனவு காணவுமில்லை. ஆசைப்படவும் இல்லை. நண்பர்களின் வற்புறுத்தலின் பேரில் தான் நின்றார். அப்போதும் தாம் ஜெயிப்போம் என்று அவர் எதிர்பார்க்கவில்லை. ஆரூடப்புலி அருணகிரிசெட்டி இத்தனைக்கும் ஜெயம் உறுதி என்று உத்தரவாதம் கொடுத்திருந்தார். இருந்தாலும் தன் துரதிர்ஷ்டம் தன்னைவிடாது என்று நகுலச் சக்கரவர்த்திக்குப் பயம். 'அருணகிரிசெட்டி இப்பிடித்தான். நாலு நாள் நாஸ்தா காப்பி வாங்கிக் குடுத்தா ராஜபலன் சொல்லிடுவான்' என்று தனக் குள்ளேயே உரக்கச் சொல்லி விரக்திச் சிரிப்பு சிரித்துத் தோல் விக்குத் தன்னைத் தயார்படுத்தி வைத்துக்கொண்டிருந்தவருக்கு தேர்தல் முடிவு பேராச்சரியத்தையும் பெருமகிழ்வையும் அளித்த தென்பதில் வியப்பென்ன?

முடிவு தெரிந்ததும் நகுலச் சக்கரவர்த்தி அருணகிரி செட்டி யைக் கூப்பிட்டனுப்பினார்.

"செட்டியாரே. ஒன் ஜோசியம் பலிச்சிடுச்சிய்யா. நீ ரொம்ப கெட்டிக்காரன்தான் போ, வெரிகுட் வெரிகுட்" எனச் சொல்லிச்

சிரித்து தலையைத் தடவிக்கொண்டார். அன்றைக்கு மணி ஐயரின் ஓட்டலில் நகுலச் சக்கரவர்த்தியின் கணக்கில் ஏழு ரூபாய் ஏறியது, அருணகிரி செட்டி சாப்பிட்ட ஸ்வீட்டும் காரமும் காப்பியும் கையில் பொட்டலமாக அவருடைய ரெண்டு பெண்டாட்டிக்கும் ஏழு குழந்தைகளுக்கும் ஜமக்காளப் பை நிறைய வாங்கிச் சென்ற தையும் சேர்த்து போகும்போது செட்டி சும்மா போய்விடவில்லை.

"பிள்ளைவாள், நீங்க கொஞ்சம் ஜாக்கிரதையா இருக்கணும். ஜன்மஸ்தானத்திலேந்து எட்டிலே சனி இருக்கான். ஏமாந்தா காலை வாரிடுவான், சுக்கிரனும் குருவும் வக்கிரத்துலே இருக்காங்க, எதுக்கும் ஒரு நவக்கிரக சாந்தி பண்ணிடுங்களேன்" என்று எச்சரித் துவிட்டுப் போனார். செட்டி தன்னை முதல் முறையாக 'வாள்' பட்டம் போட்டுக் கூப்பிட்டதனால் ஒரு பக்கம் சந்தோஷமாக இருந்தாலும் நகுலச் சக்கரவர்த்திக்கும் மறுபக்கம் எரிச்சலானது. 'இவன் நாக்கிலேதான் எப்போதும் சனி இருக்கான்' என்று முணுமுணுத்துக் கொண்டார்.

அதிர்ஷ்டம் ராகுகாலம் இரண்டையும் நம்பினாலும் நகுலச் சக்கரவர்த்திக்கு சாமி பூதம் இதிலெல்லாம் நம்பிக்கை கிடையாது. இருந்தாலும், ஒருவேளை சனீசுவரன் என்று ஒருத்தன் இருந்து, அவன் கோணல் புத்தியினால் இப்போதுதான் தளிர்க்க ஆரம்பித் திருக்கும் தன்னுடைய அதிர்ஷ்டத்தில் மண்ணை வாரிப் போட்டு விட்டால் என்ன செய்வது என்று அவருக்குக் கொஞ்சம் பயம் தட்டிவிட்டது. பொன்னு (அவர் மனைவி) விடம் சொல்லி சனிக் கிழமை தோறும் சனிபகவானுக்கு எள்ளு முடிப்புவிட ஏற்பாடு செய்துகொண்டார். 'அப்படி சனியின்னு ஒருத்தனும் இல்லேன்னு பிடி எள்ளைத்தவிர நஷ்டம் ஒண்ணுமில்லை. ஒரு வேளை இருந்துவிட்டால் லாபந்தானே' என்ற கணக்கின்பேரில்தான் இந்த இன்ஷ்யூரன்ஸ் ஏற்பாடு. தன்னுடைய நாத்திக நண்பர்களுக்கு, குறிப்பாக நகர முன்னேற்றச் சங்கப் பெரிய கைகளுக்கு, தெரிந்து விடக்கூடாதே என்பதற்காக மனைவி மூலம் ஏற்பாடு செய்ய வேண்டியதாகிவிட்டது.

உண்மையில் நகர முன்னேற்றச் சங்கக்காரர்கள்தான் இவரை தேர்தலில் நிற்க வைத்தது. 'என்ன நவன்னா. நீங்க சும்மா நில்லுங்க. எத்தினி நாளு அந்தப் பெருச்சாளிங்களே சுரண்டிச் சாப்பிட்டுக் கினு இருக்கிறது? ஒங்களுக்கு என்ன கொறைச்சல். அந்தஸ்து இல்லியா, பேரு இல்லியா, பணம் இல்லியா?' என்றெல்லாம் சொல்லித் தூபம் போட்டு ஆசையைக் கிளப்பிவிட்டு விட்டார்கள். அதன் பலனாக பேரைத் தாக்கல் செய்யச் சிலமணி நேரம்முன், தான் தேர்தலில் நிற்காமல் போனால் சின்னூர் நகர கூட்டுறவு பாங்க் பங்குதாரர்கள் எல்லாரும் ஒருமனதாகத் தேர்தலைப்

பகிஷ்காரம் செய்வதோடு மட்டுமல்லாமல் தங்கள் பங்குகளைத் திரும்பப் பெறப் புரட்சி செய்து பாங்க்கையே கவிழ்த்து விடுவார்கள் என்றுகூட நகுலச் சக்கரவர்த்திற்குப் பட்டுவிட்டது.

'போட்டுத்தான் வைப்பமே, மயிராலே மலையைக் கட்டி இழுக்கிறமாதிரி, வந்தா மலைதான் வரட்டுமே' என்ற யதார்த்த சித்தாந்தப் பார்வையோடு பேரையும் கொடுத்துவிட்டார். நாலு கப் ஸ்பெஷல் காப்பியையும் சாப்பிட்டுவிட்டு ஜாதகத்தோடு ரெண்டரை மணிநேரம் மல்லுக் கொடுத்துவிட்டு 'நிச்சயம் ஜெயம் உங்களுக்குத்தான்' என்று அருணகிரி செட்டி வேறு சொல்லி விட்டார்.

நகுலச் சக்கரவர்த்தி தேர்தலில் ஜெயித்தது அவருக்கு மாத்திர மல்லாமல் இந்த விஷயம் தெரிந்த எல்லாருக்குமே ஆச்சரியந்தான். நண்பர்கள் சொன்ன மாதிரி பங்குதாரர்கள் எல்லாரும் இவருக்கே ஒரு மனசாக ஓட்டுப் போட்டிராவிட்டாலும் ஜெயிக்குமளவுக்குப் போட்டிருந்தார்கள். நகர முன்னேற்றச் சங்க நண்பர்கள்கூட இதை எதிர்பார்க்கவில்லை. 'நம்ம ஆளு நின்னுதான் பார்க்கட்டுமே, சும்மா அவங்களே நின்னு அவங்களே ஜெயிச்சுப்பிட்டு எதுத்துக் கேக்க ஆளில்லேங்கிற தைரியத்திலே என்ன வேணுமானாலும் செஞ்சுக்கிறாங்களே' என்னும் நினைப்பில்தான் நகுலச் சக்கர வர்த்தியை நிற்க வைத்தார்கள். ஜெயிக்காத போனாலும் கணிசமான ஓட்டுப்பெறுவார் என்றுதான் நம்பினார்கள். வழக்கம்போல இங்கேயும் தப்புக் கணக்குப் போட்டுவிட்டார்கள். நகுலச் சக்கரவர்த்தி ஜெயித்துவிட்டார்!

"பார்த்தீங்களா, நீங்க என்னென்னமோ சொன்னீங்களே. நாங்க முன்னயே சொல்லலே நீங்கதான் ஜெயிப்பீங்கன்னு, கேட்டீங் களா? என்ன இருந்தாலும் நாங்க அரசியல்வாதிங்க இல்லியா, ஜனங்க மனசுலே என்ன இருக்குதுன்னு எங்களுக்குத் தெரியுங் கறேன்" என்று சொல்லி பிள்ளைவாளின் கடை முன்னால் நாலு சதுர கெஜத்துக்கு ஆரத்தி எடுத்துக் கொட்டின மாதிரி வெற்றிலைச் சாறைத் துப்பிவிட்டுப் போனார் செயலாளர் செந்தில்வேலு. ஐம்பது வயசான செந்தில்வேலு ஊரிலே எல்லாருக்கும் நினைவு தெரிந்த நாள் முதலாக எதிலாவது எதற்காவது செயலாளராக இருந்துவந்த படியே இருப்பதால் அவருடைய பேருடன் செயலாளர் பட்டமும் ஒட்டிக்கொண்டுவிட்டது. செயலாளர் தற்போது சின்னூர் நகர முன்னேற்றச் சங்கத்தை அலங்கரித்து வருகிறார்.

நகுலச் சக்கரவர்த்தியைப் பற்றித் தப்புக் கணக்குப் போட்ட வர்கள் நகர முன்னேற்றச் சங்கத்தார் மட்டுமல்ல. சின்னூர் நகர கூட்டுறவு பாங்க்கின் பழைய டைரக்டர்கள் அத்தனை பேருமே

ஏமாந்துவிட்டார்கள். பாங்க் பிரசிடென்ட் வக்கீல் வரதாச்சாரி. இதர டைரக்டர்களான சா.மீ. சோமசுந்தர முதலியார், ஷராப் சின்னராஜு முதலி, ஜவுளிக்கடை அப்பாண்டராஜ் நயினார், டாக்டர் அமிர்தலிங்கம் முதலி எல்லாருமேதான். அதன் முடிவாக, தன்னுடைய பொதுஜன சேவையின் பலனே ஓட்டு சேகரித்துக் கொடுத்துவிடும் என்று நம்பிச் சும்மா இருந்து விட்ட டாக்டர் அமிர்தலிங்கம் சென்ற பத்து வருஷங்களாக அனுபவித்து வந்த பதவியைக் கோட்டை விட்டதுதான். பதவி போனதில் அவருக்கு மனக்கஷ்டந்தான் என்றாலும் வடலூர் வள்ளலாரை வணங்கும் காந்தியவாதியானபடியால், 'பதவி பட்டம்னா இப்பிடித்தான் வரும்போகும்' என்று தன்னுடைய கம்பவுண்டர் நாராயணனிடம் சொல்லிச் சமாதானமடைந்துவிட்டார். நாராயணன்தான் சமாதான மடையவில்லை.

"இது சரியேயில்லை சார், இனிமே நீ தெனம் எப்பிடிச் சாயரட் சையிலே அங்கே போயி ஒக்காருறது? அவமானம் பண்ணீட்டாங் களே, நன்னிகெட்ட பேமானிப் பசங்க" என்று குமுறினான். தினம் சாயங்காலம் பாங்க்குக்குப் பத்திரிகை படிக்க டாக்டர் போய் விடுவாராகையால், சாயரட்சையில் அவரைப் பார்க்கவரும் 'கேசு' களிடம் தான் ஒண்ணு ரெண்டு வாங்குவதைக் கெடுத்துத் தொலைத் தானே ஷாப்புக்கடை நகுலச் சக்கரவர்த்தி என்று அவனுக்கு ஆத்திரம் பொங்கிக்கொண்டு வந்தது. தன்னுடன் நாலாங்கிளாஸ் படிக்கும்போது நகுலச் சக்கரவர்த்தியை எப்படியெல்லாம் கலாட்டா செய்திருக்கிறோம் என்பதை நினைத்துப் பார்த்தபோது நாராயணனுக்குச் சிரிப்பு வந்தாலும் நகுலச் சக்கரவர்த்தி இப்போ பாங்க் டைரக்டர், தான் மட்டும் சாயரட்சையில் வரும் வியாதிக் காரர்களிடம் கையேந்தும் கம்பவுண்டர்தான் என்று யோசித்துப் பார்க்கையில் அவனுக்கு ஆத்திரம் தாங்கவில்லை.

"அடியே, இந்த அநியாயத்தைக் கேட்டியோ நகுலச் சக்கர வர்த்தி டைரக்டராயிட்டான்" என்று எந்தவிதமான முன்னெச் சரிக்கை ஏற்பாடு ஒன்றுமில்லாமல் வக்கீல் வரதாச்சாரியார் தம் சகதர்மிணியான வேதவல்லியிடம் வீட்டிற்குள் நுழைந்தபடியே கூவினபோது அவளுக்கு ஒண்ணும் புரியவில்லை. 'நகுலச் சக்கர வர்த்தியாவது! டைரக்டராவது! இவருக்கு என்னமோ ஆயிடுத்து போல இருக்கே, எங்கயாவது மூளை கலங்கிப் போச்சோ?" என்று அவளுக்குப் பயமாகப் போய்ட்டது. வக்கீலருகே வந்து, "ஏன்னா, உடம்புக்கு ஒண்ணுமில்லியே, தலையை வலிக்கிறதா என்ன? நான் வேண்ணா சுக்குக் கஷாயம் போட்டுண்டு வரட்டுமா?" என்று திகிலுடன் கேட்டாள். தன் புருஷனுக்கு எந்நேரமும் மூளை கலங்கி

விடக்கூடும் என்று சென்ற நாற்பத்தைந்து வருஷங்களாக வேத வல்லிக்கு ஒருபயம், தான் இருப்பதால்தான் அவர் புத்தி ஸ்வாதீனத் தில் இருக்கிறதென்றும், அப்படி ஏதாவது ஆயிவிட்டால் அதைத் தன்னுடைய சுக்குக் கஷாயத்தினால் சரிப்படுத்திவிட முடியும் என்றும் அவளுக்குத் திடமான நம்பிக்கையும் தைரியமும் இருந்தது.

சுக்குக் கஷாயம் என்றவுடனே எதற்கும் கலங்காத வரதாச் சாரியார்கூட உஷாராகிவிட்டார்.

“ஏய், என்ன உளர்றே, நம்ம ஷாப்புக்கடை நகுலச் சக்கரவர்த்தி இருக்கானே அவன் பாங்க் டைரக்டராயிட்டாங்கறேன் பேத் தறயே!” என்றார் தலைப்பாகையை எடுத்தபடியே.

“நன்னாச் சொன்னேள் போங்கோ, திடு திப்புனு நகுலச் சக்கரவர்த்தி டைரக்டராய்ட்டான்னு பாரதத்திலே வர நகுலன் தான் சினிமா பிடிக்க ஆரம்பிச்சுட்டான்னு சொல்றேளாக்கும்னு நினைச்சுண்டு உங்களுக்குத்தான் என்னமோ ஆயிடுத்துன்னு பயந்தே போய்ட்டேன்” எனச்சொல்லிப் பயம் தீர்ந்த ஆனந்தத் தினால் தன் பாதிப் பொக்கை வாயைத் திறந்து சிரித்தாள் வேத வல்லி.

“கேட்டுக்கோடா கோவாலு, நான் ஒரு பைத்தியம்னு நினைச் சிண்டிருக்கா, இவ அந்த நாளிலே என்ன பண்ணினா, நம்ம கோடி யாத்து வரதுவைத்தான் பண்ணிப்பேன் இல்லேன்னா கன்னி யாகவே காலத்தைக் கழிச்சுடறேன்னு ஒத்தைக்காலிலே நின்னா, இப்ப வந்து நேக்குப் பைத்தியமோன்னு பயமாயிடுத்தாம்!” என்று சொல்லி ஹோ ஹோ என்று அதிர்வேட்டுச் சிரிப்பு சிரித்துக் கொண்டே கருப்புக்கோட்டை அவிழ்த்தார் வரதாச்சாரியார். வேத வல்லிக்கு ஒரு கால் குட்டை. அது எல்லோருக்கும் தெரியும். வரதாச் சாரியாருக்கு மெல்லச் சிரிக்கத் தெரியாது. அவர் தொண்டை அம்மாதிரி. அதுவும் எல்லாருக்கும் தெரியும்.

எழுநூற்று எழுபத்து நாலுதரம் இதே ‘ஜோக்’கைக் கேட்டிருந் தாலும் எழுநூற்று எழுபத்து அஞ்சாவது தரமாக வேதவல்லி வெட்கத்தால் முகம் சிவந்து உள்ளே போய் விட்டாள்.

கோவாலு என்றழைக்கப்பட்ட ராஜ கோபாலையங்கார் வரதாச்சாரியின் வலது கை. தலைமை குமாஸ்தா. வக்கீல் நாரா யணையரின் தலைமை குமாஸ்தா ஈசுவரையனுக்கு அடுத்தபடி வக்கீல் குமாஸ்தா உலகில் ‘எம காதகப் பேர்வழி’ என்று பட்டம் பெற்ற மனுஷன். ஐம்பத்தஞ்சு வயசானாலும் ஊருக்கெல்லாம் ராஜ கோபாலையங்காரானாலும் வரதாச்சாரிக்குக் கோவாலுதான்.

“நகுலச் சக்கரவர்த்தி பிள்ளையோ, இல்லியோ எல்லாரண்டையும் போயி பாப்பான்களும் மொதலியார்களுமே இந்த பாங்க்கை சொந்தமாக்கிண்டுட்டிருக்காங்க. மத்த ஜாதிக்காரங்களை அண்டவிடறதில்லை, அவுங்களே சுரண்டிண்டிருக்காங்கன்னு சொல்லி ஆளுக்கு ஒண்ணு ரெண்டு அஞ்சுபத்துன்னு குடுத்து ஓட்டுவாங்கிட்டார்னு சொல்லிக்கிறா ஊரிலே” என்று மெள்ள விஷயத்தை விளக்கினார் கோவாலு.

“ஹும் அப்பிடியா பண்ணினான்” என்று சொன்னபடியே நாற்காலியில் உட்கார்ந்த வரதாச்சாரி திடீரென்று நிமிர்ந்து, “யாரையா சொன்னான் அவன் பிள்ளேன்னு?” என்று கோர்ட்டில் சாட்சிக்குக் கேள்விபோடுகிற மாதிரி கோவாலுவைக் கேட்டார்.

“பிள்ளேன்னு வெள்ளாளப் பிள்ளை இல்லியாம், யாதவப் பிள்ளைன்னா...” என்று கோவாலு இழுத்தார்.

“கோவாலு, ஒனக்கு விஷயம் தெரியாதுன்னு நெனைக்கிறேன். இவன் அப்பன் பாண்டுப்பிள்ளை ஜாதி ஹிந்துவேயில்லை. தெற்கேயிருந்து ஒரு வெள்ளாளப் பொண்ணை இழுத்துண்டு இங்கே ஓடி வந்து விட்டான். அப்பறம் தானும் பிள்ளேன்னு பேரை வெச்சுண்டு இருப்பான். யாதவப் பிள்ளையாவது வெண்டைக்காயாவது?

சகலமும் தெரிந்த கோவாலுக்கு இது தெரியாதது வரதாச்சாரிக்கு ஆச்சரியம். கோவாலுவுக்கு அதைவிட ஆச்சரியம்.

“நெஜம்மாவா சார்?” என்று, அலங்காரத்துடன் சொல்லப் போனால், நாக்கில் ஜலம் ஊறக் கேட்டார் கோவாலு.

“நெஜமில்லாதே பின்னே இதென்ன கோர்ட்டா எதை வேண்ணாலும் சொல்லிடறதுக்கு? அந்தப் பொண்ணோட அப்பன்காரன் கேஸ் போட்டான். எங்கப்பாதான் பாண்டுப் பிள்ளைக்கு வக்கீல். அப்போ நேக்கு சின்ன வயசு. அப்பாவுக்கு ஜூனியரா இருந்துண்டிருந்தேன். பொண்ணுக்கு மேஜராயிடுத்து. பலாத்காரம் ஒண்ணும் பண்ணல்லே, ரெண்டு பேரும் இஷ்டப்பட்டுத்தான் வந்தான்னு வாதாடினோம். பாண்டுப்பிள்ளை பக்கம் தீர்ப்பாயிடுத்து. அவன் பிள்ளை நகுலச் சக்கரவர்த்தி. அவனைப் போயி வெள்ளாளப்பிள்ளை வெங்காயப் பிள்ளைன்னு சொல்லறியே? அவன் பாதிப் பஞ்சமன்.”

‘அப்பேர்ப்பட்ட ஆளெல்லாமா சார் ஒங்களுக்கெல்லாம் சமானமா ஒக்கார்றது?” என்று ஆச்சரியமும் பயமும் கலந்த அறச்சீற்றத்தோடு கேட்டார் கோவாலு.

“காலம் அவனுக்குத்தான்ங்கறேன், நீ என்னமோ பத்தாம் பசலி யாட்டம் கேக்கறியே?” என்று சொல்லிவிட்டு உள்ளே போய் விட்டார் வரதாச்சாரி.

கோவாலுவுக்கு மாத்திரம் காலம் யாருக்கானாலும் சரி. இப்படி நடப்பது சரியென்று தோணவில்லை. ஊருக்கு நேர்ந் துள்ள இந்தப் பேரிழிவை, பேராபத்தை, எப்படிப் போக்குவது என்ற சிந்தனையில் மூழ்கியிருந்த அவர் அன்று ராத்திரி சமையலில் உப்பில்லாப் பத்தியத்தில் உப்புப் போட்டிருந்ததைக் கூடக் கவனிக்க வில்லை.

தேர்தல் முடிந்த மறுநாள் நகுலச் சக்கரவர்த்தி கடைக்குப் போனவுடன் முதன் முதலில் அவருக்கு ரோஜாப்பூ மாலை போட்டு தாம்பூலத் தட்டில் வெற்றிலை பாக்கு, எலுமிச்சம் பழத்தோடு வரவேற்றார் ராஜி செட்டி. நகுலச் சக்கரவர்த்தியிடம் பதினைஞ்சு வருஷங்களுக்கு முன்னால் பொட்டலம் மடித்துக் கொடுக்கும் ‘பையனாகத் தன் முப்பத்திரண்டாம் வயசில் வேலைக்குச் சேர்ந்தவர். பரம விசுவாசி.

“எ எ, என்னாய்யா இது?” என்று சந்தோஷத்தோடு மறுத்தபடி மாலையைக் கழுத்தில் வாங்கிக்கொண்டார் நகுலச் சக்கரவர்த்தி. கீழே உதிர்கின்ற ரோஜா இதழ்களைப் பொறுக்கித் தின்ன வரும் பஜார் பையன்களை இடக் கையாலும் முகத்தின் இடது பக்கத் தாலும் விரட்டினபடியே, ‘ஹி ஹி’ என்று முகத்தின் வலது பக்கத் தால் சிரித்துக்கொண்டே வலது கையால் சக்கரவர்த்தியின் இருக் கையைத் துண்டால் தட்டி ‘உட்காருங்க உக்காருங்க’ என்றார் ராஜி செட்டி. என்னதான் வயசானாலும், சின்னூர் அனுபவம் என்கிற குட்டையில் முழுகி எழுந்திருப்பவரானாலும் ராஜி செட்டி கொஞ்சம் கருநாடகமான ஆசாமி. இந்தக் காலத்துக்காரர்களைப் போல விஷயம் ஒன்றும் இல்லாவிட்டாலும் விதரணையாக விளக்கி எத்தனையோ அரும் பொருள் புதைந்திருப்பதுபோல் பேசத் தெரியாதவர். விஷயம் இருந்தாலே சரியாக எடுத்துச் சொல்லத் தெரியாத மனுஷன்.

மாலையைக் கழற்றிவிட்டு உட்கார்வதா அல்லது அப்படியே உட்கார்ந்து விடுவதா என்னும் குழப்பத்தோடு ஒரு கையால் மாலையை எடுக்கக் குனிந்து அதே சமயம் கடைமேல் ஏறி உட்கார் வதற்காக அதே கையை நீட்டிக் கல்லாப் பெட்டியைப் பிடிக்கப் போக, ரெண்டும் முடியாமல் கால் தடுக்கி விழப்போன நகுலச் சக்கரவர்த்தியை, ‘பாத்து ஏறுங்க, பாத்து ஏறுங்க’ எனச் சொல்லி, பிடித்துக் கடைமேல் ஏற்றிவிட்டார் ராஜி செட்டி.

தேவர்கள் பூமாரி சொரிந்தாற்போலப் படிக்கட்டெல்லாம் ரோஜா இதழ்கள். கடை முதலாளிக்கு என்னவோ ஆகிவிட்டது, மாரடைத்து மயக்கம் போட்டுவிட்டார் என்று ஆவலுடன் ஓடிவந்த கடைக்குள்ளிருந்த மற்ற ஆட்களும், முதலாளிக்கும் காரியஸ் தனுக்கும் ஏதோ சண்டையென்று கடைக்கு வெளியிலிருந்து வந்தவர் களுமாக வேடிக்கை பார்க்க ஒரு சிறு கூட்டமே கூடிவிட்டது. இடுக்கில் கால்களுக்கடியில் புகுந்து ரோஜா இதழ்கள் பொறுக்கும் பையன்கள் வேறே. ஓர் ஆள் சோடா வாங்கிவர ஓடினார். பக்கத்து ஓட்டலில் காபி சாப்பிட்டுக்கொண்டிருந்த ஒருவர் அப்படியே ஓடிவந்து நகுலச் சக்கரவர்த்தியிடம் டபரா டம்ளரை நீட்டினார். அதற்குள் சோடாவும் வந்து விட்டது. கேவலம் நகர, அதுவும் சின்னூர் நகர, கூட்டுறவு பாங்க்கில் டைரக்டர் பதவியானதுக்காக தனக்கு இம்மாதிரியான அமோகமான வரவேற்பு அளிக்கப்படும் என்பதைச் சிறிதும் எதிர்பார்க்காத நகுலச் சக்கரவர்த்தி நன்றிப் பெருக்கால் நாத் தழுதழுக்க, 'எனக்கெதுக்குங்க இதெல்லாம்? ரொம்ப நன்றி; வணக்கம்' என்று கரம் கூப்பிச் சிரம் தாழ்த்தி வணங்கிவிட்டு சோடாவைக் குடித்துக்கொண்டே காபியையும் குடிக்கப் போக, அதே சமயம் சோடா ஏப்பம் வந்து காப்பி மூக்கில் ஏற இருமல் –தும்மல் இத்தியாதிகளுடன் எதிரில் இருந்தவர்கள் மேல் தும்மவும், ஆசாமி உயிரோடுதான் இருக்கிறார், சாகவும் இல்லை சண்டை போடவும் இல்லை. வெறுமனே தும்மிக்கொண்டி ருக்கிறார் என்பதை எப்படியோ தெரிந்துகொண்ட கும்பல் கல்லடி பட்ட காக்கைக் கூட்டம் போல ஒரே கணத்துக்குள் கலைந்தது. காப்பிக்காரரும் சோடாக்காரரும் மாத்திரம் டபரா டம்ளரையும் சோடா புட்டியையும் திரும்பிப் பெறுவதற்காகத் தும்மல் திவலையி லிருந்து தப்பிக்க முடியாமல் நின்றிருந்தார்கள். அவர்களை ஒருவாறு சமாதானம் செய்து ஆளுக்குக் கால்ரூபாயை அன்பளிப்பாகக் கொடுத்தனுப்பிவிட்டு நகுலச் சக்கரவர்த்தி ராஜிசெட்டியாரைக் கெம்பீரமாகப் பார்த்தார்.

"என்ன ராஜி, இவ்வள அமக்களம் பண்ணீட்டியே, இதுக்கே இப்படிப் பண்ணினா நாளைக்கு நான் மந்திரியாப் போனேன்னா ஊரையே கூட்டிடுவே போலிருக்குதே!" என்று சிரித்தபடி கேட்டார். முதன் முதலாக அவர் மனசில் ஏன் தாமும் ஒரு நாள் மந்திரியாகக் கூடாதா என்ற எண்ணம் உதித்தது. 'அடுத்த தபா அருணகிரி செட்டியைப் பார்த்தா மந்திரி பாக்கியம் இருக்குதான்னு பாக்கச் சொல்லணும்' என்று தீர்மானம் செய்துவிட்டுத் தன் முன்னால் இன்னும் ஆனந்த பரவசராய் நின்றுகொண்டிருந்த ராஜு செட்டியைப் பார்த்தார். பார்த்தவுடன், இந்த ஆளை இன்னும் சும்மா இங்கேயே நின்றிருக்கவிட்டால் கடனோ இனாமோ கேட்க ஆரம்பித்துவிடுவான் என்று தோன்ற, "சரிப்பா, உள்ளே போயி

வேலையைப் பாரு" எனக் கூறி ராஜி செட்டியைக் கௌரவமாகத் துரத்திவிட்டு, மாலையைக் கழற்றி ரோஜா இதழ்களை ஒவ்வொன்றாகப் பிய்த்துத் தின்றபடியே தன் திடீர் அதிர்ஷ்டத்தையும் தன்பால் மக்களுக்கு அளவு கடந்த அன்பு இருக்கும் அதிசயத்தையும் நினைத்துப் பார்த்து அசை போட்டுக் கொண்டிருந்தார். அன்று பகல் நேரம் போனதே அவருக்குத் தெரியவில்லை.

அன்று மாலை அவரைப் பார்த்துக் குசலம் விசாரித்து மீண்டும் வாழ்த்திவிட்டுக் 'கடனா'கக் கொஞ்சம் பணம் வாங்கிப் போகச் செயலாளர் செந்தில் வந்திருந்தார். பணம் கையை விட்டுப் போவதை விரும்பாத மாதிரியாகத் தயங்கின நகுலச் சக்கரவர்த்தியைப் பார்த்துச் சிரித்தபடியே, "என்னாங்க, இருபத்தஞ்சு ரூபாவுக்கு இப்பிடித் தயங்கறீங்களே. நாளையிலிருந்து ரெண்டு கையாலும் ஏராளமா வாரப் போறீங்களே, இப்போ நீங்க பாங்க் டைரக்டர்ங்கறதை மறந்துட்டீங்களா அதுக்குள்ளே?" என்று கேலி செய்தார் செயலாளர்.

"அ.... ஆ... அதைச் சொல்றீங்களா? ரெண்டு மாசத்துக்கு ஒரு தபா அம்பது ரூபா வருமா சிட்டிங் பீஸ், அதுலே என்னாத்தை வார்றது?" என்று கேட்டார் நகுலச் சக்கரவர்த்தி.

மிருகக்காட்சிசாலையில் பட்டிக்காட்டான் ஒட்டகச் சிவிங்கியைப் பார்க்கிற மாதிரி செந்தில் நகுலச் சக்கரவர்த்தியை விநோதமாகப் பார்த்துவிட்டு, "சும்மா வெளையாட்டுக்குச் சொல்றீங்களா? டைரக்டர்னா இனிமே கொண்டாட்டந்தானே, ரெண்டு மாசத்துக்கு அம்பது ரூபாயா? யார் சொன்னது?" எனக் கேட்டு மீண்டும் சிரித்தார்.

"எப்பிடிச் சொல்றீங்க?"

"சரியாய் போச்சு போங்க, ஒலகம் தெரியாத மனுஷனாயிருக்கீங்களே, தினம் பொழுது விடிஞ்சா விதைக்கறதுக்கு, கல்யாணத்துக்கு, அறுக்கறதுக்கு, சாவுக்கு, கெணறு வெட்டறதுக்கு, மாடு வாங்கறதுக்கு, அதுக்கு இதுக்குன்னு கடன் கேட்டு வருவாங்களே, அவங்களுக்கு உங்க சிபாரிசு இல்லாமே சும்மா கிடைச்சுடுமா? உங்க சிபாரிசுதான் சும்மா கிடைச்சுடுமா?" எனச் சொல்லிப் பின் குரலைச் சிறிது தாழ்த்திக்கொண்டு, "இப்போ இருக்கிற டைரக்டர்களிலே உங்களைவிட்டா ஒருத்தனுக்கும் விவசாயம்னா சுட்டுப் போட்டாக்கூடத் தெரியாது. நீங்க அவன் பிணைக்கு வைக்கிற பயிரையோ தானியத்தையோ ஆட்டையோ மாட்டையோ பார்த்துக் கடன் குடுக்கலாமின்னா எவனும் தட்டிச் சொல்ல மாட்டான். கடன் வாங்கிறவன்கிட்ட கமிஷனாவோ, இல்லே ஒரு

ரூபா ரெண்டு ரூபான்னு முன்னாலியே பேசிக்கிட்ட ‘ரேட்’டுப் படியோ வாங்கிக்கிட்டா கசக்குதா, அம்பது ரூபாயாம், ஆளைப் பாருங்கடான்னானாம்!” என்று கேட்டபடியே நகுலச் சக்கர வர்த்தியின் விலாவில் ஒரு குத்துவிட்டார் செயலாளர்.

நகுலச் சக்கரவர்த்திக்கு விஷயம் புரிய ஆரம்பித்தது. குத்து வாங்குவதற்குப் பதிலாகச் செயலாளர் கேட்ட பணத்தைக் கொடுத்து விடலாமென்றும் தோன்றியது. இருந்தாலும் செந்தில் சொன்ன விஷயம் கவனத்தை ஈர்க்க, குத்து விழுந்தாலும் பரவா யில்லையென்ற தியாக சிந்தனையோடு சம்பாஷணையைத் தொடர்ந்தார்.

“ஒரு ரூபா ரெண்டு ரூபாயா?”

“நீரொண்ணு வெளையாடறீங்க. ஒரு ரூபாயின்னா ஒரு ரூபாயா, இல்லே ரெண்டு ரூபாயின்னாதான் ரெண்டு ரூபாயா? சமயத்துக்குத் தகுந்தாப் போலோ அது நூறோ ஒரு ஆயிரமோன்னு எடுத்துக்கணும் – நேரமாச்சே, இப்போ எனக்கு அவசரமா வேணுமே” என்று செயலாளர் தான் வந்த காரியத்தை நினைப் பூட்டவும், நகுலச் சக்கரவர்த்தி இனிமேல் தனக்கு வரப்போகும் ஒரு ரூபாய் நூறாகவோ அல்லது ஆயிரமாக இருக்குமோ என்கிற இனிய நினைப்பில் ஆழ்ந்து இன்னது செய்கிறோம் என்பதுகூடத் தெரியாமல் செயலாளர் கேட்ட பணத்தை அப்படியே எடுத்துக் கொடுத்துவிட்டார்.

‘என்னதான் இருந்தாலும் செந்தில் நல்ல மனுஷன்தான். ரொம்பப் புத்தி கூர்மையுடைய ஆள், நமக்கு விவசாயத்தைப் பத்தி எல்லாம் தெரியுமிங்கற எனக்கே தெரியாத ரகசியத்தையெல்லாம் எப்பிடியோ தெரிஞ்சு வெச்சுக்கிட்டிருக்கானே, செயலாளர் ரொம்பக் கெட்டிக்காரர்’ என்று நகுலச் சக்கரவர்த்திக்குப் பட்டது.

“யோவ் ராஜி, இனிமே தினம் சாயங்காலம் நான் பாங்க்கி லிருப்பேன்; கடையை நீ பார்த்துக்க” என்று உத்தரவு பிறப்பித்து விட்டு பாங்க்கைப் பார்க்க நடந்தார். கடன் வாங்க வரும் பொது ஜனங்கள் தங்களைக் கடைத்தேற்ற நகுலச் சக்கரவர்த்தி இல்லை யென்று காத்தான் குளத்தில் விழுந்து தற்கொலை செய்து கொண்டு விடுவார்களோ என்று அவருக்குப் பயம்.

சின்னூர் நகர கூட்டுறவு பாங்க்கின் பக்கத்தில்தான் சின்னூர் நகர கூட்டுறவு பண்டக சாலை என்கிற டவுன் கோவாபரேட்டிவ் ஸ்டோர் இருக்கிறது. ரெண்டும் தனித்தனிக் கட்டிடமாக இருந் தாலும், பொதுவாக ரெண்டு கட்டிடங்களுக்கும் இடையே தென் வடலாக சதுரக்கல் பதித்த முற்றம் ஒன்று இருக்கிறது. மேற்குப்புறம்

இரு கட்டிடங்களையும் இணைக்கும் ஒரு தாழ்வாரம், மூன்று நான்கு அறைகளோடு கூடியது. அதில்தான் ஸ்டோரின் சில கிடங்குகளும், பாங்கின் நூல் நிலையமும் உள்ளன. நூல் நிலையத்தில் பகவத் கீதை, வேதாந்த சார நூல்கள், துப்பறியும் நாவல்கள் எல்லாம் உண்டு. தினமும் சாயங்காலமானதும் சதுரக்கல் முற்றத்தில் சின்னூர் நகரப் பிரமுகர்கள், பிரமுகர்கள் என்பதைவிட முதிய வர்கள் என்று சொல்ல வேணும். வந்து கூடுவார்கள். தமிழ் ஆங்கிலத் தினசரிகள், ஆத்ம லாபத்துக்காக வாங்கப்படும் வார மாதச் சஞ்சிகைகள், லௌகீக விவகாரஞானத்துக்காக வரவழைக்கப் படும் சினிமாப் பத்திரிகைகள் குடும்பப் பத்திரிகைகள் எல்லா வற்றையும் ஊன்றிப் படிப்பார்கள். இடையிடையே அரசியல், பொருளாதாரம், கர்ப்பத்தடை, சொந்த விஷயங்கள், விலைவாசிகள் எல்லாம் விவாதிக்கப்படும். விவாதம் என்றால் காரசாரமாக, குரல்கள் மேலோங்க, உணர்ச்சி கரைபுரண்டோட, கொள்ளிடப் பாலத்தின் மேல் ரயில் போவது மாதிரி இருதயம் அடித்துக் கொள்ளும் வகையிலெல்லாம் நடக்காது. ரெண்டு மூணு பேர் சேர்ந்து தணிந்த குரலில் பொருள் பொதிந்த மௌனங்களுக் கிடையே ரொம்பவும் ரகசியமல்லாத ஆனால், பகிரங்கப்படுத்தவும் கூடாத விஷயத்தைப் பற்றிப் பேசுவது போலப் பேசிக்கொண்டி ருப்பார்கள். ஏனெனில் அவர்களில் முக்கால்வாசிப்பேருக்கு ரத்த அழுத்தம் இருதய பலவீனம் போன்ற உணர்ச்சிவசப்பட்டால் உயிருக்கே ஆபத்தாகக் கூடிய வியாதிகள். தவிரவும், பாங்க் முற்றத் தில் மீன்கடை மாதிரிக் கூச்சல் போட்டால் பாங்கின் கௌரவம் என்னாவது என்னும் கரிசனக் கூச்சம் வேறே.

நகுலச் சக்கரவர்த்தி போய்ச் சேர்ந்தபோது பாங்க் முற்றத்தில் கூட்டம் அதிகமில்லை. மூணு நாலு கிழவர்களே இருந்தனர். அதில் ஒருத்தன்கூட டைரக்டர் இல்லை. தோள் துண்டை தட்டி விட்டுக்கொண்டு, 'டேய், முத்துகிருஷ்ணா' என்று உரக்கக் குரல் கொடுத்தார் நகுலச் சக்கரவர்த்தி. கையில் பத்திரிகை ஒண்ணை வைத்துக்கொண்டு அந்திம வாழ்வின் அரைத்தூக்கத்தில் ஆனந்தமாக மிதந்துகொண்டிருந்த மூணு நாலு கிழவர்களும் நகுலச் சக்கரவர்த்தியின் அடலேறு போன்ற கர்ஜனையைக்கேட்டு அரண்டு போய் விட்டார்கள். அவர்களுடைய எழுபது எண்பது வருஷ அனுபவத்திலே பாங்க் முற்றத்திலே இம்மாதிரியான கர்ஜனையை அவர்கள் கேட்டதேயில்லை. எவனோ பாங்க்கைக் கொள்ளை யடிக்க வந்திருக்கிறான் என்னும் பயத்தினால் முழங்கால்கள் நடுங்க, திகைப்பினால் தங்களை அறியாமலே எழுந்து நின்று விட்டார்கள். விசுக்கென்று எழுந்து நிற்கவில்லைதான். அவர்களுடைய ஹெர்னி யாவும், கீல்வாயு ஏறித் துருப்பிடித்துப்போன இடுப்புப் பூட்டுகளும், இன்றைக்கா நாளைக்கா என்று வினாடிக்கொருமுறை கேட்டுக்

கொண்டிருக்கும் இருதயங்களும் விசுக்கென்று எழுந்து நிற்க இடங் கொடுத்து விடுமா? எப்போதும் ஆங்கிலத் துப்பறியும் மர்மக் கொலை நாவல்களையே படித்துக்கொண்டிருக்கும் பெரியவர் ஒருத்தர் கையைக் கீழே தொங்க விட்டிருந்தால் கொள்ளைக்காரன் சுட்டுத் தள்ளி விடுவான் என்று திகிலுற்று, மனசுக்குள்ளேயே 'இன்னிக் கண்டம் தப்பினா இனிமே இந்தப் பக்கம் வரக்கூடாது, இந்த மாதிரி அதிர்ச்சியெல்லாம் இந்த வயசிலே தாங்காது' என்று தீர்மானம் செய்தபடியே, கைகளைக் கஷ்டப்பட்டுத் தலைக்குமேலே தூக்கினபடி நின்றார்.

பெரியவர்களெல்லாம் தான் வந்ததும் எழுந்து நிற்பதையும் கைகளைத் தலைக்கு மேலே உயர்த்திப் பெரிசாகக் கும்பிடு போடு வதையும் பார்த்துப் பெருமிதமடைந்து மகிழ்ந்த நகுலச் சக்கர வர்த்திக்கு பியூன் முத்துகிருஷ்ணன் இன்னும் வராதது கோபத்தைத் தந்தது.

"சே சே, ஏன் நிக்கறீங்க, உக்காருங்க. டேய், முத்துகிருஷ்ணா!"

சக்கரவர்த்தியின் ரெண்டாவது முழக்கத்தைக் கேட்டதும் கொள்ளைக்காரன் தங்களை உட்கார உத்தரவிடுகிறான் என்பதை மாத்திரம் எப்படியோ புரிந்துகொண்டு விட்ட பெரியவர்கள், பிழைத்தால் போதும் என்கிற அடிப்படையான உயிராசை உணர் வின் உந்துதலினால் இடுப்புக் கீல்வாயுவையும் ஹெர்னியாவையும் ஒரு தரம் மறந்தவர்களாய் சடேரென்று உட்கார்ந்து கண்களை இறுக மூடிக்கொண்டார்கள். பாவகிருத்தியங்களைக் கண்ணாலும் பார்க்கக் கூடாதில்லையா!

"யாருடா அது அடாபுடாங்கிறது?" என்னும் கோபக்குரல் முன்னே வர அதைத் தொடர்ந்தாற்போல் முத்துகிருஷ்ணன் வெளியே வந்தான். அவனுடைய பத்தாண்டு பாங்க் வாழ்க்கை யிலும் அதுக்கு முந்திய பூர்வாசிரம இருபத்திரண்டு வருஷங்களிலும் சரி அவனை யாரும் 'டேய்' என்று கூப்பிட்டது கிடையாது. அதனாலேதான் அவனுக்கு அவ்வளவு கோபம். வெளியே வந்தவன் நகுலச் சக்கரவர்த்தியைப் பார்த்ததும் ஒருகணம் பேச்சற்று நின்றான்.

"நாற்காலியை இங்கே இழுத்துப் போட்டு இன்னிப் பேப்பர் கொண்டாந்து குடு" என்று உத்தரவிட்டார் நகுலச் சக்கரவர்த்தி.

முத்துகிருஷ்ணன் சுதாரித்துக் கொண்டான். வந்த கோபத்தை அடக்கிக்கொண்டு மெல்ல நடந்து ஒரு கையால் நாற்காலியையும் இன்னொரு கையால் ரெண்டு தினசரிகளையும் அள்ளிக்கொண்டு அசுவாரசியமாக நடந்துவந்து நகுலச் சக்கரவர்த்தி நின்றிருந்த

இடத்துக்கு ரெண்டு கெஜம் தள்ளி ‘டக்’கென்று வைத்துவிட்டு வாய் பேசாது திரும்பினான். கேவலம் ஒரு பாங்க் பியூன் டைரக்டரான தன்னை வேணுமென்றே அவமானம் செய்வதாக நகுலச் சக்கரவர்த்திக்குப் பட்டது. இதை வளரவிடாமல் முளையிலேயே கிள்ளியெறிந்துவிட வேணுமென்று தீர்மானித்தது.

“டேய், இங்கே வாடா, நாற்காலியை சரியா கிட்டே கொண்டா. இன்னிப் பேப்பரான்னு பாத்துக் குடு, முந்தா நாள் பேப்பர் வாணாம்; சும்மா மொறைக்காதே” என்று கொஞ்சம் உரக்கவே குரல் கொடுத்தார்.

முத்துகிருஷ்ணன் வாய் பேசாமல் திரும்பி வந்தான். சாவதானமாக நாற்காலியையும் தினசரிகளையும் எடுத்துப் பழையபடி அவை இருந்த இடத்தில் கொண்டுபோய்ப் போட்டு விட்டுத் திரும்பி வந்தான். இடுப்பில் கைகளை வைத்தபடி நின்று நகுலச் சக்கரவர்த்தியைப் பார்த்து.

“இந்தாய்யா, மரியாதை குடுத்து மரியாதை வாங்கிக்கக் கத்துக்க. நான் என்ன ஒங்க வூட்டு மாட்டுக்காரப் பையன்னு நினைச்சுக்கினியா? நான் ஒண்ணும் ஒன் வேலைக்காரன் இல்லை. அதான் மொழுமொழுன்னு கையும் காலும் வெச்சுக்கினு இருக்கியே. நீயே போய் நாக்காலியை எடுத்து ஒனக்கு எங்கே புடிக்குதோ அங்கே போட்டுக்கினு ஒக்காந்துக்க. கண்ணில்லே? இன்னிப் பேப்பர் எதுனு தேடிப் பாத்து எடுத்துக்க. இந்த மாதிரி ஆட்டம் எல்லாம் நம்ம கிட்டே வாணாம், ஜாக்கிரதை” என்று ரொம்பவும் குரலை உயர்த்தாமல் ஆனால், அதே சமயம் நகுலச் சக்கரவர்த்திக்கு நன்றாகக் கேட்கும்படியான குரலில் தெளிவாகச் சொல்லிவிட்டுப் போய்விட்டான்.

இந்தத் தாக்குதலைச் சற்றும் எதிர்பாராத நகுலச் சக்கரவர்த்தி செயலற்று அயர்ந்துவிட்டார். ஒரு முழு நிமிஷம் அவருக்குப் பேச்சு எழும்பவில்லை. நெற்றி நரம்புகள் புடைத்தன. முகம் சூடேறிச் சிவந்தது.

கண்களை இறுக மூடி வேறுபக்கம் பார்த்துத் திரும்பி உட்கார்ந்து கொண்டிருந்த பெரியவர்களிடம் வந்து,

“பார்த்தீங்களா, வேலைக்காரப் பசங்களுக்கு இருக்கிற திமிரை?” எனப் பொதுவாகக் கேட்டார். கோபத்தாலும் அவமானத்தினாலும் அவர் தொண்டை அடைத்தது.

“என்னாது?” என்று காதுக்குச் சுட்டுவிரலை அண்டைக் கொடுத்து ஒரு கிழவர் பொக்கை வாயைத் திறந்து கேட்டதும் நகுலச் சக்கரவர்த்திக்கு அழுகை வந்து விடும்போல இருந்தது.

உள்ளே போய் முத்துகிருஷ்ணனை அறைந்து விட்டு வரலாமா என்று ஒரு சபலம் ஒரு கணம் பளிச்சிட்டு மறைந்தது. இதுக்கு முன்னால் வயசு வந்த யாரையும் அடித்துப் பழக்கமில்லாத அவருக்கு, அவன் திருப்பி அடித்துவிட்டால் என்ன செய்வது என்ற பயமும் கூடவே பிறந்து முந்தைய ஆசையை முழுக்கி அழித்து விட்டது. அப்புறம், பியூன் கையினால் பாங்க் டைரக்டர் ஷாப்புக் கடை நகுலச் சக்கரவர்த்தி அடி வாங்கினார் என்னும் சங்கதி ஊர் பூராவும் பரவிவிட்டால், அப்போ என்ன அவமானம், வெளியே தலைகாட்டவே முடியாதே என்கிற எண்ணமும் ஏற்படவே ஒண்ணும் தோணாமல் தள்ளாடி நடந்து சென்று ஒரு நாற்காலியில் உட்கார்ந்தார். தினசரியில் கண் ஓடியதே தவிர மனசு எங்கெல் லாமோ ஓடிக்கொண்டிருந்தது.

அன்றைக்கு வழக்கத்துக்கு விரோதமாக அவர் சீக்கிரம் வீடு திரும்பி விட்டதைக்கண்டு அவருடைய குழந்தைகள் ஆச்சரியப் பட்டாலும் முகத்தைப் பார்த்தவுடன் அவர் மனசு சரியாயில்லை என ஊகித்துக்கொண்டு வெகு புத்திசாலித்தனமாக அவர் கண்ணிலே படாமல் ஒளிந்திருந்து விட்டார்கள். அவர்களை அடித் தாவது ஆறுதல் பெறலாம் என்றிருந்த அவருக்கு அதுவும் முடியாமல் போகவே அப்பாவியான பொன்னு (அவர் மனைவி) மேல் அகாரணமாக எரிந்து விழுந்துவிட்டுப் பிறகு குறட்டை விட்டுத் தூங்கித்தான் வருத்தத்தைப் போக்கிக்கொள்ள வேண்டிய தாய்ப் போச்சு.

பிறகு ரெண்டு நாட்கள் அவர் பாங்க் பக்கம் தலைகாட்ட வில்லை. யாராவது பொது ஜனங்கள் அவசரத் தேவைக்குக் கடன் கேட்க வரும்போது கடையில் தான் இல்லாது போய்விட்டால் வெகுவாக ஏமாந்து போய் விடுவார்களே என்று எங்கும் வெளிக் கிடவேயில்லை.

மூணாவதுநாள் காலை சுமார் பத்துமணிக்கு அவர் கடைக்கு மூணுபேர் வந்தார்கள். ஒருவர் நகுலச் சக்கரவர்த்திக்கு ஏற்கனவே பரிச்சயமானவர்தான். வக்கீல் வரதாச்சாரியின் குமாஸ்தா. அவருடன் புதுசாக ரெண்டுபேர்.

“வா, ஐயரே வா, என்ன விசேஷம், உக்காருங்க” என்று முகமெல்லாம் பல்லாக நகுலச் சக்கரவர்த்தி அவர்களை வர வேற்றார். வாயெல்லாம் பல்லாக என்று சொல்ல முடியாது. அவர் வாயை விட்டுப் பற்கள் வெளியே வந்து ரொம்ப வருஷம் ஆகிவிட்டது.

“அதுக்கென்ன பரவாயில்லை. ஹி ஹி என்று சொன்னபடி கோவாலுதான் உட்காராமல் தன் உடன் வந்தவர்களை, “நீங்க

உக்காருங்க'' என்று உபசாரம் செய்ய, ''அதுக்கென்ன பரவாயில்லை, நீங்க உக்காருங்க'' என்று அவர்கள் மறு உபசாரம் செய்ய கோவாலு விநயக் கோபத்துடன் மறுக்க அவர்கள் கோவாலுவை மறுக்க இப்படிக் கொஞ்சநேரம் கழிந்தது.

நகுலச் சக்கரவர்த்தி கோவாலுவுடன் வந்தவர்களைக் கவனித்தார். ரெண்டு பேரும் வெள்ளைச் சட்டை தோளில் துவாலை இடுப்பில் தட்டுச் சுற்று வேஷ்டியுடன் இருந்தார்கள். ஒருத்தருக்கு ஐம்பது வயசிருக்கும் அல்லது கொஞ்சம் அதிகமாக இருக்குமே யொழியக் குறைவாக இருக்காது. நல்ல சிவப்பாக இருந்தார். தொங்கிக்கொண்டிருந்த மூக்கின் கீழே மேலுதட்டையும் கீழுதட்டையும் மறைக்காமல் மறைத்து வைத்துக்கொண்டிருந்த இளநரை படர ஆரம்பித்திருந்த மீசை குத்துப்புல் மாதிரி, நடுவிலே கொஞ்சம் செம்பட்டையாக இருந்தது, காதிலே புஷ்பராகக் கடுக்கன். நெற்றியிலே வேர்வையினால் அழிந்துகொண்டிருந்த நாமம், ஆஜானுபாகுவான தேகம். கூட இருந்தவன் கொஞ்சம் இளசு, பெரியவரைவிடக்கொஞ்சம் கருப்பாக இருந்தான்; வயது முப்பதுக்குள்தான் இருக்கும். மேல் உதட்டின் விளிம்பில் கரிக்கோடு கிழித்தது போன்ற மீசையோடிருந்தான். கண்ணின் கருவிழிகள் மாத்திரம் கொஞ்சம் பழுப்பாக பூனைக் கண்ணோ என்று சந்தேகப்படும்படியாக இருந்தன. பீடி சிகரெட் குடித்துக் கருப்பேறிய உதடுகள், கன்னத்திலே ஒரு பக்கத்தில் மாத்திரம் குழிவிழுந்தமாதிரி ஒரு வடு இருந்தது. மற்றபடி பெரியவரைப் போலவே முகஜாடை. இதையெல்லாம் கவனித்து முடிப்பதற்குள் வந்திருந்தவரும் ஒரு வழியாகக் கடைக் குறட்டின் மேல் உட்கார்வது என்று முடிவெடுப்பதற்கும் சரியாக இருந்தது.

''இவங்களைத் தெரியுமோல்லியோ உங்களுக்கு?'' என்று கோவாலு கேட்டார்.

''எங்கியோ பார்த்த மாதிரி இருக்குது'' என்றார் நகுலச் சக்கரவர்த்தி. உண்மையில் அவருக்கு அவர்களை எங்கேயும் பார்த்த மாதிரி இல்லை. இருந்தாலும் கடையைத் தேடி வந்திருக்கும்போது 'தெரியவே தெரியாது' என்று பட்டென்று எப்படிச் சொல்லி விடுவது என்று அவருக்குத் தாட்சண்ணியமாக இருந்தது.

தங்களுடைய வம்சாவளியையே அவர் விவரித்துச் சொல்லி விட்ட மாதிரி வந்திருந்த இருவரும் திருப்தியுடன் குறுநகை செய்து தங்கள் மகிழ்ச்சியை வெளிப்படுத்தினார்கள்.

''இங்கேதான் பக்கத்து ஊரு. ஓடைப்பான் சத்திரம் தொரை சாமி ரெட்டியார்னு கேள்விப்பட்டிருப்பீங்களே, இவரேதான்''

என்று சொல்லி முடித்து மகிழ்ச்சிப்பெருக்கோடு எல்லாரையும் பார்த்தார் கோவாலு.

"ரொம்ப சந்தோஷம்" என்று சொல்லி வெற்றிலைப் பெட்டியைத் தன் பக்கம் இழுத்தார் நகுலச் சக்கரவர்த்தி. இவர்கள் ஏன் வந்திருக்கிறார்கள் என்று அவருக்குப் புரியவில்லை. கேட்டால் மரியாதைக் குறைவாக இருக்குமோ என்று கேட்கவும் கொஞ்சம் அச்சமாக இருந்தது. ஒவ்வொரு வெற்றிலையிலும் புழு பூச்சி தூசி அழுக்கு ஏதாவது இருக்கிறதா என்று கவனமாகத் தேட ஆரம்பித்தார்.

மூணு முழு நிமிஷங்கள்வரை யாரும் ஒண்ணும் பேசவில்லை. கோவாலு கடைத் தெருவில் போய் வந்துகொண்டிருந்த ஆண் பெண்களில் தனக்குத் தெரியாதவர்கள் யாராவது இருக்கிறார்களா என்று ஆராய்ந்து கொண்டிருந்தார். ஓடைப்பான் சத்திரம் (ஓடிப்போனவன் சத்திரம் என்பதன் மரூஉ) ரெட்டியாரோ வெகு சுவாரஸ்யமாகக் கடையின் கூரைத் தளத்தில் எங்கேயாவது விரிசல் விட்டிருக்கிறதா என்று பார்த்துக்கொண்டிருந்தார். ரெட்டியாரின் மகன் வெங்கிடாஜலம் கைநகத்தில் அழுக்குச் சேர்ந்து விட்டதோ என்று துருவிக்கொண்டிருந்தான். நகுலச் சக்கரவர்த்திக்கு மூணு நிமிஷத்துக்கு மேலே 'சஸ்பென்ஸ்' தாங்க முடியவில்லை. கடைசியில் வெட்கத்தை விட்டு, "என்ன விசேஷம்?" என்று கேட்டுவிட்டார்.

"ஒண்ணுமில்லை, சும்மா இப்பிடி டவுனுக்கு ரெட்டியார் வந்தார். என்னைப் பார்த்தார், நெறைய பூமி காணியெல்லாம் இருக்கில்லியா, வியாஜ்யமும் நெறைய இருக்கு, எதுக்கானாலும் என்னைத்தான் 'கன்ஸல்ட்' பண்ணுவார், ஒங்ககிட்ட அழைச்சிண்டு வந்தேன்."

இவ்வாறு கோவாலு பதில் சொல்லிவிட்டு விஷயத்தை விளக்கிவிட்ட சந்தோஷம் பிரதிபலிக்க இருந்தாலும் நகுலச் சக்கரவர்த்திக்கு ஒண்ணும் விளங்கவில்லை. ரெட்டியாரைப் பார்த்தார். ரெட்டியாருடைய புதர் மீசைக்குள்ளிருந்து புன்னகை பளிச்சிட்டது.

"கோர்ட்டிலே கேசுன்னா... எனக்கு இப்போ அங்கே யாரையும் தெரியாதே..." என்று இழுத்தார் நகுலச் சக்கரவர்த்தி.

"ஒரு நிமிஷம் இப்படி வாங்களேன்..." என்று சொல்லிக் கோவாலு எழுந்திருக்க ரெட்டியாரும் மகனும்கூட எழுந்திருக்க நகுலச் சக்கரவர்த்தியும் எழுந்து வந்தார்.

‘காப்பி சாப்பிட்டுண்டே பேசலாமே’ என்ற கோவாலுவுக்கு நகுலச் சக்கரவர்த்தி காபி வேண்டாம் என்று மறுத்தாலும் கோவாலு விடாமல், “காப்பிக்கென்ன பரவாயில்லேன்னா, வெறுந் தண்ணிதானே, இப்போ சாப்பிட்டா இன்னும் ரெண்டு மணி நேரத்திலே போயிடறது, சும்மா வாங்க” என வலுக்கட்டாயம் செய்ய நால்வரும் மணி அய்யரின் ஓட்டலை நோக்கி நடந்தனர்.

கோப்பையில் இருந்த காபியை அடித் தட்டில் ஊற்றி உறிஞ்சின படியே கோவாலு, “ரெட்டியாருக்குக் கொஞ்சம் அவசரமா பணம் வேண்டியிருக்கு. என்கிட்ட வந்து என்ன ஐயரே, என்ன பண்றதுன் னார். ஒங்க ஞாபகம் வந்தது, ஒடனே அழைச்சிண்டு வந்துட்டேன்” என்று சொன்னார்.

காபியை உறிஞ்சிக்கொண்டே எப்படி இந்த மனுஷனால் பேச முடிகிறது என்று அதிசயப்பட்ட நகுலச் சக்கரவர்த்தி, “எவ்வளவு தேவை?” என்று ரெட்டியாரைப் பார்த்துக் கேட்டார்.

மீசையில் காபியை வடிகட்டிக் குடித்துக்கொண்டிருந்த ரெட்டியார், குடிப்பதை நிறுத்தி, “எல்லாமாச் சேர்த்து மொத்தம் பத்தாயிரம் தேவை! மூணு ரூபா எப்பிடியோ பெரட்டிட்டேன். இன்னும் ஏழு ரூபாதான் பாக்கி” என்று சொன்னார்.

கோவாலு குறுக்கிட்டு, “ரெட்டியார் எனக்குச் சங்கதி சொன்னப்போ ஒங்க ஞாபகம்தான் வந்துது. பாங்க்கிலேயிருந்து தானே வாங்கப் போறோம், நீங்க பாத்துச் சரீன்னா தராது போயிடு மான்னேன், என்ன நான் சொல்றது?” என்று உதடுகளை வேஷ்டி விளிம்பில் துடைத்துக்கொண்டே சொன்னார்.

எல்லோரும் காபி குடிப்பதை நிறுத்தி நகுலச் சக்கரவர்த்தி யையே பார்த்தனர், அவர் என்ன சொல்லப் போகிறார் என்று. அவருக்கோ உள்ளூற உவகை பொங்கியதென்றாலும் அதை வெளிக்காட்டினால் நன்றாக இராதென்று, தன் கவனம் பூராவையும் காப்பி குடிப்பதில் செலுத்தினார். குடித்து முடித்தான பிறகு,

“நான் சொன்னா கேட்டுடுவாங்களா, இப்போதுதானே புதுசா வந்திருக்கேன்? ஒங்க வக்கீலே பிரசிடெண்டாச்சே, அவர் சொன்னா போதுமே” என்று தன் ஐயத்தை வெளியிட்டார்.

கோவாலு ரெட்டியாரை நோக்கி, “நீங்க ரெண்டு பேரும் போயிண்டே இருங்கோ. நாங்க பின்னாடியே வந்துடறோம் என்று உத்தரவிட்டார். அவர்களும் மீதமிருந்த காபியை அவசரமாக முடித்தபின் ‘பில்’லைக் கட்டிவிட்டு வெளியே நடந்தனர். ‘அடே, அவுங்க குடுக்கப்போறாங்கன்னா ஒரு ஸ்வீட்டோ காரமோ

சாப்பிட்டிருக்கலாமே' என்று தோன்றிய அற்பச் சபலத்தை அமுக்கினபடியே கோவாலுவுடன் பின்னே தொடர்ந்தார் நகுலச் சக்கரவர்த்தி. கோவாலு அவரைத் தெருவின் ஓரமாக அழைத்துச் சென்று குரலைத் தாழ்த்தி, "நான் வக்கீலைத்தான் மொதல்லே கேட்டேன். அவர் என்ன சொன்னார் தெரியுமோ, 'நகுலப் பிள்ளைக்குத்தான் கிராமத்து ஜனங்களோட போக்குவரத்து, விவசாய நுணுக்கம் எல்லாம் துப்புரவாகத் தெரியும், அவர் சிபாரிசு பண்ணட்டும், நான் என்ன வாண்டாம்னு சொல்லிடவா போறேன்'னுட்டார். நீங்க மனசு வெச்சா ஒடனே நடந்துடும்" என்று அரை ரகசியமாக ஓதினார்.

நகுலச் சக்கரவர்த்திக்குப் பெருமிதமும் ஆச்சரியமும் ஒன்றை யொன்று மீறிக்கொண்டு வந்தன. தனக்குள் ஒளிந்துகிடக்கும் திறமைகள் இத்தனை நாள் தனக்கே தெரியாமல் போச்சே என்று ஒரு பக்கம் விசனமாக இருந்தாலும், நல்லவேளையாக இந்தப் பாரத நாட்டில் இம்மாதிரி ஒளிந்து கிடக்கும் திறமைசாலிகளைக் கண்டுபிடித்து வெளிக்கொணரும் சாமர்த்தியமுடையவர்கள் இருக்கும் வரையில் நாட்டுக்குக் குறையொன்றும் நேர்ந்துவிடாது என்ற திருப்தியின் முன்னால் அவ்விசனமெல்லாம் உண்டி குலுக்கு கிறவன்முன் ஜனக்கூட்டம்போலப் பறந்தோடிவிட்டது. எல்லா உணர்ச்சிகளையும் சமாளித்துக்கொண்டு அவையடக்கமாக, 'ஹி... ஹி, எனக்கென்ன அப்பிடித் தெரியும்' என்று ஆரம்பித்தார்.

விஷயம் அன்றைக்கே முடிந்துவிடவில்லை. முதலில் நகுலச் சக்கரவர்த்தி, கிராமப் பொருளாதாரம், விவசாயம், கிராம ஜனங்களின் நடைமுறை வாழ்க்கை பற்றியும், அதிலும், குறிப்பாக துரைசாமி ரெட்டியாரைப் பற்றியும் தனக்கு ஒன்றும் தெரியாது என்று சொல்லித் தன் அடக்கத்தையும் நேர்மையையும் உலகத் துக்குத் தெரியப்படுத்திக் கொண்டான பிறகு தன்னால் ஏதாவது எளிய உதவி செய்ய முடியுமானால் அதற்குத் தான் தயாராக இருப்பதாகச் சொல்லித் தன் எளிமையையும் பரோபகாரச் சிந்தை யையும் அறிவித்தார். இதெல்லாம் முடிந்தபின் பேச்சுவார்த்தைகள் தொடங்கின. அவ்வப்போது கோவாலுவும் மூணு நாலு முறை ரெட்டியாரும் வந்து காபி டிபன் வாங்கிக் கொடுத்தார்கள். வெங்கிடாஜலம் சின்னூருக்குச் சினிமா பார்க்க வரும்போதெல்லாம் அதாவது ரெண்டு நாளுக்கொரு முறை, நகுலச் சக்கரவர்த்தியைக் கண்டு கொண்டு தன் வணக்கத்தையும் தெரிவித்ததோடல்லாமல் அவருடைய சௌக்கியத்தைப் பற்றியும் அக்கறையோடு விசாரித்துப் போனான். கடன் வாங்கிக் கொடுத்தால் நகுலச் சக்கரவர்த்திக்குக் கமிஷன் எத்தனை என்பதில் கொஞ்சம் நெருக்கடிநிலை ஏற்பட்டது

என்னவோ உண்மைதான். பேச்சு வார்த்தைகள் முறிந்துவிடுமோ என்றுகூட நகுலச் சக்கரவர்த்தி அஞ்சினார். அவர் அஞ்சு பர்ஸென்டுக்குக் குறையக் கூடாது என்று சொல்ல துரைசாமி ரெட்டியாரோ நூற்றுக்கு ஒரு ரூபாய்தான் மாமூல் என்று பிடிவாதம் பிடித்தார். பேச்சு வார்த்தைகள் முறியாவண்ணம் காப்பாற்றிய பெருமை கோவாலுவைத்தான் சாரும். அவர்தான் இருபுறமும் நடையாக நடந்து மிகுந்த சாமர்த்தியத்துடன் சமரசம் செய்து வைத்தார். பணம் ரெட்டியார் கைக்கு வந்தவுடன் ரூபாய் இரு நூற்றைம்பது நகுலச் சக்கரவர்த்திக்கு அன்பளிப்பாகக் கொடுத்துவிட வேண்டியது என்று ஏற்பாடாகியது.

இந்த ஒப்பந்தம் முடிந்து சில நாளான பிறகு ஒரு நாள் மாலை கோவாலு நகுலச் சக்கரவர்த்தியின் கடைக்கு வந்தார். ஓடைப்பான் சத்திரம் ரெட்டியாரின் மனசை, அதாவது மணி பர்ஸை இளக்க தான் பட்ட பாடுகளை சுவாரஸ்யமாக விவரித்தார். தனக்காகக் கோவாலு பட்ட கஷ்டங்களைக் கேட்டதும் நகுலச் சக்கரவர்த்திக்கே மனமிளகிவிட்டது. மிகுந்த அனுதாபத்துடன் கேட்டார். முடிவில் முத்தாய்ப்பாகக் கோவாலு, "அவருக்கு என்னாலே செலவு ஜாஸ்தி ஆயிடுத்துன்னு ரெட்டியாருக்கு என் மேலே ரொம்பக் கோவமாயிட்டிருக்கு, என்னமோ தெரிஞ்ச மனுஷனாப் போயிட்டானேன்னூட்டு நான் வந்து வேலைமெனக்கிட்டு என் வேலையெல்லாம் விட்டுட்டு எவ்வள நடை நடந்து எவ்வள பேச்சு பேசியிருக்கேன். ஒங்களுக்குத் தெரியாததா? இவ்வள செஞ்சிருந்து பாருங்கோ, நேத்திக்கு ரெட்டியாரண்டை போயி, 'சம்சாரம் பிரசவிக்கற 'டயம்'. இன்னிக்கோ நாளைக்கோன்னு இருக்கு, கையிலயோ பணமுடை. அர்ஜென்ட்டா ஒரு அம்பது ரூபாய் குடுங்கோ, இனாமா வாணாய்யா, கைமாத்தாத்தான், அடுத்த மாசம் சம்பளம் போட்டதும் மாசா மாசம் பத்தோ பதினஞ்சோன்னு குடுத்துத் தீத்துடறேன்'னு சொன்னா மனுஷன் வேட்டை நாயாட்டம் வள்ளுன்னு விழறான். அவனோட தரித்திர புராணத்தை என் கிட்டவே படிக்க ஆரம்பிச்சுட்டான். என்ன பண்றதுன்னே தெரியல்லே" என்று கண் கலங்கினார். அவர் முகத்தில் சுரத்தேயில்லை.

வயசான மனுஷன், அதுவும் கோவாலு போன்ற நீதிக்கும் தர்மத்துக்கும் அயராது பாடுபடும் உண்மை உழைப்பாளி, கண் கலங்குவதைக் கண்டதும் நகுலச் சக்கரவர்த்திக்கும் என்னமோ போல ஆகிவிட்டது.

"ஓய் ஐயரே, நீ பயப்படாதேய்யா, அந்த ஆளு இல்லேன்னா விட்டுத் தள்ளு சனியனை! அவன் குணம் தெரிஞ்சு ஏன் அவனைப் போயி கேட்டே? இந்தா எடுத்துக்கோ" என்று கெம்பீரமாகச் சொன்னது மட்டுமல்லாமல் கல்லாப் பெட்டியிலிருந்து

ஐம்பது ரூபாயையும் எடுத்துக் கொடுத்துவிட்டார் நகுலச் சக்கரவர்த்தி.

கோவாலு முதலில் பணத்தை வாங்கிக்கொள்ள மறுத்து விட்டார். "சே சே, ஒங்க கிட்டேருந்து நான் இப்போ பணம் வாங்கினா நன்னாயிருக்காது. ஒங்க கிட்டேருந்து கமிஷன் வாங்க றாப்பலேன்னா இருக்கும்? நீங்க என்னமோ என்னோட முக தாட்சண்யத்துக்குன்னு பெரிய மனசு பண்ணி என் வார்த்தைக்கு மதிப்புக் குடுத்து ஒத்தாசை பண்ணினா அதுக்கு நான் விலை போட்டு என் பங்கை குடுன்னு கேக்கற மாதிரின்னா இருக்கும்? நான் வாங்க மாட்டேன். என் சம்சாரம் என்ன ராணி வயத்திலே பொறந்தாளா, இல்லே ராஜாவுக்கு வாழ்க்கைப்பட்டிருக்காளா? பள்ளி பற ஜாதியெல்லாம் அம்பதும் நூறுமா செலவழிச்சு பிள்ளை பெர்றதுங்க? இவளும் தர்ம ஆஸ்பத்திரியிலே போயி தரையிலே கெடந்து பெத்துட்டு வரட்டும்'' என்று வைராக்கியமாகச் சொன்னார்.

"இது கமிஷனில்லே சாமி, கைமாத்தாக் குடுக்கிறதுதானே, அதுலே தப்பு ஒண்ணுமில்லியே, எடுத்துக்குங்க'' என நகுலச் சக்கரவர்த்தி வாதாடி, மனைவியின் பேறு காலத்தில் கணவனின் கடமையை நினைவூட்டி வற்புறுத்தியதன் பேரில் அரைமனசோடு கோவாலு ஏற்றுக்கொண்டார். ரூபாய் நோட்டுகளைக் கண்களில் ஒற்றிக்கொண்டு பையில் போட்டுக்கொண்டார். போகும்போது நகுலச் சக்கரவர்த்தியின் கைகளைப் பிடித்துக்கொண்டு நன்றி சொல்லிவிட்டுப் போனார். ஐம்பது ரூபாய் கையைவிட்டுப் போச்சே என்று ஒரு பக்கம் மனசில் கொஞ்சம் கஷ்டமாயிருந்தாலும் இன்னொருபக்கம் இன்னும் ரெண்டொரு நாளில் 'லோன்' விவகாரம் முடிந்து கையில் இருநூற்றம்பது வரப்போகிறது என்று நினைத்தபோது நகுலச் சக்கரவர்த்திக்குத் தெம்பு பிறந்ததல்லாமல் 'நான் ஒண்ணும் கஷ்டப்படலே, கோவாலையன்தான் நடையா நடந்துட்டான், தவிர மாசாமாசம் பத்தோ பதினஞ்சோன்னு குடுத்துட்றேன்னு சொல்லறான், பாவம் அவனும் பிள்ளைகுட்டிக் காரன். அவனுந்தான் பொழைச்சிட்டுப் போகட்டுமே, பெண்சாதி வேறே பிரசவத்துக்கு இருக்குது, ஆபத்துக்குதவா நண்பன் அரும் பசிக்குதவா அன்னமின்னு ஆபத்துக்கு உதவாத மனுஷனும் ஒரு மனுஷனா?' என்ற தர்ம சிந்தையும் கூடப் பிறந்தது.

மூணாவது நாள், அன்றைக்குத்தான் ஒடைப்பான் சத்திரம் ரெட்டியாரின் கைக்குப் பணம் வந்து சேரும் தினம். பாங்க் முற்றத்தை அடைந்த நகுலச் சக்கரவர்த்தி முத்துகிருஷ்ணனைக் கேட்காமல் தானே ஒரு நாற்காலியை ஒரு ஓரமாக இழுத்துப் போட்டுக்கொண்டு கையில் அவரே தேடி எடுத்த ஒரு தினசரியுடன்

உட்கார்ந்து விட்டார். 'இந்தக் காலத்தில் யார் வந்து 'இந்தா ஒனக்குச் சேர வேண்டிய பணம்' என்று தேடி வந்து கொடுக்கப் போகிறான், நாம்தான் நமக்குச் சேர வேண்டியதைத் தேடிப் போய் எடுத்துக்கொள்ள வேணும், என்கிற யதார்த்த அறிவுதான் அவரை முந்திய அவமானத்தையும் 'டெம்பரவரியாக' மறக்க வைத்து அங்கே உட்கார வைத்திருந்தது. வெளியே உட்காராமல் உள்ளே போய் பணம் கை மாறினதுமே அங்கேயே வாங்கிக்கொண்டுவிடலாம். ஆனால், தன் சிபாரிசின் பேரில் கடன் வாங்கிக் கொண்டவனிட மிருந்து பாங்கினுள்ளேயே டைரக்டர் பணம் வாங்கினார் என்றால் ஊரெல்லாம் தப்பபிப்பிராயம் ஏற்பட்டு விடுமோ என்று கொஞ்சம் அவருக்குச் சந்தேகமாயிருந்தது. அதனால்தான் வேண்டா வெறுப் பாக பாங்க் முற்றத்தில் உள்ளே இருப்பவர்கள் வெளியே வரும் வாயிலைப் பார்த்தபடியாக பத்திரிகை படிக்கும் பாவனையாக உட்கார்ந்து விட்டார். ரெட்டியாருக்குக் கடன் கிடைக்கத்தான் உண்மையில் ஒரு கஷ்டமும் படவில்லை, 'ஓடைப்பான் சத்திரம் ரெட்டியாரா, எனக்கு நல்லாத் தெரியுமே, தாராளமா குடுக்கலாம்' என்னும் எட்டு வார்த்தைகளே சொல்ல வேண்டியிருந்தது. அதுக்குப்போய் இத்தனை காபி டிபனோடே கூட இருநூற்றம்பது ரூபாய் என்று நினைத்துக்கொண்டார். மனசில் சந்தோஷம் நிரம்ப தமக்கு உண்மையிலேயே நல்லகாலம் பிறந்துவிட்டது என்று தோன்றியது அவருக்கு.

சிறிது நேரத்துக்கெல்லாம் சிரித்த முகத்துடன் ரெட்டியார் பாங்கின் உள்ளிருந்து வெளியே வந்தார். தான் இருப்பதைப் பாராமலே அவர் வெளிச்செல்ல எத்தனிப்பதாகத் தோன்றியது நகுலச் சக்கரவர்த்திக்கு. உடனே இவரும் எழுந்து நின்று அர்ஜுன னுக்குக் கிருஷ்ணபகவான் விசுவரூபம் காட்டினமாதிரி தான் இருப்பதைக் காட்டி நின்றார்.

ரெட்டியார் முகம் கொஞ்சம் சுண்டினாற்போல ஆகிவிட்டது. ஒருகணந்தான். மறுகணமே சிரிப்பை முகத்தில் வரவழைத்துக் கொண்டு, "அடேடே, நகுலச் சக்கரவர்த்திப் பிள்ளைவாளா, பணத் துக்கு இங்கயே வந்துட்டீங்க போல இருக்கு, நானே நேரே ஒங்க கடைப்பக்கந்தான் வர இருந்தேன். அந்தச் சிரமம்கூட வைக்கலே நீங்க எனக்கு. ஹி ஹி" என்று உரக்கச் சொன்னபடியே நகுலச் சக்கரவர்த்திப் பக்கம் வந்தார். அவர் உரக்கப் பேசினதை விரும்பாத நகுலச் சக்கரவர்த்தி 'உஷ்ஷ்' என்று ஜாடை காட்டி மெல்லப் பேசும்படி கையமர்த்திக்கொண்டே சுற்றும் முற்றும் பார்த்தார். முற்றத்தில் சற்று எட்ட இருந்த இரு கிழவர்களைத் தவிர அங்கே வேறே யாரும் இல்லை.

“நமக்குள்ளே என்னாங்க ரகசியம், அவசரப்படாதீங்க, பணம் எங்கே ஓடியா பூடுது?” என்று மீண்டும் உரக்கக் கேட்டபடியே ரெட்டியார் சட்டைப் பையிலிருந்து ஒரு காகித உறையை எடுத்துப் பார்த்துவிட்டு, “அடாடா, காஷியர் எல்லாம் ஆயிர ரூபா நோட்டா இல்ல குடுத்துட்டிருக்காரு, அப்போ எனக்கு ஒங்களுக்குப் பணம் தரணுமேங்கிற நினைப்பே இல்லாம போயிட்டுது பாருங்க. என்ன முட்டாளு நானு, இதோ ஒரு நிமிஷம் இருங்க, உள்ளே போயி மாத்திக்கினு வந்துடறேன்'' என்று சொல்லி நகுலச் சக்கர வர்த்தியின் பதிலுக்குக் காத்திராமல் விர்ரென்று மறுபடியும் பாங் கினுள்ளே சென்றார்.

ரெட்டியார் சிறிதும் இங்கிதமில்லாமல் தனக்குப் பணம் தருவதைப் பற்றி தெருவிலே போகிறவனுக்குக்கூடக் கேட்கும் படியாக உரக்கப் பேசினது நகுலச் சக்கரவர்த்திக்குக் கொஞ்சமும் பிடிக்கவில்லை. ‘இன்னும் அஞ்சு நிமிஷம், அதுக்கப்புறம் கொஞ்ச நாளைக்கு இந்தப் பக்கம் வர வேணாம், இனிமேலே பணம் வாங்கறதுக்கு வேறே ஏற்பாடு செய்துக்கணும்’ என்று நினைத்துக் கொண்டே அங்கேயே நின்றிருந்தார்.

கொஞ்ச நேரமாயிற்று. நகுலச் சக்கரவர்த்தியின் மனசு சின்னூர் ஜனங்கள் மேலே பாய்ந்தது. “சீ, இது என்னா ஊரு, எல்லாருக்கும் பெரிய பணக்காரராயிட்ட மாதிரியில்லே நினைப்பு! ஒத்தனுக்கும் எதுக்கும் கையை மீறிச் செலவு செய்யப் பணமே வேணாம்போல இருக்குது. ரெட்டியார், வெளியூர் மனுஷன், என்னைத்தேடி எத்தனை நடை நடந்திருக்கான். உள்ளூரிலேயிருந்து எவனாவது நம்மகிட்டே வந்தானா? சுத்த பஞ்சைப் பயலுங்க ஊரு இது, இது எங்கே உருப்படப் போவுது?” என்று அலுத்துக் கொண்டு, தன்னுடைய பரோபகாரத் தன்மையை வெளிக்காட்டும் வாய்ப்பை அளிக்க மறுக்கும் அந்த ஊரை எப்படி முன்னேற்றுவது என்று யோசித்தபடி நின்றார்.

உள்ளே போன ரெட்டியார் வெளியே வரும் வழியாகத் தெரிய வில்லை. நகுலச் சக்கரவர்த்திக்குக் கால் கடுத்தது.

“என்ன பண்ணறான் மனுஷன் இம்மா நேரம்?” என்று முணு முணுத்தார். தாமே உள்ளே போய்ப் பார்த்துவிடலாமா என்னும் அசட்டு யோசனைகூட வந்தது. அப்போது முத்துகிருஷ்ணன் வெளியே வந்தான். சுற்றுமுற்றும் பார்த்தான். நகுலச் சக்கர வர்த்தியைக் கண்டதும் அவரருகில் வந்தான்.

“ரெட்டியாருக்கா காத்திருக்கீங்க? அவரு அப்பவே போயிட் டாரே” என்றான்.

நகுலச் சக்கரவர்த்தி அதிர்ந்து போனார். முத்துகிருஷ்ணன் வெளியே வந்தது முதல் அதிர்ச்சி. தான் ரெட்டியாருக்காகக் காத்திருப்பது அவனுக்கும் தெரிந்திருந்தது இன்னோர் அதிர்ச்சி. அவன் சொன்ன சமாசாரம் அதைவிடப் பேரதிர்ச்சி. எச்சிலைக் கூட்டி ரெண்டு முறை விழுங்கினார்.

முத்துகிருஷ்ணன் நகுலச் சக்கரவர்த்தியைப் பேச விடவில்லை. அவனே பேசிக்கொண்டு போனான். ரொம்ப உரக்கப் பேசவில்லை யானாலும் நகுலச் சக்கரவர்த்திக்குப் புரியும்படியாகவும் காதில் நன்றாக விழும்படியாகவும் இருந்தது.

“ஒடைப்பான் சத்திரமின்னா ஓடிப்போனவன் சத்திரமாச்சே, அந்த ஊரராரைப்போயி நீ நம்பலாமா சார்? அவரு காஷியரண்டையும் பிரஸிடென்ட்டண்டையும் செக்ரெட்டரியண்டையும் போயி, ‘நான் வெளியே போனா நகுலப் பிள்ளை மாமூலுக்குக் காத்துக்கினு இருக்காரு, என்னாலேதான் லோன் கெடைச்சுது, என் பங்கைக் குடுன்னு நட்சத்திரையன் மாதிரி வெளியிலே நின்னுக்கினு இருக்காரு. சட்டப்படி நான் அப்பிடிக் குடுக்கலாமா, குடுத்தா லஞ்சம் குடுத்த குத்தமாயில்ல ஆயிடும்னு சொல்லிப் பின் வழியா அப்பவே போயிட்டாரு. பிரசிடென்ட்டும் செக் ரெட்டரியும் அவர் கிட்டே என்னமோ எழுதி வாங்கினப்பாலே தான் அவரைப் போகவுட்டாங்க. இதுபத்தி என்ன நடவடிக்கை எடுக்கறதுன்னு யோசனை பண்ணிக்கினு இருக்காங்க, நீங்க இங்கயே இருந்தா...”

அவன் பேசி முடிக்கும்வரை இருந்து அவன் சொன்ன தெல்லாம் உண்மையா இல்லையா என ஆராய்ந்து அவனுடன் சம்வாதம் செய்ய வேணுமென்று நகுலச் சக்கரவர்த்திக்குத் தோன்றவில்லை.

‘அடே, பாத்தா பாரி ஆசாமியாயிருக்காரு, காத்தாப் பறந்துட் டாரே!’ என்று முத்துகிருஷ்ணன் ஆச்சரியப்பட்டுப் போனான்.

நாட்டின் நலனைக் கருதாமல் பிள்ளைகளைப் பெற்றுத் தள்ளிக்கொண்டிருக்கும் கோவாலையனையும் அவன் மனைவி யையும் சின்னூரரையும் ஒடைப்பான் சத்திரத்தையும் அங்கே இருக்கும் ரெட்டியார்களையும் நன்றிகெட்ட ஜனங்களையும் ஊரை ஏய்த்துத் திரியும் உலுத்தர்களையும் மனதாரச் சபித்தபடியே வீட்டைப் பார்க்க நகுலச் சக்கரவர்த்தி வேகமாக நடந்தார். அவர் சென்ற சில நிமிஷங்களுக்கெல்லாம் ரெட்டியார் மெல்ல வெளியே வந்து எதிர்த்திசையில் நடந்தார். தனக்கு எதிர்பாராது கிடைத்த அஞ்சு ரூபாயை எப்படிச் செலவிடலாம் என்ற தீவிர யோசனையில்

ஆழ்ந்தான் முத்துகிருஷ்ணன். உள்ளே பாங்க் பிரசிடென்ட்டும் செக்ரெட்டரியும் கேஷியருமாகக் கூடி என்னமோ குசுகுசுவெனப் பேசிக்கொண்டிருந்தார்கள்.

வீடு நெருங்கவும், 'பொதுஜன சேவையின்னா மானம் அவமானம் எல்லாம் பார்த்தா நடக்குமா? எல்லாத்தையும் சமாளிச் சிக்கினு போனாத்தான் முன்னேற முடியும்' என்ற முடிவுக்கு வந்தவராய், 'ஏ பொன்னு, சனீசுவரனுக்கு வாரா வாரம் எள்ளு முடிப்பு போடச் சொன்னேனே, மறந்து போச்சா?' என்று உரக்கக் கேட்டபடி உள்ளே நுழைந்தார் நகுலச் சக்கரவர்த்தி.

உத்தியோக ரேகை

"பிச்சுமணி என்ன பண்ணறார் இப்போ?" என்று நான் வீட்டுக்கு வந்ததும் கேட்டேன்.

"அவன் போயி நாலஞ்சு மாசம் ஆயிருக்குமே" என்றாள் அம்மா.

அவளுக்கு எப்போதுமே பிச்சுமணியைப் பிடிக்காது. ஏனென்று கேட்டால் சரியாக பதில் சொல்லமாட்டாள். "அவனா, பெரிய தகல்பாஜியாச்சே, ஆட்டைத் தூக்கி மாட்டில் போடறதும், மாட்டைத் தூக்கி ஆட்டில் போடறதும். அவன் காரியம் யாருக்குமே புரியாதே, ஜகப்புரட்டன்" என்றுதான் சொல்வாள்.

இன்றைக்கு பஸ்ஸிலே கருப்பாக, கச்சலாக, நரை மயிர் விளிம்பு கட்டின வழுக்கைத் தலையுடனும் உள் அதுங்கியிருந்த மோவாயில் பஞ்சு ஒட்டின மாதிரி அரும்பியிருந்த மீசை தாடியுடனும், புகை யிலை தாம்பூலம் அடக்கி வைக்கப்பட்டுத் துருத்திக்கொண்டிருந்த இடது கன்னம், முழங்கைக்குக் கீழே தொங்கும் 'ஆஃபாரம்' தட்டுச் சுற்றுவேட்டி ஜமக்காளப் பையுடனும் இருந்த ஒருத்தரைப் பார்த்தேன். அசப்பிலே பிச்சுமணி போலவே இருந்தார். வாய் விட்டுக் கூப்பிட்டிருப்பேன். அதுக்குள்ளே இது வேறே ஆள் என்பது புலனாகவே சும்மா இருந்துவிட்டேன். அந்த ஞாபகத் திலேதான் வீட்டுக்கு வந்ததும் அம்மாவைக் கேட்டேன்.

அவர் காலமாகிவிட்டார் என்று அம்மா சொன்னதும் எனக்குத் தூக்கிவாரிப்போட்டது.

"அடப் பாவமே!" என்றேன்.

"என்ன பாவம் வேண்டிக்கிடக்கு? கட்டின பெண்டாட்டியைத் தள்ளிவெச்சிட்டு அவள் வயிறெரிஞ்சு செத்தா. பெத்துப்போட்ட அம்மா தொண்டு கிழம், அவளை என்னாடான்னா, 'வீட்டிலே யாரும் இல்லை, நானா ஊர் ஊராகப் போகணும், இங்கே நீ இருந்தாச் சரிப்பட்டு வராது. சுலோசனா வீட்டிலேபோய்

இருந்துடு'ன்னு வெரட்டினான். அவளுக்குக் கொள்ளி வெக்கறதுக் குக்கூடக் கிடைக்கலே. அவன் ஒண்ணும் கஷ்டப்பட்டு சாகல்லே, சுகமா வாழ்ந்து சுகமாத்தான் செத்தான். ஒருநாள் விழுப்புரமோ உளுந்தூர்பேட்டையோ அங்கே எங்கேயோ ஓர் ஓட்டல்லே ராத்திரி சாப்பிட்டுட்டுப் படுத்தானாம், கார்த்தாலே எழுந்திருக்கலே அவ்வளவுதான்."

"அப்புறம்?"

"அப்புறம் என்ன? ஓட்டல்காரன் வந்து கண்டுபிடிச்சான். பையைக் கிளறி அட்ரஸ் கண்டுபிடிச்சு நாணுவுக்குத் தந்தியடிச்சு போன் பண்ணினான். அவனும் சாமாவும் போய்ப் படாத பாடு பட்டு டாக்டருக்கும் போலீசுக்கும் டாக்ஸிக்கும் பணத்தை வாரிக் கொடுத்து ஊருக்கு எடுத்துண்டு போயிக் கொள்ளி வெச்சா. சாம்பலாகற வரைக்கும் அவனாலே யாருக்கு சுகம்?" என்று சொன்னாள் அம்மா.

"அவர் எங்கே விழுப்புரத்துக்கும் உளுந்தூர்பேட்டைக்கும் போய்ச் சேர்ந்தார்?" என்று கேட்டேன் நான்.

"அவனுக்கு வேறே வேலை என்ன? ஏதாவது பிள்ளை தேடிக்கிண்டு போயிருப்பான்" என்று அம்மா அசுவாரசியமாகச் சொல்லிவிட்டாள்.

இதைக் கேட்டதும் பிச்சுமணிக்குக் கல்யாணத்துக்காக அரை டஜன் பெண்கள் காத்துக்கிடக்கின்றன என்று நினைத்துவிடப் போகிறீர்கள், விஷயமே வேறே.

எனக்குப் பிச்சுமணியை ரொம்பத் தெரியாது. அவருக்கு அறுபது வயசுக்குக் குறைவிருக்காது. வேலையிலிருந்து ஓய்வு பெற்றுக் கொண்டுவிட்டார். ஒரே ஒரு பையன் இருக்கிறான். இவ்வளவுதான் தெரியும். அவர் என்ன வேலை செய்தார் என்றும் எனக்குத் தெரியாது. அம்மாவுக்கும் தெரியாது. "என்னமோ கமிஷன் ஏஜண்ட், ஊர் ஊராச் சுத்தற உத்தியோகம்" என்று துச்சமாகச் சொல்லிவிடுவாள். பிச்சுமணி விஷயத்தில் அவர் ஓய்வுபெற்ற பின்னும் ஊர் ஊராக அலைவது மாத்திரம் என்ன காரணத் தினாலோ நிற்கவில்லை. எப்போதும் யாரையாவது யாருக்காவது ஜோடி சேர்த்துவிட முயற்சி செய்தபடி இருப்பார் என்று மாத்திரம் கேள்விப்பட்டிருக்கிறேன். இத்தனைக்கும் நானறிந்தவரை அவர் ஒண்ணும் இன்பமான இல்லற வாழ்க்கை நடத்தினதில்லை. பத்துப் பதினைஞ்சு வருஷங்களுக்கு முன்னாலேயே முதன்முதல் நான் அவரைச் சந்தித்தபோதே அவருடைய மனைவி உயிருடன் இல்லை.

எப்போதாவது மூணு நாலு வருஷத்துக்கொருமுறை அவரை ஏதாவது கல்யாணத்தில் நான் சந்தித்தாலே அதிகம். ஒரே ஒருமுறை தான் அம்மனிதரின் உள்ளே இருக்கும் உண்மை மனிதனைச் சில நிமிஷங்கள் நேருக்கு நேர் பார்த்து உணர முடிந்தது. அந்தச் சமயம் எனக்கு ரொம்பவும் தர்மசங்கடமாகப் போயிற்று. இப்போது நினைத்துப் பார்த்தால் பரிதாபமாக இருக்கிறது.

ஆறு வருஷத்துக்கு முன்னால் தூர பந்து ஒருவரின் கல்யாணத் துக்குப் போயிருந்தேன். கல்யாணம் கோயமுத்தூரில் நடந்தது. அங்கு போன பிறகுதான் மாப்பிள்ளைக்கு என்னமோ முறையில் பிச்சுமணி நெருங்கிய உறவினர் என்பது எனக்குத் தெரியவந்தது. காலையிலே என்னைப் பார்த்ததுமே பிச்சுமணி ரொம்ப சந்தோஷத் தோடு என்னை வரவேற்றுக் குசலம் விசாரித்தார். அதே சமயம் அவர் எனக்காக ‘கிளியாட்டம்’ ஒரு பெண்ணைப் பார்த்து வைத் திருந்ததாகவும் ஆனால், நானோ எல்லாரையும் ஏமாற்றிவிட்டு அவருக்கும் வேறே யாருக்கும் சொல்லாமல் என் கல்யாணத்தை முடித்துக்கொண்டுவிட்டேன் என்றும் குற்றஞ்சாட்டினார். “ரெண்டு லட்சம் ரூபாய் பெறுமான ஆஸ்தி வேறே போச்சே” என எனக்காக அங்கலாய்த்துக்கொண்டார். எனக்குச் சிரிப்பு வந்ததே தவிர வேறென்ன செய்வது என்று தெரியவில்லை. எதையோ சொல்லி மழுப்பித் தப்பித்துக்கொண்டேன். முகூர்த்தம், சாப்பாடு எல்லாம் முடிந்ததும் கல்யாண மண்டபத்தின் மாடியில் ஒதுக்குப்புறமாக இருந்த அறையில் தூங்கப் போய்விட்டேன்.

ஒரு குட்டித் தூக்கம்போட்டு எழுந்திருந்தபோது மணி மூணாகி விட்டிருந்தது. தூக்கம் கலைந்துவிடவே கீழே என்ன நடக்கிறது பார்க்கலாம் என்று இறங்கி வந்தேன்.

கல்யாணக்கூடம் வெறிச்சென்றிருந்தது. ஒரு பக்கம் விரித் திருந்த, கசங்கி மடிப்பேறின ஜமக்காளத்தில் ஒரு மூலையில் இடுப்பில் ஒரு கயிறு மாத்திரமே அணிந்து மற்றபடி வெறும் மேனி யுடன் இருந்த ஒரு குழந்தை குப்புறப்படுத்து நீந்துவதுபோல மாறு கை, மாறு காலை நீட்டி மடக்கின நிலையில் தூங்கிக்கொண்டி ருந்தது. மண்டபத்தின் வாயிலில் துவாரபாலகர்களைப்போல நிறுத்தி வைக்கப்பட்டிருந்த வாழைமரங்களின் இலைகளைத் தின்ன ஒரு சிவந்த மாடு எட்டி எட்டி முயற்சி செய்துகொண்டிருந்தது. முகூர்த்தத்துக்குப் ‘பெரிய மனிதர்கள்’ யாராவது வந்தால் உட்கார் வதற்காக ஒரு பக்கத்தில் போடப்பட்டிருந்த சோபாவில் யாரோ ஒருவர் முதுகைக் காட்டியபடி முழங்காலை மடக்கிக் குறட்டை விட்டுத் தூங்கிக்கொண்டிருந்தார். இன்னொரு மூலையில் பளிச்சென்று நீலமும் பச்சையும் சிவப்பும் மஞ்சளுமாகப் பட்டுச்

சேலையும் தாவணியும் உடுத்தியிருந்த இளம் பெண்கள் ஆறேழு பேர் கூடிக் 'குசுகுசு'வென்று பேசிச் சிரித்துக்கொண்டிருந்தார்கள். அவர்கள் பேச்சிலும் சிரிப்பிலும் கலந்துகொள்ளாமலும் அதே சமயம் அவர்களை விட்டு அகலாமலும் சுற்றிச்சுற்றி வட்டமிட்டுக் கொண்டிருந்தனர் சில வாலிபர்கள். எல்லாருமே கொஞ்சம் கர்நாடகமோ அல்லது நிஜமாகவே ஒருத்தருக்கொருத்தர் பரிச்சய மில்லையோ. ஒட்டுமொத்தத்தில் இருபால் இளைஞர் கூட்டத்தில் இருக்கவேண்டிய கலகலப்பை அங்கே காணவில்லை.

சரி, நாம்தான் கலகலப்பை ஏற்படுத்தலாமே என்ற எண்ணத் தில் பேசிச் சிரித்துக்கொண்டிருந்த பெண்கள் கூட்டத்துக்குச் சென்று அவர்களுடன் உட்கார்ந்துகொண்டேன். அவர்கள் எல்லோரும் உடனே மௌனமாயினர். அந்தக் கூட்டத்தில் நளினி தான் எனக்குத் தெரிந்தவள். என் சிற்றப்பாவின் கடைசி மகள். அவள் கையில் புது மாதிரியாக மருதாணியோ அல்லது வேறெதோ புத்தம் புது வண்ணக் கலவைச் சாயமோ பூசிக்கொண்டிருந்தாள்.

"நளினி, உன் கையைக் காட்டு பார்ப்போம்" என்றேன்.

அவள் கையை நீட்டினாள். நான் பார்த்துக்கொண்டிருந்த போது மூக்குக் கண்ணாடியணிந்த இன்னொரு பெண், "ஏன் மாமா, உங்களுக்கு ரேகை பார்க்கத் தெரியுமா? என்று கேட்டாள்.

"ஓ, தெரியுமே" என்று சொன்னபடியே நளினியின் கைரேகை களைப் பார்க்க ஆரம்பித்தேன்.

உண்மையில் எனக்கு ரேகை சாஸ்திரத்தில் நம்பிக்கையே கிடையாது. பதினாலு பதினஞ்சு வயசில் ஓரிரு புத்தகங்களைப் படித்திருந்தேன் என்பது என்னமோ வாஸ்தவந்தான். ஆனால், இப்போது இருபது வருஷத்துக்கு மேலாயிற்று. இருந்தாலும் ஒரு யுவதி கேட்கும்போது, "எனக்குத் தெரியாது, ரேகையாவது சாஸ்திரமாவது. எல்லாம் வெறும் ஹம்பக்" என்று சொல்ல மனம் வரவில்லை. இதையெல்லாம் யோசிப்பதற்கு முன்னாலேயே வாய் முந்திக்கொண்டு, "ஓ, தெரியுமே" என்று சொல்லிவிட்டது.

மூக்குக்கண்ணாடிக்காரி என்னை விடாமல், "அப்போ என் கையைப் பாருங்களேன்" என்று சொன்னபடி தன் இடது கையை நீட்டினாள். நான் சிரித்துக்கொண்டே அவள் கையைப் பற்றி ரேகை பார்க்க ஆரம்பித்தேன். ரேகைகளைக் கவனித்துப் பார்ப் பவன் போலவும், பிறகு உச்சி மேட்டைப் பார்த்துக் கணக்குப் போடுவது போலவும் கொஞ்ச நேரம் பாசாங்கு செய்துவிட்டு, "நீ கொஞ்சம் சோம்பேறி. கெட்டிக்காரிதான், ஆனாலும், உடம்பை வளைச்சு வேலைசெய்ய உன்னால் ஆகாது. மூளை இருக்கு, நல்லாப்

படிப்பு வரும்" என்று ஆரம்பித்துவிட்டு அவள் முகத்தையும் மற்ற வர்கள் முகத்தையும் பார்த்தேன். கூட இருந்த தோழிகளில் ஒருத்தி 'கொல்'லென்று சிரித்துவிட்டாள்.

"ரொம்ப ரைட் மாமா நீங்க சொல்றது. வீட்டிலே ஒரு துரும் பைக்கூட அசைக்கமாட்டா. காலேஜிலே எல்லாத்திலேயும் முதல்லே வருவா" என்று சொல்லி என்னை உற்சாகமூட்டினாள். உடனே அந்தப் பெண்கள் கூட்டத்தில் என் மதிப்பு உயர்ந்துவிட்டது. நாணிக் கோணிக்கொண்டிருந்த பெண்கள் தங்கள் கைகளை நீட்டி என்னை ரேகை பார்க்கச் சொல்லவே எனக்கும் குஷி பிறந்து விட்டது. நானும் ஒவ்வொருத்தியின் கையாகப் பார்த்துத் தமா ஷாகவும் சமயோசிதமாகவும் எனக்குத் தோன்றியபடியெல்லாம் சொல்லிக்கொண்டிருந்தபோது,

"அடே, உனக்கு ரேகை பார்க்கவும் தெரியுமா?" என்று குரல் கேட்டது.

நான் திடுக்கிட்டு நிமிர்ந்தேன். பிச்சுமணி நின்றுகொண்டி ருந்தார்.

எனக்கு என்னமோபோல் ஆகிவிட்டது. கூச்சமாகக்கூட இருந்தது. அத்தனை பெண்களின் நடுவே நான் உட்கார்ந்து கொண்டு அவர்களுடைய கையைத்தொட்டுச் சிரித்துப் பேசிக் கொண்டிருந்ததைப் பிச்சுமணி பார்த்துவிட்டாரே என்று வெட்கமாயிற்று.

அவசரமாக எழுந்திருந்து, "ஹி ஹி, அதெல்லாம் ஒண்ணு மில்லை, எனக்குத் தெரியாது" என்று சொன்னபடி வெளியேற எத்தனித்தேன். அவர் என் பின்னாலேயே வந்தார்.

"நோ, நோ, அதெல்லாம் பரவாயில்லை, டேய், நாணு, இங்கே வாடா. நீ கொஞ்சம் நாணுவின் கையைப் பாரேன்" என்று நாணுவுக்கும் எனக்கும் உத்தரவிட்டார்.

"நாணு யார்?" என்று நான் கேட்டேன்.

"நாணுவை உனக்குத் தெரியாதா, என்னுடைய பிள்ளை, ஒரே பிள்ளை; பிரின்ஸ் ஆப் வேல்ஸ், ஐவேஜுக்கு வாரிசு. ஆனால், நான்தான் ராஜா இல்லை. ஐவேஜும் இல்லை" என்று எனக்குச் சொல்லிவிட்டு,

"டேய் நாணு, இங்கே வாடா, வெக்கப்படாதே" என்று தம் புத்திரனுக்குத் தைரியமூட்டினார்.

மறுபடியும் என்னைப் பார்த்து, "அவன் கையைக் கொஞ்சம் பார்த்துப் பலன் சொல்லேன்" என்றார்.

எனக்கு தர்மசங்கடமாகிவிட்டது. உண்மையை ஒப்புக்கொள்வதுதான் உத்தமம் என்று எனக்குப்பட்டது.

“இதைப் பாருங்கோ. எனக்கு ரேகை சாஸ்திரமும் தெரியாது, ரேகை, ஜோசியம், ஆரூடம் இதிலெல்லாம் நம்பிக்கையும் கிடையாது. என்னமோ கொஞ்ச நேரத்தைக் குஷியாகக் கழிக்கலாமேன்னு ரேகை பார்க்கிறதாச் சொன்னேனே தவிர, எனக்கு ரேகை பார்க்கவே தெரியாது” என்று சொல்லி அத்துடன் நிறுத்தாமல், விஷமமாகச் சிரிப்பதாகப் பாவனைசெய்து, “ரேகை பார்க்கிறதாச் சொன்னாத்தானே இந்தப் பெண்கள் கையைத் தொட என்னை விடுவாங்க!” என்றேன். எதையாவது சொல்லித் தப்பித்துக் கொண்டாக வேணுமே.

அவர் என்னை விடுவதாக இல்லை.

“நோ, நோ, அதெல்லாம் பரவாயில்லை, நான்தான் பார்த்தேனே, நீ ரொம்ப நன்னா ரேகை பார்க்கிறதை. ஏ... குட்டிகளா, நீங்களே சொல்லுங்கோ, இவர் நன்னா ரேகை பார்த்தாரோ இல்லியோ?” என்றார் என்னிடமும் அந்தக் குட்டிகளிடமும்.

அந்தப் பைத்தியங்கள் என்னைப் பழிவாங்க வேணுமென்றோ அல்லது உண்மையென்று அவர்கள் நம்பினதாலோ, ஒரு குரலாக, “அவர் நன்னாப் பார்க்கறார் மாமா, ரகசியத்தையெல்லாம்கூடக் கண்டுபிடிச்சுடறார்” என்று கூவின. எனக்கு எரிச்சலாக வந்தது. அவ்வளவு அழகாகவும் லட்சணமாகவும் படித்தும் இருக்கிற அந்தப் பெண்கள் இவ்வளவு முட்டாள்களாகவும் இருப்பார்கள் என்று நான் துளிகூட எதிர்பார்க்கவில்லை. அவர்களைக் கோபத்தோடு முறைத்துப் பார்த்தேன்.

அப்போது பிச்சுமணி, “பார்த்தியா, இதுகள் சொல்றதை. ரொம்ப பிகுபண்ணிக்கிறயே என்கிட்டேகூட” என்று செல்லமாகக் கடிந்துகொண்டார்.

நானும் விடாப்பிடியாக இருந்தேன்.

“இல்லை, நிஜமாகவே எனக்கு ரேகை பார்க்கவே தெரியாது” என்றேன்.

அந்தப் பெண்களோ கலகலவென்று சிரித்துக்கொண்டு பிச்சுமணியை நோக்கி, “அவர் பொய் சொல்றார் மாமா. நீங்க நம்பாதீங்கோ, நிஜம்மாத்தான் சொல்றோம், ரொம்ப நன்னா ரேகை பார்க்கறார்” என்றார்கள்.

இதற்குள் நாணுவும் வந்துவிட்டான். சுற்றிச்சுற்றி மோப்பம் பிடித்துக்கொண்டிருந்த இளவட்டங்களில் அவனும் ஒருவன்.

“டேய் நாணு, ஸாருக்கு நமஸ்காரம் பண்ணுடா” என்று பிச்சுமணி உத்தரவிட்டதும் உடனே தரையில் விழுந்து ஒரு நமஸ்காரம் செய்தான். எனக்கு எரிச்சல் தாங்கவில்லை. யாரையும் யாரும் விழுந்து நமஸ்கரிப்பது என்பது எனக்குக் கொஞ்சம்கூடப் பிடிக்காத விஷயம். ரேகை, ஜோசியம் ஆரூடம் முதலான, வருங்காலத்தை முன்னதாகக் கண்டுபிடித்துச் சொல்வதாகக் கூறும் ‘சாஸ்திரங்கள்’ எல்லாம் வெறும் புரட்டு என்பது என் திடமான அபிப்பிராயம். சும்மா விளையாட்டுக்கு என ஆரம்பித்து இந்த மாதிரி வினையாகப் போய்க்கொண்டிருக்கிறதே என்கிற ஆத்திரம் வேறே. முட்டாள் பெண்களையும் ரேகை சாஸ்திரத்தையும் தந்தை சொல் தட்டாத தனயர்களையும் பிச்சுமணியையும் மனதாரச் சபித்துக்கொண்டே அவரை ஒதுக்குப்புறமாக, சற்றுத் தள்ளியிருந்த பெரிய தூணருகில் அழைத்துச் சென்றேன்.

தூணை அடைந்ததும், குரலைத் தாழ்த்திக்கொண்டு, “நிஜமாகவே சொல்றேன், எனக்கு ரேகை பார்க்கவும் தெரியாது, அதுலே நம்பிக்கையும் கிடையாது. சும்மா பொழுதுபோக, தமாஷுக்காக ரேகை பார்க்கிற மாதிரி நடிச்சேனே தவிர வேறொண்ணுமில்லை. அவ்வளவுதான்” என்றேன்.

நான் பேசி முடிப்பதற்குள், அதைக் காதில் வாங்காமலே பிச்சுமணி, “அதெல்லாம் பரவாயில்லேன்னா, நீ பார்க்கிற அளவு மத்தவா பார்த்தாலே போருமே, அதுவே யதேஷ்டம். நீ நம்ப வேண்டாம். உன்னை யார் நம்பச் சொல்லறா? நான் நம்பறேன். அவ்வளவுதானே வேண்டியது” என்றார். மேலும் தொடர்ந்து, “எனக்காக அவன் கையைப் பாரேன், ப்ளீஸ்” என்றார்.

என்னைவிட இவ்வளவு பெரியவர் இவ்வளவு தூரம் வற்புறுத்தும்போது இன்னும் மறுத்தால் நன்றாயிராது என்று எனக்குப் பட்டது. வேறென்ன செய்வதென்றும் எனக்குத் தெரியவில்லை. “சரி”யென நான் ஒத்துக்கொள்ள அவரும் நாணுவுமாக மீண்டும் கூடத்தின் மத்திக்கு வந்தோம்.

“நாணு, ஸார்கிட்டே கையைக் காமி” என்று பிச்சுமணி தன் குமாரனுக்கு உத்தரவிட்டார்.

நான் எரிச்சலோடு நாணுவைப் பார்த்தேன். அவன் பலியாடு போலத் தலைகுனிந்து மௌனமாகத் தன் கையை நீட்டினான்.

அவன் சோளக்கொல்லை பொம்மைபோல் இருந்தான் என்று சொல்ல வந்தேன். யோசித்துப் பார்த்தால் பொருத்தமில்லையென்று படுகிறது. சோளக்கொல்லை பொம்மையென்றால் அதுக்கு உருண்டை முகமும், புஸுபுஸுவென்று வைக்கோல் திணிக்கப்பட்ட

உடம்புமாகவல்லவா இருக்கும். நாணு அப்படி இல்லவே இல்லை. கச்சல் வாழைக்காய் போல, இன்னும் சொல்லப்போனால் பழைய பாத்திரக் கடையில் நெடுநாளாக மூலையில் கேட்பாரற்று அழுக்கேறி நசுங்கிக் கிடக்கும் பித்தளைப் பாத்திரம் போலிருந்தான். ஆனால், குண்டாக இல்லை. அவ்வளவுதான். சட்டை போட்டு மார்க்கூட்டை மறைத்திருந்தாலும் கண்ணுக்குத் தெரிந்த முழங்கை முன்கை மணிக்கட்டு கழுத்து முகம் இத்தியாதிகளைப் பார்த்தாலே ஆள் ஒண்ணும் பயில்வானில்லை என்பது தெள்ளத் தெரிந்தது. முகத்தில் கண்களும் கருத்துப்போயிருந்த உதடுகளும்தான் பெரிசா யிருந்தன. கன்னம் குழி விழுந்திருந்தது. கை விரல்கள் கப்பாணிக் கயிற்றைப் போலிருந்தன.

அவன் கையை வாங்கியபடியே கடைசி முறையாகப் பிச்சு மணியைப் பார்த்தேன். "நிஜமாகவே எனக்குத் தெரியாதே" என்றேன். அவர் மாத்திரம் அன்று ஆசையினால் குருடாக்கப் படாமல் இருந்திருந்தால் என் முகபாவத்திலிருந்து நான் படும் பாட்டையும், சும்மா ஒப்புக்குச் சொல்லவில்லை, உண்மையைத் தான் சொல்கிறேன் என்பதையும் தெரிந்துகொண்டிருக்க வேணும்.

"பரவாயில்லை. தெரிஞ்சதைச் சொல்லு. அது போரும்" என்றார் அவர்.

வேறே வழியில்லாது நான் நாணுவின் கையைப் பார்க்க ஆரம்பித்தேன். நுனியில் மஞ்சள் கரையேறியிருந்த ஆள்காட்டி விரலையும் நடுவிரலையும், தறிக்கப்படாமல் அழுக்கைச் சுமந்து கொண்டிருந்த நகங்களையும் தவிர வேறொண்ணையும் காணக் கிடைக்கவில்லை.

"தேக சௌக்கியம் அவ்வளவா இருக்காது. 'ச்செஸ்ட் வீக்'. ஆனால், உயிருக்கு ஒண்ணும் ஆபத்தில்லை" என்று ஆரம்பித்து எனக்குத் தோன்றியதையெல்லாம் சொல்லலுற்றேன். பெரிதாயிருந் தாலும் உயிர்க்களையே இல்லாமல் பாதி மூடினபடி வெள்ளாட்டுத் தலையின் கண்ணைப் போலிருந்த அவன் கண்களும் நான் சொல்வதைக் கேட்டு உயிர்பெறத் தொடங்கின. பிச்சுமணி நின்ற படியே தலையை ஆட்டி ஆட்டி நான் சொல்வதையெல்லாம் ஆமோதித்து என்னை ஊக்குவித்துக்கொண்டிருந்தார். சுற்றி வளைத்து ஜோடனை செய்து என்னென்னவோ சொன்னேன். அவனது உடல் நிலை, புத்திக்கூர்மை, அழகுக் கலைகளில் அவனுக் கிருந்த அபிமானம், கலைத்திறன், அவன் பிறருடன் பழகும் சுபாவம், ஐம்பத்திரண்டாம் வயசில் அவனுக்காகக் காத்திருக்கும் 'மலை போல் வந்து பனிபோல விலகப்போகும்' ஆயுள் கண்டம், புத்திர பாக்கியம் என்றெல்லாம் சொன்னேன். கடைசியில் வேறொண்ணும்

சொல்வதற்கில்லை என்றானபோது, “இவ்வளவு போதுமே, இதுக்கு மேலே எனக்கு ஒண்ணும் தெரியல்லே” என்றேன்.

பிச்சுமணி தொண்டையைக் கனைத்துக்கொண்டார். நான் தலைநிமிர்ந்து பார்த்தேன். அவர் திருப்தியடையவில்லை என்பது அவர் முகத்திலிருந்து தெரிந்தது.

“நான் கேக்கறேன்னு கோவிச்சுக்காதே, உத்தியோக பாக்கியம் எப்படி?” என்றார், கொஞ்சம் கம்மின பணிவான குரலில்.

“ஏன் நல்லாத்தானிருக்கு” என்றேன் நான் பட்டும் படாமலும்.

“உத்தியோக ரேகை தீர்க்கமாயிருக்கா, பார்த்துச் சொல்லேன், பி.ஏ., பாஸ் பண்ணிட்டு நாலு வருஷமா உக்காண்டிருக்கான். நான் ஊரெல்லாம் சுத்திப் பார்த்துட்டேன். கேக்காத இடமில்லை, பார்க்காத ஆளில்லை. காலைப் பிடிச்சுக் கெஞ்சாத குறைதான். எவனும் இப்போ வா, அப்போ வான்னு சொல்லிக் கடைசியில் கையை விரிச்சுடறானே தவிர உருப்படியா ஒரு பியூன் வேலைகூடப் போட்டுத் தரமாட்டேங்கறான். இவனுக்கோ சமத்துப் போறாது, டவாலி போடற ஜாதியிலே பொறந்துட்டு எனக்கு இந்த வேலை வேண்டாம், நான் அங்கே போயி அவனைப் பார்க்கமாட்டேன்னு சொல்ல முடியுமோ? வீட்டிலே உக்காந்திருந்தா எவன் கூப்பிட்டு இந்த வேலையின்னு குடுப்பான்? நாம நம்மாலே ஆனது அத்தனையும் செய்ய வேண்டாமோ? அது இவனுக்குத் தெரியல்ல. அதான் கேக்கறேன்” என்று சொல்லிவிட்டுத் தோள் துண்டால் கழுத்துப்பிடியைத் துடைத்துவிட்டுக்கொண்டார்.

“ரேகை பார்க்கிறது ஜாதகம் பார்க்கிற மாதிரியில்லை. உத்தி யோகத்துக்குன்னு தனியா ரேகை கிடையாது. இருக்கிற ரேகை களைக்கொண்டு நாமே ஊகிச்சுத் தெரிஞ்சுகொள்ளணும்...” என்று ஆரம்பித்தவன், என்ன பேசுகிறேன் என்பதை உணர்ந்த வுடன் நிறுத்திக்கொண்டு, மவுனமாக அவனுடைய வற்றிப்போன கையில், ரேகைகளில் ஏதோ பொக்கிஷம் ஒளிந்திருக்கிற மாதிரி தேட ஆரம்பித்தேன். என்ன தேடுகிறேன் என்பதைத் தெரிந்து கொள்ளாமலேயே. நாய் வேஷம் போட்ட பிறகு குரைக்க வெட்கப் பட்டு என்ன செய்வது?

சும்மா ஒரு நிமிஷம் இந்த மாதிரி தேடிவிட்டு, பிறகு, “இப்போ வயசு சரியா என்ன ஆகிறது?” என்று கேட்டேன், அது என்னமோ மிக முக்கியமான விஷயம்போல்.

“இருபத்து நாலு முடிஞ்சு இருபத்தஞ்சு நடக்கிறது. இன்னும் மூணரை மாசத்திலே இருபத்தஞ்சு முடிஞ்சுடும்” என்றான் நாணு.

இந்த ரேகை பார்க்கும் நாடகம் ஆரம்பித்ததிலிருந்து அவன் இப்போதான் முதல் முறையாக வாயைத் திறந்து பேசினான். அவன் குரலைக் கேட்டதும் எனக்குத் தூக்கி வாரிப்போட்டது. அசாதாரணமான கட்டைக்குரலில் அவன் பேசினான். அவன் வாயைத் திறந்ததும் 'குப்'பென்று வீசிய நாற்றத்தைவிட அவனுடைய கட்டைக் குரலிலிருந்த பெரும் ஆர்வம், பெருந்தாகம், என்னைச் சங்கடத்தில் ஆழ்த்தித் துக்கங்கொள்ளச் செய்தது. மேலும் ஒரு நிமிஷத்தை ஏதோ கணக்குப் போடுவதுபோலக் கழித்துக் கடைசியாக, "இன்னும் ஆறேழு மாசம் ஆகும் வேலையின்னு கிடைக்க. இருபத்தாறாம் வயசின் முன் பகுதியிலோ அல்லது நடுவிலேயோ தான் வேலையாகும்... அதுக்கப்புறம் ஒரு கஷ்டமும் இருக்காது" என்று சொல்லிவிட்டு என்னைக் காத்துக்கொள்ள, "அப்படின்னு தான் நான் நினைக்கிறேன்" என்றேன்.

அதுக்கு மேற்கொண்டும் அவர்களை ஏமாற்ற எனக்கு விருப்பமில்லை. "காப்பி ரெடியாயிட்டுதான்னு பார்த்துட்டு வரேன்" என்று சொன்னபடி அவ்விடம் விட்டுக் கிளம்ப ஆயத்தம் செய்தேன். பிச்சுமணி விடவில்லை.

"நோ, நோ, நாணுவைப் பார்த்துண்டு வரச்சொல்றேன்" என்று என்னிடம் சொல்லிவிட்டு, "டேய் நாணு, காப்பி ஆயிடுத்தான்னு பார்த்துட்டு ஸ்ட்ராங்கா ரெண்டு கப் இங்கே அனுப்பிவை" என்றார் நாணுவிடம். அவனும் "சரி"யென்று தலையாட்டிவிட்டுச் சென்றான்.

ரேகை பார்ப்பது என்பது வெறும் விளையாட்டாக இல்லாமல் 'சீரியஸ்'ஸாகப் போய்விடவே அங்கிருந்த குட்டிகளும் ஒருத்தர் ஒருத்தராக நழுவிவிட்டிருந்தனர். குப்புறப் படுத்துத் தூங்கிக் கொண்டிருந்த குழந்தையை விட்டால் அந்தப் பரந்த கலியாண மண்டபத்தில் நானும் பிச்சுமணியுந்தான். அவர் சுற்றுமுற்றும் ஒருமுறை பார்ததுவிட்டு என் இரு கைகளையும் பிடித்துக் கொண்டார்.

"ஒனக்கு எப்பிடி உபசாரம் சொல்றதுன்னே தெரியலை. நாணுவுக்கு சமத்துப் போறாது. என்மாதிரி இடிச்சுப் பூந்து வேலையை முடிச்சுக்கிற சாமர்த்தியம் கிடையாது. எனக்கோ ஹார்ட் வீக்காயிட்டிருக்கு. நாளைக்கே 'டப்'புனு நின்னாலும் நின்னுடும். இல்லை பத்து வருஷம் ஓடினாலும் ஓடும், ஒண்ணும் சொல்றதுக் கில்லேன்னுட்டான் டாக்டர். இவனைப் பத்தித்தான் எனக்கு எப்பவும் கவலை. நான் இருக்கிறப்போவே ஒரு நல்ல வேலையாப் பார்த்து அமர்த்தலேன்னா நான் போனப்புறம் இவனுக்கு வேலையே கிடைக்காது. இந்த வருஷத்துக்குள்ளே நிச்சயம் நல்ல ஒசத்தி வேலை கிடைக்கும்னு நீ சொன்னது என் வயத்துலே

பாலை வார்த்த மாதிரி இருக்கு. நீ தீர்க்காயுசா சுக சௌக்கி யத்தோடே நன்னா வாழணும்" என்று தொண்டை தழுதழுக்கச் சொன்னார்.

எனக்கு அங்கிருக்கப் பிடிக்கவில்லை.

"ஒரு நிமிஷம், இதோ வந்துட்டேன்" என்று சொன்னபடி அவசரமாக எழுந்து ஏதோ இவ்வளவு நேரம் மறந்திருந்தது திடீரென்று ஞாபகம் வந்தாற்போல் பாவனை செய்து அவ்விடம் விட்டு வேகமாகப் போய்விட்டேன். அதன் பிறகு அங்கேயிருந்த சிலமணி நேரங்களை அவர் கண்ணில் படாமல் ஒதுங்கிப் பதுங்கிக் கழித்துவிட்டேன்.

இப்போது அவர் கண்காணாத இடத்தில் அநாதை போல் ஒரு ஹோட்டல் அறைக்குள் செத்துக் கிடந்தார் என்று கேள்விப் பட்டபோது எனக்கு உண்மையிலேயே பரிதாபமாக இருந்தது.

"அவர் எதுக்குப் பிள்ளை தேடிப் போனார். எனக்குத் தெரிஞ்சவரை அவருக்கு நாணு ஒருத்தன்தானே, அவருக்குப் பெண் இருக்கா என்ன?" என்று நான் அம்மாவைக் கேட்டேன்.

"அவனுக்கேது பெண், நாணு ஒருத்தன்தான். இருக்கிற பிள்ளைக்கு நல்ல இடமாப் பார்த்துக் கல்யாணம் பண்ணிவெக்க மாட்டானோ. ஆனா, என்னிக்குத்தான் அவன் தன் குடும்பத்துக் குன்னு ஒரு துரும்பை எடுத்து அந்தப் பக்கத்திலேயிருந்து இந்தப் பக்கம் வெச்சிருக்கான்?"

"பின்னே யாருக்காகப் பிள்ளை தேடி அலைஞ்சார் இவர்?"

"ஓ, அந்தக் கதை ஒனக்குத் தெரியாதா, சொல்றேன் கேளு" என்று ஆரம்பித்தாள் அம்மா.

பிச்சுமணி ஒரு பெரிய ஆபீஸரிடம் (அவர் என்ன ஆபீஸர் என்று அம்மாவுக்குத் தெரியவில்லை) நாணுவுக்காக வேலை கேட்டுப் போனாராம். வேலை வாங்கிக் கொடுத்தால் தன் பெண்ணை தாணுவுக்குக் கல்யாணம் செய்து வைக்க ஒத்துக் கொள்ளவேணும் என்று அந்த ஆபீஸர் சொன்னாராம். பிச்சு மணியும் ஒப்புக்கொண்டுவிட்டார். வேலை கிடைத்த பிறகு நாணு விடம் விஷயத்தைச் சொல்லியிருக்கிறார். அவன் ஒரேயடியாக மறுத்துவிட்டானாம். என்னென்னமோ சொல்லியிருக்கிறான்– பெண் அழகாயில்லை, கண் ஒண்ணரை, குரல் நன்றாக இல்லை, இப்படியெல்லாம் சொல்லி மாட்டவே மாட்டேன் என்றுவிட்டான். பிச்சுமணியும் அவனைச் சரிசெய்யப் பார்த்தார். அவன் ஒப்புக் கொள்ளவே இல்லை. "மாறு கண்ணுன்னா அதிர்ஷ்டம், உனக்காக

தேவலோகத்திலிருந்து ரதி கிடைப்பாளா, நீ என்ன மன்மதன்னு நினைப்போ, நீ சொல்ற மாதிரி பார்த்தா உலகத்திலே பாதிப் பெண்கள் கன்யாஸ்திரீயாக இருந்துவிட வேண்டியதுதான்" என்றெல்லாம் சொன்னாராம். அவன் கேட்கவில்லை. கடைசியாகத் தன் வாக்கைக் காப்பாற்றுவதற்காகவாவது ஒத்துக்கொள்ளச் சொன்னாராம். அதற்கு நாணு, "இது என்ன சினிமான்னு நெனைச்சுட்டியா அப்பிடியெல்லாம் செய்ய. எப்பிடியாவது சொன்ன வாக்கைக் காப்பாத்தணுமானா நீயே அந்தப் பெண்ணைக் கல்யாணம் செய்துக்கோ" என்று சொல்லிவிட்டானாம். பிச்சுமணி அந்த ஆபீஸரிடம் போய் மன்னிப்புக் கேட்டுக்கொண்டு, "ஒங்க பொண்ணுக்கு நல்ல பிள்ளையாகத் தேடிக் கல்யாணம் செய்து வைக்காமே நான் என் வீட்டு வாசற்படி ஏறமாட்டேன்" என்று சபதம் செய்து கொடுத்தாராம். அதன் விளைவாகத்தான் சென்ற ஐந்து வருஷங்களாக அவர் அந்தப் பொண்ணுக்காக வரன் தேடி ஊரூராக அலைந்துகொண்டிருக்கிறார்.

"அவனை மூணாம் வருஷம் ராமு கல்யாணத்திலே பார்த்தப்போ இதெல்லாம் சொன்னான். அவனுக்கு ஆதி நாளிலிருந்தே ஊரூராகச் சுத்திப் பழக்கம். ரிட்டயர் ஆனப்புறமும் அலையறதுக்கு இந்த மாதிரி ஒரு சாக்கு. அவ்வளவுதான். வேலை குடுத்தாப் போரும்னு இவனே ஏதாவது சொல்லிப்பிட்டு பின்னாலே அவஸ்தைப்பட்டிருப்பான். ஏன்னா, அவன் சொல்றதை நம்பிட முடியாது. ஒண்ணுன்னா நூறும்பான்" என்று முடித்தாள் அம்மா.

பிச்சுமணியை யார் நம்பினாலும் நம்பாவிட்டாலும் நான் நம்பத் தயார். என்னுடைய ரேகை ஜோசியம் பலித்துவிட்டதுபற்றி எனக்குச் சந்தோஷந்தான். 'நாணுவுக்கு எப்போது கல்யாணம் ஆகும்' என்று என்னை அவர் அன்று கேட்காமல் இருந்ததுபற்றி எனக்கு அதைவிடச் சந்தோஷம்.

♦

ரப்பர் மாமா

சங்கரன் கண்களைத் திறந்து பார்த்தான். எப்போதும் போலவே அப்போது கண்ணெதிரே அழுக்கு மஞ்சள் வண்ணம் பூசப்பட்டிருந்த ஜன்னல்தான் தென்பட்டது. அவனுக்குத் துக்கம் விக்கிக்கொண்டு வந்தது. எத்தனை நாளாக அவனுக்கு இதே ஜன்னல் விழிப்பு. அவனுடைய உலகந்தான் எப்படிக் கொஞ்சம் கொஞ்சமாய்க் குறுகி இப்போது ஆறடிக்கு மூணடிக் கட்டில், மேல் கூரை, எதிர் ஜன்னல் என்று ஆகிவிட்டது! வெளியுலகம், இரைச்சலுடனும் வேர்வையுடனும் சிரிப்புடனும் பசியுடனும் கண்ணீருடனும் கொஞ்சல்களுடனும் கோஷங்களுடனும் கலகலத்துக் கொண்டிருக்கும் வெளியுலகம் அவனைப் பொறுத்தமட்டில் அழுக்கேறின ஜன்னல் சட்டங்களினால் விளிம்பு கட்டப்பட்டு, நெடுக்குக் கம்பிகளினால் வேலியிடப்பட்டு அவனிடமிருந்து பிரிந்துவிட்டது. அவனைச் சிறிதும் லட்சியம் செய்யாமல். இப்போது அவனுக்குக் கிடைத்திருப்பதோ ஜன்னல் வழியாகத் தெரியும் நீல ஆகாயம், சில சமயம் ஒய்யாரமாக மிதந்து செல்லும் வெண்மேகங்கள். அவ்வளவுதான். 'இந்தப் பாழாய்போன ஜன்னல் கதவுகளின் மேல் கேவலம் காக்காய் சிட்டுக்குருவி அணில்கூட வருவதில்லையே, வந்து உட்கார்வதில்லையே' என்று அவன் மனம் வருந்தினான். இதுவும் எவ்வளவு நாளைக்கோ, ஆகாசத்தோடு கண்களை மூடிக்கொண்டான். மூடிக்கொண்ட பின்னும் கண்ணுக்குள் தெரிந்த ஜன்னலின் பிம்பத்தைப் பார்த்துக்கொண்டிருந்தான். அது மறையுமட்டும். சில கணங்கள் சிவப்பாய், பின் பச்சையாய், பின் வெளிர் நீலமாய், பின் ஒன்றுமில்லாமல் மறைந்துபோகுமட்டும். 'இதுதான் நான் காணும் கடைசிக் காட்சியாயிருக்கும்' என்று நினைத்துக்கொண்டான். 'மூடிய கண்ணுக்குள்ளே தென்படும் இருட்டுச் சூழ்நிலையின் நடுவில் வெளிர் நீலப்பட்டைகள், என் வாழ்க்கையில் நான் கண்டு கேட்டு அனுபவித்த லட்சக்கணக்கான அனுபவங்களின் சாராம்சம்.' மூச்சுவிடும்போது நாசித்துவாரங்கள் சுட்டன. கண்கள் சுட்டன. 'இன்றோடு என் ஆயுள் முடிந்துவிட்டது'

என்று முனகிக்கொண்டான். தன்னுடைய முனகலே தன் காதுக்குக் கேட்டபோது அவன் திடுக்கிட்டுப் போய்விட்டான். மிகவும் பிரயாசைப்பட்டுக் கண்ணைத் திறந்துகொண்டான். இனிமேல் கண்ணை மூடினால் அவ்வளவுதான், அதன் பிறகு திறக்கவே மாட்டோம் என்று அவனுக்குத் திகில் பிடித்துக்கொண்டது. இன்னும் சில மணி நேரங்களுக்குள் தான் சாகப் போகிறோம் என்று அவனுக்குத் தெரிந்துவிட்டது. இது தெரிந்து கொஞ்ச காலமாகியிருந்தாலும் இன்றைக்குத்தான் அந்தக் கெடு என்பதை அவன் உணர்ந்தவுடன் அவனடைந்த பீதிக்கு அளவேயில்லை.

ஆரம்பத்தில், 'என்னவோ உடம்பு சரியாயில்லை, நாலு நாள் மருந்து சாப்பிட்டால் தானே சரியாகிவிடும்' என்றுதான் சங்கரன் நினைத்திருந்தான். சாவு நேரக்கூடும் என்று நினைக்கக்கூட இல்லை. நாலு நாள் என்று நினைத்தது வரவர நீண்டு வாரக் கணக்காகி மாதக்கணக்காகி அவனை வெளியுலகத்திலிருந்து கொஞ்சம் கொஞ்சமாக உரித்துத் தனிமைப்படுத்திக் கடைசியில் படுக்கையில் தள்ளிவிட்டபோதுதான் அவன் முதன்முதலாகச் சாவைப் பற்றி நினைக்க ஆரம்பித்தான். அவன் நோயைப் போலவே அந்நினைப்பும் அவனுக்குத் தெரியாமலே அவனுக்குள் தோன்றி மெல்ல மெல்ல வளர்ந்து திடீரென்று ஒரு நாள் தன் முழு உருவைக் காட்டி அவனை ஆக்கிரமித்துக்கொண்டது. ஆரம் பத்தில், தான் செத்துப் போய்விடுவோமோ என்று தோன்றின போதுகூட அந்நினைப்பு அவனைத் திடுக்கிட வைக்கவில்லை. சில வேளைகளில் அந்நினைப்பைக் கொஞ்சங் கொஞ்சமாய்ச் சுவைத்து அசைபோட்டு ஜீரணிக்கும்போது சுவாரஸ்யமாய்க்கூட இருந்தது. தவிரவும், எல்லாருந்தான் ஒருநாள் சாகப்போகிறார்கள். அதுதானே தனக்கும் நேரப்போகிறது என்றுதான் தோன்றியதே யொழிய, புதுசாகப் பயம் ஒண்ணும் ஏற்படவில்லை. தான் மரித்துப் போய்விடுவோம் என்று பொதுவாக பயந்தாலும், அதை அவன் உண்மையில் நம்பவில்லை, அந்த நோய், அதனால் ஏற்பட்டிருக்கிற வேதனைகள், சோர்வுகள், மரண பயங்கள், அவன் படுத்துப் படுத்து, புரண்டு புரண்டு அழுக்கும் சூடும் ஏறிக் கசங்கிக் கிடந்த அந்தப் படுக்கை, கசப்பு மாத்திரைகள், தூக்க மருந்துகள் எல்லாமே ஒரு துர்சொப்பனமாக ஒரு நாள் திடீரென்று மறைந்துவிடும் என்று தான் அவன் அடிமனசில் நம்பியிருந்தான். ஒருநாள், சரியாகச் சொல்லவேணுமானால் ஓர் இரவு, அவனுடைய நம்பிக்கைகள் மணல் வீடு போலச் சரிந்து இருந்த சுவடற்றுப் போனபோதுதான் உண்மையான மரண பயம் அவனைப் பிடித்துக்கொண்டது.

அந்த இரவு சிறுநீர் கழிக்க வேணுமென்று தோன்றினபோது படுக்கையிலிருந்து எழுந்திருக்க யத்தனித்தான். மனசு வேலை

செய்ததே தவிர உடல் ஒத்துழைக்கவில்லை. வலது கையை ஊன்றி எழுந்திருக்கலாமாவென்று பார்த்தான். கையில் சுரத்தே இல்லை. அவன் இந்த மாதிரி கைக்கும் காலுக்கும் உத்தரவிட்டுக் கொண்டிருக்கும்போதே படுக்கையில் ஈரம் சரசரவென்று பரவ... கால் தொடை புட்டம் எல்லாம் நனைந்து... உடம்பு பூராவும் வேர்த்துக் கொட்ட... அப்போதுதான் பளிச்சென்று 'இனிமேல் நான் படுக்கையை விட்டு எழுந்திருக்கப் போவதில்லை. என் காலம் ஆகிவிட்டது' என்ற எண்ணம் உறைத்தது. உறைத்து ஊடுருவி அவன் முகத்தை முதன் முதலாக நனைத்தது.

சங்கரன் உடம்பு சரியில்லாமல் படுத்த புதுசில் அவனுடைய நண்பர்கள், ஆபீசில் அவனுடன் வேலை செய்யும் சக குமாஸ்தாக்கள் எல்லோரும் ஒவ்வொருவராகவோ அல்லது சிறுசிறு கும்பலாகவோ அடிக்கடி வந்து குசலம் விசாரித்துக்கொண்டிருந்தார்கள். பி.ஏ. படிப்பு முடித்து மூணு நாலு வருஷம் வேலை கிடைக்காமல் திண்டாடிக் கடைசியில் வேலைக்குச் சேர்ந்து ஒண்ணரை வருஷந்தான் ஆகியிருக்கும். அதற்குள் அவனுக்கு எவ்வளவு நெருங்கிய நண்பர்கள் ஏற்பட்டுவிட்டார்கள். இவன் நோய்வாய்ப்பட்டிருந்த புதுசில் இவனைப் பார்க்க வந்தபோது நடராஜன், மோசஸ், சங்கரநாராயணன் எல்லாம் எத்தனை முறை, 'சங்கரா நீ இல்லாமல் இப்பவெல்லாம் சீட்டாட்டம் ரசிக்கிறதேயில்லை' என்று குறையாகச் சொல்லிக்கொண்டிருக்கிறார்கள். அப்போதெல்லாம் சங்கரனுக்கு ரொம்பப் பெருமையாயிருந்தது. ஒருதரம் இவன் ஆபீசில் வேலை செய்துகொண்டிருந்த மூணு 'லேடி டைப்பிஸ்டு'களும் வந்திருந்தார்கள். மிஸஸ் பெரேரா, மிஸ் பத்மினி, மிஸ் ஜானகி. இத்தனைக்கும் மிஸ் ஜானகி ஆபீசில் சேர்ந்து மூணு மாசத்துக்கு மேலே ஆகியிருக்காது. அப்போது மிஸஸ் பெரேராதான் பேசிக்கொண்டேயிருந்தாள். அவள் எப்பவும் அப்படித்தான், மணமானவள் என்றதாலோ என்னவோ, அவள் மற்ற பெண்களைவிடச் சற்று சுதந்திரமாகவே ஆண்களிடம் பழகுவாள். தவிரவும், சங்கரன் ஆபீசில் அவளுக்கு அடுத்த மேஜைக்காரன். 'என்ன இந்த மாதிரி இர்ரெஸ்பான்ஸிபிலா படுத்துட்டீங்க மிஸ்டர் சங்கரன், என் மேலே ஓங்களுக்கு ஏதாவது கோபமா என்ன, இப்போ பாருங்க, ஃபைலெல்லாம் என் டேபிளுக்கு மலையா வந்து குவிஞ்சிடுது. நீங்க இருந்தப்போ தினம் ஒண்ணு ரெண்டுதானே என் டேபிளுக்கு அனுப்புவீங்க? இப்போ என்னடான்னா, அந்தப் பழம் பெருச்சாளி ஆரோக்கியசாமி இருக்காரில்லை, அவரை ஓங்க டேபிளுக்குப் போட்டிருக்காங்க, அவரு வர்ற ஃபைலெல்லாம் என் டேபிளுக்கே தள்ளிடறாரு, நீங்க சீக்கிரம் ஒடம்பைச் சரி பண்ணிக்கிட்டு வந்திடுங்க மிஸ்டர் சங்கரன், எனக்காகவாவது' என்று அவள்

வேடிக்கையாகப் புருவத்தை மேலும் கீழும் ஆட்டியபடி சொன்ன போதும், அப்போது மிஸ் பத்மினியும் மிஸ் ஜானகியும் 'கல்'லென்று சிரித்து, 'ஆமாமா, சீக்கிரம் வந்திடுங்க' என்று ஆமோதித்தபோதும் அவனுக்கு எவ்வளவோ சந்தோஷமாய்த்தானிருந்தது. இப்போது? இதெல்லாம் எப்போ நிகழ்ந்தது? நிஜமாகவே நடந்ததுதானா? இந்த ஜென்மத்திலா? இந்த யுகத்திலா? வருஷத்திலா? அவனுக்குத் துக்கம் தொண்டையை அடைத்தது.

சங்கரனுக்கு நேர்ந்திருக்கும் வியாதி சீக்கிரத்தில் குணமாகக் கூடியதில்லை. அவன் உயிருக்கே ஆபத்து நேரவும் கூடும் என்று தெரிந்த பிறகு நண்பர்களின் வருகை குறைந்துவிட்டது. அப்படி யாராவது ஓரிருவர் வந்தபோதும் அவனுக்கு ஆத்திரமும் கோபமும் பொறாமையும் ஏற்பட்டதே தவிர மகிழ்ச்சி ஏற்படவில்லை. அன்றைக்கொரு நாள் நடராஜன் வந்தான். 'எப்பிடிப்பா இருக்கே, டாக்டர் என்ன சொல்றாரு?' என்பதற்கு மேல் அவனுக்குச் சங்கர னிடம் என்ன பேசுவதென்று தெரியவில்லை. முன்னெல்லாம் அவன் ஆபீஸ் சங்கதிகளைச் சங்கரனிடம் காது மூக்கெல்லாம் வைத்துக் கதை கதையாக அளப்பான். இப்போதோ, சங்கரன் ஆபீஸை விட்டு எத்தனையோ யுகங்களாகிவிட்டனவே. ஆபீஸில் பாதி ஆட்களின் பேர்கூட அவனுக்குத் தெரியாதே. அந்த விஷய மெல்லாம் சொன்னால் சங்கரனுக்கு என்ன புரியும் என்று திகைத் தான். இருந்தாலும் பாவம், படுத்துக் கிடக்கிறான். கொஞ்சம் குஷிப் படுத்துவோம் என்று ஆரம்பித்தான். 'புதுசா ஒரு ஹெட் கிளார்க் வந்திருக்காரு இப்போ. கொஞ்ச நாளாச்சு. சங்கர் ராவ், ஜி. சங்கர் ராவ்னு பேரு. அவரைப் பார்த்த நாலு நாளையிலேயே மிஸ். ஜானகி, நீ இருந்தப்போ அவள் இருந்தாளே, எப்பப் பார்த்தாலும் புடவைத் தலைப்பை இழுத்து இழுத்து மூடித் தரையைப் பார்த்தபடியே இருப்பாளே, அவதாம்ப்பா, இந்தப் பூனையும் பால் குடிக்குமான்னுல்லே இருந்தா. அவ சங்கர் ராவை அவர் வந்த நாலு நாளைக்குள்ளே தன் கைக்குட்டையிலே வளைச்சுப்போட்டு இறுக்கி முடிச்சுப் போட்டு வச்சிட்டா, இப்போ அவ ஸ்டை லென்ன, பார்த்தா நீ அசந்துபோயிடுவே. நைலக்ஸ் புடவையும் சோளியும், அடடா...' என்று ஆரம்பித்தவன் சங்கரனுடைய முகத்தைப் பார்த்ததும் அப்படியே நிறுத்திவிட்டான். 'சாகப்போகிற பிரம்மச்சாரிகிட்டே போயி சாரி சோளியெல்லாம் சொல்றயே, ஒன் ஆபீஸ் விஷயத்தை நீயே வெச்சுக்க, நீ ஆபீஸ் போயி வரேன்னு எனக்குத் தெரியும்' என்று சங்கரன் முகம் சிவக்க, நெற்றியின் நடுவில் நரம்பு புடைக்க, கழுத்துச் சங்கு சர்க்கஸ் கோமாளி போல மேலும் கீழும் ஏறி இறங்க, கண்களில் நீர் தளும்பக் கத்தினபோது நடராஜனுக்கு ஏன் வந்தோம் என்றுகூடத் தோன்றிவிட்டது. அதன்

பிறகு நடராஜன் வரவும் இல்லை. அதற்காகச் சங்கரன் வருத்தப் படவும் இல்லை. 'அவன் கன்னத்தைப் பாரு, மிட்டாய்க் கடை லாலா மாதிரி தளதளன்னு, சுகவாசி, அவன் வராமல் இருக்கிறதே தேவலை, வந்தா வயத்தெரிச்சல்தான் கிளம்புது' என்று சங்கரன் தனக்கே சொல்லிக்கொண்டு தன்னைத் தேற்றிக்கொண்டான். இருந்தபோதும் என்ன காரணத்தினாலோ, நடராஜன் கடைசி முறை வந்தபோது கசக்கியெறிந்த பஸ் டிக்கட்டை மாத்திரம் எடுத்து மடிப்புப் பிரித்து, பத்திரமாகத் தலையணைக்கடியில் வைத்திருந் தான்.

'பஸ் டிக்கட் என்ன அதிசயமான பண்டமாகப் போய்விட்டது எனக்கு, இனிமேல் நான் எப்போது பஸ்ஸில் ஏறப்போகிறேன்' என்று முனகிக்கொள்வான். தினசரி ஒரு முறையாவது அந்த மஞ்சள் கடிதாசை எடுத்துத் தடவித் தடவித் தனக்குள்ளே ரெண்டு நிமிஷமாவது ஆனந்தப்படுவது அவனுக்கு வழக்கமாகிவிட்டது. இடிச்சு மோதிக்கொண்டு பஸ்ஸில் ஏறுவது, ஆபீசில் மத்தியான இடைவேளையில் வெற்றிலை பாக்கு போட்டுக்கொள்வது, தெரு வில் போகும்போது தெரியாமல் சாணியில் காலை வைத்துவிடுவது, தன்னைத் தாண்டிப் போகும் இருவரது சம்பாஷணைத் தொடரின் சம்பந்தமற்ற ஓரிரு சொற்சங்கிலிகள், டீக்கடை நாயரின் கீச்சுக் குரல், கடற்கரையில் கண்ணிலே விழும் மணல், எதைத்தான் அவனுக்கு மிச்சம் வைத்திருக்கிறது? புதுச் சட்டை மேலே காக்கை எச்சமிடும் அனுபவம்கூடத் தனக்கு இனிமேல் கிடைக்காது என்று நினைத்தபோது அவன் மனசில் வலியெடுத்தது. இவையெல்லாம் ஒரு மனிதனின் வாழ்க்கையிலே எவ்வளவு சிறிய விஷயங்கள்? இவைகூட முடியாமல்... கடைக்காரன் கையில் சில்லறை திருப்பித் தரும்போது அந்த நாணயங்கள் சில்லென்று கைக்குப் படுமே அது இந்த ஜென்மத்தில் உணரக்கூடியதா... பல்லிபோலப் பனித்துளியை நக்கித் தாகம் தீர்த்துக்கொள்ளும் வாழ்க்கை இது. இதில் இத்தனை சிறிய அனுபவங்கூடத் தனக்கு முக்கியமாகத் தோன்றும் காலம் வந்துவிட்டது என்று எண்ணிப் பார்த்தபோது அவனுக்குத் துக்கத் துடன் மலைப்பாகவும் இருந்தது.

ஆனால், இன்றைக்கு... இன்றுடன் தனக்கு முடிவு நேரப் போகிறது என்ற உறுதி பிறந்தவுடன் அவன் ஓரளவு துக்கம் விடு பட்டு இருந்தான் என்றுதான் சொல்ல வேண்டும். இனிமேல் இத்தனை நாள் மாதிரி சிறுசிறு துக்கங்கள் விரிந்து பரவித் தன்னை அமுக்கி மூச்சுத் திணற வைக்காது என்பதை நினைத்தவுடன் அவனுக்குக் கொஞ்சம் நிம்மதியாகக்கூட இருந்தது. தன்னுடைய அன்றாட மனச்சோகங்கள் மறைந்தொழிவதுடன் ஜன்னலின்

அழுக்குச் சட்டத்தால் வரையறுக்கப்பட்டு வெளியுலகம் என ஒன்று இவனை லட்சியம் செய்யாமல் இருந்துகொண்டிருப்பதை, காலில் குத்தின முள் மாதிரி நினைவூட்டிக் காண்பித்துக்கொண்டிருக்கும் ஆகாயத் துண்டு இனிமேல் தன்னை ஏளனம் செய்யாது. அதனால் செய்ய முடியாமல் போய்விடும் என்று தோன்றியபோது அவனுக்கு ஏற்பட்ட திருப்திக்கு அளவே இல்லை. விட்டேற்றியாகத் தன்னுடைய சவ ஊர்வலத்தையும் ஈமக் கிரியைகளையும் கற்பனை செய்து பார்க்குமளவுக்கு அவனுக்குத் தைரியமே பிறந்துவிட்டது என்றுகூடச் சொல்லலாம். எல்லோருடையதையும்போலத் தன் சவமும் தூங்கிப் போனவனைக் கேலி செய்வது போலக் கண்ணை மூடிக்கொண்டு சர்தார்ஜிபோல மோவாய்க்குக் கட்டுப் போட்டுப் போவது திடீரென அவனுக்குப் பிடிக்கவில்லை. தன்மேல் ஒரு மாபெரும் வெடிகுண்டு, ஹைட்ரஜன் குண்டு மாதிரி விழுந்து, வெடித்து, தன் உடல் லட்சக்கணக்கான கோடிக்கணக்கான துணுக் குகளாய், கண்ணுக்குத் தெரியாத தூசிப் படலமாய் ஒரு க்ஷணத்தில் இருந்த சுவடற்று மறைந்து உலகம் பூராவும் பரவி ஒழிந்து போய் விடக் கூடாதா என்று எண்ணினான். ஏக்கமாகக்கூட இருந்தது அவனுக்கு.

ஜன்னல் வழியாகத் தெரிந்த நீல வானில் மிதந்து வந்து கொண்டிருந்த சிறு மேகம் ஒன்று இவன் பார்வைக்குள் வந்ததும் மேற்கொண்டு போகாமல் அப்படியே நின்றுவிட்டது. சங்கரன் அதை ஆச்சரியத்தோடு பார்த்தான். காதல் சோகம்போல அதன் வெளிச் சுற்றளவுப் பாகங்கள் எல்லாம் கொஞ்சம் கொஞ்சமாகச் சுற்றியிருந்த நீலக் காற்றுக் கடலில் கரைய, மேகம் தன் உருவில் குறைந்துகொண்டே வந்ததை அவன் வியப்புடன் பார்த்துக் கொண்டே இருந்தான். ‘அதுவும் என்னைப் போலத்தான், ஒண்டிக் கட்டை, ஒண்ணுமில்லாமல் உருகிப்போய்க் கொண்டிருக்கிறது’ என்று நினைத்துக்கொண்டான். பச்சாதாபத்தோடு அதைப் பார்த்தபடி இருந்தான். சந்தனப் பொட்டளவுக்குக் குறைந்துவிட்ட அம்மேகக் குஞ்சு அதன் பின் அப்படியே இருந்தது. குறையாமல் தன்னந்தனியாக. அவன் அம்முகிற் பொட்டைப் பார்த்துக் கொண்டிருக்கும்போதே என்றுமில்லாத அதிசய நிகழ்ச்சியாக ஒரு சிறு பறவைக் கூட்டம் – ஒவ்வொரு புள்ளும் ஒரு சிறு புள்ளியளவே இருக்கும் – அவன் பார்வையின் எல்லைக்குள் பறந்து வந்தது. வந்து, அவனுக்கு மிகவும் பரிச்சயமாய்ச் போயிருந்த நீல நீள்சதுர வானத்தின் குறுக்கே, சந்தனப் பொட்டு மேகத்தைப் பின்னணியாகக் கொண்டு, அநாயாசமாக, ஓசையில்லாமல், ஈட்டிமுனை போன்ற அணி வகுப்பு மாறாமல், பிறழாமல், போர் விமானங்கள் போல ஏதோ ஓர் இலக்கை நோக்கி ஒழுங்காகப் பறந்து கடந்து மறைந்தது.

சில கணங்களுக்குள் தோன்றி மறைந்துவிட்ட இந்த அற்புதத் தைக் கண்டு அதில் அமிழ்ந்து எக்களித்துப் போனான் சங்கரன். கடைசி நாளானபடியால் தனக்காகக் கடவுள் பிரத்தியேகமாக அனுப்பிவைத்த காட்சி இது என்று தனக்குள் சந்தோஷித்துக் கொண்டான். "நானும் இது மாதிரிதான் எதையோ நோக்கி எங்கேயோ போகப்போகிறேன்' என்று நினைத்துக்கொண்டான். 'ஆனால், தனியாக...' என்ற நினைப்பும் உடனே பிறந்தது. அந்தப் பட்சிகள் கூட்டமாகக் குஷியாகப் போகின்றன. தானோ, தனியாக, எங்கே போகிறோம் என்பதுகூடத் தெரியாமல் போகப்போகிறோம், தன்னந்தனியாக, என்று பட்டபோது அவன் மனம் வெறிச்சென்று கலகலத்துப் போயிற்று.

நாம் எதற்காக வாழ்கிறோம், இந்த வாழ்வு முடிந்தபின் நம்மை எதிர்நோக்கியிருப்பதென்ன என்பது பற்றியெல்லாம் சங்கரன் இதுவரை யோசித்துப் பார்த்ததில்லை. அவன் ஆஸ்திகனா அல்லது நாஸ்திகனா என்றுகூட அவன் யோசித்ததில்லை. அந்த விசாரங் களெல்லாம் அவனுக்கு முக்கியமானவையாகவோ அல்லது அவசிய மானவையாகவோ தோன்றினதில்லை. இப்போது, தன் மரணத்தில் ஒரு புது சகாப்தத்தைத்தான் ஆரம்பிக்கப்போகிறோம் என்று அவனுக்கு உள்ளுணர்வு ஏற்பட்டபோது, இந்தப் புதுவாழ்வைத் தனியாக, துணையேதுமில்லாமல், நடுக்காட்டில் நள்ளிரவில் குருடன் நடக்கத்தொடங்குவது போலத் துவக்கப்போவதை எண்ணிப் பார்த்தபோது அச்சத்தால் அவன் மனசுக்குள்ளேயே நடுங்கினான். யாராவது ஒரு சின்னஞ்சிறு சிட்டுக் குருவியாவது அவனுடன் கூட வழித்துணைக்கு வராதா என்று ஏங்கினான். 'இன்னும் சில மணி நேரங்களுக்குள் ஆரம்பிக்கப்போகிற இந்தப் பயங்கரப் பயணத்திற்கு யார் எனக்குத் துணை வருவார்கள். இந்த அறைக்குக் கரப்பான் பூச்சிகள்கூட வருவதில்லையே. ஆண்டவனே, யாரை யாவது, எதையாவது எனக்குத் துணையாக அனுப்பமாட்டாயா' என்று உதடசைக்காமல் கண்ணில் நீர் மல்க வேண்டிக்கொண் டான்.

அப்போதுதான் அந்தக் குழந்தை அந்த அறைக்குள் நுழைந் தது. அம்மணமாக. அன்றலர்ந்த அரளிப்பூ மாதிரி.

தலைநிறைய சுருட்டை சுருட்டையாகக் கன்னங்கரேல் என்றி ருந்த மயிர்க் கற்றைகள் நெற்றியின் மேல் எட்டிப்பார்த்து ஒன்றை யொன்று தொட்டு விளையாடிக்கொண்டிருந்தன. மூன்று வயசு நிரம்பாத அந்தச் சிறு முகத்தில், பிற்காலத்தில் சுருங்கித் தேய்ந்து சாம்பலாகப் போகும் மனித முகத்துக்கு, இவ்வளவு காந்தியா என்று அவன் பிரமித்துப்போனான், அவன் அடிவயிற்றிலிருந்து உஷ்ண

ஆவி பகீரென்று ஜ்வலித்து அவனைக் காந்தியது. அவனுக்கு மூச்சு முட்டியது. இப்போதுதான் வரையப்பட்ட, வர்ணம் இன்னும் உலராது சூரிய வெளிச்சத்தை வாரி வீசிப் பிரதிபலிக்கின்ற ஓவியத் தைப் போலிருந்த அந்தக் குழந்தை தன் கருங் கண்களை விரித்து இருபுறமும் வீசிக்கொண்டு தயங்கித் தயங்கி உள்ளே வந்தது. உருண்டு திரண்டிருந்த அதன் கன்னங்களையும் கைகளையும் தொந்தி தள்ளிக்கொண்டிருந்த வயிற்றையும் தொடைகளையும் வெள்ளி அரசிலையின் நிழலாடச் சிரித்துக்கொண்டிருந்த பெண் இடையையும் பார்த்ததும் அவன் கண்கள் பொங்கி மனசைச் சுட்டுப் பொசுக்க, உயிரோ பனிமலைக்குள் வைத்துப் புதைக்கப் பட்டதுபோலச் சிலிர்த்து நடுங்கி உறைந்தது.

தான் ஆணாகப் பிறந்து இருந்த அரை வாழ்வில் வாழ்க்கை யின் இன்றியமையாத அனுபவங்களில் ஒண்ணரை வருஷம் பிறரை அண்டிப் பிழைக்காமல் சொந்த சம்பாத்தியம் செய்தோம் என்கிற ஓர் அனுபவம் தவிர வேறொன்றும் அறியாமலே வாழ்வை இழக்கப் போகிறேனே என்று மனசுக்குள் கேவிக்கொண்டான். ‘வேலை கிடைத்த ரெண்டு மூணு வருஷத்துக்குக் கலியாணம் வீடு தேடும் படலம் எதுவும் வேண்டாம், கொஞ்சம் பணம் சேர்த்துப் பிறகு ஒரு நல்ல அழகான புத்திசாலியான பெண்ணைப் பார்த்துக் கலியாணம் செய்துகொள்ளலாம், அப்புறம் இன்னும் ரெண்டு மூணு வருஷம் குழந்தைத் தொந்தரவு பால் பவுடர் தேடுதல் எதுவும் இல்லாமல் நிலவைச் சுவைக்கும் இனிய வாழ்க்கை நடத்தலாம். அப்படியென்ன வயசாகிவிட்டது எனக்கு அதுக்குள்ளே என்றெல் லாம் மனசுக்குள்ளேயே ஏற்பாடுகள் திட்டங்கள் செய்து தன்னைக் கட்டுப்படுத்தி வைத்திருந்தோமே, என்ன மடத்தனமாய்ப் போய் விட்டது’ என்று இதயத்தைப் பிளந்துகொண்டான். ஆசையொன்று தோணினபோது அஞ்சோ பத்தோ, வேணுமானால் அம்பதோ நூறோ கொடுத்து, போலியாயிருந்தாலும் பரவாயில்லையென்று ஆசைக்காக, வாழ்வு முழுமையடைவதற்காக, பெண் ஸ்பரிசத்துக் காக, உதடோடு உதடும் வயிறோடு வயிறும் உடலோடு உடலும் உறவாடி ஒன்றி ஒன்றுள் ஒன்று மாய்ந்து அந்த மாய்ப்பில் ஜீவன் உயிர்க்கும் ஆச்சரிய மாயத்தை அணுகிக் காலே அரைக்கால் வினாடி அந்த அந்தரங்கத்தின் ஒரு சிறு கோடியை நேருக்கு நேர் காணக் கிடைக்கும் அனுபவத்துக்காக வாழாமல் போய்விட்டோமே என்று அவன் மனம் அங்கலாய்த்துக் கொண்டது. அந்த அங்க லாய்ப்பின் கூடவே, இப்போது துணையேதுமின்றித் தன்னந்தனியாக ஒரு புதுப் பயணம், இருட்டு யாத்திரை துவக்கப்போகிறேன். நிலா ரூபம் போலிருக்கும் இந்தக் குழந்தையோ தனிமையை உதைத்து வந்து ஜனக்கூட்டத்தின் நடுவே நடை பழகுகிறது. நானோ ஜனக்

கூட்டத்தினின்றும் பிளக்கப்பட்டுத் தனிமையாக்கப்படப் போகி றேன் என்ற பழைய பயம் புது ரூபம் எடுத்து அவனை அச்சுறுத் தியது. பயம் அவன் கண்களிலிருந்து உருகிப் பெருகியது.

"ஏன் அழறே, பசிக்குதா? பயமாயிருக்கா?"

குழந்தை தன் கண்களை விரித்து அவனை ஆச்சரியத்துடனும் அனுதாபத்துடனும் பார்த்தபடி கேட்டது. அவன் பதிலுக்குக் காத்தி ராமல், "இந்தா, சாக்லேட் எடுத்துக்க" என்று சொல்லித் தன் குட்டைக் கரத்தை நீட்டி, மூடியிருந்த கையைத் திறந்து விரித்து அவனருகில் நீட்டியது. குழந்தை வாய் எச்சிலினும் உள்ளங்கை வேர்வையிலும் கரைந்து குழந்தையுடன் ஐக்கியமாகிக்கொண்டிருந்த சாக்லேட்டின் பரிமளம் அவனுடைய கடைசி மூச்சையும் உயிர்ப் பித்தது.

சிரமப்பட்டுத் தலையைத் தூக்கி அக்குழந்தையைப் பார்த்தான்.

சுற்றுமுற்றும் பார்த்தது. இதற்கு முன்னால் அந்தக் குழந்தை அந்த அறைக்குள் வந்ததில்லை. சங்கரனுக்கும் அதைப் பார்த்ததாக நினைவில்லை. கட்டிலும், பாயும், பக்கத்தில் ஒரு சிறு முக்காலியும், அதன் மேலிருந்த புட்டிகளும், வண்ண மிட்டாய்கள்போல அப் புட்டிகளுக்குள் இருந்த மாத்திரைகளும், எல்லாரும் தூங்கி எழுந்து எவ்வளவோ நேரமாகிவிட்டிருந்தபோதிலும்கூட, படுக்கையில் இன்னும் ஒரு பெரிய ஆள் படுத்துக் கிடப்பதும், அவன் தன்னை அடித்து விரட்டாமல் கண்ணீர் விட்டு அழுதுகொண்டிருப்பதும் அக்குழந்தைக்குப் புதுமையாக இருந்தது. இத்தனை மிட்டாயை வைத்துக்கொண்டு ஏன் இந்தப் பெரிய ஆள் அழுகிறான் என்று அதற்கு ஆச்சரியமாகப்போய்விட்டது. 'ஐயோ பாவம், சாக்லேட் வேணுமோ என்னவோ' என்று தோன்றினபடியால் மறுபடியும் அவனைப் பார்த்து முகத்தைப் பரிதாபப்படும் பெரிய மனுஷிபோல வைத்துக்கொண்டு, "சாக்லேட் எடுத்துக்க, எனக்கு நிறைய அப்பா குடுப்பாரு" என்று சொன்னது.

"ஒன் பேரென்ன பாப்பா?" கேட்டான் சங்கரன்.

"என் பேரு தீபா, ஆனா அப்பா பீப்பான்னுதான் கூப்பிடு வாரு. என் தொப்பை பீப்பா மாதிரி பெரிசா இருக்கே, அதனாலே தான்" என்று சொல்லி, சொன்னதற்கு விளக்கம்போலத் தன் வயிற் றைத் தொட்டுத் தடவிக் காண்பித்தது. பிறகு, "ஒன் பேரென்ன?" என்று திருப்பிக் கேட்டது.

"சங்கரன்" என்றான் அவன்.

"அப்படீன்னா என்ன?" என்று மறுபடியும் கேட்டது.

இந்த வினாடிவரைக்கும் அவன் தன் பெயரின் பொருள் என்ன என்று யோசனை செய்ததே இல்லை. அந்தக் குழந்தைக்கு என்ன பதில் சொல்வதென்று புரியாமல் விழித்தான். ஒருவாறு தன்னைச் சமாளித்துக்கொண்டு விரைந்து யோசித்தான்.

"அப்படீன்னா, அழிக்கிறவன்னு அர்த்தம்" என்று கடைசி யாகப் பதிலிறுத்தான், 'சங்காரம்' என்றால் 'அழித்தல்' என்று பொருளானபடியாலே.

அந்தக் குழந்தை கலகலவென்று சிரித்தது. ஒரு கணம் மோவாயில் விரலை வைத்துக்கொண்டு யோசனை செய்துவிட்டு, "ரப்பர் மாதிரியா?" என்று கேட்டுவிட்டு ரப்பரால் அழிக்கிற மாதிரி கையை ஆட்டிக் காண்பித்தது.

"ஆமாம்" என்று சங்கரன் தலையை ஆட்டினான்.

"ஐயே, அப்போ நான் ஒன்னை ரப்பர் மாமான்னு கூப்பிட றேன்" என்று சொல்லிவிட்டு, கையிலிருந்த சாக்லேட்டை ஒருமுறை மறுபடியும் அவன் பக்கம் நீட்டி, "இந்தா" என்றது.

அந்தக் கட்டடத்தில் இருந்த பல குடும்பங்களில் ஒன்றின் கொழுந்தாக இருக்க வேண்டும் இந்த தீபா என்று நினைத்துக் கொண்டான் சங்கரன். பெரியவர்கள் மேற்பார்வை எங்கேயோ தவறிவிட்டிருக்க வேண்டும். இது தப்பித்துக்கொண்டு தனியே வந்துவிட்டிருக்கிறதுபோலும் என்று அவனுக்குப் பட்டது.

"நீ தனியா வந்திருக்கியே ஒனக்கு பயமாயில்லை?" என்றான் அவன்.

"எனக்கு பயமில்லியே, ஒனக்கு பயமாயிருக்கா, அதான் அழுதியா, நான் துணைக்கு இருக்கேன் அழாதே" என்று சொல்லிக் குழந்தை தன் உயர்வைக் காட்டிக்கொண்டது.

அவனோடே பேசிக்கொண்டிருக்கும்போதே அதன் கண்கள் அவனைப் பார்த்து, அவன் படுக்கையைப் பார்த்து, அதனருகில் இருந்த சிறிய முக்காலியையும் அதன் மேலிருந்த புட்டிகளையும் பார்த்தன.

"ஆமாம்மா தீபா, எனக்கும் பயமாத்தான் இருந்தது. நான் தனியா எங்கியோ போணும், நீ துணைக்கு இருந்தா பயமாயிருக் காது, வரியா" எனக் கேட்டான் சங்கரன். அதன் முக தரிசனத்தில் அது சகஜமாகத் தன்னுடன் சம தோரணையில் பேசிய சந்தோஷத் தில் தான் என்ன பேசுகிறோம், அது அந்தச் சிறு குழந்தைக்குப் புரியுமா என்றெல்லாம் அவன் யோசிக்கவில்லை. உள்ளத்தில் இருந்தது உதட்டில் வர, அப்படியே கேட்டுவிட்டான்.

"ஓ, வரேனே, நான் ஒன்கூட வந்தா என்ன குடுப்பியாம்?" என்று தலையை ஒரு புறமாகச் சாய்த்துக்கொண்டு பேரம் பேச ஆரம்பித்தாள் தீபா, தன் கைச் சாக்லேட்டை மீண்டும் ஒருமுறை நாக்கால் வழித்தபடியே.

"எங்கிட்டே என்ன இருக்கு, ஒண்ணுமில்லியே" என்று உதட்டைப் பிதுக்கினான் சங்கரன். இந்தப் பெண் பலே கைகாரியா யிருக்கும் போலிருக்கே, இதன் அப்பா சரியான மார்வாடியாக இருக்க வேணும் என்ற நினைப்பில் ஒரு பக்கம் சிரிப்பும் தன் வாழ்வு பூராவும் தன் முன்னாலிருக்க, செத்துக்கொண்டிருக்கும் தன்னிடம் 'என்ன இருக்கு' என்று வியாபாரம் பேசுகிறதே இந்தச் சிறு பெண் என்று கோபமும், 'நான் இன்னும் சில மணி நேரங் களுக்குள் இருந்த சுவடுகூடத் தெரியாமல் போய்விடப் போகிறேன், ஆனால், என் மூளையும் மனசும் இவ்வளவு துல்லியமாக வேலை செய்கிறதே' என்று வியப்பும் அவனை அடுத்தடுத்து ஆட் கொண்டன. இவ்வுணர்வுகளிலிருந்து விடுபட்டுச் சங்கரன், சுய பிரக்ஞைக்கு வந்ததும் பார்த்தால் அருகிலிருந்த தீபாவைக் காண வில்லை. அவனுக்குத் 'திகீர்' என்றது.

அவளைப்போலவே அம்மணமாயிருந்த அந்த அறைக்குள்ளே அவள் கைகளைப் பின்னால் கட்டினபடி உலாவிச் சுற்றிப் பார்த்துக் கொண்டிருந்தாள். நிஜமாகவே அவனிடம் ஒன்றுமில்லையா அல்லது எல்லாப் பெரியவர்களைப் போலவே இந்தப் பயங்குளிப் பெரியவரான ரப்பர் மாமாவும் பொய் சொல்லித் தன்னை ஏமாற்றப் பார்க்கிறாரா என்று சுற்றிப் பார்த்துக்கொண்டிருந்தாள். அவன் பச்சைக் குழந்தை மாதிரி அழுதுகொண்டிருந்ததும், பெரியவர் களைப் போலத் தன்னை அதட்டி விரட்டாமல் ஈனக் குரலில் கெஞ்சுவதுபோல் பேசித் தன்னையே துணைக்குக் கூப்பிட்டதும், தன் முக மட்டத்துக்குக் கீழே அவன் கட்டிலில் அவன் பெரியவர் களைப்போல நீளமாக இருந்தாலும் தன்னைவிடத் தாழ்ந்தவன் என்பது புரிந்துவிட்டது.

"அ ஆ, நிஜமாகவே உங்கிட்ட ஒண்ணுமே இல்லை" என்று அறையின் தெற்கு மூலைக்குச் சென்றவள் தலையைத் திருப்பினபடி கேட்டாள். ஏமாற்றத்தோடு பிறந்த ஏளனத்தோடு சிரித்துக் கொண்டே.

பி.ஏ. படித்துவிட்டுக் கஷ்டப்பட்டு வேலை தேடிக் கடைசியில் அல்பாயுசாக அதிவேதனையில செத்துக்கொண்டிருக்கும் தன்னை ஏளனம் செய்து வாழப்போகிற சௌக்கிய கர்வத்தில் பிறந்த திமிரில் தன்னை உதாசீனம் செய்து பேசும், முளைத்து மூணு இலை விடாத அந்தப் பொடிப் பெண்ணை அப்படியே மூட்டைப்பூச்சியைத்

தேய்ப்பதுபோலத் தேய்த்துவிட வேண்டும் என்று அவனுக்குள் ஆக்ரோஷம் பொங்கியது.

'நாளைக்கு இந்நேரத்துக்குள் இந்த உலகத்தைப் பொறுத்த மட்டிலும் நான் இல்லையென்று ஆகிவிடுவேன், இருந்த சுவடுகூட இல்லாமல் அழிந்துபோய்விடுவேன், அதற்காக அல்லது அதனால் உலகத்துக்கு ஒன்றும் ஆகிவிடப் போகிறதில்லை, சிறிதும் கவலைப் படப்போகிறதில்லை, என்னுடைய மகத்தான நஷ்டத்தைக் கவனிக் காமல்கூட எப்போதும் போலவே இருக்கப்போகும் இந்த இரக்க மற்ற உலகத்தை அதன் உதாசீனத்துக்குப் பழியாக நான் ஒண்ணும் செய்ய முடியாது, நாளைக்குள் என்னால் இதை அழிக்கவோ அழிப் பதுபோல ஆர்ப்பரிக்கவோ முடியாது' என்று குமுறிக்கொண்டான். உடனேயே, 'என்னால் உலகத்தை அழிக்க முடியாமல் போனாலும், இங்கே நின்று என்னிடம் ஒன்றுமில்லையென்று ஏளனம் செய்து சிரிக்கிற, அதன் வாழும் பிரதிநிதியான இந்த சிறு, வளரும் மனிதத்தை, அதன் பிரதிபலிப்பை அழிக்க முடியாதா என்ன, ஏன் முடியாது?' என்ற எண்ணங்கள் அவன் மனசினுள் வெடித்துப் பறந்தன.

"ஏன் இப்பிடி முழிக்கிறே, பயமாயிட்டுதா என்ன ரப்பர் மாமா, ஐய்யே, இவ்வளோ பெரிசா இருந்தாக்கூட இப்பிடி பயப்படறியே" என்று பரிகாசம் செய்து முகத்தைக் கோணி வலிப்புக் காட்டியது அந்தக் குழந்தை. தன் சுற்றுலாவை முடித்துக்கொண்டு மீண்டும் அவனருகில் வந்தது.

"இவ்வளவு மிட்டாயை வெச்சிண்டு ஒண்ணுமில்லேன்னியே, பொய்தானே சொன்னே?"

அவனை மடக்கி அவன் பொய்யைக் கண்டுபிடித்துவிட்ட களிப்பில் கைகொட்டி அவனருகில் இருந்த மாத்திரைப் புட்டி களைப் பார்த்தபடியே கேட்டது.

"எனக்கு மறந்துபோச்சு, இந்த மிட்டாய் அத்தனையும் ஒனக்குத் தான் எடுத்துக்கோ" என்றான் சங்கரன். இதை அவன் ஆழ்ந்த யோசனை செய்த பிறகு சொல்லவில்லை. அவன் சொல்லிக் கொண்டிருக்கும்போதே மனசின் இன்னொரு பக்கத்தில், வழி கண்டுபிடித்துவிட்டேன், பழிக்குப் பழியும் வழிக்கு வழியும் கண்டு பிடித்துவிட்டேன், வழித்துணைக்குக் கூட ஆள் வருவதற்கான வழி கண்டுபிடித்துவிட்டேன் என்று கெக்கலித்துக்கொண்டான்.

தன் மனோபலத்தையெல்லாம் திரட்டி ஒன்றுசேர்த்து முழங்கையில் இருத்தி ஊன்றி ஒருவாறு ஒருக்களித்துப் பாதி எழுந்து

அருகிலிருந்த முக்காலி மேலிருந்த அழகான ரோஜா நிற மிட்டாய் போலிருந்த தூக்க மாத்திரைகள் நிறைந்திருந்த புட்டியைக் கையில் எடுத்தான்.

"ஒண்ணு, ரெண்டு, மூணு, நாலு, அஞ்சு, போருமா? இன்னும் எடுத்துக்க, கிட்ட வா, இந்தா, வாயைத் திற" என்று சொல்லி அதன் வாயில் எட்டு பத்து மாத்திரைகளையும் மீதியிருந்த மாத்திரை களை அதன் கையிலும் போட்டான். அதற்குள் அவனுக்கு வேர்த்துக் கொட்டி சட்டையெல்லாம் நனைந்து மேல்மூச்சு வாங்கத் தொடங்கி விட்டது.

"மிட்டாய் நல்லாயிருக்கே" என்று சொன்னபடி அது மிட்டாய் களை வாயில் போட்டுக்கொள்வதற்கும், வெளியே யாரோ, 'தீபா, தீபா, எங்கே போய்ட்டேடீ' என்று கூப்பிட்டதுக்கும் சரியாக இருக்கவே அது மீதமிருந்த மிட்டாய்களை வாயில் திணித்துக் கொண்டு, சங்கரனைப் பார்த்து, "அக்கா கூப்பிடறா, நான் அப்புறம் ஒனக்குத் துணையாக வரேன், பயந்துக்காதே" என்று சொல்லி விட்டு ஓடியது. நிலைப்படியருகில் போனதும் நின்று திரும்பிப் பார்த்துப் புன்னகைத்துக் கையை 'டாடா' சொல்லும் பாணியில் ஆட்டிவிட்டு ஓடிவிட்டது.

அக்குழந்தை ஓடி மறைவதற்குள் சங்கரனுக்குத் தலையைச் சுற்றித் தொண்டையைக் கமறவே விரிந்துபோனது போல வலித்துக் கொண்டிருந்த விலாவைப் பிடித்துக்கொண்டு இருமினான். நெஞ் சின் உள்ளேயிருந்து சுடச் சுட ஊற்று நீர்போலக் கொப்பளித்து வந்த ரத்தம் மூக்கிலிருந்தும் வாயிலிருந்தும் பொங்கி வழிந்து தலை யணையை நனைத்து அவன் நினைவை அழிக்கும்வரையில் சங்கரன் இருமிக்கொண்டிருந்தான்.

அவனுக்கு நினைவு மீள நான்கு நாட்களும், ஒரு பெரிய ஆபரேஷனும், ஏராளமான மருந்தும் ஊசிகளும், கை கால் நரம்புகள் வழியாக ரெண்டு புட்டி ரத்தமும், தினத்துக்குக் குறைந்தது மூணு அல்லது நாலு புட்டி உப்பு–சர்க்கரைத் தண்ணீரும் தேவையா யிருந்தன.

செத்துப் பிழைத்த சில தினங்களுக்குப் பிறகு அவன் குடியிருந்த வீட்டில் இருந்த பல குடித்தனக்காரர்களில் அவனுக்குத் தெரிந்த ஒரே ஒருவரான சோமயாஜுலு அவனைப் பார்க்க வந்திருந் தார். சங்கரன் சாகக்கிடந்த அன்று அவர் எப்படி அகஸ்மாத்தாக அவனைப் பார்க்க வந்தார், சங்கரன் எப்படி நாடியில்லாமல் கைகால் சில்லிட்டு வேர்த்து வாய் மூக்கிலிருந்து நுரைக்கும் ரத்தம் வழிய நினைவில்லாமல் மயங்கிக் கிடந்தான், எப்படி அவர் அவனை உடனே பெரிய ஆஸ்பத்திரிக்கு எடுத்துச் செல்ல ஏற்பாடு

செய்து தானும் உடன் சென்று ஆஸ்பத்திரியில் அவனைச் சேர்த்தார் என்பதையெல்லாம் விஸ்தாரமாகச் சொன்னார். கேட்கக் கேட்க சங்கரனுக்கு வெகு ஆச்சரியமாக இருந்தது. சினிமாக் கதை போல. அவர் மேலும் சொன்னார் "அன்னிக்குன்னு பாருங்க, ஒங்களை ஆஸ்பத்திரியிலே விட்டுட்டு அப்பிடியே டவுண்லே வேலையிருந்தது, அதையும் முடிச்சிண்டு வீட்டுக்குப் போனா ஸ்டோர் கீப்பர் கோபாலராவ் பொண்ணு மூணு நாலு வயசிருக்கும், அது மயக்கம் போட்டு மூச்சு இழுத்துக்கினு கெடக்குது, மூச்சு இருக்குதா இல்லியான்னுகூடத் தெரியலே, அவ்வள டேஞ்சர், அவங்க எல்லாம் குய்யோமுறையோன்னு கத்தறாங்களே தவிர அதுக்கு டாக்டரைக் கூப்பிட ஒண்ணுமே செய்யலை, அவ்வள மௌடீகங்க, சரி வான்னு மறுபடியும் அதை எடுத்துக்கினு கோபால்ராவையும் அழைச்சிண்டு குழந்தைங்க ஆஸ்பத்திரிக்கு ஓடிப்போய் அரை மணிக்குள்ளே அதுக்கு நூல் மாதிரி ஆடிட்டி ருந்த மூச்சும் நின்னுபோயிட்டுது, திரும்பவும் பொணத்தையும் அவரையும்வாரி டாக்ஸியிலே போட்டு வீட்டுக்கு வரதுக்குள்ளே ராத்திரி பன்னிரெண்டு மணி ஆயிருக்கும், ரொம்ப பேஜார் பட்டுப்போச்சு."

"அடப் பாவமே, அவ்வள சின்னக் குழந்தைக்கு என்ன ஆச்சாம்?" என்று சுவாரஸ்யமாகக் கேட்டான் சங்கரன். அவனுக்கு ஸ்டோர் கீப்பரையோ அவரது குழந்தையையோ பார்த்ததாக நினைவில்லை. அந்த வீட்டிலிருந்த அஞ்சாறு குடிகளைச் சேர்ந்த பதினஞ்சு இருபது குழந்தைகளில் எது யாருடையது என்றும் அவனுக்குத் தெரியாது.

"என்ன இருந்தாலும் குழந்தைகளுக்கு நோய் நொடி வரக் கூடாது, அதுங்க சாவவும் கூடாது சார், கண்றாவி. அந்த ஆஸ்பத்திரிக்குப் போனா எல்லாம் வாடிப்போன பூப்போலக் கட்டிலிலே கிடக்குதுங்க." என்று சொல்லிவிட்டுத் தன் பேஜார் தீரும் பொருட்டாக மூக்கில் பொடியைத் தாராளமாகச் செலுத்திக் கொண்டிருந்த சோமயாஜுலு, சங்கரனின் கேள்வியைக் கேட்டதும் மூக்கைத் துடைத்துக்கொண்டு, "யாருக்குமே தெரியலே, ஆஸ்பத்திரிலே போனா டாக்டர் வள்ளுனு விழறான் வேட்டை நாய் மாதிரி, சாவப்போறப்போ கொண்டுவரியே, ரெண்டு நாள் முன்னாலியே கொண்டு வரதுக்கென்னா, நான் சத்தியவானா சாவித்திரியா, போன உசிரை மீட்டுகினுவரன்னு கத்தறான். ரெண்டு மூணு நாளைக்கு முன்னாலே அது நல்லாயிருக்கிறப்போ அதை எப்பிடி ஆஸ்பத்திரிக்குக் கொண்டு போகறது? சொன்னா அவன் நம்ப மாட்டேங்கறான், அதுக்கு என்னன்னு அவனுக்கே தெரியலே, அறுத்துப் பார்த்துத்தான் சொல்ல முடியுமின்னுட்டான். பச்சைக்

குழந்தையை அறுக்கணுமிங்கறயே ஒனக்கு ஈவு இரக்கம் இருக்கான்னு கேட்டுட்டு வீட்டுக்கு எடுத்துக்கிட்டு வந்துட்டோம்” என்றார்.

“வேறென்ன விசேஷம் சொல்லுங்க” என்று சங்கரன் கேட்டான்.

சோமயாஜுலு சொல்ல ஆரம்பித்தார். அவன் நேரம் போனது தெரியாமல் கேட்டுக்கொண்டிருந்தான்.

(சதங்கை, 1973)

அருவங்கள்

மனித சஞ்சாரமே இல்லாத அந்தப் பாலை நிலத்தில் அவன் மட்டுமே நின்றிருந்தான். கண்ணுக்கெட்டிய தூரம் வரை கரம்பா யிருந்த அவ்விடத்தில், பாழுங்கோயிலில் வாய்மூடி அசையாது நின்றிடும் மூளிச் சிலைகளைப் போலச் சிறிதும் பெரிதுமாய் ஆங்காங்கே சிதறிக் கிடந்த கருங்கல் பாறைகளும் சரளைக் கற் களுமே அவனுக்குத் துணையாக இருந்தன. அவனுடைய உள்ளத்து ஆசாபாசங்கள் இலை கரிந்து முள்ளே முன்னிற்கும் கள்ளிச் செடிகளாய் உருவமெடுத்துக் குட்டையாகவும் நெட்டையாகவும் பாறை இடுக்குகளில் நின்றுகொண்டிருந்தன. கதிரவன் வாரி வீசிக் கொண்டிருந்த அனலின் வெப்பில் நடுங்கியவாறு தங்கள் நிழல் களைத் தரையில் கிடத்தி அவை நின்றுகொண்டிருந்தன. அவனுக்கு மூச்சுத் திணறியது. பேர் ஊர் பாஷை தெரியாத ஜனக் கூட்டத்தின் நடுவில் சிக்கிக்கொண்டு நகரவும் முடியாமல் கைகள் அசைக்கக் கூடவும் முடியாமல் நசுக்குண்டு தவிப்பவன்போல அவன் திணறி னான். ஆவி பறந்துகொண்டிருந்த காற்றில் ஆயிரக்கணக்கான அருவங்கள் அசலனமாக இமையாமல் அவனைத் தங்கள் கண் களால் கொத்திக்கொண்டிருப்பதாக அவனுக்குத் தோன்றவும் அவன் உடல் லேசாக நடுங்கியது. அவ்விடத்தை விட்டு எங்கேனும் பச்சைப் புல் படர்ந்திருக்கும் ஓரிடத்துக்கு, குமிழியிட்டுச் சலசல வென்று நடனமாடிப் படரும் தெள்ளிய குளிர்ந்த நீரோடைக்கு உடனே ஓடித் தப்பாவிட்டால் தன்னுடைய உயிருக்கே ஆபத்தாய் முடியும் என்ற பயம் வெடித்தெழ அவனுக்கு மூச்சு முட்டியது. அப்போதுதான் தன் எதிரே வழியை மறித்து நின்றிருந்த நாயைப் பார்த்தான்.

உனக்கும் ஒரு குடும்பம் ஒரு வீடு இருக்கிறது, எனக்கும் ஒரு வீடு இருக்கிறது. இவ்விரு வீடுகளையும் இடித்துக் குடும்பங்களைச் சிதைத்துப் பாழாக்கி அதைத் தளமாக்கி நான் இன்பமாளிகை கட்டிக்கொள்ள விருப்பப்படவில்லை. அதே சமயம் என்னால்

மனத்தை இத்தனை நாள் ஒடுக்கப் பார்த்தும் முடியவில்லை. இனி என்ன ஆனாலும், சரி, நீ என்ன நினைத்தாலும் சரி, என் மனத்தை உனக்கு வெளிப்படுத்தியே ஆகவேண்டும் என்ற நிலை வந்து விட்டது. நான் சொல்வது உனக்குப் புரிகிறதோ இல்லையோ, நீ எனக்கு உயிராய் என் உள்ளத்துக்குள்ளே வளர்ந்துவிட்டாய். அவன் குரல் கரகரத்திருந்தது. தட்டுத் தடுமாறி இருட்டில் விளக்கைத் தேடுபவன்போல அவன் வார்த்தைகளைத் தேடியெடுத்துத் திக்கிக் கொண்டிருந்தான். அவன் தன் கண்களை அகல விழித்து அவனை ஒருமுறை பார்த்துவிட்டுத் தலையைத் தாழ்த்திக்கொண்டாள்.

அணையும் மெழுகுவர்த்தியிலிருந்து வெளிக்கிட்டுக் குப்பென்று பரவும் புகைபோலே ஒரு கணம் பரவிய தூசிப் படலம் அடங்கினபோது அவனுக்குப் பத்தடி தூரத்திலே அந்த நாய் உட்கார்ந்துகொண்டிருந்ததைப் பார்த்தான். மஞ்சள் பழுப்பு நிறமாகவிருந்த அதன் முகத்தில் கரும் பழுப்பு விழிகள் சூரியனைப் பிரதிபலித்துப் பளபளத்துக் கொண்டிருந்தன. திறந்த வாயிலிருந்து வெண் சிவப்பாய் நீண்டிருந்த நாக்கை இடது பக்கப் பற்களின் மேலே கிடத்தித் தொங்கவிட்டுக்கொண்டு தலையைச் சாய்த்துக் காதுகளை நிமிர்த்தி அவனைப் பார்த்தபடி அது உட்கார்ந்து கொண்டிருந்தது. கழுத்திலும் முதுகிலும் அடர்த்தியாகச் சாம்பல் நிற சடையோடிருந்த அந்த நாயின் விலாவின் இரைப்பும் அதன் கூரிய கண்களில் இருந்த எகத்தாளமும் தன்னைக் கேலி செய்வதுபோலிருந்ததாக அவன் நினைத்தான். அவன் தன்னைப் பார்த்துக்கொண்டிருப்பதை உணர்ந்ததும் அந்த நாய் மயிர் அடர்ந்த தன் வாலைத் தரையில் புரட்டியது. வழி தவறிப் போகும் மந்தை ஆடுகளையும் தன்னுடைய திறமையினால் வசமாக அடக்கிக் கிடைக்கு அழைத்துச் செல்லும் ஜாதி நாய் போலிருந்த அது, அவனுடைய உயிர் பிழைக்க அவன் செல்லவேண்டிய தெளிந்த நீரோடைக்குப் போகும் வழியின் குறுக்கே நின்றுகொண்டிருந்ததாக அவனுக்குப் பட்டது. அவனுடைய விடுதலை வழியின் தடத்தை அதனுடைய வாலினால் அந்த நாய் அழித்துக்கொண்டிருந்ததை அவன் கண்டதும் கோபப்பட்டான். தான் தப்பி ஓடிவிடாமலிருக்க அனுப்பி வைக்கப்பட்ட காவல்கார நாய் அது என்ற எண்ணம் அவனுக்கு ஏற்பட்டது. அசைந்துகொண்டிருந்த அதன் பருத்த வாலின் நிழல் மலைப்பாம்புபோல நெளிந்துகொண்டிருந்தது. அந்த நாயை விரட்டாவிட்டால் தான் தப்ப முடியாது என்பதை அவன் உணர்ந்துகொண்டான்.

உண்மையான அன்பை அறியாமலும் அன்பை அளிக்காமலும் யந்திர வாழ்க்கை நடத்தி ஆயுளில் பாதியைக் கழித்துவிட்ட எனக்கு

இப்படி நேருமென்று நான் கொஞ்சமும் நினைக்கவில்லை. இப்போது உன்னை நினைக்கும் போதெல்லாம் முதல் காதல் மயக்கத்தின் வயப்பட்ட பதினெட்டு வயதுப் பையன் போல மனது படபடத்துக் கொள்கிறது. என்னைக் கோபித்துக் கொள்ளாதே. இன்னொருவன் மனைவியான என்னிடம் இந்த மாதிரியெல்லாம் பேசாதே என்று சொல்வதானால் சொல்லிவிடு. நான் உன் மேல் அன்பு மாத்திரமல்ல மரியாதையும் கொண்டவன். உன் மனத்தைப் புண்படுத்தும் காரியம் எதையும் இம்மியளவும் செய்யமாட்டேன். என்னுடைய மனச் சந்துஷ்டிக்காக, திருப்திக்காக, இதத்துக்காக, சந்தோஷத்துக்காக உன்னை மீறி வற்புறுத்தமாட்டேன். என் நிலைமையை உன்னிடம் சொல்லித்தான் தீர வேண்டும் என்ற மன நெருக்கடி ஏற்பட்டுவிட்டதால்தான் நான் என் உள்ளத்தையும் திறந்து காட்டிவிட்டேன். நான் பேசக்கூடாது என்று தோன்றினால் சொல்லிவிடு. தயங்காதே. நான் கஷ்டப்படுவேன் என்று நினைக்காதே. அவன் மெல்ல அவள் கைகளை வருடினான். அவள் உடல் நடுங்கியது. அவள் தன் கைகளைப் பின்னுக்கிழுத்துக் கொள்ளவில்லை. அவன் வயிற்றில் பகீரென்று நெருப்புப் பற்றிக் கொண்டது.

தன்னை வழிமறித்துக்கொண்டிருக்கும் அந்த நாயை விரட்டியடிக்க வேண்டும் என்ற எண்ணம் மேலிட அவன் பரபரப்படைந்தான். கீழே குனிந்து கல்லை எடுப்பவன் போலப் பாசாங்கு செய்து வெறுங்கையை வீசினான். உட்கார்ந்திருந்த நாய் எழுந்து நின்று, முன்கால்களை நீட்டி, தலையைப் பின்னுக்கிழுத்து, முதுகைக் கீழே வளைத்து, பின்னம்புறத்தை மேல் தூக்கி, வாலை ஆட்டினபடியே சோம்பல் முறித்துவிட்டு வாயை ஆவென்று திறந்து கொட்டாவி விட்டது. இரு வரிசைப் பற்களும் இடையில் சுருண்டு வளைந்து நீண்ட சிவந்த நாவும் அவனை எச்சரிப்பதுபோல அவனுக்குப் பட்டது. கொட்டாவி விட்டு முடிந்தபின், சாவதானமாக, கழுத்தை வளைத்து அடிவயிற்றை நக்கிவிட்டுக்கொண்டு, அவனைத் தன் பழுப்புக் கண்களால் பார்த்தது. அவனுடைய பொய்க் கல்வீச்சை அது லட்சியம் செய்யவில்லை என்பது மாத்திரமல்ல, அதை சுலபத்தில் ஏமாற்ற முடியாது என்பதையும் அவன் உணர்ந்து கொண்டான். அடிமனத்தில் ஆத்திரம் பொங்க நிஜமான கற்கள் கிடைக்குமா என்று சுற்றிலும் பார்த்தான். அருகில் ஒரு கல்லையும் காணவில்லை. தன்னால் அவ்விடத்தைவிட்டு நகர முடியாமல் போய்விடுமோ என்ற பயம் ஏமாற்ற அயர்ச்சியினால் தோன்றிய மறு கணமே தன் இடது கையில் ஏதோ இருப்பதாக உணர்ந்தான். அந்தக் கையில் ஒரு பந்து, ரப்பர் பந்து, இருந்தது. அது எப்படித் தன் கைக்கு வந்ததென்று அவனுக்குப் புரியாமற்போனாலும்,

மாயமாய் அது தன்னை வந்தடைந்தது பற்றி அவன் ஆச்சரியப் படவில்லை. பந்தை நாயின் பக்கமாக விசையாக வீசினான். தன் முழுப் பலத்தையும் உபயோகித்து அவன் வீசிய பந்து, கண்களை விழுங்கிக்கொண்டிருந்த நீல வானத்தின் பகைப்புலத்தில் குறுக்காக வளைந்து பறந்து நெடுந்தொலைவில் விழுந்தது. நாயும் துள்ளிக் கிளம்பிப் பந்தைத் தொடர்ந்து ஓடியது. அவன் பெருமூச்சு விட்டான். இனிமேல் தொந்தரவேதும் இல்லாமல் ஓடையை நோக்கி நடந்து விடாய் தீர்த்து உயிர் பிழைத்துவிடலாம் என்ற நம்பிக்கை யினால் களுக்கென்று சிரித்துக்கொண்டான்.

பெண்ணே, உன்னை நினைக்கும்போதெல்லாம் என் மயிர் சிலிர்த்துப் பகீர் என்கிறது! காலை கண் விழித்தவுடன் உன் நினைவே எனக்கு முதலில் எழுகிறது. உன்னை அறிந்துகொள் ளாமல் என் வாழ்நாளில் இத்தனை வருஷங்களை வீணடித்து விட்டேனே என்று எவ்வளவு வருத்தமாகிறது தெரியுமா? இதுநாள் வரையிலான என் மண வாழ்க்கையின் பொய்மையையும் உன்னிடம் சொல்லி உன்னுடைய பச்சாதாபத்தைப் பெற நான் விரும்பவில்லை. உன்னுடன் இம்மாதிரி தனித்துப் பார்த்துப் பேச ஓரிரு நிமிஷங்கள் கிடைத்ததே எனக்குப் பெரிய பேறு. என்னுடைய சென்ற காலத் தைப் பற்றி நினைக்க விரும்பவில்லை. இனி வருங்காலத்தைப் பற்றியும் நினைத்துப் பார்க்கவில்லை. உன்னோடிருக்கும் இந்த ஒரு நிமிஷத்துக்காகவே இருக்கிறேன். என் மேல் உனக்குக் கோப மில்லையே? அவன் இறைஞ்சிக் கேட்டான். இல்லையென்று அவள் தலையசைத்தாள். மகிழ்ச்சி வெள்ளத்தில் அவன் மூச்சு முட்டிப்போனான்.

இரண்டடிகள்தான் எடுத்து வைத்திருப்பான். அதற்குள் நாய் எப்படியோ பந்தை அடைந்து வாயில் கௌவிக் கொணர்ந்து அவன் காலடியில் வைத்துவிட்டுப் பத்தடி தூரம் முன்னால் ஓடித் திரும்பி அவனைப் பார்த்து வாலை ஆட்டிக்கொண்டு நின்றது. அவனுக்குக் கோபம் தாங்க முடியவில்லை. குனிந்து பந்தை எடுத்து மறுபடியும் முன்னிலும் விசையாக எறிந்தான். பந்து வெகுதூரம் போய் விழுந்த போதிலும் நாய் நான்கே எட்டில் பந்தை அடைந்து வாயில் கௌவிக்கொண்டு அவனிடம் சேர்ப்பித்து அடுத்த வீசலுக்காக வாலை ஆட்டினபடி ஆவலுடன் காத்திருந்தது. வெண் மஞ்சளாய், துடைப்பம்போலிருந்த வாலை வீசிக்கொண்டு குஷியாக அந்த நாய் அவனுடைய ஆத்ம அவசரத்தைப் பரிபூரணமாக அலட்சியம் செய்தபடி வழியை மறித்துக்கொண்டு நின்றுகொண்டி ருந்தது. மறுபடியும் அவன் பந்தை வீச, அதுவும் இமைக்கும் நேரத்துக்குள் பந்தைக் கொண்டுவந்து சேர்க்க, இம்மாதிரி பல

அருவங்கள் ❦ 313

தடவைகள் ஆனபின், அந்த நாயும் பந்தும் தன்னைத் தடுத்து நிறுத்திக் கேலி செய்து வதைத்தெடுக்க அனுப்பிவைக்கப்பட்ட கருவிகளோ என்று அவன் சந்தேகப்பட ஆரம்பித்தான். ஓடையின் நினைவு வர அடிவானத்தை நோக்கினான். தொலைதூரத்தில் நிழல்போலச் சில மரங்கள் தெரிந்தன. மனத்தில் தெம்பு பிறக்க மீண்டும் பந்தை வீசினான். இம்முறை நாய் திரும்புவதற்குள் இரண்டு அடிகள் நடக்க முடிந்தது. இப்படியே பந்தை வீசி ஓரடி ஈரடியாக நடந்து எப்படியும் ஓடையை அடைந்துவிடலாம் என அவன் நம்பினான். அந்த நம்பிக்கை தந்த புதுப் பலத்தினால் பந்தை முன்னிலும் விசையாக வீசிவிட்டு மறுபடியும் அடி வானத்தைப் பார்த்தான். நெடுந் தொலைவில் இருந்தாலும் அம் மரங்கள் அவன் கண்ணுக்குத் துல்லியமாய்த் தெரிந்தன. அவனை வரவேற்பனபோல அசைந்துகொண்டிருந்தன. கீழே பசும்புல் தரை, அதன் நடுவே நீல ஆகாயத்தை உரித்துக் கீழே கிடத்திவைத்திருந்த மாதிரி இருந்த நீரோடை. ஓடையின் மென்குரல் அவன் காதுக்குள் ரகசியமாக ஒலித்ததை அவன் கேட்டான். உற்சாகத்தோடு அடி எடுத்து வைக்க ஆரம்பிப்பதற்குள் அவனுடைய இலக்கை மறைத்துக்கொண்டு நாய் நின்றுகொண்டிருந்ததைக் கண்டான். அவன் காலடியில் பந்து உருண்டது. நாயின் வாய் எச்சில் பரவி ஈரமாயிருந்த பந்து வெயிலில் மின்னிக்கொண்டிருந்தது.

எவ்வளவு நாள் இந்த மாதிரி ஒளிந்து ஒளிந்து சந்திப்பது? பேசிக்கொள்வது? எவனோ எங்கேயோ இச்சென்று தும்மினால் கூடப் பதறி ஒதுங்கி நின்று ஏதோ முக்கியமான காரியம் செய்வது போலப் பாசாங்கு செய்யவேண்டியிருக்கிறதே. இது என்ன பிழைப்பு? தனிமையில் உன் நினைவாகவே இருந்து உன் மேல் உயிரையே வைத்திருக்கும் நான், நான்கு பேர் நடுவிலிருக்கும்போது மட்டும் உன்னை அதிகம் தெரியாதது மாதிரி நடிக்க வேண்டி யிருக்கிறதே. இந்த மாதிரியாக வாழ்வது என்னை எப்படிப் பிழி கிறது தெரியுமா? இப்போதுதான் நான் வாழ்க்கையின் இரக்கமற்ற அரக்க நகங்களை உணர்கிறேன். நாமிருவரும் ஒளிவு மறைவின்றிச் சேர்ந்து வாழ வழியே இல்லையா? அவள் மெல்லத் தலையாட்டி னாள். அவள் முகம் வெளுத்துக்கிடந்தது.

அவனுக்கு மூச்சுவாங்கியது. பந்தை எடுக்கக் குனிந்தான். இடுப்பு முதுகும் விண்விண்ணென்று வலித்தன. ஈரமாய்க் கிடந்த பந்தை எடுத்தபடி நாயைப் பார்த்தான். அது வாயைப் பாதித் திறந்தபடி நாக்கைத் தொங்கவிட்டுக்கொண்டு இரைக்க நின்று கொண்டிருந்தது. அவ்வப்போது ரத்தக்கறை படிந்திருந்த பாதங் களை நக்கிவிட்டுக்கொண்டிருந்தது. முன்பிருந்த உற்சாகம்

இப்போது அதனிடமில்லையென்றே அவன் நினைத்தான். அவனுடைய தோள்பட்டையிலிருந்து நுனிவிரல்வரை வலி ஊடுருவிப் பரந்தது. நெற்றியிலிருந்து வழிந்த வேர்வை அவன் இமைகளில் பரவி கண்ணைக் கரித்தது. கழுத்தின் பின்புறமாக வழிந்த வேர்வை அவன் முதுகை உறுத்தியது. இருந்தாலும் நாயின் தளர்வு கண்ட அவன், அதை ஓட முடியாமல் ஓயச்செய்துவிட்டால் தான் தப்பி ஓடிவிட முடியுமென்று நினைத்தான். நீரோடையை நினைவுறுத்திக்கொண்டான். வறண்டு கிடக்கும் தன் நாவையும் தொண்டையையும் தன்னுடைய குளிர்ந்த விரல்களால் தடவி உயிர்ப்பிக்கப் போகும் தெளிநீரையும் நினைத்துக்கொண்டான். சுட்டுப் பொசுக்கிக்கொண்டிருக்கும் வெயிலிலிருந்து தன்னைக் காக்கக் காத்திருக்கும் செர்ரி மரங்களை நினைத்துக்கொண்டான். அம்மரங்களின் இலைகளினூடே சிரித்துக்கொண்டு தன் மேல் பட்டிதழ்களை உதிர்க்கப் போகும் மணம் நிறை மென்மலர்களை நினைத்துக்கொண்டான். மரங்களினடியில் மிருதுவாகப் பாய் விரித்துத் தனக்காகத் தவங்கிடக்கும் பசும்புல்லை நினைத்துக்கொண் டான். மூச்சை இழுத்துப் பிடித்து பலங்கொண்டமட்டும் பந்தை வீசினான். பந்து முன்போல வேகமாகப் பறக்கவில்லை. மெல்லத் தான் சென்றது. முன்போல அது வெகு தொலைவில் போய் விழ வில்லை. அதில் பாதி தூரம்கூட அது எட்டவில்லை. நாயும் முன் போலத் துள்ளி ஓடவில்லை. தலையைத் திருப்பி அவனைக் குற்றம் சாட்டுவதுபோல் பார்த்துவிட்டு விந்திக்கொண்டே பந்தை நோக்கி நடந்தது. அது திரும்பி வரும்வரை அவனைக் கண்காணிப்பதற்காக ஆயாசத்தினால் சிவப்பேறிய தன்னுடைய கண்களைப் பூமியில் அங்கங்கே பதித்துவைத்ததுபோல் அதன் தடத்தில் ரத்தக்கறைகள் தெரிந்தன. தளர்ந்துவிட்ட நாய் திரும்புவதற்குள் தான் முன்னைப் போல் ஒன்றிரண்டடிகள் என்று நடக்காமல் எட்டுப் பத்தடிகளாக நடந்துவிடலாம் என்ற ஆசையினால் அவன் கால்களை எட்டிப் போட்டான். கால்கள் பெரும் பாறைகளாகக் கனத்தன. தொடைச் சதைகள் இறுகி நொந்தன. பாதம் மரத்துச் சுரணையற்றிருந்தது. அங்கங்கள் கிடுகிடுவென்று நடுங்கின. மிகவும் சிரமப்பட்டு அவன் இரண்டடிகள் நடக்கவும் நாய் மெதுவாகத் திரும்பி வந்து பந்தைச் சமர்ப்பிக்கவும் சரியாக இருந்தது. அவன் அழ ஆரம்பித்தான்.

நீ பரவாயில்லை. அழுது கண்ணீர்விட்டு உன் மனப்பாரத் தைக் கரைத்துக்கொள்ளலாம். என்னால் அழக்கூட முடியவில் லையே. நான் இவளைக் காதலிக்கிறேன் என்று உரக்கக் கூவி உலகத்துக்கெல்லாம் பறைசாற்ற வேண்டுமென்று என் மனம் துடிக்கிறது. வாயைத்திறக்க முடியவில்லையே! இந்தச் சித்திர வதையை என்னால் இனியும் தாள முடியாது. நீ என்னை

ஒதுக்கிவிடு. உன்னை நேசிக்கும் உன் கணவனுடனும் உன் மேல் உயிராயிருக்கும் உன் குழந்தைகளுடனும் இன்பமாக, என்னை மறந்துவிட்டு, வாழ்க்கையை நடத்திக்கொள். என்னால் உன்னை ஒதுக்கி மறக்க முடியாதென்றாலும், நீயாவது சந்தோஷமாக இரு. என்னைப்பற்றி நினைத்து வருந்தாதே. இத்தனை நாள்போல இனியும் எப்படியோ இருந்துகொள்கிறேன். என் மனச் சுமையை இறக்கிக்கொள்ள உன் மேல் மலையைச் சுயநலத்தால் ஏற்றிவிட்டிருக்கிறேன் என்பதை நான் இப்போது உணர்கிறேன். என்னை மறந்துவிடு. என்னைப் பற்றித் தாழ்வாக நினைக்காதே. இரக்கத் தோடும் கனிவோடும் நினைத்துக்கொள். என்னை நினைக்காதே. நாம் சந்தித்ததையும், பேசிக் களித்து இன்பமாய் அந்தரங்க ஆசை களையும் அன்பையும் பரிமாறிக்கொண்டதையும் ஒரு கெட்ட கனவென்று உதறித் தள்ளி மறந்துவிடு. அன்று உன் வீட்டின் சூழ்நிலையில் உன்னைப் பார்த்தபோதுதான் நான் எவ்வளவு பெரிய தவறு செய்துவிட்டேன் என்பது எனக்குப் புரிந்தது. எவ்வளவுதான் என் அக வாழ்வில் நிராசையும் சுகபங்கமும் இருந்தாலும் உன்னை யும் அதில் சம்பந்தப்படுத்தியிருக்கக் கூடாது. உன்னிடம் வாய் திறந்து என்னை, என் மனத்தில் ஓராண்டுக்கும் மேலாக ஊறி வளர்ந்து வெடித்தெழுந்து கொண்டிருந்த அன்பை, ஆசையை, நேசத்தை வெளிக்காட்டாமல் இருந்திருந்தால் நீயாவது இந்தச் சித்திரவதை இல்லாமல் இருந்திருக்கலாமே! நான் என்ன செய்வேன்? என் மனப் பளுவைத் தாங்கி வாளாவிருக்க முடிய வில்லையே! நீ என்னை மானம் மரியாதை உள்ளவனாகக் கருத வேண்டுமென்றால் என் உள்ளக் கிடக்கையை உன்னிடம் சொல்லித் தான் தீரவேண்டும் என்கிற மீற முடியாத மன நிர்ப்பந்தம் ஏற்பட்டு விட்டது. வேறு விளைவுகளைப் பற்றி என்னால் யோசிக்கக் கூட முடியவில்லை. நேர்மையாக நடக்கிறேன் என்று நினைத்துக் கொண்டு உன்னிடம் என்னை வெளிப்படுத்திக்கொண்டுவிட்டேன். இப்போது நான் உலகத்துக்கெல்லாம் பொய்யாக, போலியாக நடக்க வேண்டியதாகிவிட்டிருக்கிறது. என்ன அவலம்! நீ என்னை மறந்து விடு. அதுதான் உனக்கு நல்லது. என்னைப் பற்றி யோசிக்காதே. அவன் அவள் கையைத் தொடப் போனான். அவள் திகிலுடன் கையைப் பின்னிழுத்துக் கொண்டாள். விரல்களால் முகத்தைப் பொத்திக்கொண்டாள். பச்சை நரம்புகள் கிளைவிட்டுப் படர்ந் திருந்த அவளுடைய புறங்கையைத்தான் அவன் கண்டான். அவள் முகத்தைக் காண முடியவில்லை. அவனுடைய இதயம் சுக்குநூறாய் உடைந்து சிதறியது.

அவனுக்குத் தொண்டையும் நாவும் வறண்டு உப்புக் காகிதம்போல் உரசின. உதடுகள் உலர்ந்து வீங்கிக் கறுத்து வெடிக்க

ஆரம்பித்துவிட்டிருந்தன. பந்தை எறிந்து எறிந்து அவன் கைகள் கொப்புளித்துக் கிடந்தன. வேர்வையும் தூசியும் திட்டுத் திட்டாய்ப் படிந்து வீங்கி வலித்துக்கொண்டிருந்த தன் பாதங்களைப் பார்த்துக் கொண்டான். வலி குறைய கெண்டைச் சதையைப் பிடித்துவிட்டுக் கொண்டான். துருத்திபோல விலாவைப் பூரித்துக்கொண்டு, தொங்கிக் கிடந்த நாவிலிருந்து அருவியைப் பெருக்கிக்கொண்டு, மூச்சிரைக்க முன்னங்காலின் மேல் தலையைச் சாய்த்துப் படுத்தபடி சிவந்து பழுத்துக் கிடந்த கண்களால் தன்னைப் பார்த்தபடி இருந்த நாயையும் பார்த்தான். அவன் தன்னைக் கவனிப்பதைக் கண்ட அது நெற்றியை மடித்துச் சுருக்கி உதடுகளை அகற்றிப் பற்கள் சிறிதே தெரிய உறுமியது. உறுமுவதுபோல் கெஞ்சியதோ என்றும் நினைத்தான். அதன் பாதங்களில் சதை பாளமாகப் பெயர்ந்து ஈக்கள் மொய்த்துக்கொண்டிருந்தன. நகங்கள் சில பிளந்து முறிந்து விட்டிருந்தன. அதன் வால் மாத்திரம் சில விநாடிகளுக்கொரு முறை மெல்ல அசைந்து தரையைத் தட்டிக் கொடுத்துக்கொண்டி ருந்தது. என்ன இருந்தாலும் மனிதன் கேவலம் ஒரு நாய்க்குத் தோற்றுவிடுவதா என்று சொல்லிக்கொண்டான். இடுப்பை வளைக் காமல் மெதுவாக அப்படியே உட்கார்ந்தான். வெகு தொலைவில் தெரிந்த மரங்கள் தலையை ஆட்டி அவனை வாவாவென்றழைத் தன. வெயில் காந்தியது. அவனருகே ஒரு பெருங்கல் இருந்ததைப் பார்த்தான். இரு கைகளாலும் முயற்சி செய்தால் அதைப் பூமியிலிருந்து பெயர்த்துவிடலாம். இன்னும் கொஞ்சம் சிரமப் பட்டால் அதைத் தலைக்கு மேலும் தூக்கி விடலாம் என்று அவனுக் குத் தோன்றியது. வெயில் தாகத்தில் தன்னைத் தடுத்து நிறுத்தி வைத்துப் பாடுபடுத்திக்கொண்டிருக்கும் அந்த நாயைத் துரத்த முடியாத அவஸ்தையோடு உயிரை விடுவதைவிட, கல்லைத் தூக்கும் முயற்சியில் உயிர் போனாலும் பரவாயில்லை என்றே அவன் நினைத்தான். முழந்தாளைத் தரையில் ஊன்றி, இரு கை களாலும் அந்தச் சிறு பாறையைப் பற்றி, கொஞ்சங்கொஞ்சமாக அசைத்துக்கொடுத்தான். கைக் கொப்புளங்கள் வெடித்து அப்பாறையை நனைத்துக் கறைப்படுத்தியதை அவன் கவனிக்க வில்லை. வைர ஊசித் துணுக்குகள் போலிருந்த பொடி மணல் முழங்காலை ஊடுருவுவதையும் அவன் கவனிக்கவில்லை. அவனுடைய உடல் மனம் உயிர் அனைத்தும் அந்தக் கணம் அவன் செய்துகொண்டிருந்த காரியத்திலேயே ஒன்றிவிட்டிருந்தன. கொஞ்சம் இந்தப் பக்கம், இன்னும் கொஞ்சம் அந்தப் பக்கம், கொஞ்சம் முன்னால், கொஞ்சம் பின்னால், இன்னும் ஒரு சிறிய அசைப்பு என்பதிலேயே அவனுடைய கவனம் முழுதும் லயித் திருந்தது. குருதி கசியும் பாதங்களையும் அடி வயிற்றையும் நக்கிக்

கொடுப்பதை நிறுத்திவிட்டு நாய் ஆச்சரியத்துடன் அவனை வேடிக்கை பார்த்திருந்ததையும் அவன் கவனிக்கவில்லை.

எனக்கு புத்தி பேதலித்துவிட்டதென்று நினைக்கிறேன். என்னை மறந்துவிடு என்று நானே உனக்குச் சொன்னேன். நான் சொன்னபடியே நீ செய்துவிட்டால் என்ன செய்வது என்று அன்றி லிருந்து இன்றுவரை நான் மனத்தில் உளைச்சலுற்று அவதிப்பட்ட பரம வேதனை என்னுடைய ஜன்ம விரோதிக்கும் ஏற்படக்கூடாது ஆண்டவனே! நான் சொன்னதையெல்லாம் பைத்தியத்தின் உளறல் என்று தள்ளிவிடு. உன் அன்பு என்றும் வற்றாத ஊற்றாய் என் உயிரை வளர்க்கட்டும். அதுவும் இல்லையானால் நான் என்ன செய்வேன்? பல வார்த்தைகளின் உண்மையான அர்த்தம் இப்போது தான் எனக்கு விளங்குகிறது. அச்சொற்களின் முழுப் பொருளை இப்போதுதான் நான் உணர்கிறேன். நடைப்பிணம் என்ற சொல் லின் முழுமையான உணர்ச்சி உருவத்தை நான் இப்போதுதான் தெரிந்துகொண்டேன். என்னுடைய வாக்கை ஏற்று நீ என்னை ஒதுக்கி மறந்துவிடுவாயோ என்று நினைத்தவுடனே நான் அனுபவ பூர்வமாக நடைப்பிணமானேன். அன்பை அறியாத வாழ்க்கைதான், அன்பை அளிக்கவும் பெறவும் பெறாத வாழ்வுதான் நடைப்பிணம் என்ற சொல்லின் விளக்கம் என்பதை நான் இப்போதுதான் அறிகிறேன். நமக்கு என்ன நேர்ந்தாலும் நேரட்டும். இந்த விநாடி உன்னோடு இருந்து ஓரிரு வார்த்தையாவது ஒளிவு மறைவின்றிப் பேசி மனங்கலக்க முடிகிறதே, இதுவே எனக்குப் போதும். நீ என்னை நேசிக்கிறாய் என்ற நினைப்பே போதும். அதுவும் இல்லாவிட்டால் நான் என்ன ஆவது? அவன் பேசிக்கொண்டே போனான். கனிவால் மிதக்கும் கண்களுடன் அவள் அவனையே பார்த்துக்கொண்டிருந்தாள். அவள் விரல்கள் அவனுடைய கையை மெல்ல வருடிக்கொண்டிருந்தன.

கடைசியில் கல் புரண்டது. விலா வெடிக்கும்படியாக மூச்சைப் பிடித்து, தோள் முதுகு புஜத் தசைகளை முறுக்கிப் பிழிந்து அவன் கடைசிப் பிரயத்தனமாக முயற்சிசெய்தபோது கல் புரண்டது. மந்திர ஜாலம்போல அதனடியில் ஈரப்பசையைக் கண்டான். அங்கே ஓராயிரம் உயிர்கள். வெள்ளையும் கருப்பும் சிவப்புமாய் எறும்பு கள். வேறு பல வண்ணங்களில் வேறு பல பூச்சிகள் எல்லாம் இருந்தன. இரண்டு புழுக்கள்கூட நெளிந்துகொண்டிருந்தன. அந்தப் பாலைக்காட்டில் தன்னையும் நாயையும் தவிர வேறு உயிர் வர்க்கமே அங்கில்லை என நம்பிக் கவலையுற்றிருந்த அவனுக்குத் தன்னருகில் இத்தனை உயிர்கள் இருக்கின்றன என்ற விஷயம் மாபெரும் ஆச்சரியத்தை அளித்தது. அந்த ஜீவராசிகள் அலங் கோலமாக இங்குமங்கும் ஓடி ஒளிய முயல்வதைக் குந்தியபடியே

வேடிக்கை பார்த்துக்கொண்டிருந்தான். ரயில் என்ஜின்போல மூச்சு இரைத்துக்கொண்டிருந்த அவன், கல்லைப் புரட்டின சிரமம் தீரக் களைப்பாற்றிக்கொள்ளும் வகையில் உட்கார்ந்தவாறே வேடிக்கை பார்த்துக்கொண்டிருந்தான். பிறகு நாயைப் பார்த்தான். அந்த நாயின் மேல் அவனுக்கு இரக்கமாயிற்று. தீவிரக் கண்களோடும் அடர்ந்த பிடரிச் சடையோடும் இறுகிய தசைகளோடும் பருத்துக் குறுகிய கழுத்தோடும் ஆழ்ந்த மார்போடும் சாமரத்தைப் போன்ற வாலோடும் அச்சமூட்டும் வகையில் துள்ளிக் குதிக்கும் சுறுசுறுப் போடும் இருந்த நாய் இப்போது எப்படியாகிவிட்டது என்பதைக் கண்டவிடத்து அவனுக்கு வியப்பும் துக்கமும் இரக்கமும் திருப்தியு மாக இருந்தது. இப்போது அது கேட்பாரற்றுக் கிழடான தெருநாய் போலிருந்தது. அதன் உடம்பில் பல இடங்களில் உள்ளங்கை அகலத்துக்குத் திட்டுத் திட்டாய் மயிர் உதிர்ந்துவிட்டிருந்தது. காப்பிக்கொட்டை போன்ற உண்ணிகள் ஒட்டிக்கொண்டிருந்தன. அதன் கண்கள் குரங்கு குடித்துப்போட்ட குரும்பை போலிருந்தன. வயிறு ஒட்டி மார்பில் விலாவெலும்புகள் துருத்திக்கொண்டிருந்தன. வால்கூடப் பழந் துடைப்பம் போலாகிவிட்டிருந்தது. தலையின் பாரத்தைத் தாங்க முடியாதது போலக் கழுத்து சரிய முகத்தை முன்கால்களின்மேல் வைத்துப் படுத்துக்கொண்டிருந்தது. உமிழ்நீர் பெருகிக்கொண்டிருந்த நாக்கு, மண்ணில் புரளத் தொங்கிக் கொண்டிருந்தது. நாய் எப்படி அதற்குள் இத்தனை கிழமாகியது என்று ஆச்சரியப்பட்டான். மிஞ்சிப்போனால் ஒரு மணி நேரம் தானே ஆகியிருக்கும். அதற்குள்ளே இத்தனை மாற்றங்கள் எப்படி ஏற்பட முடியும் என்று அவனுக்குப் புரியவில்லை. ஒருவேளை தனக்குத்தான் நேரம் போனதே தெரியவில்லையோ என்று அவன் சந்தேகப்பட்டான். சூரியன் முன்பிருந்தபடிதானே இருக்கிறது, அதற்குள் எப்படி வருஷக்கணக்காகிவிட்டிருக்க முடியும் என்று அதிசயித்தான். அப்போது திடீரென்று அவனுக்கு ஒரு நினைப்பு ஏற்பட்டது. இவ்வளவு நேரமாகத்தான் பாடுபட்டுக் கொண்டி ருந்தபோதிலும் சூரியன் முன்பிருந்த இடத்தைவிட்டு நகராமல் அங்கேயே இருக்கிறது. நிழல்கள் நீளவுமில்லை குறுகவுமில்லை என்பதுதான் அந்நினைப்பு. உடனேயே, பந்தை வீசியபோதும், நாய் ஓடித் திரும்பி வந்தபோதும், அதன் பாதையில் கற்கள் உருண்ட போதும் அவன் பாறையைப் புரட்டியபோதும் ஆரம்பத்திலிருந்து தற்சமயம்வரை ஒருபோதும் ஒரு துளி சப்தமும் அவன் காதில் விழவில்லையே என்ற நினைப்பும் கூடவே உதித்தது. நாய் உறுமிய போதுகூட அதன் உறுமல் சப்தத்தை அவன் கேட்டறிந்துகொள்ள வில்லை. ஊகித்துணர்ந்தான் என்பதையும் அவன் அப்போது நினைவுபடுத்திக்கொண்டான். மயிர்சிலிர்த்து உடல் நடுங்கினான்.

எலும்பினுள் ஊடுருவிப் பாய்ந்து உறைய வைக்கும் குளிர்போல பீதி அவன் உடலெங்கும் பரவி அவனை உலுக்கியது. இந்த அவல அனுபவம் ஒரு துர்சொப்பனம். இந்தப் பாறையைத் தூக்கி நாய்மீது நான் எறிந்தவுடன் இச்சொப்பனம் கலைந்துவிடும், என் நிஜ வாழ்க்கைக்கு நான் விழித்துக்கொள்வேன் என்று தனக்குத்தானே சொல்லிக்கொண்டான். இந்தச் சொப்பனம் கலையாவிட்டால் தனக்குக் கதி மோட்சமே அற்றுப்போய் விடும் என்பதைப் புரிந்து கொண்டான். கல்லைத் தூக்கி எறிவதற்கு ஆயத்தமாகக் கைகளைத் தேய்த்துவிட்டுக் கொண்டான். அவனுடைய புறங்கைகள் எலும் பெடுத்துக் காரிகம் வந்தவன் கைகள்போலக் கறுத்துக் கிடந்ததைக் கண்டு திடுக்கிட்டான். புஜத்திலும் முன்கையிலும் தோல் கருக்க மேறித் தசைகள் தொளதொளவென்று தொங்கிக்கொண்டிருந்தன. குனிந்து மார்பைப் பார்த்தான். அங்கும் முடிகள் நரைத்துச் சருமம் உலர்ந்து சுருக்கங்கள் பரவிக் கிடந்ததைக்கண்டான். எத்தனை காலம் கடத்திவிட்டோம். எத்தனை ஆண்டுகள் இந்தக் குறுகிய காலத்தினுள் அடைபட்டுச் செத்துவிட்டிருக்கின்றன. தனக்கும் நாய்க்கும் முதுமை ஏற்படும் வரையிலுமா இந்த வீசுபறி நடந்து கொண்டிருந்திருக்கிறது. இதற்குள் அந்த ஓடை வற்றிவிட்டிருக்குமோ என்றெல்லாம் நினைத்துக்கொண்டான். உடனேயே, இது ஒரு தீக்கனா, இனியும் காலத்தை ஓட்டக் கூடாது, காரியத்தை முடித்து விட வேண்டும், இக்கனவிலிருந்து விழிக்க முடியும் என்ற பரபரப்பு ஏற்பட்டு அவனுக்குப் புத்துயிர் ஊட்டியது. கல்லைப் பார்த்தான். கருஞ் சாம்பல் நிறமாய்ச் சிறிதும் பளபளப்பில்லாமல் சொரசொர வென்றிருந்த பெருங் கருங்கல். சுமார் இருபது கிலோ எடை இருக்குமோ என்று தோன்றியது. கொஞ்சம் இளைப்பாற்றிக் கொண்டு பிறகு கல்லைத் தூக்கி நாயின் தலைமேல் போட்டு நாயையும் கனவையும் தொலைத்துவிடுகிறேன் என்று சொல்லிக் கொண்டான். நாயைப் பார்த்தான். அது அடிவயிற்றை நக்கிக் கொண்டிருந்தது.

முன்பொரு நாள் நீ வரக் காலதாமதமாகிவிட்டபோதும், வந்த பின்னும் உடனுக்குடனே போகவேண்டும் வீட்டில் கணவன் காத் திருப்பான் என்று சொல்லிப் போய் விட்டபோதும், எனக்கு எப்படிப்பட்ட துக்கம் பெருகியது தெரியுமா? அதற்காக உன்னை நான் கோபிக்கவில்லை. அப்படிக் கோபிக்கும் உரிமை எனக் கில்லையே என்று நான் வருந்தினேன். எந்நேரமும் எந்நாளும் உன்னோடேயே இருக்க வேண்டுமென்கிற பேராசை என்னைப் பிய்த்துத் தின்கிறதே. மாலையில் வேலை முடித்து நான் வீடு திரும் பும்போது அங்கே எனக்காக நீ காத்திருக்க வேண்டுமென்று

ஆசைப்படுகிறேன். அவ்வாறில்லையே என்று அவதிப்படுகிறேன். காலையில் கண் விழிக்கும்போது உன் முகத்தைக் காண வேண்டு மென்று கொள்ளை விருப்பம் கொள்கிறேன். அவ்வாறில்லையே என்று கருத்தழிந்து போகிறேன். என்னை இந்நிலைக்கு ஆளாக்கி விட்டாயே என்று உன்மேல் கோபம் வருகிறது. நான் ஒரு முட்டாள். இந்த வயதில் இப்படியாகிவிட்டேன். உனக்கும் புத்தியில்லையே! என்னைப் போலவே பொறியிலகப்பட்டுக்கொண்டு விழிக்கிறாயே! நீயாவது புத்திசாலியாக நடந்து என்னை ஆரம்பத்திலேயே மட்டந்தட்டி வைத்திருந்தால் சங்கடம் துக்கம் எல்லாம் என்னோடு நின்றிருக்கும். உன்னைப் பற்றியிருக்காது. என்னுடைய நல்ல காலம், நீயும் என்னைப் போன்ற முட்டாளாய் இருக்கிறாய். கிடைத்த சில நிமிடங்களை இன்பமாகக் கழிக்காமல், உன்னைக் கண்டு பேசும்போதெல்லாம் கடலலைபோலச் சில நிமிஷங்களே நிலைக்கும் நமது சந்திப்புகளை எக்காலமும் மறக்க முடியாத அமர நினைவு களாக ஆக்கிக்கொள்ளாமல் அழுது அழுது கழிக்கிறேனே! என் அவலங்கள் என்னோடு என்றிராமல் உன்னையும் அதில் இழுத்து விட்டு, சிரித்துப் பேசி உலவிக்கொண்டிருந்த உன்னை மௌனக் கண்ணீர் பெருக்கவைத்துவிட்டேனே என்பதை நினைத்துப் பார்க் கும்போது என்னால் தாள முடியவில்லை. நம் நிலையை நினைத் தால் நெஞ்சு வெடித்துவிடும்போலிருக்கிறது. இப்போதுதான் நெஞ்சு வெடிக்கிறது என்ற சொல் எந்த அனுபவத்தை உணர்த்து கிறது என்பதை அறிகிறேன். நெஞ்சில் ஈயக் குண்டை வைத்துத் தைத்ததுபோலக் கனமாகிறது. அங்கிருந்து உஷ்ணம் கிளம்பி உடலெங்கும் பரவுகிறது. பிறகு ஈயக் குண்டு பருத்துக்கொண்டே போய் மார்க்கூடு முழுவதையும் அடைத்துக்கொண்டு விடுகிறது. மூச்சு முட்டுகிறது. இருதயம் படபடவென்று அடித்துக் கொள்கிறது. நெஞ்சு வலிக்கிறது. விரிந்து வெடித்து விடும்போலாகிறது. என்னை விட்டுப் பிரிந்துவிடு என்று சொல்லவும் நினைக்கவும்கூட எனக்கு மனம் வரவில்லை. நீயும் நானும் ஒன்றாகவும் வழியில்லையே. வழி இருக்கிறது. ஆனால், அதற்கு வேண்டிய ஈவிரக்கமற்ற தன்னலப் பிடிவாதம் இல்லை. ஒரு தவறும் செய்யாத குழந்தைகளைப் பலி யாக்கி என் பசியைத் தீர்த்துக்கொள்ள விரும்பவில்லை, அதே சமயம் நான்கு பேர் முன்னிலையில் நீ என் காதலுக்கு உரியவள் என்று சொல்ல வேண்டும், நடுத்தெருவில் நின்று கத்த வேண்டும் என்றும் ஆசை பொங்குகிறது. என்றைக்கும் நாம் சேர்ந்து வாழ முடியாதா? அப்படியானால் உன்னிடம் ஒரு வரம் கேட்கிறேன். எனக்கு ஏதாவது நேர்ந்துவிட்டால் எனக்காக எல்லார் எதிரிலும் அழுவாயா? குழந்தை மிட்டாய் கேட்பதுபோல அவன் கெஞ்சிக் கேட்டான். அவள் தன் கையால் அவன் வாயைப் பொத்தினாள்.

அவன் கண்ணெதிரிலேயே நாய் கிழமாகிவிட்டிருந்தது. உடம்பில் முக்காலும் மயிரே இல்லை. எலும்பெடுத்து லேசாகச் சிவந்து வழுக்கையாயிருந்த அந்த நாயின் உருவம் அவனுக்குத் தாங்க முடியாத அருவருப்பை அளித்தது. தலையைத் தடவிக் கொண்டான். தன்னுடைய தலையும் வழவழவென்றிருந்தது தெரியத் திடுக்கிட்டான். மார்பில் கபம் நிறைந்து இருமல் தொடர்ந்து ஏற்பட, மிகவும் பிரயாசைப்பட்டுக் காறித் துப்பினான். அப்போதுதான் தன் வாயில் பற்களே இல்லையென்பதை உணர்ந்தான். ஓவென்று உரக்கக் கூவினான். அவன் வாயைத் திறந்து கூவியபோதும் கூச்சலின் ஓசை அவன் காதில் விழவே இல்லை. அவனைக் கிலி பிடித்து உலுக்கியது. நிசப்தப் பாலையில் நிராதரவாக யுகம் யுக மாகத் தவித்துக்கொண்டிருப்பது பற்றி மனதுள் பொருமிப் பொருமி அழுதான். இது நிச்சயம் தீக்கனவுதான். நிஜமில்லை. நிஜமாக இருக்க முடியாது. அந்தக் கல்லை எப்படியாவது எடுத்து நாயின் தலையில் போட்டு அதை நசுக்கிவிட்டால் இக்கனவு கலைந்து விடுவது உறுதி என்று தன்னைத் தேற்றிக்கொண்டான். பல்லில்லா ஈறுகளை உரசிக்கொண்டான். பஞ்சடைந்த கண்களால் தனக்கு ஜன்ம வைரியாக வந்து வாய்த்திருந்த நாயுருவக் குரூபத்தை வெறுப் புடன் நோக்கினான். அதன் பின்கால்கள் தொய்ந்து வலியிழந்து கிடப்பனபோலக் காணப்பட்டன. எலி வால்போல அம்மணமா யிருந்த அதன் வாலும் விழுந்து கிடந்தது. நாயின் விலா இரைத்துக் கொண்டிருந்தபோதும் வயிறோ உடலின் பின்பகுதியோ ஆட வில்லை. நாயின் உண்மை நிலையைப் பரிசோதிக்க, தன் அருகில் கீழே கிடந்திருந்த பந்தை நாயின் பக்கமாக எறிந்தான். பந்து மெல்ல உருண்டு நாய்க்கு நாலடி இந்தப் பக்கமே நின்றது. நாயின் எச்சிலால் இன்னும் பளபளத்துக்கொண்டிருந்த பந்து மட்டும் ஒரு மாற்றமு மில்லாமல் முன்பிருந்ததுபோலவே இருந்ததைக் கண்டான். தன்னைச் சுற்றி நெருக்கி நசுக்கிக்கொண்டிருந்த அருவங்களின் ஏளனச் சிரிப்பில் தெரியும் கோரைப் பல் அது என்று அவனுக்குத் தோன்றியது. அவன் உடல் சிலிர்த்து நடுங்கியது. முன் கால்களை ஊன்றி எழுந்திருக்க நாய் பிரயத்தனம் செய்தது. உடலின் முன்பகுதி மாத்திரம் சிறிது மேலெழும்பியதே தவிரப் பின்பகுதி தளர்ந்து கிடந்ததைக் கண்டான். முன்காலை ஊன்றி உடம்பைப் பின்னால் இழுத்துக்கொண்டு மிகவும் பிரயாசையுடன் இரண்டடி நகர்ந்தபின் அம்முயற்சியைக் கைவிட்டு நாய் மீண்டும் படுத்துக்கொண்டது. தலையை முன்பாதங்களில் சாத்தி வைத்தபடி பந்தின்மேல் வைத்த கண்ணை எடுக்காமலே அது படுத்திருந்தது. அந்த நாயால் இனி மேல் தன்னைத் தடுத்துநிறுத்த முடியாது என்பதைக் கண்டு கொண்ட அவன் மகிழ்ச்சிப் பெருக்கால் கண்ணீர்விட்டான். அதே

சமயம் அதன்மேல் பாறையைப் போட்டு நசுக்குவதற்குள் அது இறந்துவிட்டால் என்ன செய்வது, ஒருவேளை சொப்பனம் கலை யாது நிலைத்துவிடுமோ என அச்சமும் கொண்டான். வெளிச்சம் குறைந்து இருட்டிக்கொண்டு வந்தது. இருட்டிவிட்டால் நாயின் இருப்பிடம் தெரியாமல் போய்விடுமே, அதற்குள் கல்லைத் தூக்கி எறிந்துவிட வேண்டுமென்று பரபரப்புக் கொண்டான். அப்படிச் செய்தால் கனவை அழித்துவிடலாம். இது கனவில்லாமல் நிஜ அனுபவமாக இருந்தால் தனக்கு உயிரையும் வாழ்வையும் அளிக்கப் போகும் ஓடையின் வழியை மறித்து நின்றிருக்கும் நாயை அழித்து விடலாம் என்று ஆனந்தித்தான். மூச்சைப் பிடித்து இரு கைக ளாலும் அப்பாறையை அணைத்தபடி பிடித்து முழங்கால்களைத் தரையில் ஊன்றி அப்பாறையோடு எழுந்திருக்க முயன்றான். முழங் கால்கள் தரையில் ஊன்றவில்லை. அவன் திகிலுடன் கால்களை நோக்கினான். அவை சூம்பியிருந்தது அவனுடைய மங்கலான பார்வைக்கும் தெரிந்தது. பீதி மேலுறக் கால் விரல்களை மேலும் கீழும் மடக்கினான். கடைக்குட்டி விரல்கூட அசையவில்லை. பாறையைக் கட்டிப்பிடித்தபடியே உரக்க அழ முடியவில்லையே என்று மௌனமாக அழுதான். அவன் கண்ணீர் அப்பாறையில் சிந்திச் சிதறிப் பரவியது.

நான் மிகவும் ஈனமானவன் என்று மாத்திரம் நீ நினைத்து விடாதே. நான் பெண்களோடு விளையாடுபவனோ அவர்களை உபயோகித்துக்கொள்பவனோ அல்லன். அப்படிப்பட்டவனாக இருந்திருந்தால் எனக்கு இம்மாதிரித் துக்கம் ஏற்பட்டிராது. எத்த னையோ பேர் இருக்க உன்னை ஏன் தேர்ந்தெடுத்தேன் என்று கேட்கிறாயே. என்ன விசித்திரம்! நான் என்ன சுயம்வரம் நடத்தியா அவள் வேண்டாம் இவள் வேண்டாம் என்று தேர்ந்தெடுத்தேன். எல்லாம் உன் காரியம்தான். நீதான் மெல்ல மெல்ல என் இதயத்தில் குடிபுகுந்தாய். கொஞ்சம் கொஞ்சமாக உன் இடத்தை விஸ்தரித்துக் கொண்டு உன் வசமாக்கிக்கொண்டாய். கடைசியில் இதயம் பூராவையும் ஆக்கிரமித்துக்கொண்டாய். என்னுடைய மனநிலையை நான் உன்னிடம் உடனே சொல்லிவிடவுமில்லை. தகாது என்று மிகவும் பயந்தேன். பல மாதங்கள் இதயத்தையும் மனத்தையும் அடக்கி மூடிப் பூட்டிவைத்திருந்தேன். ஆனால், ஒரு நிலைக்குமேல் என்னால் அப்படி இருக்க முடியவில்லை. நீ என்னுடைய உண்மை நிலை அறியாமல் இருக்கும்போது நீ எதிர்பாராத வண்ணம் நீ எதிர்பாராதபோது என் மனக் காவலையும் மீறி உன்னிடம் முறை கேடாக நடந்துகொண்டு விடுவேனோ என்று மிகவும் பயப்பட வேண்டியதாகிவிட்டது. அப்படியாகியிருந்தால் நீ என்னைப் பற்றி என்ன நினைப்பாய் என்பதைக் கற்பனை செய்து பார்த்தபோது

என்னால் தாளவில்லை. அப்போதுதான் என்னை உரித்துக் காட்டி விட்டேன். நான் சாமானிய மனிதன். நான் என்னவோ மகா உத்தமன் சீரியன் போலிருந்தாலும் யோகியல்ல. புலன்களை அவித்துவிட்ட ஞானியுமல்ல. வெறும் மனிதன்தான். என் பெயரை உன் முன்னிலையில் காப்பாற்றிக்கொள்ளும் சுயநலத்தைக் கருதி உன்னைப் பலியாக்கிவிட்டுப் பரிதவிக்கும் வெளிப்பூச்சுக்காரன். என்னை மன்னித்துவிடு. என்னைப் பற்றி நீ நினைக்கும்போது இனிமையான எண்ணங்களைக் காதலுடன், அது முடியாவிட்டால், கனிவுடன் இரக்கத்துடன் நினை. உன் இன்பம்தான் என் இன்பம். பலவீனங்கள் பல நிறைந்த வெறும் மனிதன் நான் என்பதை மறந்துவிடாதே. உன்மேல் அடக்க முடியாத ஆசை வைத்து, அடக்க முடியாது அழிக்கவும் முடியாது திணறித் திக்குமுக்காடித் தவித்துக் கொண்டிருக்கும் பாவி நான் என்றான். நானுந்தான் என்று அவள் மெல்லிய குரலில் சொன்னாள். அவள் கண்களிலிருந்து நீர் வழிந்து கொண்டிருந்தது. அவன் அவளை வாரி அணைத்துக்கொண்டான். புன்முறுவலுக்கிடையே கண்ணீரை உகுத்து நின்ற அவள் அவன் மேல் ஒட்டிக்கொண்டாள்.

(சதங்கை, 1975)

வேலை உண்டு, ஆனால்...

அன்று விடுமுறை. ரங்கராஜன் வீட்டுக்கூடத்தில் உட்கார்ந்து என்னமோ எழுதிக்கொண்டிருந்தான். காலை பத்துமணி இருக்கும். சிட்டுக்குருவிகள் வீட்டினுள் வந்து ஏகமாய் அமர்க்களம் செய்து கொண்டிருந்தன – ரெண்டு ஜோடிகள். இத்தனூண்டு உடம்பை வைத்துக்கொண்டு எவ்வளவு சப்தம் போடுகின்றன என்று சில கணங்கள் வியந்துவிட்டு மறுபடியும் எழுத ஆரம்பித்தான். ரங்கராஜ னுக்கு ஓகோ என்று செல்வம் இல்லாவிட்டாலும் வறுமை இல்லை. பற்றாக்குறை கிடையாது. சின்னூரில் உள்ள சில நாணயவான்களில் அவனும் ஒருத்தன் என்று பேரெடுத்திருந்தான். இத்தனைக்கும் ஊர் விவகாரங்களில் அவன் தலையிட்டுக் கொள்வது கிடையாது. அவனுக்கென்று தனி நண்பர் குழாம், கிளப், சீட்டு, டேபிள் டென்னிஸ் என்றெல்லாமும் கிடையாது. தானுண்டு தன் வேலை யுண்டு, ஒழிந்த வேளையில் ஏதாவது எழுதுவது, இல்லாவிட்டால் படிப்பது அல்லது ரெண்டு மைல் நடப்பது இவ்வளவுதான். இருந்தாலும் அவனுக்கு ஊரில் நல்ல பேர். கடைகளில் எப்போதும் ரொக்கம் கொடுத்து வாங்கி வருவதனால்தானோ என்னமோ என்று அவனே சில சமயம் நினைத்துக்கொள்வதுண்டு.

திடீரென்று 'கூ' என்று கூவிக்கொண்டு ரேவதி நொண்டி யடித்தபடியே அவன் பக்கத்தில் வந்து நின்று மீண்டும் ஒருமுறை 'கூஊஊ' என்று கூவினாள்.

"ஏய், தொந்தரவு பண்ணாதே" என்று மெதுவாகச் சொன் னான் ரங்கன். குழந்தைகளை அடிக்காமலும் மிரட்டாமலும் நல்ல முறையில் வளர்த்துவிட முடியும் என்று அவனுக்கு ஒரு சித்தாந்தம்.

"நான் ரெயிலாக்கும். ஒரு நிமிஷம்தான் நிக்கும், ஏறலேன்னா விட்டுட்டுப் போயிடும், 'கூஊஊ' என்று மூச்சு வாங்கினபடியே சொன்னாள் ரேவதி.

ரயில்வே ஸ்டேஷனே இல்லாத ஊரிலிருக்கும் சின்னக் குழந்தைக்கு இதெல்லாம் எப்படித் தெரிகிறது என்று அவனுக்கு ஆச்சரியமாகிவிட்டது.

“எனக்கு வேலையிருக்கு நீ போ” என்றான்.

அவன் பதிலுக்குக் காத்திராமல் அந்த ரயில் ‘கூஊஊ’ என்று மூணாவது முறை ஊதிவிட்டு, ‘குப், ஜுப்’ என்று எச்சில் தூவானத்தோடு சப்தம் செய்தபடி நொண்டியடித்துக்கொண்டு கிளம்பி விட்டது.

‘நாலஞ்சு நாளாய்த்தான் ரேவதிக்கு நல்லா நொண்ட வந்திருக்கு. இன்னும் கொஞ்ச நாளைக்குச் சாப்பாடு தூக்கம் தவிர மீதி எல்லாம் ஒத்தைக் காலால்தான் நடக்கும்’ என்று நினைத்துச் சிரித்துக்கொண்டான்.

சுமார் பத்து நிமிஷமாயிருக்கும். ரேவதி ஓடிவந்து மூச்சு இரைக்க அவன் பக்கத்தில் வந்து நின்றாள். தலைநிமிர்ந்து அவளைப் பார்த்தான். அந்தச் சிறிய முகத்தில் வேர்வையும் திட்டுத் திட்டாய்த் தூசியும் அப்பியிருந்தது. முழங்கால் வரை கலப்பட மில்லாத புழுதி. கரிய பெரிய கண்களை அகல விரித்துக்கொண்டு நின்றாள்.

“அப்பா யாரோ…” என்று ஆரம்பித்தாள்.

“ஏய், என்ன அது, ஒடம்பிலெல்லாம் புழுதி, தெருவிலே விளை யாடக்கூடாதுன்னு சொன்னேனே, ஞாபகமில்லை? தெருவிலே விளையாடினா வியாதி வரும். அப்புறம் ஆஸ்பத்திரிக்குப் போகணும்…” என்று அவள் பேச்சைக் கவனிக்காமல் அவளுக்கு விளக்க ஆரம்பித்தான்.

“அப்பா, யாரோ வந்திருக்காங்க. ஒன்னைப் பாக்கணுமாம்” என்று அவன் சொன்னதைக் காதிலே போட்டுக்கொள்ளாமல் கால்களை மாற்றிக் குதி போட்டபடி அவள் சொன்னாள்.

“என்னையா? யாரு? எதுக்கு?” என்று சிறிது ஆத்திரத்துடன் கேட்டான் ரங்கன். அபூர்வமாய் எழுத ஆரம்பித்திருக்கும் நாள் பார்த்து இப்படி வில்லங்கமாகிறதே என்று அவனுக்குக் கொஞ்சம் எரிச்சலாக இருந்தது.

“யாரோ பெரிய மீசை வெச்சிருக்காரு. உள்ளே வரச் சொல்லட்டுமா?” என்றாள் ரேவதி. விளையாட்டை விட்ட இடத்திலிருந்து மீண்டும் துவங்க அவளுக்கு அவசரம் போலும்.

பெரிய மீசை வைத்திருப்பவர் யாரையும் தனக்குத் தெரியாதே. ஏதாவது யாசகமாயிருக்கும் என்று ரங்கன் நினைத்தான். வேறே யார் அவனைத் தேடி அந்த நேரத்தில் வரக்கூடும்?

“நான் இல்லைன்னு சொல்லிடு” என்றான்.

பிச்சைக்காரர்கள் வந்தால் "இல்லை போ" என்று அவனால் சொல்லிவிட முடியும். ஆனால், கௌரவமான யாசகம் என்று யாராவது வந்தால் அவ்வாறு சொல்ல முடியாது. தாட்சண்ணிய மாயிருக்கும். தன்னைப் போலவே இருக்கும் ஒருத்தன் யாசகம் செய்து கொண்டிருக்கையில் தான் பெருத்த குறையேதும் இல்லாமல் வாழ்வது ஏதோ ஒரு குற்றம்போலத் தோன்றும். இத்தனைக்கும் தன் உழைப்பினாலேயே நேர்மையாகவும் எந்தவிதத் தப்பு வழியில் போகாமலும் ஊரை ஏமாற்றாமலும் பிழைத்துவந்தாலும் யாராவது நன்றாக உடுத்து யாசகத்துக்கு வந்துவிட்டால் இந்த உணர்ச்சி அவனுக்கு ஏற்பட்டுவிடும். அதே சமயம் தன் பலவீனத்தை நினைத் துத் தன் மேலேயே அதிருப்தி ஏற்பட அவன் மனசு இன்னும் குழம்பிவிடும். இந்தத் தொல்லையெல்லாம் இல்லாமலிருக்கவென்றே தான் கடன்காரனுக்குச் சொல்வதுபோல வீட்டிலே இல்லையென்று சொல்லிவிடச் சொன்னான் ரங்கன்.

குழந்தை நிமிர்ந்து அவனைப் பார்த்து,

"நீ பொய்தானே சொல்றே. நீதான் இங்கே இருக்கியே, என்னை மாத்திரம் பொய் சொல்லக்கூடாதுன்னு சொல்லிட்டு, நீ இப்போ என்னையும் பொய் சொல்லச் சொல்றியே?" என்று ஆச்சரியத்துடன் அவனைக் கேட்டது.

யாரும் பொய் சொல்லக்கூடாது. குழந்தைகளிடம் விளை யாட்டுக்குக்கூடப் பொய் சொல்லக்கூடாதென்று அவனுக்கு இன்னொரு சித்தாந்தம். அதைத் தன் குழந்தைக்கும் போதித்து வைத்திருந்தான். தன் பாடம் தன் மேலேயே திருப்பப்படும் என்று அவன் எதிர்பார்க்கவில்லை. நிலைமையைச் சமாளித்துக்கொண்டு தான் பொய் சொல்லவில்லை என்பதைத் தர்க்கரீதியாக நிரூபித்துக் காட்டலாமா என ஒரு கணம் நினைத்தான். உடனேயே, அப்படிச் செய்தால் குழந்தையின் மனசில் குழப்பம் ஏற்பட்டுப் போய் பிற் காலத்தில் அதுக்குப் பொய்க்கும் நிஜத்துக்கும் வித்தியாசம் தெரி யாமல் போய்விட்டால்... என்ற எண்ணம் தோன்ற, என்ன செய்வது என்று யோசிக்க ஆரம்பித்தான்.

"இவர் காத்திருக்காரப்பா, நான் வரச் சொல்றேன்" என்று தெருப்பக்கம் ஓடினாள் ரேவதி.

இருவர் உள்ளே வந்தனர். முதலில் வந்தது வெங்கடேச நாயக்கர். எனவே கௌரவ யாசகமாயிருக்க முடியாது. ரங்கராஜன் பெருமூச்சுவிட்டான். சின்னூருக்கு அருகே மூன்று மைலுக்குள் இருக்கும் வடுகப்பட்டு கிராமத்தைச் சேர்ந்தவர் வெங்கடேச நாயக்கர். சின்னூரிலும் அக்கம்பக்கத்திலும் அரிசி வியாபாரம்

செய்துவருகிறவர். அவனுக்குத் தெரிந்தவரை, அவன்கூட அவரிடம் ரெண்டிலே மூன்றிலே அரிசி வாங்கியிருக்கிறான். ரங்கராஜனைப் பார்த்தவுடன் நாயக்கர் தலைக்குட்டையை அவிழ்த்தபடி முகத்தில் சிரிப்பை வரவழைத்துப் பற்களைக் காட்ட ஆரம்பித்தார். ஸ்டாலின் மாதிரி புதர் மீசையாலே பல்லை மூடி மறைத்து வைத்திருக்கும் நாயக்கர் ஏன் இப்படிக் கஷ்டப்பட வேணும் என்று அவனுக்குத் தோன்றியது.

"என்ன சமாசாரம், இப்போ அரிசி தேவையில்லியே" என்றான் ரங்கராஜன். நாயக்கர் வந்து நிற்கும் மாதிரியைப் பார்த்தாலே அவர் அரிசி விற்க வந்த ஆளில்லை என்று தெரிந்தாலும் ஏதாவது வரவேற்பாகச் சொல்ல வேணுமே என்பதற்காகச் சொன்னான்.

"ஒண்ணுமில்லை, இவன் என் மகன்" என்று நாயக்கர் தம் கம்பீர சரீரத்தைக் குறுக்க முயற்சி செய்தபடியே பின்புறம் ஏகதேச மாகக் கையைக் காட்டினார்.

நிலைப்படிக்குப் பின்னே வெளிப்புறம் நின்றுகொண்டு விநாடிக்கொருதரம் ஆமைபோலத் தலையை உள்ளே நீட்டி உடனே பின்னுக்கிழுத்துக்கொண்டிருந்த நபர்தான் அவர் மகனாயிருக்க வேணும்.

"வெளியிலே நிப்பானேன், உள்ளே வரச் சொல்லுங்க" என்றான் ரங்கன். இனி எங்கே எழுத்து வேலை நடக்கப்போகிறது என்ற எண்ணத்தினால் பேனாவை மூடி வைத்தான்.

"டேய், உள்ளே வாடா" என்று அதிகாரத்தோடு மகனை அதட்டி அதே கணம் ரங்கனைப் பார்த்து நாயக்கர் குழைந்தார். பையன் தயங்கினபடி உள்ளே நுழைந்தான்.

"மகன் பேரென்ன?"

"ஏழுமலைன்னு பேரு சார், மணீன்னு கூப்பிடறது" என்று சொல்லி பவ்வியமாகச் சிரித்தார் நாயக்கர். உடனே பையனைப் பார்த்து, "டேய், சாருக்கு வணக்கம் சொல்லுடா" என்று அதட்டி னார். அவன் கூச்சத்தோடு கைகளைக் கூப்ப ஆரம்பிக்கவும், ரங்கன் குறுக்கிட்டு, "அதுனாலென்ன பரவாயில்லை, விஷயத்தைச் சொல்லுங்க" என்றான்.

அந்தப் பையனுக்குப் பதினெட்டு வயசுக்குக் குறைவிராது. ஆனாலும், கிராமத்துப் பையன்கள் போல ஆள் வாட்டசாட்ட மாயில்லை. ஒல்லியாயிருந்தான். நிறைய எண்ணெய் தடவியிருந்தும் தலைமயிர் செம்பட்டையாயிருந்தது. தோய்த்துச் சுருங்கிப் பழுப் பேறிப்போன அரைக்கைச் சட்டையினூடாகக் குச்சி போன்றிருந்த

அவனுடைய உடம்பின் சாயை தெரிந்தது. கணுக்காலுக்கும் மேலான வேட்டி.

பீமசேனன் மாதிரியிருக்கிற நாயக்கருக்கு எப்படி இம்மாதிரி நோஞ்சானான மகன் பிறந்தான்? ஏழுமலையென பேர் வைத்து விட்டு அதுக்குச் சிறிதும் சம்பந்தமில்லாமல் ஏன் அவனை மணியென்று கூப்பிட ஆரம்பித்தார்கள் என்றெல்லாம் ரங்கனுக்கு யோசனை ஓடியது. நாயக்கரைப் பார்த்தான். அஞ்சே முக்கால் அடிக்கும் மேலாக உயர்ந்திருந்த உடம்பை நாலரை அடியாகக் குறைத்துக்கொள்ள நாயக்கர் முயற்சிசெய்வதுபோல இருந்தது. அது அவனுக்குக் கஷ்டமாக இருந்தது.

"என்ன விஷயம் சொல்லுங்க, பரவாயில்லை."

"ஒண்ணுமில்லை... பையன் எஸ்.எஸ்.எல்.சி. படிச்சிருக்கான்" என்று இழுத்தார் நாயக்கர். தனக்குப் பின்னால் ஒளிந்துகொள்ளப் பிரயத்தனம் செய்துகொண்டிருந்த தன் மகனைத் திரும்பிப் பார்த்தார். மறுபடி ரங்கனைப் பார்த்தார்.

"நான் இருக்கிற இடத்துலே வேலை ஒண்ணும் காலி இல்லையே" என்றான் ரங்கன். வேலைக்காகத்தான் நாயக்கர் வந்திருக்க வேணும். இல்லாதபோனால் எதுக்காகப் பையன் படிப்பறிவைப் பற்றிச் சொல்ல வேணும்?

"அங்கே இல்லே, வேறே இடத்துலே இருக்குது. நீங்க சிபாரிசு பண்ணினா கிடைச்சுடும்" என்றார் நாயக்கர்.

தன்னுடைய சிபாரிசின் பலத்தின் மேல் இவ்வளவு நம்பிக்கை வைத்திருக்கும் நாயக்கர் மேல் அனுதாபமும் தன் காரியம் ஆவதற்கென்று ஒரு மனுஷன் என்னவெல்லாம் சொல்ல வேண்டியிருக்கிறது என்று ஒரு பக்கம் கொஞ்சம் எரிச்சலும் சேர ரங்கன் மனசுக்குள் சிறிது சிடுத்துக்கொண்டான்.

"நான் சொன்னா வேலை கிடைச்சுடும்னா இந்த உலகத்துலே வேலையில்லாத் திண்டாட்டமே இருக்காதே" எனச் சொல்லி விரக்திச் சிரிப்பை உதிர்த்தான். பிறகு, "அது என்ன வேலை, என்னாலே ஆகக்கூடியது சொல்லுங்க" என்றான்.

நாயக்கர் விவரங்கள் சொன்னார். சின்னூரிலிருந்து சுமார் இருபத்தைந்து கல் தொலைவிலிருக்கின்ற மாவட்டத் தலைநகரில் பெரிய ஆஸ்பத்திரியில் ஒரு சின்ன வேலை. ஏதோ ஒரு டிபார்ட்மெண்டில் எடுபிடி ஆள் மாதிரி வேலை போலிருக்கிறது. அவர் சொன்னதைப் பார்த்தால், சோதனைக்காக அனுப்பப்படும் ரத்தம், மலம், மூத்திரம் இத்தியாதிகள் வரும் புட்டிகளை அடுக்கிச் சுத்தம் செய்து எடுத்துக் கொடுக்கும் வேலையாயிருக்கும் போலிருந்தது.

ரங்கனுக்கு நிச்சயம் தெரியவில்லை. இருநூறு ரூபாய்க்குள் சம்பளம். வேலை தேடும் ஸ்தாபனத்திலிருந்து கடிதம் வந்திருக் கிறதாம், நாளை மறுநாள் இன்டர்வியூவாம். ரங்கன் சிபாரிசு செய் தால் வேலை கிடைக்கும் என்றார் வெங்கடேச நாயக்கர். ரங்கன் சிலவிநாடிகள் யோசனை செய்தான். அவனுக்குத் தன் சிபாரிசின் மேல் நம்பிக்கை ஏற்படவில்லை. பின்,

"என்ன இந்த வேலைக்கா இப்படிக் கஷ்டப்படறீங்க? இருநூறு ரூபாய் காசுக்கா இன்னொருத்தன்கிட்டே கைகட்டிச் சேவகம் செய்யணும்? ஒங்ககூடச் சேர்ந்துட்டு வியாபாரம் செய்தா அதைப் போல நாலு பங்கு சம்பாதிக்கலாமே, ராஜா மாதிரி தனக்குத்தானே எஜமானாகவும் இருக்கலாம்" என்றான்.

நாயக்கர் ஒரு மாதிரி சிரித்தார், உதடு அசையாமல்.

"எஸ்ஸெல்ஸி படிச்சிருக்கான். அவன் உடம்பைப் பாத்தியா சார், அதாலே ஒரு அரை மூட்டை நெல்லைப் பெரட்ட முடியுமா, இல்லை, ஒரு மூட்டை அரிசியை சைக்கிள்லே ஏத்திக்கினு எட்டும் எட்டும் பதினாறு மைல் மெதிக்க முடியுமா, நீயே சொல்லு சார். மூத்த மகனா. என் சம்சாரம் செல்லமா வளத்துடுச்சு, இவனாலே எப்பிடிக் கையைக் காலை வளைச்சு குனிஞ்சு நிமிந்து வேலை செய்ய முடியும்? எஸ்ஸெல்ஸி படிச்சுட்டான், ஏர் பிடிக்க முடியுமா அந்தக் கையாலே? மிஞ்சிப் போனா பேப்பர் பெரட்டலாம். அதுக் குத்தான் சரி. அது மாத்திரம் இல்லை சார், என் மாதிரி யாவாரம் பண்ணணுன்னா உடல் வலுவும் வேணும் சாமார்த்தியமும் வேணும், இல்லியா? பேசத் தெரியணும். பால் கறுப்பு, மை வெள் ளைன்னு சொல்லி சாதிச்சு எதிராளியை சந்தோஷமா நம்ப வெக்கிற சாமார்த்தியம் வாணாமா? இவனுக்கு அந்த மாதிரி சாமார்த்தியம் கிடையாது சார். இவன் சாது, இவனெல்லாம் வாங்கி விக்கறதுக்கு லாயக்கில்லை. கேட்ட விலையைக் கொடுத்துட்டு பழுதோ நல்லதோ கொடுத்த பொருளை வாங்கிட்டு வரதுக்குத்தான் லாயக்கு. நீதான் சார் மனசு வெச்சு எதாவது செய்யணும்" என்று சொல்லி முடித்துப் பின் தம் கையிலிருந்த தலைக்குட்டையால் மீசையை ஒதுக்கி உதடுகளைத் துடைத்துக்கொண்டார்.

தன் பையனைப் பற்றித் தாழ்வாக, அவனை வைத்துக் கொண்டே நாயக்கர் விமர்சனம் செய்தது ரங்கனுக்கு என்னமோ மாதிரி இருந்தது. "யாவாரத்துக்கு லாயக்கில்லாத" இந்தப் பையனைப் பார்க்க முயற்சி செய்தான். அந்தப் பிள்ளையோ தகப்பன் பின்னால் ஒளிந்துகொண்டு எட்டிப் பார்த்தபடி அசட்டுச் சிரிப்பை உதிர்த்தபடி நின்றுகொண்டிருந்தது. அவன் மேல் ரங்கனுக்குக் கோபமும் இரக்கமும் வந்தன.

“எனக்கு அந்த ஆஸ்பத்திரியிலே யாரையும் தெரியாதே, நம்ம ஊரு ஆஸ்பத்திரின்னா யாரையாவது பிடிச்சுப் பார்க்கலாம்...” என்று இழுத்தான்.

“நீ அப்பிடியெல்லாம் சொல்லக்கூடாது சார். ஓம் மாதிரி பெரிய மனுசாள்ளாம் இப்பிடிச் சொல்லிட்டா நாங்க என்ன சார் செய்யறது? நீதான் இவனுக்கு ஏதாவது வழிகாட்டிவுடணும்” என்று சொன்னவாறே தன் ஆறடி உடம்பைக் குறுக்கிக் கெஞ்ச ஆரம்பித்தார் நாயக்கர்.

“எட்டு மாசமா சும்மா வீட்டிலேயே உக்காந்து தண்டச் சோறு துண்ணிட்டிருக்கான். இந்த வயசுலே எவ்வள நாள் வெட்டியா குந்தியிருக்கிறது. அதுதான் நல்லதுக்காவுமா, நீயே சொல்லு சார். எனக்கு நம்பிக்கை இருக்குது. நீ சொன்னா, மனசு வெச்சா வேலை ஆயிடுமின்னு.” நாயக்கர் விடவில்லை. பேசிக்கொண்டே போனார்.

கழுத்துப் பிடியைச் சொறிந்தபடி ரங்கன் கொஞ்ச நேரம் யோசனை செய்த பிறகு ஒரு முடிவுக்கு வந்தவனாய்,

“சரி பார்க்கலாம். அங்கே நான் ஒருத்தருக்கு லெட்டர் குடுக்கிறேன். அவர் ஆஸ்பத்திரியிலே இல்லாத போனாலும் ஊரிலே முக்கியமானவங்களை அவருக்குத் தெரிஞ்சிருக்கும். எனக்குக் கொஞ்சம் வேண்டியவர். போய்ப் பாருங்க, முடிஞ்சா ஏதாவது செய்வார்” என்று சொல்லி கோ. இளையபெருமாளுக்கு ஒரு கடிதம் எழுதிக் கொடுத்தான்.

“கோ. இளையபெருமாள்னு கேளுங்க. யாரைக் கேட்டாலும் சொல்லுவாங்க, விலாசமும் மேலே எழுதியிருக்கேன். இப்பவே கிளம்பிப் போய் அவரைப் பார்த்து விவரமெல்லாம் சொல்லுங்க. என்ன ஆகுது பார்க்கலாம்” எனச் சொல்லி அவர்களை வழியனுப்பி வைத்தான் ரங்கன்.

“வேலை கிடைச்சுடுமாப்பா?” என்ற கீச்சுக் குரலைக் கேட்டு ரங்கன் ஆச்சரியத்துடன் திரும்பிப் பார்த்தான்.

இடுப்பிலே கையை வைத்துத் தலையைச் சாய்த்து அவனைப் பார்த்தபடி ரேவதி நின்றுகொண்டிருந்தாள்.

“ஏய், நீ என்ன பண்றே இங்கே?”

“நீதான் தெருவிலே விளையாடக் கூடாதுன்னு சொன்னியே” என்று கீழுதட்டைப் பிதுக்கினாள் ரேவதி. ரங்கன் சிரித்தான். ரேவதி மறுபடியும், “அவனுக்கு வேலை கிடைச்சுடுமாப்பா?” என்று கேட்டாள்.

“உனக்கெதுக்கு அந்தக் கவலையெல்லாம், நீ போய் விளையாடு போ” என்று ரங்கன் செல்லமாக அவளை விரட்ட, அதுக்காகவே காத்திருந்தவள்போல அவள் துள்ளிக் குதித்து நிலைப்படிவரை சென்று திரும்பி, “தெருவிலே போய் விளையாடுவேன், நீ திட்டக் கூடாது” என்று வெற்றிச் சிரிப்புடன் எச்சரித்துவிட்டு ஓடி மறைந்தாள்.

மாவட்டத் தலைநகருக்கு சின்னூரிலிருந்து அரை மணி அல்லது முக்கால் மணிக்கொரு பஸ் இருக்கிறது. அவர்கள் போய் கோ. இளையபெருமாளைக் கண்டுபிடித்துவிட்டால், அவர் ஊரில் இருந்துவிட்டால், அவர் நிச்சயம் ஒத்தாசை செய்வார் என ரங்கன் நினைத்தான். மாவட்டத் தலைநகரில் கோ. இளையபெருமாள் ஒரு முக்கியமான அரசியல் புள்ளி. இத்தனைக்கும் அவர் எம்.எல்.ஏ.வோ, எம்.பி.யோ இல்லை. செல்வந்தர்கூட இல்லை. இருந்தாலும் உள்ளூர்ப் பிரமுகரான அவருக்கு எல்லா மட்டத் திலும் செல்வாக்கு உண்டு என்றுதான் ரங்கன் கேள்விப்பட்டி ருந்தது. “இந்தச் சின்ன காரியம் ஒண்ணும் அவருக்குக் கஷ்டமா யிருக்காது. பாவம், அந்தப் பையனுக்கு வேலை ஏதாவது கிடைத் தால் நல்லாத்தான் இருக்கும்” என்று நினைத்தபடி ரங்கராஜன் விட்ட இடத்திலிருந்து எழுத்தைத் தொடங்க முயற்சி செய்ய ஆரம்பித்தான். ஓடவில்லை. இலை போட்டாகிவிட்டது என்று உள்ளேயிருந்து அழைப்பு வந்தது.

சாப்பாட்டை முடித்துப் பத்திரிகை படித்து ஒரு தூக்கம் போட்டு எழுந்திருந்து காபி பலகாரம் பண்ணி கொஞ்சம் சிரம பரிகாரம் செய்து மறுபடி எழுத்து வேலையை எடுக்கலாமா என்று யோசிப்பதுக்குள் மாலை நாலரை அஞ்சு மணியாகிவிட்டது.

“அந்தப் பையன் வந்திருக்காம்ப்பா. ஒன்னைப் பார்க்கணு மாம்” என்று ரேவதி வந்து சொன்னாள்.

“எந்தப் பையன், என்ன வேணுமாம், சும்மா தொந்தரவு பண்ணாதே, நல்ல பொண்ணாச்சே, போம்மா.”

“அவன்தாம்ப்பா. கார்த்தாலே வந்திருந்தானே மீசைக்கார ரோடே, வேலை வேணும்னு. நீகூட லெட்டர் குடுத்தியே. அதுக் குள்ள மறந்துட்டியா, நல்ல அப்பா!” என்று மூச்சுவிடாமல் சொல்லிச் சிரித்தாள் ரேவதி.

இவ்வளவு சீக்கிரம் வேலையை முடித்துக்கொண்டு அந்தப் பையன் வந்துவிடுவான் என்று ரங்கன் கொஞ்சமும்

எதிர்பார்க்கவில்லை. ஆச்சரியம் மேலிட, "ஓ அவனா, உள்ளே வரச் சொல்லு" என்றான். ரேவதி பாவாடை படபடக்க நொண்டி யடித்தபடி, "பாத்தியா, நல்லா வந்துட்டுது, நெஜ நொண்டி, பாப்பா நொண்டியில்லை" என்று ரங்கனிடமும் பொதுவாக உலகத்தினிடமும் சொல்லிவிட்டு வாசல் பக்கம் போய், "உள்ளே வா" என்று சொல்லிப் பையனை அழைத்தாள்.

பையன் உள்ளே வந்தான். பின்னால் ரேவதியும் வந்தாள்.

"என்ன அவர் கெடைச்சாரா?" என்று ரங்கன் கேட்டான்.

"கெடைச்சார் சார், ஓங்க லெட்டர் குடுத்தப்புறம் எல்லாம் விசாரிச்சாரு, ஒரு ரெண்டு அவர் கழிச்சு வான்னாரு. ரெண்டாம் வாட்டி போனப்போ இந்தக் கடுதாசை ஓங்ககிட்ட குடுக்கச் சொன் னாரு" என்று தயங்கிச் சொன்னபடி ஒரு கடிதத்தை நீட்டினான் ஏழுமலை.

கோ. இளையபெருமாள்தான் எழுதியிருந்தார். "அந்த வேலைக்கு அஞ்சாறு பேர்களைக் கூப்பிட்டிருக்கிறார்கள். போட்டி பலமாகத்தான் இருக்கும். இன்டர்வியூ கமிட்டியில் இருக்கிற மூணு பேரில் ஒருத்தர் சப்பை. ரெண்டு பேர் எமகாதகர்கள். தலைக்கு இருநூறு ரூபாய் கொடுத்தால்தான் வேலை நடக்கும்போல இருக் கிறது. உங்களுக்கு அது சம்மதமாயிருக்குமா என்று எனக்குச் சந்தேகம். நீங்கள் சரியென்று சொன்னால், முடிந்தால் பணத்துடன் பையனை உடனே அனுப்புங்கள். மேற்கொண்டு வேண்டியதைச் செய்கிறேன்" என்று எழுதியிருந்தார்.

படித்து முடித்தபின், "அவர் ஏதாவது சொன்னாரோ?" என்று ஏழுமலையைக் கேட்டான் ரங்கன்.

"நானூறு இல்லை ஐநூறு குடுக்கிறதுன்னா நடக்கும். இல்லேன்னா சான்ஸே இல்லேன்னாரு."

"ஓங்க ஐயா அவ்வளவு குடுப்பாரா?"

"தெரியாது சார், அவர்கிட்டே அத்தனை பணம் திடீர்னு இப்பவே வேணுன்னா இருக்குமோ தெரியாது. நெல்லுப் பிடிக்கிற பணம் இருந்தாத்தான் உண்டு."

ரங்கன் யோசிக்க ஆரம்பித்தான். கோ. இளையபெருமாள் ஏன் 'நீங்கள் சரியென்று சொன்னால்' என்றெழுதினார், ஏன் 'உங்களுக்குச் சம்மதமாக இருக்குமா என்று எனக்குச் சந்தேகம்' என்று எழுதினார் என ஒருபுறம் அவன் மனசு ஓடியது. இன்னொரு புறம் இப்போ என்ன செய்வது என்ற யோசனை. மூணாவது பக்கம் தனக்கேன் இந்த விசாரமெல்லாம் என்ற அலுப்பு.

"பணம் குடுக்க ஒங்க ஐயா ஒத்துக்குவாரா?" என்று பையனைக் கேட்டான்.

"ஒங்க யோசனைப்படி செய்வாரு சார். நீங்க குடுன்னு சொன்னா எப்பிடியாவது சமாளிச்சுடுவாரு."

ரங்கனுக்கு தர்மசங்கடமாகிவிட்டது. அவன் சாதாரணமாகத் தர்மசங்கடமான நிலைமையில் தன்னை மாட்ட வைத்துக் கொள்வதில்லை. எனவே அவனுக்கு 'காதலா கடமையா, தாயைக் கொல்வதா அல்லது தேசத்தைக் காட்டிக் கொடுப்பதா?' என்பது போன்ற இக்கட்டான பிரச்சனைகள் எழுந்ததில்லை. இப்போது ஒரு சின்ன அதிலும் தனக்குச் சம்பந்தமில்லாத ஒரு விஷயத்துக்கு, நாலாந்தர வேலையொன்றுக்காக லஞ்சம் கொடு என்று சொல்வதா, அல்லது வேலை இல்லாமலே இருந்து வேலையற்றோர் பட்டியலை அலங்கரித்துக்கொண்டிரு என்று சொல்வதா என்ற தர்ம சங்கடத்தில் தன்னை இழுத்து விட்டிருக்கும் கோ. இளைய பெருமாள் மேலும் அதற்கு மூலகாரணனான ஏழுமலை என்கிற 'யாவாரத்துக்கு லாயக்கில்லாத' மணியின் மேலும் அவனுக்கு மூலகாரணனான வெங்கடேச நாயக்கர், அவருடைய மூதாதையர் மேலும் ரங்கனுக்குக் கோபம் வந்தது. பணம் கொடுக்கச் சொல்ல அவன் மனம் ஒப்பவில்லை, அதே சமயம். வேலை கிடைக்கவில்லையென்றால் அந்தப் பிள்ளை எங்கேயாவது மூட்டைப் பூச்சி மருந்தைத் தின்றுவைத்துத்தொலைத்தால்... பிறகு அந்தப் பாவம் தன்னைத்தானே சேரும் என்ற பயம் வேறே. கோ. இளைய பெருமாளின் கடிதத்தையே முறைத்துப் பார்த்துக்கொண்டிருந்தான்.

சில நிமிடங்கள் சென்றன. ரங்கனுடைய அறப் பிரச்சனை ஏழுமலையைப் பாதித்ததாகத் தெரியவில்லை. மேலிருந்து தொங்கிக் கொண்டிருந்த விளக்கு, விசிறிகள், கூடத்தின் நாலு சுவர்களையும் ஆக்கிரமித்துக்கொண்டிருந்த கண்ணைக் கவரும் தேவ தேவியரின் வண்ணப் படங்கள், மேசை, நாற்காலி, புத்தகங்கள் எல்லாவற்றையும் கணக்கெடுத்து மதிப்பீடு செய்பவன்போலப் பார்த்துக்கொண்டிருந்தானேயொழிய ரங்கனைப் பற்றியோ, தனக்காக அவன் ஈடுபட்டிருக்கும் தர்ம விசாரணைப் பற்றியோ சிறிதும் கவலைப்பட்டதாகத் தெரியவில்லை. கொஞ்ச நேரம் மௌனம் நிலவியது.

"இந்தாப்பா, நீ படிப்பை முடிச்சு எவ்வளவு நாளாச்சு?" என்று ரங்கன் கேட்கவும், ஏழுமலை தூக்கத்திலிருந்து திடீரென்று விழித்தவன்போலக் கொஞ்சம் கலவரம் அடைந்து, பின் சில விநாடிகளில் எச்சிலைக் கூட்டி விழுங்கிச் சமாளித்துக் கொண்டு, "எட்டு மாசம் ஆச்சு" என்றான்.

“இதுதான் முதல்தரமா வேலைக்கு அழைப்பு வந்ததா?”

“ஆமாம் சார்.”

“அந்த வேலை கெடைக்கலேன்னா ஒனக்கு சாப்பாட்டுக்கு இல்லாம பட்டினி கெடக்க வேண்டியிருக்காதே?”

“அப்பிடியெல்லாம் இல்லை சார்.”

கொஞ்சம் தெம்பு வந்தவனாய் ரங்கன் பெருமூச்சு விட்டான். பிறகு பையனுக்குப் புரிய வேணும் என்கிற நினைப்பில் நிறுத்தி நிதானமாகச் சொல்ல ஆரம்பித்தான்.

“நான் சொல்றதைக் கேளு, நீ இப்போதான் ஒன் வாழ்க்கையை ஆரம்பிக்கப்போறே. அதுலே மொதல் படியையே ஏன் தப்புக் காலுலே போடணும்? இந்த வேலை இல்லேன்னா சோறு தண்ணி இல்லாமே பட்டினி கெடந்து சாக வேண்டியிருக்கும்படியான நிலைமையாயிருந்தா, சரியோ தப்போ எதையாவது செய்து வேலை யைப் பிடிச்சுடணும்னு சொல்லலாம். ஆனா, ஒன் விஷயத்துலே கடவுள் புண்ணியத்திலே அந்த மாதிரி நிலைமை இல்லை. அப்படி இருக்கும்போது நாமா அவசியமில்லாதபோது எதுக்கு வலுவுலே போய் தப்புக் காரியம் செய்யணும்? இதனாலே, என்னை கேட்டா இந்த வேலைக்காகப் பணம் கிணம் எதுவும் கொடுக்க வேண் டாம்னுதான் சொல்லுவேன், என்ன, நான் சொன்னது புரிஞ்சுதா?”

பையன் தலையை ஆட்டினான். அது புரிந்ததுக்கு அடை யாளமா அல்லது புரியாததுக்கு அடையாளமா என்று கண்டுபிடிக்க முடியாதபடி இருந்தது.

“நீ போய் ஒங்க ஐயாகிட்ட சொல்லு, இந்த மாதிரி சொன் னேன்னு. எந்த மாதிரி?”

“இந்த வேலைக்குப் பணம் குடுக்கத் தாவிலைன்னு சொன்னாருன்னு சொல்றேன் சார்!”

“கரெக்ட், நான் என்னமோ அப்பிடித்தான் நினைக்கிறேன், அப்புறம் ஒங்க பாடு, யோசனை பண்ணி முடிவு எடுங்க. பணம் குடுக்கறதில்லேன்னாக்கூட இன்டர்வ்யூவுக்குப் போய் வந்துடு, மலையை மயிராலே கட்டி இழுக்கறேன்னு நெனைச்சிட்டுப்போய் வா. வந்தா மலை வருது, போனா...”

“போனா மயிர் போவுது. ஹி... ஹி... அப்பிடியே செய்றேன் சார்.”

பையன் முதல் முறையாக உயிர்பெற்றுச் சிரித்த விதம் ரங்கனுக்குப் பிடிக்கவில்லை. அவனை மேலும் பேச விடாமல், “நான் சொன்னதெல்லாம் ஓங்க ஐயாகிட்டே சொல்லு. சரி, போய் வா” என்று விரட்டியடிக்காத குறையாய் அனுப்பிவைத்தான்.

“அவனுக்கு வேலை கெடைக்கலியாப்பா?” என்றாள் ரேவதி.

ரங்கனுக்கு எரிச்சலாக வந்தது.

“இன்னும் தெரியாது” என்றான்.

“பணம் குடுத்தாத்தான் வேலை குடுப்பாங்கன்னு அவன் சொன்னானே, நீ ஏன் குடுக்க வேணாம்னு சொல்லிட்டே?”

பொறுப்புள்ள வயசானவர்களிடம் பேசுவதுபோலவே குழந்தைகளிடமும் பொறுப்புடன் பேச வேண்டும். “இதெல்லாம் சொன்னா உனக்குப் புரியாது” என்று சொல்வது தப்பு என்பது ரங்கனின் இன்னொரு சித்தாந்தம். ஆகவே ஆத்திரம் வந்தபோதும் அடக்கிக்கொண்டு, “ஆமா, பணம் கொடுத்து வேலை வாங்கக் கூடாது. அது தப்பு” என்றான்.

“ஏன் தப்பு?” என்றது குழந்தை.

“ஏன்னா, அப்போ பணம் இருக்கிறவங்களுக்குத்தானே வேலை கிடைக்கும். பணம் இல்லாதவங்க என்ன செய்வாங்க? அப்பறம், ஒரு வேலைக்கு ஆள் வேணுமான்னா, அவனாலே, அந்த வேலையை ஒழுங்கா செய்து முடிக்க முடியுமான்னு பாத்து வேலை தரணுமே ஒழிய அவன் பணம் தருவானான்னு பாத்தா வேலை கொடுக்கிறது? அப்படிப் பாத்து வேலை குடுத்தா, உபயோகமத்தவனெல்லாம்கூட பணம் தந்து வேலைக்கு வந்துடுவாங்க, அப்போ வேலையெல்லாம் ஒழுங்கா நடக்காது, இல்லியா?”

இவ்வளவு சொன்னது போதுமோ, அல்லது இன்னும் விளக்கிச் சொல்ல வேணுமோ என்று ரங்கன் யோசிப்பதுக்குள்,

“அப்போ, மீதி எல்லாம், சாப்பாடு, புஸ்தகம், துணி எல்லாம் மாத்திரம் பணம் குடுத்தாத்தானே கெடைக்கும், அதுக்கெல்லாம் பணம் இல்லாதவங்க கஷ்டம்தானே படறாங்க?” என்று ரேவதி புருவத்தைச் சுருக்கிக்கொண்டு கண்களை இடுக்கிக்கொண்டு கேட்டாள்.

நல்ல வேளையாக சமய சஞ்சீவி போலப் பின்கட்டிலிருந்து, “ஏ ரேவதி, இங்கே வா” என்று அழைப்பு வந்தது.

“இதோ வந்துட்டேன்” என்று பதில் குரல் கொடுத்துவிட்டு வாசல்புறமாக, வீட்டைச் சுற்றிக்கொண்டு பின்வாசல் வழியாக உள்ளே நுழைவதுதான் ரேவதியின் வழக்கம், ஓடிவிட்டாள்.

இரண்டு வாரத்துக்குப் பிறகு ரங்கன், நாயக்கரைத் தெருவில் பார்த்தான். பையன் வந்து சொன்னதைச் சொன்னானா என்று கேட்டான்.

"மணி வந்து சொன்னான் சார், நீங்க சொன்னதுதான் சார் சரி. ஒரு காசுகூட மேல் வரும்படிக்கு லாயக்கில்லாத வேலைக்கிப் போயி நானூறும் ஐநூறுமா, போடா இந்த வேலையில்லேன்னா இன்னொண்ணு. இப்போதிக்கு ஒண்ணுமேயில்லேன்னாக்கூட நீ சும்மா குந்தியிருந்து சாப்பிடறத்துக்கு இல்லாமே போயிடலேன்னு நானும் சொல்லிட்டேன்" என்று சொல்லி வெற்றிகரமாகப் புன்னகை செய்து மீசையை ஒதுக்கித் தெருச் சாக்கடைக்குள் யார் மேலும் தெறிக்காத மாதிரியாக வாயிலிருந்த வெற்றிலைக் குழம்பை லாவகமாகத் துப்பினார் நாயக்கர். பிறகு துவாலையால் வாயைத் துடைத்துக்கொண்டு, "அரிசி வேணுமா சார், நல்ல ஆற்காட்டுக் கிச்சிலி வந்திருக்குது" என்று கேட்டார்.

யோசனை பண்ணாமலே வேண்டாம் என்று ரங்கன் சொல்லி விட்டான். தன்னுடைய ஆழ்ந்த குழந்தை வளர்ப்புத் தத்துவ மெல்லாம் வெறும் உதவாக்கரைதானோ என்று அவனுக்குத் திடீரென்று பயமாகிவிட்டது.

(சுதேசமித்திரன், 1974)

கடைத்தேறினவன் காதல்

தான் எல்லாரையும்போல இருப்பதாகத்தான் அவன் சின்னப் பையனாக இருந்தபோது நினைச்சுக்கொண்டிருந்தான். சொல்லப்போனால், தான் மற்றவர்களைவிட ஒரு படி உசத்தி என்றுகூட அவன் நம்பியிருந்தான். நடமாடும்போதும், வேலை செய்கிற இடங்களிலும் அவன் அடிக்கடி முட்டிக்கொண்டு, காயம் பட்டுக் கொள்கிறது வயசு ஏற ஏறத்தான் அவனுக்குத் தெரிய வந்தது. மற்றவர்களோடே பேசிப் பழகுகிறபோது அவர்களுடைய குரல் தொனி மாற்றங்களிலிருந்தே எதிரே இருப்பவர்களுடைய மனோநிலைகளை அவன் ஊகித்து அறிந்துகொள்ள வேண்டி யிருந்ததும் நாளாவட்டத்தில் அவனுக்குப் புலப்பட்டது. வெளிச்சம், இருட்டு, நிறம், அழகு என்றெல்லாம் எல்லாரும் சொல்வதனுடைய அர்த்தமும் உண்மையில் அவனுக்குத் தெரிந்திருக்கவில்லை என்பதும் புரியவந்தது. அப்போதான், தன்னிடம் என்னமோ ஒரு கோளாறு இருக்கிறது, கண் என்று சொல்கிறார்களே அது தனக்கு இல்லையோ, அல்லது அது இருந்தும் வேலை செய்யவில்லையோ என்று நினைத்தான். இந்த மாதிரி ஒரு குறை இருப்பது அவனுக்கு ரொம்பவும் துக்கத்தைக் கொடுத்தது. மற்றவர்களைவிட உயர்ந் தவன் என்று நினைத்திருந்ததற்கு மாறாக அவர்களைவிட மட்ட மாகிவிட்டோமே என்கிற நினைப்பு. அவன் துக்கத்தை இன்னும் அதிகப்படுத்தியது. வைராக்கியத்தினால் அவன் நடவடிக்கைக ளெல்லாம் மாறிப் போச்சு. கவனமாகச் செல்ல வேண்டிய இடங் களில் வேகமாக முண்டியடித்துக்கொண்டு போவான். மெல்லப் போக வேண்டிய சமயத்தில் பறப்பான். மென்மையாக வார்த்தை சொல்ல வேண்டியபோது உரத்த குரலில் அடித்துப் பேசுவான். காயம் பட்டால் கண்டுகொள்ள மாட்டான். வேணுமென்றே இருட்டிலே விரைந்து போவான். விஷயம் தெரியாததனாலே ஊரிலே எல்லாரும் அவனை மிகத் தைரியசாலி என்றும், தன்னல மற்றவன் என்றும் புகழ்ந்து போற்றினார்கள்! மற்றவர்கள் அவனைப் புகழும்போதும், மரியாதை செய்யும்போதும் அவனுக்கு

உச்சிகுளிர்ந்துபோகும். அந்தச் சமயங்களிலே தன்னுடைய உடம்பு பூராவும் உள்ளேயும் வெளியேயும் ரணமாகி ரணங்களிலே பல ஆறாமல் சீழும், நீரும் வடித்துக்கொண்டிருப்பதை அவன் மறந்து போவான். சில வருஷத்துக்குப் பிறகு இந்தப் புண்களெல்லாம் எத்தனை அருவருக்கத்தக்கவையாக இருந்தன என்பது அவனுக்கே தெரியாமல் போச்சு!

பக்கத்து மாநகரத்துக்குப் போகப் புது வழி கண்டுபிடிக்க வேணும்; அங்கே போய்த் தனக்குப் பார்வை நிஜமாகவே இல்லையா, புண்களும் நிஜமாகவே இருக்கின்றனவா, உண்மையாகவே அவை ஆறாமல் இருக்கின்றனவா என்றெல்லாம் தெரிந்துகொள்ள வேணுமென்று பல நாளாக அவனுக்கு ஆசை. தவிர, மாநகரத் துக்குப் போய் வந்தாலே ஊரிலே அவன் மேல் இருந்த மதிப்பு இன்னும் பலமடங்கு ஜாஸ்தியாகிவிடும். ஆகவே அவன் தன் ஊரைவிட்டு மாநகரத்துக்குக் கிளம்பினான். 'பக்கத்து' என்று சொன்னேனேயொழிய அந்த மாநகரம் ஒண்ணும் பக்கத்திலே இல்லை. ஆனாலும், தூரம் தெரியக்கூடாது என்றோ, வேறெந்தக் காரணத்தினாலோ எல்லாரும் அதை 'பக்கத்து மாநகர்' என்றே குறிப்பிட்டார்கள். அந்த மாநகரத்துக்கு அவன் வழிதேடிப் போய்க் கொண்டிருந்தான். அப்போது வழியில் குறுக்கே இருந்த ஒரு குழிக்குள்ளே இறங்கிவிட்டான். இறங்கிவிட்டானாவது? விழுந்து விட்டான்.

அது ஒரு மாயக் குழி. அதிலே விழுகிறபோதும் மெல்ல இறங்குகிற மாதிரிதான் இருக்கும். அந்தக் குழி நாற்ற விஷச் சேறு நிரம்பினது. ஆனாலும், அந்தக் குழி இருப்பதே எல்லார் கண்ணுக் கும் தெரியாது. சில பேருக்கு, சில சமயந்தான் புலப்படும். அதே போலத்தான் அதன் துர்நாற்றமும், முதலிலே நல்ல வாசனை மணக்கிற மாதிரி இருக்கும். குழிக்குள்ளே 'இறங்கி'விட்டவர்களுக்கு ஆரம்பத்தில் சந்தனக் கலவை கரைத்த வெந்நீர்த் தொட்டிக்குள் இருப்பதுபோலச் சுகமாகவும், மணமாகவும் இருக்கும். காலப் போக்கில் சேற்றின் விஷம் கொஞ்சம் கொஞ்சமாக ரத்தத்துடன் கலக்க ஆரம்பிக்கும். உடம்பு உள்ளுக்குள்ளேயே அழுக ஆரம் பிக்கும். தாங்க முடியாத வேதனைகள் தலைதூக்க ஆரம்பிக்கும். ஆரம்ப காலத்தில் வேதனை எப்போதாவதுதான் ஏற்படும். நாளாக ஆக வேதனைக் காலம் நீடித்து, கடைசியிலே சதா காலமும் இருக்கும். உடம்புக்குள்ளே எல்லா அங்கங்களும் அழுகி வேதனை யால் பீடிக்கப்பட்டாலும் உயிர் போகாது. அந்தக் குழியைப் பற்றி எல்லாரும் கேள்விப்பட்டிருக்கிறார்கள். ஆனாலும், அது எங்கே இருக்கிறதென்று நிச்சயமாக யாருக்கும் தெரியாது. வாஸ்தவத்தில்

அது ஓரிடத்தில்தான் இருக்குமென்றில்லை. ஒவ்வொருவர் போகிற வழியிலும், எந்த மார்க்கமானாலும் சரி, எதிர்பாராத சமயத்தில் அது எதிர்ப்படலாம். அது இருப்பதைக் கண்டுகொண்டால் அதிலே விழ முடியாது. அப்பேர்ப்பட்ட குழி அது.

அந்தக் குழிக்குள்ளே அவன் விழுந்துவிட்டான். இத்தனை இதமாக இருக்கிற வெந்நீர்த் தொட்டி, அதுவும் சந்தனக் கலவை சேர்த்தது இருப்பது இவ்வளவு நாள் தனக்குத் தெரியாமல் போச்சே என்று அவனுக்கு ஆச்சரியமாக இருந்தது. இப்போவாவது கண்டுபிடித்தோமே என்று ஆனந்தத்துடன், குழிக்குள் துளைந்து கொண்டிருந்தான். ஆரம்பித்த பயணத்தை முடிக்க வேணும் என்கிற தெல்லாம் அவனுக்கு மறந்தேபோச்சு. நாட்கள் செல்லச் செல்ல அவன் உடம்பிலே அங்கேயும் இங்கேயும் வலி ஏற்பட ஆரம்பித்தது. சில சமயம் ஒரு பல் வலிக்கும். வேறே சமயம் வலதுகால் பெருவிரல் விரிஞ்சுபோகிற மாதிரி வலிக்கும். இன்னொரு சமயம் ஒரு கண்ணுக் குள்ளே அதன் வேரில் தாங்க முடியாத வலி பிறக்கும். மற்றொரு சமயம் இடுப்பிலே. அப்புறம் மார்பை நசுக்கி நெருக்குகிறாப்போல இருக்கும். சேற்றிலே அதிகமாகத் துளைந்தால் இதமாக இருக்கும். அசதியினால் துளைவதை நிறுத்தினால் வேதனை ஓரிடத்தில் மாத்திரமில்லை, பல இடங்களில் புதுசு புதுசாக ஆரம்பித்தவிடும். இப்படிக் கொஞ்ச நாள் கழிந்தது. பிறகு உடம்பு வலியுடன் மனசுக் குள்ளே துக்கம் சேர ஆரம்பித்தது. கொஞ்சம் கொஞ்சமாகத் துக்கம் பரவி அவன் மனசிலிருந்து உயிரையே கவ்வுவது போல அவனுக்கு இருந்தது. துக்கம் தலையெடுத்த பிறகு தான் அந்தக் குழியைப்பற்றிப் பல பேர் எச்சரித்திருந்தது அவனுக்கு ஞாபகம் வந்தது. அவர்கள் சொன்னதெல்லாம் வெறும் கட்டுக்கதை என்றே அவன் நினைத் திருந்தான். வேதனையும், துக்கமும் அதிகமாகி அவன் உடம்பையும் உயிரையும் ஆக்கிரமித்த பிறகுதான் அவர்கள் சொன்னதெல்லாம் நிஜமே, இதுவே அந்த மாயக் குழி என்கிற ஞானம் அவனுக்குப் பிறந்தது. தான் பெரிய ஆபத்தில் சிக்கிக்கொண்டிருப்பதை உணர்ந் தான். ஆனால், தப்பித்துச் செல்லக் குழியின் கரைகளை அவனால் கண்டுபிடிக்க முடியவில்லை. கஷ்டந்தான் அதிகமாச்சு. பயந்தான் அதிகமாச்சு.

ஒருநாள் அந்தப் பக்கமாக ஒரு பெண் போய்க்கொண்டி ருந்தாள். அன்பையும், கருணையையும் சேர்த்துப் பிசைந்து பிடித்து வைத்திருந்த இருதயம் கொண்டவள். அவள் அந்தப் பக்கம் போய்க்கொண்டிருந்தாள். குழிக்குள் விழுந்துகிடந்த அவனைப் பார்த்துவிட்டாள். தேன் கிண்ணத்துக்குள்ளே விழுந்து செத்துக் கொண்டிருக்கும் ஈயைப் போலத் திக்குமுக்காடிக்கொண்டிருந்த

அவனைப் பார்த்துவிட்டாள். கொஞ்சமும் தயங்காமல் அந்தப் பள்ளத்துக்குள்ளே இறங்கினாள். சிரித்த முகத்தோடு ஒரு கையால் அவன் கையைப் பிடித்து இன்னொரு கையால் அவனைத் தாங்கினபடி அவனை மெல்ல வெளியே கொண்டுவந்து கரையேற்றி விட்டாள். அவனுக்கு ஒரே ஆச்சரியமாய்ப் போச்சு. 'இத்தனை நாள் கரை தெரியாமல் கஷ்டப்பட்டேன். ஒரு நிமிஷத்திலே கொஞ்சமும் கஷ்டமே படாமல் வெளியே இழுத்துக்கொண்டு வந்து விட்டாளே' என்று அவனுக்கு ஆச்சரியம். இவள் சாதாரண மனுஷியாக இருக்க முடியாது என்று அவனுக்குத் தோணியது. ஆச்சரியத்தோடும், கொஞ்சம் பயத்தோடும் அவளைப் பார்த்தான். அவளைப் புதைசேறு இழுக்கவில்லை என்கிறது மாத்திரமில்லை, அவள் மேல் சேறு ஒட்டி இருக்கவேயில்லை! மாறாக அவள் மேனி, புடம் போட்ட தங்கம் போலப் பளபளத்து மின்னிக் கொண்டிருந்தது. அவளுடைய உள்ளத்திலிருந்து ஊறி வந்த கருணை அவள் மார்பிலிருந்து பாலாகப் பெருகி வழிந்துகொண்டி ருந்தது. அவளுடைய பொன்னான உடம்பு, வெண்மையாக வடிந்து கொண்டிருந்த கருணை அமிர்தம், அவள் கண்களிலிருந்து ஒளிர்ந்து கொண்டிருந்த அன்பு ஜோதி இவற்றையெல்லாம் அவன் தன் கண்ணால் கண்டான். அவள் கை பட்ட விசேஷத்தினால் தன் பார்வையின் குறைபாடுகள் எல்லாம் அறவே ஒழிந்துவிட்டதாகவும், ஒளி, நிறம், அழகு எல்லாம் வாழ்நாளிலேயே முதல் முதலாகத் தன் கண்களுக்குத் தெரிவதாகவும் அவனுக்குப்பட்டது.

மறுபடியும் அவளைப் பார்த்தான். முதலில் தேவதை போலத் தெரிந்த அவள், இப்போது அவனுக்கு ரொம்பவும் அறிமுகமானவள் போலவும், எப்போதோ நெருங்கிப் பழகினவள் போலவும் இருந்தது. "நீ யார்?" என்று அவன் கேட்க வாயெடுப்பதற்குள் கணீரென்று சிரித்தபடி, "என்னைத் தெரிகிறதோ? ரொம்ப வருஷத்துக்கு முன்னாலே உங்க வீட்டுக்கு தினமும் வருவேனே, நாம ரெண்டு பேரும் பாண்டி, பல்லாங்குழியெல்லாம் விளையாடுவோமே, ஞாபகம் வருகிறதோ?" என்றாள். அவள் குரலைக் கேட்டதும் அவனுக்கு அடையாளம் புரிந்துவிட்டது.

அப்போது அவள் சின்னப் பெண். அவன் இருந்த தெருவிலே அவர்களும் குடியிருந்தார்கள். தினம் அவள் அவன் வீட்டுக்கு வந்து விளையாடுவாள். விளையாடிக்கொண்டிருக்கும்போது சில சமயம், அவளைப் பிடித்து நசுக்கிக் கடித்துத் தின்றுவிடலாம்போல அவனுக்குத் தோணும்! அவளை அவனுக்கு அவ்வளவு பிடித் திருந்தது. கொஞ்ச நாளைக்கப்புறம் ரெண்டு குடும்பத்தாரும் வெவ் வேறு இடங்களுக்குக் குடிமாறிப் போனார்கள். பிறகு அவளை

அவன் சந்திக்கவே இல்லை. எப்போதாவது அவள் நினைவு அவனுக்கு வரும். அப்படி நினைவு வரும்போதெல்லாம் மனசுக்கு சந்தோஷமாக இருக்கும். கூடவே கொஞ்சம் ‘முணுக்’கென்று வலிக்கும். அதெல்லாம் அவன் நினைவுக்கு வந்தது.

தன்னுடைய பழைய விளையாட்டுத் தோழிதான் இப்போது மாயக் குழிக்குள்ளேயிருந்து கரையேற்றி மீட்டாள், கண்ணும் தன் கை விசேஷத்தினால் கொடுத்தாள் என்று உணர்ந்துகொண்டபோது அவன் சந்தோஷத்துக்குக் கங்கு கரையே இல்லாமல் போச்சு, “அடே, நீயா! உன்னோலேதான் உயிர் பிழைச்சேன். கோடிப் புண்ணியம் உனக்கு” என்று சொல்லி அடக்க முடியாத ஆனந்தத்தினால் சிரித்தபடியே அவள் முகத்தைப் பார்த்தான். அவள் இப்போ தனக்கு மிகவும் நெருங்கியவளாய் விட்ட மாதிரி அவனுக்குத் தென் பட்டது. பழைய நாட்களைப் பற்றிப் பேச ஆரம்பித்தான். பேசிக் கொண்டிருக்கும்போது, “உன்னை அப்போ எனக்கு ரொம்பப் பிடிக்கும். உன்னைப் பார்க்கிறபோதெல்லாம் அப்பிடியே கடிச்சுத் தின்னுடலாம்போல இருக்கும்” என்று தன்னை அறியாமலேயே சொல்லிவிட்டான். “அப்பிடியா! எனக்கும் உன்னை ரொம்பப் பிடிக்கும். ஊரை விட்டுப் போன பிறகுகூட அடிக்கடி உன்னை நினைச்சுக்கொள்வேன். நீ பேரும் புகழும் பெற்று உலகமெல்லாம் உன்னைக் கொண்டாடும்போது எனக்கே அந்தக் கியாதி கிடைச்ச மாதிரி பெருமைப்பட்டுப் பூரிச்சுப்போவேன். நாம விளையாடு வமே, அப்போ சில சமயம் எனக்குங்கூட உன் மேலே ரொம்ப ஆசையாக இருக்கும்” என்று அவள் மூச்சுவிடாமல் பேசி முடித் தாள். அவனை ‘நீ’ என்று அவள் குறிப்பிட்டபோது பன்னீரில் குளிச்சதுபோல் இருந்தது! ரெண்டு பேரும் ஒருத்தரை ஒருத்தர் பார்த்துச் சந்தோஷ மிகுதியினாலே சிரித்தபடி கட்டித் தழுவிக் கொண்டார்கள்.

கதை இத்துடன் முடியவில்லை. கற்பனைக் கதையானாலும் நிஜமாக நடந்ததாச்சே. நம் இஷ்டப்படி முடித்துவிட முடியுமா? மீதியையும் கேளுங்கள். “என் பேரும் புகழும் கிடக்கட்டும். நீ எங்கே இருக்கிறே, என்ன செய்கிறே, எப்படி இருக்கே? எல்லாம் விவரமாச் சொல்லு” என்று ஆவலோடே அவன் கேட்டான். அவள் அசுவாரசியமாக, “ம்ம்... இருக்கேன்... பூமிக்குப் பாரமாக, சோற்றுக்கு எமனாக இருந்துகொண்டிருக்கேன்” என்றாள். அதுக்கு மேலே தன்னைப் பற்றி அவள் ஒண்ணும் சொல்ல விரும்பவில்லை. அவன் திரும்பத் திரும்பக் கேட்டபோது, “அதுவெல்லாம் குப்பை. அதையெல்லாம் கிளறி இப்போ வேதனையைக் கிளப்புவானேன்” என்று சொல்லிவிட்டாள். அவளோடு பேசப் பேச, அவளைப்

பார்க்கப் பார்க்க, அவனுக்கு அவள் மேல் அன்பு பெருகி ஆழ்ந்து மனசுக்குள்ளே ஊறி, உயிருக்குள்ளே காதலாகப் பரவினது. வாழ்க்கையிலேயே இப்போதான் முதல் முறையாகச் சந்தோஷமாய் இருக்கிறதாக அவன் உணர்ந்தான். அவளுடன் எப்போதும் இருந்தால் தன் வாழ்க்கை நிறைவுபெறும், தனக்கு ஒரு குறைவும் வராது என்று அவனுக்குத் தோணியது. அதை அவளிடம் சொன்னான். அதை மாத்திரம் இல்லை. தன்னுடைய ஆசைகள், பயங்கள், குறைகள், நல்லவை, கெட்டவை, மணமானது, நாற்றமடிப்பது எல்லாவற்றையும் ஒளிக்காமல் அவளிடம் சொல்லிவிட்டான். அவள் முகத்தில் சஞ்சலம் தெரிந்தது. "நான் தப்பாகக் கேட்டுவிட்டேனோ? நீ... நீ வேறே யாரோடாவது... உனக்கு வேறே யாராவது...?" என்று அவன் தயக்கத்தோடு கேட்டான். "அதெல்லாம் போச்சு, இப்போ தனிக்கட்டைதான்" என்று தணிந்த குரலில் அவள் சொன்னாள். "பின்னே என்ன தயக்கம்? நானும் என்னுடைய பந்தங்களை யெல்லாம் உதறிவிட்டு வந்துவிடுகிறேன். நாம ரெண்டு பேரும் சேர்ந்து ஒரு புது வாழ்க்கை ஆரம்பிச்சு இனிமேலாவது சந்தோஷமாக இருக்கலாம். என் அன்பிலே உனக்குச் சந்தேகம் இருந்தால் புலிப் பாலை வேணுமானாலும் கறந்து கொண்டுவந்து அதன் நிஜத்தை நிரூபிக்கிறேன்" என்று அவன் வசனம் பேசிக் கெஞ்சினான். "உனக்கு என் மேலே அன்பு இருக்கு என்கிறதுலே எனக்குச் சந்தேகமில்லை. இருந்தாலும்..." என்று அவள் இழுத்தாள்.

ரொம்ப நேரம் அவன் வாதிட்டுப் பார்த்தான். அவள் தன்னைக் கரையேற்றிப் புனர்ஜென்மம் கொடுத்ததிலிருந்து தன் வாழ்வே மாறிவிட்டதையும், தன்னுடைய பழைய வீடு வாசல் எல்லாவற்றையும் துறந்து இனிமேல் எப்படிப் புதிய வாழ்வை அமைத்துக்கொள்ளப்போகிறான் என்பதையும், இப்போ கண் வந்துவிட்டதனால் தன் குறைகளெல்லாம் நன்றாகத் தெரிகிற தனாலே அவற்றை நீக்கிவிடுவான் என்றும், இன்னும் என்ன வெல்லாமோ சொன்னான். அவன் சொன்னதையெல்லாம் அவள் கேட்டாள். தலையைப் பிடித்துக்கொண்டு யோசனை செய்தாள். அவன் தன்னையே பழித்துப் பேசிக்கொண்டபோது அவன் வாயைப் பொத்தி முத்தமிட்டாள். அவனைக் கட்டிக்கொண்டு அழுதாள். அவளுக்கும் அவன் மேலே கொள்ளை ஆசைதான் என்றாள். "இருந்தாலும்..." என்று தயங்கினாள். கடைசியில் ஒரு முடிவுக்கு வந்தவளாய், "நான் சொல்கிறதைக் கேட்டு நீ கோவிச்சுக் கொள்ளக் கூடாது" என்று பீடிகை போட்டு ஆரம்பித்தாள். "நீ சொல்கிறதெல்லாம் சரியாக இருக்கிற மாதிரி இருந்தாலும் அது சரியில்லை என்று எனக்குத் தோணுகிறது. இத்தனை நாள் கண் இல்லை, இப்போ என்னமோ திடீர்னு பார்வை வந்துட்டதுன்னு

கடைத்தேறினவன் காதல்

சொல்கிறே. ஆனாலும், இதுவரை கண் இருந்ததா, இல்லையா என்கிறதே உனக்கு நிச்சயமாகத் தெரியவில்லை. உன் கஷ்ட மெல்லாம் வேறே ஏதாவது கோளாறினாலே வந்ததோ என்னமோ? 'இத்தனை நாள்வரை நாடகத்தில்போலப் பொய் வாழ்வு வாழ்ந்தேன். இனிமே உன்னோடேதான் நிஜ வாழ்வு வாழப்போகி றேன்னு' சொல்கிறே. நீ சொல்கிறதுக்கெல்லாம் நியாயம் காட்டுகிறே. நீ சொல்கிறது எதுவும் பொய்யின்னு நான் சொல்ல வில்லை. ஆனாலும், எனக்கு ஒரு சந்தேகம். உனக்கு உண்மைக்கும் போலிக்கும், நாடகத்துக்கும் நிஜத்துக்கும் வித்தியாசம் தெரிகிற தில்லைன்னு எனக்குத் தோணுகிறது. இப்போ பழைய வாழ்க் கையை நாடகம் என்று சொன்னாலும் அப்போ அதை நிஜம் என்று நம்பித்தானே வாழ்ந்தே? இப்போ நீ சொல்கிற மாதிரி புது வாழ்வு, நிஜ வாழ்வு என்று நம்பினாலும் அதுவே பின்னொரு நாள் நாடகமாகத் தெரியாதுன்னு என்ன நிச்சயம்? 'மாயக் குழி வேதனையையும் துக்கத்தையும் கொடுத்தாலும் அதிலே சுகத்தையும் அனுபவித்தேன்'னு சொல்கிறே. 'இது மாயக்குழி'ன்னு தெரிஞ்சு வுடனே மாயமெல்லாம் மறைஞ்சு போய் அதன் கரை தெரிய வேணுமே?"

"கரை தெரிஞ்ச பிறகு யாரும் அந்தக் குழிக்குள்ளே இருக்க மாட்டார்களே. நீயோ நான் வருகிறவரை அதுலேயே குளிச்சு முழுகி நீச்சலடிச்சுக்கொண்டிருந்தே! எனக்கு இதையெல்லாம் எப்படிப் புரிஞ்சுக்கிறதுன்னு தெரியலை. தவிர, உன்னுடைய மூச்சுக் காற்றிலே மாயக் குழியினுடைய நெடி அடிக்கிறது. உன் பேரிலிருந்த ஆசையினால்தான் நான், விஷக் குழியாக இருந்தாலும் பரவாயில் லேன்னு குதிச்சுக் கை கொடுத்தேன். என் ஆயுசுலே இது ஒரு நல்ல காரியமாவது செய்யறேனன்னு அப்போ எனக்குச் சந்தோஷம் தான் ஏற்பட்டது. உனக்கு விஷயம் தெரியாது, என் இருதயத்திலே ஏற்கெனவே ஒரு பகுதி செத்துப் போயாச்சு. அதனுடைய இனிமை யில்லாத மணம் பலரையும் என்னை வெறுக்கச் செய்கிறதுன்னு எனக்குத் தெரியும். உன்னோடே சேர்ந்தா, எல்லோரும் என்னை இன்னும் அதிகமாக வெறுக்கிறது மாத்திரமில்லை, பேரும் புகழு மோடே இருக்கிற உன்னையும் எல்லாருடைய வெறுப்புக்கு ஆளாக்கி, உன் பெயரையும் கெடுத்துவிடுவேன்னு எனக்கு பயமா கிறது. நமக்குள் ஒருத்தர் மேல் ஒருத்தருக்கு இருக்கிற ஆசை இந்த மாதிரியான வெறுப்புகளை மாற்றிவிடுமா என்ன? நீயே சொல்லு. எல்லாரும் நம்ம ரெண்டு பேர் மேலேயும் காறித் துப்புவதை அது தடுத்துவிடுமோ? உன் மேலே எனக்கும் கொள்ளை ஆசைதான். இருந்தாலும் என்னாலே எல்லாருடைய ஏச்சுப் பேச்சுகளையும் தாங்கிக்கொள்ள முடியுமின்னு தோணவில்லை. இத்தனை

சந்தேகத்தையும், பயத்தையும் அடி வயத்துலே கட்டிக்கொண்டு எப்படி, நான் உனக்கு என்ன சுகத்தைக் கொடுக்க முடியும்? என்ன சுகத்தைக் காண முடியும்? யோசனை பண்ணிப்பார்த்தா நாம ரெண்டு பேரும் இப்போ இருக்கிற நிலையிலே நீ சொல்கிறது, நான் ஆசைப்படுகிறது நிறைவேறுமின்னு தோணவில்லை. என் அதிர்ஷ்டம் இவ்வளவுதான்னு நினைச்சுக்கொண்டு கொஞ்ச நேரமாவது உன்னைக் கைதொட்டு, கட்டி அணைச்சு, கூடிப்பேசி சுகப்பட முடிஞ்சுதே, அதை நினைச்சு சந்தோஷப்பட்டுக்கொண்டே மீதி நாளை நான் கழிக்கிறதுதான் விவேகம்" என்று கண்ணீர் விட்டபடி தேம்பிக்கொண்டே சொல்லி முடித்தாள்.

ஏமாற்றம் பொறுக்க முடியாமல், ரெண்டு கைகளாலேயும் தலையைத் தாங்கியபடி, நிற்கவும் சக்தியில்லாதவனாய் அவன் அப்படியே உட்கார்ந்துவிட்டான். எவ்வளவு நேரம் அப்படி இருந் தான் என்று அவனுக்கே தெரியாது. பிறகு மெதுவாகத் தலையைத் தூக்கிப் பார்த்தான். அவளைக் காணோம். அவனுக்கு என்ன செய்கிறதென்று தெரியவில்லை. விஷக் குழிக்குள் விழுந்து உயிரைப் போக்கிக்கொள்வதே மேல் என்று நினைத்தான். குழிக்குள்ளே குதிக்கப்போனான். ஆனால், அவனால் அதற்குள் குதிக்க முடிய வில்லை! அவளுடைய கைபட்ட விசேஷம், தன் கண்ணுக்குத் தெரிந்தாலும் அந்தக் குழிக்குள்ளே குதிக்கும் சக்தி தனக்குக் கிடையாது, ஆகவே அவனுக்கு மாயக் குழியே கிடையாது, அவன் அந்த மார்க்கமாகத் தப்பி ஓட முடியாது என்பதை உணர்ந்தான்.

அவன் அங்கேயே உட்கார்ந்து சப்தம் வராமல், விக்கி விம்மாமல், பொருமி முனகாமல் மனசுக்குள்ளேயே அழுது அழுது அந்த அழுகையின் வெளிப்பாடாக வருகிற கண்ணீரால் தன் உயிரிலிருந்து உதித்து ரணங்கள் வழியாக வெளிவருகிற கெட்ட நாற்றங்களைக் கழுவிக் கரைக்க ஆரம்பித்தான்.

(இந்தியா டுடே, 1991)

வெறி நாய் புகுந்த பள்ளிக்கூடம்

ஹெட்மாஸ்டர் ராஜதுரை வழக்கமான குட்டித் தூக்கம் கலையப்பெற்றுக் கண் விழித்ததுக்கும் கடிகாரம் பனிரெண்டு மணி அடித்து முடித்ததுக்கும் சரியாக இருந்தது. 'பத்து நிமிஷம் முன்னாடியே ஏன் தூக்கம் கலைந்தது?' என்ற உறுத்தலுடன் தற்செயலாக ஜன்னல் வழியாகப் பார்த்தார். வகுப்பறைகளால் வரையறுக்கப்பட்டிருந்த பள்ளிச் சதுக்கத்தின் நடுவே, கொடிக் கம்பம் நின்றிருக்கும் மேடை மேலே ஒரு நாய் தன் இடது பின்னங் காலைத் தூக்கினபடி நின்றிருந்தது! அந்தக் காட்சியைக் கண்டதும் அவருக்குக் கன கோபம் வந்துவிட்டது. மேஜை மேலிருந்த மணியை ஓங்கி அடித்தார். பியூன் மாணிக்கம் ஓடி வந்தான்.

"மாணிக்கம், அங்கே என்ன இருக்குது பாருய்யா!" என்று இரைந்தார்.

"இன்னிக்கு என்ன ஆயிடுச்சு இவருக்கு?" என்றெழுந்த அக வினாவுடன், அவன் விஷயம் புரியாது மேலும் கீழுமாகப் பார்த்து விட்டு, "எங்கேய்யா, எனக்கு ஒண்ணும் தெரியலீங்களே" என்றான்.

ராஜதுரை ஜன்னலை நோக்கிக் கையைக் காட்டினார். ஜன்னல் விளிம்பிலே மேய்ந்துகொண்டிருந்த பழுப்பு நிறப் பல்லியைத் தவிர வேறு எதுவும் அவன் கண்ணில் படவில்லை.

"இதுவா, இது வாழும் பல்லீங்க, ரொம்ப நாளா இங்கேதான் இருக்குது" என்று சொன்னபடி 'பல்லி அவர் தலை மேலே விழுந்து அவர் தூக்கத்தைக் கலைச்சுட்டது போல' என்ற அகத் தெளிவுடன் அதை விரட்ட அடியெடுத்தான்.

"அடச்சே, அதை இல்லய்யா, கொடிமேடையைப் பாரு, என்னா தெரியுது?" குறிப்புணராக் குருட்டுப் பியூன்கள் மேலும் அவர்கள் முன்னோர்கள் மேலும் உண்டான எரிச்சலுடன் ராஜதுரை மறுபடியும் தன் கையை ஜன்னலுக்காக வீசினார்.

அப்போதுதான் மாணிக்கம் அந்த நாயைப் பார்த்தான். மற்ற தெரு நாய்களைவிட அரைப் பங்கு கூடுதலான வளர்ச்சியுடனும் தடித்த பிடரியுடனும் கூடிய அந்த நாய், தன் வேலையை முடித்து விட்டுக் கொடி மரத்தைச் சுற்றிச் சுற்றி வந்துகொண்டிருந்தது. சீமைப் பசு மாதிரி வெள்ளை உடம்பில் கருப்புத் திட்டுகள். வலது விலாவிலே உள்ளங்கை அகலத்தில் ஒரு பெரிய ரணம்.

"ஓட்டுய்யா, என்ன சும்மா பாத்துகிட்டே நிக்கிறியே, முன்னெ பின்னெ நாய் பாத்ததில்லே?" என்று ராஜதுரை கத்தினார்.

ஹெட்மாஸ்டரின் அனுமதி பெறாமல் எதுவும் பள்ளிக்கூடத் துக்குள்ளே நுழையக் கூடாது, காலை ஒன்பதே முக்காலுக்குப் பள்ளியின் இரும்புக் கிராதிக் கதவுகளை மூடிப் பூட்டிவிட்டால் அதுக்கப்புறம் மத்தியானம் ஒரு மணிக்குத்தான் திறக்கவேண்டும் என்பது அவருடைய கண்டிப்பான உத்தரவு. நாலு வருஷங்களாக அமலில் இருந்துவரும் இந்த உத்தரவை ஒரு மிருகம், அதிலும் கேவலம் ஒரு தெரு நாய், எவ்வளவு தைரியத்துடன் இன்றைக்கு மீறியிருக்கிறதுமல்லாமல், தான் கம்பீரமாக நின்று மாணவர்க்கு அறிவுரையாற்றும் கொடி மேடையை அசுத்தப்படுத்தியிருக்கிறது. எவ்வளவு திமிர் அதற்கு இருக்கவேணும் என்பதினாலேதான் அவருக்குக் கோபமே தவிர நாலு கால் பிராணிகளின்மேல் இருக்கும் வெறுப்பினால் அல்ல.

'படபடக்கும் இருதயத்தை அமைதிப்படுத்த ஒரு தம்ளர் தண்ணீர் குடிக்கலாம்' என்று அவர் நினைத்த சமயத்தில் நாயை விரட்டப் போன மாணிக்கம் உள்ளே நுழைந்தான். அவன் முகம் கலவரம் அடைந்திருந்தது.

"அது சாதா நாய் இல்லீங்கய்யா, வெறி நாய் மாதிரி இருக்குது, நான் அதை ஓட்டப் போனேனா, சும்மா கல்லைப் பொறுக்குற மாதிரிக் குனிஞ்சு எடுத்துக் கையை வீசினேனா, அது என்ன டான்னா என்னைப் பாத்துக் கடிக்க வர்ற மாதிரி கொர்ர்னு உறுமுது. உறுமினாங்காட்டியும் எனக்குப் பயமாயிடுச்சய்யா" என்று தணிந்த குரலில் சொன்னான்.

"என்னா, வெறி நாயா? பாத்தா தெரு நாயாட்டமே இருக்குது, என்னய்யா பெனாத்தறே?" என்று சொன்னபடி ராஜதுரை ஜன்ன லருகில் வந்து நாயைக் கவனித்தார்.

நாய் இப்போது கொடி மரத்தில் ஏறப் பார்த்துக்கொண்டும் அதைப் பிறாண்டிக்கொண்டும் இருந்தது. ராஜதுரை ஜன்னலருகில் வந்ததும், அது ஓடுவதை நிறுத்தி அவர் இருக்கும் பக்கம் திரும்பி,

உறுமிக்கொண்டே தன் இரு காதுகளையும் தாழ்த்தி, உதடுகளைப் பின்னுக்கிழுத்துப் பல் வரிசைகளை அவருக்குக் காட்டியது. உடனே அவர் ஒரு முடிவுக்கு வந்தார்.

"மாணிக்கம், மைக்கை எடுத்து மேஜைமேலே வெய்" என்று உத்தரவிட்டார். அவனும் அவ்வாறே செய்தான்.

"ஆசிரியர்களே, அருமை மாணவர்களே, இது தலைமை ஆசிரியர் பேசுவது" என்று ராஜதுரை ஆரம்பித்தார். உடனே ஒலி பெருக்கியின் சப்தத்தை மீறிக்கொண்டு 'ஊழ்ழ்ழ்.. ஊழ்ழ்ழ்.... ழக்கொக்' என்று அந்த நாயின் ஊளை சப்தம் கிளம்பியது! அதற்குப் பதில் குரலாக 'ஹோ' என்று அருமை மாணவர்கள் குரல் எழுப்பினர்.

ஆசிரியர்கள் ஓய்வறையில் மசால் வடை தின்றுகொண்டிருந்த பார்த்தசாரதி சார் திடுக்கிட்டுத் தன்னருகே வடையின் வாசனையை இலவசமாக நுகர்ந்தவண்ணம் காப்பி குடித்துக்கொண்டிருந்த தர்மராஜ் சாரை நோக்கி,

"எச்செம்முக்கு என்ன ஆயிட்டுது இன்னிக்கி? கடசியிலே ஒரு வழியா பைத்தியமே பிடிச்சுட்டுதா என்ன?" என்று ஆவலுடன் வினவினார். வேறு சில ஆசிரியர்கள், 'ஐய்யய்யோ, எச்செம்முக்கு என்னமோ ஆயிட்டுதுபோல இருக்கே' என்ற பதைப்புடன் எழுந்தனர். மாணவர்களின் பதில் குரலைக் கேட்டு ஆச்சரியமடைந்த நாய், ஊளையிடுவதை நிறுத்த, ராஜதுரை தன் பேச்சைத் தொடர்ந்தார்.

"ஆசிரியர்களே, அருமை மாணவர்களே, அமைதியுடன் இருங்கள், கலவரம் அடையாதீர்கள், பயப்படவேண்டாம். இப்போதே உங்கள் வகுப்பு அறைகளை மூடித் தாழ்ப்பாள் போட்டுவிடுங்கள். ஒருவரும் வெளியே வரக்கூடாது. இது என் உத்தரவு. நமக்கு நேர்ந்திருக்கும், அதாவது நேரவிருக்கும் பேராபத்திலிருந்து நிச்சயம் விடுபடுவோம். அதாவது, உங்களுக்கு ஒரு ஆபத்தும் நேராதபடி நான் உடனே நடவடிக்கை எடுக்கப்போகிறேன். பயம் வேண்டாம்..."

இந்தச் சமயத்தில் எல்லா வகுப்பறைகளிலிருந்தும் கலவரமடைந்த மாணவர்கள் எழுப்பின அர்த்தமுள்ள அர்த்தமில்லாத ஒலிகளும் பேச்சுகளும் குரல்களும் கூக்குரல்களும் கலந்து பிசிறின பேரொலி மீண்டும் அவர் பேச்சைத் தடை செய்தது.

"ஸ்ஸ்ஸ்ஸைலன்ஸ்!" என்று உரக்கக் கத்தி அமைதியை நிலைநாட்டிவிட்டு ராஜதுரை மீண்டும் பேசலுற்றார்.

“ஆசிரியப் பெருமக்களே! அருமை மாணவர்களே! இந்தக் கலைமகளின் கோவிலிலே நம்முடைய புனிதமான பள்ளிக்குள்ளே வெறி நாய் ஒன்று புகுந்துவிட்டிருக்கிறது. நாம் தினமும் அன்புடன் சந்திக்கும் பள்ளிச் சதுக்கத்திலே, அதன் இதயம்போன்ற கொடி மேடையிலே இந்த வெறி நாய் இறுமாப்புடன் ஏறி அமர்ந்திருக் கிறது. வெறி நாய் கடிக்குமானால் அதன் விஷத்துக்கு மாற்று மருந்து கிடையாது. மரணம்தான் நிச்சயம். அதனால்தான் நீங்கள் எவரும் வகுப்பறைக்குள்ளிருந்து வெளியே வரக்கூடாது என்று உத்தரவிட்டிருக்கிறேன். மேற்கொண்டு என்ன செய்வது என்பதைத் திட்டம் செய்து செயல்படுத்த ஆசிரியர் பிரதிநிதிகளான திருவாளர்கள் இன்பராஜ், மனோகர், கோதண்டராமன், இந்திர குமார், சத்தார், ரகுபதி ஆகிய ஆசிரியர்களையும், திருவாட்டியர் கல்யாணி, சுசீலா தேவதாஸ் ஆகிய ஆசிரியைகளையும் மாணவர் பிரதிநிதி திரு ரமேஷு மற்றும் மாணவியர் பிரதிநிதி குமாரி எஸ். கலாவல்லி ஆகியவர்களையும் உடனே என் அறைக்கு வருமாறு அழைக்கிறேன். அவர்கள் சதுக்கத்தின் குறுக்கே நடந்து வெறி நாயின் கோபத்தைக் கிளறிவிடாமல், பின் தாழ்வாரமாக என் அறைக்குப் பக்கத்திலிருக்கும் எட்டாம் வகுப்பறை வரை வந்து, பின் எட்டாம் வகுப்பறையுள் நுழைந்து, நாயின் கவனத்தை ஈர்க்காத படி மெல்லப் பதுங்கி நடந்து என் அறைக்குள் வரவேண்டியது. இத்துடன் தலைமை ஆசிரியர் பேச்சு நிறைவடைகிறது.”

ஜனநாயக ரீதியாகக் காரியம் செய்த பெருமிதத்தோடு ஆபத்துக் காலத்தில் தயங்காது முடிவெடுத்த பெருமிதம் சேர அவர் நாற்காலியில் சாய்ந்து அமர்ந்து ஆசிரிய, மாணவர்கள் வருகைக்காகக் காத்திருந்தார். எதிரே கைகட்டி நின்றிருந்த மாணிக்கம், “ஐயா” என்று ஈனக் குரலில் அழைத்து மேலே பேச்சு வராததினால் ஜன்னல் பக்கம் கையைக் காட்டினான். நாய் இப்போது மேடையிலிருந்து கீழே இறங்கி மேடையைச் சுற்றின படியும் அவ்வப்போது நின்று உடம்பை வளைத்து விலாவிலிருந்த ரணத்தை மொய்க்கும் ஈக்களை விரட்டிப் புண்ணை நக்கினபடியும் இருந்தது.

“எனக்கு வெளியே ஒக்காரப் பயமாயிருக்குது. ஸ்டூலை உள்ளே போட்டு உக்காந்துக்கறேன், உத்தரவு குடுங்கய்யா” என்று கெஞ்சும் குரலில் மாணிக்கம் சொன்னான்.

‘நிஜமாகவே பயந்து போயிருக்கிறான், பாவம்’ என்று நினைத்த ராஜதுரை, “எல்லாரும் வந்தப்பறம் கதவை மூடிக்குனு ஓரமா உக்காந் துக்க. இன்னிக்கி மாத்திரம்” என்று அவனுக்கு அனுமதி கொடுத் தார். மாணிக்கத்தின் பயத்தைப் போக்குவதற்காகத் தன் அந்தஸ்த் தையும் விட்டுக்கொடுக்கும் பரந்த கருணை மனம் தன்னிடம்

இருக்கிறது என்பதில் அவருக்குச் சந்தோஷமும் பெருமையும் உண்டாக மேலும் சௌகரியமாக நாற்காலியில் சாய்ந்துகொண்டார். அழைக்கப்பட்டவர்கள் எல்லாரும் ஒவ்வொருவராகப் பதுங்கிப் பதுங்கி அறைக்குள்ளே நுழையலானார்கள்.

"என்னாடா அதுக்குள்ளே வந்துட்டே, யாரானும் செத்தூட் டாங்களா என்ன? ஏய், ரேடியோவைக் கொண்டா இங்கே, சாவு மியூசிக் போடறாங்களான்னு பாப்பம்."

திண்ணையில் உட்கார்ந்திருந்த தன் தகப்பனாரின் குரலுக்கு நிற்காமல், "உள்ள வாங்கப்பா சொல்றேன், நான் சாப்பிட்டுட்டு வுடனே திரும்பிப் போவணும்" என்று சொல்லிக்கொண்டே ஓட்டமும் நடையுமாய் உள்ளே நுழைந்தான் அந்தப் பையன்.

"அம்மோவ், சீக்கிரம் சோறு போடுங்க, நான் வுடனே திரும்பிப் போவணும்" என்று கூவினபடி சாப்பிட உட்கார்ந்தான். அவன் தகப்பனார் திரு. முத்தையன், அவன் பின்னே வந்து,

"என்னடா ஆச்சு, திடீர்னு வர்றே, சோறு போடுங்கறே, உடனே போகணுமிங்கறே, என்னா சமாசாரம்?" என்று கேட்க, அவசரம் அவசரமாக சோற்றை அள்ளிப் போட்டபடி அவன் விஷயத்தைச் சொல்ல ஆரம்பித்தான்.

"பள்ளிக்கூடத்துக்குள்ளெ வெறி நாய் பூந்துடுச்சு. கொக்கு பேச ஆரம்பிச்சுச்சா..."

"அது என்னடா கொக்கு? கொக்கு எப்பிடிப் பேசும்? நாய் பூந்துடிச்சாம், கொக்கு பேசிச்சாம். டேய், நீ பள்ளிக்கூடம் போனயா, இல்லே வேறெ எங்கியானும் போயி பங்கியடிச்சுட்டு வரியா, ராஸ்க்கல்?"

"அட என்னங்கப்பா நீங்க, நான் சொல்றதைக் கேளுங்கப்பா. பள்ளிக்கூடத்துலே அஸெம்பிளிக்கி நிப்பமில்லியா, அங்கே ஒரு வெறி நாய் வந்துட்டிருக்குது. கொக்கு, அதாங்கப்பா எங்க எட்மாஸ்டர், ஒயரமா மூக்கு நீளமா இருக்காரில்லே, அதுனாலே அவருக்கு கொக்குன்னு பேரு, அவரு பேச ஆரம்பிச்சாரா, ஒடனே அந்த நாயும்..." அதுக்கு மேலே அவனால் பேச முடியவில்லை, சிரிப்பு பொத்துக்கொண்டு வந்தது. வாய் நிறையச் சோற்றுடன் அவன் 'குப்' பென்று சிரிக்க, திரு. முத்தையன் மேல் குழம்புடன் கலந்த சோற்று மாரி பொழிய அவர் அவசரமாகப் பின்னுக்கு நகர்ந்தார். சிரிப்படங்கி அவன் தொடர்ந்தான்.

“கிளாஸிலிருந்து யாரும் வெளியே வரக்கூடாதுன்னிட்டாரு. எல்லாரையும் உள்ளெ வெச்சுப் பூட்டிட்டாங்க. என்னா செய்யற துன்னு கமிட்டி வெச்சிருக்காரு. நாய் உர் உர்ன்னு உலாத்திக்கினு இருக்குது...”

“எல்லாரயும் உள்ளே வெச்சுப் பூட்டிட்டாங்கங்கறே, நீ மாத் தரம் எப்பிடிறா இங்கே வந்தே?”

“உள்ளேந்துதான் பூட்டினாங்க. பூட்டுன்னா சாவி பூட்டு இல்லே, சும்மா தாப்பாள்தான். நாங்க பின்னாலே செவர் ஏறிக் குதிச்சு சாப்பாட்டுக்கு வந்திருக்கோம். சாப்புட்டுட்டு வுடனே திரும்பிப்போயி என்னா பண்றாங்கன்னு பாக்கப்போறோம். இன்னிக்கி இனிமே கிளாஸு கெடயாது. தமாஸ்தான்” என்று சொல்லிக் கழுவின கையை நிஜாரிலே துடைத்தபடியே ஓட ஆரம்பித்தான் அந்தப் பையன்.

திரு. முத்தையனின் மூளை முடுக்கிவிடப்பட்ட இயந்திரமாகச் செயல்பட ஆரம்பித்தது. சின்னூரில் நாடு தழுவின அரசியல் கட்சிகள் மூணும், மாநிலம் தழுவிய கட்சிகள் மூணும், மாவட்டம் தழுவிய கட்சிகள் ரெண்டும், நகரம் தழுவின ஒண்ணரைக் கட்சி களும் (ஒண்ணாக இருந்தது, சில வருஷங்களுக்கு முன் நடந்த நகர சபைத் தேர்தலின்போது ஒண்ணரையாக உடைந்துவிட்டது) சில தெருக்களே தழுவிய அஞ்சாறு கட்சிகளும் இருக்கின்றன. இவற்றுள் ஒன்றின் தலைவர் திரு. முத்தையன் அவர்கள். பள்ளித் தலைமை ஆசிரியர் இன்னொரு கட்சியின் அனுதாபி என்பது ஒருபுறம் இருக்க, கடைசியாக நடந்த நகர சபைத் தேர்தலில் பிற கட்சிகளின் சூழ்ச்சியினால் தன்னுடைய நகராளும் திறமையைச் சின்னூர்ப் பொது மக்கள் உணரத் தவறிவிட்டார்கள் என்கிற ஏக்கம் இன்னொரு புறமிருக்க, அப்பாவிச் சிறு குழந்தைகள் படிக்கும் பள்ளியில் வெறி நாய் புகுந்துவிட்டதே என்கிற தாபத்தாலும், அதை விரட்டியடிக்காமல் பள்ளி நிர்வாகம் கமிட்டி வைத்துக் காப்பி டிபனுடன் கதை பேசிக் காலம் கழிக்கிறதே என்ற அறச்சீற்றத் தாலும், இந்த இக்கட்டான நிலைமைக்கு வழி காணும் பொதுஜன சேவை செய்யும் தகுதி தம் கட்சி ஒன்றுக்கே இருக்கிறது என்ற நம்பிக்கையினாலும், சிறுவர் உயிர் காக்கும் சேவை செய்யவேணும் என்கிற பொது நல உணர்வினாலும் உந்தப்பட்ட திரு. முத்தையன் அவர்கள், ஓட ஆரம்பித்த தன் மகனைப் பார்த்து,

“டேய், போறப்ப வழியிலே கன்னியப்பனை நான் ஓடனே இங்கே வரச் சொன்னேன்னு சொல்லிட்டுப் போ. ஓடனே இங்கே வரணும். இல்லே, முதுகுத் தோலை உரிச்சுப்பிடுவேன், ஜாக்கிரதை” எனச் சொல்லி விரட்டினார். கன்னியப்பன் அவருடைய வலது கை.

பதினெட்டு நிமிஷங்களில் கன்னியப்பனும் வந்து சேர்ந்தான். இருவரும் இப்போது என்ன செய்வது என்ற மந்திராலோசனையில் இறங்கினர்.

ராஜதுரையின் அறையில் ஆசிரிய மாணவப் பிரதிநிதிகள் மெல்லிய குரலில் பேசிக்கொண்டிருந்தார்கள். வெளியிலே அந்த நாய் ஆறு நிமிஷங்களுக்கொருமுறை, "ஊழ்ழ்ழ்ழ்... மூக்கொக்... ஊழ்ழ்ழ்ழ்... மூக்கொக்" என்று முப்பது வினாடிகள் ஊளை யிட்டுவிட்டு இன்னுமொரு முப்பது வினாடிகள் "லொள் லொளழ்... லொள் லோழ் லொள்" என்று குரைத்துவிட்டுச் சதுக்கத்தை வளைய வருவதும், அவ்வப்போது முன் தாழ்வாரத்தில் ஏறி வகுப் பறைகளின் கதவுகளைத் தட்டிச் சுரண்டுவதும், இடை யிடையே உடம்பை வளைத்து விலாவிலிருந்த ரணத்தை நக்கிக்கொடுப்பது மாக இருந்தது.

"இது வெறும் நாயா, அல்லது வெறி நாயான்னு முதல்லே தீர்மானம் செய்யணும். பிறகு, தீர்மானத்தின்படி வெறும் நாயா இருந்தா என்ன செய்றது, வெறி நாயா இருந்தா என்ன செய்றதுன்னு முடிவெடுக்கவேணும். பிறகு முடிவெடுத்தபடிச் செயல்பட வேணும். அவ்வளவுதான் விஷயம், சிம்ப்பிள்" என்று தர்க்க ரீதியாக இன்பராஜ் சார் பிரச்சனையை விளக்கினார்.

"வெறும் நாயாவது வெல்லம்போட்ட நாயாவது, நாய் நாய் தான். நாயும் பன்னியும் அசுத்தமான பிராணிகள். அதுங்க ஊருக் குள்ளவே இருக்கக்கூடாது. பள்ளிக்கூடத்துக்குள்ளே இருக்க விட லாமா? இதை உள்ளே வரவழைச்சதே தப்பு, இப்பப்போயி என்னன்னமோ தீர்மானம் பண்ணோணம், பிறகு முடிவு எடுக் கோணம், அதுக்கப்பாலே செயல்படோணம்னு பேசிட்டிரிக் கீங்களே, என்னிக்கி இதெல்லாம் செய்யறது? எனக்கு மாத்திரம் இடுப்பு முழங்கால் எல்லாம் வாயு பிடிப்பு இல்லேன்னா நான் ஒர்த்தனே இப்பவே போயி இந்த நாயி உள்ளே வர்றதுக்கு முன் னாலியே அதை வெளியே தொரத்தியிருப்பேன்" என்று சத்தார் சார் வேகமுடன் சொன்னார்.

"யாரு இந்த நாயை வரவழைச்சது?" என்று கோதண்டராமன் சார் தன் அறியாமையினால் விளைந்த ஐயத்தைப் போக்கிக் கொள்ளக் கேட்டார்.

"நாங்கதான் ஸ்டூடன்ஸ், பள்ளிக்கூடம் வரணும்ங்கிறது எங்க டூட்டி, நீங்கள்ளாம் வாத்தியாருங்க, பள்ளிக்கூடம் வரணும்ங்கிறது உங்க டூட்டி. அத்தாலே நாம பள்ளிக்கூடம் வர்றோம். நாயி ரெண்டு மில்லே, ஸ்டூடன்ஸுமில்லே, வாத்தியாருமில்லே. சரியான புத்தி

இருக்கிற நாயின்னா பள்ளிக்கூடம் வருமா? இதுலேந்தே தெரியுதே இதுக்குப் பைத்தியம் புடிச்சிருக்குன்னு” என்று ரமேஷு காரண காரியத்தோடு தன் அபிப்பிராயத்தைச் சொன்னான்.

“இதுக்குத்தானுங்க நம்ம ஊரிலே நமக்கென்று ஒரு பைத்தியக் கார ஆஸ்பத்திரி வேணும்மின்னு நான் பத்து வருஷமா பிரச்சாரம் செய்து வரேன், யாராச்சும் கேட்டாங்களா? என்னமோ என் சொந்த உபயோகத்துக்காகக் கேக்கிற மாதிரிக் கேலி பண்றாங்க. அப்பிடி ஒரு ஆஸ்பத்திரி இருந்தா இப்ப நாம ஒடனே போனை எடுத்து, ‘இந்தாய்யா, இங்கே வந்து இந்தப் பைத்தியக்கார நாயைப் புடிச்சிட்டுப் போங்க’னு சொல்லி விசயத்தை முடிச்சிருக்கலாம் இல்லியா?” என்று சொல்லி சுப்பிரமணியம் சார் வருத்தப்பட்டுக் கொண்டார்.

“அட, என்னா சார் நீங்க! இப்போ நடக்கற சமாசாரத்தப் பாப்பமா, பத்து வருஷம், பைத்தியக்கார ஆசுபத்திரின்னு பேசி கிட்டு” என்று ராஜதுரை தன் அலுப்பைத் தெரிவித்தார்.

“சார், போலீஸ் ஸ்டேஷனுக்கு ஆள் அனுப்பினமே, இன்னம் காணமே, ரத்தினத்த வேணுன்னா அனுப்பிவிடறீங்களா?” என்றார் சுசீலா தேவதாஸ் மிஸ்.

“ஆண்டவனே, வேல் முருகா, குழந்தைங்கள்ளாம் அடை பட்டுக் கிடக்காங்க, வெளியிலே வெறி நாய் சுத்துது. இந்த ஆபத்தி லேயிருந்தது எங்களையெல்லாம் காப்பாத்தப்பா, இந்தப் பள்ளிக் கூடத்திலே இருக்கிற எல்லாருக்கும் என் செலவிலேயே பழனியிலே முடியிறக்கிடறேம்ப்பா” என்று மிஸ் கல்யாணி வேண்டிக் கொண்டார்.

மற்றவர்கள் எல்லோரும் திடுக்கிட்டுப்போனார்கள்.

ராஜதுரை அவசரமாக, “மிஸ் நீங்க அப்பிடியெல்லாம் வேண்டிக்கவேண்டிய அவசியமில்லே. மொதலிலே மனுஷ யத்தனம். அதாலே முடியலேன்னா அரச யத்தனம். அப்பவும் முடியலேன்னாத்தான் தெய்வ யத்தனம். நாம இன்னும் மனுஷ யத்தனமே ஆரம்பிக்கலியே, அதுக்குள்ளே தெய்வத்தெ வேண்டத் தேவையில்லை” என்று சொல்ல, எல்லோரும், “ஆமா மிஸ், இப்பவே அப்பிடியெல்லாம் வேண்டிக்க வேணாம், கொஞ்சம் பொறுத் துக்குங்க” என்று மிஸ்ஸைக் கேட்டுக்கொண்டார்கள். ஈரமாகி விட்டிருந்த கண்களை முந்தானையால் துடைத்துக்கொண்டு கல்யாணி மிஸ்ஸும் அரை மனசாகச் சரியென்று ஒப்புக் கொண்டார். ‘மலைபோல வந்த வினை பனி போலத் தீர்ந்தது’ என்று மற்றவர்கள் பெருமூச்சுவிட்டுக் கொஞ்சம் நிம்மதி அடைந்து

வெறி நாய்ப் பிரச்சனைக்கு முடிவு தேட மீண்டும் தங்கள் ஆலோசனைகளை ஆரம்பித்தார்கள்.

கொடிக் கம்பத்தை அசுத்தம் செய்வது தேச விரோதக் குற்றமானபடியாலும், அம்மாதிரிக் குற்றங்கள் நாட்டில் சட்டம் ஒழுங்கு நிலையைப் பாதிக்குமென்றபடியாலும் போலீஸ் உதவியை நாடுவது என்று முடிவெடுக்கப்பட்டது. முதல் நாள் இரவு 'அங்குமிங்குமாகச் சிறிது மழைத் தூறல்' இருந்ததன் காரணமாக டெலிபோன் வேலை செய்யவில்லையென்பது, ராஜதுரை காவல் நிலையத்துக்குப் போன் செய்யப் போனபோதுதான் தெரிந்தது. போலீசுடன் எப்படித் தொடர்பு கொள்வது என்பது குறித்து அடுத்தபடி விவாதம் நடந்தது. மூணாவது பியூனாகிய முத்துவை அனுப்பி உடனே போலீஸ் உதவி தேவை என்பதைத் தெரியப்படுத்துவது என்று ஒரு குட்டி விவாதத்தின் பின் ஏகமனதாகத் தீர்மானிக்கப்பட்டது. மாணிக்கம் தான் முதல் பியூன். ஆனால், முன்னே அவன் நாயை விரட்டப் போனபோது பூட்டி வைத்திருந்த கிராதிக் கதவுச் சாவிக் கொத்தை, சதுக்கத்திலே அவன் கை நடுங்கிக் கீழே போட்டுவிட்டபடியாலும், வயசான மாணிக்கத்தால் சுவர் ஏறிக் குதித்து வெளியே போக முடியாது என்றபடியாலும் அவன் பெயர் தள்ளுபடி ஆயிற்று. இரண்டாவது பியூன் ரத்தினம் வெளியே போனால் வழியிலேயே சாராயக் கடையிலே தங்கிவிடுவான், காவல் நிலையம் போய்ச் சேரமாட்டான் என்ற சந்தேகம் எழுப்பப்பட்டபடியால் அவன் பெயரும் தள்ளுபடியாயிற்று. எனவே மூணாவது பியூன் முத்துவை 'உடனே போலீசாவது, அவர்களால் இயலாது என்றால் ராணுவத்தையாவது அனுப்பிவைத்து வெறி நாயை அப்புறப்படுத்த வேணும், இப்படிக்கு ஹெட்மாஸ்டர் ராஜதுரை' என்ற எழுத்து மூலமான கோரிக்கையுடன் அனுப்பிவைத்தனர். முத்து போய் ஒரு மணி நேரத்துக்கு மேலாச்சு. இன்னும் அவனைக் காணவில்லை, போலீசும் வரவில்லை, ராணுவமும் வரவில்லை. கவலை தேங்கிய முகத்துடன் காத்திருந்தார்கள்.

"சார், போலீஸ் ஸ்டேஷனுக்கு ஆள் அனுப்பினமே, இன்னம் காணமே, ரத்தினத்த வேணுன்னா அனுப்பிவிடறீங்களா?" என்றார் சுசீலா தேவதாஸ் மிஸ்.

முத்து காவல் நிலையத்தை அடைந்தபோது நிலையம் வெறிச்சென்று கிடந்தது. வெளியே ஒருத்தரும் இல்லை. வெளி வராந்தாவில் குற்றப்பதிவு செய்யும் ஆளையும் காணோம். பாதி மூடியிருந்த கதவை மெல்லத் திறந்து உள்ளே பார்த்தால் அங்கே முன் அறையிலும் எவரையும் காணவில்லை. அந்த அறையையும் கடந்து நடுக்கூடத்துக்குள் முத்து மெல்ல அடி மேல் அடி வைத்து

நுழைகையில், “அப்படியே நில்லு, ஆடாதே அசையாதே, சுட்டுப் பிடுவேன் ஜாக்கிரதை” என்ற இடிக்குரல் கேட்க, அவன் நடுங்கிப் போய் அப்படியே நின்றான்.

“பயந்துட்டையா? அட, இப்பேர்க்கொத்த பயங்காளீன்னா போலீஸ் ஸ்டேசனுக்குள்ள ஏதோ ஒண்ணு நுழையற மாதிரி நுழைய லாமா? என்னா திருட வந்தே, சொல்றா!” என்று சொன்னபடி ஏட்டாயிருந்து கொஞ்ச காலம் முன்னால் பதவி இறக்கம் செய்யப் பட்ட பி.சி. பெருமாள் முத்துவின் தோள் மேல் கையைப் போட் டார். முத்து மெல்லத் திரும்பவும், ‘திருட வந்தவனை’ அடையாளம் கண்டுகொண்ட பெருமாள்,

“அட, நம்ம முத்துவா! நீ எப்போலேந்து இந்தத் தொழில்லே எறங்கினே?” என்று இன்னும் சந்தேகம் தெளியாதவராய்க் கேட்டார்.

“பெருமாளு, ஒரு நிமிஷம் கொல நடுங்க வெச்சுட்டீங்களே, ஒக்காருங்க, வந்த விசயத்தச் சொல்றேன்” என்று சொல்லிப் பெரு மாளை எஸ். ஐ. யின் நாற்காலியில் அமர்த்தி எதிரே இருந்த ஸ்டூலில்தான் உட்கார்ந்து முத்து தான் வந்த விஷயத்தைச் சொன் னான்.

“அடடா, இன்னிக்கீன்னு பாத்து வந்தியே, நேத்துமுந்தா நாள் வந்திருக்கக்கூடாது? இன்னிலேந்து மூணு நாள் ஸ்டேசன்லே யாரும் கெடயாது. நான் ஒருத்தந்தான். மூணு நாளைக்கி அப்பறம் வா. இப்ப வேணுமின்னா தேதி போடாதே கம்ப்லைன்ட் எழுதிக் குடுத்துட்டுப் போ, எஸ். ஐ. நாளன்னிக்கி சாயங்காலம் வருவாரு, சொல்றேன்” என்று பெருமாள் சாவதானமாகச் சொன்னார்.

“என்ன நீங்க இப்படிச் சொல்லிட்டீங்க? இப்ப ஒடனே ஆள் வேணும்னா ‘அடுத்த வாரம் வா, போன வாரம் வா’ ன்னு சொல்றீங்க! பள்ளிக்கூடத்துலே வெறி நாயி பூந்துட்டிருக்குது, வெறி நாயி கடிச்சா அவ்வளதான். அத்தினி பிள்ளைங்களும் நாயாட்டம் கொலச்சுக்கினே செத்துடுவாங்க. ஆயிரத்தைந்நூறு பேரும் அவுட், குளோஸ், பணால், விஷயம் ஒரே அர்ஜன்ட்டு” என்று முத்து தன் அவசரத்தை விளக்கினான்.

“அடேங்கப்பா, ஆயிரத்தைந்நூறு பேரு கொலைச்சுக்கினே செத்துட்டாங்களா! அத்தினி பொணத்தைப் படுக்கவெக்க ஒங்க ஸ்கூலிலே எங்கே எடம் இருக்குது? அடேங்கப்பா, ஆயிரத்து ஐநூறு பேர்!” என்று வியந்துகொண்டே, அதே சமயம் நரம்புத் தளர்ச்சிக் காக நேரே நரம்பிலேயே ஊசி போடுகிறேன் என்று சொல்லிக் கையையெல்லாம் குத்தி ரணகளமாக்கிவிட்ட அந்த அரசாங்க

டாக்டர் ‘பாழாய்ப் போற பரமேசுவரன்’ இப்போ எப்படி இத்தனை பிணங்களுக்கும் பிரேத பரிசோதனை செய்யத் திண்டாடப் போகிறான் என்று மனக்கண்ணில் பார்த்து ரசித்த பெருமாள், பிறகு ஆச்சரியம் தணிந்தவராய்,

“இதை மொதல்லியே சொல்றதுக்கென்ன? என்னமோ நாயி கொடி மேலே ஒண்ணுக்குப் போயிடுச்சுன்னு எட்மாஸ்டர் ரூம்பிலே பூட்டி வெச்சிருக்காங்கனு சொல்றயாங்காட்டியுமின்னு நெனைச்சுட்டேன். ஏன்யா, செத்துப்போனப்பறம் வந்து சொல் றியே, முன்னாலியே சொல்லக்கூடாது? ஒத்தனைக் கடிக்கறதுக்கு அரை நிமிஷம் ஆகும்னாக்கூட, ஒரு மணிக்கு நூத்திருவது பேரு, பத்து மணியிலே ஆயிரத்தி இருநூறு பேரு, இன்னும் ரெண்டரை மணிலே மீதி முன்னூறு பேரு, மொத்தம் பன்னெண்டரை மணி நேரம் நாயி கடிச்சுக்கினே இருக்கச்சொல்ல என்னய்யா பண்ணிக்கி னிருந்தீங்க நீங்கள்ளாம்? புடுங்கிக்கினு இருந்தீங்களா? என்னா பள்ளிக்கூடம் நடத்தறீங்க? நாயிக்கி பொறை போட்டா அது ஆளைக் கடிக்கிறதை வுட்டுட்டு ஓம் பின்னாலியே வாலை ஆட்டிக் கினு வராதா? அதை வுட்டுட்டு... ஓங்க எல்லார் பேரிலேயும் கொலைக் குத்தம் பதிவு செய்யறேன், அப்பத் தெரியும்...” பி.சி. பெருமாள் ஆவேசமாய்ப் பேசிக்கொண்டே போனார்.

முத்து பயந்துபோய், “ஆத்திரப்படாதீங்க, இன்னும் அவுங்க சாவலே. நீங்க வரலேன்னாத்தான் எல்லாரும் அவுட்டாயிருவாங்க, கொலச்சுக்கினே” என்று ஆரம்பித்து மறுபடியும் விஷயத்தை முதலிலிருந்து விளக்கினான்.

“அடப் பாவி, சொல்றதைச் சரியாச் சொல்லக்கூடாது? அதாம் பாத்தேன், என்னாடாது, ஆயிரத்தைந்நூறு பேர் ஒண்ணா கொலைச்சுக்கினே செத்தாங்கன்னா இங்கே வரைக்கும் அவங்க கொலைக்கற சத்தம் கேக்கணுமே, ஆனா கேக்கக்காணமே, அது எப்பிடீன்னு. இப்போ விஷயம் புரிஞ்சுது. நீ போ. இப்போ போலீஸ் வர முடியாது. எல்லாரும் சின்னப் பட்டணத்துக்கு செக் கூருட்டி டூட்டிமேலே போயிருக்காங்க, வர மூணு நாளாவும். நான் ஒத்தந்தான், இங்கே. ஸ்டேசனை வுட்டுட்டு ஓம் பின்னாடி நான் வர முடியாது. அப்பறம் இங்கே இருக்கிற பீரோ, நாற்காலி, மேஜை எல்லாத்தையும் எவனாவது கௌப்பிக்கினு போயிட்டான்னா யார் பொறுப்பு? யார் பதில் சொல்றது அப்போ, நீயா, நானா?” என்று பெருமாள் தன் இயலாமையை விளக்கினார்.

இங்கேந்து எல்லாரும் சின்னப்பட்டணம் போயிட்டாங்களா! அங்கே என்ன ஆச்சு? எதினாச்சும் கலாட்டாவா?” என்று முத்து ஆவலுடன் கேட்டான்.

"கலாட்டாவுமில்லே, கல்யாணமும் இல்லே. நம்ம மண்ணாறு இருக்குதில்லே, அதுலே தண்ணி வந்தா வீணா கடலுக்குப் போயிடு மேன்னு அதுலே அணை போட்டுத் தடுக்கப் போறாங்களாம். அப்பிடீன்னா சின்னப்பட்டணம் முழுகிப்போயிடும்னு பயந்து போய் அந்த ஊரிலே இருக்கிறவங்க எல்லாரும், கொழந்தை குட்டி யோடே, மாடு கன்னோடெ, பாத்திரம் பண்டத்தோடெ மெட் ராஸுக்குப் போய் அணை கட்டற மந்திரி பங்களாக் காம்ப வுண்டிலே டேரா போட்டுக் குடியிருக்க வந்துட்டாங்களாம். மந்திரி மச்சாரு சின்னப்பட்டணமாச்சே, அவங்களையெல்லாம் சமாதானப் படுத்தித் திருப்பி அனுப்பிச்சாங்க. அவங்களுக்கெல்லாம் சின்னப் பட்டணத்துலேயே மறு வாழ்வு கொடுக்கிறதுக்குக் கல் நடற விழா இன்னிக்கி, நாளக்கி, நாளன்னிக்கி. நாலு மெட்ராஸ் மந்திரிங்க, ரெண்டு ஆந்திரா மந்திரிங்க, ரெண்டு டில்லி மந்திரிங்க எல்லாம் வராங்க. மகாத்மா காந்தியக்கூடக் கலந்துக்க வெக்கணும்னு சில பேர் ஆர்ப்பாட்டம் பண்ணணும்னாங்க. அவர் நெஜமாகவே செத்துப் போய்ட்டாருன்னு தெரிஞ்சப்பறம் தான் 'சரி, அவரை வுடு'ன்னாங்க. இத்தனை பெரிய மனுசங்க வராங்கன்னா, பாக்கிஸ் தான் சீக்கிஸ்தான்னு எவனாவது குண்டு வெச்சிடுவான் இல்லே? அதுனாலே இந்த மாவட்டப் போலீசெல்லாம் அங்கே போவ ணும்னு உத்தரவு..." இவ்வாறு சொல்லிக்கொண்டிருந்த பெருமாளை இடைமறித்து,

"மந்திரி எப்பிடி அவங்களை சமாதானப்படுத்தி அந்த ஜனங் களை முழுகப்போற ஊருக்கே திருப்பி அனுப்பிவெச்சாரு? பலே ஆளாயிருப்பாரு போல இருக்குதே!" என்று ஆச்சரியத்துடன் முத்து கேட்டான்.

"அவரு ரொம்பக் கெட்டிக்காரரு. ஒனக்கும் எனக்கும் தலையி லேதான் மூளை, அவருக்கு வயத்துலேகூட மூளை! என்ன சொன் னார் தெரியுமா? 'மண்ணாத்துலே என்னிக்காவது தண்ணி வந்த துண்டா? கிடையவே கிடையாது. அதனாலே அணை கட்டினாக் கூட யாரும் முழுகிடமாட்டாங்க. அதே சமயம் உங்க எல்லாருக்கும் அணை கட்டற வேலை கிடைக்கும். சிமிட்டி, கல்லு, மண்ணு வியாபாரமெல்லாம் நல்லா நடக்கும். அதெல்லாம் உற்பத்தி பண்ணற தொழிலாளருக்கெல்லாம் சம்பளம், போனஸ் எல்லாம் கிடைக்கும். இந்தக் காசையெல்லாம் வெச்சு எல்லாரும் துணி, மணி, பாத்திரம், பண்டம் வாங்கரப்போ அந்தந்த வியாபாரிங்களுக்கு அதை உற்பத்தி பண்ணறவங்களுக்கும் வருமானம் கிடைக்கும். இந்த மாதிரி இந்த அணையினாலே நாடே சுபிட்சமாகும். அப்படி ஒரு வேளை தப்பித் தவறி என்னிக்கானா மழை பேஞ்சு ஊர் முழுகிடுச்சுன்னா அதுக்கு

நான் பொறுப்பு ஏத்துக்கிறேன். 'ஏண்டா'ன்னு என்னைக் கேளுங்க. மாற்றுக் கட்சிக்காரர் பேச்சைக் கேட்டுக்கினு ஊர்விட்டு ஊர் வந்து பிச்சை எடுக்காதீங்க, இந்தாங்க, இப்போதைக்கு ஆளுக்கு ஒரு வேட்டி, ஒரு துண்டு, ஒரு சேலை'ன்னு சொல்லி ஆளுக்கு ஒரு துண்டு குடுத்து, 'இன்னிக்குப் பதினஞ்சாம் நாள் நானே சின்னப் பட்டணம் வந்து ஒங்க மறு வாழ்வு ஞாபகார்த்தமா கல் நாட்டி விழா எடுத்துப் பொடவை வேட்டி குடுக்கறேன்'னு சொல்லி அனுப் பிச்சுட்டாரு" என்று மந்திரியின் சாமர்த்தியத்தைப் பெருமாள் விளக்கினார்.

"அப்போ போலீசு எங்க பள்ளிக்கூடத்துக்கு வராதுன்னு சொல்லு. அப்பிடீன்னா ராணுவத்தையாவது அனுப்பிவிடணும் மினாங்க" என்று முத்து தனது மாற்றுக் கோரிக்கையை முன் வைத்தான்.

"சரியாப் போச்சு போ. நீ ஒண்ணு, மிலிட்டெரியைக் கூப்பிடற துன்னா சாமானியமா? தாசில்தாருக்கு நாங்க எழுதணும், அவர் வந்து பாத்துட்டு கலெக்டருக்கு எழுதணும், அவர் வந்து பாத்துட்டு மந்திரிக்கு எழுதணும், மந்திரி வந்து பாத்துட்டு முதல்வருக்கு எழுதணும், முதல்வர் வந்து பாத்துட்டு, 'விஷயம் முத்திப்போயிடுச்சு, எங்களாலே ஆகாது, மிலிட்டேரியை அனுப்புங்க'ன்னு டில்லிக்கு மனுக் குடுக்கணும். அதுவரைக்கும் போக நாங்க விடுவமா? எங்களாலே முடியும்னு காட்டிட மாட்டம்? ராணுவமெல்லாம் வராது, நீ போ. போறப்போ நாலு பொரை வாங்கி நாய்க்கிப் போட்டுடு, அதுபாட்டுக்கு ஒம் பின்னாலியே வந்துடும். பாத்துப் போ" என்று சொல்லி முத்துவை வெளியேற்றினார் பி.சி. பெருமாள்.

காரியம் கைகூடாததனால் சோர்ந்த உள்ளத்துக்குத் தெம்பு கொடுப்பதற்காக முத்து, 'நரசிம்மன் இளம்பருதி தேனீர் நிலைய'த் துக்குச் சென்றான். டீ குடித்தபடியே அங்கிருந்த மற்ற சக டீ பானகர்களுக்குத் தன் பள்ளிக்கு நேர்ந்திருக்கும் பேரபாயத்தையும், போலீஸ் அதிகாரம் உதவிக்கு வராமல் கை கழுவிவிட்டதையும் சொல்லி ஓரளவு ஆறுதல் பெற்றான். முத்துவின் மனத்தாங்கலை ஊக்கத்துடன் கேட்டவர்களில் ஒருத்தர் 'தின பேரிகை' யின் உள்ளூர் நிருபர் அருணகிரி. இன்னொருத்தர் ஆளுங்கட்சியின் தீவிர அபிமானி. மூன்றாமவர் எட்டு மாற்றுக் கட்சிகளில் இரண்டின் அனுதாபி. நான்காமவர் வேறொரு கட்சியின் தலைவர் திரு. பலராமன். முத்து டீ குடித்துச் சென்றவுடன் இவர்கள் ஒவ்வொருவரும் தம் தம் கட்சிக் காரியாலயங்களை நோக்கி விரைந் தனர். அருணகிரி, வீட்டுக்குப்போய் சாப்பிட்டுவிட்டுச் சற்றுச்

சிரம பரிகாரம் செய்துவிட்டுப் பள்ளிக்கூடத்துக்கு விரையவேண்டியது என்று திட்டம் போட்டார்.

“போலீசுமில்லை, ராணுவமுமில்லியா? அடக் கடவுளே! இப்போ நாம என்ன செய்யறது? இந்த மாதிரி வந்து மாட்டிக்கினமே” என்று அழாக் குறையாய்க் கேட்டார் இந்திரகுமார் சார்.

“இந்த அரசாங்கம் எப்படிப் பொறுப்பற்றது, மக்கள் நலனில் சிறிதும் அக்கறை இல்லாதது என்பது இப்போது வெட்டவெளிச்சமாகிவிட்டது. இது ஒழிந்தால்தான் நாடு பிழைக்கும். அடுத்த தேர்தலில் நம் பள்ளியிலிருந்து ஒரு ஓட் கூட...” என்று ரகுபதி சார் காரசாரமாக ஆரம்பிக்க,

“யோவ், நம்ம சங்கடத்தை அரசியலாக்காதே” என்று மனோகர் சார் உறுமினார்.

“என்னய்யா நீ ஒண்ணு! இப்ப என்ன செய்யறதுன்னு தெரியாம நாம தெணறிக்கிட்டிருக்கோம், நீ வந்து அரசாங்கம், தேர்தல்னு ஆரம்பிக்கறே. அடுத்த தேர்தல் வரைக்கும் உயிரோட இருக்கவேணாம்? கிளி ஜோசியம் பார்க்கவேண்டியவனெல்லாம் வாத்தியார் வேலக்கி வந்துட்டானுங்க” என்று கோதண்டராமன் சார் வழி மொழிய,

“யாரைய்யா கிளி ஜோசியம் பாக்கறவன்னு சொல்றே? யாரு கிளி ஜோசியம் பாக்கறவன்? யாரு கழுத்திலே கொட்டை கட்டிக்கினு வருஷா வருஷம் திருப்பதிக்கிப் போயி மொட்டைத் தலையோட வர்றது?” என்று ரகுபதி சார் கோதண்டராமன் சார் மேல் பாய,

“கிளி ஜோசியம்னா ஒண்ணும் தாழ்வில்லை சார், அருணகிரி நாதரே கிளி சொரூபம்னு சொல்வாங்க, ஆண்டாள், மதுரை மீனாட்சி எல்லாம் கிளி வெச்சிருக்காங்க” என்று கல்யாணி மிஸ் சமாதானப் பேச்சை ஆரம்பிக்க,

“ஸைலன்ஸ்! இப்படிக் கூச்சல் போட்டா வெறி நாய் இங்கே நம்மைப் பாக்க உள்ளே வந்துடும், மெல்லப் பேசுங்க” என்று ராஜதுரை எச்சரித்தவுடன் எல்லோரும் ‘கப்’பென்று பேச்சை நிறுத்தி அறைக் கதவையும் ஜன்னலையும் திகிலுடன் பார்த்தார்கள்.

“ஜன்னல் கதவை மூடிடலாமா? கம்பிக்கிடையாலே நாய் உள்ளே வந்துட்டா?” என்று சுசீலா தேவதாஸ் மிஸ் தன் கவலையைத் தெரிவித்தார். அப்போது ரமேஷு எழுந்து நின்று,

“சார், எனக்கு ஒண்ணு தோணுது, சொல்லட்டுமா?” என்று கேட்டான்.

“சொல்லுப்பா ரமேஷு, சொல்லு, தைரியமாச் சொல்லு” என்று சொல்லி ராஜதுரை வருங்காலப் பிரஜைகளான மாணவர் களைத் தான் சம மதிப்போடு நடத்துவதை அங்கே இருக்கும் ஆசிரியர்கள் தங்களுக்கு ஒரு முன் மாதிரியாகக் கொள்வார்கள் என்ற நம்பிக்கையுடன் தன் நாற்காலியில் அசைந்து உட்கார்ந்தார்.

“எச்சம் சார் சொன்னாரில்லையா, மொதல்லே மனுஷ யத் தனம், அதுக்கப்பறம் அரச யத்தனம், அதுக்கப்பறம்தான் தெய்வ யத்தனம்னு?”

‘ஆமாம்’ என்பதற்கடையாளமாக எல்லாரும் தலையாட்டி னார்கள். ‘ரமேஷு கெட்டிக்காரப் பையன், முன்னுக்கு வரக் கூடிய வன்’ என்று ராஜதுரை மனதுக்குள் சிலாகித்துக்கொண்டார்.

“நாம எடுத்தவுடனேயே அரச யத்தனத்துக்குப் போயிட்டோம், போலீசு உதவீன்னா அரச யத்தனம்தானே? மொதல்லே நாமே நம்ம முயற்சியினாலேயே, மத்தவங்க உதவியை எதிர்பார்க்காமே இந்த வெறி நாயை விரட்ட முடியுமான்னு பார்க்கணும். அப்பிடித் தான் எனக்குத் தோணுது, அதனாலே” என்று சொன்னவன் மேற் கொண்டு என்ன சொல்வது என்று தெரியாததனால் அத்துடன் தன் பேச்சை நிறுத்திக்கொண்டான்.

“சபாஷ் ரமேஷு, நீ சொன்னது ரொம்ப சரி. இதை கவனிக் காமே இவ்வளவு நேரம் வீணாக்கிட்டமே, நாம்பளே சேர்ந்து வெறி நாயை விரட்டவேண்டியதுன்னு தீர்மானிக்கலாமா?” என்று ராஜதுரை புதிய தெளிவுடன் கேட்டார்.

“விரட்டவேண்டியதுங்கிறதைவிட ‘வெறி நாய்த் தொல்லையை ஒழிக்கச் செயல்படவேண்டியது’ன்னா பொருத்தமாயிருக்கும்” என இன்பராஜ் சார் ஒரு திருத்தம் கொண்டுவந்தார். எல்லாரும் அதை ஆமோதிக்க, திருத்தம் ஏக மனதாக நிறைவேறியது.

அடுத்தபடியாக எப்படி வெறி நாய்த் தொல்லையை ஒழிக்கச் செயல்படுவது என்று அவர்கள் ஆராய முற்பட்டார்கள். ‘எப்பேர்ப் பட்ட வெறி நாயும் பத்து நாளைக்குள் தானாகவே இறந்துவிடும், அதுவரை பொறுத்துப் பார்க்கலாம்’ என்ற சுப்பிரமணியம் சாரின் யோசனைக்கு ஆசிரியைப் பிரதிநிதிகள் இருவரும் பலத்த எதிர்ப்புத் தெரிவித்தார்கள்.

“நீங்கள்ளாம் ஆண்பிள்ளைகள், பத்து நாளென்ன, பதினஞ்சு நாள்கூட வீட்டுப் பக்கமே வராமல் இருக்கலாம், பெண்களாலே அப்படி இருக்கமுடியாது. பத்து நாள் நாங்க இங்கே இருந்தா எங்க எல்லாருடைய வீட்டு நிலைமை என்ன ஆகும்? குழந்தைகள்

கதி என்ன? ஒரு நாள்கூடக் கணவன்மாரிடத்துலே வீட்டுப் பொறுப்பை விடமுடியாதிருக்கும் நிலையிலே பத்து நாளைக்கு எப்படி விடுவது? தவிரவும், இந்தப் பத்து நாளைக்குப் பள்ளிக் கூடத்துலே இருக்கிற எல்லாருக்கும் யார் சாப்பாடு, குளியல், படுக்கை எல்லாம் ஏற்பாடு செய்வார்கள்?" என்று சரமாரியாகக் கேள்விக்கணைகள் தொடுத்தனர்.

அவர்களின் ஒன்றுபட்ட தாக்குதலுக்கு ஈடுகொடுக்க முடியாமல், "என்னமோ எனக்குப்பட்டதைச் சொன்னேன், பிடிக்கலேன்னா சொல்லவேண்டியதுதானே? ஏன் புருசன் பொண்டாட்டி, ஆம்பிளை பொம்பிளைன்னு ஆரம்பிக்கிறீங்க?" என்று முணுமுணுத்தபடி சுப்பிரமணியம் சார் பின்வாங்கினார்.

"வெறி நாயை விஷம் வெச்சுக் கொல்லணும்" என்றார் மனோகர் சார்.

"நம்மகிட்ட ஏது விஷம்?" என்று இந்திரகுமார் சார் கேட்க,

"ஒங்க அறிவியல் லேபரட்டரியிலே புட்டி புட்டியா மண்டையோடு படம் போட்டு 'விஷம்' னு லேபில் ஒட்டி கலர் கலரா அடுக்கி வெச்சிருக்கீங்க, நீங்களே நம்ம கிட்ட 'ஏது விஷம்'னு கேக்கறீங்களே?" என்று சுசீலா தேவதாஸ் மிஸ் கேட்டார்.

"போங்க மிஸ், நீங்க ஒண்ணு. தேவையான கெமிக்கல்ஸ் வாங்கப் பணம் இல்லேன்னு இந்த ரெண்டு வருஷமா ஒண்ணும் வாங்கலே. இன்ஸ்பெக்ஷனும்போது காலி புட்டியைக் காமிக்க முடியுமா? எப்பிடிறா பரிசோதனைகள் செய்து காட்டினேன்னு புடிக்கமாட்டான்? அதுனாலே சும்மா கலர்த் தண்ணியெ ஊத்தி மேலே 'விஷம்'னு லேபில் போட்டு வெச்சிருக்கேன். வயித்தெரிச்சலைக் கிளப்பாதீங்க, வெளியே சொன்னா வெக்கக்கேடு" என்று ஆற்றாமையுடன் பதிலிறுத்தார் இந்திரகுமார் சார். தொடர்ந்து, "பாதரசமும் பினாயில் எண்ணையுந்தான் நம்ம கிட்ட இருக்கிற விஷம், எப்பிடி அதை நாய்க்கிக் குடுப்பீங்க? நாய்தான் அதைச் சாப்பிடுமா?" என்றார்.

விஷ யோசனை கைவிடப்பட்டது.

"நான் சொல்றேன்னு கோவப்படாதீங்க, எனக்கென்னமோ இது வெறி பிடிச்ச நாயானாலும் இதைக் கொல்லணும்னா கஷ்டமாயிருக்கு, வாயில்லா ஜீவன்..." என்று கல்யாணி மிஸ் ஆரம்பித்த போது ஜன்னல் பக்கமிருந்து கொர் கொர்ர்ரென்று சப்தம் வர எல்லோரும் அந்தப் பக்கம் திரும்பினார்கள். அந்த வெள்ளை கருப்பு நாய் ஜன்னல் விளிம்பிலே தன் முன்னங்கால்களை

வைத்தபடி நின்று, கம்பிகளிடையில் மூக்கை நுழைத்து மோப்பம் பிடித்தபடி இருபதைக்கண்டு அனைவரும் திடுக்கிட்டுப் போனார்கள். அப்போது அது வாயை அகலத் திறந்து பெரிய கொட்டாவி விட்டுவிட்டுத் தலையைப் பின்னுக்கிழுத்து மறைந்தது. நாயையும், அதன் பிரமாண்டமான வாயையும், நீண்டு சிவந்து வளைந்திருந்த அதன் நாவையும், ரம்பப் பல் வரிசைகளையும், மற்றவற்றினும் நீண்டு உயர்ந்திருந்த கோரைப் பற்களையும் அருகி லிருந்து கண்ட அதிர்ச்சியினால் ஒரு நிமிஷம் யாருக்கும் பேச்சு எழவில்லை. பிறகு பய மயக்கம் தெளிந்து, சத்தார் சார்,

"மிஸ், இதுவா வாயில்லாப் பிராணி? எத்தனாம் பெரிய வாய், எத்தனாம் பெரிய பல் தனக்கு இருக்குதுன்னு ஒங்களுக்கே காட் டிட்டுப் போகுது பாத்தீங்களா? இது வெறும் நாயில்லே மிஸ்! நாய் உருவத்திலே வந்திருக்கிற சைத்தான். இதை ஒழிச்சாத்தான் நாம பிழைக்கலாம்" என்று பயம் கலந்த ஆவேசத்துடன் சொன் னார்.

ஆனாலும், கல்யாணி மிஸ் பிடிவாதமாக, "வாயிருக்கட்டும், பல்லிருக்கட்டும், சுப்பிரமணியம் சார் சொன்ன மாதிரி இன்னும் பத்து நாளிலே இது தானாகவே செத்துப்போகப் போறது, நாம் ஏன் இதைக் கொன்னு அந்தப் பாவத்தை நம்ம தலையிலே கட்டிக்கணும்? பேசாமே கிராதிக் கதவைத் திறந்துவிட்டா அது தானாவே பள்ளிக்கூடத்தைவிட்டு வெளியே ஓடிப்போயிடும், பள்ளிக்கூடமும் தப்பிச்சுடும்" என்று சொல்லிவிட்டு, சத்தார் சார் பக்கம் திரும்பி, "எங்க புராணப்படி தரும தேவதையே நாய் உருவத் திலே வரும், நம்மை சோதனை பண்ண" என்று அவருக்கும் பதில் சொன்னார்.

"மிஸ் பேச ஆரம்பிச்சப்போ எனக்கு ஒரு ஐடியா தோணிச்சு, ஆனா அது நடைமுறையிலே சாத்தியமான்னு சந்தேகமாயிடுச்சு, அதுனாலே சொல்லலே" என்று சத்தார் சார் இழுத்தார்.

"பரவாயில்லை, சொல்லுங்க, சாத்தியமா இல்லியாங்கறதைப் பிறகு யோசிக்கலாம். மொதல்ல ஐடியாவைச் சொல்லுங்க" என்று ராஜதுரை ஊக்குவிக்க, சத்தார் சார் தயங்கித் தயங்கித் தன் ஐடியாவைச் சொன்னார்.

"இந்திய ராணுவத்தை வரவழைக்கிறது சாத்தியமில்லைன்னு முத்து சொல்லிடுச்சா, அப்போ எனக்கு இந்த ஐடியா வந்துது. பாகிஸ்தான்லே சலாம்னு ஒரு பெரிய விஞ்ஞானி இருக்காரு... நோபெல் பரிசுகூட வாங்கினவரு... ரொம்ப மனிதாபிமான முள்ளவர்... பாகிஸ்தானுக்கு அணுகுண்டு, ஹைற்றஜன் குண்டு,

அதுக்குத் தாத்தா குண்டெல்லாம் கண்டுபிடிச்சுக் கொடுத்திருக் கிறாரு... அவருக்கு ஒரு தந்தி குடுத்தா... அங்கேயிருந்து ஒரு விமானம் மூலம் எதாவதொரு குண்டோடெ இங்கே அனுப்புங் கன்னு... நம்மையும் நம்ம குழந்தைங்களையும் காப்பாத்தினா... ரெண்டு நாட்டினுடைய நட்புக்கூட..."

அவரை முடிக்கவிடவில்லை. கல்யாணி மிஸ்ஸும் சுப்பிர மணியம் சாரும் அடிபட்ட புலிபோலப் பொங்கி எழுந்தார்கள்.

"பாத்தீங்களா இவர் சொல்றதை? நாயை அடிச்சுக்கொல்ல ணும்னு ஆரம்பிச்சார், இப்போ பாகிஸ்தானைக் கூப்பிட்டு நம்ம தலை மேலே அணு குண்டு, ஹைற்றஜன் குண்டு, அதுக்குத் தாத்தா குண்டு எல்லாம் போட்டு நம்ம பள்ளிக்கூடத்தை மாத்தரமில்லே, நம்ம ஊரையே, நம்ம மாவட்டத்தையே சுடுகாடாக்கி நாட்டையே பாகிஸ்தான் வசம் தள்ளப் பார்க்கிறார். அப்படீன்னா இவர் அங்கே போகவேண்டியதுதானே, இவர் பேச்சை சகிச்சுகிட்டு இனிமே இங்கே இருக்கமுடியாது, வெளி நடப்புச் செய்கிறோம்" என்று உரத்துக் கத்திவிட்டுக் கதவருகில் போனார்கள்.

கதவருகில் போனவர்கள், வெளியே வெறி நாய் இருப்பது ஞாபகம் வர, பேசாமல் திரும்ப வந்து நாற்காலிகளை ஒரு ஓரத்துக் காகச் சர சரவென்று இழுத்துப்போட்டு மற்றவர்களுக்குத் தங்கள் முதுகைக் காட்டி உட்கார்ந்தனர். உட்கார்ந்ததும், கைகளால் முகத்தைப் பொத்திக்கொண்டு, பிதுங்கிக்கொண்டிருந்த விலாச் சதைகளெல்லாம் குலுங்கக் கல்யாணி மிஸ் அழ ஆரம்பித்ததைக் கண்டு எல்லாருமே திகைத்துப்போய் என்ன செய்வது என்று தெரியாமல் மௌனமாகி வெவ்வேறு மூலைகளைப் பார்த்தபடியும், தலையைத் தொங்கப்போட்டபடியும் விழித்தனர். கல்யாணி மிஸ்ஸின் கேவல் சப்தத்தைத் தவிர வேறு சப்தமில்லை.

அந்த நிசப்தத்தைக் கிழித்துக்கொண்டு 'ஊழ்ழ்ழ்..ழ்ழ்..ழ்ழ்.. கொக்' என்ற நாயின் ஊளைச் சப்தம் கேட்டது. ராஜதுரை திடுக் கிடெழுந்தார்.

"மிஸஸ் கல்யாணி மிஸ், ஜனாப் சத்தார் சாகிப் சார், ஒங்க ரெண்டு பேரையும் ரொம்ப வேண்டிக் கேட்டுக்கறேன், நம்ம பள்ளிக்கூட விஷயத்தை இந்தோ பாகிஸ்தான், இந்து முஸ்லிம் பிரச்சனையா ஆக்கிடாதீங்க, மிஸ், சுப்பிரமணியம் சார், திரும்பி வந்து எங்களோடே சேந்துக்கங்க, தயவு செய்து, ப்ளீஸ்" என்று ராஜதுரை வேண்டிக்கேட்டுக்கொள்ள, இருவரும் தங்கள் நாற்காலி களை இழுத்து, ஆனால், சத்தார் சாரைப் பார்க்காத மாதிரி, வேறு திசையைப் பார்க்கிற மாதிரியில் உட்கார்ந்தார்கள்.

“மிஸ் சொன்ன யோசனையை நான் ஒத்துக்கலே, அப்படி ஒத்துக்கிட்டாலும் யார் போய் கிராதிக் கதவைத் திறப்பாங்க? சாவிக்கொத்து எங்கே இருக்குது பாத்தீங்களா?” என்றார் ரகுபதி சார். அவர் கேட்ட கேள்விகள் அறி வினாக்களாக இருந்தபடியால் யாரும் பதில் சொல்ல முன்வரவில்லை.

“நம்மகிட்ட சாவி இருந்தாக் கூடக் ‘கேட்’டைத்திறந்து வெறி நாயை வெளியே அனுப்பக்கூடாது சார். இந்த வெறி நாய் இங்கே இருக்கிறதுனாலே இது நம்ம பொறுப்பு. வெளியிலே நம்ம ஊரிலே முப்பதாயிரம் ஜனங்க இருக்காங்க. இதை வெளியே விட்டா அத்தனை பேருக்கும் ‘டேஞ்சர்’. இது ரொம்பக் கெட்ட வெறி நாய். இந்த ரெண்டு மூணு மணி நேரத்துக்குள்ளே இத்தனை நாளா சினேகிதமா இருந்த நமக்குள்ளே, அறிவாளிகளான ஆசிரியர் களுக்குள்ளே, எத்தனை விரோதத்தையும் கசப்பையும் ஏற்படுத் திட்டிருக்கு. அதனாலே இதுக்கு வெறி இல்லேன்னாக்கூட இதைச் சும்மா விடக்கூடாது. மொதல்லே இதை ஒழிச்சுக்கட்டினாத்தான் நாம முன்னைப் போல இருக்க முடியும். இது நம்ம பொறுப்பு. நாமதான் இதை இங்கியே இப்பவே கொன்னு தீர்த்துடணும், இது நமது கடமை” என்று இதுவரை வாய் மூடி மௌனியாக இருந்த எஸ். கலாவல்லி மூச்சு விடாமல் முகம் சிவந்து ஆவேசமாகச் சொன்னாள். கேட்ட மற்றவர், “அடட, நாம சாதுன்னு நெனைச்ச எஸ். கலாவல்லியா இப்பிடிப் பேசுது!” என்று மனசுக்குள் அதிசயித்துக்கொண்டனர்.

கல்யாணி மிஸ்ஸின் யோசனை இவ்வாறு அனாதையாகிச் சாகடிக்கப்பட்டது.

இன்பராஜ் சார் எழுந்து நின்றார். “நாய்னு சொன்னவுடனே உங்களுக்கு எந்த சொல் நினைப்புக்கு ஞாபகம் வருது, சட்டுனு சொல்லுங்க பாப்பம்” என்றார்.

“கல்லு” என்றான் ரமேஷு தயங்காமல்.

“பாத்தீங்களா, இதுக்கு ஆங்கிலத்துலே “வேர்டு அசோசி யேசன்” அதாவது, ‘சொற்சேர்க்கை’னு சொல்வாங்க. நாம இவ்வளவு நேரம் ‘வெறி நாய்’, ‘வெறி நாய்’னே சொல்லிக்கிட்டி ருந்தோம். ‘வெறி நாய்’னா உடனே என்ன நினைப்புக்கு வருது? ‘கடி’, ‘சாவு’, ‘பைத்தியம்’, ‘ஊசி’ இதெல்லாம்தான் நினைப்புக்கு வருது. அதுனாலேதான் நாம இத்தனை நேரமாய்ப் பேசியும் ஒரு முடிவுக்கும் வர முடியலை. என்ன புரிஞ்சுதா?” என்று வகுப்பில் மாணவர்களைக் கேட்பதுபோலக் கேட்டார் இன்பராஜ் சார்.

“நாயைக் கல்லாலே அடிக்கணும்” என்றான் ரமேஷு.

“கரெக்ட், விஷயம் தீர்ந்து போச்சு” என்று சொல்லி வெற்றிப் புன்னகையுடன் மற்றவர்களைப் பார்த்தார் இன்பராஜ் சார்.

“நான் இதை மொதல்லியே நினைச்சேன், ஆனாப் பாருங்க, போன வாரம்தான் பசங்களை வெச்சு காம்பௌண்டிலே இருந்த கல் அத்தனையும் ஒண்ணுவிடாமே பொறுக்கி எடுத்து வெளியிலே கடாசிட்டோம். அதான் நான் ‘கம்’முனு இருந்துட்டேன்” என்று கோதண்டராமன் சார் சொல்ல, சுசீலா தேவதாஸ் மிஸ்ஸும் “ஆமா” என்று சொல்லி அதை ஆமோதித்தார்.

கல்லுக்குப் பதிலாக எதை உபயோகிப்பது என்று ஆசிரியர் குழு ஆலோசிக்க ஆரம்பித்தது.

“நீங்க பேசிட்டிருங்க, நான் இதோ வந்துட்டேன்” என்று சொன்னபடி ரமேஷு பதுங்கி வெளியேறினான்.

பள்ளிக்கூடத்தின் வெளியே இருக்கும் மைதானத்தின் நாலு மூலைகளிலிருந்து நாலு ஊர்வலங்கள் பள்ளிக்கூடத்தின் கிராதிக் கதவை நெருங்கிக்கொண்டிருந்தன. ஒவ்வொரு ஊர்வலத்திலும் சுமார் பதினஞ்சிலிருந்து இருபது பேர் இருந்தார்கள். திரு. முத்தையன் கிழக்கு ஊர்வலத்துக்கும், தெற்கிலிருந்து வந்ததுக்கு திரு. பலராமனும், மேற்கு ஊர்வலத்தை திரு. விசுவநாதனும், வடக்குக் கும்பலை திரு. துரைக்கண்ணு பீ.ஏ. வும் தலைமை தாங்கி வழிகாட்டி வந்துகொண்டிருந்தார்கள். அவர்கள் பின்னால் அந்தந்தக் கட்சி ஊழியர்கள் பலவித கோஷங்களின் வாசகங்களைத் தாங்கிய அட்டைகளை ஏந்தியபடி வந்தனர். பள்ளியைக் காப் பாற்றத் தாங்கள்தான் ஆர்ப்பாட்டம் செய்ய வந்திருக்கிறோம் என்று நினைத்துக்கொண்டு வந்த ஒவ்வொரு கட்சிக்காரர்களுக்கும் வேறு மூன்று கட்சிகளும் வந்திருக்கின்றன என்பதைக் கண்டவுடன் மிக எரிச்சல் உண்டாகிவிட்டது.

“சீக்கிரம் நடங்க, மொத இடத்தை நாம பிடிக்கணும்” என்று ஊழியர்களுக்கு உத்தரவிட்டுவிட்டுத் தலைவர்கள் நால்வரும் கிராதிக் கதவை நோக்கி ஓடினர். பந்தயத்தில் காலே அரைக்கால் வினாடி முந்திக்கொண்ட திரு. துரைக்கண்ணு பி.ஏ.,

“நாங்கதான் முன்னாடி வந்தோம், நீங்கள்ளாம் பின்னாடி போங்க” என்று மற்றவர்களைப் பார்த்து மேல் மூச்சு வாங்கினபடி இரைந்தார்.

“துரை, பதறாதேப்பா, யாராயிருந்தாலும் நியாயத்துக்குக் கட்டுப்படணும். இந்தத் தெருவிலே நாங்கதானே முதல்லே நுழைஞ் சோம். நீ வேணுமின்னா எங்களுக்குப் பின்னாடி மொதல்லே நின்னுக்க, வேணாம்னு சொல்லலே” என்று நிதானமாகச் சொல்லி

விட்டுத் திரு. முத்தையன் தன் ஆட்கள் பக்கம் திரும்பி, "யோவ், கன்னியப்பா, நம்ம ஆளுங்களை இங்கே வரிசையா நிக்க வை" என்று உரக்க உத்தரவிட்டார்.

"நியாயம் பேசறதுன்னா அதுக்கும் நாங்க தயார். அப்போ நாங்கதான் முன்னே இருக்கணும்" என்று சொல்லிப் புன்னகை மின்னல் ஒன்றை முகத்தில் உதறிவிட்டு, பின்னாலிருந்த தன் ஆட்களை முன்னே வருமாறு கையை ஆட்டினார் திரு. விசுவநாதன்.

"இது என்னா நியாயம்? ஒனக்கு மாத்திரம் தனி நியாயமா? பின்னாலிருந்தாலும் முன்னாடி வரணுமின்னு?" என்று துரைக் கண்ணு பீ.ஏ. கோபமாகக் கூறியபோதும் திரு. விசுவநாதன் நிதானமிழக்காமல் இன்னொரு புன்னகையை உதிர்த்துவிட்டு,

"ஒங்க எல்லாருக்கும் முன்னாடியே, உங்களுக்கெல்லாம் சமாசாரம் தெரியறதுக்கு முன்னாடியே, நேத்தே, நாங்க கிளம் பிட்டோம். நமது பள்ளியை, அதிலிருக்கும் பச்சிளங்குழந்தைகளை, நம் மக்கள் வாழத் தங்கள் உடல் பொருள் ஆவியனைத்தையும் அர்ப்பணம் செய்து இரவும் பகலும் பள்ளியிலும் வீட்டிலும் கல்விப் பணியினால் தொண்டாற்றிவரும் ஆசிரியர்களுக்கும் நேர்ந்திருக்கும் பேராபத்தை மதியாத இந்த அரசு, வேர்வையால் வயலுக்கு உரமிட்டு வாழும் விவசாய மக்களை, தியாக வாழ்வு நடத்திவரும் தாய்க்குலத்தை, தினமும் ஓடாய் உழைத்து வாடும் தொழிலாளத் தோழர்களை, வஞ்சனையில்லாமல் நேர்மையுடன் தொழில் புரிந்து வாழப் பாடுபடும் நடுத்தர வகுப்பு மக்களை, முத்தனைய நாட்டுக்குப் பொருளாதாரச் செல்வம் சேர்க்கும் முதலாளிப் பெரு மக்களை, நம் அனைவரையும் கருவேப்பிலை போலக் கசக்கி எறியும் இந்த அரசாங்கம்..." என்று தான் தயாரித்துக் கொண்டு வந்திருந்த சொற்பொழிவை அவிழ்த்துவிட ஆரம்பித்தார்.

திரு. விசுவநாதனின் இந்த அதர்ம அதிரடியைச் சற்றும் எதிர் பாராத திரு. முத்தையனும் துரைக்கண்ணு பீ.ஏ.வும் திகைப்பி லிருந்து விடுபட்டுத் தங்களைச் சுதாரித்துக்கொள்வதற்குள், திரு. விசுவநாதன், "உடுக்கை இழந்தவன் கை போலே உதவி உடனே கொடுப்பது கட்சி என்ற புதுக்குறள் எங்கள் கட்சி கீதம்..." என்று தொடர்ந்து உரையாற்றிக்கொண்டிருக்க அவரைத் துரைக்கண்ணு பீ.ஏ. கோபத்துடன் இடைமறித்து, "நிறுத்து பேச்சை, எப்படி நீங்க நேத்தே கிளம்ப முடியும்? இன்னிக்குத்தானே நாயே பள்ளிக்கூடத் துக்குள்ளே பூந்துச்சு, இவரு நேத்தே கிளம்பிட்டாராம். இவரு சொல்றாரு நாம கேட்டுக்கணும்! எப்பிடி நேத்தே கிளம்பிடுவார்ன் னேன்?" என்று கூட்டத்தைப் பார்த்துக் கேட்டார்.

திரு. விசுவநாதன் சிறிதும் தயங்காமல், "வருமுன் காவாது வாழ்வான் வாழ்வு துருமுன் ஊசிபோலக் கெடும்" என்ற புதுக் குறளே எங்கள் அரசியல் மூச்சு. நாங்கள்தான் உண்மையான அரசியல் வாதிகள். வருமுன்னே காப்பவர்கள். நீங்களெல்லாம் ஸ்டேஷனில் ரயில் வந்தபின் வீட்டைவிட்டுக் கிளம்புகிறவர்கள். நான் சொல் வதை நிரூபிக்கிறேன் பாருங்கள்" என்று பதில் சொல்லிவிட்டுத் தன் கட்சி ஊழியர்களைப் பார்த்து,

"ராஜசேகரா, நீ நேத்திக்கி எங்கேயிருந்து கிளம்பினே?" என்று கேட்டார்.

"ஐயா, நாம் செம்பாக்கத்துலேயிருந்து" என்று ராஜசேகரன் குரல் கொடுத்தார்.

"தொரசாமீ, நீ எங்கேயிருந்து நேத்துக் கிளம்பினே?"

"மேல்பாக்கத்துலேயிருந்துங்க"

"வேலாயுதம், நீ நேத்து எங்கேயிருந்து வர்றே?"

"வெம்பாக்கத்திலேயிருந்து வர்றேனய்யா"

"கோவிந்தசாமீ, நீ எங்கேயிருந்து நேத்துக் கிளம்பினே?"

கோவிந்தசாமி பதில் குரல் கொடுக்கவில்லை. ஆவலுடன் தலைவரையே பார்த்துக்கொண்டு தலையை ஆட்டிக்கொண்டு நின்றார். அவருக்குக் காது கேட்காதானதால் தலைவர் தன்னைக் கேள்வி கேட்டது தெரிந்திருக்கவில்லை. மீதி மூன்று கட்சிக்காரர் களும் ஒன்றாகச் சேர்ந்து,

"கோயிந்தா கோஓயிந்தா!" என்று கோஷமிட்டார்கள்.

"என்னய்யா?" என்று கோவிந்தசாமி குரல் கொடுத்தார்.

"நீ நேத்திக்கி எங்கேருந்து கிளம்பினே?" என்று திரு. விசுவ நாதனும் வேறு சில நண்பர்களும் சேர்ந்து கூவினார்கள்.

"கேட்டுச் சொல்றேன் ஐயா" என்று பணிவாய்ச் சொல்லி விட்டுத் தன் அருகிலிருந்த சாமிநாதனை, "தலைவரு என்ன சொல் றாரு?" என்று வினவ, சாமிநாதனும் கோவிந்தசாமியின் காதில் தலைவரின் கேள்வியை ஓதினார். கேள்வி புரிந்த சந்தோஷம் ததும்பும் முகத்தோடு கோவிந்தசாமி, "கீழ்ப்பாக்கத்துலேயிருந்து" என்று உரத்துக் கூவினார்.

கட்சி பேதமின்றிக் கூட்டம் 'ஹோ'வென்று சிரித்துவிட்டு, "கோயிந்தா, கோஓயிந்தா, கீழ்ப்பாக்கம் போஓயிந்தா!" என்று கோஷம் எழுப்பியது.

இதுவரை பேசாமலிருந்த திரு. பலராமன் பொறுமையை இழந்தவராய், வேட்டியை உதறி மடித்துக்கட்டி, சட்டைக் கைகளை மேலே தள்ளிவிட்டுக்கொண்டே,

"அந்தாண்டை போயி நீங்கள்ளாம் நியாயம் பேசுங்க. நாயி தூந்துட்டிருக்குது, ஆசியம் பண்றாங்க. ரயிலாம், ஸ்டேசனாம், மேல் பாக்கமாம், மண்ணாங்கட்டியாம். யோவ், வாங்கடா இங்கே, எனக்கு ஒரு கை குடுங்க, இவங்களையெல்லாம் பின்னாலே தள்ளலாம்" என்று உத்தரவிட்டபடியே கிராதிக்கதவின் அருகில் இருந்தவர்களை, ஊழியர்கள் தலைவர்கள் என்று வித்தியாசம் பாராட்டாமல் ஜன நாயகமாகப் பின்னுக்குத் தள்ள ஆரம்பித்தார். அப்போது அவர் சட்டையை யாரோ பின்னாலிருந்து இழுக்கவே, "எந்த நாய்டா எம்மேலே கை வெக்கிறவன்?" என்று ஆவேசத்துடன் சொன்ன படித் திரும்பினவர்,

"ஐயோ, நாயீ!" என்று அலறினபடி, தரையில் எறிந்த ரப்பர் பந்துபோல் தாவி எழும்பித் துள்ளி எட்டடி தள்ளி விழுந்தார். திரு. பலராமனின் சட்டைக் கிழிசலை வாயிலே கௌவினபடி கிராதிக் கதவின் பின் நின்றிருந்த நாயைக் கண்ட கட்சி ஊழியர் கள், "ஐயோஓ! நாயீ!" எனக் கூவித் தங்கள் தலைவருக்குத் தாங்கள் ஒரு விதத்திலும் தாழ்ந்தவர்கள் அல்லர் என நிரூபிக்கும் வகையில் ஒரே தாவலில் பத்தடி பின் வாங்கினர்.

நடப்பதையெல்லாம் இதுவரை பார்த்துக்கொண்டிருந்த நமது நிருபர் அருணகிரி, ஜோல்னாப் பையிலிருந்து குறிப்பேட்டை யெடுத்து அவசரமாக எழுத ஆரம்பித்தார்: "அரசியல் தலைவர்கள் மீது வெறி நாயின் தாக்குதல்! நால்வர் காயம்!" என்று அவர் குறிப்புகள் தொடங்கின.

ஹெட்மாஸ்டர் ராஜதுரையின் அறையில் ரமேஷு பேசிக் கொண்டிருந்தான். ஆசிரியர்களின் முகத்தில் மகிழ்ச்சி தாண்டவ மாடிக்கொண்டிருந்தது. ரமேஷு, தான் எப்படி மெல்ல வெளியே சென்று, பின் தாழ்வாரம் வழியாக மற்ற மாணவர்களைக் கண்டு, போனவாரம் பொறுக்கி எறிந்த கற்களைச் சேகரித்து அனுப்ப ஏற்பாடு செய்துவிட்டு வந்தான் என்பதைச் சொல்லிக்கொண்டி ருந்தான்.

"ஐயோ பாவம்! குழந்தைங்க பட்டினியாயிருக்காங்க, இந்த வெய்யிலிலே எப்பிடி கல்லையெல்லாம் பொறுக்குவாங்க?" என்று பச்சாதாபத்துடன் கல்யாணி மிஸ் கேட்டதுக்கும்,

“கிராதிக் கதவுதான் பூட்டிக்கெடக்கே, எப்பிடி வெளியே இருக்கிற கல்லை உள்ளே கொண்டுவருவாங்க?” என்று கோதண்ட ராமன் சார் எழுப்பின சந்தேகத்துக்கும் பதிலாக,

“கவலப்படாதீங்க மிஸ், அல்லாரும் வீட்டுக்குப் போயி சாப் பிட்டுட்டு வந்துட்டாங்க, ஒத்தன்கூட கட் அடிக்கலே. ஆனா, எப்பிடி வெளியே போனாங்க, எப்பிடி உள்ளே வருவாங்கன்னு மட்டும் என்னைக் கேக்காதீங்க, அது ஸ்டூடன்ஸ் ரகசியம், நான் சொல்லிடக்கூடாது என்று ரமேஷு உறுதியாகக் கூறிவிட்டான். ‘இந்த நெருக்கடி முடிஞ்ச உடனே, பள்ளிக்கூடத்துக்கு அடியிலே ஏதாவது சுரங்கப் பாதை இருக்குதான்னு தோண்டிப்பாக்கணும்’ என்று மனசுக்குள்ளேயே ராஜதுரை தீர்மானித்தார். அதே சமயம், ‘பையன் கெட்டிக்காரன்தான், ஆனா கொஞ்சம் ஆபத்தானவனா இருப்பான் போல இருக்கு, சமயம் பார்த்துக் கீழே இறக்கணும்’ என்ற எண்ணமும் அவருக்குத் தோன்றாமலில்லை.

அரை மணி காலத்துக்குள் அறைக்குள் கற்கள் நிறையச் சேர்ந்துவிட்டன. முக அடையாளம் தெரியாதபடி கண்ணுக்குக் கீழே கைக்குட்டை கட்டின மாணவர்கள் பத்துப்பேர் ஒருவர் பின் ஒருவராய்ப் பதுக்கமாகத் தவழ்ந்து வந்து ஆளுக்கு ஒன்றாகக் கல் நிரப்பிய புத்தகப் பைகளை வாய் பேசாமல் வைத்துவிட்டுப் போனார்கள். தன்னுடைய மாணவர்களின் கட்டுப்பாட்டையும் ஒழுங்கையும் கண்டு பெருமிதம் அடைந்த ராஜதுரை, அதே சமயம், ‘அடடடா, இதைக் கல்வி மந்திரி பார்க்க முடியாமல் போச்சே’ என்று சிறிது வருத்தமும் அடைந்தார். பள்ளிக்கூட வளர்ச்சியைப் பற்றின அவரது சிந்தனை ஓட்டத்தைக் கலைக்கும் வகையில்,

“நாம ரூமுக்குள்ளே இருக்கோம், நாய் வெளியிலே உலாத்திக் கினு இருக்குது, ஒரே ஒரு ஜன்னல்தான் இருக்குது. நாம ஆறேழு பேர் இருக்கோம், எப்பிடி நாம எல்லாரும் நாய் மேலே கல்லை வீசறது?” என்று புதிதாக ஒரு பிரச்சனையை ஆரம்பித்துவைத்தார் ரகுபதி சார்.

இன்பராஜ் சார் எழுந்து நின்றார். “ஒரு பிரச்சனைக்குத் தீர்வு காண்பது, அதை நாம் எந்த மாதிரியான கேள்வி உருவத்தில் வடிக் கிறோம் என்பதைப் பொறுத்திருக்கிறது. ரகுபதி சார், உங்களுக்கு என் வாழ்த்துகள், கிரீட்டிங்க்ஸ் இல்லை, கங்க்ராஜுலேஷன்ஸ்! பிரச்சனையைச் சரியாக நீங்கள் முன்வைத்தீர்கள். சரியான கேள்வி என்றால் அதிலேயே பாதி விடை அடங்கியிருக்கிறது என்று சொல் வார்கள். நீங்கள் கேட்ட கேள்வியும் அப்படிப்பட்டதுதான். என்ன புரிஞ்சுதுங்களா?” என்றார்.

“உள்ளேயிருந்து நாம கல்லை எறிய முடியாதுன்னா வெளி யிலே போய் எறியணும்” என்று ரமேஷு தயங்காமல் பதில் சொன்னான்.

“உள்ளேயும் சரி, வெளியிலேயும் சரி, நான் கல்லை வீசமாட் டேன். இதுவரை என் ஆயுசிலே நான் யாரையும் கல்லாலே அடிச்சதில்லே, இன்னிக்குப் போய் அடிக்கப் போறதுமில்லை” என்று கல்யாணி மிஸ் திட்டவட்டமாகச் சொல்லிவிட்டார்.

“தேவையில்லை மிஸ், நாங்க ஆம்பிளைங்க இருக்கோம், நீங்க கல்லெல்லாம் வீசவேண்டியதில்லை. சும்மா அப்பப்போ எங்க ளுக்கு ஆளுக்கு ஒரு கப் காப்பி போட்டுக் குடுத்தால் போதும்” என்று சிரித்துக்கொண்டே சமாதானம் பேசவந்த சுப்பிரமணியம் சாரைக் கல்யாணி மிஸ் கோபத்துடன் விழித்துப்பார்த்து,

“இந்தாங்க சார், வீணா ஆம்பிளை பொம்பிளைன்னு வம்புக்கு இழுக்காதீங்க. நீங்க என்ன உலகத்திலே இருக்கிற பொம்பிளைங்க எல்லாம் ஒங்க பெண்ஜாதி மாதிரிப் பேசறீங்க? பொம்பிளைன்னா ஒங்களுக்கெல்லாம் காப்பி போட்டுக் குடுக்கணுமின்னு எழுதி வெச்சிருக்கா என்ன?” என்று ஆரம்பித்தார்.

உலகத்திலே இருக்கிற பெண்களெல்லாம் தனக்குப் பெண்ஜாதி மாதிரி என்பதைக் கேட்ட சுப்பிரமணியம் சார் நடுங்கிப்போய் முகம் வெளிறி மூச்சு முட்டித் தலை சுற்ற ஆரம்பிக்க, “ஆண்டவனே, என்னமோ தமாஷுக்குச் சொன்னா விபரீதமா எடுத்துக்கறீங்களே” என்று ஈனக் குரலில் பொதுவாக முறையிட்டுவிட்டுப் பிறகு, தனக்கு ஏற்பட்ட மன உளைச்சலைத் தீர்க்க அறைக்குள்ளே குறுக்கும் நெடுக்குமாக நடந்தவாறு, ‘பெண்களுக்கு ஏன் ஆண்டவன் நகைச் சுவையை வைக்க மறந்துவிட்டான்’ என்கிற ஆராய்ச்சியில் ஈடுபட்டார்.

“வெளியே போய் கல் வீசணுமா? வெளியிலே அந்த ஷைத் தான் நாய் இருக்குதே?” என்று சத்தார் சார் கலவரத்துடன் கேட்டார்.

“நாய் உலாத்திகினுதானே இருக்குது? அது எதிர் சாரி வகுப்பறைகள் கிட்டப் போகும்போது நாம் வெளியே வந்து கல்லை வீசுவோம். அது நம்ம பக்கம் வரும்போது நாம ரூமுக்குள்ளே வந்துடுவோம்” என்று மனோகரன் சார் சொன்னதும் எல்லோரும் கவலை நீங்கினவர்களாய் அந்த யோசனைக்குத் தங்கள் பாராட்டு தல்களைத் தெரிவித்தார்கள்.

இன்பராஜ் சார் எழுந்திருந்து தன் அருகிலிருந்த கல் பையிலிருந்து ஒரு பெரிய கல்லாகப் பொறுக்கி எடுத்து, “நமது

மாண்புக்கும் மதிப்புக்கும் உரிய தலைமை ஆசிரியர் திரு. ராஜதுரை எம்.ஏ. எட்செட்ரா அவர்களை முதல் கல்லை வீசி நமது வெறி நாய் ஒழிப்புச் செயல் திட்டத்தைத் துவக்கி வைக்குமாறு உங்கள் சார்பிலும், நமது பள்ளியின் சார்பிலும், என் சார்பிலும் கேட்டுக் கொள்கிறேன்" என்று கூறிக் கல்லை ராஜதுரையிடம் சமர்ப்பித்தார். எல்லோரும் கை கொட்டி ஆமோதித்தனர்.

வெறி நாய்க்குத் தன்னை முதற் பலியாக்க முயற்சிக்கும் ஆசிரிய இனத்தை மனசுக்குள் சபித்துக்கொண்டு இந்தப் பிராண சங்கடத் திலிருந்து எப்படித் தப்புவது என்று யோசித்தவராய், மிகவும் கஷ்டப்பட்டு முகத்திலே கொஞ்சம் சிரிப்பை வரவழைக்க முயற்சித்தபடி,

"ஆசிரியப் பெருமக்களே! நீங்கள் என் மீது காட்டுகிற பெரு மதிப்புக்கும் அன்புக்கும் நான் ஆழ்ந்த நன்றி உள்ளவனாயிருக் கின்றேன் என்பதை முதலில் எடுத்துரைக்கக் கடமைப்பட்டிருக் கிறேன் என்று தெளிவாகவும் பணிவாகவும் உறுதியாகவும் சொல்லிக்கொள்ள ஆசைப்படுகிறேன். நீங்கள் எனக்கிட்டிருக்கும் மகத்தான பணி..." என்று ஆரம்பித்த ராஜதுரையின் பேச்சை "கோயிந்தா, கோஓஓயிந்தா" என்ற அசரீரியான கோஷம் வர வேற்றது. ராஜதுரை திடுக்கிட்டுப் பேச்சை நிறுத்தி உட்கார்ந்து கொண்டார். சில வினாடிகளுக்குப் பிறகு மீண்டும் கோஷம் கேட்டது. 'இன்னிக்கோடே என் ஆயுசு முடிஞ்சுது போலிருக்கே' என்று அவர் மனசு திகிலுடன் கைகளைப் பிசைந்துகொண்டது.

"நல்ல சகுனம், யாரோ திருப்பதி போறாங்க, இன்னிக்கி இந்த நாயாலே வந்த டேஞ்சர் போனா நாம கூட..." என்று ஆரம்பித்த கோதண்டராமன் சார், கல்யாணி மிஸ் வேண்டுதல் ஞாபகத்துக்கு வரச் சட்டென்று நிறுத்திக்கொண்டார்.

"சார், நீங்க கல்லை ஆசீர்வாதம் செய்து குடுங்க, மீதியை நாங்க பாத்துக்கறம்" என்று ரமேஷு சமயோசிதமாக மற்றவர்கள் கவனத்தைத் திருப்பவும், ராஜதுரை மன மகிழ்ந்து, "உங்களுக்கு மகத்தான வெற்றி உண்டாகட்டும்" என்று ஆசீர்வதித்துத் தொட்டுக் கொடுக்க எல்லோரும் (கல்யாணி மிஸ் தவிர) கல் பைகளை மாட்டிகொண்டு, 'மாணவர்களைக் காப்பாற்றுவதற்காகத் தங்கள் உயிரையும் தியாகம் செய்யத் துணிந்துவிட்டோம்' என்ற உயரிய எண்ணத்தின் கம்பீரப் பளு கால்களைக் கனக்க, அறையை விட்டு வெளியே மெல்ல வந்தார்கள்.

எதிர் சாரி வகுப்பறை ஒன்றின் அருகில் அந்த நாய் உடம்பை வளைத்து விலா ரணத்தைச் சாவதானமாக நக்கிக் கொடுத்துக்

கொண்டிருந்தது. வெறி நாய் ஒழிப்புக் குழுவின் தரப்பிலிருந்து கற்கள் நாலு திசைகளிலும் பறந்தன. இந்தத் தாக்குதலைச் சற்றும் எதிர்பார்க்காத நாய், ஒரு கல்கூட அதைத் தாக்காதபோதும் விபரீதமாகச் சப்தம் செய்தபடித் துள்ளி எழுந்து சதுக்கத்தில் தாறு மாறாக ஓட ஆரம்பித்தது. பல கற்கள் வகுப்பறைக் கதவுகளின் மேலும், ஜன்னல்கள் வழியாக மாணவர்கள் மேலும் விழ, மாணவர் களும் வெறி நாய் ஒழிப்புச்செயல் திட்டத்தில் உற்சாகமாகப் பங் கேற்க முன்வந்தனர். அவர்கள் திருப்பி எறிந்த கற்கள் நாய் இருந்த, இருக்கப்போகிற இடங்களையும் ஒழிப்புக் குழுவையும் நோக்கிப் பறந்தன. கற்கள் தவிரப் பலவிதமான ஏவு கணைகள் வீசப்பட்டன. நோட்டுப் புத்தகங்கள், ரூல் தடிகள், இங்க்கி புட்டிகள், கண்ணாடிக் குண்டுகள், பம்பரங்கள் எல்லாம் பல திசைகளிலிருந்து பறந்தன. தாங்கள் வீசும் கற்களும் வேறு பல பொருட்களும் ஆகாயத்தில் பறப்பதைக் காணும் ஆனந்தமும், நாய் அலறி அங்குமிங்கும் துள்ளித் தாவி ஓடுவதைக் காணும் சந்தோஷ வெறியும், கற்கள் கதவுகள்மேல் மோதும் ஒலிகளையும் ஜன்னல் கண்ணாடிகள் நொறுங்கி விழும் ஓசைகளையும் கேட்கும் இன்பமும், தங்கள் கோஷங்களைக் கேட்கும் சந்தோஷமும் ஒன்று சேர, ஆசிரியர் களும் மாணவர்களும் நாயையும் அதைப்பற்றின பயங்களையும் அறவே மறந்து, அதி உற்சாகத்துடன் வேட்டி புடவைகளை வரிந்து கட்டி, பற்கள் தெரியச் சப்தமாகச் சிரித்தபடியும், முகத்தை வலித்துக் கொண்டும் ஒருவரை ஒருவர் ஊக்குவித்துக்கொண்டு கல்லெறிவதில் முழு மூச்சுடன் ஈடுபடலாயினர்.

கட்சி பேதம் பாராமல் வெறி நாய் எல்லாரையும் கடிக்கும் என்பதாலும், அனைவரும் கிட்டத்தட்ட ஒரே சமயத்தில் கிராதிக் கதவை அடைந்திருந்தனர் என்பதாலும், தடியடி, கண்ணீர்ப் புகை துப்பாக்கிச் சூடு, சித்திரவதை, விஷவாயுப் பிரயோகம் முதலிய செய்து கூட்டத்துக்கு வீரமேற்றப் போலீசு இல்லையென்பதாலும் நான்கு தலைவர்களும் ஒரு சமரச முடிவுக்கு வந்திருந்தனர். நான்கு மாற்றுக் கட்சிகள் இணைந்து செயல்படும் இந்த மகத்தான வரலாற்று முக்கியத்துவம் வாய்ந்த காட்சியைக் காண ஊரே திரண்டு வந்திருக்கவேண்டும். பொதுமக்களுக்கு வரலாற்று முக்கி யத்தில் ஈடுபாடு இல்லாததினாலோ என்னமோ யாரும் வரவில்லை. வழக்கமாக மேயும் கழுதைகளே அன்றும் மைதானத்தில் தத்தித் தத்தி நடந்து மேய்ந்துகொண்டிருந்தன.

கிராதிக் கதவிலிருந்து பாதுகாப்பாகப் பதினஞ்சு அடி தள்ளி நான்கு வரிசைகளாகக் கட்சி ஊழியர்கள் அணி வகுத்து நின்று கோஷங்கள் எழுப்பினபடி இருந்தனர்.

“வெறி நாய்... ஒழிக!”

“முடிசூடா மன்னன் முத்தையன்... வாழ்க!”

“பள்ளிக்குள் வெறி நாயை விரட்டிய பாதகர்கள்... ஒழிக!”

“தியாகச் செம்மல் துரைக்கண்ணு பீ.ஏ... வாழ்க!”

“மாணவர் விரோதி முத்தையன்... ஒழிக!”

“விளையாட்டு வேந்தன் விசுவநாதன்... வாழ்க!”

“மாணவர் உயிரோடு விளையாடும் பள்ளி நிர்வாகம்... ஒழிக!”

இப்படியும் இன்னும் பலவிதமான கோஷங்களும் ஒன்றோ டொன்று பின்னிப்பிணைந்து வானைப் பிளந்தன. இடையே சாமிக்கண்ணுவுக்கு ஒரு சந்தேகமேற்பட, பக்கத்திலிருந்த நடேசனை நோக்கி, “ஏம்ப்பா நடேசா, புத்தியிருக்கிற நாயின்னா மனுஷாள் சொல்றதைக் கேக்கும், ஜூ ஜூன்னா ஓடி வரும், உக்காருன்னா உக்காரும். இது பைத்தியக்கார நாயிங்கறாங்களே, நாம் ‘ஒழிக’ன்னா அதுக்குப் புரியுமா?” என்று கேட்டான்.

“அதெல்லாம் நமக்கெதுக்கு? தலைவரு பாத்துப்பாரு. நீ நல்லாச் சத்தம் போடு. அது அவருக்குக் கேக்கணும். அதுதான் முக்கியம். சொல்லு, ‘வெறி நாய்... ஒழிக!’” என்று நடேசன் சொல்லிக் கோஷமெழுப்புவதில் முனைந்தான்.

இந்தச் சமயந்தான் பள்ளிக்கூடத்துக்குள்ளிருந்து பறந்துவரும் கற்கள் ஆர்ப்பாட்டக்காரர்களைத் தாக்க ஆரம்பித்தன!

“நாய் கல்லெடுத்து அடிக்குது டோய்” என்று அடிபட்ட முருகேந்திரன் அலறினான்.

“தாக்குங்கடா! வுடாதீங்கடா! என்று கத்திக்கொண்டு ‘டைகர்’ அண்ணாமலை கற்களைப் பொறுக்கிப் பள்ளிக்கூடத்துக்குள் எறிய ஆரம்பித்தான்.

“உதவிக்கீன்னு வந்தா நம்மையே கல்லால அடிக்கிறாங்க பாத்தியா, இந்தப் பள்ளிக்கூடப் பசங்களுக்கும் வாத்தியான்களுக் கும் என்ன திமிராப் போச்சு பாத்தியா, போடுங்கடா!” என்று உரக்கக் கத்தி உற்சாகப்படுத்தினபடி எத்திராஜ் தானும் கற்களை வீசத் தொடங்கினான். அதைப் பார்த்த மற்றவர்களும் இங்கும் அங்கும் ஓடிக் கற்களைப் பொறுக்கிப் பள்ளிக்கூடத்தின்மேல் வீசத் தொடங்கினர்.

ராஜசேகரன் எறிந்த கல் துரைக்கண்ணு பீ.ஏ. வின் முகத்தைத் தாக்க, அவர் மூக்கு உடைந்து ரத்தம் பெருக, தன் மூக்குக்குள்ளே

இத்தனை ரத்தமா என்ற ஆச்சரியத்தினால் அவர் உடனே மூர்ச்சையானார்.

"அமரர் துரைக்கண்ணு பீ.ஏ. வாழ்க" என்று கூவியபடி அவருடைய கட்சிக்காரர்கள் தங்களுக்கு அருகிலிருந்த திரு. பலராமனின் கட்சி ஆட்களைத் தாக்க ஆரம்பித்தனர்.

'மூணு காலம் ஸ்டோரி கிடைத்தது, இது போதும். பேராசைப் படக்கூடாது' என்கிற சந்தோஷத் திருப்தி குதிகாலைச் சுண்டிவிட நமது நிருபர் போஸ்டாபீஸை நோக்கி ஓடத்தொடங்கினார்.

(கணையாழி, 1993 நவம்பர் – டிசம்பர்)

புதையுண்ட பிழம்பு

ராஜ சபை அரவமற்று அடங்கியிருந்தது.

புற மதிலைக் கடந்து, மற்றுமுள்ள வேறு பல உள் வாயில் களைக் கடந்து, சபையின் தலைவாயில் வழியாகத் தலை குனிந்த வண்ணம் அவள் மெல்ல நடந்து வந்தாள். அவளுக்குத் துணையாக வந்திருந்த இரு ரிஷி பத்தினிகளும் அவர்களுக்குத் துணையாக உடன் வந்திருந்த இரு ரிஷிகுமாரர்களும் வியப்பும் அச்சமும் கொண்டவராய் கண் விரித்து வாய் மூடி அவளுக்குச் சற்றுப் பின்னால் அவளைத் தொடர்ந்து வந்தனர். ராஜ சபையின் பரிமாணமும் பகட்டும் பளபளப்பும் அவர்கள் கண்களைக் கூச வைத்தன. அதன் பிரமிப்பில் ஏற்பட்ட திகைப்புடன் இரு புறமும் திரும்பிப் பார்த்தவாறு அந்த நால்வரும் அவளுக்குப் பின்னே நடந்து வந்தனர். அவளோ... கரடு முரடான காட்டுத் தரையிலும் சரளைக் கற்கள் மேலும் பசுஞ்சாணத்தால் மெழுகப்பட்டு உலர்ந்து இறுகிய பர்ணசாலையின் தரை மேலும் பலப் பல வருஷங்களாக நடந்து காய்த்து வெடிப்புகளால் வெட்டிவிடப்பெற்ற பாதங்களால் தர்பார் மண்டபத்தில் பதிக்கப்பெற்றிருந்த வழு வழுத்த பளிங்கு போன்றிருந்த சலவைக் கற்களை மிதித்தவாறு, அந்த மிதிப்பின் தன்மையை உணராதவளாய் நடந்துவந்து கொண்டிருந்தாள். மண்டபத்தில் அமர்ந்திருந்த அனைவரும், முதியவரும் அமைச்சரும் அறிஞரும் வீரரும் இளைஞரும் காவலரும் பிரதான புருஷர்களும் ஏனையோரும், வியப்புடன் அவளையே பார்த்தனர். அவள் உடலைச் சுற்றிப் படர்ந்து மெல்ல அசைந்துகொண்டிருந்த சிவப்பு முரட்டுச் சேலை, மெலிந்து வெளிர்ந்ததானாலும் கூசும் ஒளி வீசிக் கொண்டிருந்த முகம், முக மண்டலத்தைச் சுற்றி வளைத்து அசையும் புகை நாக்குகள் போன்றிருந்த கரிய சிறிதே நரையோடிய கூந்தல், அவளிடமிருந்து பிறந்து பரவிய தவ வெம்மை, அனைத்தும் ஒரு தீப்பிழம்பு உயிர்த்து அரசவைக்குள் நுழைந்து ஓசையும் சலனமும் இன்றி மெல்ல சபையை ஆக்கிரமிக்க வந்துகொண்டிருப்பதுபோல அவர்களுக்குத் தோன்றியது.

தன் இருதயம் வெறுமையாய்ப் பாழ்த்துவிட்டதென்று இத்தனை ஆண்டுகளாய் அவள் நினைத்துக்கொண்டிருந்தாள். ராமன் தன்னை வரப் பணித்திருக்கிறான் என்று அறிந்தபோது அவள் மனத்தில் ஏற்பட்ட துள்ளல்கள், அவள் இதயத்தில் ஏற்பட்ட படபடப்பு, அங்கங்களில் தெறித்துப் பரந்த இன்ப அதிர்வுகள் அவளுக்கு அப்போது ஆச்சரியத்தையும் அச்சத்தையும் ஊட்டின. தான் யார் என்று தெரியாததனால் தன்னை இன்னாரென்று அறிந்துகொள்ளும் பொருட்டு ராமன் அவளை ராஜ சபைக்கு வரக் கட்டளையிட்டிருக்கிறான் என்று தூதுவர்கள் சொன்ன போது, ராமனது கட்டளையைக் காதால் கேள்வியுற்றபோது, காதலனால் முதன்முறை தீண்டப்பெற்ற காதற் குமரிபோல் அவள் உடல் சிலிர்த்து மார்புகள் விம்மிக் குறு குறுத்து இன்ப வேதனை அவளைக் கவித்தபோது அவளுக்குத் திகில் பிறந்தது. ஆனால், இப்போதோ அவள் மெல்ல, சாவதானமாக, அன்றாடம் நீர் சுமந்து வரச் செல்வதைப்போலவே நடந்துவந்துகொண்டிருக்கிறாள் என்பதைக்கண்டு அவள் மனத்தின் ஒருபுறத்தில் ஆச்சரியமாக இருந்தது. ராமனைக் கண்டவுடன் ஓடிப் பறந்து தாவிச் சென்று அவனைத் தன் மார்பு நசுங்குற இறுகத் தழுவிப் பிணைத்து... இப்படியெல்லாம் நடக்கும் என்று நினைத்திருந்த அவளுக்கு, ராமன் அதோ சிறிது தூரத்தில், சிங்காதனத்தில், தம்பியரும் மெய்க்காவலரும் மந்திரி பிரதானிகளும் மற்றவரும் புடை சூழ வீற்றிருக்கிறான், பட்டுப் பீதாம்பரமும் முத்து மாலைகளும் மலர் மாலைகளும் வேறு பல அணிகளும் அழகு செய்ய அரச செல்வத்தின் நடுவே அதன் அச்சாணியாய் அமர்ந்திருக்கிறான் என்று கண்டபோது அவள் பாதங்கள் விரையவில்லை. நுகத்தடிபோலக் கனத்து மெள்ளத்தான் இயங்கின. அதுவும் அவள் மனத்தின் இன்னொரு மூலையில் ஆச்சரியத்தை விளைவித்தது.

தான் யார் என்று ராமனுக்குத் தெரிந்திருக்கவில்லையா! மூவுலகங்களையும் நடுங்கச் செய்த லங்கேசுவரனான ராவணன் மார்பைக் குருதியூற்றுக் கண்களாகத் துளைத்த மா வல்லமை பொருந்திய கோதண்டபாணியும் ரகு குல சக்கரவர்த்தியுமான ஸ்ரீ ராமச்சந்திரனின் யக்ஞ அசுவத்தை மடக்கிக் கட்டி, விடுவிக்க வந்த வீரர்களை விரட்டி ஓட்டி, இந்திரனைச் சாடி ஓடி ஒளிய வைத்த மேகநாதனையே வெட்டிச் சாய்த்த ஸ்ரீ லக்ஷ்மணனை வில்லறுத்து வாளொடித்து மரத்தில் பிணைத்த மா வீரச் சிறுவர்களின் தாய் யாராக இருக்கமுடியும் என்று ராமனுக்குத் தெரிந்திருக்கவில்லையா! பதினாறு வயது நிரம்பாத இரட்டைக் குழந்தைகளின் பால்யச் செம்மை மாறாத உதடுகளிலிருந்து ஊறிப் பரிமளித்த தன் காதையைக் கேட்ட பின்னும் அவர்களைப் பெற்றுப் பாலூட்டி

வளர்த்தவள் யாராக இருக்கமுடியும் என்று அவனுக்குத் தெரிய வில்லையா! "தாங்கள் யார் என்று தெரிந்துகொள்ளவும் தங்களைக் காணவும்வேண்டித் தாசரதியும் திரிபுவனச் சக்கரவர்த்தியுமான ஸ்ரீ ராமச்சந்திர மகாப் பிரபு தங்களை ராஜ சபைக்கு அழைத்துவர எங்களுக்கு ஆக்ஞை பிறப்பித்திருக்கிறார்" என்றல்லவோ தூது வர்கள் சொன்னார்கள். அந்த ஆணையைக் கேட்டபோது, அந்த ஆணையின் வாசகம் அவளுடைய செவிப்பறையைச் சாடியபோது, அவள் இதயத்தில் இன்னுமொரு விரிசல் வெடித்தது. இந்த முறை ராமனுடைய மாளிகைக்கும் அவள் பதினாறாண்டுகளுக்கும் மேலாக அடைபட்டுக் கிடந்த குடிசைக்கும் இடையே அலை வீசி நுரைத்து ஆர்ப்பரித்துக் கொந்தளிக்கும் கடக்கமுடியாத பெருங் கடல் கிடக்கவில்லை. அவனுக்கு மிகவும் பரிச்சயமாகியிருந்த கானகமே இருந்தது. இந்த முறை, சுருட்டைச் செம்பட்டை முடியை யும் கருத்துத் தடித்த உதடுகளையும் இடித்த குரலையும் மதகஜத்தின் முன் கால்களைப் போலப் பருத்த புஜங்களையும் மின்னலென ஒளி வீசிப் பளபளக்கும் வாளையும் வேலையும் சூலத்தையும் ஏந்திச் சுழற்றும் கைகளையும் கொண்ட அரக்கர் சேனை அவளைச் சூழ்ந்து சிறைகாத்து நின்றிருக்கவில்லை. மெல்லிய யக்ஞோபவீதம் அசையும் பின்னிய மார்புக் கூட்டையும் வேதங்களை இனிக்க ஒலிக்கும் வாயையும் தருப்பைப் புல்லைத் தாங்கும் கைகளையும் வற்றிய உடலையும் கொண்ட முனிவர்களும் முனி குமாரர்களுமே அவளைக் காத்திருந்தனர். வன புஷ்பங்களைத் தலையில் செருகி முரட்டுச் சீலையுடுத்தி இனிய குரலில் கீதங்கள் பாடும் ரிஷி பத்தினி களே, ரிஷி குமாரத்திகளே அவளைச் சூழ்ந்திருந்தனர். இருப் பினும்... முன்னே கொடிய வனங்களையும் உயர்ந்த மலைகளையும் பரந்து பாயும் நதிகளையும் நடந்து கடந்து ஸமுத்ர ராஜனைத் தலை பணியச் செய்து தேவர்களையும் முனி சிரேஷ்டர்களையும் குலை நடுங்கச் செய்த ராட்சஸச் சேனைகளை அழித்து ஒழித்து மஹா பலவான்களும் மஹா வீரர்களுமான மேகநாதனையும் கும்பகர்ணனையும் மாய்த்து திக்கஜங்களின் முறிந்த தந்தங்களைத் தன் மார்பில் ஆபரணங்களாகக் கோத்து அணிந்திருந்த தசக் கிரீவனை வெட்டிச் சாய்த்துத் தன்னை விடுவிக்க வந்த தன் கணவன், இன்று தன்னைக் காண, கண்டு மார்புறத் தழுவ, தழுவி வாரி அணைக்க, அணைத்துத் தன்னுடன் அழைத்துக்கொண்டு போக, அழைத்துக் கொண்டுபோய்த் தன் அரண்மனையில் சயன மஞ்சத்தில் கிடத்த, கிடத்திக் கண்ணீர் உகுக்க, உகுத்து, "என் உயிருக்கு உயிரான வைதேகி, நீ இன்றி இத்தனை வருஷங்கள் வாடிக் கிடந்தேன், மனத்துக்கினிய மைதிலி, இன்று நான் உயிர் வரப் பெற்றேன், இனி உன்னைவிட்டு என்றும் பிரியேன்" என்று சொல்ல, சொல்லித் தன் இரு புத்திரர்களையும் தன்னையும் சேர்த்து

நால்வரும் ஒருவர் என்று ஆரத் தழுவிக்கொள்ள... வரவில்லை. "தாங்கள் யார் என்று தெரிந்து கொள்ளவும் தங்களைக் காணவும் வேண்டித் தாசரதியும்..." என்ற ராஜ கட்டளை வாக்கியங்கள் அவள் செவிகளுக்குள்ளே ஊசிகள் போல ஊடுருவி அவள் நெஞ்சத்துள்ளே வெப்பம் மிக்க ஈயப் பந்துகளாய், கருங்கற் பாறைகளாய்ப் புதைந்து கனத்துக் குமைந்து காய்ந்தன.

"நான் எந்தச் சக்கரவர்த்தியின் ராஜ ஸபைக்கும் வர விரும்ப வில்லை!"

உறுதியான குரலில் கணீரென்று ஒலித்த சொற்களைக் கேட்டு அருகிலிருந்தோர் அனைவரும் தூதுவர்களும் திடுக்கிட்டுத் திகைத் தனர். 'இதோ இப்போதே வருகிறேன்' என்று சொல்ல வாய் திறந்த அவளுக்குத் தன் உதடுகளிலிருந்து வெளிவந்த சொற்களைக் கேட்டுத் திகைப்புண்டாயிற்று. அவள் நா உலர்ந்து சொர சொரத் தது. கண்ணிமைகள் சுட்டன. ஓங்கி நின்றிருந்த விருட்சங்களூடே யிருந்து சூரியனின் கிரணங்கள் சாய்ந்து அவள்மேல் வீழ்ந்து கொண்டிருந்தபோதும் சூரியன் அஸ்தமித்துவிட்டதுபோலவும் இரவு வந்துவிட்டதுபோலவும் அவளுக்குத் தோன்றியது. மென்மையான இனிய குளிர்ந்த காற்று வீசிக்கொண்டிருந்தபோதும் அவள் மேனி வெந்தது. தான் நினைத்திராத சொற்களைச் சொன்ன உதடுகளைக் கடித்து விபரீதமாக மேலும் ஏதும் பேசிவிடாதவாறு கையால் வாயை மூடியபடி அவள் நின்றாள். அவளது உள்ளங்கைகள் வேர்வையால் நனைந்திருந்தன.

ராஜனுடைய ஆக்ஞையைச் சுமந்து வந்திருந்த இரு தூதுவரும் அவளை ஆச்சரியத்துடன் பார்த்தனர். தன் வாழ்நாளில் பாதிக்கு மேல் கழித்துவிட்டிருந்த இந்த மாதை, நரையோடிய கேசத்தோடு கூடியவளை, தன் ஒற்றை நாடி உடலை முரட்டுப் பருத்தி நூலால் நெய்த சேலையால் சுற்றி மூடிக்கொண்டிருந்த இந்தப் பெண்ணை, வசீகரம் பொருந்தியதானாலும் சோகத்தினால் களையிழந்த முகத்தினளாயிருந்த இவளை, ஏன் சக்கரவர்த்தி காண விரும்பினார், இவள் யார் என்று அறிந்துகொள்ள ஏன் அவர் எண்ணங் கொண்டார், இவள் ஏன் வர மறுக்கிறாள் என்று அவர்கள் வியந்து நின்றனர். "நான் எந்தச் சக்கரவர்த்தியின் ராஜ ஸபைக்கும் வர விரும்பவில்லை" என்று மெல்லிய ஆனாலும், தீர்மானமான குரலில் ராஜனின் ஆணையை அவள் உதறி எறிந்தபோது, அவள் இவ்வாறு பதிலிறுப்பாள் என எதிர்பாராத அவர்கள் திகைத்து நின்றனர். சுற்றி இருந்த சிறு கும்பல் சல சலத்தது. காதில் ரகசியமாக அவன் தாய் சொன்னதைக் கேட்டுத் தலையசைத்துவிட்டு ஒரு சிறுவன் சிட்டாய்ப் பறந்தான். அவள் சிலைபோல நின்றிருந்தாள்.

மீண்டும் கூட்டம் சலசலத்து விலகி வழிவிட்டது. முக்காலமும் உணரும் மகா ஞானி எனப் புகழ் பெற்றவரும் ஸ்ரீ ராமனின் வீர சரிதத்தை அமர காவியமாக இயற்றிய ஆதி கவியுமான வால்மீகி மகரிஷி வந்துகொண்டிருப்பதைக் கண்ட அவள் விரைந்து சென்று அவர் பாதங்களில் வீழ்ந்து நமஸ்கரித்தாள். பல ஆண்டுகளுக்குப் பின்னர் முதன் முறையாக அவள் கண்களிலிருந்து கண்ணீர் பொங்கி வழிந்து அவர் பாதங்களைச் சுட்டு நனைத்தது. அவர் அவளைத் தனியே சற்றுத் தள்ளி அழைத்துச் சென்று, "தேவீ, உனக்கு விடிவு ஏற்படும் காலம் வந்துவிட்டது, உனக்கு விடுதலை கிட்டும் நேரம் நெருங்கிவிட்டது. கண்ணீர் விடாதே. உன் கணவன் ஆணையை மறுக்காதே" என்று சொன்னபோது அவளால் மறித்துச் சொல்லமுடியவில்லை. "வருகிற பூர்ணிமை தினத்தன்று சக்கரவர்த்தியின் கட்டளைப்படி ராஜ ஸபைக்கு வந்து சேர்கிறேன் என்று சாரணர்களிடம் சொல்லுங்கள்" என்று தான் சொன்னதும், அதைக் கேட்டு அருகிலிருந்தோர் ஓடிச் சென்று தூதுவர்களிடம் தெரிவித்ததும், அதன் பின் பயணத்துக்கான ஆயத்தங்கள் செய்ததும், இடையே ஊர்ந்து மறைந்த ஆறு நாட்களும், தான் தன் வசமின்றி முடுக்கிவிடப்பட்ட மூங்கில் பதுமைபோல இயங் கியதும் இப்போது அவன் கட்டளைப்படிச் சபையில் வந்துகொண் டிருக்கும்போது, கனவில் நிகழ்ந்த பொம்மலாட்டம் போல அவள் நினைவில் நிழல் தட்டியது.

அந்த ஆறு நாட்களில் எத்தனை விதமான எண்ணங்கள், அவலங்கள், நினைவுகள் அவள் உள்ளத்துள்ளே பின்னிப் புரண்டு கோலமிட்டுக் கொப்பளித்துப் பரவி அவள் ஆவியை வேவித்துக் கனிவித்து இனிப்பித்துக் கசக்கி உறைய வைத்தன என்பதை அவள் எவரிடமும் கூறவில்லை. வாழ்நாளில் பெரும்பாலும் தன்னந் தனியளாய்த் தனக்குள்ளேயே கழித்துக் கரைந்து வற்றிவிட்ட அவளுக்கு இப்போது திடீரென்று தன் அந்தரங்கங்களைக் கடை பரப்பிப் பிறரது பார்வைப் பொருளாக ஆக்கிவிடமுடியவில்லை.

"இவளுக்குத்தான் எவ்வளவு அகங்காரம், சக்கரவர்த்தியே ஆளனுப்பிச் சபைக்கு வரச் சொல்லி ஆணையிட்டபோதும்கூட 'வர மாட்டேன்' என்று சொல்லிவிட்டாளே! மகரிஷி புத்திசொன்ன பிறகுதானே ஒத்துக்கொண்டாள், அதிலும் ஒரு வாரம் கழித்து வருகிறேன் என்று கெடு வேறே! என்னதான் பிள்ளைகளைப் பெற்றிருந்தாலும் ஒரு பெண்ணுக்கு இவ்வளவு இறுமாப்பு கூடா தடி!" என்று அக்கம் பக்கத்துப் பெண்கள் தங்களுக்குள் சொல்லி முகத்தை இடித்துக்கொண்டதை அவள் உணராமலில்லை. ஆனால், அது குறித்து அவள் கவலைப்படவில்லை, கோபமுறவுமில்லை.

அவர்களில் எவருக்கும் இவள் இன்னார் என்று தெரியாததனாலே சக்கரவர்த்தியின் அழைப்பை அவர்கள் அவளுடைய புத்திரர்களின் வீரச் செயலுக்குக் கிடைத்த பரிசான ராஜ விருது என்றே நினைத்தார்கள். எவரும் பெறுதற்கு அரிதான ராஜ சமூக அழைப்புப் பெற்றிருந்தபின்னும் இவளோ, சாதாரணமாக, சொல்லப்போனால் வழக்கத்தைவிடச் சற்று மந்தமாகவே, உணர்ச்சியற்ற மரப் பதுமை போல, உணர்ச்சியின்றி அன்றாடக் காரியங்களைக் கவனித்ததும், குடிலைப் பெருக்கி மெழுகி நீர் தெளித்துக் கோலமிட்டதும், நீர் சுமந்துவந்ததும், பசுங்கன்றுகளைக் குளிப்பாட்டிப் பராமரித்ததும், கோமயத்தைச் சேகரித்ததும், எல்லாக் காரியங்களையும் எப்போதும் போலச் செய்துவந்ததும் கண்டு, 'இவளுக்கு என்ன மன அழுத்தம்!' என்று அண்டையிலிருந்த பெண்கள் வியந்து புழுங்கியதையும் அவள் உணர்ந்துதான் இருந்தாள். ஆனால், அது அவளுக்கு உறைக்கவில்லை.

ராஜ ஸபையில் அவள் அடி மேல் அடி வைத்து நடந்து கொண்டிருக்கும்போது திடீரென்று அவளுக்கு அசதி மேலிட்டது. தன் ஆயுட் காலம் முழுவதுமே ஒரு குறிக்கோளின்றி, குறிக்கோள் எதுவென்றறியாமல், அது எந்தத் திசையில் இருக்கிறது என்பதுகூடத் தெரியாமல், அதைத் தேடித் தேடிப் பாரெங்கும் நடந்து காலம் கழித்துக் கால்கள் ஓய்ந்துவிட்டதாக அவளுக்குத் தோன்றியது. "இப்போது எதற்காக எங்கே போய்க்கொண்டிருக்கிறேன்?" என்ற தொரு நினைப்பு அவளுள் எழுந்தது. குமரிப் பருவத்தில்... காமனைப் போன்று அழகானவனும் குபேரனைப் போன்று சம்பத் துடையவனும் பரசுராமனைப் போன்று பராக்கிரமசாலியானவனும் ராவணனைப் போன்று அதிகார பலம் வாய்ந்தவனும் ஜனகனைப்போன்று அறிவிற் சிறந்தவனுமான ஒருவனைக் காதலித்துக் கைப்பிடித்துத் தன் கடைக்கண் பார்வை ஒன்றிலே அவனை இன்ப சாகரத்துள் ஆழ்த்தும் திறம்கொண்டு, அவனுடன் மோகன வாழ்க்கை நடத்தி அவனைப் போன்ற நூறு மக்களைப் பெற்று வாழ வேண்டும் என்று கனவு கண்டாள். ஆனால், அந்தப் பருவத்திலேயே மற்ற சத்திரிய மகளிர்போலத் தானே ஒருவனை விரும்பித் தேர்ந்தெடுக்கச் சேற்றிலே கண்டெடுக்கப்பட்ட தனக்கு உரிமையில்லை, எவரும் என்றும் உபயோகித்திராத ஒரு பழைய தனுசை வளைத்து நாணேற்றுபவனுக்கே உரித்தான பரிசுப் பொருளாகவே தான் வளர்க்கப்பட்டிருக்கிறாள் என்பதை அவள் அறிந்தபோதே அவளுடைய கனவு பனிக்காலத்தில் அரும்பிய மொட்டுப் போலக் கருகிக் கருவின்றி அழிந்துவிட்டது. அப்போதே அவள் பாதங்களில் பாரம் இறங்கியிருக்க வேண்டும். இப்போது

அவை பாறாங்கல்லாய்க் கனத்தன. தன் பரிசுப் பொருளை, தன் சொத்தை, தன் மனைவியைப் பிறனொருவன் கவர்ந்து சென்றான் என்ற அவச் சொல்லை அழிப்பதற்காக ஆயிரக் கணக்கானவர் களைக் கொன்று குவித்துத் தன்னை மீட்ட தன் கணவனை மூன்றாம் முறை மீண்டும் அடைய இன்று ராஜ ஸபையிலே முதியோரும் செல்வர்களும் சூரர்களும் கவிகளும் வேறு பல அன்னி யரும் இரு புறமும் அமர்ந்து வேடிக்கை பார்த்திருக்க, நடுவே தனியளாய் நடந்து செல்வது, நடுத்தெருவில் ஆடையின்றி நடப்பதுபோன்ற ஓர் அசங்கிய அவமான உணர்வை ஏற்படுத்தி அவள் உயிரைத் தேய்த்தது. இரு புறமும் இருந்து வாய் திறவாது இமை கொட்டாது இவளையே பார்த்துக்கொண்டிருந்த மகா ஜனங் களை, கண நாதர்களை, மந்திரிகளைப் பார்க்கக் கூசியவளாய்த் தலையைத் தாழ்த்தியபடியே நிலத்தை அளப்பவள்போல அடி யெடுத்துவைத்து அவள் நடந்தாள்.

அவள் கால்கள் கனத்தன. வலது கால் கெண்டைச் சதை இறுகி வலித்தது. மகர மாதக் குளிர்காற்று மென்மையாக வீசிக் கொண்டிருந்தாலும் அவள் மேனி வெந்தது. நாசிக் காற்று சுட்டது. சதுரங்க மேடைபோல வெண்மைக் கட்டங்களும் கருமைக் கட்டங் களும் மாறி மாறித் தோன்றும்படிச் சமைக்கப்பட்டிருந்த குளிர்ந்த சலவைக் கல் தரை அவள் பாதங்களைச் சுட்டது. குதிகாலில் இருந்த ஒரு சிறு வெடிப்பு விரிந்து பாதம் முதல் நடு முதுகு வரை மின்னல் சொடுக்குப் போல வெட்டியது. அவளுக்கு மூச்சுத் திணறு வதுபோலிருந்தது. அவள் மார்பு விம்மித் தணிந்துகொண்டிருந்தது. “ஈசுவரனே, எல்லார் முன்னிலையிலும் என்னை அழுது கண்ணீர் விடும்படிச் செய்துவிடாதே” என்று எரிகின்ற கண்களை மூடியவாறு வேண்டிக்கொண்டாள்.

அவள் சபைக்குள் நுழைந்தபோது அரசவை நிசப்தமாக நிச்சலனமாக இருந்தது. அதற்குச் சில வினாடிகள் முன் தான், “யக்ஞ அசுவத்தைத் தடுத்து நிறுத்திய வீரச் சிறுவர்களின் தாய் இதோ ராஜ ஸபைக்கு வருகிறார்” என்று காவலர் அறிவித்தனர். அவ்வறிவிப்பைத் தொடர்ந்து ஒரு சலனம் சற்றே ஏற்பட்டு ஓய்ந்தது. பிறகு நிசப்தம் குடிகொண்டது. வீரச் சிறுவர்களின் தாய் என்ற பெருமிதத்தோடு சக்கரவர்த்தியின் திருமுன்னர் அழைக்கப்பட்டிருக் கிறோம் என்ற மகிழ்ச்சி மிதப்பில் களி பொங்கும் முகத்துடன் நடு வயதும் தாண்டாத அலங்கார பூஷிதையான பெண்ணொருத்தியை எதிர்பார்த்திருந்த சபையினர், பனித் திரளின் நடுவே அனற் கங்கு போல அவையில் நுழைந்த அவளைக் கண்ணுற்றதும் திகைத்துப் போயினர். நாற்பது வயதுக்கும் மேற்பட்டவளான ஒருத்தி, சுருண்டு

கருத்திருந்தாலும் அங்கங்கே நரை தெளிக்கப்பெற்றுத் தாழ வீழும் குழலினள், காது கழுத்து மூக்கு எவற்றிலும் அணிகலன்கள் ஏது மின்றி இருந்தும் தண் மதிபோல ஒளி வீசிய வனப்பு முகத்தினள், வடிவான முகத்தில் கரையிலாச் சோகம் தேக்கப் பெற்றிருந்தவள், முகத்தைத் தாழ்த்திப் பவ்வியமாக அவள் மெள்ள நடந்துவந்த போதும், அவள் முகத்தையும் நடையையும் கண்ட சபையினர்க்குச் சொல்லவியலாத ஓர் அச்சம் அடி மனத்துள் உதித்தது. அவள் ஒவ்வோர் அடி எடுத்து வைக்கையிலும் பூமி அதிர்வதாக அவர்க ளுக்குத் தோன்றியது. ரத்தம் போலச் சிவந்த சேலை அசைய, முடிக்கப்பெறாதிருந்த அணிகளற்ற நீண்ட கூந்தல் துவள, சோக வைரத்தால் செதுக்கப்பெற்ற முகத்தினளாய், வறண்ட கண்களுடன், பூமி அதிர மெல்லடி வைத்து விம்மும் மார்புடன் வந்துகொண்டி ருந்த அவளைக் கண்ணுற்றவரில் பலருக்குத் தெய்வலோகத்தி லிருந்து துர்க்கை வெளிப்பட்டுத் தரையிறங்கி வந்துகொண்டி ருப்பதுபோலத் தோன்றியது. பலர் தங்களை அறியாமலே சிரம் தாழ்த்தினர். பலர் மூச்சு விடவும் சக்தியற்றவராய்ப் பிரமித்து நின்றனர். பலர் சொல்லொணாச் சோகவயப்பட்டனர். அவள் தங்களைக் கடந்தபோது வெப்ப அலையொன்று பொங்கிப் பரவியது என்று பலர் உணர்ந்தனர். தங்களில் எவரையும் அவள் கண்ணெடுத்துப் பாராதபோதும், நீண்ட இமைகளுடன்கூடிய அவளுடைய விசாலமான நேத்திரங்களிலிருந்து அமிர்த தாரை பரவித் தங்களை முழுக்காட்டிப் புனிதப் படுத்தியதாகப் பலர் அறிந்தனர். நடப்பதை நிறுத்தி அவள் தன் தலையை நிமிர்த்திச் சஞ்சலமான கண்களுடன் நோக்கினாள். மேகம் கிஞ்சித்துமின்றி வானம் நிர்மலமான நீலத் தடாகம்போலிருந்தும் எங்கிருந்தோ இடி உறுமும் சப்தம் அவர்களுக்குக் கேட்டது.

தன் குமாரர்களை முன்னால் அனுப்பிவிட்டது தவறு, ராஜ ஸபைக்கு வரும் முன்னர் அவர்களுக்கு எல்லா விவரமும் சொல்லி அவர்களையும் தன்னுடன் கைப்பிடித்து அழைத்து வந்திருக்க வேண்டும் என்று அவள் இப்போது நினைத்தாள். எதேச்சையாகக் கானகத்தில் கண்ட யாகக் குதிரையை விளையாட்டாகப் பிடித்துத் தங்கள் குடிலுக்குச் சற்றுத் தொலைவில் ஒரு மரத்தில் அவர்கள் கட்டினபோதே அவர்களுக்கு எல்லாம் சொல்லியிருக்கவேண்டும். சொல்லாமல் விட்டது தவறு என்று அவளுக்கு இப்போது தோன்றி யது. குதிரையை அவிழ்த்துவிடும்படி அவர்களுக்குச் சொல்லாமல், மாறாக, "இதைக் கட்டிக் காருங்கள், யார் மீட்க வந்தாலும் விடாதீர், இது என் ஆணை! மும்மூர்த்திகளே வந்தாலும் உங்களை வென்று அசுவத்தை மீட்கமுடியாமல் தோல்வியுறுவர்" என்று

அவ் விரட்டையருக்கு உத்தர விட்டது பெரிய தவறு என்று இப்போது அவள் நினைத்தாள். அந்த அசுவம் ஸ்ரீ ராமச்சந்திரச் சக்கரவர்த்தியின் யக்ஞப் பசு என்று தெரிந்திருந்தும் தான் ஏன் லவகுசர்களுக்கு அவ்வாறு உத்தரவிட்டாள் என்பது மட்டும் இன்னும் அவளுக்குப் புரியவில்லை. தான் உத்தரவிட்டபோது கோப வைராக்கியத்தினால் தன் முகம் கோணிச் சிவந்ததையும், தன் குரலில் அதுவரை கண்டிராத கடுமை ஓங்கி ஒலித்ததயும் கண்ட தன் இரட்டைச் சிறுவர்கள், பதினாறே வயதான பாலகர்கள், அஞ்சித் திகைத்துவிட்டனர் என்பதை நினைத்துப் பார்த்தபோது அவள் இதழ்க் கடையில் நகையோடியது. "நீங்கள் கவலைப் படாதீர், உங்கள் ஆணையை நிறைவேற்றுகிறோம், உங்கள் ஆசீர்வாதம் இருக்கும்வரை எங்களுக்கு அச்சமே கிடையாது. எம தர்ம ராஜனே வந்தாலும் எதிர்த்து வெற்றிகொள்வோம்" என்று அவ்விருவரும் தீர்க்கமாகச் சொல்லிப் பின் துள்ளிக் குதித்தோடிய போது தான் ஏன் அவ்வளவு பெருமைப்பட்டாள் என்பதும் இப்போது அவளுக்கு விளங்கவில்லை.

இந்த எண்ணங்கள் உதித்த அதே சமயம் இன்னொரு காட்சி இப்போது அவள் நினைவுக்கு வந்தது. வீரர்களிலே தலை சிறந்த வனும், அவர்களுக்கு அஞ்சாத நெஞ்சத்தைப் படைத்தவனும், அண்ணனுக்குப் பணி செய்வதையே தன் வாழ்வின் குறிக்கோளாகக் கொண்டிருந்தவனும், அதற்காக உடலிலும் உள்ளத்திலும் ஆயிரம் விழுப்புண்களை விருப்புடன் ஏற்றுக்கொண்டு நிமிர்ந்து நடப்பவ னுமான ஸ்ரீ லக்ஷ்மணன், யக்ஞக் குதிரை கட்டப்பட்டிருந்த மரத்தின் இடப்புறம் வேறோர் மரத்தில் பிணைப்புண்டுகிடந்தான்! கலைந்து நெற்றிமேல் புரளும் முடியினராய் வேர்க்கும் உடலினராயிருந்த லவ குசர்கள் சீதையின் குடிலுக்குள் மூச்சிரைக்க ஓடிவந்து, "அம்மா, உங்கள் உத்தரவை நிறைவேற்றிவிட்டோம். எங்களைத் தடுத்த எதிரி யைச் சிறைப்பிடித்துக் கட்டிவைத்திருக்கிறோம்! வந்து பாருங்கள்" என்று சொல்லி அவள் கையைப் பிடித்து அவளை வெளியே இழுத்துவந்தனர். ஆச்சரியம் பொங்கும் மனத்தினளாய் வந்த அவள், தலைமுடி குலைந்து கிடக்க, உடலில் தூசியும் வேர்வையும் ரத்தக் கீற்றுகளும் வேங்கை மரத்துடன் பிணைத்திருந்த கயிறு களும் கட்டங்கள் வரைந்திருக்க, அவமானத்தினால் குன்றிய வனாய்த் தலைகுனிந்து வலது காற் பெருவிரலால் தரையைக் கீறிக்கொண்டிருந்த இளையவனைக் கண்டாள். நல்ல வேளை, அவன் தலை நிமிரவுமில்லை, அவளைப் பார்க்கவுமில்லை. சரே லென்று குடிலுக்குள் திரும்பினாள். "எதிரியை என்ன செய்வது? தலையை முண்டிதம் செய்து கர்த்தபாரூடனாகத் திருப்பி அனுப்பி விடலாம் என்றிருக்கிறோம், உத்தரவு தாருங்கள்" என்று குமாரர்கள்

வெற்றிக் களிப்பில் பிறந்த குதூகலத்துடன் தங்கள் பிஞ்சு முகங்களை நிமிர்த்தி அவளைப் பார்த்துக் கேட்டார்கள். பொங்கி வரும் கண்ணீரை அடக்கியவளாய் அவள் அவர்களைக் கைய மர்த்தி, “சீ சீ, அப்படியெல்லாம் எதிரிகளை அவமானம் செய்யக் கூடாது. எதிரியானாலும் கோசல சக்கரவர்த்திக்கு இளையவர் இவர். இவரிடம் உங்களைச் சக்கரவர்த்தித் திருமகன் முன் அழைத்துச் செல்லச் சொல்லுங்கள். அங்கே சென்றதும், ‘யக்ஞ அசுவத்தைப் பிடித்துக் கட்டி, உடன் வந்த வீரரை விரட்டி, தன்னை யும் தோல்வியுறச் செய்து சிறைப்படுத்தி மரத்தில் பிணைத்த வீர குமாரர்கள் இவர்கள்’ என்று உங்களைச் சக்கரவர்த்திக்கு அறிமுகம் செய்துவைக்கச் சொல்லுங்கள். அவர் அளிக்கும் பரிசுகளை எளிமையுடன் ஆனால், தலை குனியாது கை தாழாது பெற்றுக் கொள்ளுங்கள். அவர் சொற்படி நடப்பீர். ‘நீங்கள் யார்?’ என்று அவர் கேட்டால், ‘வால்மீகி மகரிஷியின் வளர்ப்புத் தௌ ஹித்ரர்கள்’ என்று சொல்லுங்கள். ‘நீங்கள் எவரிடம் வில் வித்தை யும் வாள் வித்தையும் பயின்றீர்கள்?’ என்று அவர் கேட்டால், ‘எங்கள் தாயிடமும் மாதாமகரிடமும் வனவாசிகளான வேடர் களிடமும் பயின்றோம்’ என்று உண்மையைக் கூறுங்கள். ‘நீங்கள் வேறென்ன கற்றிருக்கிறீர்கள்?’ என்று அவர் கேட்டால் மகரிஷி யிடம் நீங்கள் பயின்றுள்ள ஸ்ரீ ராம சரித்திர கீதங்களைப் பிழை யின்றி உச்சரிப்புச் சுத்தத்துடனும் சுருதி பிசகாமலும் தாளம் தவறாமலும் அவசரமில்லாமலும் எல்லோருக்கும் பொருள் விளங்கும் மெய்ப்பாட்டுடனும் பாடிக் காண்பிப்பீர். பிறகு என்ன நடக்கிறது என்று பார்ப்போம். தீர்க்காயுளுடன் சுக சம்பத்துடன் ராஜ போகத் தில் வாழ்வீராக! முதலில் உங்கள் எதிரியை விடுவித்து அவருடன் அயோத்திக்கு விரையுங்கள்” என்று தன் குமாரர்களுக்கு அவள் தானே சொல்லி அவர்களை அயோத்திக்கு அனுப்பிவைத்தாள். ராமன் அவர்களைத் தன்னுடன் இருத்திக்கொண்டுவிடுவான் என்று அவள் எதிர்பார்க்கவில்லை. சிறுவர்கள் பரிசுகளுடன் திரும்பிவிடுவர் என்றே நினைத்திருந்தாள். அயோத்தியில் என்ன நடந்திருக்கலாம் என்று அவளால் ஓரளவு யூகிக்க முடிந்ததே தவிர தெரிந்துகொள்ள முடியவில்லை. அவர்களை அனுப்பாமல் இருந் திருந்தால் தான் இப்போது தனியளாய்ச் சபை நடுவே அவமானத் தால் குன்றித் தலை குனிந்து நடக்கும்படி நேர்ந்திருக்காதே. லவ குசர்களிடம் ஏன் அவ்வாறு சொல்லி அனுப்பினாள் என்று அன்று முதல் எத்தனையோ முறை தன்னையே கேட்டுக் கேட்டு விடை தெரியாமல் அலுத்துக் களைத்திருக்கிறாள். இப்போதும் அக்கேள்வியைக் கேட்டுத் தன்னையே நொந்துகொண்டாள். தலை நிமிர்ந்து பார்த்தாள்.

இன்னும் சிறிது தூரம்தான். வட்டமான சிவப்புப் பளிங்குத் தரை வந்துவிடும். அதைத் தாண்டிச் சாதாரண குடி ஜனங்கள் சக்கரவர்த்தியை நெருங்கக் கூடாது என்று அவளை முன்னரே காவலர் எச்சரித்திருந்தனர். அவள் அந்த வட்டத்துள்ளேயே நின்று விடவேண்டும், அதுதான் முறை என்று சொல்லிவைத்திருந்தனர். பளிங்கு வட்டத்துக்கு வந்தாள். அவளுக்குப் பின்னால் வந்து கொண்டிருந்த நால்வரும் அவளை மேலும் தொடராமல் அவர்கள் இருந்தவிடத்திலேயே நின்றுவிட்டனர். காற்றுக்கூட அசையவில்லை. இருப்பினும் மேலே தொங்கிக்கொண்டிருந்த சர விளக்குகள் அதிர்ந்து ஆடின.

"இவள் சீதையேதான், சந்தேகமேயில்லை!" ராமனின் உள்ளம் பகீரென்றது. அவனுடைய அடி வயிற்றிலிருந்து வெம்மையான ஆவி வெடித்துக் கிளம்பி மேலேறி மார்பை நிரப்பி மூச்சை அடைத்துத் தேகத்தை வேகவைத்தது. இருப்பினும் அவன் உடல் குளிர்ந்து நடுங்கியது. அந்தச் சிறுவர்களை முதன் முதல் கண்ட போதே அவனுக்குச் சந்தேகம் துளிர்த்திருந்தது. தாங்கள் வால்மீகி மகரிஷியின் வளர்ப்புப் பேரர்கள், தாயின் பெயர் 'தேவி' என்று அவர்கள் சொன்ன பிறகும் அவனுடைய சந்தேகம் குறையவில்லை. அவர்களுடைய முகச் சாயை 'அவளு'டையதைப் போன்றே இருப்ப தாக அவனுக்குத் தோன்றியது. அவர்கள் தங்கள் கழுத்தைச் சிறிதே வளைத்துப் புன்முறுவல் செய்தபோது 'அவளை'க் காண்பது போலவே அவனுக்குப்பட்டது. அதனாலேதான் இத்தகைய வீரப் பிஞ்சுகளைப் பெற்று வித்தை பயிற்றிய விளைநிலத்தைக் காண வேண்டும் என்று உத்தரவு பிறப்பித்தான். இப்போதோ... வெவ்வே றான எண்ண அலைகள் பல பக்கங்களிலிருந்து வந்து அவன் மனத்துள் மோதி அவன் அமைதியைக் குலைத்து அலைத்தன.

இந்த இரட்டைச் சிறுவர்களின் தாய் 'அவளா'க இருந்தால் தன் அழைப்பை ஏற்றுக்கொண்டு வரமாட்டாள் என்றே அவன் நம்பியிருந்தான். அழைப்பை உதறித் தள்ளி, "வர முடியாதென்று உங்கள் சக்கரவர்த்தியிடம் கூறுங்கள்" என்று பதில் கொடுத்திருப் பாள். சீதையின் மனத் திண்மையும் சுய கௌரவ உறுதியும் அவன் நன்கு அறிந்தவையானபடியால் அவன் அவ்வாறு நினைத்தான். இத்தனை ஆண்டுக் காலம் தொடர்பு அற்றிருந்த தன்னை இப்போது சபை நடுவில் சந்திக்க முன்வரமாட்டாள் என்றே அவன் கணித்திருந்தான். 'இவள் அவளேதான்!' என்ற அறிவு அவன் உள்ளத்தை உலுக்கியது. காலத்தாலும் கானகத்து வாழ்க்கையாலும் அவள் உருவம் அதிகம் மாறியிருக்கவில்லை. சிறிது மெலிந்திருந்தாள். நரை தோன்றிவிட்டிருந்தது, ஆனாலும், அதே உருவம். முகம்

குனிந்தாலும் அகம் குனியாத அதே நடை. "நான் ஏன் இவளை இங்கே வரச் சொன்னேன்?" என்று ஒரு புறம் ஒரு கேள்வி எழுந்தது. 'என்ன இருந்தாலும் இவளை இம்மாதிரி நடுச் சபைக்கு வரச் சொல்லியிருக்கக் கூடாது' என்று அவன் மனத்துள் இடித்தது. தான் போய்க் கண்டிருக்க வேண்டும், அல்லது இவளைத் தனியே இங்கு வரவழைத்திருக்க வேண்டும் என்றும் நினைத்துக்கொண் டான். தொடர்ந்து, 'இவளை ஏன் போய்க் கண்டிருக்கவேண்டும்? ஏன் வரவழைக்கவேண்டும்?' என்ற வினாக்களும் எழுந்தன. பதினேழு ஆண்டுகளுக்கு முன்னால் அவளை எந்தக் காரணங்களி னால் தியாகம் செய்ய முன்வந்தானோ, எந்தக் காரணங்களினால் வனத்துக்கு அனுப்பி அவள் தொடர்பை அறுத்துக்கொண்டானோ, அந்தக் காரணங்கள் இன்றைக்கும் உள்ளனவே, என்றைக்கும் இருப் பனவே, பின் ஏன் வரச் சொன்னான் என்று சங்கையுடன் தன்னைத்தானே கேட்டுக்கொண்டான். 'அழைக்கக்கூடாதவளை அழைத்து விட்டோம், வரக்கூடாதவள் வந்துகொண்டிருக்கிறாள்... இவள் ஏன் இங்கு வந்திருக்கிறாள்?' என்றதொரு புதிய வினா அவனுள் எழுந்தது. அவன் திடுக்கிட்டான். "இவள் ஏன் இந்தச் சிறுவர்களை ஏவிவிட்டாள்? அவர்கள் மூலமாகத் தன்னை இங்கே வரவழைப்பதற்காகவா? எதற்காக? ஏதுக்காக இங்கே வர விரும்பினாள்?" என்ற வினாப் புதிர்கள் அவளை வளைத்து நெருக்கின. தன்னுடைய சபையில், எல்லார் முன்னிலையிலும், எந்தப் பிரஜைகளின் மனத்தில் ஒரு பழிச் சொல்லும் தோன்றாத லட்சிய அரசனாகத் தான் வாழ்ந்துகாட்டவேண்டும் என்று நினைத் தானோ அதே பிரஜைகளின் முன்னே, நடுச்சபையில் அவள் என்ன சொல்லிவிடுவாளோ என்ற நினைப்பு ஒரு ஆவிப் பந்தாய் அவன் உதரத்துள் உதித்து உடலெங்கும் பரவியது. தனிமையிலும் சரி, புறத்தேயும் சரி, தன் மனத்துக்குப் பட்டதை ஒளிவு மறைவின்றி, வெளிப் பூச்சு மெருகு ஏதுமின்றி, வெட்டென்று உடைத்துச் சொல்லிவிடும் உள்ள உறுதி படைத்தவள் சீதை என்று அவன் நன்கு அறிந்திருந்ததனால் அவனுக்கு இப்போது கலக்கம் உண்டாயிற்று. பொறுமை மிக்கவளாயினும் கர்ப்பத்தில் தீக் குழம்பைத் தேக்கி அக்குழம்பின் பெருக்கம் பொறாமல் ஒரு நாள் வெடித்தெழக்கூடிய ஜ்வாலா முகி சீதை என்பதை அவன் நன்கு உணர்ந்திருந்தான். அவளால் இங்கே ஏதும் விபரீதமாக நிகழ்ந்து விட்டால், திரி லோகங்களிலும் சத்தியத்தின், ராஜ தர்மத்தின், உருவமாக விளங்கிவரும் தன் பெயர் நாற்சந்திகளிலும் இழி ஜனர் களின் ஏச்சுக்கும் பேச்சுக்கும் உள்ளாகிவிடுமே என்கிற அச்சம் அவனைத் துணுக்குறச் செய்தது. அதே சமயம், இன்னொரு பக்கம்... முன்னொரு காலத்தில், அதற்கும் முன்னே இதே அரண்மனையில்

இருவரும் விளையாடிச் சல்லாபித்துக் கூடிக் களித்த இன்ப நினைவுகளும் எழுந்தன. தான் இவளுக்கு ஒரு மகத்தான துக்கம் இழைத்து விட்டோம் என்னும் வேதனை, பல்லாண்டுகளாக உள்ளத்துள் உறைந்துகிடந்த வேதனை வித்து வளர்ந்து விருட்சமாகி அவன் நினைவுகளைச் சுற்றிப் படர்ந்தது. குடிமக்களின் பழிச்சொல் ஒன்றுக்கே அஞ்சிய சக்கரவர்த்தி அவர்களின் பழிச்சொற்களுக்குக் காரணமாயிருந்த பெண் என்ன சொல்லிவிடுவாளோ, என்ன சொல்லப் போகிறாளோ என்று அஞ்சினான். தன்னை நோக்கித் தயக்கத்துடன், தளர் நடையுடன் வந்துகொண்டிருந்த அவளை எழுந்து எதிர்கொண்டு வரவேற்று வெற்றாயிருக்கும் தன் இடப்புறம் இருத்திவைத்துக்கொள்ளவேண்டும் என்றதொரு எண்ணம் தோன்றியது. ஆனால், அவனால் எழுந்திருக்க முடியவில்லை. இடப் புறம் திரும்பி நோக்கினான். இடம் வெற்றாயிருக்கவில்லை. சக்கரவர்த்தியின் இரு புறமும் அந்த வீர இரட்டையர்கள் அமர்ந் திருந்தார்கள். தங்களை நோக்கி வந்து கொண்டிருக்கும் தங்கள் தாயையே நோக்கியவண்ணம் இருந்தார்கள். அவர்களுடைய கம்பீர வதனங்களில் பெருமிதமும் மகிழ்ச்சியும் சிறிதே கலக்கமும் கலந்து ஆடிக்கொண்டிருக்கிறாற்போல் சக்கரவர்த்திக்குத் தோன்றியது.

சிவப்பு வட்டத்துள் நடுவே நின்றிருந்த அவள் தலை நிமிரந்தாள். சக்கரவர்த்தியை, ராமனை, முன்னாள் தன் கணவனாக இருந்தவனை நேருக்கு நேர் காணும்போது எப்படி நடந்துகொள் வது, என்ன செய்வது, என்ன சொல்வது என்று அரசனின் அழைப்பை ஏற்ற நாள் முதலாக அவள் மனம் குழம்பிக் கிடந்தது. ஏதேதோ எண்ணங்கள், ஏதேதோ வசனங்கள் அவளுக்குத் தோன் றின. குற்றச்சாட்டுகள்? 'சீ, அவற்றால் இனிப் பயனேதுமில்லை' என ஒதுக்கினாள். "உங்கள் புத்திரர்களை உங்களிடம் சேர்த்து விட்டேன். அவர்கள் குற்றமறியாதவர்கள். அவர்களையாவது ஏற்றுக்கொள்ளுங்கள்" என்று சொல்ல நினைத்திருந்தாள். "அவர்கள் உங்கள் புத்திரர்கள் அல்லர்! என் புத்திரர்கள்! அவர்கள் மேல் உங்களுக்கு யாதொரு உரிமையும் இல்லை" என்று எல்லாரும் அறியச் சொல்லிக் குமார இரட்டையர்களைத் தன்னுடன் வனத்துக்குத் திரும்ப அழைத்துப் போய்விடவேண்டுமென்றும் நினைத்தாள். சபையோரை விளித்து, தான் கருவுற்றிருந்தாள் என்று அறிந்திருந்தபோதும், தான் குற்றமற்றவள் என்று அக்னி தேவனே நிரூபித்துச் சாட்சி சொல்லியிருந்தபோதும், தன்னைக் கரவாக, மா பாதகம் செய்தவளைப்போல ஆரண்யத்துக்கு அனுப்பிவைத்த மன்னனின் ராஜ தர்மத்தைச் சாடி நீதி கேட்கவேண்டும் என்றும் நினைத்திருந்தாள். கருவிலே கிடந்த சிசுக்கள் என்ன தவறு செய்து ராஜகுமாரர்களாக வளரும் உரிமையை இழந்து வனவாசிகளாக

வளர நேர்ந்தனர் என்று வாதிட்டு வினவவும் நினைத்திருந்தாள். இன்னும் எத்தனையோ!

ஆனால், இப்போது, சக்கரவர்த்தியின் முன்னே, சபை நடுவில், சிவப்பு வட்டத்துக்குள் நின்றுகொண்டிருந்த இந்தத் தருணத்தில், அந்த நினைப்புகள் எவையும் அவள் மனத்துள் தோன்றவில்லை. அவள் மனம் வெறித்துக் கிடந்தது. மனம் முழுமையும் ஆன்மாவை அயரவைத்துக்கொண்டிருந்த அசதி பரவிக் கிடந்தது. எதிரே, சற்றுத் தொலைவிலே, ராஜ மேடை மீது அரியணை மீது அமர்ந்திருந்த அவனைத் தலை நிமிர்ந்து பார்த்தாள்.

ராமன் தொய்ந்து தோள் சரிய உட்கார்ந்திருந்தான். அவனுடைய இரு புறமும் அவளுடைய இரட்டைக் குமாரர்கள் யாக குண்டத்தில் கொழுந்துவிட்டெரியும் அக்கினி ஜ்வாலை போலப் பிரகாசிக்கும் முகங்களுடன் கம்பீரமாக அமர்ந்திருந்தனர். அவர்கள் அவளை நோக்கி முறுவலித்தனர். அவள் மீண்டும் ராமனை நோக்கினாள். அவனுடைய கருத்த முகம் ரத்தம் சுவறிப்போய் வெளிறிக் கிடந்தது. அவன் அவளை நோக்கினான். ஒரு வினாடிக் காலம் இருவர் கண்களும் சந்தித்தன.

ஒரு வினாடிக் காலமே அவ்விருவர் கண்களும் சந்தித்துக் கலந்து மோதின என்றாலும் அந்த ஒரு வினாடியில் அவ்விருவரின் ஆயுட்காலம் முழுவதும் அடங்கிவிட்டிருந்தது. அரசனின் கண்களில் ஐயத்தையும் சஞ்சலத்தையும் அவள் கண்டாள். கணவனின் கண்களில் காதலையும் கனிவையும் அவள் கண்டாளில்லை. அரசனின் கண்களில் அச்சத்தை அவள் கண்டாள். கணவனின் கண்களில் பரிவையும் பிரியத்தையும் அவள் கண்டாளில்லை.

"அம்மா... ஆ... ஆ... ஆ...!" என்று மௌனமாக அவள் மனம் வீரிட்டது.

நொந்து நைந்து கிடந்த அவளது வைர இருதயம் சுக்கு நூறாக வெடித்துச் சிதறியது. அந்த வெடிப்பின் ஒலி, முறுகிக்கிடந்த ஆன்மா பிளந்த சேத நாதம், மாபெரும் இடியோசையாக இடித்து மூன்று உலகங்களையும் அதிர்வித்து வானையும் பூமியையும் பிளந்தது. தாங்க முடியாத துக்கத்தில் ஜனித்த தீ அவள் இருதயத்திலிருந்து பாதம் வரை பரவி அவள் நின்றுகொண்டிருந்த சிவப்பு வட்டத் தரையைச் சுட்டுக் கருக்கியது. அந்தக் கனலின் வெப்பில் பூமி வெடித்தது. அவளுடைய இருதயம் வெடித்தபோது ஏற்பட்ட அதிர்வில் அயோத்தியே அதிர்ந்து நடுங்கியது. பூமியுடன் சக்கரவர்த்தியின் மாளிகையும் பிளந்தது. தூண்கள் சாய்ந்தன.

சபையிலிருந்த மக்கள் கூக்குரலிட்டு நாலா புறமும் சிதறி ஓடினர். அவளுடைய இருதயத்தின் வைரத் துணுக்குகள் தெறித்து வீழ்ந்த இடமெல்லாம் அக்கினி சீறிப் பாய்ந்தான். வானம் கர்ஜித்தது. முகிலற்ற வானத்திலிருந்து குருதித் துளிகள் போலச் சிவந்திருந்த மழைக்கட்டிகள் உதிர்ந்தன.

திகைப்பினால் மூச்சற்றுச் சிங்காதனத்தை இரு கைகளாலும் இறுகப் பற்றியவனாய் ராமன் அசைவற்றுக் கிடந்தான். ஒரு கணத்துள் நிகழ்ந்துவிட்ட மாபெரும் அற்புத உற்பாதம் இன்ன தென்று உணராத சிறுவர்கள் ராமனுடைய இரு கரங்களையும் கெட்டியாகப் பிடித்துக்கொண்டிருந்தார்கள். அவர்களைச் சுற்றிலும் புழுதிப் புகைப் படலம் பரவியிருந்தது.

புழுதிச் சேற்றிடையே பூமியில் ஜனித்த அவள் புழுதிச் சாம்பலினிடையே பூமியில் ஐக்கியமானாள்.

(கணையாழி, ஆகஸ்ட் 1991)

காப்பு

"ஏண்டீ மினியம்மா அழுவறே!"

எட்டிப் பார்த்தேன். சின்னூர் பஸ் ஸ்டாண்டில் வெயில் பொசுக்கிக்கொண்டிருந்தது. பழைய திராட்சை பச்சை ஆரஞ்சு விற்றுக்கொண்டிருந்த கிழவன் மூக்கைச் சிந்திக்கொண்டிருந்தான். அவனில்லை 'மினியம்மா'விடம் பேசினது. நடு மத்தியான வெயிலில் சூட்டையும் வேர்வையையும் தும்பு தூசியையும் பொருட் படுத்தாது மனிதக் கூட்டம் பஸ்களில் ஏறிக்கொண்டிருந்தது. குஞ்சு குளுவான் களுடன் பெட்டி படுக்கைகளுடன் மூட்டை முடிச்சுக்களுடன். சென்னை பஸ் ஒண்ணே கால் மணிக்குத்தான். நானோ பஸ் கிளம்ப ஒரு மணி நேரத்துக்கு முன்னதாகவே வந்துவிட்டிருந்தேன். வந்த வேலை ஆகிவிட்டது. வெயிலில் எங்கே ஊர் சுத்துகிறது என்று நான் ஓட்டலில் சாப்பாட்டையும் முடித்துக்கொண்டு வந்து விட்டேன். பொழுதைப் போக்கவென்று பஸ்ஸுக்குள் உட்கார்ந்து பத்திரிகை படித்துக்கொண்டிருக்கும்போது காதில் கணீரென்று விழுந்தது.

"ஏண்டீ மினியம்மா அழுவறே?"

நான் சுற்றுமுற்றும் பார்த்தேன். காதில் பீடியைச் சொருகிக் கொண்டு கையில் பென்சில் டிக்கட்டுப் புத்தகத்துடன் முகத்தில் அரை மீசையுடன், 'பூனமல்லேய்! காஞ்சவரேம்!' என்று கூவிக் கொண்டிருந்த கண்டக்டர்; பக்கத்தில் ரிப்பன் கிலிகிலுப்பை இஞ்சி மொரபா விற்று அலுத்து ஓய்ந்துபோய் சும்மா நின்றுகொண்டிருந்த ஒரு கால் சூம்பிப்போயிருந்த ஒரு ஆள்; அருகில் பஸ் ஸ்டாண்டு தூசியில் அத்வைதமாக ஐக்கியமாகி விளையாட்டுச் சண்டை போட்டுப் புரண்டுகொண்டிருந்த பையன்கள்; ஜமுக்காளப் பையைத் தூக்கியபடி ஓடிவந்துகொண்டிருக்கும் இரு பிரயாணிகள்; புகையிலையைக் குதப்பித் துப்பும் கிழவிகள்; இடுப்புக் குழந்தைக்கு முறுக்கைக் கொடுத்தபடி இன்னொரு குழந்தையைக் கையைப் பிடித்து இழுத்து வந்துகொண்டிருந்த குமரிகள்; அழுக்குச்

சட்டையும் 'வெள்ளை' வேட்டியும் அணிந்து சிகரெட் ஊதினபடி இருக்கும் வாலிபர்கள்; பேசிக்கொண்டும் சிரித்துக்கொண்டும் பெரு மூச்சுவிட்டபடி வேர்வையைத் துடைத்துக்கொண்டும் காதைக் குடைந்துகொண்டும் சில்லரையை எண்ணிக்கொண்டும் இருந்த மற்றவர்கள்; 'கன்ட்ற்றாக்டர்' அய்யாவிடமாவது கூலியிடமாவது வாதிட்டுக்கொண்டிருந்தவர்கள்; இவர்கள்தான் இருந்தார்கள். பஸ்கள் பேரிரைச்சலுடன் வந்துகொண்டும் போய்க்கொண்டும் இருந்தன. இந்தச் சந்தடிக்கிடையில்தான் என் காதில் விழுந்தது அந்தக் கேள்வி.

"ஏண்டீ மினியம்மா அழுவறே?"

முன்னால் புங்க மர நிழலில் வரிசையாக 'இந்நாட்டு மன்னர்' களின் மாளிகைகள். ஓலைத் தட்டி, தகர டப்பாக்கள், கோணிச் சாக்குகள் இத்தியாதி மூலச் சரக்குகளைக்கொண்டு நிர்மாணம் செய்யப்பட்டிருந்தவை. எதிரே இருந்த முனிசிபல் குழாய்க்கடியில் இரண்டு குழந்தைகள் கோவில் கோபுரப் பூத கணங்கள் மாதிரிச் சரிந்த வயிறுடன் ஆனந்தமாகப் பச்சைத் தண்ணீரில் அளைந்து கூச்சலிட்டுச் சிரித்துக்கொண்டு குளித்துக் கொண்டிருந்தன. வறுத்த காப்பிக்கொட்டை போன்று பளபளத்த அவர்களைப் பார்த்து வியந்த என் கண்கள் அருகில் நின்று பேசிக்கொண்டிருந்த இரு பெண்களைக் கண்டன. அவர்களில் ஒருத்திதான் அழுது கொண்டிருந்தவள். மினுமினுக்கும் கருப்பு வண்ணம். எண்ணெய்யை விமரிசையாக விட்டு அழுத்தி வாரி எடுத்து முடிச்சுப் போட்டிருந்த கரு மயிர்க் கூந்தல். இருபத்து நாலு அல்லது இருபத்து அஞ்சு வயசிருக்கலாம். வெள்ளை ரவிக்கையும் சிவப்பு நூல் புடவையும் வெறும் கழுத்தும் கையுமாக இருந்தாள். அவள் இளமையைக் கசக்கிப் பிழிந்து எத்தனையோ குழந்தைகளாகப் பிண்டம் பிடித்து விட்டுக் கால தேவன் கண்ணை மூடிவிட்டிருக்கவேண்டும். கவர்ச்சி யான முகத்துடனும் கலங்கிய கண்களுடனும்கூடிய அவள் மூக்கைச் சிந்திப் புடவை தலைப்பில் துடைத்துக்கொண்டே, "வூட்டைத் தொடைச்சி எடுத்துக்கினு பூட்டானே, இப்ப நான் என்ன பண்ணுவேன்?" என்று சொல்லிக்கொண்டிருந்தாள்.

"எல்லாம் பூடிச்சா? எம்மாத்தம் வெச்சிருந்தே?"

இது 'மினியம்மா'வைக் கேள்வி கேட்ட அவள் சகபாடி. வயசு முப்பது முப்பத்தஞ்சிருக்கும். சுருண்டு கிடந்த முன் மயிரை நாகரிகமாகக் கோதிவிட்டுக்கொண்டு கழுத்தைத் திருப்பி வெற்றி லைச் சாற்றைத் துப்பிவிட்டுக் கேட்டுக்கொண்டிருந்தாள். மினியம் மாவுக்கும் இவளுக்கும் உருவ அமைப்பில் வயசு வித்தியாசத்தைத் தவிர ரொம்ப வித்தியாசமில்லை. எத்தனையாவது குழந்தையோ வயிற்றை முட்டி வெளியே தள்ளிக்கொண்டிருந்தது. கையில்

ரெண்டு கண்ணாடி வளையல்கள். மினியம்மாவின் காலில் ஒரு வெள்ளிக் காப்பு இருந்தது, இவள் காலில் அதுவும் இல்லை. வெடிப்பும் வெந்த தூசியுந்தான். கொஞ்சம் வீக்கமும் கூட.

'குசேலன் வீட்டுக்குமா திருடன்! அப்படியானால் அவன் எப்படிப்பட்டவனாக இருக்கவேணும்' என்று நினைத்துக் கொண்டே மறுபடியும் பத்திரிகை படிக்க ஆரம்பித்தேன். மனசு ஓடவில்லை. வெயிலும் புழுக்கமும் பத்திரிகையில் வெளிவந்திருந்த மந்த மதிகளின் வழக்கமான பேச்சுகளும் என் கண்ணை மறுபடியும் குழாய்க்கரைக்கு விரட்டின.

கபந்தன் மாதிரி வயிற்றில் வாயையும் வாய் நிறைய மனிதர் களுமாக ஒரு நீண்ட பஸ் குழாயையும் மரத்தையும் தூசிப் படலத் தில் மறைத்து மறைந்தது.

"...ரெண்டு நோட்டுங்களா? மெய்யாவா?" என்று ஆச்சரியத் துடன் கர்ப்பிணி கேட்டுக்கொண்டிருந்தாள்.

"ஆமா, பின்னே பொய்யா சொல்லப்போறேன்? இரும்புப் பொட்டியிலே அடியிலே வெச்சிருந்தேன், ரெண்டு பத்து ரூவா நோட்டு, அந்த அவசரத்துக்கு ஒதவும்னு யாருக்கும் தெரியாம ஒளிச்சுவெச்சிருந்தேன். அதையும் எப்பிடியோ துருவிக் கண்டு பிடிச்சு எடுத்துக்கினு பூட்டானே! பாவி, அவன் கையை பாம்பு புடுங்க! அவன் காலை ஒடைச்சு வெய்யில்லே போட! என்றாள் மினியம்மா.

"ஓம் புருசன் வந்தவொடனே அதுங்கிட்ட சொல்லு. ஏன், நீயே அது இருக்குற ரிஸ்கா ஸ்டாண்டிலே பாக்கறதுதானே? ஆளைக் கண்டுபுடிச்சுப் பணத்தைக் கக்க வெச்சுடுவாரு. பத்து ரூவா நோட்டா, நான் நூறு ரூவாயாங்காட்டியும்னு பாத்தேன்."

"தே பாப்பாத்தி, இந்த சமயம் பாத்து ஏங்கிட்ட வெள்ளாட றயே! என்னமா இருக்குது ஒடம்பு?" என்றாள் மினியம்மா. மினியம்மாவைக் கேள்வி கேட்டவள் பேர் பாப்பாத்தியாக இருக்கவேணும்.

"நான் என்னாடியம்மா வெள்ளாடறேன்? என்னமோ பணம் பூடுச்சினு அழுவறயேன்னு சொன்னேன். ஒனக்கேண்டி இம்மாத்தம் கோவம் வருது? நான் எடுத்துக்கினேன்னு பாத்தியா? எனக்கேண்டி ஓம் பணம்? என் ஆம்பிளை தினம் கொண்டாறான், பிறத்தியான் பணத்துலே எனக்கு ஒண்ணும் ஆசை கெடையாது, அதுவும் ஓம் மாதிரி நல்லாத் தெரிஞ்சவங்க கிட்ட. என்னமோ கஸ்டப் பட்றி யேன்னு சொன்னேன், எம் மேலேயே தாவுறயே!" என்று அடுக்கி கொண்டே போனாள் பாப்பாத்தி.

“தே, கோவிச்சுக்காதே, விசயம் தெரியாம வுடு வுடுன்னு பேசிக் கினே போறியே! எம் புருசன்தான் தம்பிடி வெக்காமே எல்லாத் தையும் தொடைச்சு எடுத்துக்கினு பூட்டான்ங்கறேன், நீ என்னடான்னா அதுங்கிட்டயே போய் சொல்லுன்னு சொல்றியே?”

“ஓம் புருசனா எடுத்துகினு பூட்டாரு? இருக்காது மினியம்மா, ஒனக்கு தெரியாமே சொல்றே. அவுரு நல்லவராச்சே. தெனம் ஒழுங்கா ராத்திரி வந்து, ‘இந்தா மினியம்மா, இன்னித்து வரும்படி’ன்னு சொல்லி சம்பாரிச்ச துட்டெல்லாம் ஒங்கிட்ட குடுப் பாரின்னு நீயே சொல்லுவியே! அவுரா இப்படி பண்ணுவாரு? அதென்ன இப்படி சல்லீசா சொல்லிட்டே? என் ஆம்பிளைகூட சொல்லும், ‘அவுங்களைப் பாரு, எப்பிடி குருவிங்களாட்டம் சந்தோசமாக் கீறாங்க’ன்னு. நான் சொல்றதைக் கேளு. ஓம் புருசன் எடுத்திருக்காது. ஓங் கொழுந்தன் இருக்கானே அவனைச் சொல்லு, அவன் எடுக்கக்கூடிய ஆளு. அவனை நான் நம்பமாட்டேன், அஞ்சு புள்ளை பெத்து ஆறாவதைத் தூக்கிக்கினு இருக்கேன், என்னைப் பாத்துக் கண்ணடிக்கிறானே அவன்! நீ வேணுமின்னா பாரு, சும்மா ஓம் புருசனை திட்டாதே.”

“அ ஆ, நீதான் மெச்சிக்கணும் எம் புருசன் லச்சணத்தை. ‘இந்தாடி மினியம்மா இன்னிக்கி வரும்படி’ன்னு சொன்னதெல்லாம் போயி எத்தினியோ காலமாவுது. ‘வாடி மினியம்மா, சினிமாவுக்குப் போவம், வாடி மினியம்மா திருவிழாவுக்குப் போவம்’னு கூப்ட்டுக் கினு போயி வந்தவன்தான். ஆனா அதெல்லாம் போச்சு. இப்போ அந்தக் காமாச்சிகூட இல்ல ஓடிப் பூட்டான், கெம்மினாட்டி!” என்று சொல்லிக் காறி உமிழ்ந்தாள் மினியம்மா.

“இன்னாது? ஓடிப் பூட்டானா! காமாச்சியோடவா! எந்தக் காமாச்சி? சிலுக்குப் பொடவை கட்டிக்கினு மினுக்கிக்கினு இருப்பாளே அவளா? இருக்காது மினியம்மா, ஓம் புருசன் எங்கே அந்த ராச்சசி எங்கே?” என்று சொல்லியபடி சுவாரஸ்யமான சமாசாரம் கேட்கப்போகிற ஆவலுடன் பாப்பாத்தியும் இடது பக்கம் திரும்பி வெற்றிலை பாக்கு எச்சிலைத் துப்பினாள்.

“எல்லாம் அந்த மேனா மினுக்கி, டீக்கடை தேவடியா முண்டைதான். எம் புருசனே சொல்லியிருக்கே, ‘அந்தப் பொட்டிக் கடை காமாச்சியெப் பாரு. அவ எப்பிடி லச்சணமா இருந்துகினு யாவாரம் பண்றா! பண்டமும் நல்லா விக்குது. சுடு தண்ணியே வாங்கி ‘டீ’ன்னு குடிச்சுட்டுக் காசை வேறே குடுத்துட்டுப் போறாங்க! நல்லா சம்பாரிக்கறா. மினியம்மா, நீயும் ஒரு சின்னக் கடை இந்தக் கோடியிலே வெச்சுப் பாரேன். நான் என்னதான் நாள் பூரா மெரிச்சாலும் முழுசா பத்து ரூவாகூட கைக்கு வர்றதில்லை’ அப்பிடின்னு நெறையவாட்டி சொன்னான். ‘சீ

பேமானி! இன்னோருவாட்டி எங்கிட்ட அந்த மேனாமினுக்கி பேச்சே எடுத்தே அவ்வளதான். யாவாரம் பண்றாளாம் யாவாரம், அந்த யாவாரமும் எனக்கு வாணாம், அப்பிடி வர்ற சிலுக்குப் பொடவையும் எனக்கு வாணாம். யாரு சிலுக்கு பொடவை இல்லேன்னு இப்ப அழுதாங்க? மானமா கஞ்சி குடிச்சிட்டுக் கெடந்தா போரும். என்னாத்தை யாவாரம் பண்றது? போறவன் வர்றவன் எல்லாம் கண்ணாலே ஒடம்பை தடவிக்கினே போறான், சமயமின்னா கையையும் வெச்சுடுவான்! காசு குடுக்கிற திமிரிலே. வெக்கமில்லாமே எங்கிட்டவே சொல்றியே, மானமில்லை? பேமானி. சிலுக்கு பொடவை கட்டற பொண்சாதி வேணுமின்னா போறதுதானே அவகிட்டயே!' அப்படி இப்படின்னு நானும் அஞ்சாறு வாட்டி திட்டிப்பிட்டேன். என்னா நெனைச்சுக் கினானோ, ஓடி ஓடி பழக்கம், இப்ப அப்பிடியே ஓடிட்டான்" என்று மூச்சுமுட்டச் சொன்னாள் மினியம்மா.

"எப்பந்து இதெல்லாம்?" என்று கேட்டாள் பாப்பாத்தி.

"ஆமாம், பஞ்சாங்கம் பாத்து நாள் தேதி எல்லாம் குறிச்சு வெக்கறாங்க! நீ ஒண்ணு" என்று மினியம்மா அலுத்துக்கொண்டு விட்டு, "ஒரு வாரமா சரியா எங்கிட்ட பேசலெ. முந்தா நாளுக்கு மொத நாள், 'மினியம்மா, ரிக்ஸாவுக்கு வரி கட்டோணம், கையிலே காசே இல்லை, ஒன் காப்பைக் கொஞ்சம் குடு. வெச்சு கெடச்சதை வாங்கியாறேன், ஒரு மாசத்துலே மூட்டுக் குடுத்துடறேன்'னு என் காப்பைக் கழட்டிக்கினு போனவன்தான். அப்பாலே ஆளையே காணலே. அவ கடையும் மூடிப் போயிருக்குது, அவளையும் காணலே. ரெண்டு பேரும் சேந்தாப்பல பேசிவெச்சுக்கினு போயிட்டிருக் காங்க. இன்னிக்கி செலவுக்கு வேணுமின்னு பொட்டியிலே அடி யிலே பத்திரமா இருக்கட்டும், அவசரத்துக்கு தேவைப்பட்டா இருக்கட்டுமின்னு ரெண்டு பத்து ரூவா நோட்டு வெச்சிருந்தேன், அதை எடுக்கலாமின்னு போனா அதையும் சுத்திகினு போயிருக் கானே பாவி, அவனைப் பாடையிலே வெக்க..." மினியம்மா மேலும் சொல்லிக்கொண்டே போனது சாதாரணமாக வழக் கிலுள்ள ஆனால், அச்சு யந்திரம் அறியாத சில வசனங்கள்.

பாப்பாத்தி சொன்னாள்: "இவ்வளவு தூரத்துக்கு ஆயிடுச்சா? எனக்கு தெரியவே தெரியாதே! இருந்தாலும் அப்பவே நான் நெனைச்சேன். அந்தச் சிறுக்கி கடை வெச்சப்பவே நான் நெனைச் சேன், சிலுக்குபொடவை கட்டறது மாத்திரந்தானா? அவ தளுக் கென்ன! மினுக்கென்ன! சினிமா பாட்டு படிக்கிறது என்ன! அவ கடை வெச்ச அன்னிக்கே என் ஆம்பிளைகிட்ட சொல்லிட்டேன், 'நீ அங்கே போயி பல்லை கில்லை காட்டிக்கினு நிக்கப் போறே, பத்திரம்'னு. பாவி, அப்பிடியா பண்ணிட்டான் ஒம் புருசன்?

காப்பைக் கயட்டிக்கினது அல்லாமே கல்லா பொட்டியெயும் கிளீன் பண்ணிட்டுப் போயிட்டானா! நான் கூட அப்பவே நெனைச் சேன், என் புருசன்கிட்டகூட சொன்னேன், 'மினியம்மா புருசனைப் பாரு, எத்தினி கரெய்ட்டாக்கீறான், எனக்கென்னவோ சந்தேகம் தான், ஆம்பிளைங்க எல்லாம் எவ்வளோ நாள் இப்பிடி இருப் பாங்கன்னு. அவளுக்கும் ரெண்டு கொழந்தெங்க வுழட்டும், அப்பறம் பாக்கலாம் ஐயா விசயத்தை'ன்னு. இந்த ஒழுங்கு பேசற ஆம்பிளைங்க எல்லாம் இப்பிடித்தான் மினியம்மா. திருட்டுச் சோமாறீங்க. என் ஆம்பிளையெப் பாரு, சண்டைதான் போடறாரு, சில சமயம் அடிக்கக்கூட அடிச்சுடறாரு, ஆனா கடைசியிலே நான் சொன்னதுக்கு மீறி நடக்கறது கெடயாது. உம்ம்ம், நான் அப்பவே நெனைச்சேன். கவலைப்படாதே மினியம்மா, தானே வந்துடுவான்."

"வரான் வரான், அவ வெரட்டியடிச்சா தானே இங்கே வராமே எங்கே போயிடுவான். வந்தா நான் உள்ளே உடுவேனா? என் ரூவாயே கக்கிட்டு போடா கயிதேன்ன மாட்டேன்? போடா போக் கத்தவனேன்னு போட மாட்டேனா? போயி அவ காலு கொலுசை கயட்டிகினு வா கெம்மினாட்டின்னு தொரத்த மாட்டேனா! அவுரு வர்லேன்னு இங்கே யாரும் அழுது மூச்சு முட்டிச் சாவலே!" என்று கூறினாள் மினியம்மா. அவள் கண்களிலிருந்து பொறி பறந்தது. பற்களின்மேல் வெயில் பட்டுச் சிதறியது. ஆக்ரோஷத் துடன் படபடவென்று கை விரல்களை நெறித்தாள்.

"தே, மினியம்மா, ரவை பொகலைக் காம்பு இருந்தா குடேன். ஆமா, ஒம் புருசன் பூட்டானே, நீ தனியாவா இருக்கே, கஸ்டமா யில்லே?" என்று கூறிக்கொண்டே உட்காரப்போனாள் பாப்பாத்தி.

"இந்தப் பசங்களைக் கொஞ்சம் பாத்துக்க, பஸ்ஸிலே கிஸ்ஸிலே மாட்டிக்கினு நிக்கப் போவுதுங்க. நான் உள்ளே போயி கொண்டா ரேன். அவன் போனா எனக்கென்னா? அவுரு தம்பியார்தான் கீறாரே." மினியம்மா குடிசைக்குள் நுழைந்துகொண்டிருந்தவள் திரும்பிப் பதில் சொன்னாள். அவள் முகத்தில் முன்னிருந்த கோபம் போய் சாந்தம் குடிகொண்டிருந்தது, "டேய், ரொம்ப நனையா தீங்கடா" என்று குழந்தைகளுக்குக் குரல் கொடுத்துவிட்டு இருட்டா யிருந்த குடிசைக்குள் நுழைந்தாள்.

ஹார்ன் அடித்துக்கொண்டே என் பஸ் நகர ஆரம்பித்தது.

(கசடதபற)

குறுநாவல்கள்

பிருந்தாவனம்

விண் விண்ணென்று உடம்பிலுள்ள எலும்புக்குள் எல்லாம் தெறிக்கிறது. தலையுள் ரம்பப் பல் அரங்கள் ராவுகின்றன. உடம்பை எடுத்து முறத்தில் போட்டுப் பருப்புப் புடைப்பதுபோலப் புடைத் தால்தான் வலி தீரும்போல இருக்கிறது. தலையைத் தரையில் ஆணி யடித்து வைத்திருக்கிறது. கை கால்கள் குலுங்குகின்றன. உடம்பு பஞ்சடிக்கிற சாயபுவின் தம்பூர்போல அதிர்கிறது. இடையில் கொள்ளிவைத்தாற்போல் வேதனை. வியர்வை கண்ணுள் இறங்கி கர கரவென்று நெருடுகிறது. அவளை நாலைந்து பேர்கள் அமுக்கிப் பிடித்திருக்கிறார்கள். மார்பின் மேல் முழங்காலை ஊன்றி இரு கைகளாலும் தோள் பட்டைகளைத் தரையில் பதிக்க முயலும் ஒருத்தி. சினிமாவில் வில்லன் காலைக் கட்டிக்கொண்டு அழும் வில்லிபோல அவள் கால்களைக் கெட்டியாகப் பிடிக்க இன்னொ ருத்தி. வலது கையை முறுக்கிப் பிடித்து நெருக்கிக்கொண்டு இன்னு மொரு கிங்கரி. கையில் சீதையின் நகக் கணுவில் ஏற்றுவதற்காக ஊசியைப் பழுக்கக் காய்ச்சிக்கொண்டு காத்திருக்கும் ஒரு ராட்சஸி. 'நான் சீதையில்லை, எம் பேர் எசோதா, எசோதா, ஏ... சோ... தா... ஆ... ஆ...!' என்று அவள் குரல் கீழ் ஸ்தாயியில் ஆரம்பித்து மேலே ஏறி ஏறி ஏறி, அலறி, கூரையைப் பிளந்து அந்தச் சிறு கட்டடத்தின் அருகிலிருந்த தூங்குமூஞ்சி மரத்தின் இலைகளைக் கிடுகிடுக்க வைக்கிறது. இலைகள் நடுங்குகின்றன. கீழே நாலு ஜீவன்கள் தலையில் கை வைத்து உட்கார்ந்துகொண்டிருக்கின்றன.

பாசிக்குளம் போலிருந்த கண்களிலிருந்து ஈளையை வழித்துக் கொண்டே கிழவன், "புள்ளையானா கிஷ்டசாமின்னு சொன்னா..., பேரு நல்லாத்தான் இருக்குது, கிஷ்ட சாமி கவுண்டர், நல்ல பேரு... எசோதா இப்ப ஏன் தம் பேரைச் சொல்லிக் கூவுது? ஒரு ஜீவன் பொறந்து வளந்து ஆளாவுறதுக்கு எத்தினி ஜீவன் கஸ்டப்பட வேண்டியிருக்குது, ஆனாலும், ஆளானப்பறம் நம்மை ஏன்னு கூடக் கேக்காது. நன்னி கெட்ட ஒலகம் இது. யாரு யாரை கேக்கறது?

எசோதா ஏன் இப்பிடி அலறுது? முனுசாமி பொறந்தப்போகூட பூங்காவனம் இம்மாம் சத்தம் போடலியே, இல்லே, எனக்குத்தான் மறந்து பூடுச்சா?...” கிழவனின் வாய் பேசிக்கொண்டே போகிறது. இன்னொரு கை கீழே கிடந்த குச்சியை எடுத்துப் பல் குத்துகிறது. “தே, சும்மா கெட” என்று அதட்டி மற்ற நேரத்தில் கிழவனின் வாயை அடைத்துவிடும் பூங்காவனம் வெறித்துப் பார்த்துக்கொண்டிருக்கிறாள், மௌனமாக. ஒரு கணம் அவள் கண்கள் கிழவனை சும்மா இருக்கும்படிக் கெஞ்சுகின்றன. மறு கணமே அவை பரவி தொலைவில், வெகு தொலைவில், வானத்தில் ராத்திரி துருவ நட்சத்திரம் இருக்குமே அங்கே போய் நிற்கின்றன. இடுங்கின கண்கள் மேலும் இடுங்கிப்போகின்றன. முற்றின கொத்தவரைக்காய் போன்ற அவள் விரல்கள் பெருமாள் கோவில் சாமரம் மாதிரி உதறிச் சிதறி நிற்கும் தலை மயிரில் புதைகின்றன. இரண்டு நாளாய்ச் சரியாய்ச் சாப்பிடாத வயிறு நிரம்பி வழிந்து மார்பை தகித்துக்கொண்டு நெஞ்சுக்குழியை அடைத்துக்கொண்டு அடி நாக்கின் வேரில் கசக்கிறது. நாக்கு தனக்குத் தெரிந்த தெரியாத கடவுளர்களின் பேரை உருப்போடுகிறது. அடி வயிறு கனக்கிறது. தொடை நடுங்குகிறது.

ஊசி ஒடியாமல் மருந்தை ஏற்றியாகிவிட்டது என்ற திருப்தியோடு இந்தப் பெண்ணின் கதி என்னவாகுமோ என்ற கலக்கம் மனதைக் குழப்ப நர்ஸ் உபகரணங்களை எடுத்துச்செல்கிறாள். எசோதாவின் வாய் அலறிக்கொண்டே இருக்கிறது. அவளை இன்னும் பதினஞ்சு நிமிஷமாவது அமுக்கிப் பிடித்தவண்ணமே இருக்கவேண்டும். அமுக்குபவர்களின் தோள்களும் மணிக்கட்டுகளும் முழங்கால்களும் கணுக்கால்களும் முறுக்கி வேதனை கொடுக்கிறது. அவர்களின் பிடியின் கீழே அவள் உடல் இருதயம்போல் அடித்துக்கொள்கிறது. அலறல் சப்தம் மெதுவாக அடங்குகிறது. உடல் ஓய்கிறது. கை கால்கள் துவள்கின்றன. தலை ஒரு பக்கம் சாய்கிறது. அவளை அமுக்கிப் பிடித்திருந்தவர்கள் பெரிய பெருமூச்சுடன் தங்கள் பிடிகளைத் தளர்த்தி நீக்கி, பூட்டுகளை முறுக்கிப் பிழிந்த வலி தீர நெட்டை ஒடித்துவிட்டு, மெல்ல அவளைத் தரையினின்றும் எடுத்துக் கட்டிலில் கிடத்துகிறார்கள். அவள் கண்கள் திறக்கின்றன. விரலைக்கூட அசைக்கமுடியாதபடி அசதி. வேதனை வெட்டிக் கிழிக்கும் உடலைக்கூட அசைக்கமுடியாதபடி ஓய்ச்சல். விழிகள் மெல்ல கூரையைத் தடவுகின்றன. வரி வரியாக வெள்ளைத் தளத்தின்மேல் கருப்பாக மர விட்டங்கள். வெள்ளை கருப்பு வெள்ளை கருப்பு மாறி மாறி விட்டங்கள் மெலிந்து சுருங்கி ஜன்னல் கம்பிகள்போல ஆகின்றன. தளம் விரிகிறது.

ஜன்னல் வழியாக வெளியே தாறுமாறாகப் பறந்துகொண்டிருந்த வண்ணாத்திப் பூச்சியை வேடிக்கை பார்த்துக்கொண்டிருந்த எசோதா தலையைத் திருப்பினாள். உள்ளே ‘டீச்சர்’ வந்துவிட்டதுக்கு

அடையாளமாக 'கொல்'லென்று ரீங்காரம் செய்துகொண்டிருந்த வகுப்பு நிசப்தமாகிவிட்டது. இன்றைக்கு பள்ளிக்கூடத்தின் கடைசி நாள். 'கிளாஸ் மாத்தற பரீட்சை' முடிவு சொல்கிற நாள். தான் பாஸாகிவிடுவோம் என்கிற நம்பிக்கை இருந்தாலும் அவள் மனமென்னவோ தையல் மெஷின் மாதிரி அடித்துக்கொண்டே போயிற்று. எல்லாப் பெண்களும் சாரதா டீச்சரின் வாயைப் பார்த்துக்கொண்டிருந்தார்கள். டீச்சர் கடு கடுவென்ற முகத்தோடு பரீட்சை முடிவுகளைப் படிக்க ஆரம்பித்தாள். அம்புஜம் பாஸ், அமிர்தம் பாஸ், அலமேலு பாஸ், ஆனந்தி பாஸ், இருசம்மா பாஸ், எசோதா பாஸ் முதல் ராங்க், கமலா... அதற்கு மேல் எசோதாவின் காதில் எதுவும் விழவில்லை. அப்போதே எழுந்து எல்லோரையும் கட்டிக்கொண்டு, நான் பாஸ், நான் மொதல்" என்று கூவிக் கொண்டே தட்டாமாலை சுற்றவேண்டும் என்கிற பைத்தியக்கார எண்ணம், வெளியே பித்துப் பிடித்து அலையும் அந்த மஞ்சள் நிற வண்ணாத்திப் பூச்சியோடு தானும் பூ பூவாகப் பறந்து தோட்ட மெல்லாம் சுற்றவேண்டும் என்கிற ஆசை, கார்த்திகை தீபத்தன்று கிராமப் பையன்கள் மாவலி சுற்றும்போது சிதறுகிற பொறிகள் போல ஆனந்தம், இவையெல்லாம் அவளைச்சுற்றிச் சிதறி இரைகிற மாதிரி பிரமை. இதையெல்லாம் மீறி எப்படி அவள் வகுப்பு முடியும் வரை ஒன்றுமே நடக்காததுபோல உட்கார்ந்திருந்தாளோ. வகுப்பு கலைந்தவுடன் கூச்சலிட்டுக்கொண்டும் சிரித்துக்கொண்டும் அழுது கொண்டும் வாய் பேசாமலும் வாய் மூடாமல் பேசினபடியும் வெளிக்கிட்ட பெண்களோடு ஒன்றாகத் தானும் எப்படி வெளியேறி னாளோ அவளுக்கே தெரியாது. சந்து முனை திரும்பியவுடன் சொடுக்கி விட்ட சாட்டை மாதிரிச் சிட்டாய்ப் பறந்தாள். உலகம் தும்பைக் கிளப்பிக்கொண்டு அவளைச் சுற்றி ஓடியது. ஓட்டத் தெருவைத் தாண்டி, ஏரிக்கரை வழியே போய், ஓடி, சாலைக் கிணற் றையும் சுற்றிக்கொண்டு, பிள்ளையார் கோவிலைக் கடந்து, பஜனை மடத்தருகில் திரும்பி அவள் வீட்டெதிரே போய் மேல் மூச்சு வாங்க நின்றது.

விட்டங்கள் மீண்டும் பருக்கின்றன. பருத்து வீங்கி அகன்று வானமெங்கும் அடைத்துக்கொண்டு ஒரு பிரமாண்டமான கருப்பு விட்டமாக மாறி அவளை மிரட்டுகிறது. மேலே இருந்து மெதுவாக, மிக மிக மெதுவாக, கீழே இறங்குகிறது. எசோதாவுக்கு திகில் உடலை நடுக்குகிறது. கட்டில் மேலே எழும்புகிறது, விட்டம் கீழே இறங்குகிறது. இரும்புக் கட்டிலுக்கும் நூறாயிரம் உலக்கைபோலப் பரந்துகிடக்கும் கனமான கருப்பு மரத்துக்கும் இடையில் எசோதா அகப்பட்டுக்கொண்டு விழிக்கிறாள். உதடுகள் ஈயக் குண்டுகள் போலக் கனக்கின்றன. கட்டிலும் விட்டமும் ஒன்றிலொன்று புதை கின்றன. ஊடுருவுகின்றன. எசோதாவுக்கு மூச்சு திணறுகிறது.

அவள் பார்வையில் விட்டத்தின் வைரம் பாயும் வரிகள் நடனமாடு கின்றன. அவளைச் சுற்றிலும் சிலந்தி வலை வைர நூலால் இறுக்கப் படுகிறது. விட்டத்தின் கனம், வைரத்தின் வெப்பம் அவள் உடலைக் காற்றுப் போல் லேசாக்குகிறது. அக் காற்றில் தூங்குமூஞ்சி மரத்தின் இலைகள் கை கோத்து நடனமாடுகின்றன.

மாணிக்கத்துக்கு இருப்புக்கொள்ளவில்லை. பூங்காவனத்தின் கண்களிலிருந்து கூரிய இரும்பாணிகள் தன்னைத் தாக்குவதாக உணர்கிறான். 'பூங்காவனமாம் பூங்காவனம், காஞ்சுபோன வேலங் குச்சியாட்டம் இருக்கிற கெழவிக்கு பூங்காவனமின்னு பேரு' என்ற ஓர் அனாதை எண்ணம் சிட்டுக் குருவிபோல் பறந்து வந்து தலையைக் காட்டிவிட்டுப் பறந்து போகிறது. 'புள்ளை பொறக்கணு மின்னு எல்லாருக்குந்தான் ஆசை இருக்குது. ஆனாலும், பொம் பிளைதானே பிரசவ வேதனைப்படவேண்டியிருக்குது. இதுக்கு ஆம்பிளை என்ன செய்ய முடியும்? நல்ல ஆசுபத்திரிக்கி இட்டுக் கினு போவலாம். அதுக்கு மேலே என்னதான் செய்ய முடியும்? காசு பணம் பாக்காமே ஏதாவது மருந்து வேணுமின்னா வாங்கி யாந்து குடுக்கலாம். அதுக்கு மேலே என்ன செய்ய முடியும்? சாமியை வேண்டிக்கலாம், பெராத்தனை பண்ணிக்கலாம். அதுக்கு மேலே என்னதான் செய்ய முடியும்?' சமாதானத்தில் ஆரம்பித்து அழுகையில் முடிகிறது அவன் மனம். மேலே இலைகள் ஆடி ஆடி அழகு காண்பிக்கின்றன. குத்துக் காலிட்டுக் குந்தியிருந்த அவன் உடல் முழங்காலுக்குக் கீழே மரத்துக்கொண்டு இருக்கிறது. முழங்காலுக்கு மேலே வலிக்கிறது. காலை அசைத்தால் வலி குறையும். மரத்துப்போன காலுக்கும் ஜீவன் வந்துவிடும். ஆனால், அவன் காலை அசைக்கமாட்டேன் என்கிறான். குதிகாலும் பாதமும் எரிச்சல் எடுக்கிறபோதும் அவன் அசையமாட்டேன் என்கிறான். உள்ளே எசோதா உயிருக்கு மன்றாடிக்கொண்டிருக்கும்போது, இந்தச் சிறு அசௌகரியத்தைத் தான் தாங்காவிட்டால் தான் என்ன ஆண்பிள்ளை என்று தன்னையே கடிந்துகொள்கிறான். அவளுடைய வேதனையைத் தானும் ஓரளவு அனுபவித்தால் அவளுக்கு வலியும் கஷ்டமும் குறையும் என்று நம்புகிறான். அவள் மாத்திரம் கஷ்டப்படுவது அதர்மம் என்று வெம்பிப் புழுங்குகிறான். 'நான் சொன்னதைக் கேட்டிருந்தா...' என்று அவன் மனது சமா தானத்தைத் தேடித் துழாவுகிறது.

"இந்த ஒரு விசயம் மாத்திரம் நான் சொல்றபடிதான் நீங்க செய்யோணம். செத்தாலும் நான் எங்க ஊரிலே சாவறேன், இந்தத் தண்ணியில்லாக் காட்டிலே சாவமாட்டேன்," என்று கண்ணில் நீர் தளும்பச் சொன்னாள் எசோதா. மாணிக்கத்துக்கு எரிச்சலாக வந்தது.

"நீ என்னவானா பண்ணிக்க, யாரு ஒன்னெச் சாவச் சொல்றாங்க, சொகமா ஒங்க ஊர்லேயே அம்பட்டச்சிகிட்ட மருத்துவம் பண்ணிக்க" என்று எரிந்து விழுந்துகொண்டே பீடியைத் தூக்கித் தூர விட்டெறிந்து படீலென்று தெருக்கதவை அடித்துக்கொண்டு வெளியேறினான். 'முட்டாப் பொம்பிளெங்க, சொன்னாவும் கேக்கறதில்லே, தனக்காவும் புத்தியில்லே' என்று சொல்லிக் காறி உமிழ்ந்தான். மேலே நடந்தான்.

ஒரு வாரமாக தினமும் சண்டை அவனுக்கும் எசோதாவுக்கும். அவளோ ஒரே பிடிவாதமாக இருந்தாள். எவ்வளவு சாதுவான பெண்ணாக இருந்தவள், எவ்வளவு அடக்க ஒடுக்கமாக இருந்தவள், அவளா இப்படி இவ்வளவு பிடிவாதக்காரியாக இருக்கிறாள் என்று அவனுக்கு ஒரு பக்கம் ஆச்சரியமாக இருந்தாலும் அதை முழுக்கிக்கொண்டு கோபமே மேலிட்டது. மாணிக்கம் சொன்ன காரணங்களை அவள் மறுத்திருந்தாலும் பரவாயில்லை. அதுவும் அவள் செய்யவில்லை.

"பெரிய ஊருதான், பெரிய ஆசுபத்திரிதான், நல்லா வைத்தியம் பண்ணுவாங்கதான், நான் இல்லீன்னு சொல்லலியே, எனக்கு வாணாம்னுதான் சொல்றேன். இந்த சமயத்திலே எங்கம்மா பக்கத்திலே நான் இருக்கணும்னுதான் சொல்றேன். இங்கேதான் எல்லாரும் வாழ்ந்துட்டாங்களா? எங்க ஊர்லே பிள்ளை பெத்தவங்கள்ளாம் மண்ணாப் போய்ட்டாங்களா? நான் இங்கே இருந்தா ஒங்களுக்கும் கஷ்டம், எனக்கும் கஷ்டம்" என்று அடுக்கிக் கொண்டே போனாள் அவள்.

"அ, ஆ, மகா கஷ்டத்தெக் கண்டுக்கினே நீ, பட்டிக் காட்டுப் பொம்பிளே மாதிரிதானே பேசறே. டில்லியிலே இருக்கிறவ மாதிரியா பேசறே?" என்று முதல் முறையாக அவளை எடுத்தெறிந்து பேசிவிட்டான்.

ஆனாலும், அவனால் அவளுடைய தாக்குதல்களைத் தொடர்ந்து எதிர்த்து நிற்க முடியவில்லை, எதிர்க்காமலும் இருக்க முடியவில்லை. விளைவு ஒரு வாரமாகப் பூசல். இந்தச் சண்டை அதிகமாக அதிகமாக இருவருக்கும் பிடிவாதமும் அதிகரித்தது. ஓர் ஓட்டை லோக்கல் பண்டு ஆசுபத்திரியையும் கோணல் சந்துகளையும் வைத்துக்கொண்டு தானும் ஒரு 'டவுன்' என்று சொல்லிக் கொள்கிற சின்னூருக்குப் போக வேணுமென்று எசோதா, ஏழாவது முடியப் படித்தவள், சொன்னது அவனுக்குப் புரியவேயில்லை. மூளையெல்லாம் உருகி ஓட்டையான தலையை லொடக் லொடக்கென்று ஆட்டிக்கொண்டு வாய் ஓயாமல் சம்பந்தமற்ற விஷயங்களை ஒரு தொடர்புமில்லாமல் பேசிக்கொண்டிருக்கிற கிழட்டுத்

தகப்பனையும், தயிர் விற்று அன்றாட வாழ்க்கைக்கு வழி பண்ணிக் கொள்ளத் தவித்துக்கொண்டிருக்கிற தாயையும் இந்தச் சமயத்தில் அருகே வைத்துக்கொள்ள வேண்டும் என்கிற எசோதாவின் ஆசை அவனுக்கு விசித்திரமாகப்பட்டது.

"ஒனக்குத் தெரியாது, நான் போய்த்தான் தீருவேன்" என்று அவள் முடிவாகச் சொன்னபோதுகூட அவனுக்குக் கோபமே வந்தது. இந்த மனஸ்தாபத்தின் விளைவாகத்தானோ என்னவோ, இது வளர வளர எசோதாவின் உடல் நிலையும் கெட்டுக்கொண்டு வருவதைப் பார்க்க அவனுக்குக் கொஞ்சம் பயமாய்ப்போய் விட்டது. அவள் பசியே இல்லையென்று சாதித்தாள். வயிற்றைப் புரட்டுகிறது என்றாள். முதுகை வலிக்கிறது என்றாள். தலை சுற்று கிறது என்றாள். ஒரு நாள் அவள் முகம்கூட கொஞ்சம் வீங்கினாற் போல இருந்தது. மாணிக்கம் பின் வாங்கினான். சரணாகதி அடைந்தான்.

முழங்காலுக்குக் கீழே உணர்ச்சியே இல்லை. உள்ளங்கால் மாத்திரம் நெருப்பிலே வைத்ததுபோல எரிகிறது. ஆனாலும், அவன் அசைந்துகொடுக்க மறுக்கிறான். எசோதாவுக்காக நெருப்பின்மேல் நிற்கவும் தயார் என்று சொல்லிக்கொள்கிறான். பூங்காவனத்தைப் பார்த்து, "எல்லாம் சரியாப் பூடிச்சின்னா வர ஆடிக்கி துரோபதி யம்மன் திருநாள்ளே தீ மிதிக்கோணும்" என்று சொல்கிறான். அவள் மௌனமாக மாணிக்கத்தைப் பார்த்துத் தலையை ஆட்டிக் கொண்டே நடுங்கும் வற்றல் கைகளால் வெற்றிலைப் பையைத் துளாவி ஒரு மஞ்சள் துண்டை எடுத்துச் சேலைத் தலைப்பில் முடிகிறாள். அவளைப் பார்த்துத் தைரியமூட்டும் நினைப்பில் மாணிக்கம் வெறுமையாகச் சிரிக்கிறான். பூங்காவனம் தலையைத் திருப்பிக்கொள்கிறாள். அவளுடைய பரட்டைத்தலையில் ஒட்டிக் கொண்டிருந்த சருகு ஒன்று சந்தனப் பொட்டு உதிர்வதுபோல உதிர்கிறது. அவளுடைய கசங்கிய சிவப்புச் சேலையிலிருக்கும் சிறு சிறு வெள்ளை வட்டங்கள் ஒவ்வொன்றும் வளைந்து நெளிந்து கோணி பல்லை இளிக்கின்றன.

காந்தத்திலிருந்து விடுபட்ட இரும்பு மாதிரி கட்டில் விட்டத் திலிருந்து விடுபட்டுக் கீழே விழுகிறது. விழுந்துகொண்டே போகிறது. அப்பப்பா, எவ்வளவு ஆழத்தில் விழுகிறது! எசோதா கட்டிலுடன் கீழே போகவில்லை. அவள் மிதக்கிறாள். அவளைச் சுற்றிலும் வெள்ளைத் துப்பட்டிகள், மேகங்கள், அவற்றிடையே அவள் தேவ கன்னிகை மாதிரி மிதக்கிறாள். கீழே கண்ணுக் கெட்டாத தூரத்தில் கட்டில் கரும் புள்ளியாகி விழுந்துகொண்டே இருக்கிறது. மேலே விட்டம் சிறுத்துக் கூரைத் தளத்தின் வெண்மையும்

தெரிகிறது. விட்டங்களின் கருத்த உதடுகளும் தளத்தின் வெண்மையான பற்களும் அவளுக்குக் கிலியை உண்டாக்குகின்றன. அவளது எலும்புகளுக்குள் குளிர் எடுக்கிறது. விட்டம் அவளைப் பார்த்துச் சிரிப்பை உதிர்க்கிறது. தயிர்த் துளிகள்போல விட்டமும் சிரிப்பும் கூரைத் தளமும் சிதறி விழுகின்றன.

தயிர் கடைந்துகொண்டிருந்த பூங்காவனம் புடவைத் தலைப் பால் முகத்தில் வழிந்து கொண்டிருந்த வியர்வையைத் துடைத்துக் கொண்டாள். கோபத்தோடு தன் பெண்ணைப் பார்த்தாள்.

"வயசாவுது எருமைக் கடாவுக்கு ஆவுற மாதிரி, அச்சமில்லாமே என்னாடி ஆட்டம் பறச்சியாட்டம்? காலைக் கழுவிக்கினு வா, இந்த வெண்ணைய எடுத்து வெய்யி. எனக்கு வேலை தலைக்கி மேலே கெடக்குது" என்று சீறிக்கொண்டே எழுந்தாள்.

"நான் பாசாயிட்டெம்மா, கிளாசிலே மொதல், தெரியுமா! எல்லாருக்கும் மேலே நானு. ஐயரூட்டுக் காமாட்சிகூட எனக்குக் கீழேதான்" என்று சொன்னபடி, தாயின் சொல்லைச் சிறிதும் லட்சியம் செய்யாமல் அவளைச் சுற்றிச் சுற்றிக் கைதட்டிக் கொண்டே கும்மாளம் அடித்தாள் எசோதா.

"ஏய், ஏய், என்னாடி இது அலங்கோலம்? ஒனக்கென்னா புத்தி கித்தி பெரண்டு போச்சா? போயி கையை காலை கழுவிக் கினு வந்து வெண்ணெயெ எடுத்து வெய்யின்னா சும்மா பிச்சி மாதிரி குதிக்கிறே, சிவுக்குனு வா, நான் இனிமேத்தான் கூழாக் கணும்" என்று சொல்லி எழுந்திருந்து, "ஒன்னைப் பாடையிலே வெக்க" என்று நிலைப்படியில் நின்று உராய்ந்துகொண்டிருந்த பூனையை ஆசீர்வாதம் செய்து விரட்டி விட்டு உள்ளே நுழைந்தாள் பூங்காவனம்.

தன் மகத்தான வெற்றியைச் சற்றும் மதிக்காமல் உள்ளேபோய் விட்ட தாயின் மீது வந்த கோபம் அவள் உற்சாகத்தைக் குறைக்க, வெண்ணெயை வாழையிலையில் வழித்துக்கொண்டே யோசனை யில் ஆழ்ந்திருந்தாள் எசோதா. மனசு கணக்குப் போட்டுக்கொண்டி ருந்தது. 'ஏழாவது ஆச்சு, அடுத்தது எட்டாவது, அப்பறம் ஒம்ப தாவது பத்தாவது, எஸ்எஸ்எல்சி அதுக்கப்புறம் மேலே நினைக்கப் பயமாயிருந்தது அவளுக்கு. ஒரு காலைக் குத்திட்டு, தாழ்ந்திருந்த திண்ணையில் உட்கார்ந்துகொண்டு அவள் தன் காரியத்தைச் செய்துகொண்டிருந்தாள். மெஷின் கரங்கள்போல் அவள் கை விரல்கள் வெண்ணெயைத் தட்டி வாழையிலையில் கட்டிக்கொண்டி ருந்தன. வீட்டுக்குள்ளிருந்து தோன்றிப் பரவிய இருள் மெல்ல மெல்ல அவளையும் சூழ்ந்துகொண்டது.

தன் மனதுள் வியாபித்து அதனை நசுக்கிக்கொண்டிருந்த இருள் பாறையை அகற்ற இயலாது தத்தளித்துக்கொண்டிருக்கிறான் நாகப்பன். தூங்கு மூஞ்சி மரத்தின் இலைகளுக்கிடையில் புகுந்து விளையாடிக்கொண்டிருந்த சூரியன் கட்டாந்தரையில் சில்லு சில்லாகிச் சிதறி விழுந்துகிடக்கிறான். நாகப்பனின் கைகள் தோளி லிருக்கும் துண்டிலிருந்து நூலிழைகளை ஒவ்வொன்றாக உருவி அறுத்துக்கொண்டிருக்கின்றன. அதீதப் பாரம் ஏற்றப்பட்ட வண்டி மாடு போல் அவன் மனம் நொடித்துக்கொண்டு படுத்துக் கிடக் கிறது. உள்ளிருந்து விட்டு விட்டுக் கேட்டுக்கொண்டிருந்த எசோதா வின் அலறல் அடங்கி இப்போது அமைதியாக இருக்கிறது. அந்த அமைதியே நாகப்பனுடைய மனதில் பீதியைத் தோற்றுவிக்கிறது. மூணடி தூரத்தில் காலைக் குத்திட்டுவைத்துக் குந்திக்கொண்டி ருக்கிற மாணிக்கத்தைப் பார்க்கிறான். பட்டாளத்தில் இருந்தபோது இருவரும் உயிர் நண்பராய் இருந்தபோதும் இப்போது இருக்கிற நிலைமையில், "மாணிக்கம்தானே இதுக்கெல்லாம் காரணம்" என்ற எண்ணம் எழத்தான் செய்கிறது. நாகப்பனின் பார்வையும் அவன் எண்ணத்தைக் கொஞ்சம் பிரதிபலிக்கவும் செய்கிறது. அதே சமயம், 'அவன் என்ன செய்வான் பாவம், நம்ம தலையெழுத்து' என்ற பச்சாதாபமும் உடனே பின்னோடி வருகிறது. 'மாணிக்கம் எங் கேயோ பொறந்தவன், அரக்கானிலேயும் பர்மாவிலேயும் என் னோடே இருந்ததுக்குக் கூலியாக இப்போ இங்கே இந்த வைகாசி மாச வெய்யிலிலே சின்னூர் ஆசுபத்திரிக்கி வெளியிலே தூங்கு மூஞ்சி மரத்தடியிலே கன்னியம்மா கோவில் கல்லு மாதிரி குந்திக் கெடக்கவேண்டியிருக்குது' என்று அனுதாபக் குழைவும் வருகிறது. 'என் எசோதா உள்ளே கூவிக்கினு கெடக்க நானும் மாணிக்கமும், அப்பன்காரனும் ஆத்தாகாரியும், கைய்யே முறுக்கிகினு ஆகாசத் தைப் பாத்துக்கினு சும்மா இருக்கவேண்டியிருக்குது' என்ற எண்ணம் தொடர்கிறது. 'அரக்கான் பர்மா காட்டிலே கரியடுப்புச் சாம்பல்போலக் குவியல் குவியலா அட்டைங்க நெறைஞ்சு கெடந்த சகதிக் காட்டுலே பதுங்கியிருந்து சுட்டு, பிறகு கையையும் காலையும் ஈவிரக்கமில்லாமே வெட்டிக் குத்தித் தப்பிக்க முடியாதபோனா தன் வயித்தையும் கிழிச்சுக்கொண்டு சாகத் தயாராயிருந்த ஜப்பான் காரனுக்கும் ஈடு குடுத்துட்டோம். ஆனா தெனமும் சாதாரணமா நடக்கிற விஷயத்துக்கு நம்மாலே ஒண்ணும் செய்யமுடியலியே' என்னும் ஏக்கமும் அதன் பின் வருகிறது.

கொஞ்சம் தள்ளித் தனக்கு முதுகுப்புறத்தைக் காட்டிக் கொண்டு உட்கார்ந்திருக்கிற தன் தாய் பூங்காவனத்தைப் பார்க் கிறான். அவளுடைய பரிதாபகரமான பரட்டைத் தலையும் முண்டும் முடிச்சுமான தோளும் கையும் கருத்து உலர்ந்து வரி

வரியாக சாட்டைத் தழும்புகள்போல விலாவெலும்புகள் தெரிய நடுவே வாய்க்கால் வெட்டிவிடப்பட்டிருக்கிற முதுகும் அதன் குறுக்கே விழுந்துகிடக்கிற அழுக்கேறிய சிவப்புச் சேலையும் அவனுக்குப் பட்டுப்போய்க்கொண்டிருக்கும் வேலமரத்தை நினைவு மூட்டுகிறது. தான் ஏறாத மரமில்லை, இறங்காத கிணறில்லை, பழம் திருடாத தோட்டமில்லை. அப்போதெல்லாம் அந்த ஆனந்தங்களை உடன் அனுபவிக்க எசோதாவும் கூட்டாளியாக இருந்தாள். ஆனால், இப்போது அவள் தனியாகத் தவித்துக்கொண்டிருக்கிறாள். தான் தேடிக் கண்டுபிடித்துக் கல்யாணம் செய்துவைத்த மாப் பிள்ளை குத்துக் காலிட்டுக் குத்துக் கல்போலக் குந்திக்கிடக்க, கடிதமெழுதிப் பெண்ணைப் பேறு காலத்துக்கு ஆசையோடு வரவழைத்த தாயார் பட்டுப்போன மரம்போல வற்றிச் செயலற்று வறண்டு கிடக்க, தங்களைத் தோள்மேல் தூக்கி வைத்துக்கொண்டு திருவிழாக்களுக்கு இட்டுச் சென்று கை முறுக்கும் சேமியா பாயசமும் வாங்கிக் கொடுத்து ராக்காலத்தில் தான் ஆப்பிரிக்காவில் நெட்டாலத்தில் டர்பனில் துரை வீட்டில் தோட்ட வேலை செய்த காலத்தில் செய்த வீர தீரச் செயல்களை கதை கதையாகச் சொன்ன தகப்பன், கிழம் மேலிட்டு இன்னது நடக்கிறது என்ற முழு உணர்வும் இல்லாமல் கோமாளி போல் தலையை ஆட்டிக்கொண்டு உட்கார்ந் திருக்க, சின்ன வயசில் சண்டைபோட்டுப் பள்ளிக்கூடத்துக்கு அனுப்பி ஏரியிலும் குளத்திலும் ஒண்ணாகத் துளைந்து விளையாடி சிப்பாயாகப் போன பின்னும் பணமனுப்பிப் படிக்க வைத்து பிறகு ஆண் துணையும் பார்த்துச் சேர்த்துவிட்ட அண்ணனும் ரெக்கை கள் அறுபட்ட ஜடாயுபோல வெளியே செயலிழந்துகிடக்க, நாலு நாளாய் எசோதா உள்ளே தனியாகத் தான் மாத்திரம் போராடிக் கொண்டிருக்கிறாள் என்ற நினைப்பு வந்ததும் அவன் மன அமைதி கல்லெறிந்த குளத்துச் சூரியன்போலச் சுக்கு நூறாகச் சிதறுகிறது.

முழங்காலுக்குக் கொஞ்சம் கீழே வரை வந்திருந்த பாவா டையை அதற்குக் கொஞ்சம் மேலே வரை தூக்கிப் பிடித்துக் கொண்டு வெறும் உடம்போடு குளக்கரையில் நின்றிருந்த எசோதா வின் முகத்தின்மேலும் மார்பு கைகளின் மேலும் தண்ணீர் சிதறித் தெறித்தது. உடம்பை சந்தோஷத்தினாலும் குளிரினாலும் சிலிர்த்துக் கொண்டே அவள் தன் அகன்ற கருப்புக் கண்களை நாகப்பன் குதித்து முழுகின இடத்திலேயே பதித்து வைத்துக்கொண்டிருந்தாள். நீர்க் குமிழிகளும் அலைகளும் வந்தவண்ணம் இருந்தனவே ஒழிய அண்ணன் வெகு நேரமாய் தலையெடுக்காமல்போகவே அவளுக்குத் தன் அண்ணன் முழுகிப்போய்விட்டான் என்று பய மாய்விட்டது. 'அண்ணே... ஏ... ஏ!' என்று புறங்கையைக் கண்ணில் தேய்த்துக்கொண்டு அழ ஆரம்பித்தாள். அழுகைப் பல்லவி எடுபடு வதற்குள் குளத்தின் அக்கரைக்கருகில் தலையெடுத்த நாகப்பன்,

‘யே… எ… சோ… ஓ.. தா… ஆ’ என்று குரல் கொடுத்தான். அவளுக்கு ஆச்சரியத்தினால் ‘திக்’கென்றது. கண்களிலிருந்து நீர் நிற்காமல் வழிந்துகொண்டிருந்தாலும் வாய்க் கோணங்கள் உயர வளைந்து முகம் மழையில் நனைந்த மல்லிகைக் கொத்து மாதிரி மலர்ந்தது. நாகப்பன் இடிஇடியென்று சிரித்துக்கொண்டு காலையும் கையையும் பலத்த சப்தத்தோடு தண்ணீரில் அடித்துக்கொண்டு நீந்தினவாறே இவள் இருந்த இடத்துக்கு வந்துசேர்ந்தான். வந்தவன் எசோதா அழுதுகொண்டிருப்பதைக் கண்டு தன் சிரிப்பை அவித்து விட்டு அவள் தோள்மேல் தன் ஈரக் கைகளைப் போட்டு, “இன் னாத்துக்கு அழுவறே? நாந்தான் வந்துட்டனே” என்று சமாதானம் செய்தான். பிறகு காயும் வெயிலில் இருவரும் நாகப் பழம் பொறுக் கித் தின்றார்கள். பொழுது சாய ஆரம்பித்தபோது இருவரும் வீட்டுக்கு ஓட்டிச் செல்ல மாடுகளை வளைக்க ஆராம்பித்தார்கள். செவலைப் பசுவைக் காணோம் என்று எங்கெங்கோ தேடினார்கள். கடைசியில் அந்தப் பாழாய்ப் போன பசு இல்லாமலே வீட்டுக்கும் போனார்கள். அன்று நாகப்பனுக்குச் சரியான உதை விழுந்தது. சிறிதும் இரக்கம் இல்லாமல் பூங்காவனம் அவனைத் தயிர் கடையும் தூணில் கட்டி மணிக்கயிற்றால் விளாசிவிட்டாள். மறு நாள் பசுவைப் பவுண்டிலிருந்து வெளியேற்றி மீட்டு வருவதற்கு ஒரு ரூபாய் செலவு வைத்துவிட்டானே என்று. மாடு மேய்ப்பதற்குக்கூட லாயக்குப்படாத பையன் என்று அவனைப் பள்ளிக்கூடத்தில் சேர்த்துவிட்டார்கள். அதன் பிறகு எசோதா தான் மாடுகளுக்கு முழுப் பொறுப்பாளி ஆக்கப்பட்டாள்.

பத்துப் பதினோரு வயதில் ஒண்ணாங்கிளாசில் சேர்ந்த நாகப் பனுக்கு வெட்கமும் அவமானமும் ஆத்திரமும் பிடுங்கித்தின்றது. வயதுக்கு மீறி வளர்ந்திருந்த அவனுக்குத் தன்னில் பாதி உயரம்கூட இல்லாத பொடிப் பையன்களுடன் சேர்ந்து படிக்கவே பிடிக்க வில்லை. வெளியில் எசோதா மாத்திரம் சுதந்திரமாகத் திரிந்து கொண்டிருக்கும்போது தான் சின்னூர் பஞ்சாயத்து எலிமென்டரி பள்ளியில் (தங்காபுதூர் கிளை) ஓட்டு வில்லைகளுக்கும் ஜன்னல் கம்பிகளுக்கும் இடையில் சிறைப்பட்டுக் கிடப்பது தாங்கவில்லை. இது ஆரம்ப காலத்தில். கொஞ்ச காலம் கழிந்த பின்னால், ‘பள்ளிக் கூடம் ஒரு சிறிய சிறை. இருந்தாலும், படிப்பு என்பது தங்காபுதூர் என்னும் பெரிய சிறையைத் திறந்து அவனை வெளியேவிடத் தக்க சக்தி வாய்ந்த திறவு கோல்’ என்பது அவனுக்குப் புலப்பட்டது. அதன் விளைவாகத்தான் மூணு நாலு வருஷங்களுக்குப் பிறகு அவ்வூரில் சில பிரமுகர்களின் முயற்சியினால் ஆரம்பப் பள்ளியில் பெண்கள் பகுதி திறக்கப்பட்டபோது நாகப்பன் பிடிவாதம் செய்து தகப்பனிடமும் தாயிடமும் சண்டை போட்டு குடிகார அண்ணன்

முனுசாமியிடம் அடி வாங்கியும் கூழ் குடிக்கமாட்டேன் என்று சத்தியாக்கிரகம் செய்து எசொதாவை பள்ளியில் சேர்க்கமுடிந்தது.

"தோட்டக்காரன் வூட்டுக் கவுண்டச்சிக்குப் பாத்தியா, பொட்டப் பொண்ணைப் பள்ளிக் கூடத்துல சேத்தூட்டா!" என்று ஊரார் பேசிக்கொண்டது காதில் விழுந்தபோது அவளுக்கு முதலில் ஒரு மாதிரியாக தலைக்கிறக்கமாக இருந்தபோதிலும், பின்னால் தன் பெண் எழுத்து கூட்டி இங்கிலீஷ் படிக்க ஆரம்பித்த போது பெருமையாகத்தான் இருந்தது. மறுபடியும் நாகப்பனும் எசோதாவும் ஒன்றாகப் போக ஆரம்பித்தார்கள்.

விழுந்து எழுந்து அஞ்சாம் கிளாஸ் தாண்டுவதற்குள் நாகப்பனுக்குப் பள்ளி வாழ்க்கை போதும் போதும் என்றாகி விட்டது. மூன்று நிகழ்ச்சிகள் அவன் வாழ்க்கையைப் புது வழியில் திருப்பிவிட்டன. முசுடு ராமசாமி ஐயர் அவன் வகுப்பு வாத்தி யாரானது ஒண்ணு; வெள்ளைக்காரன் தேசத்தில் சண்டை மூண்டது ரெண்டு; பட்டாளத்துக்கு ஆள் பிடிக்கிறவன் சின்னூ ருக்கு வந்திருந்தது மூணு என்று விரலை விட்டு எண்ணி நாகப்பனே அவற்றைக் கூறுவான். அன்றைக்கு ராமசாமி ஐயருக்கு வயிற்று வலி வழக்கத்தைவிடக் கொஞ்சம் முன்னதாகவே வந்துவிட்டிருந்தது. போதாததற்கு அன்று காலை அவருக்குத் தலை சவரம் செய்த பரியாரி ரெண்டு மூன்று இடங்களில் மொக்கைக் கத்தியால் வெட்டிவிட்டிருந்தான். சகதர்மிணி 'வீட்டில் இல்லாததால்' அவரே பொங்கிக் கொட்டிவிட்டு அவசரம் அவசரமாகப் பள்ளிக்கூடத் துக்கு ரெண்டு மைல்களையும் ஓட்டமும் நடையுமாக ஓடிக் கடந்து வந்திருந்தாலும் நேரமாகிவிட்டது. காருண்யம் மிக்க கவர்மெண்ட்டு வேறே யுத்தம் என்று சொல்லி கடியாரத்தை ஒரு மணி வேகமாக்கி விட்டிருந்தான். ஹெட் மாஸ்டர் ராஜலிங்கம் எரிந்து விழுந்தார். "என்னா அய்யரே, நீ அமாவாசை கருமாதி பண்ற காரியத்துக்கு போறதுதானே! பிராமணாள் காத்துண்டிருப்பா. பள்ளிக்கூடத்தயும் அப்பிடீன்னு நெனச்சுக்கினியா? எத்தினி நாள்யா சொல்றது ஒனக்கு?" என்று சீறலும் கிண்டலுமாகப் பாய்ந்தார். அவர் ஒரு சுனா மனா. இத்தனைக்கும் மேலாகத் தான் கேட்ட மிகச் சுலபமான கேள்விக்கும் வாயைக்கூடத் திறக்காமல் நெடு மரம்போல நின்று சூனியப் பார்வையோடு தன்னை வெறித்து நோக்கிக்கொண்டிருந்த நாகப்பனைப் பார்த்ததும் ஐயருக்கு ஆத்திரம் பொங்கி வெடித்தது.

"ஏண்டா பழி, அப்போலேந்து பாக்கறேன், பாடம் சொல்றப் போ எங்கெயோ பராக்கு பாத்துண்டிருந்தூட்டு கேள்வி கேட்டா மன்னார்சாமி மாதிரி மொறச்சிகிண்டு நிக்கறயே! ஒன்னைத்தான் சொல்றேன், வாடா இங்கே" என்று கர்ஜித்தார். நாகப்பன் தயங்கித் தயங்கி முன்னே வந்தான்.

“கையே நீட்றா”

கையை நீட்டினான், பிரம்பு சுழன்று வந்தது. கடைசி வினாடியில் நாகப்பன் கையைப் பின்னுக்கு இழுத்துக்கொண்டான். ‘ஸ்விஷ்’ என்று காற்றில் வட்டமிட்டு வெறுமே விழுந்து துடித்தது பிரம்பு. ஐயருக்குக் கோபம் தலை கால் புரியவில்லை.

“கையை நீட்றான்னா என்ன ஜோக் பண்றியோ? பொங்கல் குடுக்கப்போறேன்னு நெனச்சுண்டுட்டியோ, பள்ளிக்கழுதேள்ளாம் வந்து நம்ப தாலியறக்கறதுகள். சரியா நீட்றா கையை, இல்லேன்னா முதுகுத் தோலை சட்டையா உரிச்சுப்பிடுவேன்” என்று கர்ஜனை செய்தார். மீண்டும் கை நீண்டது. நாகப்பனின் கண்கள் குறுகி இறுகி நின்றன. சுழன்று வந்த பிரம்பு அவன் கையைத் தீண்டியதும் அவன் அதே வேகத்தில் பிரம்பைப் பிடித்து இழுத்துக் கொண்டான். பிரம்பு கை மாறிவிட்டது.

“போ அய்யரே! நீயும் ஓம் பாடமும் நீயே வெச்சிக்க” என்று அழுத்தந்திருத்தமாக, அதே சமயம் அலுப்புடன் சொல்லிக் கொண்டே பிரம்பை அநாயாசமாக உடைத்து அவர் முகத்தில் வீசி எறிந்துவிட்டு மேலே ஒன்றும் பேசாமல் வெளியே நடந்தான். நேரே சின்னூரில் முகாம்போட்டிருந்த பட்டாளத்துக்கு ஆள் பிடிக்கும் கங்காணியிடம் நின்றான். அந்த வாரமே ரயிலேறிவிட்டான். தன் வயதுக்கு அதிகமாக வளர்ந்திருந்த நாகப்பனை சிப்பாயாக உடனே சேர்த்துக்கொண்டுவிட்டார்கள்.

பிறகு வெளியூர்ப் பயணங்கள்; முதுகை முறிக்கும் கசரத் வேலை; தினசரி அனேகம் ஆயிரம் ‘ஸலூட்டுகள்’; அரக்கான் முனைக்கு அனுப்பப்பட்டது; அங்கே கண்ட காட்டுமிராண்டித் தனமான சண்டை; ஆளை உருக்கிவிடுகிற வியாதிகள்; மாணிக்கத்தின் சினேகம்; முழங்காலில் காயம்; பட்டாளத்துப் பென்ஷன்; பழையபடிக்கே தங்காபுதூர் என்கிற சிறையில் மறு வாசம்; ஏற்றம் உழவு நாற்று நடவு; உயிரோடு இருப்பதற்காக வருஷம் முன்னூற்று அறுபத்தஞ்சு நாளிலும் தவம்; இப்போது சின்னூர் லோக்கல் பண்டு ஆசுபத்திரி வாசலில் தூங்கு மூஞ்சி மரத்தடியில் மனசை முறுக்கிப் பிழிந்துகொண்டு சொல்லும் செயலுமற்ற ஊமைக் காவல்; ‘உள்ளே எசோதா என்னமா இருக்கிறாளோ’ என்று மனசுக்குள்ளேயே புகைந்து புகைந்து குமையும் புலம்பல்.

வெண்மையான மேகக் குவியல்களுக்கிடையிலே தேவ கன்னிகையைப் போலே பறந்துகொண்டிருக்கிற எசோதாவைச் சுற்றி உலகமே சுழல்கிறது. எதிரே நடுவே தகதகவென்று சூரியன் கொதித்துக்கொண்டிருக்கிறான். காலணா அளவு இருந்த அந்த

வெண்சுடரின் விளிம்புகளில் நீல நிறச் சுவாலைகள் தாவிக் குதிக்கின்றன. ‘சூரியனே பெரிய அடுப்பு மாதிரி’ என்று சாரதா டீச்சர் சொன்னது அவள் ஞாபகத்துக்கு வருகிறது. அந்த வெண்சுடர் இவள் பார்த்துக்கொண்டிருக்கும்போதே கொஞ்சம் கொஞ்சமாய் விரிந்து அவள் கண் பூராவையும் ஆக்ரமித்துக்கொள்கிறது. சுடரின் வெண்மையும் பளபளப்பும் அவளால் தாங்கமுடிகிறதில்லை. பழுக்கக் காய்ச்சிய ஆயிரம் ஊசிகளை ஒரே சமயத்தில் கண்களுக்குள் சொருகுகிறாப்போல இருக்கிறது. கண்ணுக்குள் உலை கொதித்து ஆவி படர்கிறது. உதடுகளும் நாக்கும் ஒட்டிக்கொண்டிக்கிறபடியால் பேச்சு எழவில்லை. இருதயம் மாவு மெஷின்போல அடித்துக்கொண்டு அரைத்துக்கொண்டு மார்பை விட்டு வெளியில் குதித்துவிடும்போல இருக்கிறது. அவள் கண்களை இறுக மூடிக் கொள்கிறாள். கண் இமைகள் சுருங்கி ஒன்றை ஒன்று கௌவிப் பிடிக்கின்றன. புருவங்கள் சுளிக்கின்றன. வியர்வைத் திவலைகள் உருண்டு அவள் தேகத்தை நனைக்கின்றன. கை விரல்கள் கட்டிலின் இரும்புச் சட்டத்தை வளைத்துப் பற்றுகின்றன.

சுடர் அணைகிறது. எங்கும் இருள் சூழ்கிறது. விரல்கள் நெகிழ்ந்து கட்டிலினின்றும் விடுபடுகின்றன. கைகள் மெல்ல எழுந்து படமெடுத்தாடும் பாம்பைப் போல அவள் முகத்தின் முன் ஆடுகின்றன. ஆனால், அவை அவள் கண்களுக்குப் புலப்படுவதில்லை. அவளைத் திகில் சுற்றி வளைத்துப் பற்றிக்கொள்கிறது. தலையை இங்குமங்கும் திருப்பிப் பித்துப்பிடித்தவள்போலக் கண்களை உருட்டி வெறித்துப் பார்க்கிறாள். அவள் கண்களுக்கு ஒன்றும் தெரிவதில்லை. தெரிந்த பொருள், பழகின முகம், ஆசுபத்திரி வார்டு, ஆயா, தாய் தகப்பன், எருமை மாடுகள், சினைப் பசு, சின்னஞ்சிறு கன்றுக்குட்டி, தயிர்ப் பானை, தூண், சட்டி பானை, அரிக்கன் லாந்தர், தன் கைகள் ஒன்றும் இல்லை, ஒன்றும் புலப்படுவதில்லை. எங்கும் இருளே சூழ்ந்திருக்கிறது. அவளுக்கு மூச்சுத் திணறுகிறது. தான் படுத்துக் கிடக்கும் இருட்டறைக் கட்டில் கூட்டிலிருந்து விடுபட்டுத் தப்பித்து வெளியே வெளிச்சத்துக்கு, காற்றோட்டமான இடத்துக்கு ஓடப் பார்க்கிறாள். அவளை வெளியேறவிடாமல் கட்டில் என்கிற கோரமான பயங்கரமான பிராணி தன் முதலை வாயினால் அவள் கைகளையும் கால்களையும் கௌவிப் பிடித்துக் கடித்துக்கொண்டிருக்கிறது. அடி வயிற்றில் நெருப்புச் சுவாலையாக ஆரம்பித்து, ‘தான் குருடாகிவிட்டோம்’ என்கிற உண்மையின் பீதி அவளைத் தழுவிக்கொள்கிறது. அதன் பிடியில் அவள் திக்குமுக்காடுகிறாள். மயானத்தின் புகை நெடி அவள் மூக்கில் ஏறுகிறது. உதடுகள் நாக்கிலிருந்து கிழிந்து பிரிந்து

தெறித்து விழுகின்றன். அத்தெறிப்போடு, ‘அ… ம்… மா.. ஆ.. ஆ’ என்ற ஓலம் அவள் தொண்டையை உடைத்துக்கொண்டு செவிப் பறையைத் தூளாக்கிக்கொண்டு அறைச் சுவர்களைப் பிளந்து கொண்டு வான வெளியில் சீறிப் பாய்ந்து சிதறுகிறது. உலகம் உடைந்து பொடியாகி அவள் மீது மண் மாரியாகச் சொரிகிறது. அவள் விக்கி விக்கி அழுகிறாள்.

“பள்ளிப் பொண்ணுக்கு இன்னும் என்னம்மா படிப்பு வேண்டிக் கெடக்குது? இப்பவே ஊர்லே நாலு பேர் நாலு மாதிரி சொல்றாங்க, இதுக்கு வயசாய்க்கினே வருது இல்லியா? எங்கயாவது நல்ல குறியான பையனாப் பாத்து கட்டிக்குடுக்கவாணாமா! நீயே சொல்லு. நான் சொன்னா இது என்னடான்னா ஊரே முழுவிப் போனாப்பல ராப்பகலா அழுதுக்கினே இருக்குது” என்று பூங்கா வனம் அவளிடம் வாடிக்கையாக வெண்ணெய் வாங்கும் ‘ஐயரூட் டம்மா’ எனப்படும் பாலாம்பாளிடம் சொல்லிக்கொண்டிருந்தாள். பூங்காவனத்துக்குச் சற்றுப் பின்னால் வீங்கின முகத்துடனும் அழுததால் சிவந்து உப்பிய கண்களுடனும் இருந்த எசோதா தலை குனிந்து நின்றுகொண்டிருந்தாள்.

“ஏண்டி பூங்காவனம், எசோதாவைப் பள்ளிக்கூடத்திலேந்து நிறுத்திட்டியாமே?” என்று பாலாம்பாள் கேட்ட கேள்விக்கு வந்த பதில்தான் மேலே சொன்னது.

“ஏண்டி எசோதா, ஒங்கம்மா சொல்றதும் நெஜந்தானே! நீ என்ன இன்னம் படிச்சு கலெக்டர் வேலை பண்ணிக் குப்பை கொட்டப் போறே? என்னிக்கிருந்தாலும் நீ ஒத்தனுக்கு வாக்கைப் பட்டுத்தானே ஆணம், காலா காலத்துலே கல்யாணம் கார்த்தியெப் பண்ணிண்டு குடும்பம் நடத்தறதுக்கு நீ இவ்வளோ படிச்சது போறாதோ? எங்க காமுவைக்கூட நான் சொல்லிண்டே இருக்கேன், அவ அப்பாதான் இப்ப என்ன அவசரம், கல்யாணமாற வரைக்கும் படிக்கட்டுமே’ங்கறார். ஒங்க ஜாதியிலெல்லாம் எல்லாம் சீக்கிரமே பண்ணிடுவாளே, எல்லாம் படிச்சது போரும், ஒழுங்கா வீட்டு வேலையெல்லாம் கத்துக்கோ” என்று பாலாம்பாவும் பூங்காவனம் பக்கம் சேர்ந்துகொண்டு பேசவும், பூங்காவனம் மீண்டும் ஆரம்பித் தாள்.

“எங்க வூட்டு ஆம்பிளைக்கோ வயசாயிடுச்சு. வாரத்துக்கு எடுத்திருந்த காக் காணி நெலமும் இந்த வருசம் மானம் காஞ்ச காச்சல்லிலே வெளச்சலே இல்லாமே சாவியாப் பூட்டுது. மறுபடியும் வாரத்துக்கு எடுக்க பணமில்லேன்னு அவுரு வூட்டிலேயே குந்திக் கினு கெடக்காரு. முன்சாமி சங்கதிதான் ஒனக்கே தெரியும். நாகப்பன்தான் ஏதோ அஞ்சு பத்துன்னு அப்பப்போ அனுப்பறான்.

அதை விட்டா என்னோட தயிர்ப் பணந்தான். அதை வெச்சுகினு நான் என்னன்னு செய்ய முடியும், நீயே சொல்லும்மா. வெலை வாசி இருக்கிற நிலமையிலே நான் தவுடு புண்ணாக்கு வாங்குவனா, தாவணி சட்டை வாங்கித் தெச்சு இவளைத் தலைவாரிப் பூச்சூட்டி பள்ளிக்கூடத்துக்குப் போடீம்பனா? கூழை குடிக்கிறதுக்குக்கூட கேவுரும் உப்பும் கடிச்சுக்க வெங்காயமும் மொளகாயும் வேண்டிருக்குதே" என்று பூங்காவனம் அடுக்கிக்கொண்டே போனாள்.

"ஏண்டி பூங்காவனம், நீ என்னமோ சோத்துக்கில்லாதவ மாதிரி பேசறே, நானே இங்கே வெண்ணெய்யும் பாலும் தயிரும் வாங்கற துக்குக் கொறைச்சலில்லே, வேளா வேளைக்கு காப்பி டிபன் ராகி மால்ட் எல்லாந்தான் இருக்கு. எங்க காமுவைப் பாத்தா யாராவது அவளுக்கு தெனம் சாப்பாடு போடறான்னு சொல்வாளோ? ஓடனொடத்தவதான் எசோதா, அவளைப் பாத்தவா அவ பஞ்சத் திலே அடி படறவன்னுதான் சொல்வாளோ? தளதளன்னு கீரைத் தண்டு மாதிரீன்னா இருக்கா! நீ என்னடீ சமெச்சுப் போடறே?" என்று பூங்காவனத்தின் பேச்சை மேலே வளரவிடாமல் மறித்துச் சொன்னாள் பாலாம்பாள். 'ஐயோ, பாப்பாத்தியம்மா கண்ணைப் போடறாளே, பாடையிலே வெக்க' என்று மனசுக்குள் முணு முணுத்துக்கொண்டே சும்மாட்டுத் துணியைச் சுற்ற ஆரம்பித்தாள் பூங்காவனம். இதுவரை அவர்கள் பேச்சு தனக்குச் சம்பந்தமில்லாத விஷயம் என்பதுபோல அவர்கள் பேச்சைக் கவனியாத மாதிரி மௌனமாகத் தெருப்பக்கம் தலையைத் திருப்பிக்கொண்டிருந்த எசோதா தயிர்க் கூடையைத் தூக்கத் தாய்க்கு ஒரு கை கொடுக்கக் குனிந்தாள். அவள் மனசில் அப்போது அவள் தாய் மீதும் அவளுக்கு ஒத்துப் பேசின ஐயரூட்டம்மா மீதும் தன் ஜாதி மீதும் எல்லா ஜாதிகள் மீதும் கசப்பே நிறைந்திருந்தது.

வாயில் இருந்த கசப்பை ஒழிக்க எச்சிலைக் கூட்டி விழுங்கு கிறான் கிழவன். நா வறண்டு இருக்கிறது. 'தொண்டையை நனைச் சுக்க மோரோ காப்பித் தண்ணியோ இல்லே வெறுந்தண்ணியோ இருந்தா எவ்வள நல்லாயிருக்கும்' என்று நினைக்கிறான். ஏதாவது கிடைக்குமா என்று தலையைத் திருப்பிப் பார்க்கிறான். அவன் தலை விளையாட்டுப் பொம்மையின் தலை மாதிரி ஆடுகிறது. 'ஏன் இங்கே எல்லாரும் வந்திருக்கிறோம்? இது என்ன இடம்?' என்று அவனுக்குத் திடீரென ஒரு சந்தேகம் வந்துவிடுகிறது. 'பூங்கா வனமும் நாகப்பனும் மூணாவது ஆள் ஒர்த்தனும் சாவுகிராக்கி புடிச்சவங்க மாதிரி உக்காந்திருக்காங்களே, ஏன்? இந்த மூணாவது ஆள் யாரு? எங்கயோ பாத்த மாதிரி இருக்குதே' என்ற கேள்வியும்

பிறக்கிறது. ‘முனுசாமியை எங்கே காணோம்’ என்று நினைக்கிறான். ‘சாராயம் காச்சி ஜெயிலுக்குப் போற பொழப்புதான்னாலும் மூத்த புள்ளையின்னா அது ஒரு தனிதான். அவன் இங்கே இல்லாமே எங்கே போயிட்டான்? இங்கே ஏன் நாம வயித்தைக் காயப் போட்டுக்கினு வாயையும் நாக்கையும் வறட்டிகினு உச்சி வெய்ய லிலே ஒக்காந்து கெடக்கோம்’ என்று கிழவனுக்குத் தோன்றுகிறது. வெறும் வெளியை ஊன்றிக் கவனித்துக்கொண்டிருக்கும் பூங்கா வனத்தின் முகத்தைப் பார்க்கிறான். அவள் இவனை இன்னா ரென்று அடையாளம் தெரிந்துகொண்ட மாதிரியில்லை. அவளிடம் தன் சந்தேகத்தைக் கேட்கக் கிழவனுக்குப் பயமாயிருக் கிறது. நாகப்பனைப் பார்க்கிறான். நாகப்பனின் முகத்தில் படிந்து கிடக்கும் சோகச் சாயல் கிழவன் கண்ணில் நீரை வரவழைத்து விடுகிறது. ஆனால், சோகத்துக்கு என்ன காரணம் என்று தெரிகிறதில்லை. நாகப்பனை நேரில் கேட்கக் கூச்சப்படுகிறான். மூணாவது ஆளும் சோர்ந்து கல்லாலடித்த சிலைபோல ஒரே இடத்தில் அசையாமல் குந்தியிருக்கிறான். அவனை எங்கோ பார்த்த மாதிரி இருக்கிறது. எங்கே என்று தெரியவில்லை. ‘யார் இந்த ஆள்?’ என்று மனதுக்குள் குடைந்துகொள்கிறான். பதில் கிடைப் பதாயில்லை. “எசோதாதான் அதிர்ஷ்டசாலி, நம்முடைய கஷ்டத்தை யெல்லாம் பாக்காமல் எங்கேயோ கண் காணாத சீமைக்கிக் குடியேறிப் போயிட்டா” என்று நினைத்துக்கொள்கிறான். உதடு முணுமுணுக்கிறது. சிறிது எச்சில் சிந்துகிறது. “எசோதா கல்யாணத் தைத்தான் என்னமா நடத்திட்டான் நாகப்பன்! சொல்லாத கொள்ளாத சிப்பாய்க்கிப் போன மாதிரியே சொல்லாத கொள் ளாத மாப்பிள்ளையையும் இட்டாந்துட்டான்! கல்யாணத்தையும் செஞ்சு வெச்சான்! முனுசாமி மாத்திரம் அன்னிக்கிக் குடிச்சுட்டுக் கலாட்டா பண்ணாம இருந்திருந்தா இன்னும் நல்லாயிருந்திருக்கும். தோட்டக்கார கவுண்டன் பொண்ணு கல்யாணத்தப் போலன்னுல்ல ஊர்லே பேசிக்கிறாங்களாம். அது வரைக்கும் பட்டாளத்துக்கு ஓடிப்போன தப்புக்கு சரி பண்ணிட்டான் நாகப்பன். முனுசாமிதான் அன்னிக்கி ஏச்சுப் பேசு பேசிட்டான். எல்லார் முன்னாலேயும் என்னை கையாலாகாத கெழவன், பூங்காவனத்தே ஓரவஞ்சனைக் காரி, நாகப்பனை மண்டைத் திமிர் புடிச்ச பொடிப் பயலுன்னு திட்டிட்டான். இப்போ அவன் மாத்திரம் என்ன செஞ்சு கிழிச் சுட்டான்? ஜெயில்லே ஒக்காந்துகினு சாக்குப் பை தெச்சுகினு இருப்பான்! இங்கே நாங்க மாத்திரம் பெரமாதமா என்னா பண்ணிகினு இருக்கோம்?” என்று தொடர்ந்து முணுமுணுத்துக் கொள்கிறான் கிழவன். கணுக் கால் வலியெடுக்கிறது. ‘வயசாச்சு, கை கால் மூட்டெல்லாம் பழசாப் போச்சு. எவ்வள நாள்தான்

தாக்குப் புடிக்கும்? இருந்தாலும் வலியில்லாம இருந்தா நல்லா யிருக்கும்” என்று சற்று உரக்கக் கூறிக்கொண்டே கால்களை நீட்டிப் பிடித்துவிட்டுக்கொள்கிறான். அண்ணாந்து பார்க்கிறான். ஆகாயத்தில் ஒரு மேகம்கூட இல்லாமல் பளிச்சென்று கண்ணைப் பறிக்கும் வெண்ணீலமாக இருக்கிறது.

“எசோதா இருந்தாலாவது ஏன் இங்கே குந்திக்கினு காத்துக் கெடக்கோமின்னு சொல்லும்” என்று மீண்டும் சற்று உரக்கச் சொல்கிறான். அதைக் கேட்டாவது மற்றவர்கள் குறிப்பறிந்து தன் ஐயத்தைத் தீர்ப்பார்கள் என்ற நப்பாசையோடு அவர்கள் முகத்தைப் பார்க்கிறான். அவர்களும் இவன் முணுமுணுப்பதைக் கேட்டுத் தலை நிமிர்ந்து கிழவனைப் பார்க்கிறார்கள். ஓர் அதிசயப் பொருளை, அசங்கியத்தைப் பார்ப்பதுபோல அவர்கள் கிழவனைப் பார்க்கிறார்கள். கிழவனுக்குப் பயமாகிறது. கீழே கிடந்த குச்சி ஒன்றை எடுத்துத் தலையை வேறு பக்கம் திருப்பிப் பல் குத்துவது போலப் பாசாங்கு செய்கிறான். அவன் மனது மீண்டும் எசோதா வைப் பற்றியும், எசோதாவின் கலியாணத்தைப்பற்றியும் வட்ட மிடுகிறது. எதிரே இருக்கிற, தெரிந்ததுபோல இருக்கிற, ஆனால், இன்னார் என்று தெரியாத ஆள் எசோதாவின் புருஷன் மாணிக்க மாக இருக்குமோ என்று கிழவனுக்கு இன்னொரு சந்தேகம் எழுகிறது. ‘கல்யாணத்தும்போது பாத்தது, வயசாய்ப் போச்சில்லியா, கியாபக சக்தி கொறைஞ்சுபோச்சு’ என்று தன்னையே தேற்றிக் கொள்கிறான். மேலே வெயில் குரூரமாகக் காய்ந்துகொண்டிருக் கிறது. தூங்குமூஞ்சி மரம் மாத்திரம் சிரித்துக்கொண்டிருக்கிறது. இந்த ஆள் மாணிக்கம்தானா இல்லையா என்று பார்க்கவேண்டும் என்று நிச்சயித்த கிழவன் திருட்டுத்தனமாகத் தலையைத் திருப்பிப் பார்க்கிறான். தலை தூக்கத்தில் ஆடி நொடிக்கிறது. தூக்கத்தில் வாய் சற்றே திறந்து மெல்லிய கம்பியாக எச்சில் வழிகிறது. பத்து கோடி மைல்களுக்கு அப்பாலுள்ள சூரியன் அந்த அறிவு மழுங்கிய கிழவன் வாயிலிருந்து தொங்கும் எச்சிலில் இழுபட்டு நெளிந்து ஒளிவிடுகிறான். குறட்டையொலி எழுகிறது. கிழவன் உட்கார்ந்த படியே, உயிருக்கு மன்றாடிக்கொண்டிருக்கும் எசோதா இருக்கும் அறைக்கு எதிரில், தூங்குமூஞ்சி மரத்தினடியில், அவளுடைய கல்யாண வைபவங்களைப்பற்றிக் கனாக் கண்டுகொண்டு, குறட்டை விட்டுக்கொண்டு, வாய் எச்சில் வழிந்து மார்பில் உள்ள நரை மயிரை நனைக்கத் தலையைத் தொங்கவிட்டுக்கொண்டு, வெய்யில் ஒளியில் வழுக்கை மண்டை பளபளக்கத் தூங்கித் தூங்கி விழு கிறான். அவனிடமிருந்து கிளம்புகிற குறட்டையொலியே அவ்விடத் தைப் போர்த்து மூடியுள்ள மயான அமைதிக்குக் கரையாய் எல்லோ ருக்கும் ஓரளவு ஆறுதலைத் தருகிறது.

அன்று காலை காக்காய் கரைந்தபோது, 'யாரோ விருந்தாளி வரப்போறாங்க' என்று சொல்லிக்கொண்ட பூங்காவனம் உடனுக்குடனேயே அலுப்புடன் , 'நம்ம வூட்டுக்கு யாரு வரப் போறாங்க? இங்கே என்ன கொட்டிக் கெடக்குது?' என்றும் சொல்லிக் கொண்டாள். நாகப்பனிடம் சொல்லி பிள்ளைப் பேற்றுக்கு ஊருக்கு வரும்படி எசோதாவுக்குக் கடிதம் எழுதிப்போட்டுப் பத்து இருபது நாள் ஆனாலும், பதில் ஒன்றும் காணோமே என்று யோசனை செய்தவாறே கலயத்தில் புளி கரைத்துக்கொண்டிருந்தாள். காரணமில்லாமல் அவள் மனம் அமைதியின்றி அலை பாய்ந்து கொண்டிருந்தது. வீட்டு வாயிற்படியில் நிழல் தட்டியது. தலையை நிமிர்த்தினாள். நிலைக் கால் கட்டம் கட்ட, நடுவில், படியாமல் பறந்துகொண்டிருக்கும் கருத்த சுருட்டைத் தலை மயிர் ஒளி வட்டம் இடுகின்ற முகத்துடனும், முத்து முத்தான வியர்வையுடனும், இறுக்கமான ரவிக்கையுடனும், பெருத்த வயிறுடனும், புத்ர தேவதை போல நின்றிருந்தது எசோதாதான் என்பதைப் பூங்காவனம் உணர்ந்து கொள்ளச் சில வினாடிகள் ஆயின. அதே சமயம், தன்னந்தனியாக, டில்லியிலிருந்து வந்து, வீட்டு நிலைப்படியில் கை வைத்துக்கொண்டு நிற்கிற எசோதாவைப் பார்த்ததும் பூங்காவனத்தின் மனம் திடுக்கிட்டது. 'வயிறும் புள்ளையுமாய் மூணு நாள் ரயிலிலேயும் பஸ்ஸிலேயும் தனியே வர இவளுக்கு என்ன துணிச்சல்! இவ புருசனுக்கு என்ன புத்திக் கட்டை!' என்று நினைத்தபடியே கையிலிருந்த கலயத்தைக் கீழே வைத்துவிட்டுச் சேலைத் தலைப்பில் கையைத் துடைத்துக்கொண்டே, "வாம்மா எசோதா, வா" என்று மேலுக்கு அமைதியாக வரவேற்றாள். தன் கையில் பிடித்திருந்த சிறு தகரப் பெட்டியைத் திண்ணையில் வைத்துவிட்டு எசோதா முகத்தில் சிரிப்பும் கண்ணீரும் பொங்கப் பூங்காவனத்தைக் கட்டித் தழுவிக்கொண்டாள். இருவரும் கண்ணீரையும் யோக க்ஷேமங்களையும் பரஸ்பர அன்பையும் வாய் திறந்து பேசாமல் மௌனமாகவே பரிமாறிக்கொண்டனர். பிறகு ஒருவர் முகத்தை ஒருவர் நன்றாகப் பார்க்க வெளித் திண்ணைக்கு வந்தனர். அப்போது தான் பூங்காவனம் எசோதாவின் பாதங்களைப் பார்த்தாள்.

"என்னாடி எசோதா, ஓன் காலெல்லாம் இப்பிடி வீங்கிக் கெடக்குது? ஒடம்புக்கு ஒண்ணுமில்லியே?" என்று கேட்டாள்.

எசோதா பூங்கவனத்தின் கேள்வியை ஒரு பொருட்டாக மதியாமல் அலட்சியமாகவே, "எனக்கென்னம்மா ஒடம்புக்குக் கொறச்சல்? ரயில்லே ரெண்டு நாளு காலே தொங்கப்போட்டுகினே வந்தனா, அது கொஞ்சம் நீர் கட்டிகினு இருக்குது" என்று சொல்லிவிட்டு, மறுபடியும் தகப்பனைப் பற்றியும் அண்ணன் மார்களைப்பற்றியும் மாடு கன்றுகளைப் பற்றியும் மழை மாரியைப்

பற்றியும் அக்கம் பக்கத்து வீட்டார்களைப் பற்றியும் அவர்களுடைய உடைமைகளைப் பற்றியும் கேள்வி மேல் கேள்வி கேட்டு அடுக்கிக் கொண்டே போனாள். தான் இல்லாது போயிருந்த இரண்டு வருஷத்தில் தங்காபுதூரில் ஒவ்வொரு நாளும் நடந்த நிகழ்ச்சிகளை ஒரே நிமிஷத்தில் தெரிந்துகொள்ள வேணுமென்று துடிப்பவள் போல் இருந்தது அவள் பேச்சு.

பத்து நாள் பட்டினி கிடந்தவன் பதினோராம் நாள் தர்ம சத்திரத்தில் இலை நிறைய சோற்றை அள்ளி விழுங்கும் ஆத்திரம் அவளிடம் காணப்பட்டது. கிழவனின் முதுமைக் கோளாறுகள் (‘ஒங்கப்பாவுக்கு வயசு இன்னும் ஜாஸ்தியாப் போச்சு எசோதா, அதும் மனசிலே எதுவுமே தங்கறதில்லே, அடி நாள்லே நடந்த தெல்லாம் நெனப்பு வெச்சுகினு இருக்காரு, நேத்து முந்தா நாள் நடந்தது நெனப்பிலே ஒட்டறதே இல்லே, வாய் பெனாத்தல் மாத்தரம் அதிகமாப் போச்சு, கொறயவேயில்லே’), முனுசாமியின் நாய்வால்தனம் (‘அவனைப் பாடையிலே வெக்க, இன்னும் திருட்டுச் சாராயம் காச்சறதுதான் பொழப்பா இருக்கான், தம்பிடிக்கி லாபம் இல்லே அவனாலே, வருசத்திலே பாதி நாளு ஜெயில்லே, மீதி நாளு சாராயம் காச்சற கெடங்குலே’), நாகப்பன் (‘அவனெச் சொல்லு, என்னமாப் பாடுபடறான், தெனக் கூலிக்கித்தான் போறான், விடி காலமே போனா ராவிக்கித்தான் வரான், ஓங் கலியாணத்துக்கு எழுநூறு ரூவா கடனாப் போச்சாம், அது கழிச்சு அப்பறம் தங் கல்யாணத்துக்கு வேண்டிய பணம் சேக்கறவரைக்கும் கல்யாணம் செஞ்சுக்க மாட்டானாம், ஒரே பிடி வாதமாயிருக்கான், நாம சொன்னா கேக்க மாட்டேன்றான், நம்ம ரெங்கத்தை அவனுக்குக் கட்டிக் கொடுத்திடலாமின்னு பாக்கறேன், சம்முகமும், “சரீக்கா, நீ சொல்றபடிக்கே செய்துடலாம்”ன்னு ஒத்துக் கினான், ஆனா நாவப்பன், “அதுக்கெல்லாம் இப்ப நேரமில்லே”ங்க றான், நீதான் செத்தே சொல்லேன், நீ சொன்னா கேப்பானோ என்னமோ’) இத்தியாதி விஷயங்களும், எசோதா தனியே வந்ததன் காரணம் (“அவுரு கூட வரலாந்தான்னு பாத்தாரு, ஆனா இப்ப வந்தா அப்பறம் பிரசவமானப்பறம் இன்னோருவாட்டி வரணு மின்னா ரெட்டை செலவு ஆவுமேன்னு மயங்கினோம், நாந்தான், “எனக்கென்ன கேடு, ராஜ பாட்டை மாதிரி ரயிலு வுடறான், கூட ஆயிரம் ஜனம் வருது, டேசனுக்கு எதுத்தாப்புலே பஸ் வுடறான், நேரே வூட்டுக்குப் போயிடுவேன்’னு அடிச்சு சொல்லீட்டேன்” “எம்மாந்தெகிரியண்டீ ஒனக்கு”), டில்லி வாசத்தின் சுக துக்கங்கள் (“என்னதான் சொல்லு, நம்ம ஊர்லே ஒரு வாய் கூழு குடிக்கிற மாதிரி ஆவுதா, அங்கே தெனம் சோறாக்கிதான் சாப்புடறோம், இருந்தாலும் எனக்கு எப்படா நம்ம ஊரை நம்ம மனுஷாளே

பாக்கப் போறோமுன்னு ஆய்ப்போச்சு, இங்கேயெல்லாம் காத்தாட இருந்துட்டு அங்கே போயி புறாக் கூண்டு மாதிரி ஒரு வூடு, அதுலே நாளெல்லாம் அடைஞ்சு கெடக்கணும், அக்கம் பக்கத்துலே மீசையும் தாடியுமா பொம்பளைங்களும் ஆம்பிளைங்களும். சீக்குங் களாம், ஆம்பிளையும் சரி பொம்பிளையும் சரி, பாக்க வாமுனி செம்முனி கணக்கா இருக்காங்க! வெய்யக் காலம் வறுத்தெடுக்குது, குளிர்காலம் நடுக்கியெடுக்குது அது இன்னா ஊரு, எனக்குப் புடிக்கவேயில்லே'), அக்கம் பக்கக் குடும்பங்கள் ('பவுனக்கா எப்பிடி இருக்குது, அதும் மாப்பிளே எங்கியோ ஓடிப்பூட்டானே, சங்கதி என்னவாச்சு, "அ, ஆ, அவன் ஒரு மாப்புளே, பவுனு ஒரு மாமியா, அவளையும் என்னையும் சொல்லு, ரெண்டு மாசத்துக்கப்பறம் அவன் தானே வாலை சுருட்டிக்கினு நாய் மாதிரி வூட்டுக்கு வந்து சேந்தான்", "கோடி வூட்டுச் சின்னம்மாவா, அவ மகோதரம் கண்டு செத்தே போனா, ஆறு மாசமாவுது. மொதல்லே எல்லாரும் அவ புள்ளெ உண்டாயிருக்கான்னு நெனைச்சுக்கினாங்க, அவ புருசன் கிஷ்டப்பன் வாந்திபேதி வந்து பூட்டான், ஒரு வருசம் ஆவப் போவுது, அவ வயறு ஊதிக்கினே போச்சு, சின்னூரிலே ஆசுபத்திரி யிலே காமிச்சாங்க, அவுங்க வயித்திளே ஊசி போட்டு நீரை எடுத்திட்டு வூட்டுக்கு அனுப்பிச்சுட்டாங்க, ஆனா மகோதரம் வந்தா சும்மா வுடுமா என்ன? திரும்ப நீர் சேந்துகிச்சு, ரொம்ப கஸ்டப்பட்டுப் போனா, பாவம், ஜடை சாமியெல்லாம்கூட வந்து பாத்து என்னவெல்லாமோ வேரு, பச்செலையெல்லாம் குடுத் தாரு, ஒண்ணும் பிரயோஜனமில்லாமே போச்சு. அவளைத் தூக்கறதுக்கு ஆறு ஆளில்லே வேண்டியிருந்துது! அப்போ ஒரு கண்றாவி பாரு, அவ படுத்துக் கெடந்த தலாணிக்குள்ளே ஐநூத்தம்பது ரூவா சேர்த்து முடிப்புக் கட்டி வெச்சிருந்தா, காவல் பூதம் மாதிரி. அவ சாவு காரியமெல்லாம் வெமரிசையா செய்யணு மின்னு அவளுக்கு ஆசை! அவ புள்ளைங்களா வுடுவாங்க? பெரியவன் ராமசாமி, அவளைத் தூக்குறதுக்குள்ளியே தலாணியே பிச்சுப் பிடுங்க, சின்னவன் வடிவேலு அவனோட சண்டைக்கிப் போக, கடைசீலே தெருப் பஞ்சாயத்துக் கூடி மத்தியஸ்தம் பண்ணி வெக்க வேண்டியதாப் போச்சு! அப்பறந்தான் அவளை எடுத் தாங்க, அதுவரைக்கும் அவளை வெயில்லே ஈயும் எறும்பும் புடுங்க வச்சுட்டு சண்டை போட்டுக்கினாங்க அந்த போக்கத்த பசங்க!') இத்தியாதி விஷயங்களும் ஒருவருக்கொருவர் சொல்லிக் கொண்டனர், இதற்குள் இவர்கள் வீட்டுக்கு ஒவ்வொருத்தராக பவுனம்மாவும், லெச்சுமியும், தட்டோட்டு வீட்டு ரங்கநாயகியும் அவர்களது குஞ்சு குளுவான்களும், ஏன், கூலிப்பறைச்சி பொயி லாறை கூட, குசலம் விசாரிக்க வந்துவிட்டார்கள். அவர்கள்

எசோதாவைக் கொண்டாடினதைப் பார்த்துப் பூங்காவனத்துக்கே அவர்கள் கண் பட்டுவிடுமோவென்று பயமாய்விட்டது.

ஆனால், எசோதா சோர்ந்து காணப்பட்டாலும் மிகுந்த உற்சாகத்துடன் அவர்கள் அத்தனை பேருக்கும் ஈடு கொடுத்துப் பேசிக்கொண்டிருந்தாள். அன்று இரவுதான் ரெண்டு நாளாக விடாமல் இருந்த தலைவலி இன்னும் அதிகமாகிவிட்டது என்று பேச்சுவாக்கில் எசோதா சொன்னபோது பூங்காவனம் மிரண்டு போய் திருஷ்டி கழித்துவிட்டு, இங்கிதம் தெரியாத அண்டைவீட்டுக் காரர்களை ஒரு படை வைதுவிட்டுத் தூக்கம் வராமல் புரண்டு கொண்டிருந்தாள். எசோதா பிரயாண அலுப்பினால் தூங்கினாள் என்றாலும், இரவு பூராவும் நிம்மதியில்லாமல் முக்கிக்கொண்டும் முனகிக்கொண்டும் பெருமூச்சு விட்டுக்கொண்டும் இருந்தாள். கிழவன் முணுமுணுத்துக்கொண்டே தூங்கினான். நாகப்பன் அடித்துப் போட்ட மாதிரித் தூங்கினான்.

கிழவன் முணுமுணுக்கிறதைக் கேட்ட பூங்காவனம் தலை நிமிர்ந்து அவனை எரித்துவிடுபவள் போலப் பார்க்கிறாள். தன் ஒரே பெண் மரணப் படுக்கையில் துடித்துக்கொண்டிருக்கும்போது கிழவனுடைய உளறு வாயைப் பார்த்ததும் அவளுக்கு வெறுப்பு வெடிக்கிறது. தலையை இடது புறம் திருப்பிக் காறி உமிழ்கிறாள். 'எசோதாவின் இந்தத் துக்க நிலைமைக்கு நீ தான் பொறுப்பு, விஷயம் அப்படியிருக்க ஒண்ணும் தெரியாத கிழவனைக் கோவிக் கிறாயே?' என்று அவளுடைய உள் மனசு கேட்கிறது. தலையைத் தொங்கப்போட்டுக்கொள்கிறாள். 'நீ தானே கடுதாசி எழுதி அவளை இங்கே வரவழைத்தாய்' என்று அவளுடைய உள் மனசு மேலும் கேட்கிறது. 'யாருக்குத் தெரியும் இப்படி நேருமென்று' என்று பொருமுகிறாள். கைகளை இதயமாக முறுக்கிப் பிழிகிறாள். 'கல்யாணமாகிப் புருஷனுடன் போனபோது எசோதா எப்படி இருந்தாள், உன் கடுதாசியைப் பார்த்துவிட்டு ஓடோடி வந்த எசோதா இப்போது எப்படி இருக்கிறாள் பார்த்தாயா?' என்று உள் மனசு இரக்கமில்லாமல் தொடர்ந்து விசாரணை செய்கிறது.

கிழவனின் குறட்டை ஒலியைத் தவிர இப்போது வேறு சப்தமில்லை. எசோதாவின் கூக்குரல் அடங்கிவிட்டிருக்கிறது. இந்த நிசப்தம் முந்தைய கூக்குரலைவிட அதிகமாகப் பூங்காவனத்தின் அடிவயிற்றைக் கலக்குகிறது. 'ஒரு வேளை எசோதா இந்தக் கண்டத் திலிருந்து தப்பிப் பிழைக்கமாட்டாளோ' என்ற பீதி அவளைப் புல்லுருவிபோலச் சுற்றிக்கொள்கிறது. எழுந்து உடனே ஓடிப் போய், 'எசோதா, எசோதா, நீ எப்பிடிடீ இருக்கே?' என்று எசோதாவைத் தட்டி எழுப்பிக் கேட்கவேண்டுமென்று நினைக்கிறாள். 'நான்தான் பட்டிக்காட்டுக் கெழவி, மாணிக்கம் நாலும் தெரிஞ்சவன்தானே,

அவன் ஏன் இந்தக் கிராமப்புறத்துக்குத் தன் பெண்டாட்டியை அனுப்பிவெக்கறான்? ஆம்பிளையா லெச்சணமா ரெண்டு அதட்டல் போட்டு, 'மொதல் பிரசவம், நல்லா நடக்கணும், நீ இங்கே தான் இருக்கவேண்டியது, அடுத்தவாட்டி வேணுமின்னா நீ ஒங்க ஊருக்குப் போவலாம்'னு சொல்லி ஏன் அவளைத் தடுத்து நிறுத்தலை?' என்று தன்னைச் சமாதானம் செய்துகொள்ளும் வகையில் கேட்டுக்கொள்கிறாள். அவள் மனது கலக்கிவிட்ட குட்டைத் தண்ணீர் போல அலை பாய்ந்து குலைகிறது. எல்லோரும் தன்னைத்தானே குற்றம் சாட்டுகிறார்கள் என்று நினைக்கிறாள். 'அது சரிதானே' என்று குத்திக்காட்டுகிறது உள் மனசு. அதை நசுக்கி அடக்கும் முயற்சி போல வெற்றிலைப் பையிலிருந்து ஒரு வற்றிப்போன புகையிலைத் துண்டை முறித்து வாய்க்குள் திணித்து மெல்கிறாள். அவள் கையிலிருக்கிற கண்ணாடி வளையல்கள் ரெண்டும் விளையாட்டாக ஒன்றோடொன்று மோதி 'ணிங்'நென்று ஒலிக்கின்றன.

'கிணுக் கிணுக்' கென்ற மெட்டியோசை கேட்டதும் கூடத்தில் உட்கார்ந்து தலை குனிந்து எதையோ எழுதிக்கொண்டிருந்த காமு, முன்னால் வந்து விழுந்துகிடந்த ரெட்டைப் பின்னல்களுள் ஒன்றை ஒரு கையால் லாவகமாகப் பின்னுக்குத் தள்ளித் தலையை நிமிர்த்திப் பார்த்தாள். ஆச்சரியத்தால் அவள் கண்கள் விரிந்தன.

"அடேடே, எசோதாவா வா வா, எப்ப வந்தே?" என்று கேட்டுக்கொண்டே காமு எழுந்திருந்து வரவேற்றாள்.

"இப்போதாம்மா, ஏழெட்டு நாளைக்கு முன்னாலே வந்தேன்" என்று மேல் மூச்சு வாங்கச் சொல்லி நின்றாள் எசோதா.

"ஏன் நிக்கறே, ஒக்காரு" என்று காமு முற்றக் குறட்டைக் காட்டவும் எசோதாவும் உட்கார்ந்தாள்.

காமு அருகில் வந்து உட்கார்ந்து எசோதாவை ஏற இறங்கப் பார்த்துவிட்டு குறும்புச் சிரிப்புடன், "ஏது, குட்டி மாணிக்கத்தையும் அழைச்சிண்டு வந்திருக்கே போல இருக்கே! ரொம்ப நாளாச்சில்லே ஒன்னைப் பாத்து, ரெண்டுவருஷம் இருக்காது? டில்லி ஒன் ஒடம்புக்கு ஒத்துண்டிருக்குபோல இருக்கே! மாமியார் நாத்தனார் சள்ளை ஒண்ணுமில்லாமே புருஷனோடே ஜாலியா தனிக் குடித்தனம் பண்ற ஜோர் வேறே! அடி சக்கை!" என்று பொரிந்து கொட்டினாள்.

எசோதாவின் வெளிறிய கன்னம் சிவந்து குழிந்தது. கல கலவென்று இருவரும் சிரித்துப் பேச ஆரம்பித்தனர். சாரதா டீச்சர் கல்யாணம் செய்துகொண்டு வேறே ஊருக்குப் போனது, டேவிட்

டம்மாவின் உடல் நிலை, பழங்காலத்தில் உடன் படித்த மாணவிகளின் தற்போதைய நிலவரம் எல்லாம் இவர்கள் பேச்சில் அடிபட்டது. பேசியதில் முக்கால் பாகம் காமுவின் பங்கு, கால் பாகம்தான் எசோதாவின் பங்கு.

“என்னம்மா நீ பண்ணறே இப்போ?” என்று எசோதா, காமு மூச்சு முட்டப் பேசி ஒரு கணம் மூச்சு வாங்க நிறுத்தியபோது, கேட்டாள்.

“என்னதிது, புதுசா அம்மா கிம்மான்னு? எப்பவும்போலே காமுன்னு கூப்பிடேன்” என்று போலிக் கோபத்துடன் சிணுங்கின காமு, முகத்தை நீட்டிக்கொண்டு,

“அதை ஏன் கேக்கறை போ, எஸ்.எஸ்.எல்.ஸி பெயிலாயிடுத்துடீ எசோதா, அதான் இப்போ நோட்ஸைக் கட்டிண்டு மாரடிச்சுண்டு இருக்கேன், நீ வந்தியோ பொழைச்சேன், நீ குடுத்துவெச்சவ, டில்லி கில்லியெல்லாம் சுத்திண்டிருக்கே. என்னைப் பத்தியே பேசிண்டிருக்கேனே, ஒன்னைப் பத்திச் சொல்லவே இல்லியே! எப்பிடி இருந்துது டில்லியெல்லாம்? மாணிக்கம் ஒன்னை நன்னாப் பாத்துக்கறானா? எப்போ குட்டிப் பாப்பா பொறக்கப்போறது? எல்லாம் சொல்லு. நான்தான் ஓட்டை வாய், பேசிண்டே இருக்கேன்” என்று அடுக்கிக்கொண்டே போனாள்.

“ஏண்டி காமு, யாரோடே பேசிண்டு இருக்கே?” என்று கேட்டுக்கொண்டே சமையலறையிலிருந்து வெளியே வந்த பாலாம்பாள் எசோதாவைப் பார்த்ததும், “ஏண்டி எசோதாவா, எப்பொடீ வந்தே? ஏண்டி காமு, உள்ளே வந்து சொல்லமாட்டியோ? இங்கியே கெக் கெக்கென்னு பேசிண்டு இருக்கயே, எசோதா நீ ஒரு நிமிஷம் ஒக்காரு, நான் அடுப்பிலே இருக்கறதை எறக்கிட்டு வந்துடறேன்” என்று எசோதாவைப் பார்த்துச் சொல்லிவிட்டு சமையலறைக்குள் மறைந்தாள். பாலாம்பாளைப் பார்த்ததும் எழுந்து நின்ற எசோதா சிரமப்பட்டு மூச்சுவிட்டுக்கொண்டே மறுபடியும் முற்றக் குறட்டில் உட்கார்ந்தாள்.

“டில்லியெல்லாம் நல்லாத்தான் இருந்திச்சு, நாங்க இருக்கிற இடம் டவுன்லேயிருந்து கொஞ்சம் வெளியே தள்ளி இருக்குது. அவுரு வேலை பாக்கற பாக்டரி கிட்டதான் வூடும். வூடு அவங்களேதான் குடுக்கறாங்க. போலிஸ் லைன் மாதிரிக் கட்டிப்போட்டிருக்காங்க. பாஷைதானுங்க பெரிய தொந்தரவு. நானு இருக்கிற இடத்திலே தெற்கத்தி ஆளுங்க யாரும் இல்லே. எல்லாரும் அந்த ஊரு ஆளுங்கதான். இல்லாதபோனா சீக்குங்க. எல்லாரும் நல்லவங்கதான், இருந்தாலும் பாஷை தெரியலேன்னா வேறே மாதிரித் தானே?” என்று காமுவுக்குப் பதில் சொல்லிச் சிரித்தாள் எசோதா.

“தனி குடித்தனம் பண்றியே, கஷ்டமாயில்லே?” என்று காமு கேட்டதுக்கு, எசோதா,

“மொதல்லே கஸ்டமாத்தான் இருந்திச்சு, அப்பறம் பழக்கமாப் போச்சு. அவுரு காலமே வேலைக்கிப் போயிடுவாரு. மத்தியானத் துக்கப்பறந்தான் திரும்பி வருவாரு. பொறவு, அவுருதான் உப்பு, பருப்பு, அரிசி, கறிகாய் எல்லாம் வாங்கியாரணும். அப்பப்போ இந்து முஸ்லீம் கலாட்டா வந்துடுதா, என்னை தனியே வெளியே போகக்கூடாதுன்னீட்டாரு. நாள் முச்சூடும் குருவிக் கூட்டுள்ளோ இருக்காப்பில அந்த லயன் வூட்டுள்ளவே அடைஞ்சி கெடக் கோணம். எனக்கு எப்போடா நம்ம ஊரு, ஜனங்களெப் பாக்கப் போறோமுன்னு ஆயிடுச்சு. புள்ளே உண்டாச்சா, பிரசவம் பாக்கிற சாக்கிலே ஊரைப் பாக்க, ஒங்களையெல்லாம் பாக்க ஓடியாந் துட்டேன்” என்று சொல்லி எசோதா சிரித்தபோது மீண்டும் அவள் முகம் சிவந்தது. புடவைத் தலைப்பால் முகத்தையும் கழுத்துப் பிடியையும் துடைத்துக்கொண்டே, “கொஞ்சம் குடிக்கத் தண்ணி தரயா?” என்று கேட்டாள் எசோதா.

“ஓ” வென்று தலையை ஆட்டிக்கொண்டே உள்ளே ஓடினாள் காமு. தலையைத் தாங்கினபடியே எசோதா உட்கார்ந்திருந்தாள். அவள் தலைக்குள் சம்மட்டி அடித்துக்கொண்டிருந்தது.

அடுக்களையிலிருந்து வெளிவந்த பாலாம்பாள் எசோதாவைப் பார்த்துக் குசலம் விசாரிக்க ஒரு பிரம்பு நாற்காலியை இழுத்துப் போட்டுக்கொண்டு உட்கார்ந்தாள். பாலாம்பாள் வந்ததைப் பார்த்த தும் மீண்டும் எழுந்து நிற்கப் பார்த்த எசோதாவை, “நன்னாருக்குடி நீ தோப்புக்கரணம் போடறது! ஒருதரம்தான் மரியாதைக்கு எழுந் தாச்சோல்லியோ, அது போறும். பிள்ளைத்தாச்சி நீ, சும்மா ஒக்காரு” என்று கண்டித்துச் சொன்ன பாலாம்பாள், எசோதாவின் பாதங்களைப் பார்த்துவிட்டு, “என்னடீது! காலெல்லாம் அப்பம் மாதிரி வீங்கிண்டிருக்கே, ஒன் ஒடம்பைப் பாத்துக்கறயோ இல்லியோ, யாரையாவது டாக்டரண்டை காமிச்சயோ” என்று மிரண்டு போய்க் கேட்டாள்.

“இல்லேம்மா, நான் நல்லாத்தான் இருக்கேன், அப்பப்போ கொஞ்சம் தலைவலி, அவ்வளவுதான். ஊரிலேந்து நடந்து வந்தனா, அதான் காலு கொஞ்சம் வீங்கிட்டாப்பல இருக்குது”

“அடி பாவி, ரெண்டு மைலுக்கும் மேலே ஆச்சே, நடந்தா வந்தே? எட்டு மாசத்துக்கு மேலே இருக்குமே ஒனக்கு, பூங்காவனத் துக்கு புத்தி கித்தி மாறிப் போச்சா என்ன, இந்த மாதிரி இருக்கற பொம்மனாட்டியை இவ்வளவு தூரம் நடத்தி அனுப்பறதுக்கு?

ஆமா, அவளை எங்கே நாலஞ்சு நாளா கண்லியே காணம்?" என்று பாலாம்பாள் சொல்லி முடிக்கவும், காமு தண்ணீர் கொண்டு வரவும் சரியாக இருந்தது.

"ஏண்டீ காமு, இவ சொல்றதைக் கேட்டியோ, எட்டு மாசப் பிள்ளைத்தாச்சி இவ ஊர்லேந்து நடந்தே வந்திருக்காளாம். என்ன இருந்தாலும் இவாளுக்கு தகிரியந்தாம்மா. தண்ணியே வெச்சூட்டு உள்ளே அலமாரியிலே கார்த்தாலை காப்பி டிகாஷனும் கொஞ்சம் பாலும் வெச்சிருக்கேன், எசோதாக்குக் கொஞ்சம் காப்பி கலக்கிண்டு வா" என்று காமுவுக்கு உத்தரவு பிறந்தது.

எசோதா நாணிக்கொண்டு, "அதெல்லாம் எதுக்கம்மா" என்று சொல்ல ஆரம்பிக்க, பாலாம்பாள் இடைமறித்து,

"நன்னாருக்கு, வயறும் பிள்ளையுமா வெய்யில்லே அங்கேந்து நடந்து வந்திருக்கே, எதுக்கா? நீ போய்க் கொண்டாடி, அப்பறம் வந்து எங்க வாயைப் பாத்துண்டிருக்கலாம்" என்று பாதி எசோதாவுக்கும் மீதி காமுவுக்குமாகச் சொல்லிவிட்டு, மீண்டும் எசோதாவை நோக்கி, "பூங்காவனம் ஏன் வரலை?" என்று வினவினாள்.

"அதுக்கு ஒடம்பு சொகமில்லேம்மா, நாலு நாளா குளிர் காச்சல், தலையே தூக்கலே, பல்லிலே பச்சத் தண்ணிகூடப் படலே. நாந்தான் கஞ்சி ஆக்கிக் குடுக்கறேன்" என்று பதிலிறுத்தாள் எசோதா.

"அழகாயிருக்கு போ, பூங்காவனத்துக்கு இப்பல்லாம் அடிக்கடி ஒடம்புக்கு வந்துடறது. ஒன் அப்பனுக்கோ இருவது முப்பது வருஷம் வெய்யில்லே வேலை செஞ்சு மூளையே உருகிப் போயிட்டிருக்கு, இப்போ நடக்கறது அடுத்த நிமிஷமே மறந்து போயிடறது, ஒன் அண்ணன் முனுசாமியோ விக்ரமாதித்திய ராஜா மாதிரி நாடாறு மாசம் காடாறு மாசம்னு வருஷா வருஷம் சாராயத்தைக் காச்சிப்பிட்டு ஜெயில்லே போய் ஒக்காந்துடறான். நன்னா வந்து சேந்தே பிரசவத்துக்குன்னு. அங்கேயே இருந்திருக்க மாட்டியோ, அஞ்ஞானம் அடிச்சுக்கறதாக்கும். இங்கே என்ன ஐசுவரியம் கொட்டிக் கிடக்கறது ஒனக்கு? மூஞ்சியோ புஸு புஸுன்னு வீங்கிக் கெடக்கு, காலைப் பாக்கவோ சகிக்கலே" என்று மூச்சு விடாமல் பொழிந்து தள்ளினாள் பாலாம்பாள்.

"அவருகூட அங்கியே இருந்துடுன்னுதாம்மா சொன்னாரு, நாந்தான் இங்கே வருவேனின்னு ஒரே பிடிவாதமா வந்துட்டேன். அங்கியே இருந்தா ஏன்னு கேக்கறதுக்குக்கூட யார் இருக்காங்க சொல்லுங்க! எனக்கும் நம்ம மனுஷாளைப் பாப்பமான்னு ஆயிடுச்சு" என்று சொல்லிக்கொண்டே வந்த எசோதாவின் தலை துவண்டது. உதடுகள் வெளுத்து நீலம் பாரித்தன. அப்படியே நினைவிழந்து ஒரு பக்கம் சாய்ந்தாள். பாலாம்பாள் தாவி எழுந்து

அவளைத் தாங்கிப் பிடித்திராவிடில் முற்றத்தில் விழுந்திருப்பாள். டம்ளரில் இருந்த தண்ணீரை எடுத்து அவள் முகத்தில் தெளித்து, காமுவைக் கூப்பிட்டு அவள் உதவியுடன் எசோதாவைப் பாலாம் பாள் கீழே கிடத்திய பின் ஓரிரு நிமிஷங்களில் எசோதாவுக்கு உணர்வு திரும்பியது.

"என்ன ஜென்மங்களோ, பகவான்தான் இதுகளையெல்லாம் காப்பாத்தணும்" என்று பாலாம்பாள் முணுமுணுத்துக்கொண்டது எசோதாவின் காதிலும் மெல்லிதாக விழுந்தது.

உடம்பில் சற்றுத் தெம்பு திரும்பியதும் எசோதா எழுந்திருக்க முயன்றாள். பாலாம்பாள் எசோதாவைத் தடுத்து, "கொஞ்ச நேரம் இப்பிடியே படுத்திண்டிரு, ஒண்ணும் அவசரமில்லை" எனவும் மீண்டும் படுத்தாள். மலைபோன்ற வயிறுடன் தான் நடு வீட்டிலே மல்லாந்து படுத்திருப்பது அவளுக்கு வெட்கமாகவும் அவமான மாகவும் இருந்தாலும் அசதிக்குச் சுகமாக இருந்தது.

"ஏண்டீ எசோதா, கார்த்தாலேந்து என்னமானா சாப்பிட் டயோ?" என்று பாலாம்பாள் கேட்டதற்குப் பதிலாக, 'இல்லை' என்று தலையசைத்தாள் எசோதா. பிறகு அவர்கள் சொல்லியும் கேளாமல் எழுந்து உட்கார்ந்துகொண்டாள்.

"எங்கம்மாவுக்கு ஒடம்பு காச்சல், அப்பாவோ மூலையிலே குந்திக்கினு பெனாத்திக்கினு இருக்காரு. நாவப்பண்ணன் ஒதயத் துக்கே எறப்புக்குப் போயிடுச்சு. நான் அடுப்பேத்தலே. ஒங்க கிட்டேயிருந்து அஞ்சோ பத்தோ வாங்கிட்டுப் போகலாமின்னு வந்தேன். எங்கூட்டுக்காரரு வந்தவொடனே குடுத்துடறேன்" என்று மெல்லிய குரலில் தரையைப் பார்த்துக்கொண்டே சொன்னாள் எசோதா.

"அதெல்லாம் இருக்கட்டும், உள்ளே கொஞ்சம் பழயது இருக்கு, மோர் தரேன், கலக்கிச் சாப்பிடு. அப்பறம் பணத்தை வாங்கிண்டு போவையாம். போக்கு வண்டி ஏதாவது பிடிச்சுண்டு நல்ல படியா வீட்டுக்குப் போய்ச்சேரு. மறுபடியும் நடந்துபோய் வழியிலேயே உசிரை விட்டுத் தொலைக்கப்போறே!" என்று பாலாம்பாள் அதட்டின பின் எசோதாவுக்குச் சிறிது அமைதி பிறந்தது. தலை வலிகூடக் குறைந்தாற்போல இருந்தது.

எசோதா போன பின்னர் வாயிற் கதவைத் தாளிட்டு, "பகவான் இதுகளுக்கெல்லாம் எதுக்குத்தான் பிள்ளையைக் குடுக்கறாரோ தெரியல்லே!" என்று சொல்லிக்கொண்டே பாயை விரித்தாள்.

ஏசோதாவுக்குக் கொஞ்சம் கொஞ்சமாக உணர்வு திரும்புகிறது. அவளை அறியாமலேயே அவளுடைய தொண்டையைப் பிளந்துகொண்டு கிளம்பிய அலறலே அவளுடைய மயக்கத்தைத் தெளிவிக்கும் பனி நீரைப்போலிருக்கிறது. அவள் தன் மனசைப் பொத்தி, காதுகளைத் தீட்டிக்கொண்டு நீட்டி வளைத்துக் கவனிக்கிறாள். ஆளரவம் ஏதும் கேட்கவில்லை. தான் இங்கே வந்து சேர்ந்து எவ்வளவு மணி நேரம் ஆயிருக்கும், இல்லை எவ்வளவு நாளாயிருக்கும் என்று கேட்டுக்கொள்கிறாள். விடை கிடைக்கவில்லை. தலையைத் திருப்பிக் கண்களை விரித்துப் பார்க்கிறாள். கண்ணுக்கு ஒண்ணுமே புலனாகவில்லை! இருட்டாகக்கூட இல்லை, வெறும் சூனியமாக இருக்கிறது. தன் கண் பார்வையை இழந்துவிட்டோம் என்பதை உணர்கிறாள். ஆனால், அது அவளை உறைக்கவில்லை! அது அவளுக்கு ஆச்சரியமாக இருக்கிறது. குழந்தை பிறந்துவிட்டதா இல்லையா என்று வந்த சந்தேகம் தெளிய வயிற்றை மெதுவாகத் தொட்டுப்பார்த்துக்கொள்கிறாள். வயிற்றில் குழந்தை இல்லை! பெருமூச்சு விடுகிறாள். தான் ஏதோ செய்ய வேண்டிய காரியத்தைச் செய்துவிட்டோமென்கிற திருப்தியையே உணர்கிறாள். குழந்தை ஆணா பெண்ணா என்று தெரிந்துகொள்ள வேணுமென்கிற ஆவல்கூடத் தலையெடுக்கவில்லை! அதுவும் அவளுக்கு ஆச்சரியமாக இருக்கிறது. யாரையாவது கூப்பிட்டு, ‘எனக்குக் கண் பார்வை போய்விட்டது’ என்று தெரிவிக்கவேணுமென்று நினைக்கிறாள். அவள் வாய் திறக்கிறது. “நான் குருடியாகிப்போய்விட்டேன், எங்க வூட்டுக்காரருக்கும் மத்தவங்களுக்கும் இந்த விசயத்தைச் சொல்லிடாதீங்க” என்று நா அசையாமல் உதடுகள் முணுமுணுக்கின்றன. அவள் மூச்சுக் காற்றில் அந்தச் சப்தமற்ற சொற்கள் புகைபோல அடித்துக்கொண்டுபோகப்படுகின்றன. அவளுக்குப் பரம திருப்தியாகவும் அமைதியாகவும் இருக்கிறது. எங்கும் நிசப்தம்.

ஆசுபத்திரிக்கு வெளியேயிருந்து, டீக்கடையாக இருக்க வேணும், எங்கோ ஒரு பழைய கால கிராமபோன் கீச்சுக் குரலில் பாடுவது கேட்கிறது. என்ன பாட்டென்று தெரியவில்லை. அவளும் அதைப்பற்றி யோசிக்கவில்லை. அலை அலையான அசதிச் சுழல்கள் அவளை வந்து தாங்கிப் பூப்பந்தை எற்றுவதுபோல் எற்றுகின்றன. அவள் ஆனந்தமாக மகாலட்சுமி போல், ஒரு லேசான பூச்செண்டு போல், அமைதிக் கடலில் மிதக்கிறாள். தான் பெற்றெடுத்த குழந்தையைக் கண்ணால் காணக் கொடுத்துவைக்கவில்லையே என்கிற துக்கம் மாத்திரம் கடல் நீரில் உப்பாகக் கரைந்து பரவியிருக்கிறது. ஆனாலும், அது அவளைக் கலக்கவில்லை! அதுவும் அவளுக்கு ஆச்சரியத்தைத் தருகிறது. கை கால்கள் லேசாக இருக்கின்றன. அசைக்கப் பார்க்கிறாள். அவை அசைகின்றனவா இல்லையா என்றுகூட அவளுக்குத் தெரிகிறதில்லை.

கைகளையும் கால்களையும் அசைக்க முயற்சி செய்யும்போது அவை கல் குண்டு போலக் கனக்கின்றன. கை காலையும் ஆட்ட முடியவில்லை, கண்ணும் போய்விட்டது, இனி தான் எங்கே பிழைக்கப்போகிறோம் என்று நினைத்துக்கொள்கிறாள். தன் பிரிய புருஷனையும், இன்றோ நேற்றோ, நேற்று முன்தினமோ, போன வாரமோ, மாசமோ பெற்றுப் போட்டுவிட்டுத் தான் கண்ணால் கூடப் பார்க்காத குழந்தையையும் விட்டு விட்டுப் போகிறோமே என்று நினைத்துக்கொள்கிறாள். ஆனால், அந்த நினைப்புக்கூட அவளுக்குத் துக்கத்தைக் கொடுக்கவில்லை! அதுவும் அவளுக்கு ஆச்சரியமாக இருக்கிறது. தான் 'ஐயரூட்டம்மா' வீட்டிலிருந்து பணம் வாங்கிவந்த சில நாட்களுக்குள் தன் உடல் நிலை மிக மோசமானதும் நாகப்பன் தன் புருஷனுக்குத் தந்தி கொடுத்ததும் இருட்டில் அரைகுறையாகக் கண்ணில்படும் சிலந்தி வலை போல லேசாக அவள் நினைவில் நிழல்தட்டுகிறது. தன் புருஷன் இந்நேரம் சின்னூருக்கு வந்துவிட்டிருப்பாரோ என்று நினைத்துக்கொள் கிறாள்.

தந்தி போய்ச் சேர்ந்த அன்றே கிளம்பி வருகிறதானாலும் இங்கே வந்து சேர மூன்று நாளாகுமே, தான் இவ்விடம் வந்து எவ்வளவு நாளாயிருக்கும் என்று யோசித்துப் பார்க்கிறாள். அலுப்பும் சோர்வும் தான் ஏற்படுகிறதே ஒழிய விடை தெரிவ தில்லை. இந்த நினைவுகளினால் அவளுக்கு மகிழ்ச்சியோ துயரமோ உண்டாகிறதில்லை! அதுவும் அவளுக்கு ஆச்சரியமாக இருக்கிறது. இதிலெல்லாவற்றுக்கும் மேலாக அவளுக்கு ஆச்சரியம் தருவது, அவள் இத்தனை ஆச்சரியங்களுக்கிடையிலும் அமைதியாக இருப்பதுதான். தன் தலைவலியும் வாந்தியும் தாங்கமுடியாமற் போனதும், கண்கள் இருட்டிக்கொண்டு வந்ததும், காக்காய் வலிப்பு வந்ததுபோல கைகளும் கால்களும் வேறுவேறு பக்கம் இழுத்துக் கொண்டதும் நினைவுக்கு வருகிறது. தன் தாயார் திகிலடைந்து பேயறைந்த மாதிரியான வெளுத்த முகத்துடனிருந்ததும், தன் அண்ணன் நாகப்பன் அண்டை அசலில் யாரிடமோ கட்டை வண்டி இரவல் வாங்க ஓடினதும் நினைவுக்கு வருகிறது. தன் தகப்பன் ஒரு மூலையில் இன்னது நடக்கிறது என்ற நினைப் பில்லாமல் யாரும் தன்னை மதிக்கிறது கிடையாது, தன்னை ஒரு சொல் கேட்கிறதில்லை என்று முணுமுணுத்து நிஷ்டூரப்பட்டுக் கொண்டிருந்ததும் ஞாபகத்துக்கு வருகிறது. "பாவம், அதுக்கோ வயசாயிடிச்சு" என்று எசோதா சொல்லிக்கொள்கிறாள். இம்முறை அவள் உதடுகள்கூட அசைவதில்லை. நாகப்பன் கட்டி வந்த கட்டை வண்டியும், கோணல் மாணலாக வளைந்திருந்த கொம்புகள் கொண்டு, மணல் வாரித் தெளித்ததுபோல நிறமுள்ள மாடுகளும் ஞாபகத்துக்கு வருகிறது. வைக்கோல் மணம் மூக்கில் நெடிக்கிறது.

கட்டை வண்டி ஆடி ஆடிப் போனது நினைவுக்கு வருகிறது. உடல் குலுங்கி அசைகிறது. அவள் அசதிப் போர்வையை இழுத்துப் போர்த்திக்கொள்கிறாள். அதற்குள் சுருண்டு படுத்துக்கொள்கிறாள். ஆனாலும், கட்டை வண்டியின் ஆட்டம் ஓய்வதில்லை. கடக், கட், கடக், கட் என்று கட்டை வண்டியோ அவள் இருதயமோ குலுங்கிக் கொண்டு போகிறது. போய்ச் சேரவேண்டிய இடம் வந்த உடனே வண்டி மேற்கொண்டு போகாது. குலுங்காது. தான் சுகமாகப் போர்வைக்குள் தலையைச் சுருட்டி வைத்துக்கொண்டு தூங்கலாம். எழுந்திருக்கவேண்டிய அவசியமேயில்லை.

சித்திரை மாத வெயில் சுட்டுப் பொசுக்கிக்கொண்டிருந்தது. அடிவானத்தைப் பார்க்கக்கூடக் கண் கூசியது. சாலையோரத் திலிருந்த ஒரு புளியமரத்தடிதான் தங்காபுதூர் பஸ் ஸ்டாண்டு. அங்கே நனையாத புது வேஷ்டியுடன், பளபளவென்று கஞ்சி போகாத புதுச் சட்டையுடன், வெற்றிலை போட்டுச் சிவந்த வாயுடன், வெயிலில் உருகிச் சொட்டும் கழுத்துடன் மாணிக்கம் நின்றுகொண்டிருந்தான். அவனுக்கு ஒரு புறம் நாகப்பனும் இன்னொரு புறம் 'தோட்டக்காரக் கவுண்டன்' என்று அழைக்கப் படுகிற அவன் தந்தையான கிழவனும் நின்றுகொண்டு மாணிக் கத்துடன் பேசிக்கொண்டிருந்தார்கள். சற்றுப் பின் தள்ளி, மிட்டாய் நிற ரோஜா கலர் புதுப் புடவையுடன், மஞ்சள் நிற ரவிக்கையுடன், தலை நிறையப் பூவுடன், கை நிறைய வளைகளுடன், காலடியில் ஒரு சிறு மூட்டையுடன் எசோதா நின்றுகொண்டிருந்தாள். அவளைச் சுற்றிப் பூங்காவனமும் இன்னும் ராமாயி, பவுனு, லச்சுமி போல மூன்று நான்கு பெண்களும் கூடி உரக்கப் பேசிக்கொண்டி ருந்தார்கள். எசோதாவின் கண் கலங்கியிருந்தது. பூங்காவனம் விக்கி விக்கி அழுதுகொண்டு மூக்கைச் சிந்திக்கொண்டிருந்தாள்.

"இன்னாடீது, நீதான் புதுசாப் பொண்ணைப் பெத்தவ மாதிரி இப்பிடி அழுவறே? பொட்டப் பொண்ணுன்னா வூடு வுட்டு வூடு தான் போவும், ஓம் வூட்டோடயேதான் கெடக்குமா? யாம் அழு வறே? தானே அடுத்த வருசம் வர்றா பாரு, 'அம்மா, பேரன் பொறக்கப்போறான்னு' சொல்லிக்கினே" என்று பவுனு, புகை யிலைச் சாற்றைத் துப்புவதற்கிடையில் பூங்காவனத்தைத் தேற்றிக் கொண்டிருந்தாள்.

நாகப்பனுக்கு இந்த கலாட்டா சகிக்கவில்லை. "தே, சும்மாருக்க மாட்டே" என்று தன் தாயை அதட்டினான்.

கொளுத்தும் வெயிலும், வெகு நேரமாகத் தவங்கிடந்தும் பஸ் கிடைக்காததும், வந்த ரெண்டு பஸ்களும் இவர்கள் முகத்திலும் கண்ணிலும் வாயிலும் புழுதியையும் மண்ணையும் வாரியடித்து

விட்டு 'இடமில்லை' என்று கையை விரித்துவிட்டுப் போய்விட்டதும் அவனுக்கு மகா எரிச்சலைக் கிளப்பிவிட்டிருந்தது. புருவத்தின் மேல் கையை வைத்துக்கொண்டு ரோட்டை ஆராய்ந்தான். கிழவன் நூறாவது தடவையாக 'போனதும் கடுதாசு போடு' என்று நடுங்கும் தலையை மேலும் நடுக்கிக்கொண்டு சொல்லிக்கொண்டிருந்தான். தொலைவில் ஒரு கட்டை வண்டி வந்துகொண்டிருந்தது.

"அது காலியாயிருந்தா அதுலியே ஏறிக்கினு போயிடு மாணிக்கம், பஸ்ஸு கெடைக்காது போலிருக்குது" என்று சொன்னான். 'சரி' என்ற பாவனையில் தலையை ஆட்டிவிட்டு மாணிக்கம் தோளில் இருந்த புதுத் துண்டால் முகத்தில் வழிந்துகொண்டிருந்த வேர்வையைத் துடைப்பதில் ஈடுபட்டான். வண்டி அருகில் வந்தது. சிறுத்தாங்கல் ரங்கசாமி நாயக்கர்தான் வண்டியை ஓட்டிக்கொண்டு வந்தார். சின்னூருக்குத்தான் போய்க்கொண்டிருந்தார். வண்டி காலியாகத்தான் இருந்தது. நாகப்பன் வண்டியை நிறுத்தி விஷயத்தைச் சொன்னான். அவரும் சம்மதித்தார். சின்ன டிரங்குப் பெட்டியை முதலில் ஏற்றிவிட்டுப் பிறகு மாணிக்கம் ஏறிக்கொண்டான். அவன் பின்னால் சோற்று மூட்டையுடன் எசோதா ஏறிக்கொண்டாள். 'ஹை ஹை' என்று நாயக்கர் மாடுகளை விரட்ட வண்டி அசைந்து கொடுத்துக் கிளம்பியது. ஐந்து நிமிஷங்களுக்கப்புறம் எசோதா கண்களை சேலைத் தலைப்பால் துடைத்துக்கொண்டு பார்த்த போது தங்காபுதூர் மறைந்துவிட்டிருந்தது. கூச்சத்தோடு தலையைத் திருப்பினாள். 'கடக், கட்'டென்று வண்டி அசைந்து குலுங்கி ரோட்டிலிருந்த ஒரு 'குழிப் பள்ள'த்தில் இறங்கி ஏறியது. அந்தக் குலுக்கலின் அதிர்ச்சியில் ஏற்பட்ட ஆட்டத்தினால் விழப்போவது போலச் சாய்ந்த எசோதாவை மாணிக்கம் கை மறித்துத் தாங்கிப் பிடித்தான். 'இதுதான் என் ஆம்பிளை' என்று நினைத்துக்கொண்ட எசோதாவின் கன்னங்களும் காதுகளும் 'குப்'பெனச் சிவந்து சுட்டன. அவள் தலை நாணத்தினால் கவிழ்ந்தது. ரத்தம் தலைக்கேறியது.

ரங்கசாமி நாயக்கர் தலையைத் திருப்பாமலே, ஒரு கையால் சாட்டையைச் சுழற்றிக்கொண்டே, "கல்யாண ஜோடிங்களை வண்டியிலே இட்டுக்கினு போவறத்துக்கும் தனி சாமார்த்தியம் வேணும் தம்பீ, பாத்தியா?" என்று சொல்லி அதிர்வேட்டுத் தொடர் போலச் சிரித்துவிட்டு மாடுகளை விரட்டிக்கொண்டே, "எம் மயிலைக் காளை ஜோடிகளா, எம் வண்டிக்கேத்த மாடுகளா" என்று தன் கர்ண கொடூரமான உரத்த குரலில் பாட ஆரம்பித்தார். வண்டி, ஆடி அசைந்துகொண்டு பாதையின் மேடு பள்ளங்களை லட்சியம் செய்யாமல் போனது. அந்தப் பாட்டுக்கும் வண்டியின் ஆட்டத்துக்கும் தாளம் போடும் இதயங்களோடு எசோதாவும் மாணிக்கமும் தங்கள் வாழ்க்கைப் பயணத்தைத் துவக்கினார்கள்.

குழந்தைக்கு உடல் குளிப்பாட்டித் திருப்பி எடுத்துக்கொண்டு ஓர் 'ஆயா' எசோதா இருக்கிற அறைக்குள் நுழைவதைப் பூங்கா வனம் பார்க்கிறாள். ஒரு சிறு கண நேரம், கண்ணிமைப் பொழுது, பூங்காவனத்தின் வறண்ட மனம் ஈரமாகித் துளிர்விட்டுப் பூரிக்கிறது. அவள் மனத்துள் 'இது எம் பேரக் குழந்தை' என்ற எண்ணம் பளிச் சிடுகிறது. 'கிஷ்ணசாமீன்னு பேர் வெக்காமே 'கண்ணன்'னு வெச்சா நல்லாயிருக்குமோ' என்று அந்த அரைக் கணத்துக்குள் தொடர்ந்து நினைக்கிறாள். அந்தக் குறை நிமிஷம் அவள் மனம் சந்தோஷ மாகிறது.

அறைக்குள்ளிருந்து ஆயா வெளியே வந்து பூங்காவனத்தைக் கையாட்டி அழைக்கிறாள். பூங்காவனம் எழுந்து செல்கிறாள். ஆசு பத்திரிக்கு எதிர் வரிசையில் சற்றுத் தொலைவிலிருக்கிற டீக் கடை யொன்றிலிருந்து சாவி கொடுத்து முடுக்கிவிடும் பழைய காலத்திய கிராமபோன் ஒன்று கீச்சுக் குரலில், 'பிருந்தாவனத்தில் கண்ணன் பிறந்த...' என்று ஸ்பிரிங் தளர்ந்த அபஸ்வரத்தில் ஒலிக்கும் பாட்டை முழுக்கி முறியடித்துக்கொண்டு, 'கண்ணாக வளத்தேனே அடி பாவி ஒன்னையும் நான் மண்ணாகப் பாப்பேனோ' என்று பூங்காவனத்தின் அடிவயிற்றிலிருந்து அணை மீறிக்கொண்டு எழுகிற ஒப்பாரி, கண் கூசக் காய்கிற வெயிலையும் இருளாக்கிக்கொண்டு வானில் ஏறிப் பாய்ந்து விசுவமெங்கிலும் ஒலிக்கிறது.

தூங்கி வழிந்துகொண்டிருந்த கிழவன் திடுக்கிட்டு விழிக் கிறான். நாகப்பனும் மாணிக்கமும் திக்பிரமையடைந்து ஒருவரை யொருவர் பார்த்துக்கொள்கிறார்கள்.

தூங்குமூஞ்சி மரம் சிரித்து நடுங்குகிறது.

(தாமரை)

வால்நட்சத்திரங்கள்

எழுபத்தைந்து வருடமாக வானசாஸ்திரிகள் எதிர்பார்த்துக் கொண்டிருந்த அந்தத் தூமகேதுவைப் பற்றிப் பத்திரிகைகளெல்லாம் எவ்வளவோ பிரமாதமாக எழுதியிருந்தாலும் 1986ஆம் ஆண்டிலே அது ஆகாயத்தில் தென்பட்டபோது எல்லோருமே ஏமாற்றமடைந் தார்கள் என்றுதான் சொல்லவேண்டும். கருவானில் அது ஒரு அழுக்குத்தீவு மாதிரி இருந்தது. அதன் காரணமாக ஜனங்களுக்குச் சொல்லொணாத கஷ்டங்கள் வரும், பூகம்பம், புயல், வெள்ளம், கொள்ளைநோய், போர், துர்ச்சனர்கள் ஏற்றம், ராஜமரணம் இவை யெல்லாம் சம்பவிக்கும் என்று பீ.ஏ.வில் கணக்குப் படித்துவிட்டுப் பஞ்சாங்கம் வெளியிடும் விஞ்ஞான ஜோசியர்கள் முதல் ஒண்ணுமே படிக்காமல் ஆரூடம் சொல்லும் அருணாசலப் பண்டா ரம்வரை சொல்லி வந்தாலும் அவர்களுக்கே அந்தத் தூமகேதுவைப் பார்த்த பிறகு சப்பென்று போயிருக்கவேண்டும். தவிர, அவர்கள் சொல்லிப் பயமுறுத்தின சொல்லொணாத கஷ்டங்கள் எல்லாம் ஜனங்களுக்கு ஏற்கனவே பழகிப்பழகி அத்துபடியாகிப் போயிருந்த படியால் யாரும் இந்த அபாயச்சங்கு எச்சரிக்கைகளை லட்சியம் செய்ததாகத் தெரியவில்லை.

ஆகவேதான் அந்த வருஷமும் வழக்கம்போல ஆப்பிரிக்கப் பஞ்சம், ஜப்பான் புயல், தென்அமெரிக்க வெள்ளங்களுக்கும், ஆசியா, ஐரோப்பா, ஆப்பிரிக்கா, அமெரிக்காக்களில் எப்போதும் நடந்துகொண்டிருக்கும் குட்டிச்சண்டைகளுக்கும் தீர்க்கதரிசிகள் வால்நட்சத்திரத்தைக் காரணம் காட்டிச் சமாதானமடைய வேண்டி யதாயிற்று. பெருங்கேடுகளை எதிர்பார்த்துச் சில தொழில் நிறு வனங்கள் ஏராளமாகச் செய்து குவித்திருந்த தாயத்துகள் நிறைய விற்காமல் தேங்கிப்போனதுதான் மிச்சம். மற்றபடி முத்தையாவுக்குத் தெரிந்தவரை வால்நட்சத்திரத்தினால் பிரமாதமான விளைவுகள் ஏதும் ஏற்பட்டுவிடவில்லை.

ஒண்ணும் ஆகாது என்று நிச்சயமாக நம்பவும் துணிவில் லாமல், நிச்சயமாய் ஏதாவது நடந்துதான் தீரும் என்று துணியவும்

நம்பிக்கையில்லாமல், என்னதான் நடக்கிறது பார்க்கலாம் என்று ஆவலோடும் பயத்தோடும் காத்திருந்த பல்லாயிரக்கணக்கானவர்களில் ஒருத்தராக இருந்தாலும் வால்நட்சத்திரம் இம்மாதிரிப் பிசுபிசுத்துப்போனதில் முத்தையாவுக்கு ஓரளவு வருத்தமே. தொழில் முறையில் பார்க்கப்போனால் நிறைய வருத்தம் என்றுகூடச் சொல்லலாம். ஏனெனில் முத்தையா 'தினத்தூதனின்' நகர நிருபர்.

நகர நிருபர் என்றால் போலீஸ் நாய் மாதிரி மோப்பம் பிடித்துக் கொண்டு நகரம் பூராவும் திரிந்து செய்தி வேட்டையாடுபவர் முத்தையா என்று நீங்கள் நினைத்தால் ஏமாந்துபோவீர்கள். சில்லறைக் கோர்ட்டுகள், சர்க்கார் ஆஸ்பத்திரிகள், சில போலீஸ் ஸ்டேஷன்கள், ஒன்றிரண்டு பொதுக்கூட்டங்கள் இவைகளைக் கொண்டே பத்திரிகையில் போடத்தக்க செய்தி சேகரித்துவிடுவார். விபத்துகள், துணிகரமான திருட்டு, கொலை, ருசிகரமான வழக்குகள், விஷ்ணுபுரம் வாலிபர் சங்கத்தின் வாராந்திர அல்லது ரிட்டயரான முதியோர்கள் போதுமான அளவு கிடைத்துவிட்டால் வாரமிருமுறை நடக்கும் கூட்டங்கள், ஒன்றுமில்லையானால் புராணப்பிரவசனங்கள் இவற்றிலிருந்து செய்தி தயாரித்துவிடுவார். தன் கருமத்தை மனச்சலனமின்றி விருப்பு வெறுப்பு இல்லாமல் செய்துவந்ததால்தான் அவர் முகத்தில் புன்னகையின் சாயையையோ துக்கத்தின் ரேகையையோ காணமுடியாது என்று 'தினத்தூத'னில் பேசிக்கொள்வார்கள். சிலர் அவருக்குத் தீராத வயிற்று வலி என்று அபிப்பிராயப்பட்டனர். இவர்கள் அனைவரும் அன்று முத்தையாவைப் பார்த்திருந்தால் ஆச்சரியத்தினால் மூச்சிழந்து கட்டையாகிப் போயிருப்பார்கள்.

அன்றைக்கு வால்நட்சத்திரத்தின் ஆண்டுநிறைவு. அதுதோன்றி மூணுநாலு மாதங்களுக்குப்பின் மறைந்துவிட்டதென்றாலும் சில வால்நட்சத்திர பக்தர்கள் அதன் ஆண்டு நிறைவைக் கொண்டாட நிச்சயித்திருந்த தினம். பிரமாதமான பூஜைகளும் நாமாவளிகளும், எல்லாவற்றுக்கும் சிகரமாகப் பிரமாண்டமான வந்தனோபசாரம காயக்ஞுமும் இந்திரனுக்கும் அஷ்டதிக் பாலகர்களுக்கும் இன்னும் பல தேவதைகளுக்கும், அரசாங்க பாஷையில் சொல்லப்போனால் தேவருலகத்தின் பிரதம காரியதரிசி முதல் கீழ்வகுப்புக் குமாஸ்தா வரையான எல்லாப் பதவியிலுமுள்ள சகலதேவர்களுக்கும் ஆளுக்கு ஒரு குடம் நெய்யை அவியில் சொரிந்து வால்நட்சத்திரத்தின் விசேஷக்கொடுமைகளிலிருந்து மனிதகுலத்தைக் காத்ததற்காக அவர்களுக்கு வந்தனம் தெரிவிக்கும் சிறப்பு வேள்வி ஏற்பாடாயிருந்தது. முப்பது வருடங்களுக்கு முன்னேயே நோபல் பரிசு பெற்றிருக்கவேண்டிய பௌதிக விஞ்ஞானப் பேராசிரியர் ஒருவரும் அரசில் முன்னாள் துணைக் காரியதரிசியாக இருந்து தற்போது

தன் கடைசி மூணு பெண்களுக்கும் கலியாணம் செய்ய (முதல் நாலுக்கும் முன்னாலேயே கலியாணம் ஆகிவிட்டது) சர்க்கார் உத்தியோக உலகைச் சல்லடைபோட்டுச் சலித்துக்கொண்டிருந்த சகலகலா வல்லவர் ஒருவருமாக இந்தப் பொதுஜன தர்மகாரியத்தை முன்னின்று நடத்துவதாக ஏற்பாடாயிருந்தது. நகர நிருபரும் அங்கு போயிருந்தாரென்று சொல்லத் தேவையில்லை.

அங்கே அவருக்குச் 'செய்தி' காத்திருந்தது. கடைசி நிமிஷத்தில் ஏற்பட்ட 'எதிர்பாராத அதுவும் தவிர்க்கமுடியாத காரணமாக' யக்ஞம் காலவரையறையின்றி ஒத்திப் போடப்பட்டுவிட்டிருந்தது! அப்படி என்ன தவிர்க்க முடியாத காரணம் ஏற்பட்டிருந்தது என்று அறிய முத்தையா உள்ளே விரைந்தார். காரணத்தைக்கண்டு கேட்டு உற்று அறிந்தார். அவருக்குச் சிரிப்பு அடக்கமுடியவில்லை. வாய்விட்டுச் சிரிப்பதற்காகவும், சிரமபரிகாரக் காப்பி சாப்பிடவும், செய்தியையும் தலைப்பையும் தயார் செய்வதற்காகவும் வீட்டுக்கு ஓடினார். முதலில் காப்பியைக் குடித்துவிட்டுப் பிறகு ஐந்து நிமிஷங் கள் உரக்கச் சிரித்துவிட்டுப் பிறகு நாற்காலியை இழுத்துப் போட்டுக் கொண்டு செய்தி வகையறாக்களை எழுதித்தள்ளினார். அவர் மனைவிக்கு விஷயம் என்னவென்று ஒண்ணும் புரியவில்லை. தன் கணவனின் புத்திக்கூர்மையைப் பற்றி அவளுக்குச் சந்தேகமே இல்லை என்றாலும் அவரின் புத்திஸ்வாதீனத்தைப் பற்றி அவளுக்கு எப்போதுமே கொஞ்சம் சந்தேகம்தான். எழுதியதை எடுத்துக் கொண்டு முத்தையா 'தினத்தூதன்' ஆபீசுக்கு ஓடினார். என்னமோ விசேஷம் நடந்திருக்கிறது என்று ஊகித்தறிந்தவுடன் கமலாசனியும் (அதுதான் திருமதி முத்தையா) சமையலறைக்குச் சென்றுவிட்டாள். முக்கியமான செய்தி என்றால் தானாக வந்து அவரே சொல்கிறார், முக்கியமில்லை என்றால் தெரியாவிட்டால் பரவாயில்லை என்பது அவள் சித்தாந்தம். அதனால்தானோ என்னவோ தினம் காலை இலவசமாகவரும் 'தினத்தூதன்' நாளிதழை அவள் அடுப்புக்குப் பயன்படுத்திக்கொள்வதே ஒழிய படிப்புக்குப் பயன்படுத்திக் கொள்வதில்லை.

ஆசிரியர் வெ. நா. அரங்கனாதனார் முத்தையா கொண்டு வந்திருந்த காகிதக் கற்றையில் தலைப்பை மாத்திரம் பார்த்துவிட்டு, "முவன்னா, இதுக்கு இன்னிக்கு இடமில்லை, தவிரவும் இந்த மாதிரித் தலைப்பெல்லாம் பழசாப்போச்சு. புராணப் பிரசங்கம் தானே, நாளைக்குப் போட்டாப் போச்சு, என்ன அவசரம் இன் னைக்கு?" என்று அசுவாரசியமாகச் சொல்லிக் கற்றையை ந. நி. முத்தையாவிடம் நகர்த்தினார். "என்ன ராமாயணமா, இல்லை கந்தபுராணமா?" என்று இன்னும் அசுவாரசியமாகக் கேட்டபடியே சுவாரசியம் வருவதற்காகப் பொடிமட்டையைத் தேடினார். செய்தித்

தலைப்பு கொடுப்பதில் முத்தையா புலி. வெறும் புலியில்லை, அறுபதடி வேங்கை. 'கிழவனை மணந்த குமரி!' என்று தலைப்பிட்டு ஞானபண்டிதப் பிரசங்கியாரின் வள்ளி திருமணச் சொன்மாரியை நெய்யரியில் வடிப்பதுபோல் வடித்தெடுத்து வாசகர்களுக்கு அதிசயச்செய்தியாக அளித்தவராயிற்றே! ஆகவேதான், வெ. நா. அரங்கநாதனார் 'யாகத்தை அழித்த எலிகள்' என்ற தலைப்பைக் கண்டதும், இது ஏதோ நைமிசாரணியத்திலோ தண்டகாரணியத் திலோ கிரேதா யுகத்தில் நடந்த நிகழ்ச்சி என்று நினைத்ததில் ஆச்சரியமில்லை. தவிரவும், மறுநாள் குதிரைப்பந்தயத்தில் குறைந் தது ஐந்து லட்சமாவது சம்பாதித்துத்தானே ஒரு சொந்தப்பத்திரிகை ஆரம்பித்து உலகை ஒரு கலக்குக் கலக்கிவிடவேணும் என்கிற ஆன்மீக நச்சரிப்பு வேறே.

'ஹோஹோ' என்று சிரித்த ந. நி. யைப் பார்த்துப் பிரமித்து விட்டார் ஆசிரியர். அவருக்கு இது ஒரு புது அனுபவம்.

"புராணப் பிரசங்கம் இல்லை சார் இது, இந்த 1987ஆம் வருஷத்திலே இந்த ஊரிலே இன்னிக்கு நடந்தது! இது நியூஸ் இல்லேன்னா வேறே எது நியூஸ்னு சொல்லுங்க. நான் தலையை மொட்டையடிச்சுக்கிட்டு வேஷ்டிய அவுத்து வெச்சுட்டுக் காசிக்குப் போயிடறேன்."

தனது அன்புக்குகந்த முவன்னா மொட்டைத்தலையுடன் பரதேசிக் கோலத்தில், அதுவும் வேஷ்டி இல்லாமல், காசியை நோக்கி நடப்பதைக் கற்பனை செய்துபார்க்க ஆசிரியரின் மனம் கூசியது. உள்ளே நிஜார் போட்டிருப்பாரோ இல்லையோ என்ற பயம் வேறு உந்த, கற்றையைப் பிரித்துப் படித்தார். பண்டைய இலக்கியங்களில் சொல்கிறபடி அவர் புருவம் நெற்றிமேல் ஏறியது. நெற்றி ரொம்பச் சின்னதாக இருந்ததாலே கீழே இறங்கிவிட்டது.

"யாகத்தை அழித்த எலிகள்!" என்ற தலைப்பின் அடியில் 'தூமகேது சாந்திப் பரிகாரமகாயக்ஞம்' எப்படி, முதல் நாளிரவு எலிகளின் ரகளையினால் நெய்க்குடங்கள் உடைந்து நெய்யெல்லாம் பாழாகி விட்டதாலும், மற்றும் வேறுபல பண்டங்களும் நாசமாகி விட்டபடியாலும், ஒத்திப்போடப்பட்டது என்பதை நேர் முகவர்ண னையாக நமது நிருபர் வர்ணித்திருந்தார். வால்நட்சத்திர சாந்தி யக்ஞத்தை வால் நட்சத்திரங்கள் அழித்தது குறிப்பிடத்தக்கது என்று அந்தச் செய்தி முடிந்தது.

மறுநாள் ஒண்ணரை காலத்தலைப்பில் இரண்டாம் பக்கத்தில் செய்தி வந்ததைத்தொடர்ந்து, சுமார் பத்து நாட்கள் கோவாலப் பட்டி ராஜாபாதரின் கடிதமும் இன்னும் பலரின் கடிதங் களும் இதுபற்றி வந்து தினம் பத்திரிகையில் முக்கால் பத்தியை

ஆக்கிரமித்துக்கொண்டிருந்தன. பிறகு யாரோ ஒரு மந்திரி மையூர் மொட்டைத் தலையர் சங்கத்தின் மூன்றாவது ஆண்டு விழாவில் மொட்டைத்தலையின் மகிமையைப் புராதன இலக்கிய ஆதாரங் களுடன் சிலாகித்துப் பேச, 'தினத்தூத'னில் ஆயிரம் கடிதங் களாவது வெளிக்கொணர்ந்துவிட விடாமுயற்சியுடன் வெகுகால மாகக் கடிதம் எழுதிவரும் கோவாலப்பட்டி ராஜாபாதரின் எதிர்ப்புக் கடிதமும் இன்னும் பலரின் கடிதங்களும் வர, யாக சாலையை அழித்த எலிகள் மறக்கப்பட்டன.

2

அதாவது எலிப்பொறி விஷயம் செய்தியாக வெளிவரும் வரையில். இந்தச் செய்தி வெளிவருவதற்கும் முத்தையாதான் காரணபூதராக இருந்தார் என்பதும் ஓர் ஆச்சரியமான விஷயந் தான். யாகசாலைச் சம்பவம் நடந்து நாலைந்து மாதங்களுக்குப் பிறகு ஒரு நாளிரவு முத்தையாவின் மனைவி திருமதி. கமலா சனி சுமுகமாய் நகரசபைக் குறைந்த ஊதியத்தோர் குடியிருப்பின் அஞ்சாவது மாடியில் பால்கனியில், பால்கனியில்தான் கொசு குறைவு, வெற்றிலை போட்டுக்கொண்டிருந்தாள். இரண்டு மூணு மாதத்துக்கொருமுறை அவள் இம்மாதிரிச் சுமுகமாய் இருப்பது வழக்கம். அப்போது அவளுக்குத் தன் கணவன் முன்னொருநாள் என்றுமில்லாத அதிசயமாக வாய்விட்டு 'ஹோஹோ' என்று சிரித்தது ஞாபகத்துக்கு வந்தது. அருகில் ஒய்வு நாற்காலியில் சாய்ந்திருந்த தன் கணவனைப் பார்த்து, "ஏங்க அன்னிக்கு அப்பிடிச் சிரிச் சுட்டிருந்தீங்க?" என்று கேட்டுவிட்டுத் தாம்பூலத்தைத் துப்பினாள். கணவன்மேலல்ல, பால்கனிக்கு வெளியில் துப்புவதாக ஐதிகம்.

"நான் என்னிக்குச் சிரிச்சேன்? நானா? சிரிச்சேனா?" என்று ஆச்சரியத்துடன் அவர் கேட்க, அந்த அம்மாளும் விபரங்கள் சொல்ல, அவருக்கு யாகசாலை விஷயம் ஞாபகத்துக்கு வர, அவரும் அதற்குத் தலை, காது, மூக்கு, வால் எல்லாம் வைத்து விவரித்தார். தான் சொல்வதைக்கேட்டு ஒரு முறையாவது அவள் பிரமிக்க மாட்டாளா என்று அவருக்கு ஒரு நப்பாசை. அவள் பிரமிக்க வில்லை. மாறாக, வழக்கம்போல, தும்பைவிட்டு வாலைப்பிடிப்பது மாதிரி வேறொரு விஷயத்துக்குத் தாவினாள்.

"பாத்திங்களா, நீங்க எலின்னவுடனே ஞாபகம் வருது, நம்ம வீட்டுலேகூட எலித்தொந்தரவு ரொம்ப அதிகமாப் போச்சு. ரொம்ப நாளா சொல்லணுமின்னு, ஆனா தினம் மறந்து தொலைச் சுடறேன். மறக்காமே நாளைக்கே எலிப்பொறி ஒண்ணு வாங்கி வாங்க" என்று சொல்லி மறுபடியும் தாம்பூலத்தைத் துப்பினாள். கமலாசனிக்குச் சுமுகமானால் அவர்கள் பால்கனிக்கும், அதன்கீழ்

பால்கனிக்கும், அதற்கும் வெகுகீழே நடந்துசெல்லும் அப்பாவிப் பாதசாரிகளுக்கும் ரொம்ப ஆபத்து.

தான் சொன்ன செய்தியை கேட்டுத் தன் மனைவி பிரமிக் காமல் போனது முத்தையாவுக்குக் கொஞ்சம் ஏமாற்றம்தான். அதிக ஏமாற்றமில்லை. அதெல்லாம் அடிநாளிலேயே கலியாணமாகி ஐந்து வருஷமான பின்னும் அவள் கருத்தரிக்காதபோதே ஏற்பட்டுப் பழகிப்போன விஷயம். தாய்மையினாலே நெகிழாததினாலேதான் கமலாசனி அம்மாள் சுமுகமாக இருப்பதில்லை என்பது அவர் முடிவு. அபூர்வமாக வரும் சந்தோஷ நேரத்தைப் பாழடிக்க விரும் பாமல் அவரும் எலிப்பொறி வாங்கிவருவதாக வாக்களித்தார்.

மறுநாள் காலை தூங்கி எழுந்தவுடனும், காப்பி குடிக்கும் போதும், பின் வேலையின் நிமித்தமாக வீட்டை விடும்போதும், ஆக மூன்றுமுறை கமலாசனியும் எலிப்பொறியை அவர் கவனத் துக்குக் கொண்டு வந்ததன் விளைவாக அவர் தனக்குத் தெரிந்த கடையொன்றில் எலிப்பொறி வேண்டுமென்று கேட்டார். கடைக் காரர் கையை விரித்துவிட்டார். முத்தையாவும் அதோடு விட்டி ருப்பார். ஆனால், கமலாசனி விட்டுவைக்க இடம் தரவில்லை. மறுநாள் வேறொரு கடையில் கேட்டார். அங்கேயும் கிடைக்க வில்லை. அதற்கடுத்தநாள் இன்னொரு கடையில். இங்கேயும் இல்லை! முதல் கடைக்காரரிடம் வந்து தனக்கு ஒரு எலிப்பொறி அவசியம் தேவை, எங்கிருந்தாவது தருவித்துக்கொண்டு வந்து தரவேணும் என்று சொன்னார்.

"எனக்கே கடைக்கு வேணும் சார், நான் எங்கெங்கேயோ தேடிப் பார்த்துவிட்டேன், கிடைக்கவேயில்லை. நாளைக்கு ரம்பாம் பேட்டையிலே கிடைக்குமின்னு சொன்னாங்க. கிடைச்சா உங்க ளுக்கும் ஒண்ணு கொண்டுவரேன்" என்று கடைக்காரர் பதிலிறுத்த போது அவருடைய 'நிருபர் உணர்வு' இதில் ஒரு 'நியூஸ்வால்யு' இருக்கிறது என்று திடீரென்று சொல்லியது. ரம்பாம்பேட்டையிலும் கிடைக்கவில்லை என்று மூன்றாம்நாள் கடைக்காரர் தெரிவித்த வுடன் 'நிருபர் உணர்வு' மறுபடியும் 'நியூஸ்வால்யு' என்று சொல்ல, அவர் எலிப்பொறி தேடும் படலத்தில் இறங்கினார். மாயமாய் மறைந்துவிட்ட எலிப்பொறிகளின் மர்மத்தைத் துப்பறியும் வேலையில் இறங்கினார் என்றால் அது மிகையாகாது.

அத்தனை வருஷங்கள் அவர் நகர நிருபராயிருந்தும் அவரே கனவில்கூட நகரத்தில் இத்தனை சந்துபொந்துகளும் எலிப்பொறி இல்லாத கடைகளும் இருக்கும் என்று நினைத்துப் பார்த்திராத அளவு நகரத்தைப் பற்றியும் அதன் கடைகளைப் பற்றியும் எலிப்பொறி வேட்டையின்போதுதான் அவர் அறிந்துகொண்டார். ஆனால், எலிப்பொறி மாத்திரம் கிடைக்கவில்லை! கடைசியில்

வேட்டையைக் கைவிட நிச்சயித்த சமயத்தில், கொலம்பஸ் மனம் முறியப்போகும்போது கரை தட்டுப்பட்ட மாதிரி அவருக்கு ஒரு யோசனை தட்டுப்பட்டது. விரைந்து அருகிலிருந்த காசுக்கடையுள் நுழைந்தார்.

திண்டில் சாய்ந்தபடி உச்சிமேட்டைச் சுவாரசியமாக ஆராய்ந்துகொண்டிருந்த மார்வாடியிடம் எலிப்பொறி ஒன்று வேண்டும் என்று கேட்டார். மார்வாடி நான்கு தலைமுறைக்கும் மேலாகத் தமிழ்நாட்டிலேயே பிறந்து வளர்ந்த ஆதி மார்வாடி யானதினாலோ என்னமோ சினிமா மார்வாடிகள் போலல்லாமல் நன்றாகத் தமிழ்பேசினான்.

"யார் உங்களை இங்கே அனுப்பினது?"

இவர் ஏதோ தங்கம் தேடும் சி.ஐ.டி. என்று சந்தேகிப்பது போல இருந்தது அவன் கேள்வியும் பார்வையும்.

"யாரும் அனுப்பலே ஸேட்ஜீ, ஊரெல்லாம் தேடினேன் எலிப் பொறி வாங்கணுமின்னு, கிடைக்கலே. இங்கே உங்ககடையைத் தாண்டிப் போகும்போது உங்களண்டை கேக்கலாமின்னு தோணிச்சு, அதனாலே கேட்டேன்."

அவன் கொஞ்சநேரம் ஏதோ யோசனை செய்தான். உத்தி யோகஸ்தப் பிராமணர்கள் சந்தியாவந்தனம் செய்ய முணு முணுப்பதுபோல என்னமோ முணுமுணுத்தான். கடையிலிருக்கும் சாமான்களையெல்லாம் பட்டியல் செய்து அதில் எலிப்பொறி இருக் கிறதா என்று தேடிக்கொண்டிருந்தான் போலும். பிறகு திடீரென்று, "ரத்தன்லால்! ரத்தன்லால்!" என்று கூவினான். மறுபடியும் என்னமோ முணுமுணுத்தான். ரத்தன்லாலும் வரவில்லை, மதன்லாலும் வர வில்லை. எங்கே பீடி குடிக்கப் போய்விட்டிருந்தானோ. ஐந்து நிமிஷம் அமைதியில் கழிந்தது.

"நான் கேட்டேனே, எலிப்பொறி" என்று மார்வாடியை நன வுலகப் பிரச்சனைகளுக்கு இழுக்க ஆரம்பித்தார் முத்தையா.

"இப்போ இங்கே ஆள் யாரும் இல்லே, உள்ளே இருக்கு தான்னு பாக்கணும். ஒண்ணே ஒண்ணு இருந்ததுன்னு ஞாபகம். நீங்க சாயங்காலம் நாலுமணிக்கு வாங்க, எடுத்து வெச்சிருக்கறேன்" என்று மார்வாடி சொன்னான்.

தம் யோசனை வெற்றிகரமாக ஆனதைக் குறித்து ஏற்பட்ட பெருமிதத்தோடு அவரும் மாலை நாலுமணிக்கு வருவதாகச் சொல்லிச் சென்றார்.

அவர் மீண்டும் வந்தபோது கடையில் பழைய மார்வாடி இல்லை. வேறொரு மார்வாடி உட்கார்ந்திருந்தான். காலை இருந்த வனின் தகப்பனாக இருக்கவேண்டும். முத்தையா, "எலிப்பொறி..." என்று ஆரம்பித்தார்.

அப்பா மார்வாடி முகமெல்லாம் காவிபடிந்த பல்லாக, "வாங்க வாங்க, உங்களைப் பத்தி ரத்தன்லால் சொல்லிட்டுப் போனான். நீங்க ரொம்போ அதிர்ஷ்டசாலி சார், ஒரே ஒரு எலிபோன் கடை யிலே எங்கேயோ ஒரு மூலையிலே இருந்திச்சு. எடுத்து வெச்சிருக் கேன். எத்தினியோபேர் வந்து கேட்டுட்டுப் போனாங்க, இல்லேன்னு சொல்லிட்டேன். சொன்ன வார்த்தை காப்பாத்தணும் பாருங்க, நம்ம தொழில்லே நாணயம்தான் முதல். மீதியெல்லாம் வட்டிதான். சொன்ன சொல்லை காப்பாத்த முடியாதுன்னா அவன் நம்ம தொழிலுக்கே லாயக்கில்லே. எங்க முப்பாட்டனார் வடக்கே யிருந்து இங்கே வந்து இதே இடத்துலே கடைவெச்சார், இன்னும் நடக்குது பாருங்க, இந்த திண்டுகூட அவர் வாங்கி வெச்ச திண்டு தான்..."

அவன் பேசிக்கொண்டே போனான். அவர் கடையைப் பார்த்தார். அவன் முப்பாட்டனார் ஆரம்பித்த கடை மாதிரித்தான் இருந்தது. அவனும் முப்பாட்டனார் போலத்தான் இருந்தான். சுற்றிப் பார்ப்பதைத் தவிர அவனுடைய பேச்சுக்கிடையே அவரால் ஒரு வார்த்தையையும், இடுக்கில்கூட நுழைக்க முடியாது போலிருந்தது. இருப்பினும் துணிந்து, "என்ன விலை?" என்று கேள்வி போட்டுக் குறுக்கிட்டார்.

"அதுக்கு விலையே கிடையாது சார், திண்டுக்கு நாணயம்தான் விலை."

"திண்டுக்கு இல்லை, எலிப்பொறிக்கு என்ன விலைன்னு கேட்டேன்."

"ஓ, எலிபோனுக்கா, அதுவும் விலைக்கு இல்லை சார், யாரோ அடகு வெச்சுட்டுப் போயிருக்காங்க. ஊரான் சொத்தை எடுத்து நமக்கு வேண்டியவராச்சேன்னு உங்களுக்கு நான் குடுத்துடலாமா, நீங்களே சொல்லுங்க. அது சரியாகுமா? நாளைக்கி நீங்களே எங்ககிட்டே நம்பி எதையும் குடுப்பீங்களா? டேய்..." என்று அப்பா மார்வாடி உரக்கக் கூவினான். முத்தையா திடுக்கிட்டுப் போனார்.

உள்ளேயிருந்து காக்கி நிஜாரும் மொட்டைத் தலையுமாக ஒரு பையன் வந்தான்.

“டேய், ஐயாவுக்கு ஒரு கப் காப்பி கொண்டா, சீக்கிரம்.”

அவருக்குப் போன மூச்சு திரும்ப வந்தது. “சே, சே, வேண்டாம் ஸேட்ஜீ” என்றார் முத்தையா.

“போடான்னா நிக்கிறியே, போ” என்று மார்வாடி அதட்ட, பையன் ஓடினான்.

“காசுக்கு இல்லையின்னா நான் எப்படி இதை எடுத்திட்டுப் போறது?”

“விலைக்கி இல்லைன்னுதான் சொன்னேன், காசுக்கு இல்லயின்னு சொல்லலல்லே. அடகு வெச்சவன் திரும்பக்கேட்டா நான் என்னா சொல்றது? சுலபமா கிடைக்கிற சாமானானாலும் பரவாயில்லே, வேறே வாங்கிக் குடுத்துடலாம், உங்களுக்கே தெரியுமே, ஊரிலேயே எலிபோன் கிடையாதுன்னு. அப்பறம் நம்ம கடையினுடைய பேர் என்னாஆகிறது? இருந்தாக்கூட, நீங்க நமக்கு வேண்டியவரானதாலே வாடகைக்கி குடுக்கறேன். எவ்வளவு நாள் வேணுமானாலும் வெச்சுக்கங்க. வாரத்துக்கு ஒருதரம் வாடகை குடுத்தாப்போதும். சொந்தக்காரன் கேட்டா ஒங்ககிட்டே சொல்றேன், நீங்க திருப்பிக் குடுத்துடுங்க. அப்போ உங்களுக்கும் நஷ்டமில்லே, எனக்கும் கஷ்டமில்லே, சொந்தக்காரனுக்கும் நஷ்டமில்லே...”

காப்பி வந்தது. அதில் மிதந்துகொண்டிருந்த ஈயைச் சுட்டு விரல் நுனியால் எடுத்துக் கடைக்கு வெளியில் உதறிவிட்டுக் காப்பியைக் குடித்தார். நல்லவேளை, காப்பி நல்ல சூடு.

“என்ன வாடகை?”

“ஜாஸ்தியில்லே சார், சும்மா ஒப்புக்குத்தான். ஒரு நாளைக்கி ஒரு ரூவாதான். நீங்க நமக்கு வேண்டியவர் ஆனதுனாலே, வாரத்துக்கு ஆறு ரூவா வெச்சுக்குங்க. ஒரு நாள் ஃப்ரீ. ஆபத்துக்கு உதவலேன்னா அப்பறம் மனுஷாளுக்கும் மத்ததுக்கும் என்ன வித்தியாசம்? நான் எப்பவுமே...”

அவன் கடையின் மரப்படியில் ஈரத்தால் பிரபை கட்டப்பட்டு நடுவில் உயிர்த்தியாகம் செய்து கிடந்த ஈயைப் பார்த்தபடி மார்வாடி பேசிக்கொண்டிருந்தான். அவனுடைய ஜைன மனசாட்சியில் ஈயின் படுகொலை பெரிய புண்ணை ஏற்படுத்தியிருக்க வேண்டும். அவன் குரலில் விரக்தி தொனித்தது.

“வாரத்துக்கு ஆறு ரூபாயா, அடேயப்பா, பழைய எலிப் பொறிக்கா?” முத்தையாவின் மன அதிர்ச்சி அவரை அறியாமலேயே வெளிப்பட்டு விட்டது.

"ஆல்ரைட் சார், உங்களுக்காக அஞ்சு ரூவா, சனி ஞாயிறு ஃப்ரீ! சந்தோஷம்தானே. நமக்கு மனுஷாள்தான் வேணும். அரை ரூவா ஒரு ரூவாவுக்கெல்லாம் பால் மாறினா எப்படி? அதுக்காக மனுஷாளை விட்டுக் கொடுத்துடலாமா?" என்று தாராள வேதாந்தம் பேசியபடி அவன் எழுந்து உள்ளே சென்று எலிப் பொறியைக் கொண்டு வந்தான். 'டபார் டபார்' என்று அதைத் திறந்து மூடி அது சரியாக வேலை செய்கிறது என்பதைக் காண் பித்துவிட்டு அதை அவர் முன் வைத்தான். சாதாரண பழைய காலத்து மர எலிப்பொறி. ஒரு சாதாரண, அதுவும் பழசாகப் போன எலிப்பொறியைக் கண்டால் ஒரு மனிதனின் மனதில் உணர்ச்சிகள் அலைமோதிப் புரளும் என்று யாராவது அன்று திரு. முத்தையாவிடம் சொல்லியிருந்தால் அதைப் புதுக்கவிதைக் காரனின் பிதற்றல் என்று முத்தையா எடுத்தெறிந்து பேசியிருப்பார், அந்த அனுபவம் அவருக்கே அன்று ஏற்பட்டவரை. அசோக வனத்தில் சீதையைக்கண்டபோது அனுமானுக்கு ஏற்பட்ட உணர்ச் சிகள் அவருக்கும் அப்போது ஏற்பட்டன. பரிவோடு அதைத் தொட்டுத் தடவிப் பார்த்தார். புன்னகை செய்தார். மார்வாடியும் புன்னகை செய்தான். ஒரு மனிதனுக்கு உண்மையான ஆனந்தம் என்றால் அது மற்றவர்களுக்கும் பரவுவது இயற்கைதானே!

அதைப் பழைய தினசரி ஒன்றில் ('தினத்தூதன்' அல்ல) சுற்றிக் கொண்டே பதினைந்து ரூபாய், முன்பணமாக அல்ல, டெபாசிட் டாகக் கேட்டான். அவர் கையில் அவன் கேட்ட தொகை இல்லை. மறுநாள் காலை பத்து மணிக்குக் கொண்டுவந்து கொடுப்பதாகச் சொன்னார். அவன் நம்பினானோ இல்லையோ, நம்பவில்லை என்று சொல்லவில்லை.

"எலிபோனுக்கு ரொம்ப கிராக்கி இருக்குது சார், நீங்க வர்றதுக் குள்ளே வேறே யாராவது வந்து கேட்டாங்கன்னா என்னா செய்றது? எனக்கு ரொம்ப தர்மசங்கடமாயிடுமே!" என்று தன் இக்கட்டை எடுத்துரைக்க ஆரம்பித்தான்.

"நாளைக்காலை பத்து மணிக்கு நான் வராத போனா யார் கேக்கறாங்களோ அவுங்களுக்கே கொடுத்துடுங்க, அது வரையிலே யாருக்கும் கொடுக்காதீங்க சேட்ஜீ" என்று அவனுக்குச் சமாதானம் சொல்லிவிட்டுக் கிளம்பினார் முத்தையா. கேவலம் ஒரு எலிப் பொறிக்காக அவ்வளவு பணம் தன் கையை விட்டுப்போவது அவருக்குப் பிடிக்கவில்லை. நாலைந்து தெருக்கள் தாண்டிய பிறகு எதிர்ப்பட்ட இன்னொரு மார்வாடி கடையில் நுழைந்தார். ஒரு கணம் பழைய கடைக்கே வந்துவிட்டோமோ என்ற பிரமை அவருக்கு ஏற்பட்டது. அதே லட்சுமி படம். ஜமக்காள விரிப்பு. கல்லாப்பெட்டியுடன் கணக்குப்பிள்ளை மேஜை. முப்பாட்டனாரின்

திண்டு. அதன்மேல் சாய்ந்துகொண்டு வெட்டவெளியை ஆராய்ச்சி செய்துகொண்டிருக்கும் முப்பாட்டனாரின் பேரன் ரத்தன்லாலோ கிஷன்லாலோ. அங்கேயும் போய் எலிப்பொறி பற்றிக் கேட்டார். அவனும் ஆலோசனை முணுமுணுப்பு மௌனங்களுக்குப் பின்பு கடையில் எங்கேயோ ஓர் எலிப்பொறி இருக்கலாமென்றும் ஆனால், தற்போது கடையில் ஆளில்லாததால் மறுநாள் காலை வந்தால் அதற்குள் தேடியெடுத்து வைத்திருப்பதாகவும் அசுவாரசியமாகச் சொன்னான். எலிப்பொறியில்லாமலேயே எஞ்சியுள்ள வாழ்நாளைக் கழித்துவிடுவது என்ற வைராக்கியத்துடன் வீட்டுக்கு நடந்தார். ஆனால், வீட்டுள் நுழைந்ததுமே தெய்வ யத்தனத்தின் முன் மனித யத்தனம்போல் அவருடைய வைராக்கியமும் பொடிந்தது. முதல்நாள் ஒரு கலியாணத்துக்காக அணிந்து அவிழ்த்து வைத்திருந்த அவருடைய ஒரே சில்க் ஜுப்பா அவர் போட்டுப்போயிருந்த நாற்காலியின் மேல்தான் இருந்தது. ஆனால், அதில் கையகலம் காணோம். கீழே எலி கொறித்துப்போட்டிருந்த பட்டுத் துணித்தூள்கள். அத்துடன் அவருடைய வைராக்கியமும் தூளாயிற்று.

மறுநாள் காலை தான் சொன்ன நேரத்துக்கு அரைமணி முன்னதாகவே மார்வாடியின் கடைக்குப் பிணைப் பணத்துடன் போய்ச் சேர்ந்தார்.

“எனக்கு ரொம்பக் கஷ்டமாப் போச்சு சார், நீங்க போன வுடனே அதே எலிபோனுக்கு எனக்கு ரொம்ப வேண்டியவர் ஒத்தர் வந்து சண்டை பிடிச்சுட்டுப் போனார். கடைசியிலே, இன்னிக்கிக் காலமே சரியா பத்தேகாலுக்கு வரேன்னு சொல்லிட்டுப் போயிருக் காரு. நல்லகாலம், நீங்க முன்னாடியே வந்துட்டீங்க!” என்ற வரவேற் புரையுடன் மார்வாடி வரவேற்க, எலிப்பொறியும் பணமும் இடம் மாறின.

முத்தையா எலிப்பொறியுடன் தெருக்கோடி போய்த்திரும்பும் போது வேறொரு ஆள் அவசரமாக மார்வாடியின் கடையுள் நுழை வதைக் கண்டார். இதுதான் தன்னுடைய எலிப்பொறியைக்கேட்டுச் சண்டைபிடித்த மார்வாடிக்கு “ரொம்ப வேண்டிய” ஆளாக இருக்க வேண்டும் என்று ஊகித்துச் சற்று ஒதுங்கி நின்றார். சில நிமிஷங் களுக்குள் அந்த ஆளும் கையில் ஒரு பொட்டலத்துடன் வெளியே வந்தான். முத்தையா இருக்கும் பக்கமாக வந்தான். கண்டார்ப் பிணிக்கும் தன்னுடைய மோகன வசீகர நிருபப் புன்னகையுடன் முத்தையா, “என்ன சார் பொட்டலம்? எலிப்பொறியா? எங்கே கிடைச்சது?” என்று கேட்டார்.

“ஆமா, எலிப்பொறிதான். இந்த ரோடிலே இருக்கறான். மார்வாடி. எமகாதகன். அவங்கிட்ட இருக்கு. படுவிலை. இருபது

ரூவா டெப்பாசிட்டு, ரெண்டுரூவா வாடகை தினத்துக்கு" என்று சொல்லிச் சண்டைக் காளை போலப் புஸ்புஸ்ஸென்று மூச்சு விட்டுக்கொண்டு நின்றான் அந்த ஆள்.

"அடேயப்பா, ரேட் ரொம்ப அதிகமாயிருக்கே!"

"வடக்கத்திக்காரன். சேட்டு. திருட்டுப்பசங்க எல்லாரும். ஒழிக ஒழிக" என்று சொல்லிக் கைமுஷ்டியை ஆட்டிவிட்டு இன்னும் இருமுறை புஸ்புஸ்ஸென்று மூச்சுவிட்டு, கண்களை உருட்டி விழித்துவிட்டுத் தமிழ்நாட்டைக் காப்பாற்றிவிட்ட திருப்தியுடன் விடுவிடென்று நடந்தான் அந்த ஆள்.

தான் ஏமாந்தோமா, அல்லது அந்த ஆள் ஏமாந்தானா என்று ஆராய்ச்சி செய்துகொண்டு போனதில் முத்தையாவுக்கு வழிநடைச் சிரமம் தெரியவில்லை. அன்றைக்குத் தினத்தூதனுக்கு மற்றொரு தலைப்பு, "எலிப்பொறிகள் பதுக்கலா? எங்கே மறைந்தன?" என்ற கேள்வி உருவில் உதித்தது. நகரில் எலிகள் தொல்லை ஏராளமாய் அதிகரித்துவிட்டிருப்பதையும், ஆனால், எலிப்பொறிகள் கடைகளி லிருந்து மாயமாய் மறைந்துவிட்டிருப்பதையும், சில இடங்களில் அவை கொள்ளை லாபத்துக்கு விற்கப்படுவதையும், நாட்டுக்குச் சுதந்திரம் கிடைத்து நாற்பது வருடங்கள் ஆனபின்னும் இந்த நிலையா என்ற கேள்வியையும் அந்தத் தலைப்பு தாங்கி நின்றது.

தான் எலிப்பொறி வாங்குவதற்காகப் பட்ட கஷ்டத்தைச் சொல்லித் தன்னையே தேற்றிக்கொள்வதற்காக முத்தையா உட்கார்ந்து அனுபவித்து உணர்ச்சிபூர்வமாக எழுதின சிறு செய்திக் கட்டுரை அது. இந்தச் சின்ன விஷயத்துக்கு இவ்வளவு வரவேற்பு இருக்குமென்று அவரும் நினைக்கவில்லை, ஆசிரியரும் நினைக்க வில்லை. இரண்டு நாளைக்குப் பின் முத்தையா ஆபீசுக்குப் போன போது ஆசிரியர், "முவன்னா, வாங்க வாங்க, இதைப்பாருங்க" என்று சொல்லியபடி ஒரு கட்டுத் தபாலை அவரிடம் நகர்த்தினார்.

எலிப்பொறிகள் மறைந்த மர்மம் பற்றி கோவாலப்பட்டி ராஜாபாதர் முதல் மற்றும் பலர் எழுதியிருந்த கடிதங்கள் அவை. இந்தமுறை 'மற்றும் பலர்' மிக அதிகம். திருவாளர் பொதுஜனம் எலிப்பொறிகள்மேல் இவ்வளவு தீவிர சிந்தனை செலுத்தி இத்தனை மாறுபட்ட கருத்துகள் கொண்டிருந்தார் என்பது முத்தையாவுக்கு ஜனநாயகத்தின் பொறுப்புணர்ச்சிக்கு எடுத்துக்காட்டாக இருந்தது. இதுகூட அவ்வளவு ஆச்சரியமில்லை. அடுத்தநாள் மத்தியானம் தினத்தூதனின் அரசியல் நிருபர் சாரங்கபாணி சட்டசபையிலிருந்து டெலிபோன்மூலம் தெரிவித்த செய்தி முத்தையாவை, அவரை மட்டுமல்ல ஆசிரியரையும் புளகாங்கிதமடையச் செய்தது.

3

ஆளும்கட்சியைச் சாடுவதற்கு என்னசெய்வது என்று மூளையைக் குழப்பிக்கொண்டிருந்த எதிர்க்கட்சித் தலைவர் திரு. ரத்தினக்கண்ணன் அவர்களுக்குத் தற்செயலாகச் சர்க்கரைப் பொட்டலத்தின் மூலமாகத் தட்டுப்பட்ட தினத்தூதனின் (மூன்று நாள் முந்தியது) செய்திக்கட்டுரை வரப்பிரசாதமாக அமைந்தது. இந்த பொதுஜன முக்கியத்துவம் வாய்ந்த பிரச்சனையை உடனடியாக விவாதிக்கும் பொருட்டு ஒரு ஒத்திவைப்புப் பிரேரணையை அவர் மறுநாளே கொண்டுவந்தார். முதல்மந்திரி இதை எதிர்த்தார். வெறும் பத்திரிகைக்குறிப்பை ஆதாரமாகக்கொண்டு சட்டசபை எதுவும் செய்யமுடியாதென்றும், நம்பகமான தகவல்களை எதிர்க்கட்சித்தலைவர் சமர்ப்பித்தால் அதன்மேல் அரசாங்கம் நடவடிக்கை எடுக்கத் தயார். ஏனென்றால் இது மக்களின், அதுவும் எழுத்தறிவில்லாத ஏழை மக்களின் அரசாகும் என்றும், தவிரவும் இது ஒன்றும் பொதுஜன முக்கியத்துவம் வாய்ந்த அவசரப் பிரச்சனை அல்ல, வெறும் எலிப்பொறி பற்றிய விஷயந்தான் என்றும், இது ஒரு பிரச்சனையே அல்ல, ஏனெனில் தனக்குத் தெரிந்தவரை அரசுக்கு இது பற்றிப் புகார்கள் ஒன்றும் வரவில்லை என்றும், ஆகவே இந்தப் பிரச்சனை அல்லாத பிரச்சனையை விவாதிக்கச் சட்டசபையின் பொன்னான நேரத்தை வீணாக்குவது மக்களின் பொதுப்பணத்தை விரயம் செய்வதாகும் என்றும், தம்முடைய கட்சி மக்களின், அதுவும் எழுத்தறிவில்லாத ஏழை மக்களின், நலம்பேணும் கட்சியானதினால் அவர்கள் தங்கள் ரத்தத்தைப் பிழிந்து அரசுக்கு அளித்திருக்கும் பணத்தை வீணடிக்க ஒரு போதும் ஒப்புக்கொள்ளாதென்றும், ஆகவே இந்த ஒத்தி வைப்புப் பிரேரணை தள்ளுபடி செய்யப்பட வேணுமென்றும், ஆனால், அதேசமயம் அரசாங்கம் இப்படி ஒரு பிரச்சனை இருக்கிறதா, அது எவ்வளவு முக்கியமானது என்பதை ஆராய நடவடிக்கை எடுக்குமென்றும், ஏனெனில் இது மக்களின், அதுவும் படிப்பறியாப் பாமரப் பொதுமக்களின், அரசாகும். ஆகவே அவர்களுடைய நலனிலேயே எப்போதும் நாட்டமுடையது என்றும் அரசாங்கத்தின் நிலையை (ஆளும்கட்சியினரின் பலத்த கைத்தட்டலுக்கிடையே) விளக்கினார். சபாநாயகரும், இது முந்தாநாள் பத்திரிகையிலிருந்து எடுக்கப்பட்டதினால் இன்று திடீரென்று ஏற்பட்ட அவசரப் பிரச்சனையாக இருக்கமுடியாது, ஆகவே இப்பிரேரணையை அனுமதிக்க இயலாது என்று தீர்ப்புக்கூற, அரசாங்கத்தின் பொறுப்பற்ற ஆட்சிமுறையைக் கண்டிக்கும் வகையில் திரு. ரத்தினக்கண்ணன் சபையிலிருந்து வெளிநடப்புச் செய்தார். இந்த விவாதத்தில் நடுக்கட்சி அங்கத்தினர்கள் பங்கெடுக்கவில்லை. அவர்கள் அனைவரும் காப்பி சாப்பிடப் போய்விட்டிருந்தார்களாம். இதைச் சாரங்கபாணி

தெரிவித்தபோது, 'தினத்தூதன் கட்டுரை குறித்துச் சட்டசபையில் சலசலப்பு எதிர்க்கட்சியினர் வெளிநடப்பு' என்று மறுநாள் பத்திரிகையில் வெளியிடும் வாய்ப்புக் கிடைத்தது பற்றி வெ. நா. ரனாருக்குப் பரமசந்தோஷம்.

4

முத்தையாவின் எலிப்பொறி விவகாரம் இத்துடன் முடிந்துவிடவில்லை. அவருடைய துரதிர்ஷ்டம், முதல் மூன்று நாட்கள் பொறியில் எலிகளே விழவில்லை. நாலாம்நாள் வந்த எலி மகா சாணக்கிய எலியாக இருந்திருக்க வேண்டும். அது, திறந்து வைக்கப்பட்டிருந்த பொறியின் வாய்வழியாக ஒழுங்காக நுழையாமல், பொறியின் பக்கத்தைக் கொறித்துத் துளைசெய்து மசால்வடையைத் தின்றுவிட்டுத் தன் ரசனையைக் காண்பிப்பதற்காக வீடெங்கும் புழுக்கையையும் போட்டுவிட்டுப் போயிருந்தது! ஓட்டைப் பொறியை மார்வாடியிடம் திருப்பித்தர முத்தையா வெட்கப்பட்டுக் கொண்டு பணம் போனாலும் பரவாயில்லை என்று சும்மா இருந்துவிட்டார். அன்று மாத்திரம் 'யார் எலிகளின் முதல் வைரி' என்று வாக்கெடுப்புச் செய்திருந்தால், அது முத்தையாதான் என்று கண்டுபிடித்திருப்பார்கள்.

இந்த நிலைமை கொஞ்ச காலத்துக்குத்தான். பிறகு வேலைத் தொந்தரவில் எலிகள் சிறிது சிறிதாக அவர் மனதின் அடிமட்டத்திலிருந்து மறைய ஆரம்பித்தன. கமலாசனி அம்மாளும் எலிப் பொறிக்கு நேர்ந்த கதியைப் பார்த்தபிறகு எலிகளை ஒழிக்கும் எண்ணத்தை விட்டுவிட்டு எலிகளிடமிருந்து தப்பிக்கும் உபாயங்களில் ஈடுபட்டாள். அதன் பலன், அவளுடைய சுமுக நாட்கள் முன்னை விட அருமையாயின. வாழ்க்கை மற்றபடி ராவண்டி மாதிரி ஒரே கதியில் சென்றது.

5

ஒருநாள் ராமசுப்பு தினத்தூதன் ஆபீசுக்கு வரவில்லை! பூரண சூரிய கிரகணம் மாதிரி நூற்றாண்டுக்கொருமுறை நிகழும் அதிசய சம்பவம் இது. ராமசுப்பு பிறந்து இன்னும் நூறு வருஷம் ஆகாத படியால் இச்சம்பவம் இதுவரை நிகழவில்லை. அவர் எப்படிக் காலமானார் என்று அறிய முத்தையா ரா.சு. வின் வீட்டுக்குச் சென்றார். அங்கு சென்றபின் அவர் பெரிய ஆசுபத்திரியில் சேர்க்கப்பட்டிருக்கிறார் என்ற அதிர்ச்சிதரும் செய்தி கிடைத்தது. வழிநெடுக, எப்படி விரசமில்லாமல் ரா. சு. வின் மரணச்செய்தியை பத்திரிகையில் வெளியிடுவது என்று யோசனை செய்தபடியே ஆசுபத்திரிக்குச் சென்றவருக்கு அங்கே பேரிடிச் செய்தி காத்திருந்தது.

ராமசுப்பு இன்னும் சாகவில்லை, உயிரோடுதானிருந்தார்! கட்டிலின்மேல் கால்களை நீட்டிக்கொண்டு (ஒரு காலில் கட்டுப் போட்டிருந்தது) சுவாரசியமாக ஆரஞ்சுப் பழங்களை உரித்துத் தன்னைச் சுற்றிலும் குப்பைபோட்டுக் குதப்பிக்கொண்டிருந்தார்!

அடுக்கடுக்காகத் தொடர்ந்து ஏற்பட்ட அதிர்ச்சிகளைத் தாங்க முடியாத முத்தையா அயர்ந்து ராமசுப்புவின் கட்டில்மேல், கட்டுப் போட்டிருந்த அவர் கால்மேலேயே, உட்கார்ந்து விட்டார். ஆரம்ப நாளிலேயே முத்தையாவை “களிமண் முத்தையா” என்று மனதுக் குள் நாமகரணம் செய்து வைத்திருந்த ராமசுப்புவுக்குத் தனது நண்பன் தன் பொருட்டாக வாழ்விலேயே முதன்முதலாக உணர்ச்சி வசப்பட்டுப்போனான் என்ற திருப்தியில் தன் கால் முத்தையாவின் அடியில் சிக்கிவிட்டதையும் பொருட்படுத்தவில்லை. மாறாக ஆரஞ்சுப்பழத்தை நீட்டினார்.

முத்தையா பழத்தைச் சாப்பிட்டு முடித்து, வாயில் சேர்த்து வைத்திருந்த கொட்டைகளைத் துப்ப ரா.சு. சுற்றிலும் இடம்விட்டு வைக்காததனால், எழுந்துபோய், “இங்கே துப்பு” என்று எழுதி யிருந்த பலகையின்மேல் துப்பிவிட்டு வரும்வரை நண்பர்கள் இருவரும் ஒன்றும் பேசவில்லை. முத்தையா திரும்பி வந்ததும் அவர் அமரக் கால்களை மடித்து இடம்விட்டார் ராமசுப்பு.

“என்ன சார் இப்படிக் கிடக்கீங்க, என்னஆச்சு?”

“என்ன ஆச்சா? அதையேன் கேக்கறேபோ, எலி கடிச்சுடுத்து!”

ராமசுப்புவையாவது எலியாவது கடிப்பதாவது? ராமசுப்பு எலியை கடித்துவிட்டார், எலி நேரே போலீஸ் ஸ்டேஷனுக்குச் சென்று புகார் கொடுத்துவிட்டு ஒடிந்த வாலை அங்கேயே சாட்சிய மாக வைத்துவிட்டு ஆசுபத்திரிக்கு வந்து வேறு வால் வைத்துத் தையுங்கள் என்று உண்ணாவிரதம் இருந்தது என்று கேள்விப் பட்டால்கூட அதை நம்பிவிடலாம். எலி வந்து ராமசுப்புவைக் கடிப்பதாவது! என்ன பைத்தியக்காரத்தனம்! என்ன கிடைக்கு மென்று எலி இவரைக் கடிக்க வந்தது?... இவ்வாறு யோசனை செய்தபடியிருந்ததில் முத்தையா ராமசுப்புவின் பதிலின் முற் பகுதியை விட்டுவிட்டார். ரா.சு.வோ பேசுவதை விடவில்லை.

“...பாத்தா எலி ஓடறது! அதும் வாயிலே சதை, என் காலிலே ரத்தமாக் கொட்டறது! இவ வந்தா ஒத்தாசை பண்றேன்னு, வந்தவ ரத்தத்தைப் பாத்துட்டு, ‘என்னன்னா, என்னமோ பண்றதே’ன்னா. அப்பிடியே மயக்கம் போட்டுச் சேர்லே உக்காந்த மாதிரி விழுந் துட்டா. நல்லவேளை, அந்தச் சேருக்கு நாலுகாலும் இருந்ததோ தப்பிச்சா, இல்லேன்னா கீழே விழுந்து அவ மண்டை ஒடைஞ்சு

இருக்கும். எனக்குப் பட்டுனு புரிஞ்சுடுத்து, ஓஹோ நம்பளை எலி கடிச்சுடுத்துன்னு. நாம எல்லாம் என்ன சிபிச்சக்கரவர்த்தியா என்ன, ஓடிப்போன எலியைத் தேடிப்போய்க் கூப்பிட்டு 'இந்தா மீதியையும் எடுத்துக்கோ'ன்னு சொல்றத்துக்கு. அந்த நேரத்துலே பாரு எனக்குச் சிபிச்சக்கரவர்த்தி ஞாபகந்தான் வந்துது. ஆச்சரிய மாயில்லே? அதுக்குத்தான் சொல்றேன். நம்ம ரங்கசாமி பாகவதர் சிபிச்சக்கரவர்த்தி கதை சொல்றதைக் கேட்டிருக்கியோ? அற்புதமா யிருக்கும். ஆனாப்பாரு அவருக்கு ருக்மிணி கல்யாணம் சொல்ல வராது! அதுக்கு கொளத்தூர் ராமையாவண்டைதான் கேக்கணும். இனிமே யார் அவர் மாதிரி சொல்லப்போறா. அந்தக்காலத்துலே எங்கேயாவது இருவத்தஞ்சு மைல் சுத்துவட்டாரத்துக்குள்ளே ராமையா ருக்மிணி கல்யாணம் சொல்றார்னா நாங்கள்ளாம் மொத நாளே கௌம்பிடுவோம் அவருக்கு அவ்வளவுபேர். அவருக்குக் கூட சிவராமன்னு...”

பெரிய ஜங்ஷனில் ரயில்வண்டி தடம் மாறிமாறிச் செல்வது போல அவர் பேச்சும் பாதை மாறிக்கொண்டே போனது. அப் பேச்சைக் கவனித்து விஷயத்தைப் புரிந்துகொள்ளும் முயற்சியை முன்னமேயே கைவிட்டுவிட்டுத் தன் மனதை வேறு பல விஷயங் களில் மேயவிட்டிருந்த முத்தையாவுக்குத்தான் ஒன்றுமே கேட்க வில்லை என்பது ஞாபகத்துக்கு வர, “ரொம்பப் பெரிய காயமோ?” என்றார்.

“என்ன சொல்றே? அப்போ அம்பீன்னு ஒர்த்தன் ஆபீசுலே வேலை பண்ணிண்டிருந்தான். அவன் கல்யாணத்திலே செல்வ ரங்கம் 'பேண்ட்'னு சொன்னேன். அங்கே யாருக்கும் அடிபடலியே, யாரு சொன்னா? முருகேசன் தான் சொல்லியிருப்பான். அப்பவே அவனுக்குக் 'கோழிக்குத்தி'ன்னுபேரு. கடைசியா இன்கம்டாக்ஸ் இன்ஸ்பெக்டரேட்டிலே வேலை பண்ணிண்டிருந்தான், சாத்தூர் கணேசன் கீழே. ஒரு நாளைக்கிக் கணேசன்...”

“ஒங்க கால் காயத்தைக் கேட்டேன், எலி கடிச்சுட்டு தீன்னிங் களே, அதைத்தான் கேட்டேன்.”

விஷயம் புரிய, எஞ்சினைத் தடம் மாற்றிமாற்றிப் பிளாட் பாரத்துக்குக் கொண்டுவந்து நிறுத்த ரா.சு.வுக்குச் சில வினாடிகள் ஆயின.

“ஓ, இதுவா, அப்படியொண்ணும் ரொம்பக் காயமில்லே. கட்டுக்கட்டிடுங்கோ, நான் வீட்டுக்குப் போறேன், போது விடிஞ்சா ஆபீசுக்குப் போணும்னு சொன்னேன். அப்போ ஒரு டாக்டர் வந்து காலில் விழாத குறையாக் கெஞ்சிக் கேட்டுண்டான். 'ஒரே ஒருநாள் இருந்துட்டுப் போங்கோ'ன்னான். என்னமோ ஆராய்ச்சி

பண்றானாம். அமெரிக்காவிலே அவா பத்திரிக்கையிலெல்லாம் எழுதப் போறானாம். என்னோட எதிர்காலமே இதிலே இருக்கு சார், ஒரே ஒரு நாள் இருக்கணும்னான். சரின்னேன். காயத்துலே ஒரு துண்டு வேணும்னான். ஒரு துண்டென்ன, காயம் பூராவையும் எடுத்துக்கோயேன், எனக்கு அதுவேண்டாம்னேன், 'ரொம்ப தாங்க்ஸ்'ன்னுட்டு அவன் என்னடான்னா காயம் பூராவையும் வெட்டி எடுத்துண்டுட்டான்! இப்போ எனக்கு எலிக் கடிக் காயமில்லே, டாக்டர் பண்ணியிருக்கிற காயம்தான். அவன் பேர்... என்னமோ சொன்னான், சதீஷ்மோகனோ என்னமோ, ஆனாப்பாரு அவன் பெங்காலி இல்லே, நாயுடுவாம்..."

"டாக்டர் சம்பத் மோகனா?"

"ஆமா ஆமா, அவனேதான்" என்றார் ரா.சு.

ராமசுப்புவின் காலை மாத்திரம் கடித்துவிட்டு மற்றப் பாகங் களையெல்லாம் சும்மா விட்டுவிட்டுப்போன எலியைச் சபித்துக் கொண்டு, அது எலியில்லாமல் புலியாக இருந்திருந்தால் எப்படி இருந்திருக்கும் என்று கற்பனைசெய்து தனக்குள் சந்தோஷப் பட்டுக்கொண்டே திரும்பினார் முத்தையா. ஆபீசில் மற்றவர்களிடம் ரா.சு. வைப் பற்றி எச்சரிக்கை செய்யவேண்டும் என்று முதலில் நினைத்தவர் பிறகு, 'சீச்சீ, இவ்வளவு சுயநலமியாக இருக்கக்கூடாது, யான் பெற்ற இன்பம் பெறுக என் ஆபீசும்' என்று சொல்லித் தன்னையே கண்டித்துக்கொண்டு வாளாவிருந்துவிட்டார். ஆனால், அதற்காக அவர் டாக்டர் சம்பத்மோகனைப் பார்க்காமல் விட வில்லை.

6

டாக்டர் சம்பத் மோகன் பெரிய ஆசுபத்திரியில் இருந்த மிகச் சில அலோபதி வைத்தியர்களில் ஒருவர். 1980ஆம் ஆண்டில் நாட்டின் சுகாதார வைத்தியத்துறைகள் சீரமைக்கப்பட்டு, அலோ பதி என்கிற மிலேச்ச முறை வைத்தியம் அதன் ஆட்சிபீடத்திலிருந்து கவிழ்க்கப்பட்ட பின்னும் ஏதோ ஒரு அடிமைப்புத்தியினால் குருட்டுப் பிடிவாதத்துடன் அதைவிடாமல் பயின்று வந்த சிலரில் அவர் ஒருவர். இம்முறையில் அவருக்கு ஓரளவு தேர்ச்சியுண்டு என்பது முத்தையாவுக்குத் தெரிந்திருந்தும் அதில் ஆராய்ச்சி செய்யும் அளவுக்கு அவர் வளர்ந்துவிட்டாரென்பது அன்றுவரை அவருக்குத் தெரியாது. மேலும் முவன்னாவின் பழையகால நண்பர் மணவாளனின் கடைசித் தம்பி டாக்டர் சம்பத்மோகன். அவ்வழி யிலும் அவரைக் கண்டு பல மாதங்களாயிருந்தன. டாக்டரைப் பார்த்த மாதிரியும் இருக்கும், செய்தி சேகரித்த மாதிரியும் இருக்கும்

என்ற நினைப்புடன் மறுநாள் மாலை அவரைச் சந்தித்தார். அளவளாவினார். மெதுவாகப் பேச்சை எலிக் கடிக்குத் திருப்பினார்.

இந்த விஷயத்தை ஆரம்பித்ததும் டாக்டரின் முகம், ஆறரை மணிவரை வெறுமையாக இருந்த சினிமாத் திரை ஆறு முப்பத்தியொண்ணுக்குத் திடீரென உயிர்பெறுவதைப்போல உயிர் பெற்றது. பிறகு நடைபெற்ற சம்பாஷணையில் டாக்டரின் அந்தரங்க பலவீனங்கள் கொஞ்சம் தெரியவந்தன. 'பாவம், மிலேச்ச முறைகளைப் பின்பற்றுகிற மனிதன்தானே' என்று முவன்னா சமாதானம் சொல்லிக்கொள்ள வேண்டியதாயிற்று.

தன்னுடைய திறமைகளை வெளிநாட்டார் அறிந்து அங்கீகரிக்க வேண்டுமென்ற ஒரு பைத்தியக்கார ஆசை சம்பத் மோகனுக்கு! அதேசமயம் வெளிநாட்டில் செய்வதுபோல விசித்திரமான ஆராய்ச்சிகள் செய்யத் தமக்கு வசதிகளும் இல்லை, பயிற்சியும் இல்லை, திறமையும் இல்லை என்பதையும் உணர்ந்தவர். இருப்பினும் ஒருநாள், அன்று முதன்முதல் எந்த நோயாளி வருகிறானோ அந்த நோயைப்பற்றி ஆராய்ச்சி செய்வது என்று முடிவு செய்தாராம். அன்றைக்கு முதலில் வந்தது ஒரு எலிக்கடி கேஸ். இப்படித்தான் அவருடைய ஆராய்ச்சி தொடங்கியதாம்.

"எவ்வளவு நாளா இந்த ஆராய்ச்சி செய்யறீங்க?"

"ரெண்டரை மூணு வருஷம் ஆகுது, அதுக்குள்ளே நிறைய விஷயம் கண்டுபிடிச்சுட்டேன்...."

டாக்டர் சம்பத் மோகன் உற்சாகமாய்ப் பேசியதையெல்லாம் இங்கு எழுதப் புகுந்தால், பண்டைய இலக்கியங்களில் சொல்வது போல் "விரிக்கிற் பெருகும்." விரிவஞ்சி முத்தையாவுக்குப் புரிந்ததை மாத்திரம் இங்கே தருகிறேன்.

ஆராய்ச்சியை ஆரம்பித்த அன்றே டாக்டர் தன் அதிர்ஷ்டத்தை வியந்துகொண்டார். 'முதல்கேஸ் மாத்திரம் அன்று ஒட்டகச் சிவிங்கிக் கடி என்று வந்திருந்தால் அவர் கதி என்னவாயிருக்கும்? ஆராய்ச்சிக்கு மேற்கொண்டு கேஸே கிடைத்திருக்காது! அல்லது மூட்டைப் பூச்சிக் கடி, கொசுக் கடி என்று வந்திருந்தால் படு சிரமமாயிருந்திருக்குமாம். அம்மாதிரியான நுண்ணிய கடிகளை ஆராயும் வசதி தென்கிழக்கு ஆசியாவிலேயே ஜப்பான் தேசம் ஒன்றிலேதான் உண்டாம். எலிக் கடிகளோ ஆராய்ச்சிக்கு வேண்டிய மட்டும் ஏராளமாக இருக்கின்றன. தவிரவும் மேல் நாடுகளிலே 1917 இலிருந்து 1977 வரையிலான அறுபது வருஷ காலத்தில் எப்படியோ எலிகளை ஒழித்துவிட்டார்களாம். அதனால் அங்கே கடந்த பத்து வருஷகாலமாக எலிகளே கிடையாதாம், எலிக் கடியும் கிடையாதாம். அதனாலே பாம்புகள் இரைக்கு எலிகள் கிடைப்பதில்லை

என்ற கோபத்தில் மனிதர்களை அதிகமாகக் கடிக்க ஆரம்பித்திருப்ப தாகச் சொல்லிக்கொள்கிறார்களாம். அந்தப் பிரச்சனை நமக்குக் கிடையாதாம். இது வேறே விஷயம். ஆக, மொத்தத்தில் சொல்லப் போனால் எலிக் கடிகளைப் பற்றிப் பூரணமாக அறிந்த பண்டிதன் ஒருத்தனும் மேல்நாட்டில் தற்போது கிடையாதாம். சம்பத் மோகன் மாத்திரம் தன் ஆராய்ச்சியையும் அதன் முடிவுகளையும் பிரசுரித் தாரானால் மேல்நாட்டுப் பிரபல வைத்திய நிபுணர்கள் இவரை மெச்சி நம் நாட்டு "மகாபண்டிதர்" பட்டத்துக்குச் சமதையான பட்டத்தை இவருக்கு அளித்து விடுவார்களாம். நம்நாட்டில் வெளி நாட்டுப் பட்டங்களுக்கு மதிப்பில்லை என்றாலும் அவருக் கென்னவோ வசிஷ்டன் வாயால் பிரம்மரிஷிப் பட்டம் பெற வேண்டுமென்று ஒரு வெறி.

"ஆமாம் டாக்டர், இங்கே வேண்டிய அளவு எலிக் கடி இருக்குதுன்னு சொன்னீங்களே, ஒரு நாளைக்கு எத்தனபேர் இங்கே எலிக் கடின்னு வருவாங்க?"

"ஹா, அதுவா, கருக்கா சொல்றது கஷ்டம். ஆசுபத்திரிக்கி வர்றவங்களிலே நூத்துக்குப் பத்துபேர் எலிக் கடின்னு வருவாங்க. அதே பாருங்க, மூணு வருஷத்துக்கு முன்னாலே அரை மனுஷன் தான் எலிக் கடின்னு வருவான்."

"அரைமனுஷனா! மீதிப் பாதிமனுஷனை எலி சாப்பிட்டு விட்டிருக்குமின்னு சொல்றிங்களா!?"

"இல்லை சார், நூத்துக்கு அரையாயிருந்தது இப்போ நூத்துக்குப் பத்துன்னு பெருகிட்டிருக்குது. மூணுவருஷத்திலே எலிக் கடி இருபது மடங்கு அதிகமாயிருக்குது. இதே ரேட்டிலே போனா, இன்னும் முப்பது வருஷத்திலே ஆசுபத்திரிக்கி வர அத்தனை பேரும் எலிக் கடின்னுதான் வருவாங்க!"

"அத்தனை பேருக்குமா?"

"ஆமா, எல்லாருக்கும் எலிக் கடிதான் இருக்கும். ஆனா அதுலேயும் ஒரு நன்மை ஏற்பட்டிருக்கும் கவனிச்சிங்களா?"

"அதெப்படிச் சொல்றீங்க டாக்டர்? எல்லாருக்கும் எலிக் கடி தான் இருக்கும்னா அதுலே யாருக்கு என்ன நன்மை ஏற்பட்டி ருக்கும்?"

"அப்படிக் கேளுங்க சொல்றேன். எல்லாரும் எலிக் கடிக்கித் தான் வருவாங்கன்னா, அப்போ இங்கே வரவங்களுக்கு வேறே வியாதியே இருக்காது. காசம், க்ஷயம், வாந்திபேதி, புற்றுநோய், பைத்தியம், அம்மை, விஷக்காய்ச்சல், மலேரியா, யானைக்கால் ஜுரம், சொறி, சிரங்கு எதுவும் இருக்காது! நம்ம தேசத்துலேயிருந்து

எல்லா வியாதியும் போயிட்டிருக்கும், எலிக் கடி ஒண்ணு தவிர. வைத்தியத்துலேயே ஒரு பெரிய புரட்சி சார் இது, மாபெரும் புரட்சி, மனிதஜாதி இதுவரை காணாத புரட்சி!"

முவன்னாவுக்கு இந்தப்புள்ளி விவர விஞ்ஞானம் பிடிபட வில்லை. நம்ம ஊரிலே எலிக் கடித் தொல்லை அதிமாய்ப் போச்சு, வெளிநாடுகளிலே எலிகளை ஒழித்துவிட்டார்கள் என்பது மட்டும் புலப்பட்டது. எப்படி அதைச் சாதித்தார்கள் என்று விசாரித்தார்.

"அதுவா, சில தேசங்களிலே எலிகளை ருசித்து சாப்பிட்டு விட்டாங்க. இங்கிலாந்துலே ஒரு மருந்து கண்டுபிடிச்சாங்க. பெண் எலியின் அடிவயிற்றிலே அதை ஊசிமூலம் செலுத்திவிட்டா பெண் எலிகளுக்கு ஒரு புது வாசனை ஏற்படுமாம். அப்போ ஆண் எலி களே அதுங்ககிட்ட வராதாம். அந்த ஏக்கத்திலே பெண் எலி பட்டினி கிடந்து உயிரை விட்டுடுமாம். இந்த மாதிரி செய்ததிலே ஒரே தலைமுறையிலே சந்ததிகள் ஏற்படாமே எலி ஜாதியே அழிஞ்சு போச்சாம்!" என்று விளக்கினார் டாக்டர்.

நேரமாகி விட்டபடியால் நண்பருக்கு வந்தனம் தெரிவித்து விட்டு விஞ்ஞானத்தையும் அதன் ஆராய்ச்சிகளையும் வியந்தபடியே வீடு சென்றார் திரு முத்தையா.

அன்று இரவு அவருக்குப் பல கனவுகள், எலிப்பெண்கள் நடனமாடுவது போலவும், ஆண் எலிகள் விசுவாமித்திரன்போல அவைகளைப் புறக்கணிப்பதுபோலவும் ஒரு கனவு. ஆபீசில் எல்லோரையும் எலிகள் கடித்துத் தின்றுவிட்டு, "தினத்தூதன் ஊழியர்கள் ரொம்ப ருசி! வாழ்க தினத்தூதன்!" என்று கோஷம் போடுவதுபோலவும் ஒரு கனவு. இன்னும் பல.

காலை எழுந்ததும்தான் முதல்நாள் இரவு கனவில் கண்டது எலிப்பெண்களா அல்லது பெண் எலிகளா என்று சந்தேகம் வந்து விட்டது. இரண்டும் இல்லாமல் தேவ கன்னிகைகளாக இருந் திருந்தால் எவ்வளவு நன்றாயிருந்திருக்கும், அல்லது குறைந்தபட்சம் 'அற்றம் காவாச் சுற்றுடைப் பூந்துகில்' அணிந்த சினிமாப் பெண் களாகவாவது இருந்திருக்கக்கூடாதா என்று ஒரு நப்பாசை. அதுபோது தன் தர்மபத்தினி கமலாசனி அம்மாளின் திருமுகத்தைக் கண்டதும் ஃப்ராய்டின் நாமத்தையும் ஆஞ்சனேய மந்திரத்தையும் ஜபித்துக்கொண்டு பல் தேய்க்கப்போனார்.

ஆபீசில் முதல்நாள் மாலைப் பேட்டியை நினைவுக்குக் கொண்டுவர முயற்சி செய்ததில் படுதோல்விதான் கிட்டியது. ஆஸ்பத்திரியில் எலிக் கடி இருபது மடங்கு அதிகமாகி விட்டிருக் கிறது, என்னமோ வாசனைபோட்டு எலிகளை ஒழித்துவிடலாம், இன்னும் இருபது முப்பது வருடங்களில் எல்லாருக்கும் எலிக் கடி

ஏற்பட்டுவிடும் என்பவைதான் ஞாபகத்துக்கு வந்தன. கிடைத்ததை வைத்து எழுதி அனுப்பினதை அந்தக் கழுகுப்பார்வை ஆசிரியர் வெ. நா. ரனார் திருப்பி அனுப்பிவிட்டார், 'மூவன்னா, ருசிகரமான, வாசகர்கள் விரும்பிப்படிக்கும் படியான செய்தி சேகரியும், வறட்டுப் புள்ளி விவரங்கள் வேண்டாம்' என்ற குறிப்புடன். அம் மாதிரிச் செய்தி கிடைக்க முத்தையாவுக்குச் சில வாரங்களாயின.

7

ஒருநாள் தெருவில் நடந்து சென்றுகொண்டிருந்தபோது ஒரு குருவிக்காரி கூப்பாடு போட்டுக்கொண்டிருந்தாள். அவளைச்சுற்றி ஒரு சிறுகூட்டம். பாட்டுப்பாடி ஊசி விற்கிறாள் போலும் என்று நினைத்தபடியே கூட்டத்துள் நுழைந்து பார்த்தார். கியூபா ஊசிகள் தான் விற்கிறாளோ, அப்படியானால் தானும் வாங்கலாமென்று தான். கியூபா ஊசிகள் கூர்மழுங்கி இருந்தாலும் வெகுநாள் உழைக் குமாம், பளபளப்புக் குறையாதாம், கிடைப்பது அருமையாம். அங்கே இவ்வூசிகள் தயாரிப்பதையே நிறுத்திவிடப்போகிறார்கள் என்று ஒரு வதந்தி வேறே. இப்படி அவர் மனது எண்ணாயிரம் மைல் களுக்கப்பால் ஊசிமுனையில் இருந்ததால்தான் கண்ட காட்சியைப் புரிந்துகொள்ளக் கொஞ்சம் சிரமப்பட வேண்டியிருந்தது. புரிந்ததும் அவருக்குத் திடுக்கிட்டது.

அவள் ஊசிவிற்றுக் கொண்டில்லை. பாட்டுப்பாடிக் கொண்டும் இல்லை. அழுது கொண்டிருந்தாள். நிஜமாகவே வாயிலும் வயிற்றி லும் அடித்துக்கொண்டு அழுது கொண்டிருந்தாள். முன்னால் தரை யில் ஒரு துணிவிரிப்பு. அதில் குடுகுடுப்பைக்காரன் துணிபோலப் பலவர்ணங்களில், சிவப்பு மேலோங்க, என்னமோ இருந்தது, அசைந்தது. சிவப்பின் நடுவில் திடீரென்று திறந்தது ஒரு விழி! அவருக்கு மயிர் குத்திட்டு நின்றது. கூட்டத்தினர் சுவாரஸ்யமாக அவளை வேடிக்கை பார்த்துக் கொண்டிருந்தனர். என்னமோ வித்தைகாட்டப் போகிறாள் என்று நினைத்தார்கள் போலும்; அல்லது, அவள் அடித்துக்கொண்டு அழுதபோது எழுந்து வீழ்ந்து அதிர்ந்த அவளது அரைகுறையாய் மறைக்கப்பட்ட மார்பைப் பார்த்தபடி இருந்தார்களோ என்னமோ. அவள் காலடியில் கிடந்த பொருளை அவர்கள் கவனித்ததாகத் தெரியவில்லை. அன்றைக் கென்று அவருடைய காமிராவும் கையில் இருந்தது. கூட்டத்தை விலக்கி முன்னே சென்று காமிராவைத் தூக்கிப்பிடித்தார்.

அவள் உடனே குனிந்து காலடியில் இருந்ததைக் கையில் எடுத்துக் காமிராவுக்குக்காட்டி நிற்கவும், மின்னல்போல ஒளி கக்கிக் காமிரா படம் பிடித்தது. அந்த வெளிச்சத்தில் அவள் கையில் இருந்த 'வஸ்து'வைக் கூட்டம் இனம் கண்டுகொள்ளவும்... "ஹாஅ"

என்ற பீதிப் பெருமூச்சு கூட்டத்திலிருந்து எழுந்தது. அந்த 'வஸ்து', கசாப்புக்கடை மாமிசம்போலக் குதறப்பட்டுக்கிடந்த ஒரு பச்சைக் குழந்தை! குதறல் களேபரத்தின் நடுவே ஒரேஒரு விழிமாத்திரம் அசைந்துகொண்டிருந்தது. நிற்கப்போகும் கடிகாரத்தின் பெண்டுலம்போல மெதுவாக ஆடிக்கொண்டிருந்தது.

பாட்டு நடனம் என்று தாங்கள் இதுவரை ரசித்தது ஒரு குழந்தையின் மரண வேதனையை, அதன் தாயின் சோகத்தை என்று உணர்ந்த கும்பல் கண்களை மூடிக்கொண்டு வயிற்றைக் குமட்டிக்கொண்டு அரைநொடியில் கரைந்தது. போதாக்குறைக்குப் போலீஸ் கான்ஸ்டபிள் பெருமாள் ராவுத்தன் வேறு அங்கு வந்து சேர்ந்தான்.

பெருமாள் ராவுத்தனுக்கு எப்படி அந்தப்பெயர் வந்தது என்பது தனிக்கதை. அவனுக்குக் கூட்டம் என்றால் கொஞ்சம்கூடப் பிடிக்காது. அவனைச் சொல்லிக் குற்றமில்லை. அவனுடன்கூடப் பிறந்தவர்கள் பதினோருபேர். அவனுக்கு மட்டும் அதிகாரம் இருந் திருந்தால் நாடு முழுவதுக்கும் நூத்திநாப்பத்து நாலென்ன, இருநூற்று எண்பத்தி எட்டே போட்டிருப்பான். நாட்டிலுள்ள எல்லா ஜனங் களையும் நாடு கடத்தியிருப்பான். ஜனங்கள் இருந்தால்தானே கூட்டம் சேரும்? இதுவெல்லாம் ஜனங்களுக்கும் தெரியும். ஆகவே கூட்டம் கலைந்ததில் ஆச்சரியமில்லை. இன்னும் இருவர் மட்டும் போகாமல் நின்றுகொண்டிருந்ததுதான் அவனுக்குக் கோப மூட்டியது.

"ஏய், என்ன இங்கே?" என்று அதட்டியபடி ஆரம்பித்தவன் பிரமித்து நின்றான். ஒரு கணம்தான். குற்றவாளிகளுடன் நாள் பூராவும் பழகிவந்த அவனுக்கு ஒருகணத்தில் உண்மை புலப்பட்டு விட்டது.

"இந்த... இந்த... நபரைக்... கொலைசெய்த குற்றத்துக்காக உங்களைக் கைதுசெய்..." என்று தன்னுடைய அதிகாரபூர்வமான குரலில் ஆரம்பித்து முவன்னாவின் தோளின்மேல் கையை வைக்கப் போனவன் மறுபடியும் பிரமித்தான். ஒரு கணந்தான். உண்மை மறுபடியும் ஒரு கணத்தில் புலப்பட்டுவிட்டது. போலீஸ் கோர்ட்டில் செய்தி சேகரிக்கும் முத்தையாவில்லே இது. அசட்டுச் சிரிப்புடன் தன்னைச் சமாளித்துக்கொண்டு குருவிக்காரி பக்கம் திரும்பி,

"இந்த நபரைக் கொலை செய்த குற்றத்துக்காக உன்னைக் கைது..." என்று மறுபடியும் ஆரம்பித்தவன் அவள் தோளின் மேல் தான் கையைவைத்தால் அவள் எங்கே தன்னை அறைந்து விடுவாளோ என்ற சந்தேகம் மேலெழ, இனி என்னசெய்வது என்று தெரியாமல் தயங்கி நின்றான். இருவரையும் மாறிமாறிப் பார்த்தான்.

இம்மாதிரியான மர்மக்கொலையை அவன் ஆயுளில் இதுவரை அவன் கண்டதேயில்லை. மர்மக்கொலையென்ன, மர்மமில்லாத கொலையைக்கூடக் கண்டதில்லை. போலீஸ் கையேட்டில் இம் மாதிரிச் சந்தர்ப்பங்களில்தான் எப்படி நடந்து கொள்ளவேண்டும் என்று எழுதியிருக்கிறது என்று யோசித்துப்பார்த்தான். அவன் மூளை வேலைசெய்ய மறுத்தது. மாமிசப் பிண்டத்தின் நடுவில் அசையும் ஒற்றைக்கண் அவன் அடிவயிற்றை என்னமோ செய்ய, அவன் முத்தையா பக்கம் திரும்பினான்.

“என்ன சார் இது?” என்று திடமான குரலில் கேட்பதாக நினைத்துக்கொண்டு கேட்டான்.

“பயப்படாதே ராவு, நானும் இப்பத்தான் வந்தேன், என்ன ஆச்சின்னு அவளையே கேளு. இல்லே நான் கேக்கட்டுமா?” என்று சொல்லி முத்தையா அவன் பீதியைப்போக்க முயன்றார். பயனில்லை. அவன் தொண்டையிலிருந்து குரலே எழும்பவில்லை. கழுத்து இவர் பக்கமே இறுகிக்கிடந்தது.

நிலைமை மாமூலுக்குத் திரும்பிவிட்டதை உணர்ந்துகொண்ட குருவிக்காரி மீண்டும் ஓலத்தை எழுப்பினாள். பெருமாள் ராவுத் தன் ஒரு துள்ளுத்துள்ளி இரண்டடி தள்ளி நின்றான்.

“நீங்களே கேளுங்க” அவன் தொண்டை ரகசியம் பேசியது. அதேசமயம் போலீஸ் கான்ஸ்டபிள் அஹிம்சை வழிக்குத் திரும்பி விட்டதை எப்படியோ தெரிந்துகொண்ட தைரியவான்கள் மூவர் அங்கு வந்து சேர்ந்தார்கள். “தே, கத்தாதே, என்ன ஆச்சுசொல்லு” என்று குருவிக்காரியை அதட்டினார்கள். அழுகைக்கிடையில் அவள் சொன்னதை அத்தனைபேரும் சேர்ந்து மொழிபெயர்த்துக் கொண்டுகூட்டுச் செய்து பொழிப்புரையாக்கிப் பார்த்தபோது, அவள் எங்கோ தனியாகவிட்டுச் சென்றிருந்த பச்சைக் குழந்தையை எலிகள் கடித்துக் குதறிவிட்டிருந்தன. எத்தனை எலிகள் என்று அவளுக்குத் தெரியவில்லை, ஏனென்றால் அவளுக்கு மூணுக்குமேல் எண்ணத் தெரியாது என்பது தெரியவந்தது. முத்தையாவைத் தவிர புதுசாக வந்த மூவரும் அவள் சொன்னதை நம்பவில்லை. குழந்தை யின் தகனத்துக்கு அவள் தங்களைப் பணம்கேட்டு விடுவாளோ என்கிற சம்சயம் வேறே.

பச்சைக் குழந்தையைக் கவனித்துக்கொள்ளாமல் எலி கடிப்ப தற்காக விட்டுவிட்டுப் போனதுக்காக அவளைப் பச்சையாகத் திட்டிவிட்டுத் தர்மக்கோபத்தோடும் கடமையைச் செய்துமுடித்த திருப்தியுடனும் அவர்கள் போய்விட்டார்கள். பெரு. ராவுத்தனைக்

காணவே காணோம். ஆகவே, அவளையும் கூட்டிக்கொண்டு பெரிய ஆஸ்பத்திரிக்கு நடந்தார். நல்லவேளை, அவருக்குத் தெரிந்தவர்கள் எவரும் எதிர்ப்படவில்லை. பட்டிருந்தால், 'பாவம், இந்த வயதில் முவன்னாவுக்கு எப்படி புத்தி போயிடுத்து பாத்திங்களா! கட்டின பெண்டாட்டியை விட்டுவிட்டுக் குருவிக்காரியோடே போக ஆரம்பிச்சுட்டார்" என்று தன்மேல் பச்சாதாபப்படுவார்கள் என்று அவருக்குப்பயம்.

இவர்கள் போய்க் கால்மணி நேரத்துக்குப்பின் பெருமாள் ராவுத்தன் தைரியத்தோடு அதே இடத்துக்குத் திரும்பி வந்தான். தைரியம் இரண்டு சகபோலீஸ்காரர்கள் உருவில் அவனுடன் வந்திருந்தது. வந்தவன், முத்தையாவும் கொலைகாரக் குருவிக்காரியும் மாயமாய் மறைந்து விட்டிருந்ததைக் கண்டு விழித்தான்.

"இங்கே தாம்ப்பா இருந்தாங்க, என்னா மந்திர ஜாலமாயிருக் குதே!" என்று தன் வியப்பைத் தெரிவித்தான். சுற்றுமுற்றும் பார்த் தான்.

"இப்பத்தான் ஒரு நிமிஷத்துக்கு முன்னாலே என் கண்ணு முன்னே இருந்தாங்க" என்று பொதுவாகத் தன் சந்தேகத்தை உலகுக்குத் தெரிவித்தான்.

'ஹூம்'

என்ற ஒரு சொல்லில் தன் அவநம்பிக்கையைத் தைரியம் நம்பர்.1 சுருங்கச்சொல்லி விளங்க வைத்து, தைரியம் நம்பர்.2 ஐப் பார்த்துக் கண்ணைச் சிமிட்டியது. தைரியம் நம்பர்.2 தன் நெற்றிப் பொட்டில் சுட்டுவிரல் நுனியால் தட்டி ஆமோதித்தது. தான் வேலையிலிருந்து ஓய்வெடுப்பதற்கு முன்னால் ஒரு கொலைக் கேஸையாவது கண்டுபிடித்து நகர போலீஸ் வரலாற்றில் ஓர்அழியா இடத்தைக் கைப்பற்றிவிட வேண்டுமென்ற ஆசை பெருமாள் ராவுத்தனுக்கு இருந்ததை அவர்கள் அறிவார்கள். அது வெகு தீவிரமாகி முற்றிப் புத்திமாறாட்டமாகிவிடும் என்பதை அவர்கள் அவ்வளவு சீக்கிரம் எதிர்பார்க்கவில்லை. பெரு. ராவுத்தனுக்காக இதயபூர்வமாகப் பரிதாபப்பட்டார்கள். அவனுக்கு உதவுவது போலப் பாவனைசெய்து ரோட்டுப்புழுதியில் கொலைகாரர்களின் காலடித்தடயம் இருக்குமா என்று தேடினார்கள். அந்த வழியாக வேறு வேலையாகச்சென்று கொண்டிருந்த வேறு பலரும் இவர்களுடன்கூடச் சேர்ந்து தேடினார்கள். ஒருவன், 'இதோ கிடைச் சுட்டுது' என்று ஒரு பத்துபைசா நாணயத்தைப் புழுதியிலிருந்து பொறுக்கிக்கொடுத்தான். தைரியம் நம்பர்.2 அதை வாங்கிக் கொண்டு வந்தனம் தெரிவிக்கக் கூட்டம் கலைந்தது. எல்லோரும் அவரவர்கள் வேலையைக் கவனிக்கச் சென்றனர்.

8

பெரிய ஆஸ்பத்திரியில் நோயாளிகளுக்குச் சீட்டு வாங்கும் கட்டத்தை முடிக்கவே நேரமாகிவிடது. பெரிய கியூ. இவர்கள் முறை வந்ததும், கூண்டுக்குள் உட்கார்ந்து பேரேட்டில் பதிவுசெய்து சீட்டளித்துக்கொண்டிருந்த ஆள் தலையை நிமிர்த்தாமலே, 'நோயாளியின் பேரென்ன?' என்றான்.

"பேர் வெக்கலே" என்றாள் குருவிக்காரி.

"பேர்வெக்கலே"யா, இல்லை பேரே வெக்கலேயா?"

"மறந்து போச்சு"

"என்னா மறந்து போச்சு? ஏன் பேர் "வெக்கலே" ன்னு மறந்து போச்சா? என்னா பேர் வெக்கலேன்னு மறந்து போச்சா?"

கூண்டுக்குள்ளிருந்தவன் கோபத்தோடு தலையைத் தூக்கினான். குருவிக்காரிக்கு அவனுடைய தர்க்க நியாயமான கேள்வி புரியவில்லை. விழித்தாள்.

"இதுலே என்னா பேர் எழுதட்டும்?" என்று அதட்டினான்.

"ஒங்களுக்கு இஷ்டமான பேர் எழுதிக்கொங்க" என்றாள் அவள்.

"ஆணா பொண்ணா?"

"ஆம்பிளைப் பையன்தான்"

"ராமன்னு எழுதட்டுமா?"

"ஊஹூம், அப்பிடியெல்லாம் நம்ம ஜாதியிலே வெக்க மாட்டாங்களே."

"அப்பிடீன்னா கொஞ்சம் ஒதுங்கி நின்னு யோசனை செய்து பிறகு என்ன பேரு எழுதறதுன்னு சொல்லு, அடுத்தவன் யாரு?" என்று சலிப்புடன் சற்று உரத்தகுரலில் சொன்னான் கூண்டுக்காரன். முட்டுப்பாட்டைத் தவிர்க்க வேண்டி, முத்தையா குறுக்கிட்டு, 'பேபீன்னு எழுதிக்குங்க' என்றார். அவனும் எழுதிக்கொண்டான். எழுதினவுடன் அவனுக்குச் சந்தேகம் வந்துவிட்டது. புருவத்தைச் சுருக்கிக்கொண்டு,

"பேபிக்கி என்ன பால்" என்றான்,

"தாய்ப்பால் தான், பவுடர் பாலுக்கு நாங்க எங்கே போவறது?" என்று குருவிக்காரி ஆத்திரத்துடன் கேட்டாள்.

“அதைக் கேக்கலீம்மா, பேபீங்கிறது என்ன பெயர், ஆண்பால் பெயரா இல்லே பெண்பால் பெயராங்கறதைத்தான் கேட்டேன்?” என்று பொறுமையோடு விளக்கினான்.

“குழந்தைபேர்” என்றாள் அவள்.

அவன் விவாதத்தை விட்டுவிட்டான்.

“நோயாளியின் வயசென்ன?”

“அதுக்கு வயசே இல்லை”

அவன் பெருமூச்சு விட்டான். “பிறந்து ஒரு வருஷமானா ஒரு வயசு, ரெண்டு வருஷமானா ரெண்டு வயசு, அந்தக் கணக்குலே நோயாளிக்கி என்ன வயசு சொல்லுங்க” என்றான்.

“இன்னும் ஒரு வருஷமும் ஆகலே” என்றாள் அவள். அவன் அரைக்கணம் யோசித்துவிட்டு, வயது என்ற இடத்தில் பூஜ்யம் 0 என்று எழுதிவிட்டு,

“தகப்பனார் பேர் என்ன?” என்றான்.

அவள் பதில் சொல்லாது மௌனமாக இருந்தாள். அவனுக்கு மறுபடியும் கோபம் வந்துவிடும் போலிருந்தது. முத்தையாவைப் பார்த்து “உங்க பேரென்ன?” என்று கேட்டான்.

“ஐயய்யோ, நான் இல்லே அதன் தகப்பன்” என்று முத்தையா அவசரம் அவசரமாகக் கையை உதறினார்.

“பின்னே? நீங்க என்ன நோயாளிக்கி மாமனா?”

“நான் மாமனுமில்லே... நான்...”

அவனுக்கு அதற்குமேல் ஆண் உறவுமுறைகள் தெரியாது போலிருக்கிறது. கோபத்துடன் குறுக்கிட்டு,

“பின்னே நீங்க ஏன் குறுக்கே பேசறீங்க” என்று முத்தையா வைக் கடிந்துவிட்டு, குருவிக்காரியைப் பார்த்து, “தகப்பன் பேரென்ன?” என்று மறுபடியும் கேட்டான். குருவிக்காரிக்கு முத்தையாவின்மேல் இரக்கம் வந்துவிட்டது. மேலும் விவாதத்தை வளர்த்த விரும்பாமல்,

“செத்துட்டான்னு எழுதிக்குங்க” என்றாள்.

“இதை மொதல்லியே சொல்றதுக்கென்ன?” என்று சொன்ன படியே, பேரேட்டில் தந்தை பெயர் ‘செத்தூட்டான்’ என்று எழுதிக் கொண்டான். ‘விசித்திரமான பேராயிருக்குதே!’ என்று ஆச்சரியப் பட்டுக்கொண்டு,

“தாயார் பேரென்ன?” என்று கேட்டான்.

"ரங்காயி"

எழுதிக்கொண்டான்.

"நோயாளிக்கி என்ன விலாசம், முகவரி, அட்ரஸ்?

"எங்களுக்கு ஏது விலாசமெல்லாம்? நாங்க ஊர் ஊராத் திரியறவங்க ஆச்சே"

அதெப்படி விலாசமில்லாமே சீட்டுக் குடுக்க முடியும்? உங்களுக்குக் கடுதாசி எழுதணுமின்னா எந்த விலாசத்துக்கு எழுதறது? சும்மா ஒரு ஓட்டல் பேரை சொல்லக்கூடாது. நீங்க என்னிக்காவது ஒருநாள் நிலையா இருக்கப்போகிற அல்லது இருந்த விலாசம் சொல்லணும்" என்று பாடம் ஒப்பிப்பதுபோல் ஒப்பித்தான்.

ரங்காயி கொஞ்சம் யோசித்தாள். பிறகு, "ஆத்தங்கரைமேடு, இதேஊரு" என்றாள். அவனுக்கு யோசனைசெய்து பார்க்க நேரமில்லையோ அல்லது ஆற்றங்கரைமேடு என்பது நகரத்தின் சுடுகாடுகளில் ஒன்று என்பது தெரியாதோ அல்லது தெரிந்தும் அவள் சொன்னதிலும் நிஜம் இருக்கிறது என்று நினைத்தபடியாலோ, அவள் சொன்னதை எழுதிக்கொண்டான். பின், "நோயாளிக்கு அங்க அடையாளம் ரெண்டு சொல்லுங்க, அப்படீன்னா வடு, மச்சம் இதுமாதிரி பிறப்பிலேயிருந்து வர்ற அடையாளங்கள், சொல்லுங்க" என்றான்.

அவள் மறுபடி யோசித்தாள். "வவுத்துலே ஒரு வடு" என்றாள்.

"வயித்துலே எங்கே? அடி வயித்துலேயா, மேல் வயித்துலேயா?"

"இங்கேதான், நடுவுலே" என்று சொன்னபடிக் காற்றாடத் திறந்துவிட்டிருந்த தன் வயிற்றின் நடுவில் காட்டினாள். அவன் எட்டிப் பார்த்துவிட்டு, 'வயிற்றில் தொப்புள் இருக்கவேண்டிய இடத்தில் ஒருவடு' என்று எழுதிக்கொண்டு இன்னொரு அடையாளம் கேட்டான். அவள் மறுபடி ஒருகணம் யோசித்துவிட்டு, "ஒரு கண் திறந்திருக்கும்" என்றாள். எழுதிக்கொண்டான்.

"என்ன கஷ்டம்? வியாதி? தொந்தரவு?"

"வியாதியெல்லாம் ஒண்ணுமில்லே. குழந்தையை எலி கடிச்சுடிச்சு. அதுக்குத்தான்..."

இதுவரை பொறுமையாய் இருந்த அவனுக்கு இந்தமுறை நிஜமாகவே கோபம் வந்துவிட்டது.

"அதை மொதல்லியே சொல்லக்கூடாது? எலிக் கடியை இந்தப் புஸ்தகத்துலே எழுதக்கூடாது. அதுக்கு வேறே புஸ்தகம், வேறே கவுண்ட்டர்" என்று சப்தமிட்டபடி கையால் இன்னொரு

கூண்டைக் காட்டினான். அனைவரும் அவன் காட்டிய இடத்தைப் பார்த்தார்கள். அந்தக் கூண்டில் ஆளில்லை.

"அங்கே யாரும் இல்லியே" என்றாள் ரங்காயி.

அவன் கோபம் அதற்குள் தணிந்துவிட்டது. "நானேதான் அதுக்கும்" என்றான். பெருமூச்சு விட்டான். இவ்வளவு நேரம் எழுதின பக்கத்தைக் கிழித்தான்.

"இந்தப் பேரேட்டுலே அடித்தல் திருத்தல் எதுவும் இருக்கக் கூடாது. இத்தனையும் நான் திருப்பி எழுதியாகணும். உங்களாலே இப்போ எவ்வளவு கஷ்டம் பாத்தீங்களா?" என்று தன் சொல்லுக்கு விளக்கம் கொடுத்தான். மறுபடியும் பெருமூச்சு விட்டான். ரங்காயிக்குப் பொறுமை தளர்ந்துவிட்டது.

"குழந்தைக்கி ரொம்ப ஆபத்து. உயிர்போயிடும்போல இருக்குது. எனக்குச் சீட்டு குடுத்துட்டு அப்பறம் எத்தனை பேரேட்டிலே வேணுமானாலும் எழுதிக்குங்க, ஓங்களுக்குப் புண்ணிய முண்டு" என்று சொன்னாள். அவனுக்கு மறுபடியும் கோபம் வந்துவிட்டது.

"கடைசி நிமிஷத்துலே இங்கே வர்றீங்க, வந்து உயிர் போகப் போவுதுன்னு மிரட்டறீங்க, புத்திகெட்ட ஜனங்க, ஏன் முன்னாலியே வர்றதுக்கென்ன? உயிர் போவறதுக்கு முன்னாலியே, ஏன் எலி கடிக்கறதுக்கு முன்னாலியே வரலாமில்லே" என்று கழுத்து நரம்புகள் புடைக்கக் கூச்சலிட்டான். கியூவில் நின்றிருந்தவர்களும், "ஆமா, அவர் சொல்றதும் நியாயந்தானே" என்று தங்கள் அனுதாபத்தைத் தெரிவித்தார்கள். உடனே அவன் மனது சாந்தமடைந்து இளகி விட்டது.

"போனாப் போவுது போ, சீக்கிரம் உள்ளே போ, என் கஷ்டம் எனக்கு, ஒன் கஷ்டம் ஒனக்கு" என்று சொல்லிச் சீட்டைக் கொடுக்க அதை வாங்கிக்கொண்டு ரங்காயி உள்ளே ஓடினாள்.

முத்தையாவுக்கு எப்போதுமே கொஞ்சம் இளகின மனசு. தன் வேலையைத் தவறில்லாமல் செய்ய அந்த ஆள்படும் பாட்டைக் கண்டதும் அவர் மனசு இன்னும் இளகிவிட்டது. அவனைப் பாராட்ட நினைத்தவராய், "சார், உங்களுக்கு ரொம்ப நல்ல மனசு, கடமை உணர்ச்சியும் இருக்கு. எவ்வளவு கஷ்டமானாலும் உணர்ச்சிவசப்படாமே உங்க கடமையைச் செய்யறீங்க..." என்று ஆரம்பித்தார்.

"அதெல்லாம் உள்ளே டாக்டர்கிட்டே சொல்லிக்குங்க, நோயாளியின் பேரென்ன, வயசென்ன, அது மாத்திரம் இங்கே

சொல்லுங்க" என்று பேரேட்டுக்குள் தலையைப் புதைத்திருந்த அவன் தலையை நிமிர்த்தாமலே அதட்டினான்.

"எனக்கு வியாதி ஒண்ணுமில்லே, நான்வந்து..."

அவன் அவரை மேலே பேசவிடவில்லை. "அப்படீன்னா கொஞ்சம் ஒதுங்கிக்குங்க, அடுத்த ஆள் யாரு?" என்று மெஷின் போலப் பேசினான் அவன்.

முத்தையா நகர்ந்து இடத்தை விட்டுக்கொடுத்தார். புகழ்ச்சி யைக்கூட உதறித் தள்ளிவிடும் ஒரு சாதாரண மனிதனின் கடமை உணர்ச்சியை நினைத்ததும் அவர் கண்ணில் நீர் கசிந்தது. அருகி லிருந்த ஆஸ்பத்திரிச் சேவகன், "கண்வலிக்கு நூத்து எழுபத்தஞ்சாம் ரூமுக்குப்போ" என்று சொல்லி, அவர் போகவேண்டிய திசையை இடதுகையால் காட்டி வலதுகையை அவரிடம் நீட்ட அவர் அங்கிருந்து நகர்ந்தார். குருவிக்காரி எங்கே சென்றிருப்பாள் என்று யோசித்தபடி நாற்புறமும் பார்த்து நின்றிருந்தார்.

பத்துப் பதினைந்து நிமிஷங்கள் கழிந்தன. அதற்கு மேலும் ஆகியிருக்கலாம்.

ரங்காயி வந்துகொண்டிருந்தாள். முத்தையா அவளருகில் சென்று, "என்னஆச்சு?" என்று கேட்டார். அவள் மௌனமாக வெளியே நடந்தாள். மருத்துவமனை 'கேட்' அருகில் வந்ததும் அவர் மறுபடியும், "டாக்டர் என்ன சொன்னார், குழந்தை எங்கே?" என்றார்.

அவள் ஒன்றும் சொல்லாமல் தலையை ஆட்டினாள். அவள் கண்களில் நீர் பொங்க ஆரம்பித்தது. எங்கே முன்போல ஓலமிட்டுக் கூட்டம்கூட்டி விடுவாளோ என்று பயந்த முத்தையா,

"இதோ பாரு, நான் தினத்தூதன் பத்திரிகை நிருபர். இப்போ நடந்ததையெல்லாம் பத்திரிகையிலே போடப்போறேன். என்ன ஆச்சு சொல்லு" என்று சொல்லி அவளை ஊக்குவித்தார். அவள் தன் புறங்கையாலும் குதிகையாலும் கண்களைத் துடைத்துக் கொண்டாள்.

"அது செத்துட்டுதுன்னாங்க"

"இப்போ நீ என்ன செய்யப்போறே? இந்தச் சம்பவம் பற்றி உன்னுடைய அபிப்பிராயம் என்ன?" நிருபக்கடமை உணர்ச்சி மேலீட்டால் அவருக்குக் கேள்விகள் தங்குதடையின்றிப் பிறந்தன.

"இதையும் பத்திரிகையிலே போடுவீங்களா?"

"ஆமாம், சொல்லு"

அவள் மேலாடையைச் சரி செய்துகொண்டாள். அதாவது சரிசெய்வதுபோலச் செய்துகொண்டாள். மேலாடை இருந்தால் தானே சரி செய்துகொள்ள. கைகளைக் கட்டிக்கொண்டாள். அவள் முகத்தின் சதைகள் இறுகின. கண் வைரத்தைக் கொப்ப ளித்தது.

“சரி, கேளுங்க, இந்த ஆஸ்பத்திரி ‘கேட்’டண்டை நான் சொல் றத்தைக் கேளுங்க. இந்த ரங்காயி கேவலம் எலிங்களுக்குப் பயந்து மனசு ஒடிஞ்சு சாகமாட்டா. இவளுக்கு இன்னும் எட்டுக்குழந்தை பெறப் பலம் இருக்குது. அந்த எட்டுக் குழந்தைங்களையும் பெத்து வளர்த்து அது ஒவ்வொண்ணுக்கும் இன்னிக்கி நடந்ததைச்சொல்லி அதுங்களைக்கொண்டு எலிக்குலத்தையே ஒழிச்சுக்கட்டலேன்னா என்பேரு ரங்காயி இல்லே! என்ன எழுதிக்கிட்டீங்களா?”

அவளுடைய வீரச்சூளுரையில் மனம் சிலிர்த்த மயக்கத்தில் இருந்த முத்தையா திடுக்கிட்டு விழித்தெழுந்தார். சட்டைப்பை யிலிருந்து குறிப்புப் புத்தகத்தை எடுத்து, அவளை இன்னொரு முறை சொல்லச்சொல்லி எழுதிக்கொண்டார். அவள் ஞாபகமூட் டிய பிறகு அவள் மூணாவதுமுறை சூளுரைத்தபோது அவளைப் புகைப்படம் பிடித்துக்கொண்டார். அதுவும் ஆன பின்னர் அவள் கையை நீட்டினாள். ‘உங்கள் வீரச்சூளுரை வெற்றிபெறத் தினத் தூதனின் அன்புக்காணிக்கை’ என்று சொல்லிச் சட்டைப் பையைத் துழாவினார். கிடைத்த ஐந்து ரூபாய் நோட்டை அவள் கையில் சமர்ப்பித்துவிட்டு, “மேல்கொண்டு விவரம் தெரிந்துகொள்ள உங்கள் விலாசம்?” என்று கேட்டார்.

“ஆத்தங்கரைமேடு” என்று சொல்லிவிட்டு அவள் வேமாக நடந்துவிட்டாள். அவளைப் பின்தொடரலாமா என்று ஒருகணம் நினைத்த முத்தையா தன்னைப் பலர் வேடிக்கை பார்ப்பதை உணர்ந்து, அவளைப் பின்தொடர்ந்தால் மற்றவர்கள் தன்னைப் பற்றி என்ன நினைத்துக்கொள்வார்களோ என்று பயந்து ஆஸ்பத் திரிக்குத் திரும்பினார்.

9

முத்தையா சென்று பார்த்தபோது டாக்டர் சம்பத்மோகன் பரவச நிலையில் இருந்தார். அவரது ஆராய்ச்சி முற்றுப்பெற இது ஒன்றுதான் தேவையாக இருந்ததாம். உலகத்திலேயே இம்மாதிரி யான ‘ஸ்பெஸிமன்’ வேறெங்கும் கிடையாதாம். ஆயிரம் ரூபாய் கொடுத்தாலும் கிடைக்காதாம். குருவிக்காரியிடம் பேரம் பேசி இருபத்தைந்து ரூபாய்க்கே அக்குழந்தையின் சடலத்தை வாங்கி விட்டிருக்கிறார்! உடனே அதைக்கண்ணாடி ஜாடியில் திராவகத்தில்

போட்டு ஊறவைத்தும் ஆயிற்று. அமெரிக்கா போகும்போது அதையும் எடுத்துக்கொண்டு போகப்போகிறாரம். அங்கே மாத்திரம் எல்லாம் சரிவர நடந்தால்தான் திரும்பிவரக்கூட அவசியம் இருக் காது என்ற நம்பிக்கை மேலோங்கியது டாக்டருக்கு. நோபல் பரிசு கூடப் பெற்றாலும் பெற்றுவிடலாம் என்ற ஆசையும் தளிர்விட ஆரம்பித்துவிட்டது அவருக்கு. கொரானாவுக்குப் பிறகு நோபல் பரிசுபெறும் முதல் இந்தியன் ஏன் சம்பத்மோகனாக இருக்கக் கூடாது? சந்தர்ப்பத்தைச் சரியாக உபயோகித்துக்கொண்டால் உலகத்திலேயே உன்னதமான பேற்றை ஜாதகன் பெறுவானென்று அவருடைய நாடிஜோசியத்தில் எழுதியிருக்கிறதாம். டாக்டர் அப்போதிருந்த நிலையில் அவருக்கும் ஜீவன் முக்தனுக்கும் வித்தியாசம் கண்டுபிடிக்க முடியாதபடி இருந்தது! ‘வைத்தியர்களே ஈவிரக்கமற்றவர்கள்’ என்று நினைத்தபடி அங்கிருந்து நழுவினார் முத்தையா.

10

‘பட்டப் பகலில் பச்சைக் குழந்தையின் பரிதாப மரணம்!’ என்று பிரமாண்டமான தலைப்பில் செய்தி மறுநாள் தினத்தூதனில் வெளியானது. போட்டோ படங்களுடன். பால்மணம் மாறாத பச்சிளங்குழந்தை பட்டப்பகலில் நகரத்தின் நட்டநடுவில் எலிகளால் கடித்துக் குதறப்பட்டு உயிருக்கு மன்றாடியது என்றும் வைத்தியர்கள் (பிரபல உலக எலிக் கடி நிபுணர் டாக். சம்பத்மோகன் உள்பட) எவ்வளவோ முயன்றும் அதை எலியுருவில் வந்த எமன் வாயி லிருந்து மீட்கமுடியாமல் போயிற்று என்றும் அக்குழந்தை மரித்த பின்னும் அது அறிவுலகத்துக்குச் சேவைசெய்யட்டும் என்கிற உன்னதக் கொள்கைக்காக அதன் தாய் அதன்மீது தனக்கிருந்த உரிமையை விட்டுக்கொடுத்ததையும் விவரமாக வெளியிட்டிருந்தார்கள்.

பிறிதோர் பக்கத்தில் “சோகத்தாயின் வீரச்சூளுரை!’ என்ற தலைப்பில், ஆஸ்பத்திரி வாசலைவிட்டு வெளியேறுகையில் , மெய் மயிர்சிலிர்க்க, கண்களில் நீர்பனிக்க, ரங்காயி விடுத்த சூளுரையும் வெளியாகியிருந்தது. ரங்காயி என்கிற அவள் பேரை மாத்திரம் ஆசிரியர் வெ. நா. ரனார் அது வாசகர்களுக்கு ரசிக்காது என்று சொன்னதன் பலனாக ரமாமணி என்று மாற்றிப்போட்டிருந்தார்கள், ரமாமணியின் படத்துடன். பல வாசகர்கள் அப்படத்தைக் கத்தரித்து வைத்துக்கொண்டார்கள்.

எல்லோரும் அபிப்பிராயம் தெரிவித்த பின்னர், நிலைமை என்ன என்பதைத் தன் கூரிய அறிவால் அளந்து, பின் சமன் செய்யும் கோல்போலச் சீர்தூக்கி நடுநிலையாகத் தலையங்கம் எழுதும் வழக்கமுடைய ஆசிரியர் வெ.நா. ரனார்கூட அன்று நிலை

தடுமாறி, உடனடியாக, நடுநிலை என்பதற்கே இடமில்லாமல் சுடச் சுடத் தலையங்கம் எழுதினார் என்றால் பார்த்துக்கொள்ளுங்கள்! அத்தலையங்கம் அண்மையில் நடந்த மனமுருகும் நிகழ்ச்சியைக் குறிப்பிட்டுவிட்டு, சேயை இழந்த தாய்க்குத் தன் மனமார்ந்த அனு தாபத்தைத் தெரிவித்துவிட்டு, அந்த வீராங்கனைக்குத் தன் வீர வணக்கத்தையும் தெரிவித்தது. அதன்பின், மக்களாகிய நாமும் நம்முடைய பிரதிநிதிகளும் தத்தம் கடமைகளில் தவறிவிட்டோம், ஆகையால் இந்த வீரத்தாயின் சோகத்துக்கு நாம்தான் பொறுப்பு என்று சொன்னது. அடுத்து, 'தினத்தூதன்' அடிநாள் முதலே எலி களை எதிர்த்துப்போராட வேண்டியதன் அவசியத்தை உணர்ந்து அதற்குத்தேவையான செய்திகளைப் பிரசுரித்து வந்திருக்கிறது என்றும், இருப்பினும் எவரும் இதன் முக்கியத்துவத்தை உணர வில்லை, காரணம் 'தினத்தூத'னைப் பெரும்பாலான மக்கள் படிக்கத் தவறிவிட்டார்கள் என்றும், இனிமேலாவது இந்தக்குறை இல்லாமல் இருப்பதற்காக பெரும் அளவில் முன்வந்து தினத் தூதனை வாங்கிப்படித்துப் பயன்பெறுவார்கள் என்ற தன் உறுதி யான நம்பிக்கையையும் தெரிவித்தது. கடைசியாக, நம்முடைய கடமையை உணர்த்தும் பொறுப்பை ஒரு சின்னஞ்சிறு சிசு தன்மேல் ஏற்றுக்கொண்டு அதன் விளைவாக அமரத்துவம் அடைந்திருக்கிறது என்றும், அதன் களங்கமற்ற தியாகம் வீண்போகாது, பலனைக் கொடுத்தே தீரும் என்று சொல்லி, 'வாழ்க வீரத்தியாகம்' என்ற கோஷத்துடன் முடித்தது.

மறுநாள் முதல் தினத்தூதனுக்குக் கடிதங்கள் வந்து குவியத் தொடங்கின. எலிகளின் குணாதிசயங்கள், உடலமைப்பு, ஆகாரம், வைரிகள், மணவாழ்க்கை வினோதங்கள் முதல் ரமாமணியின் விலாசம் என்ன, அவள் நீச்சல் உடையில் 'போஸ்' தருவாளா என்று கேட்டிருந்த போட்டோதொழில் நேயர் (அவர் போட்டோ கலைஞர் என்று சொல்லத் தேவையில்லை) வரை, எத்தனை ஆட்கள் எழுதினார்களோ அதைப்போல் இரண்டத்தனை கருத்து களைச் சுமந்த ஏராளமான கடிதங்கள். இந்தமுறை வந்திருந்த கோவாலப்பட்டி ராஜாபாதரின் கடிதத்தைப் படித்தபோதுதான் 'தினத்தூதன்' ஊழியர்களுக்கு அவர் ஆசிரியருக்குக் கடிதங்கள் எழுதும் 'வெறும்' வாசகர் இல்லை, ஒரு படைப்பாளியும்கூட என்பது தெரியவந்தது. அவர் கடிதத்தைச் சுருக்கி முதல் கடித மாகப் பிரசுரித்தார்கள். "மன்னுயிர் வாழத் தன்னுயிர் ஈந்து பொன் னுலகு அடைந்த புண்ணியக் குழவி" என மரித்த சிசுவை விளித்து, அதற்கு அதன் பெற்றோர்கள் பெயரிடாமல் போனதும் ஒரு நன்மைக்கே, "நாமிடுவோம் நற்பெயரை, நன்றியுணர்ச்சியால் நல்கிடுவோம் நற்பெயரை" என்று அறைகூவி, தியாகத்தின் உச்சியை எட்டிவிட்டதால் குழந்தைக்குத் தியாகராஜன் எனப்பெயரும்

இட்டிருந்தார் திரு. கோவாலப்பட்டி ராஜாபாதர் அவர்கள் தன் கடிதத்தில். அக்கடிதம் படித்தவரெல்லாரையும் கவர்ந்தது.

இதை அடுத்து நாட்டில் பல இடங்களில் தியாகராஜன் நினைவு நிதிகள் திரட்டப்பட்டன. நினைவு மண்டபங்கள் கட்டவேண்டுமென்று மக்களிடமிருந்து தினத்தூதன் வாயிலாக ஆணை பிறந்தது. தியாகராஜனின் உருவப்படங்களும் சிலைகளும் தேவை என்று தினத்தூதனுக்குத் தந்திகள் பறந்தன. படம் கிடையாது என்று சொல்லிவிட்டால் மக்களின் ஆவலைத் தூண்டிப் பின் அவர்களின் விருப்பத்தை நிறைவேற்றாது ஏமாற்றினதாக ஆகும் என்று கருதிய தினத்தூதன், எலிகள் கொத்திப்பிடுங்குவதற்கு முன்னால் இருந்த நிலையைக் காட்டும் தியாகராஜனின் படம் ஒன்றைத் தயார் செய்து வெளியிட்டது. ஆசிரியர் வெ.நா. ரனாரின் மூன்றுவயதுப் பேரக் குழந்தையைப் போலிருந்த அந்தப் படம் எல்லோர் உள்ளத்தையும் தொட்டுவிட்டது. படத்தைத் தொடர்ந்து தியாகராஜன், ரமாமணி ஆகியோரின் உருவங்களைப் பலவேறு கோலங்களில், செய்கைகளில் தாங்கிய மூவர்ணக் காலண்டர்களும் (நாட்டின் தலைசிறந்த ஓவியக்கலைஞர்கள் தீட்டியது) எனாமல் 'பாட்ஜு'களும் நாடெங்கும் பரவின. புதிதாகக் கட்டப்பட்ட வீடுகளுக்கும், திறக்கப்பட்ட கடைகள், பாலங்கள், மருத்துவமனைகள், சிங்கார நிலையங்கள், சினிமாக் கொட்டகைகள் அனைத்துக்கும் தியாகராஜனின் பெயர் இடப்பட்டது. இதனால் அஞ்சல் அதிகாரிகளுக்கும் தபால்காரர்களுக்கும் மற்றும் அனேகமாக எல்லோருக்கும் தொல்லையாயிற்றென்றாலும், எல்லோரும் நற்பண்புடையவர் ஆனதாலும், எல்லோருக்கும் ஏற்பட்டதாதலாலும் ஒருவரும் இந்த இடைஞ்சலைப் பொருட்படுத்தவில்லை.

மேலும், எல்லா நகரங்களிலும் 'தியாகராஜ ரசிகமன்றங்'களும், அவற்றை நடத்தியவர்களின் நேர்மையைச் சந்தேகித்தவர்களுடைய 'தியாகராஜ உண்மை ரசிகமன்றங்'களும், இவற்றை நடத்தியவர்களின் போக்கு பிடிக்காதவர்களுடைய 'உண்மை தியாகராஜ ரசிகமன்றங்'களும் ஒன்றன்பின் ஒன்றாகத் தோன்றின. நாட்டின் கவிஞர்கள் தியாகராஜன்மேல் பல கவிகள் யாத்தனர். சிலர் தியாகராஜ உலா, தியாகராஜ மடல், தூது போன்ற இலக்கியநூல்கள் புனைந்தனர். இவ்வகை தியாகராஜ இலக்கியங்களில் எல்லோருடைய பாராட்டுகளையும் பெற்றுச் சிறந்து விளங்கியது 'பழந்தமிழ்க் காவலர் பாவலர் நாவலர் பாலகவி' பொன்னுசாமி அவர்களின் "தியாகராஜன் பிள்ளைத்தமிழ்". தியாகராஜன் நினைவு நிதிவசூல் செய்தவர்களின் கணக்குப் புத்தகங்களை முக்கால்வாசி ஊர்களில் எலிகள் அழித்து விட்டதனால் நிதிபற்றி சச்சரவுகளும் வழக்குகளும் ஏற்பட்டன என்பது வாஸ்தவமே. இதனால் போலீஸ் காரர்களுக்கும் வக்கீல்களுக்கும் வைத்தியர்களுக்கும் வேலையும்

வருமானமும் அதிகமாயிற்று என்பதும் உண்மையே. இருப்பினும் இவர்களும் நற்பண்புடையோராதலால் இந்தத் தொல்லைகளைப் பொருட்படுத்தவில்லை. மொத்தத்தில் சொல்லப்போனால் வாழ்க்கை ஜாம்ஜாம் என்று நடந்தது.

எலிப்பொறி கிடைக்காததற்கே வெளிநடப்புச் செய்த எதிர்க் கட்சித் தலைவர் திரு. ரத்தினக்கண்ணன் தோளைத் தட்டிக் கொண்டு துண்டை வரிந்து கட்டிக்கொண்டு எழுந்தார். பேனாவை எடுத்தார். அறிக்கைகளை விடுத்தார். தன்படத்துடன் பத்திரிகை களுக்கு அனுப்பினார். ஆண்டுக்கொருமுறை மலரும் அற்புத இலக்கிய ஏடுகள் முதல் எல்லாப்பத்திரிகைகளும் அவரின் அறிக்கை களில் சிலவற்றையாவது பிரசுரித்தன. அவருடைய கட்சி ஏடு 'எதிர்' அவருடைய படத்தை மட்டுமல்லாமல் பத்திரிகாசிரியர் படத் தையும் பிரசுரித்தது. படங்களைக் கோத்தபிறகு அறிக்கைக்கு இடமில்லாததால் அதை வெளியிடவில்லை.

11

இந்த இடத்தில் நாம் இந்த வரலாற்றை நிறுத்திவிட்டு அக்கால அரசியல் நிலைமையைச் சற்று விளக்கினால்தான் வரலாறு புரியும். பல ஆண்டுகளாய் நாட்டில் இருந்த குழப்ப நிலைமாறி 1980களில் அரசியல் சீரடைந்து ஓரளவு அமைதியான முறையிலேயே நடந்து வந்தது. ஆரம்ப காலத்தில் அரசியல்வாதிகள் மக்களிடம் வாக்குகள் பெற்றுப் பதவிக்கு வந்தபின் அவர்களை அறவே மறந்து தங்களையே வளர்த்துக்கொண்டார்கள் என்ற எண்ணம் மத்திய காலத்தில் மக்களிடம் பரவியிருந்தது. அப்போது ஏராளமான அரசியல் கட்சிகளும் தோன்றி, 'யார் மக்களின் உண்மையான நண்பன்' என்பதை நிரூபிக்க வாதப்பிரதிவாதங்கள் செய்து வன்முறையில்கூட இறங்கின. இந்தப் போக்கைக் கண்டு அதைரியம் அடைந்த அறிவுஜீவிகள் சிலர் தங்களுக்கு இடம் அளிக்காத அரசியல் ஒழிக என்றுகூடப் பிரச்சாரம் செய்தனர். இக்கொள் கையைப் பலப்படுத்த ஐந்தாறு புதுக்கட்சிகளையும் தோற்று வித்தனர்.

இந்தக் குழப்பநிலைமை மக்களால் யாரும் எதிர்பாராத வகையில் சீர்திருத்தப்பட்டது. 'பதவிக்குத்தானே ஆசைப்படு கிறார்கள், பாவம் இந்த அரசியல்வாதிகள், அவர்கள் வயிற்றில் அடிக்கக்கூடாது' என்ற தர்மசிந்தனை மக்களிடம் பரவிற்று. அதே சமயம் செல்வமும் அதிகாரமும் ஒரே இடத்தில் குவியலாகாது என்ற சமதர்ம மனப்பான்மையும் பெருகியது. இதன் பலனாக யாரும் பிரச்சாரம் செய்யாமல், இயக்கங்கள், ஊர்வலங்கள், தடியடி, உண்ணாவிரதங்கள், துப்பாக்கிச்சூடுகள், உயிரோடு எரித்தல்

போன்ற அகிம்சைப் போராட்டங்கள் எதுவுமில்லாமல் பொது மக்கள் தாங்களாகவே ஒரு முடிவுக்கு வந்தார்கள். 'எந்தக் கட்சியாக இருந்தாலும் அது ஆளும்கட்சியாக இருந்தால் அதை ஆதரிப்ப தில்லை' என்பதுதான் அந்த முடிவு. இதில் என்ன ஆச்சரியம் என்றால், இவ்வாறு முடிவுக்கு வந்ததை அவர்களும் உணரவில்லை, அரசியல்வாதிகளும் புரிந்துகொள்ளவில்லை. ஆகவே, பல கட்சிகள் கொள்கை மயக்கத்திலும் சிந்தனைக் குழப்பத்திலும் ஆழ்ந்து அரசியலை விட்டுவிட்டுத் தங்கள் தோல்வியின் காரணங்களை ஆராய்வதிலேயே ஈடுபட்டிருந்தன. சிலசில இடங்களில் சிலசில கட்சிகள் ஒன்றுசேர்ந்து பலவாய்ப் பிரிந்தன. விலைவாசிகள் ஏற்றம், வரிப்பளு, பணவீக்கம், முதலாளித்துவம், கம்யூனிஸம், வேலை யில்லாத் திண்டாட்டம், மதவாதம் இவற்றுள் ஏதாவது ஒன்றுதான் நாட்டின் அரசியல் குழப்பநிலைக்குக் காரணம் என்று அவரவர்கள் கட்சிக்குத் தகுந்தபடி அரசியல்வாதிகளும் அவர்களுக்கு அறிவுரைகள் கூறும் பல்கலைக்கழகப் பேராசிரியர்களும் பத்திரிகை யாளர்களும் வாதித்தனர். வேறுசிலர் குழப்பநிலைதான் இவற்றுக் கெல்லாம் காரணம் என்று நிலைநாட்டினர். நிலைமை கட்டுமீறிப் போய்விடும் போலிருந்தது.

அந்த நெருக்கடியான சமயம், 1979ஆம் வருடம், அமெரிக் காவில் கார்நெல் பல்கலைக்கழகப் பொருளாதாரத்துறைப் பேராசிரி யர் டாக்டர் ஜான்ஜோன்ஸ், தான் எழுதிய "உலக அரசுகள்" என்ற புத்தகத்தில் தன் கண்டுபிடிப்பை வெளியிட்டார். அது தான் மக்கள் மேற்கூறிய முடிவுக்குத் தங்களை அறியாமலே வந்துள்ளனர் என்பது. இருட்டறையில் விளக்கேற்றியவுடன் கரும்பூதங்கள் கரைந்துபோய் எல்லாம் துல்லியமாய்த் தெரிவதைப் போல இவ் விளக்கம் அமைந்தது. வெளிநாட்டு நூல்களையும் படிக்கும் வழக்க முள்ள அரசியல் தலைவர்கள் சிலர் மேற்சொன்ன புத்தகத்தைப் படித்துவிட்டு, அதில் பல இடங்களில் நம்நாட்டை அவமதித்து ஏளனம் செய்து எழுதியிருப்பதால் அப்புத்தகம் இங்கு விற்பனை யாகக் கூடாது என்று தடைவிதித்துவிட்டு, ஒன்று சேர்ந்து 'இந்த விளக்கத்தின் அடிப்படையில் இனிநாம் செய்யவேண்டியது யாது?' என ஆலோசனைசெய்து, விவாதித்து, மீண்டும் ஆலோசனை செய்தனர். அச்சிறு குழுவில் ஒரு மேதைக்கு ஓர் எளிய ஆனால், அற்புதமான யோசனை உதித்தது. ஒரு சில திருத்தங்களுடன் அந்த யோசனையும் உற்சாகத்துடன் ஏற்றுக் கொள்ளப்பட்டது.

அதன்படி நாட்டில் இருந்த கட்சிகள் அனைத்தும் கலைக்கப் படும். 'ஆளும்கட்சி' என்று ஒன்றும் 'எதிர்க்கட்சி' என இன் னொன்றும் அமைக்கப்படும். தேர்தலில் எந்தக் கட்சி ஜெயித் தாலும் அது ஆளும்கட்சியின் சின்னம், பத்திரிகை அனைத்தையும்

பெற்று ‘ஆளும்கட்சி’யாகிவிடும். தோற்றகட்சி ‘எதிர்க்கட்சி’யாகி அதன் சின்னம், பத்திரிகை முதலிய அனைத்தையும் பெற்றுவிடும். தேர்தல் முடிந்தபின் எதிர்க்கட்சித் தலைவர் தவிர மற்ற எவரும் ஆளும்கட்சியில் சேர்ந்துகொள்ள உரிமைபெற்றவர் என்பது அந்த யோசனையின் சிறப்பு அம்சம். எதிர்க்கட்சித் தலைவர் மாத்திரம் ஆளும்கட்சியில் சேரக்கூடாது. அவருடைய இந்த அரசியல் தியாகத்தை மதிக்கும் வகையில் எதிர்க்கட்சித் தலைவரை எதிர்த்து ஜெயிக்கக்கூடியவர்கள் யாரும் போட்டியிடமாட்டார்கள். அவரும் ஆளும்கட்சியினராக ஆகிவிட்டால் நாட்டில் எதிர்க்கட்சியே இல்லாதுபோய் ஒரேகட்சியின் ஆட்சி ஏற்பட்டு ஜனநாயகம் செத்துப்போய்விடும் என்பதால்தான் இந்தவிதமான ஏற்பாடு நிர்ணயிக்கப்பட்டது. தவிர, வாய்ச்சொல் ஒப்பந்தமாக, எந்தக் கட்சி ஜெயித்தாலும் அதன் அங்கத்தினர்களில் முக்கால்வாசிப் பேர் களுக்குக் குறையாமல் மந்திரிசபையிலும், மற்றுமுள்ள பல கமிஷன் களிலும் வாரியங்களிலும் இடம் கொடுக்கவேண்டும். பதவி, பலன் எதுவும் கிட்டாத சிலர் எதிர்க்கட்சியில் சேர்ந்துகொள்ளலாம், அல்லது அது அவர்கள் மனசாட்சிக்கு விரோதமாகப் பட்டால் ‘நடுக்கட்சி’ என்ற ஒன்றைச் சட்டசபையில் அமைத்துக்கொள்ளலாம் என்றும், ஆனால், நடுக்கட்சி சட்டசபை கட்சியாக இருக்குமே ஒழியத் தேர்தலில் நிற்கும் உரிமையற்றது என்றும் முடிவாயிற்று. தேர்தல்கள் அரசாங்கத்துக்காக நடப்பதால் அதற்காக ஆகும் செலவை அரசாங்கமே ஏற்கவேண்டும், ஏழை மக்களின் பிரதிநிதி களாக விழையும் ஏழை வேட்பாளர்களும் ஏழை அரசியல் கட்சி களும் பணவிரயம் செய்து பணவீக்கத்தை ஏற்படுத்துவதைத் தவிர்க்கவேண்டும் என்ற திருத்தமும் ஏகமனதாக ஏற்றுக்கொள்ளப் பட்டது. கட்சித்தலைவர்கள் விவாதித்து ஏற்றுக்கொண்ட இம் முடிவுகள் மக்களுக்குப் புரியும் வகையில் அவர்கள் முன்னிலையில் உரிய சட்டமன்றங்களில் சமர்ப்பிக்கப்பட்டு அங்கீகரிக்கப்பட்டன.

ஆகவே, 1980ஆம் ஆண்டிலிருந்து நாட்டில் இரண்டே இரண்டு கட்சிகள்தான் நடைமுறையில் இயங்கின. ஒன்று, அதிகாரப் பெருமையையும் மக்களின் மாபெரும் சக்தியையும் குறிக்கும் யானைச் சின்னம்கொண்ட ‘ஆளும்கட்சி’; மற்றது அதிகாரச் சிறுமை யையும் தேர்தல் தோல்வியினால் சட்டசபையில் குன்றியிருப்பதை யும் குறிக்க சுண்டெலிச் சின்னம் கொண்ட ‘எதிர்க்கட்சி’. பள்ளிப் படிப்பின் புள்ளிக்குதவாத் தன்மையை உணர்ந்துகொண்ட பொது மக்களில் பலர் படிப்பையே நிறுத்திவிட்டிருந்ததால் இம்மாதிரிச் சின்னங்கள் தேவையாக இருந்தன.

இந்த ஏற்பாடு வேலைசெய்யத் துவங்கியபின் சட்டசபைகளில் சாதாரணமாக எதிர்க்கட்சித் தலைவரைத் தவிர மற்றவரெல்லாம்

ஆளும்கட்சி உறுப்பினர்களாக இருந்தனர். மூன்றாண்டுகளுக்கு ஒருமுறை பொதுத்தேர்தல் நடந்து உறுப்பினர்கள் மாறுவர். முன் எலிச் சின்ன எதிர்க்கட்சித் தலைவராயிருந்தவர் தேர்தலுக்குப் பின் ஆனைச் சின்னம் தாங்கும் ஆளும்கட்சித் தலைவராகிவிடுவார். புது எதிர்க்கட்சித் தலைவரைத் தவிர மற்றவர்கள் எல்லோரும், தேர்தலில் ஜெயித்ததாலோ அல்லது தேர்தலுக்குப் பிறகு கட்சி மாறும் தங்கள் உரிமையை உபயோகித்ததாலோ புது ஆளும்கட்சி யினராகி விடுவார்கள். சிலசமயம் நடுக்கட்சியினர் சிலர் ஏற்பட்டு விடுவார்கள். அதனால் அவர்களைத் தவிர வேறு யாருக்கும் நஷ்டம் இருந்ததாகத் தெரியவில்லை.

இந்த அற்புதமான ஏற்பாடு உலகத்துக்கே ஒரு வழிகாட்டி யாகவும் கலங்கரை விளக்கமாகவும் இருந்திருக்கும். துரதிர்ஷ்ட வசமாக, டாக். ஜோன்ஸ் தவிர, மற்ற வெளிநாட்டினர் நம் நாட்டு விஷயத்தையும் நிலைமையையும் புரிந்துகொள்ளாமல் இதற்கு ‘ஹிந்துமுறை அரசு’ என்று பெயர் சூட்டிவிட்டு, இந்தப் புராதன முறையைப் புரிந்துகொள்வதற்காக உபநிஷத்துகளையும் பகவத் கீதையையும் மனனம் செய்துவிட்டு அதன்பொருள் தெரிய நம் நாட்டு சம்ஸ்கிருத பண்டிதர்களை வாடகைக்கு எடுத்துக் கொண்டி ருந்தார்கள்.

இந்த ஏற்பாட்டினால் நாட்டு அரசியலில் அமைதி ஏற்பட்டது எனலாம். பொதுமக்களுக்கும் சௌகரியமாயிற்று. எல்லோரும் தங்களைப்போலச் சிறியதான ‘எலி’ சின்னத்துக்கே வாக்களித்தனர். ஆனாலும், இந்தப் புதிய அரசியல் ஏற்பாட்டினால் நாட்டின் எல்லாத் துறைகளிலும் பூரண அமைதி நிலவியது என்று சொல்லி விட முடியாது. எடுத்துக்காட்டாக, மேலே சொன்னது போல் ஜனங்களில் பெரும்பாலானோர் படிப்பதை நிறுத்திவிட்டதால் பள்ளிக்கூடங்களிலும் கல்லூரிகளிலும் கூட்டம் குறையத்தொடங் கியது. இதனால் வேலையற்ற பட்டதாரிகள் குறைவர், ஆகவே இதுவும் நல்லதே என்றுதான் அரசாங்கம் நினைத்தது. சில சமயங் களில் கல்வி மந்திரிகளே, கேள்வியின் முக்கியத்தையும் கேள்வியை நோக்கின் கல்வி இரண்டாந்தரம்தான் என்பதையும் திருக்குறளின் ஆதாரத்தோடு விளக்கினார்கள். பள்ளிகளிலும் கல்லூரிகளிலும் மாணவர்கள் தொகைகுறையக் குறைய இந்நிறுவனங்களை நடத்தி வந்தவர்களுக்கு லாபம் குறைந்து நஷ்டங்கூட ஏற்பட ஆரம்பித்தது. ஆகவே அவர்கள் கல்விக்கூடங்களை மூடிவிட அனுமதி அளிக்க வேண்டும் அல்லது அரசாங்கமே அவற்றை ஏற்றுநடத்தவேண்டும் என்று ஆர்ப்பாட்டம் செய்தார்கள். கல்விக்கூடங்களை மூடுவதை மாணவர்கள் ஆதரித்தார்கள், ஆசிரியர்கள் எதிர்த்தார்கள். எல்லோ ரும் ஒருவருக்கொருவர் எதிராகவும், அரசாங்கத்தை ஒன்று சேர்ந்து

எதிர்த்தும் சத்தியாகிரகம் செய்தனர். அமைதியான முறையில் நான்கு கல்லூரிகள் எரிந்தன. இரண்டு நிர்வாகிகள், மூன்று ஆசிரியர்கள், ஒரு போலீஸ்காரர் உயிரிழந்தனர். ஐந்து மாணவர்கள் நொண்டியானார்கள். இந்நிலையில் அரசாங்கம் குறுக்கிட்டு, கல்வி யினால் நாட்டின் உற்பத்தியோ அந்நியச் செலாவணி வருமானமோ பெருகாவிட்டாலும் கல்விக்கூடங்கள் இல்லாவிட்டால் ஆசிரியர்கள் வேலையில்லாமல் திண்டாடுவார்கள், மாணவர்களின் மனது பண்படாததாகிவிடும் ஆகவே அது தனியார் துறையில் இருக்கக் கூடாது என்று தீர்மானித்தது. ஏராளமான நஷ்டஈடு கொடுத்துக் கல்விகூடங்களைத் தேசிய நிறுவனங்களாகச் செய்தது. அந் நிறுவனங்களை மாணவர்கள் இல்லாமலே வெற்றிகரமாக நடத்த முடியும் என்றும் நிரூபித்துக் காட்டியது. இது ஓர் உதாரணத் துக்காக. இம்மாதிரிச் சில்லறைச் சமூக, தொழிலாளர், மத பிரச்ச னைகளினால் அவ்வப்போது நாட்டில் அமைதி குலைந்தாலும் அரசியல் காரணமாக அமைதி குலையவில்லை.

12

இந்தச் சூழ்நிலையில்தான் முத்தையாவின் கண்டுபிடிப்புகளும் தினத்தூதனின் பரபரப்பூட்டும் செய்திகளும் வெளியாயின. அவ் வாண்டின் இறுதியில் பொதுத் தேர்தல் நடைபெற இருந்தது. இந்தச் சூழ்நிலையில்தான் எதிர்க்கட்சித்தலைவர் திரு. ரத்தினக் கண்ணன் அவர்கள் அறிக்கைமேல் அறிக்கைவிட்டார். சட்ட சபையை உடனே கூட்ட வேண்டுமென்றார். கூட்டாவிடில் நேரடி நடவடிக்கை எடுப்போம் என்றார். 'பச்சைக் குழந்தைகளைப் பயமின்றி இருக்கச் செய்யமுடியாத அரசாங்கம் பாழாக' என்றார். இதற்குப் பதில் சொன்ன முதல்மந்திரி, 'கேவலம் ஒரு குருவிக்காரக் குழந்தைக்காக இவ்வளவு பரிந்துபேசும் எதிர்க்கட்சித் தலைவர் மதிப்பிற்குரிய திரு. ரத்தினக்கண்ணன் அவரது ஆட்சிக்காலத்தில் எவ்வளவு குழந்தைகள் பவுடர் பாலும் வார்னிஷும் குடித்து வயி றூதிச் செத்தன என்று சொல்வாரா?' என்று எதிர் அறிக்கை விடுத்தார். இதை எதிர்த்து இன்னொரு நடுக்கட்சிக்காரர், "ஈவிரக்கம் இல்லாமல் தாழ்த்தி ஒடுக்கப்பட்ட ஒரு வகுப்பையே ஏளனம் செய்யும் வகையில் மேல்வகுப்புத் திமிருடன் முதல்மந்திரி பேசி யிருப்பது வருந்தத்தக்கது, ஆகவே அவருக்காக ஆண்டவனிடம் மன்னிப்புக்கோரும் வகையில் தானோ அல்லது அவரோ (முதல் மந்திரி, ஆண்டவனல்ல) சாகும்வரையில் உண்ணாவிரதம் இருக்கப் போகிறேன்" என்று அறிவித்துச் சட்டசபை எதிரில் நடுத்தெருவில் கூடாரம் அடித்து உட்கார்ந்துவிட்டார். அவரை எதிர்த்து ஆளும் கட்சியினர் இருவர் எதிர்உண்ணாவிரதம் இருந்தனர். மூன்றாவது நபர் ஒருவர், குருவிக்கார ஜாதியைச் சேர்ந்தவர், அந்த ஜாதிமக்களில்

பி.ஏ. பட்டம் பெற்ற ஒரேநபர், "அரசியல்வாதிகள் தங்கள் சண்டையில் குருவிக்கார ஜாதியை இழுத்துவிடுவது விஷமத்தனமானது. தன் ஜாதி தாழ்ந்ததும் இல்லை, தாழ்த்தப்படவும் இல்லை, இந்த ஜாதியில் பிறந்ததுக்காக நான் பெருமைப்படுகிறேன், எங்களைத் தாழ்ந்தவர்கள் என்று அவதூறாகப் பேசுகிறவர்களைத் தண்டிக்க வேண்டும்" என்று சொன்னது மாத்திரமல்ல, செய்கையில் காட்டக் குருவி சுடும் துப்பாக்கி ஒன்றையும் எடுத்துக்கொண்டு கிளம்பி விட்டார்.

எதிர்க்கட்சிக்கு மதிப்புக் கொடுத்து ஜனநாயக மரபுகளைக் காப்பாற்றும் வகையில், முதலில் குறிப்பிட்ட தேதிக்கு முன்னால் சட்டசபை கூட்டப்பட்டது. சபையில் அரசாங்கத்தின் பொறுப்பற்ற தன்மையையும், கவனக்குறைவையும், தான் எப்படி எலிகளின் தொல்லை பற்றியும் பயங்கரப் போக்கு பற்றியும் வெகுநாள் முன்னரே எச்சரித்திருந்தும் அரசாங்கம் அதுபற்றி ஒரு நடவடிக் கையையும் எடுக்காமல் இருந்துவிட்டது என்பதையும் எடுத்துக் காட்டி, நிரபராதியான ஒரு சிறுகுழந்தையின் கோரச்சாவுக்கு அரசாங்கம்தான் பொறுப்பு என்றும் குற்றம்சாட்டி அரசாங்கத்தைக் கைதிக் கூண்டில் ஏற்றினார் எதிர்க்கட்சித் தலைவர் திரு. ரத்தினக் கண்ணன். அவரை நடுக்கட்சியினர் ஆதரித்தனர். 'பழந்தமிழ் இலக் கியங்களில் கூறப்பட்டிருப்பதுபடி எலி மயிரினால் நெய்த ஆடை செய்யும் தொழிற்சாலைகளை அரசாங்கம் நிறுவியிருந்தால் இது போல் எலிகளும் இரா, ஏராளமான பேர்களுக்கு வேலைவாய்ப்பும் இருந்திருக்கும், அந்நியச் செலாவணியையும் சம்பாதித்திருக்கலாம்; இம்மாதிரிப் பயனுள்ள காரியங்களை ஒரு பொறுப்புள்ள அரசாங் கம்தான் செய்ய முடியும்' என்று தங்கள் கருத்தை வெளியிட்டனர். பின்னர், ஆளும்கட்சியினர் ஒவ்வொருவராக எழுந்து எதிர்க்கட்சித் தலைவர் திரு. ரத்தினக்கண்ணனை எதிர்த்துப் பேசினர். முதலில் பேசிய ஒருவர், 'சாவே நிகழவில்லை, ஏனெனில் அது நிகழமுடியா தது. "உறங்குவதுபோலும் சாக்காடு" என்ற பொய்யாமொழிப் புலவர் பெருந்தகை வள்ளுவர் வாய்மொழி பொய்யா, ரத்தினக்கண்ணன் வாய்மொழிதான் மெய்யா?' என்று பலத்த கைத் தட்டலுக்கு மத்தி யில் கேட்டுப் புன்னகையோடு உட்கார்ந்தார். இன்னொருவர், 'சாவுக்குக் காரணம் யானைகள் அல்ல, எலிகள்தான்' என்றார். பொருள் பொதிந்த இச்சிலேடையை அவர் விளக்கும் முன் வேறொ ருவர் எழுந்திருந்து அரசாங்கம் தன்னாலியன்ற அனைத்தையும் செய்து வந்திருக்கிறது, எதிர்க்கட்சியினரின் ஒத்துழைப்புக் கிடைத் திருந்தால் இக்கோரக் கொலை நிகழ்ந்திராது, ஆகவே எதிர்க்கட்சித் தலைவர்தான் இந்த அநியாயக் கொலைக்குப் பொறுப்பு' என்று திரு. ரத்தினக்கண்ணனின் குற்றச்சாட்டை அவர் மேலேயே வெகு லாவகமாகத் திருப்பிவிட்டார்! கடைசியில் பேசிய முதல்மந்திரி,

‘இச்சாவு தன்ஆட்சிக் காலத்தில் நடந்துவிட்டது என்ற ஒரே காரணத்துக்காக வேண்டுமானால் தன் மேல் பொறுப்புச் சாட்டலாம்’ என்றும், ‘தானும் தன்கட்சியும் மக்களின் அதுவும் எழுத்தறிவில்லா ஏழை மக்களின் பிரதிநிதிகள், அவர்கள் முன்னிலையில் இப்பிரச்சனையை வைத்து அவர்கள் தீர்ப்பின்படி தான் நடக்கத் தயார், எதிர்க்கட்சித் தலைவர் தயாரா?’ என்றும் கேட்டுச் சவால் விடுத்தார். மேலும், ‘சென்ற ஆறு மாதங்களில் எலிப்பொறிகளை உற்பத்தி செய்யவும் விற்பனைசெய்யவும் அறுபத்தியேழு லைசென்சுகளையும் பர்மிட்டுகளையும்தான் அரசாங்கம் வழங்கியிருக்கிறது’ என்று எடுத்துக்காட்டி, ‘எதிர்க்கட்சி என்ன செய்திருக்கிறது?’ என்று எதிர்க் கேள்விகேட்டு ‘அரசாங்கம் ஒன்றும் செய்யவில்லை என்பது உண்மைக்கு மாறானது’ என்பதை நிலை நாட்டினார். மேலும் ‘அடுத்த மூன்றாண்டுத் திட்டத்தில் ஒரு மாபெரும் எலிப் பொறித் தொழிற்சாலை நிறுவும் சாத்தியக் கூறுகளை அரசாங்கம் ஆராய்ந்து வருவதாகவும், அதற்காக நியமிக்கப்பட்ட நிபுணர் குழு கொடுத்துள்ள தகவல்களின்படி அதைக் கட்டுவதற்கே இரண்டரைக் கோடி ரூபாய் செலவாகுமென்றும் அதற்கு அடுத்த பட்ஜெட்டில்தான் பணம் ஒதுக்க யோசித்து வருவதாகவும், அந்தத் தொழிற்சாலை முழு உற்பத்தியில் ஈடுபட்டால் தென்கிழக்கு ஆசியா பூராவுக்கும் அது எலிப்பொறியில் சுயதேவை நிறைவை எட்டிவிடும் என்றும் அப்போது அது ஆயிரத்து எழுநூற்று எண்பத்து ஏழு தொழிலாளிகளுக்கு வேலைவாய்ப்பளிக்கும் என்றும் தெரிவித்தார்.

அன்றுமாலை அரசினர் குருடர் பள்ளி புறநானூற்றுப் பரிசு விழாவில் பேசுகையில் முதல்மந்திரி காலை விவாதத்தைப் பற்றிக் குறிப்பிட்டு, இது தேர்தல் ஆண்டு என்பதை மக்கள் நினைவிலிறுத்திக் கொள்ளவேண்டும் என்றும், எதிர்க்கட்சிக்காரர்கள் இப்படித்தான் பேசுவார்கள் என்றும், இது மக்களுக்கும் தெரியும் என்பது தனக்கும் தெரியும் என்றும் சொன்னார். அவருக்குப்பின் பேசிய திரு. ரத்தினக்கண்ணன், இது தேர்தல் ஆண்டு என்பதை மக்கள் நினைவிலிறுத்திக்கொள்ள வேண்டும் என்றும், சாதாரணமாகத் தேர்தல் ஆண்டுகளிலாவது ஆளும்கட்சி பொறுப் போடும் கனிவோடும் நடந்துகொள்வார்கள் என்றும், அப்படிப் பட்ட தேர்தல் ஆண்டிலேயே ஆளும்கட்சி இப்படி பொறுப்பற்று ஈவிரக்கமற்று நடந்துகொண்டால், அவர்கள் தேர்தலில் ஜெயித்து விட்டால் பிறகு எப்படி நடந்துகொள்வார்கள் என்பதை மக்களே அறிவார்கள் என்பதைத் தானும் அறிந்ததாகச் சொல்லிமுடித்தார். புறநானூற்றுப் பரிசாயிற்றே என்று பயந்துகொண்டே வந்திருந்தவர்கள் இந்த மாதிரிச் சுவையான சொற்போரைக் கேட்டுக் கை தட்டி ஆரவாரம் செய்து கலைந்தனர்.

மறுநாள் எதிர்க்கட்சியினரின் நம்பிக்கையில்லாத் தீர்மானம் அமோக வோட்டுகள் வித்தியாசத்தில் முறியடிக்கப்பட்டபின், என்ன செய்வது என்று ஆலோசனை செய்த திரு. ரத்தினக்கண்ண னுக்கு ஓர் யோசனை உதித்தது. அரைமணி நேரம் சென்றபின் சட்டசபையில் வெடிகுண்டு ஒன்றைவீசினார். உண்மையான வெடிக்கும் குண்டல்ல, அவர் வீசியது ஓர் அறிக்கைக் குண்டு. இன்னும் இருபத்தெட்டு நாட்களுக்குள் நாட்டில் இருக்கும் எலிகளை அரசாங்கம் ஒழிக்காவிடில் இருபத்தொன்பதாவது நாள் சபைநடுவிலோ, முன்னாலோ அல்லது தான் தேர்ந்தெடுக்கும் வேறெதாவது இடத்திலோ பொதுமக்கள் முன்னிலையில் தாம் தீக்குளித்து உயிர்த்தியாகம் செய்யப்போவதாக அறிவித்தார். அறிவித்த உடனே எதிர்க்கட்சியினர் அனைவரும் கரகோஷம் செய்தனர். அதாவது எதிர்க்கட்சியினர் என்று யாராவது இருந்திருந் தால் அப்படிச் செய்திருப்பார்கள். நடுக்கட்சியினரும் அச்சமயம் சபையில் இல்லை. ஆளும்கட்சியினரோ வழக்கம்போல் திரு. ரத்தினக்கண்ணன் பேசுகையில் அதைக் கவனியாது நாட்டை எப்படி நல்லவிதமாக ஆள்வது என்பது போன்ற கனமான யோசனைகளில் ஆழ்ந்து மூழ்கிக் கிடந்தனர். ஆகையால் அவர் சொன்னதைக் காதில் வாங்காமல் விட்டுவிட்டனர். சபைத் தலைவரோ அந்தச் சமயத்தில்தான் முதல்நாள் இரவு பூராவும் கண் விழித்திருந்த அயர்ச்சியினால் (பாவம், அவருக்குப் பயங் கரமான பல்வலி) சிறிது கண்ணயர்ந்து விட்டார். சும்மா ரெண்டே நிமிஷந்தான். ஆகவே, திரு. ரத்தினக்கண்ணனது அறிக்கை அவர் காதிலும் விழவில்லை. திடுக்கிட்டுக் கண்விழித்த சபைத் தலைவர் "அடுத்த விஷயத்துக்குப் போவோம்" என்றார், ஆளும்கட்சி ஆமோதித்தது. சாக்கடைகள் வரி பற்றிய அரசாங்கத்தின் மசோதா விவாதத்துக்கு எடுத்துக் கொள்ளப்பட்டது. இன்னும் சரியாக இருபத்தொன்பதாவது நாளில் எதிர்க்கட்சித் தலைவர் வெந்து சாம்பலாகப் போகிறாரே என்று யாரும் கவலைப்பட்டதாகத் தெரிய வில்லை. சந்தோஷம் கூடப் படவில்லை. அவர் இருக்கிறாரா இல்லையா என்ற அக்கறையே காணப்படவில்லை. ஆளும்கட்சி யினர் தங்கள் மமதையினால் கண்ணும் காதும் மனதும் மூடப் பெற்று எதிர்க்கட்சித் தலைவரையும் ஒரு சாதாரண மனுஷனையும் பேர் ஊர் தெரியாத தோலானையும் தொத்தானையும் ஒன்றாக மதித்தார்கள், அதாவது மதிக்காமலிருந்தார்கள் என்றெல்லாம் நினைத்துப் பார்த்த திரு. ரத்தினக்கண்ணனின் ரத்தம் கொதித்தது. 'அரசாங்கத்தின் மசோதாவைக் கடுமையாக எதிர்க்கிறேன்' என்று ரத்தினச் சுருக்கமாகத் தன் கருத்தைத் தெரிவித்துவிட்டு வெளி யேறினார். சாக்கடைகள் என்றால் அவருக்கு ரொம்பப் பிடிக்கும் என்று நினைத்திருந்த ஆளும்கட்சியினருக்கு அவருடைய திடீர் வெளிநடப்பு ஆச்சரியத்தை அளித்தது.

சபை அரங்கின் வெளியே இருந்த தாழ்வாரத்திலேயே உட்கார்ந்து பத்திரிகைகளுக்கு ஒரு பிரகடனம் தயார் செய்து டெலிபோன் மூலம் அதை எல்லாப் பத்திரிகைகளுக்கும் அறிவித்தார். மாலைப் பத்திரிகையில் அவருடைய அனல் கக்கும் அறிக்கை வெளிவந்தது. நிறையப் பேர் வாங்கிப் படித்து ரசித்தார்கள். அதன் வாசகம் வருமாறு: 'கொடுங்கோல் மன்னன் வாழும் நாட்டில் கடும்புலி வாழும் காடு நன்றே' என்ற முதுமொழி பொய்யாமொழி என்பது நாட்டில் சமீபத்தில் நடந்த சம்பவங்களால் நிரூபிக்கப்பட்டு விட்டது. சகிக்கமுடியாத இந்தக் கொடுங்கோல் ஆட்சியிலிருந்து விடுதலை பெறமுடியாதபடி இந்த இரக்கமற்ற அரசாங்கம் தன் வன ஒழிப்புத் திட்டத்தினால் நாட்டில் காடுகளே இல்லாமல் செய்துவிட்டிருக்கிறது. இதன் பொறுப்பை, அதாவது பொறுப்பில்லாத தன்மையை உணர்த்தும் பொருட்டு ஒரு சிறு குழந்தை தன் உயிரையே தியாகம் செய்தும் அதற்குப் பலன் இராது போலிருக்கிறது. இந்தத் துயரகரமான நேரம் என்னைப் போல ஆயுட்கால முழுவதையும் பொதுப் பணியில் ஈடுபட்டவர்களுக்கு ஒரு சோதனைக் காலம். எனக்கு வயதாகி விட்டது. என் வாழ் நாளில் நாட்டை ஒரு சோலையாகக் கண்டுகளிக்க வேண்டும் என்று விடாது உழைத்து வந்தும் அதை ஒரு பாலையாக மாற்றிவரும் இவ்வரசாங்கத்தின் கீழ் வாழ்வதைவிடச் சாவதேமேல் என்ற முடிவுக்கு வருவதைத் தவிர என் போன்றோருக்கு வேறு வழியில்லை. நான் என்வாழ்வில் எப்படிப் பயன்பட்டேனோ அதே போல் மரணத்திலும் என் உடல் மக்கள் நலனுக்குப் பயன்படட்டும் என்ற மேற்கண்ட முடிவுக்கு வந்த பின் நான் பொதுமக்களுக்கு விண்ணப்பித்துக்கொள்வது இதுதான். இன்னும் இருபத்தெட்டு நாட்கள் பொறுத்திருங்கள். அதற்குள் இந்நாட்டிலுள்ள எலிகளை அரசாங்கம் ஒழித்துக்கட்டாவிடில் நான் பொதுமன்றில் தீக்குளிக்கப் போகிறேன். அந்தச் சிதையிலிருந்து பரவும் கனல் எலிகளை மாத்திரமல்ல, எலிகளை ஒழிக்க மறுக்கும் அரசாங்கத்தையும் எரித்து ஒழித்துவிடும். வாழ்க ஜனநாயகம்! ஜெய் ஹிந்த்!"

மறுநாள் அவர் வீட்டின் முன் ஏகக் கும்பல். பெருந்தலைவர்களும் மாஜிமந்திரிகளும் வந்தார்கள். பெரியமனிதர்கள் வந்தார்கள். திரு. ரத்தினக்கண்ணனுடைய தாத்தா, தொண்ணூற்றெட்டு வயதுக் கிழவர், தடியை ஊன்றிக்கொண்டு கடுங்கோபத்துடன், "தத்தாரிப் பயல், அப்பவே சின்னவயசிலே இவன் அடுப்பிலே நெருப்போடே வெளையாடும்போதே சொன்னேன், ஒரு நாளிக்கில்லாட்டி ஒருநாள் தீப்பிடிச்சு எரிஞ்சுபோவேடான்னு" என்று திட்டிக்கொண்டே வந்தார். வந்தவர்களுக்கெல்லாம் திரு. ரத்தினக்கண்ணன் தீர்மானமாகச் சொல்லிவிட்டார்: "இருபத்தேழு நாளைக்குப் பிறகு உங்கள் வேண்டுகோளை நான் கவனிக்கிறேன்" என்று. எல்லோரும்

தொங்கிய முகத்தினராய் ஒருவர் பின் ஒருவராக வெளியேறி னார்கள். அன்றைக்கு அவருக்குக் காப்பிச் செலவே இருநூற்று நாற்பத்து ஆறேமுக்கால் ரூபாய் ஆகிவிட்டது!

அடுத்த நாள் அவர் சட்டசபைக்குச் செல்லும்போது வழி நெடுகப் பொதுஜனங்கள் அவர் காரை நிறுத்தி மாலைகளை அணிவித்த வண்ணமாக இருந்தார்கள். கொஞ்சதூரம் சென்றதும் கார் நிறையப் பூமாலைகளாக ஆகிவிட்டதால் அவர் காரை விட்டிறங்கி நடந்தே செல்லவேண்டியதாகி விட்டது. அப்போதும் மாலைகள் நிற்கவில்லை. அனேகர் இவரைத் தங்கள் குழந்தை களுக்கும், மனைவியர்க்கும், காதலர்க்கும், நண்பர்களுக்கும் சுட்டிக்காட்டி, "தோ போறார் பாரு, அவர்தான் தனக்கே நெருப்பு வெச்சுக்கப் போறாரு, இப்பவே நல்லாப்பாத்துக்க, அப்பறம் பாக்க முடியாது" என்று சொன்னார்கள். அது அவர் காதில் விழுந்தபோது அவர் மேனி புளகாங்கிதமடைந்தது. மேலிருந்த மலர் மாலைகளிலிருந்து நீர்த்துளிகள் கழுத்துப்பிடி வழியாகக் குறுகுறுவென்று உள்ளே முதுகில் இறங்கியபோதும் அவருக்கு அரிப்பே ஏற்படவில்லை. சட்டசபைக்கு நூறு கெஜ தூரத்தில் உட்கார்ந்து மாலைகளைக் கழற்றி வைத்துவிட்டுத் தன்னை ஆசுவாசப்படுத்திக்கொள்ள ஒரு சிறு சொற்பொழிவு செய்துவிட்டு மக்களின் அன்பை உண்டு மனம் உருகியவராய் சட்டசபைக்குள் நுழைந்தார்.

அதற்கு மறுநாளிலிருந்து அவருக்கு ஏராளமான கடிதங்கள் வரத்தொடங்கின. அவருக்குத் தெரிந்த நண்பர்கள், உறவினர்கள், விரோதிகள் எல்லோரும் ஒருமனதாக அவர் இன்னும் கொஞ்ச நாள் உயிரோடிருக்க வேண்டுமென்று வேண்டிக்கொண்டார்கள். மிகவும் நெருங்கிய அரசியல் தோழர்கள், அவரை இச்செயலைச் செய்யவேண்டாமென்றும், அவர் அடுத்த தேர்தலில் ஜெயிப்பது நிச்சயம் என்றும் சொன்னார்கள். இவர்கள் தவிர அவருக்குப் பொதுமக்கள் அனேகரிடமிருந்தும் கடிதங்கள் வந்தபடி இருந்தன. அவருக்குக் கொஞ்சமும் தெரியாதவர்கள்கூட அவரை மிகமிகப் பாராட்டி அவர் முயற்சி வெற்றிபெற வேணுமென்ற தங்கள் பேரவாவைத் தெரிவித்திருந்தார்கள். வெளியூர்ப்பட்டி வக்கீல்கள் சங்கம் அவர் மறைவுக்குப் பின் அவருடைய சொத்து விஷயமாக ஏற்படும் வழக்குகள் அனைத்தையும் இலவசமாகக் கவனிப்பதாக வாக்குறுதி அளித்தது. காட்டூர் வனவாசிகள் கழகம் ஐந்து குண்டு காட்டு விறகைத் தங்கள் எளிய அன்புக் காணிக்கையாக அனுப்பி வைத்தது. இருங்கூர் இரத்தினக்கண்ணன் இளைஞர் சங்கத்து அங்கத்தினர் ஒவ்வொருவரும் தங்கள் கையால் ஆயிரம்

சுள்ளி பொறுக்கி அனுப்புவதாகப் பொதுமக்கள் முன்னிலையில் செய்த பிரமாணத்தைத் தந்தி மூலம் அனுப்பியிருந்தார்கள். இம்மாதிரி அனந்தம் கடிதங்கள் வந்தவண்ணமாக இருந்தன. பொது மக்களுக்குத் தன் மேலிருந்த அன்பையும், தன் குறிக்கோள் நிறைவேறுவதில் அவர்களுக்கிருந்த ஆர்வத்தையும் கண்ட அவர் நெஞ்சம் நெகிழ்ந்தது. உள்ளம் உருகியது. இவ்வளவு அன்பானவர் களை விட்டுப் பிரியப்போகிறோமே என்று மனம் மறுகியது. இந்தக் கடிதங்களுக்கெல்லாம் சிகரமாக, ஒரு பத்துவயதுப் பையன், சாதாரணத் தொழிலாளியின் மகன், இவருக்காகத்தான் அழிக்க உபயோகப்படுத்தும் ரப்பரை, பாடபுத்தகத்தில் ரப்பரை எரித்தால் கந்தக வாயுவருமென்றும் அதைச் சுவாசித்தால் நினைவு தப்பிவிடு மென்றும் எழுதியிருக்கிறபடியால் அவர் எரிகையில் சூடு தெரியாமல் நினைவு தப்பிவிட வேணுமென்பதற்காக கனிவோடு அனுப்பி வைத்திருந்த கடிதம் அவர் கண்களில் நீரை வரவழைத்து விட்டது.

13

இதற்கிடையில் அரசாங்கமும் எதிர்க்கட்சித் தலைவரை எமன் வாயிலிருந்து மீட்க சுறுசுறுப்பாக வேலைசெய்யத் தொடங்கியது. ‘எலிகள் ஒழிக!’ ‘எலியே திரும்பிப்போ!’ என்ற வாசகங்களைத் தாங்கிய கை நோட்டீசுகளும் சுவரொட்டிகளும் நாடெங்கும் விநியோகிக்கப்பட்டன. வானொலியில் எலியொழிப்பு வாரமும் மாவட்டக் கலெக்டர்கள் தலைமையில் எலியொழிப்பு தசராவும் கொண்டாடப்பட்டன. தசராவின் துவக்க தினத்தன்று தலைநகரில் பிரமாண்டமான எலி உருவம் செய்யப்பட்டு அதை முதல்மந்திரி வெள்ளிச் சுத்தியால் உடைத்தார். இக்காட்சி படம்பிடிக்கப்பட்டு எல்லாச் சினிமாக் கொட்டகைகளிலும் காட்டப்பட்டது. மாவட் டங்களிலும் எலி உருவங்கள் செய்யப்பட்டுக் கலெக்டர்களாலும் பஞ்சாயத்து யூனியன் தலைவர்களாலும் நகரசபைத் தலைவர் களாலும் உடைக்கப்பட்டன. ஒரு சில ஊர்களில் எலியுருவில் களிமண் அதிகமாக இருந்துவிட்டதால் அவை லேசில் உடைய வில்லை. களி மண்ணில் தேவையான அளவு மணல் கலக்கவில்லை என்ற குற்றத்துக்காக அவ்வுருவங்களை சப்ளை செய்த கான்ட் ராக்டர்கள் கைது செய்யப்பட்டு ஐம்பது ரூபாய் அபராதம் விதிக்கப் பட்டார்கள். எலியொழிப்புப் பற்றிச் சிறந்த கவிதைக்கு அரசாங்கம் ஆயிரம்ரூபாய் தாங்கிய பொற்கிழி பரிசளிக்க முன்வந்தது. பழந்தமிழ்ப் பாவலர் பாலகவி பொன்னுசாமி அவர்கள் மரணப் படுக்கையிலிருந்தபடியே, “எலி ஒழிப்போம் எலியொழிப்போம்” என்று தொடங்கிப் புதுமாதிரியாக அதையே அடுத்த எட்டு

வரிகளாக வெவ்வேறு சந்தங்களில் அமைத்து "எலிஒழிப்போம் எலியொழிப்போம்" என்ற முழக்க முத்தாய்ப்போடு முடிந்த பத்து வரிக் கவிதை ஒன்று எழுதிப் பரிசைத் தட்டிகொண்டு போய் விட்டார். "சுண்டெலியொழிக்க, குண்டெறிந்து பார்ப்போம் அணு குண்டெறிந்து பார்ப்போம்" என்று ஆரம்பித்த கவிதை எழுதிய கவிஞர் சுந்தரனார் இரண்டாம் பரிசான ஐந்நூறு ரூபாய்க் காசோலையும் பொன்னாடையும் பெற்றார். இப்படிச் சுமார் இருபது நாட்கள் ஆயின.

இருபத்தோராம் நாள் மூதறிஞர் 'அரசியல் பூபதி' திரு. ரத்தினக்கண்ணனைச் சந்திக்கவேணுமென்று சொல்லி அனுப்பினார். அவருக்கு எண்பத்துமூன்று வயதானபோதும் திடகாத்திரமாய்த்தான் இருந்தார். ஒரு காது நன்றாய்க் கேட்டது. ஒரு கண்ணில் பார்வை போனபின் "அரசியல் பூபதி" என்ற பட்டத்தைப் பெற்றுக் கொண்டு அரசியலிலிருந்து ஓய்வு பெற்றுவிட்டார். அவருடைய கால்கள் சுவாதீனமற்றுப் போன சமயம் அந்தக் குறையால் அவர் மனம் நொந்து போகாமல் இருக்க அவருக்கு "மூதறிஞர்" என்ற பட்டத்தை அளித்து, 'நாட்டுக்கு அபாயம் நேரும் சமயத்தில் அன்னாரது ஆழ்ந்த அரசியல் அனுபவ அறிவைப்பெற அணுகுவோம்' என்றும் சொல்லி அரசாங்கம் அவரை மீண்டும் கௌரவித்தது. இதுவரை அவரை யாரும் புத்திமதிக்காக அணுகாததால், நாட்டுக்கு அபாயம் ஒன்றும் நேரவில்லை என்று அறிந்துகொண்ட அவர் அது குறித்து மனம் மகிழ்ந்து ஆண்டவனை வாழ்த்திக் கொண்டிருந்தார். மூன்று வாரங்களுக்கு முன் முதல்பேரனின் மூத்தமகன் பத்திரிகையில் படித்ததைக் கேட்டுவிட்டுச் சுமார் இரண்டு வாரங்களுக்கும் மேலாகத் திரு. ரத்தினக்கண்ணன் தன்னிடம் ஆலோசனைக்கு வருவார் என்று தினம் காலை எட்டரை மணியிலிருந்து மாலை ஆறரைவரை காத்திருந்தவர், அவர் வராததால் பொறுமை இழந்து திரு. ரத்தினக்கண்ணனுக்குச் சொல்லியனுப்பினார்.

திரு. ரத்தினக்கண்ணன் ஓடோடியும் வந்தார். குசலப் பிரச்னம் முடிந்தது.

"ரத்தினம், உயில் எழுதி வெச்சுட்டியா?" என்றார் மூதறிஞர். திரு. ரத்தினக்கண்ணனுக்கு உடல்நடுங்கியது.

"இல்லே, அதுக்கென்ன அவசரம்னுதான்..."

"நல்லாச் சொன்னே போ, தீக்குளிக்கிறதுக்கு முன்னாலியே, சும்மா பேச்சுக்குச் சொல்றேன், இப்பவே இங்கியே, ஒனக்கு மாரடைப்பு வந்திரிச்சுன்னா என்ன பண்ணுவே? இப்ப என்ன வயசு ஒனக்கு?"

“அம்பத்து அஞ்சு ஐயா”

“சரிதான், நாப்பதுக்குமேலே எமன் எந்த ரூபத்திலே எப்போ வருவான்னு சொல்லமுடியுமா? நீயே சொல்லு.”

ஏன் இந்தக் கிழம் எமனைப் பற்றியே பேசிக்கொண்டிருக்கிறது என்று திரு. ரத்தினக்கண்ணனுக்கு எரிச்சலாக வந்தது அவருக்கு இப்போதெல்லாம் எதற்கெடுத்தாலும் எரிச்சலாக வந்து கொண்டிருந்தது. பாராட்டுக் கடிதங்களைப் படிப்பதைக்கூட நிறுத்திவிட்டிருந்தார். நெருப்பு, தியாகம், மரணம் என்ற வார்த்தைகள் அவர் காதுக்கு நாராசமாய் இருந்தன. கிழவருக்குப் பதில் சொல்லவில்லை.

“ஹிஹி” என்று கிழவர் சிரித்தார். இருட்டுக் குழியாய் இருந்த அவர் கண்களையும், சல்லாக் காகிதம் போலச் சிறுத்துவிட்டிருந்த சருமத்தினடியில் துருத்திக்கொண்டிருந்த தாடை எலும்புகளுக் கடியில் குழிந்து கிடந்த கன்னங்களையும், பொக்கைவாயையும், வழுக்கை மண்டையையும் பார்த்த திரு. ரத்தினக்கண்ணனுக்கு எலும்புக்கூட்டின் தலை சிரிப்பது போலிருந்தது மூதறிஞர் சிரித்தது. கைத்தடியைச் சுற்றிவளைத்துப் பிடித்திருந்த எலும்பு விரல்கள் கழுகின் கால்விரல்கள் போல் தோற்றமளித்தன. அவர் மனக் கண்ணில் பிணந்தின்னிக் கழுகுகள் தென்பட்டன. சமீப காலத்தில் அவர் கற்பனைகள் மிகக் கோரமாகிவிட்டிருந்தன. எதைப் பார்த் தாலும் எங்கிருந்தோ மரணம் வந்து தொத்திக்கொண்டு முன் னின்றது. அவருக்கு உயிரான சீட்டாட்டத்தைக்கூட நிறுத்திவிட்டி ருந்தார். சீட்டுகளில் இருந்த ராஜாக்களும் ராணிகளும் பதனப் படுத்தி வைக்கப்பட்டிருந்த எகிப்தியப் பிரேதங்களாய் அவர் கண்ணுக்குத் தெரிந்தார்கள்.

“ரத்தினம், நான் சொல்றதைக் கவனமாக் கேளு, கேக்கற கேள்விக்குச் சரியாப் பதில் சொல்லு.”

“சரீங்க.”

“ஒங்க ஜாதியிலே எரிக்கலாமா? புதைக்கறதுதானே வழக்கம்?”

“ஆமாங்க ஐயா.”

“மொதல்லே நீ செய்யறது ஜாதி ஆசாரத்துக்குச் சரியில்லே. ‘அரசியல்னு வரும்போது நான் ஜாதி ஆசாரமெல்லாம் பாக்கமாட்டேன்’னு சொல்லுவே, அது கெடக்கட்டும். என்னமோ ஆவேசத்துலே பேசிட்டே, சபதம் செய்துட்டே, நீ பிடிவாதக்காரன், அதுனாலே சொன்னதை சொன்னபடி செய்யறதுக்கும் தயங்க மாட்டே, அதுவும் கெடக்கட்டும். ஒன்னைக் காப்பாத்தணும்னு சுப்பராஜு (முதல்மந்திரி) ஒத்தைக் காலிலே நிக்கறான். அதுக்காக

என்னெல்லாமோ பண்ணிக்கிட்டிருக்கான். அவன் செய்யறது சம்மதம்னு ஒனக்குப் பட்டா நீ சாகவேண்டிய அவசியமில்லே. இல்லே, பிடிக்கலேன்னா செய்த சபதப்படி பிடிவாதமா இருந்து சாகணும். அப்பறம் என்ன ஆகும்னு நெனைச்சுப் பாத்தியா? 'நாங்க எவ்வளபாடுபட்டோமின்னு பொதுமக்கள் எல்லாருக்கும் தெரியும். இருந்தும் தான் பிடிச்ச முயலுக்கு மூணேகாலுன்னு சொல்லி உசிரை விட்டுட்டாரு, இது எங்களுக்குக் கெட்ட பேரை வாங்கித் தர்றதுக்காகச் செய்த காரியம், மக்கள் மேலே இருந்த பாசத்துனாலே இல்லே. எதிர்க்கட்சி இல்லாமே ஜனநாயகம் அழிஞ்சு போகணும் என்கிற ஜனவிரோதக் கொள்கையினாலே'ன்னு சொல்வாங்களேன்னு நெனைச்சியா? அப்பிடிச் சொன்னா அதுக்குப் பதில் சொல்லக்கூட நீ இருக்கமாட்டியே, அப்போ தேர்தல் நடந்தா என்ன ஆகும்னு யோசனை பண்ணிப்பாத்தியா?"

கிழவர் ஆயாசமடைந்து சிறிது பேச்சை நிறுத்தினார். அவருடைய அரசியல் ஞானத்தின் தீட்சண்யம் திரு. ரத்தினக் கண்ணனைப் பிரமிக்க வைத்தது. 'நல்ல காலம், கிழவர் அரசியலிலிருந்து ஓய்ந்துவிட்டார்' என்று சந்தோஷப்பட்டுக்கொண்டார். உண்மையில் கிழவர் சொன்னபடியெல்லாம் அவர் யோசனை பண்ணிப் பார்த்ததே இல்லை. கிழவரிடம் அதையும் சொல்லி விட்டார்.

"ஹிஹி" என்று கிழவர் மறுபடியும் சிரித்தார். அவருக்கு இருமல் வந்து அடங்கச் சிலநிமிஷங்கள் ஆயின. கண்ணில் தளும்பிய நீரைத் துடைத்துக்கொண்டே மீண்டும் பேச ஆரம்பித்தார்.

"நீ செய்தது தப்புன்னு நான் சொல்லலே, நானும் என் காலத்துலே நாலு தரம் சாகும்வரை உண்ணாவிரதம் இருந்திருக்கேன். ஆனா இன்னும் இருக்கேன். என்னை எதிர்த்தவன் எல்லாம் ஆத்தங்கரை மேட்டிலே ஏறி ஆகாசத்தைப் பாக்கப் போயிட்டான்."

கிழவருக்கு மறுபடியும் இருமல் வந்தது. அடங்கியபின் தொடர்ந்தார்.

"எதையும் ஆரம்பிக்கத் தகிரியம் வேணும், ஆரம்பிக்கணும். எதையும் முடிக்க அதைவிடத் தகிரியம் வேணும். எப்போ முடிக்கணும்னு தெரிஞ்சு அப்போ பாத்து முடிக்கணும். என்ன நான் சொல்றது புரியுதா?"

"புரியுது ஐயா, புரியுது."

"சுப்புராஜு என்ன பண்றான் இப்போ? எலிகளை ஒழியுங்கன்னு தீவிரமா பிரச்சாரம் பண்ணறான். உனக்குத் தேர்தல்லே என்ன சின்னம்?"

திரு. ரத்தினக்கண்ணனுக்குத் தூக்கிவாரிப் போட்டது. இதையும் இந்தக் கோணத்திலிருந்து அவர் யோசித்துப் பார்க்கவே யில்லை.

"எலிதான்" என்று ஈன சுரத்தில் பதிலிறுத்தார்.

"நீ உயிர் பிழைக்கணுமின்னா அவன் பிரச்சாரம் இன்னும் வலுவாகணுமின்னு சொல்றியா? அப்போ நீ பிழைச்சும் என்ன பிரயோஜனம்? யோசனை பண்ணிப் பாத்தியா?"

கிழவரின் கேள்விக் கணைகள் குத்தூசிகள் போலத் திரு. ரத்தினக்கண்ணனைத் துளைத்தன.

"இப்போ நான் என்னங்க செய்யறது?"

"சுப்புராஜு உன் முன்னாலேவந்து எலித் தொந்தரவை ஒழிக்க அரசாங்கம் இப்போதுபோல எப்போதும் பாடுபடும்னு உறுதி சொன்னா தீக்குளிப்பதை நிறுத்திப்பாயோ, இல்லே அதுபோதா துன்னு சொல்லுவியோ?"

"அப்பிடி உறுதிமொழி குடுத்தா நான் ஏன் ஐயா தீக்குளிக் கறேன்?"

"சரி, நீ போகலாம். எனக்கு ரொம்ப அசதியா இருக்கு. நான் படுத்துக்கப் போகணும்."

பேட்டி முடிந்தது. பழைய காலத்தில் ரிஷிகள் என்றால் இப்படித்தான் இருந்திருப்பார்களோ என்று வியந்துகொண்டே வீடு திரும்பினார் திரு. ரத்தினக்கண்ணன். அன்றைக்குத்தான் வெகு நாட்களுக்குப் பின்னர் அவரால் நன்றாகத் தூங்கமுடிந்தது.

மறுநாள் காலை விழித்தவுடன், தான் முதல்மந்திரியானவுடன், முதல் காரியமாக 'தாய்நாட்டு அமரர்' என்ற புதுப்பட்டத்தைத் தோற்றுவித்து அதைக் கிழவருக்கு அளிக்கவேண்டும் என்று உறுதி செய்துகொண்டார். பல் தேய்க்கும்போது, அதுவரை கிழவர் உயிரோடிருப்பாரா என்று சந்தேகம் வந்துவிட்டது. உயிரோடிருக்க வேண்டும் என்றும் அப்படி இருந்தால் பிள்ளையாருக்கு ஆயிரத் தெட்டு தேங்காய் உடைத்து ஆயிரத்தெட்டு கொழுக்கட்டை நைவேத்தியம் செய்வதாகவும் வேண்டுதல் செய்துகொண்டார். காப்பி சாப்பிடுகையில், தேங்காயும் கொழுக்கட்டையும் சர்க்கார் செலவில் நடக்கவேண்டும் என்று மானசீகத் திருத்தம் கொண்டு வரப்பட்டு முழுமனதுடன் ஏற்றுக் கொள்ளவும்பட்டது. பின்னாள் முதல்மந்திரியின் உயிரைக் காப்பாற்றியவரின் உயிரைக் காப்பாற்றி யதற்கு அரசாங்கம்தான் இச்செலவை ஏற்றுக்கொள்ள வேண்டும் என்று நியாயம் காட்டிய பிறகே இத்திருத்தம் அனுமதிக்கப்பட்டது

என்று சொல்லத்தேவையில்லை. அன்றைக்குத்தான் அவருக்கு இட்லியும் சாம்பாரும் வெகுநாளைக்குப் பின் ருசித்தது.

அன்று மத்தியானம் அவருக்குக் கிழவரிடமிருந்து ஒரு துண்டுக் கடிதம் வந்தது. அதில், "சுப்புராஜு உன் முன்னிலையில்தான் வாக்குறுதி செய்யவேணுமா, அல்லது என் முன்னிலையில் செய்தால் போதுமா?" என்று கேட்டிருந்தது. "உங்கள் முன்னிலையில் செய் தாலும் சரி, அல்லது அவ்வாறு செய்யத் தயார் என்று சொன் னாலும் சரி" என்று திரு. ரத்தினக்கண்ணன் மறுமொழி அனுப்பி னார். சிலமணி நேரத்துக்குப் பிறகு, "வாக்குறுதி கிடைத்துவிட்டது" என்று மற்றொரு கடிதம் திரு. ரத்தினக்கண்ணனிடம் சமர்ப்பிக்கப் பட்டது. "தீக்குளிப்பு நிறுத்தத்தை இன்றிரவு பதினோரு மணிக்குப் பகிரங்கப்படுத்துகிறேன்" என்று பதில் சென்றது. அன்றிரவு முதல்மந்திரியும் எதிர்க்கட்சித் தலைவரும் ஜனநாயகத்துக்கு வரவிருந்த ஆபத்து நீங்கியது குறித்து மகிழ்ச்சித் துயிலில் ஆழ்ந்தனர்.

மறுநாள் காலைத் தினசரிகளில், "எலியொழிப்பு விஷயத்தில் அரசாங்கம் முழுமூச்சுடன் இயங்கும் என்று பெரியோர்கள் முன்னி லையில் முதல்மந்திரி வாக்களித்திருப்பதாலும், இவ்விஷயத்தில் அரசாங்கத்துடன் ஒத்துழைக்கவே நான் ஆரம்பமுதல் விரும்பின தால் அவர்களுக்கு இப்போது தடங்கல் விளைவிக்க விரும்ப வில்லை என்பதாலும், இன்னும் சில வருடங்கள் உயிருடனிருந்து என்னுடைய சேவையைப் பொதுமக்களுக்கு அளிக்க வேண்டு மென்று பலரும் கேட்டுக்கொண்டபடியாலும் நான் தீக்குளிப்பதை நிறுத்திவிட்டேன் என்பதை மகிழ்ச்சியுடன் அறிவிக்கிறேன். இதுசமயம், என்னை இவ்வளவு நாட்கள் ஆதரித்து ஊக்குவித்த கோடானு கோடி பொதுமக்களுக்கு என் நன்றியையும், இனியும் அவர்களுடைய ஆதரவு நீடிக்கும் என்ற நம்பிக்கையையும் தெரி வித்துக்கொள்கிறேன். வாழ்க ஜனநாயகம்! ஜெய்ஹிந்த்!" என்ற ரத்தினக்கண்ணனுடைய அறிக்கை வெளியாயிற்று.

அதற்கடுத்த நாள், பேர் ஊர் தெரியாத எதிர்க்கட்சி அங்கத் தினர் ஒருவரால் தலைமை நீதிமன்றத்தில், 'எலிகள் ஒழிக' என்ற சுவரொட்டிகளையும் கோஷங்களையும் அரசாங்கம் வாபஸ் பெற வேண்டுமென்றும், மேற்படி கோஷங்களையும் சுவரொட்டிகளையும் இனிமேல் அவர்கள் உபயோகிக்கக்கூடாது என்று தடைவிதிக்கக் கோரியும் ஓர் அவசர மனுதாக்கல் செய்யப்பட்டிருந்தது. நாற்பத் தேழு நாட்கள் நடந்த இந்தப் பரபரப்பான வழக்கின் இறுதியில் அவருக்காக நீதிமன்றத்தில் ஆஜரான பிரபல சட்ட நிபுணரான எஸ்.டி.வி.டி. சாரி தன் கட்சிக்காரரின் கோரிக்கையின் நியாயத்தைச் சாங்கோபாங்கமாக எடுத்துரைத்து வாதித்தார். ஏதோ ஒரு சின்னப்

பத்திரிகையில் வந்த செய்தியைச் சாக்காக வைத்துக்கொண்டு வரப்போகும் தேர்தலில் ஜெயிப்பதற்காகவும் எலிச் சின்னமுடைய எதிர்க்கட்சியை ஒழித்து மக்களின் மனதைத் தன் பக்கம் இழுப்பதற் காகவும் அரசாங்கத்தை ஆளும்கட்சி துஷ்பிரயோகம் செய்வ தாகவும், அதற்காகப் பொதுமக்களின் வரிப்பணத்தைச் செலவிட்டு லட்சக்கணக்கான 'எலி ஒழிப்பு' விளம்பரங்களைத் தயார்செய்து நாடெங்கும் ஒட்டியிருப்பதாகவும், இந்தச் சூழ்ச்சியில் முதல்மந்திரி யும் ஈடுபட்டிருப்பதாகவும் வாதிக்கப்பட்டது. வாதத்தை நிரூபிக்க ஏராளமான சாட்சிகளும், சுவரொட்டிகளின் போட்டோபடங்களும், முதல் மந்திரியின் எலி சம்ஹாரக் காட்சி இருக்கும் சினிமாச் செய்திச்சுருளும், மாதிரிக்காக இரண்டு வண்டி கைநோட்டிசுகளும் சுவரொட்டிகளும் நீதிமன்றத்தில் காட்சிக்கு வைக்கப்பட்டன. எலி எப்போதும் எதிர்க்கட்சியின் சின்னமாயிருந்திருக்கிறது என்றும், அது வெறும் எதுகை மோனைக்காக மாத்திரம் அல்லாமல் சாதாரண, சாதுவான பொதுமக்களைக் குறிக்கும் குறியீடு என்றும், அதனால்தான் ஒவ்வொரு தேர்தலிலும் எலிச் சின்னத்துக்கே மக்கள் வாக்களித்து வந்திருக்கிறார்கள் என்றும் அவர் இதுவரை நடந்த தேர்தல் முடிவு அறிக்கைகளைத் தாக்கல் செய்து விளக்கினார். மேற்கொண்டு, இன்னும் இருநூறு நாட்களில் ("லட்சம் நாட்க ளல்ல, கோடி நாட்களல்ல, ஆயிரம் நாட்கள்கூட அல்ல, வெறும் இருநூறு நட்கள்!") தேர்தல் நடக்கப் போகிறதென்பதைத் தேர்தல் கமிஷனின் உத்தரவின் நகலைக் காட்டி நிரூபித்தார். ஆகவே, எப்போதும் தோற்கும் ஆளும்கட்சிக்குத் தாம் இப்போதும் தோற்று விடுவோம் என்ற கிலி பிடித்துவிட்டதால் எதிர்க்கட்சியை ஒழித்துக் கட்டத் திட்டமிட்டுச் செய்த சதியின் விளைவுதான் தற்போது நடந்துவரும் எலி ஒழிப்புப் பிரச்சாரம் என்றும், இது அரசாங்கம் செய்வதால் இச்செயல் கட்சி நலத்துக்காக அரசாங்க அதிகாரமும் ஏழை மக்களின் வரிப்பணமும் துஷ்பிரயோகம் செய்யப்படுவதாகத் தான் தீர்ப்பு அளிக்க முடியும் என்றும் சொன்னார். கடைசியில், அவர், "நாட்டில் ஜனநாயகம் காப்பாற்றப்பட வேண்டுமானால், சட்டம் ஒழுங்கு முறைப்படி ஆட்சி நடக்கவேண்டுமானால், ஏக கட்சியின் சர்வாதிகாரம் ஆரம்பத்திலேயே கிள்ளி எறியப்பட வேண்டுமானால், வருங்காலத்தில் நீதிபதிகள் தன்மானத்துடன் தலைநிமிர்ந்து தர்மபரிபாலனம் செய்யவேண்டுமானால், நாடெங்கும் மக்கள்மனதை மாசுபடுத்திக்கொண்டிருக்கும் எலி ஒழிப்பு விளம் பரங்களையும் சுவரொட்டிகளையும் எடுத்துவிட்டு இனிமேல் அவற்றை ஒட்டுவதையும் எலி ஒழிப்புப் பிரச்சாரத்தையும் உடனடியாக அரசாங்கம் நிறுத்திவிடவேண்டுமென்று கனம் நீதிபதியவர்கள் தீர்ப்பளிக்க விண்ணப்பிக்கிறேன்" என்று கேட்டுக் கொண்டு தன் கட்சிக்காரரின் வாதத்தை முடித்தார்.

மூன்று நாட்கள் பேசிய எஸ்.டி.வி.டி. சாரிக்குப் பிறகு இந்த வழக்கில் அரசாங்கத்தின் சார்பில் வாதாட நியமிக்கப்பட்ட நாட்டின் தலைசிறந்த வழக்கறிஞரான சுந்தரவரதப்பெருமாள் மூன்று நாட்களும் மூணரைமணி நேரமும் பேசினார். நாட்டில் எலித் தொந்தரவு அளவுக்கு மீறி மிகுந்துவிட்டது என்பதை பிரபல உலக எலிக் கடி நிபுணரான டாக். சம்பத் மோகனின் வாக்கு மூலத்தையும், அவர் தந்த புள்ளிவிவரங்களையும், அவர் கண்ணாடி ஜாடிகளில் ஊறப்போட்டு வைத்திருந்த எலிக் கடித் துண்டு களையும், எலிக் கடித் தியாகி ஸ்ரீதியாகராஜனின் பின்னமடைந்த உடலையும், அந்தக் குழந்தை எலிக் கடிக்கு முன்னால் எப்படி இருந்திருக்கும் என்று 'தினத்தூதனி'ல் வெளியான படங்களையும், வேறு பல எலிக் கடிச் சம்பவங்கள் பற்றிய பத்திரிகைச் செய்தி களையும், எப்படி அந்த நாஸ்திக எலிகள் "தூமகேது சாந்திப் பரிகார யக்ஞம்" நடைபெறாமல் செய்த அநியாயச் செயலையும் பற்றிய செய்திக் கட்டுரைகளையும் காட்டி நிரூபித்தார். எலிகள் உடனடியாக ஒழிக்கப்பட வேண்டுமென்று எதிர்க்கட்சியினரே உரத்த குரலில் பிரச்சாரம் செய்துவந்தார்கள் என்பதைச் சட்டசபை நடவடிக்கைகளின் ஆவணங்களின் நகல்களையும் எதிர்க்கட்சித் தலைவரின் நாற்பத்தேழு அறிக்கைகள் அடங்கிய பத்திரிகைகளை யும் சாட்சியம் காட்டினார். "எலிக்கட்சித் தலைவர், மன்னிக்கவும், எதிர்க்கட்சித் தலைவர்" எலிகளை ஒழிக்காவிடில் தீக்குளிப்பதாகச் சூளுரை கூறி நாட்டையே ஒரு கலக்குக் கலக்கியதையும் நினைவு கூர்ந்தது மட்டுமல்லாமல், பத்திரிகைத் தலையங்கங்கள், புகைப் படங்கள் முதலியவற்றின் துணைகொண்டு நிரூபித்தார். எலிகள் எவ்வளவு விரைவில் வம்சவிருத்தி செய்து பல்குகின்றன என்பதை விஞ்ஞான ரீதியாக, மிருகக் காட்சிசாலைத் தலைவர் திரு. டானியல் ஆசீர்வாதம், தவிரவும், பல்கலைக்கழக மிருகநூல் முனைவர் திரு. மணவாளநாயுடு இவர்களது சாட்சியம் மூலமாகச் சந்தேகத்துக்கு இடமில்லாமல் நிரூபித்தார்.

இப்படிப்பட்ட எலிகளின் பெருக்கத்தைத் தடுப்பது தனி மனிதர்களின் முயற்சிக்கு அப்பாற்பட்ட விஷயமாதலால் அரசாங் கம்தான் இடையிட்டுத் தன்னால் ஆனதைச் செய்யக் கடமைப் பட்டிருக்கிறது என்று விளக்கினார். நாடெங்கிலுமுள்ள பத்திரிகை களில் விளம்பரம் செய்தும் ("தேவை: 84 எலி பிடிப்பவர்கள், அவர்களின் துணையாட்கள்: 21 ஒதுக்கப்பட்டவை. வேலை தற்காலிகமானது. நிரந்தரமாக வாய்ப்பு இல்லாமல் இல்லை. சம்பளம் ரூ. 70-½-80-EB-1-95. பஞ்சப்படி வழக்கம்போல. தகுதிகள்: தமிழ்/தெலுங்கு/ஆங்கிலம் தெரிந்தவராக இருக்கவேண்டும். குறைந்த பட்சம் எஸ்.எஸ்.எல்.சி வரை படித்தவராயிருக்க வேண்டும். எலி பிடிப்பு வேலையில் எத்தனை வருட அனுபவம் உண்டு என்று

தாசில்தாரிடமிருந்து சான்றிதழ் கொண்டுவர வேண்டும். விண்ணப் பத்தாள்களுக்கு ரூ. 0.77 சர்க்கார் கஜானாவில் செலுத்தி ரசீதை வனவிலங்கு ஒழிப்பு இலாகா தலைவருக்கு அரசாங்கத்தில் செல் வாக்குடைய இருவரிடமிருந்து நன்னடத்தைச் சிபாரிசுகளுடன், சுயவிலாசமிட்ட காகித உறையையும் சேர்த்து அனுப்பிவைக்க வேண்டும்") எலி பிடிப்பவர்கள் எவரும் மேற்படிக் காரியத்துக்கு விண்ணப்பிக்கவில்லை என்பதையும் சொல்லி, அந்த நிலையில் அரசாங்கத்தின் நிதிநிலைமையும் சிறிது இக்கட்டாக இருந்த தனால் எலி ஒழிப்புப் பணிக்கு விளம்பரங்களையே நம்பவேண்டிய தாகிவிட்டது என்றார். அரசாங்கத்தின் எலி ஒழிப்புப் பணியில் இதுவே மிக முக்கியமான இடம் வகிக்கிறது என்றும் இதையும் அரசாங்கம் நிறுத்திவிட்டால் எலி ஒழிப்புப் பணியே நின்றுபோய் எலிகளின் எலித்தொகை மிகவிரைவில் பெருகி அவை நாட்டையே ஆக்கிரமித்துவிடும்என்றும் எடுத்துரைத்தார். தவிரவும், எந்த ஆளும்கட்சியும் மக்கள் நலனை மறந்துவிட்டுத் தன் சொந்த நலனுக் காக அரசாங்க அதிகாரத்தையும் வரிப்பணத்தையும் விரயம் செய்த தில்லை என்பதையும் நீதிபதிகளின் மேலான கவனத்துக்குக் கொண்டுவந்தார். மேலும், எதிர்க்கட்சிதான் மக்களின் நல்ல தன்மையை எலிகள் போல் சுரண்டுவதில் குறியாய் இருப்பதால் தான் அக்கட்சிக்கு எலிச் சின்னம் பொருத்தம் என்றும், ஆகவே தான் நிஜ எலிகளை ஒழிப்பதில் அரசாங்கம் மும்முரமாக ஈடுபட்டு வெற்றி காணும்போது எதிர்க்கட்சியினரின் குற்றமுள்ள நெஞ்சு குறுகுறுக்கிறது என்றும் சொல்லி அவர்களுடைய ஜனவிரோதக் கோரிக்கைகள் அனுமதிக்கப்பட்டால் நாடே அழிந்து விடுமாதலால் அத்தகைய அழிவுக்குக் கருணைக் கடல்களான நீதிபதிகள் இடம் தரலாகாது என்றும் வேண்டிக்கொண்டார். கடைசியாக, மேற்படி கோரிக்கை அனுமதிக்கப்பட்டால் உடனடி விளைவாக ஆயிரக் கணக்கான அச்சுக்கூடத் தொழிலாளிகளும் விளம்பரம் ஒட்டிகளும் ஏணி செய்பவர்களும் இன்னும் பலரும் வேலையிழந்து பட்டினி கிடக்க நேரிடும் என்றும், தொழிலாளர்கள் பட்டினி கிடக்க நேர்ந் தால் நாட்டில் அராஜகம் மேலிட்டு ஜனநாயகத்துக்கே ஆபத்து நேரலாமென்றும் எடுத்துக்காட்டி, ஆகவே இந்தக் காரணத்துக் காகவும் மனுதாரரின் கோரிக்கையைத் தள்ளுபடி செய்வதுதான் நியாயமான தீர்ப்பாகும் என்று சொல்லி அரசாங்கத்தரப்பின் வாதத்தை முடித்துக்கொண்டார்.

வாதங்களைக் கேட்டபின் நீதிபதிகள் தீர்ப்புச் சொல்லப் பதினேழரை நாட்கள் சிந்தனையைப் பிரச்சனையில் செலுத்தி அலசினார்கள். பின்னர் தங்கள் ஏகமனதான முடிவைத் தனித்தனித் தீர்ப்புகளில் தெரிவித்தார்கள். அவற்றின் சாராம்சம் வருமாறு: "எதிர்க்கட்சியினர், அரசாங்கத்தின் பிரச்சாரம் மக்கள் மனதை

மாற்றத் திட்டமிட்டுச் செய்த சதிச் செய்கை என்பதையோ, அல்லது அப்பிரச்சாரத்தின் நோக்கம் எதுவாயிருந்தாலும் நடைமுறையில் அது பொதுவாக மக்களின் மனதையோ அல்லது குறிப்பாக எந்தக் குடிமகனின் மனதையோ மாற்றியது என்பதையோ ருசுப்பிக்க வில்லை. ஆனாலும், அதேசமயம் இது தேர்தல் ஆண்டு என்பதையும், எதிர்க்கட்சியின் சின்னம் எலி என்பதையும், அரசாங்கம் 'எலிகள் ஒழிக' என்று தீவிரப் பிரச்சாரம் செய்துவருகிறது என்பதையும், அதே சமயம் நாட்டில் எலிகளின் அபாயம் கட்டுமீறிப் போய்க் கொண்டிருக்கிறது என்பதையும் மறுக்க முடியாத உண்மைகள் என்று நாம் கொள்ளக் கடமைப்பட்டிருக்கிறோம். இந்தச் சந்தர்ப்பத்தை ஆளும்கட்சிகள் எதிர்க்கட்சிகளை மறைமுகமாகத் தாக்கவும் அவற்றின் செல்வாக்கைக் குறைக்கவும் உபயோகிக்கக்கூடும் என்பது நியாயமான சந்தேகமே. இந்த முட்டுப்பாட்டைத் தவிர்க்க இரு தரப்பினரும் கூடிப் பேசி ஒரு முடிவுக்கு வரவேண்டும். அப்படிப் பேசியும் முடிவுக்கு வரமுடியாது போனால் இருதரப்பினரில் ஒருவராவது நீதிமன்றத்தை மீண்டும் அணுகி வேண்டிக் கொண்டால், அது குறுக்கிட்டு அரசாங்கத்துக்குத் தடை உத்தரவை யாவது அல்லது எதிர்க்கட்சி எலிச் சின்னத்தை உபயோகிப்பதைத் தடுக்கும் உத்தரவையாவது அல்லது இரண்டையுமாவது அல்லது வேறு தகுந்த உத்தரவுகளையுமாவது வழங்கும்."

14

நீதிமன்றத்தின் தீர்ப்பில் கண்டபடி நடைபெற்ற இரு கட்சிக் கூட்டத்தில், அரசாங்கத்தின், அதாவது ஆளுங்கட்சியின், சௌகரி யத்துக்காகத் தன் தேர்தல் சின்னத்தை மாற்றி அமைத்துக் கொள்ள எதிர்க்கட்சி மறுத்துவிட்டது. எனவே, நீதிமன்றத்தின் வாக்குக்குக் கட்டுப்பட்ட அரசாங்கம் 'எலிகள் ஒழிக' கோஷத்தையும் அக் கோஷம் தாங்கிய சுவரொட்டிகளையும் விளம்பரங்களையும் வாபஸ் பெற்றது. அச்சுத் தொழிலாளிகளுக்கும் சுவரொட்டிகள் ஒட்டு பவர்களுக்கும் அவர்களுக்கு உதவுபவர்களுக்கும் அவர்களால் பிழைப்பவர்களுக்கும் மற்றும் பலருக்கும் வேலையில்லாத் திண்டாட்டம் ஏற்படாமல் தடுக்கும் பொருட்டு, சுவரொட்டி களிலும் விளம்பரங்களிலும் "எலிகள் ஒழிக" என்றிருந்த வாசகத்தை மாற்றி, எலியையும் யானையையும் தவிர வேறெந்த மிருகத்தின் பெயரையும் உபயோகித்துக்கொள்ளலாம் என்று மாவட்டக் கலெக்டர்களுக்கு உத்தரவுகள் பிறப்பிக்கப்பட்டன. நாடெங்கும், 'பெருச்சாளிகள் ஒழிக', 'கழுகுகள் ஒழிக', 'புலிகள் ஒழிக' என்ற கோஷங்கள் வானை எட்டின. அதே வாசகங்களைத் தாங்கிய சுவரொட்டிகளும் விளம்பரங்களும் எலியொழிப்புச் சுவரொட்டி களின் மேலும் விளம்பரங்களுக்குப் பதிலாகவும் வெளிவந்து

நாட்டை நிறைத்தன. சில இடங்களில் 'சுறாமீன் ஒழிக' என்றும் 'கங்காரு ஒழிக' என்றும்கூட சுவரொட்டிகள் காணப்பட்டனவாம்.

இதற்கிடையில் நாட்டில் 'புலி ஒழிப்பு' வேலை மும்முரமாக நடைபெற்றது. அதற்காகத் தனியாக ஒரு 'புலி ஒழிப்புத் துறை ஸ்தாபன'மும் (துணைமந்திரி நக்கீரர் தலைமையில்) அதற்கென ஓர் இயக்குனரும், இரு துணை இயக்குனர்களும், அவர்களுக்குக் கீழே ஆளுக்கு இரு உதவி இயக்குனர்களும் அவர்கள் ஒவ்வொரு வருக்கும் இரண்டு துணை உதவிஇயக்குனர்களும் அவர்களுக்குத் தேவையான ஆபீஸ் அலுவலர்களும் நியமிக்கப்பட்டனர். இவர் களில் முக்காலே மூணுவீசம் பேர்கள் துணைமந்திரி நக்கீரரின் நெருங்கின அல்லது தூரத்து உறவினர்களாக இருந்ததைப் பார்த்து, உலகமே அந்தப் பரந்த குடும்பத்தின் தியாக மனப்பான்மையையும், அவர்களது தீவிர எலி ஒழிப்புக் குறிக்கோளையும் கண்டு வியந்தது. இதெல்லாம் போதாதென்று சட்டசபையில் "புலிகள் தேச விரோதி கள்" என்று அறிவிக்கப்பட்டது. அவை நாட்டை விட்டு உடனே வெளியேற வேண்டுமென்ற தீர்மானம் ஏகமனதாகப் பலத்த கைத் தட்டலுடன் நிறைவேற்றப்பட்டு எல்லா செய்தித்தாள்களிலும் கொட்டை எழுத்துகளில் வெளியிடப்பட்டது. தன்மானமுள்ள 'புலி'களுக்கு மாத்திரம் படிக்கத் தெரிந்திருந்தால் அவை அன்றே வாலைச் சுருட்டிக்கொண்டு தற்கொலை செய்துகொள்ள ஓடிப்போயிருக்கும்.

இம்மாதிரியான நல்லகாரியங்களுக்கிடையில் ஓரிரு அசம்பா விதங்களும் நிகழாமல் இல்லை என்பதையும் இங்கு வருத்தத்துடன் தெரிவிக்கவேண்டியிருக்கிறது. உதாரணமாக, மேற்படி தீர்மானம் சட்டசபையில் விவாதிக்கப்படும்போது, அதிதீவிர ஜனநாயக வாதிகளின் தனிப் பிரதிநிதியான மாதவராவ் எழுந்திருந்து, தன் அனுதாபம் முழுதும் தீர்மானத்தின்பால் என்றும், "ஆனாலும், இந்தச் சட்டசபையில் எலிகளுக்கு, மன்னிக்கவும், புலிகளுக்கு, பிரதி நிதித்துவம் இல்லை, ஆதலால் இது மாதிரியான தீர்மானத்தை ஒருதலைப்பட்சமாக நிறைவேற்ற சபைக்குத் தர்மப்படி அதிகாரம் இல்லை" என்று சொல்லித் தீர்மானத்தை ஆதரித்து வோட்ட ளிக்காமல் நடுநிலையாக இருந்துவிட்டார். அதற்குத் தங்கள் எதிர்ப்பைத் தெரியப்படுத்தும் வகையில் சில தீவிர ஜனநாயக வாதிகள் தீவட்டிகளுடன், "அதிதீவிர ஜனநாயகன் ஒழிக!" என்ற கோஷத்துடன் ஊர்வலம் வரும்போது தற்செயலாக பல கடைகளும் சில வீடுகளும் தீக்கிரையாகிச் சூறையாடப்பட்டுவிட்டன. நல்லவேளையாக ஓடித் தப்பிக்கத் தெரியாத அல்லது முடியாத ஒரு சில குழந்தைகளும் கிழவர்களுமே வெந்துபோனார்கள். இதனால் மாதவராவுக்கும் அவர் கட்சிக்கும் நாட்டில் குழந்தைகள்

இடையேயும் கிழவர்கள் இடையேயும் ஆதரவு குறைந்தது. இது ஓர் உதாரணம்.

சில பேர், திரு. ரத்தினக்கண்ணன் தீக்குளிக்கப் போவதாக அறிவித்துத் தங்களிடமிருந்து இனாமாகச் சவுக்கு விறகும் சந்தனக் கட்டைகளும் பெற்றுக்கொண்டு, பின் தீக்குளிக்காமல் மோசடி செய்து விறகையும் கட்டைகளையும் நல்லவிலைக்கு விற்றுவிட்டார் என்று சொல்லித் திரிந்தார்கள். சில அவசரக்காரர்கள் அரசாங்கம் என்னென்னவோ செய்வதாகச் சொன்னாலும் அதனால் எலிகள் தொல்லை அதிகமாயிற்றேயொழியக் குறையவில்லை என்று குறை கூறினார்கள். நாட்டில் தொல்லை தருவது எலிகளல்ல என்றும், உண்மையில் யானைத் தோலும் எலித் தோலும் போர்த்த இரண்டு கால் பெருச்சாளிகளே நாட்டின் சீரழிவுக்குக் காரணம் என்றும் சில பொறாமைக்காரர்கள் தங்கள் கருத்துகளை யாரும் கேளாத போதே வெளியிட்டுக்கொண்டிருந்தார்கள். சில ஆஸ்திகர்கள், அதிலும் முக்கியமாக கணபதி உபாசகர்கள், நாட்டில் நாத்திகம் மேலோங்கியிருப்பதால் விநாயகப்பெருமானே தன் வாகனத்தை ஏவித் துஷ்டநிக்கிரக சிஷ்ட பரிபாலனம் செய்வதன் விளைவு இது என்று சொன்னதை அடுத்து, அதற்குப் பதில் சொல்லும் வகையில் சில நாத்திகர்களும் சில பிற மதத்தவர்களும் பல கோவில் களுள் நுழைந்து அங்கிருந்த வாகனங்களையும் பெருச்சாளிச் சிலைகளையும் உடைத்தெறிந்து சிறைசென்றனர். சிறிது காலம் இது காரணமாக நாட்டில் பதட்ட நிலை ஏற்பட்டது. பிரும்மஸ்ரீ வேதாந்தசாகரப் பிரவசனாவர்ஷ சோமநாத சாஸ்திரியவர்கள், "விநாயகரின் வாகனம் எலியல்ல, நாட்டின் நசிவுக்குக் காரணம் எலியுமல்ல, நாஸ்திகர்களுமல்ல, புராண இதிகாசங்களைப் படித்திராத பாமர நிரக்ஷர குக்ஷிகள் பண்டிதர்களைப் போல நடிக்கும் போலி ஆஸ்திகமே" என்று ஒரு அறிக்கைவிட்டார். எலி களால் ஏற்பட்டிருக்கும் பெருந்தொல்லையை எப்படியாவது போக்க வேண்டும் என்று உறுதிமொழி எடுத்துக்கொண்ட செயல்வீரர்கள் சிலர் ஒன்றுகூடித் தங்கள் பெருமுயற்சியால் தேவையான பணம் திரட்டி நாட்டில் மூன்றாவது முக்கிய நகரம் என்று சொல்லிப் பெருமைப்பட்டுக் கொள்ளும் நகரத்திலிருந்து பதிமூன்று கிலோ மீட்டர் தொலைவில், நாட்டை நாசம் செய்யும் எலிகளைச் சமா தானம் செய்யும் வகையில் சலவைக் கல்லால் ஆன ஒரு பெரிய கோவில் கட்டி, அதில் ஆறடி உயரமுள்ள தங்க எலிச் சிலையைப் பிரதிஷ்டை செய்து, மூலையில் நவக்கிரகங்களை நிறுவிச் சனிபக வானுக்கு அகண்ட பூஜைசெய்தனர். இந்தக் காரியத்தை எதிர்த்த சில விஷமிகள் மேற்சொன்ன எலிக்கோவிலின் முன் மறியல் செய்யும்போது, அங்கே விற்ற மசால்வடையை வாங்கித் தின்று விட்டு மருத்துவமனைகளை நாடிச்சென்றனர். அவர்கள் திரும்பி

வராததனால் மறியல் பிசுபிசுத்துப் போனது. இம்மாதிரிச் சில்லறைத் தொந்தரவுகள் தவிர மற்றபடி நாட்டில் பிரமாதமாக ஒன்றும் நடந்துவிடவில்லை.

இந்தச் சூழ்நிலையில் நாட்டில் பொதுத் தேர்தல் நடந்தது. எதிர்க்கட்சி அமோக வெற்றியடைந்தது என்று சொல்லத் தேவையில்லை. திரு. ரத்தினக்கண்ணன் ஆளும் கட்சித் தலைமை ஏற்று முதல்வரானார். சுப்புராஜு அவர்கள் எதிர்க்கட்சித் தலைவரானார். நடுக்கட்சியொன்றும் ஏற்படாத மாதிரி வெகுசாதுரியமாக திரு. ரத்தினக்கண்ணன் நடந்துகொண்டபடியால் சட்டசபையில் சுப்புராஜு அவர்கள் தனிமையாக அரசாங்கத்தை எதிர்த்துப் போராட வேண்டி வந்துவிட்டது. அரசாங்கம் எலி ஒழிப்பதைப் பற்றிச் சிறிதும் கவலைப்படாததாகத் தோன்றியதால் அதன் ‘ஜன விரோத எலி நேசக் கொள்கை’யை எதிர்த்து ஒரு மாபெரும் இயக்கத்தை அவர் தலைமையின்கீழ் நடத்த அவர் இரவு பகல் பாராது யோசனைசெய்து திட்டம் தயாரித்துக்கொண்டிருக்கையில், அவருடைய துரதிர்ஷ்டம், திடீரென்று நாடெங்கும் எலிகள் செத்து விழலாயின. ஆறு மாதத்துக்குள், தலைநகரில் மிருகக்காட்சி சாலையில் தனியாகக் கூண்டில் அடைத்து வைக்கப்பட்டிருந்த ஒரே ஒரு எலி தவிர மற்ற எலிகள் எல்லாம் இறந்துவிட்டன. அந்த ஒரு எலியும் மயிரெல்லாம் உதிர்ந்து ஒரு புது விசித்திர மிருகம் போலக் காட்சியளித்தது. இவ்வாறு எலிகள் அரசாங்கத்தின் உதவி இல்லாமல் தாமாகவே தங்களை ஒழித்துக்கொண்டதன் காரணத்தையும், அக்காரணங்களின் பின்புலத்தையும் ஆராய்ந்து இனிமேல் அவ்வாறு நேராமல் இருப்பதற்கான சாத்தியக்கூறுகளை அரசாங்கத்துக்குத் தெரிவிக்குமாறு அரசினர் விலங்கியல் மருத்துவத்துறைத் தலைவர் முதல்தர விஞ்ஞானி பேராசிரியர் முனைவர் திரு. கஜராஜ் அவர்களுக்கு அரசாங்கம் உத்தரவிட்டது. அவருடைய ஆராய்ச்சிக்கு நிதி ஒதுக்கி அலுவலர்களை நியமித்து அலுவலகத்துக்கு இடம்பார்த்து அதைக்கட்டி முடிப்பதற்குள் மிருகக்காட்சிசாலையில் இருந்த ஒரு எலியும் இறந்து நாட்டில் எலிகளே இல்லாமற் போயின. எனவே அவர் தன் ஆராய்ச்சிக்கு உதவ நாட்டில் ஓர் எலியும் இல்லை என்றும், ஆகவே சீமைப் பெருச்சாளிகள் ஒரே சமயத்தில் எப்படி ஏராளமாக இறக்கமுடியும் என்பதைக் கண்டுபிடிக்கலாம் என்றும், அதற்காகச் சீமைப் பெருச்சாளிகளை வெளிநாடுகளிலிருந்து வரவழைக்க அனுமதியும் அந்நியச் செலாவணியும் தேவைப்படும் என்றும் விண்ணப்பம் செய்துகொண்டார். அவருடைய கோரிக்கை நிதி இலாகாவுக்கு அனுப்பப்பட்டது. நாட்டின் நிதி நிலைமை அக்கோரிக்கைக்கு இடம்தராது என்றும், உள்நாட்டிலேயே பெருச்சாளிகளுக்குக் குறைவில்லையென்றும், இம்மாதிரிக் கோரிக்கைகள் இதற்கு முன்னாலும் அனுமதிக்கப்படவில்லை என்றும்,

இந்தக் கோரிக்கையை அனுமதித்தால் இனிவரும் இம்மாதிரிக் கோரிக்கைகளுக்கு அனுமதி மறுக்கமுடியாமல் போய்விடும் என்றும், அப்போது நிதிப்பற்றாக்குறையினால் நாட்டின் பொருளாதாரம் சீர்குலைந்து போய்விடும் என்றும், எனவே மேற்கூறிய காரணங்களுக்காக விண்ணப்பதாரரின் அனுமதி மறுக்கப்பட வேண்டும் என்று அந்த விண்ணப்பத்தை முதலில் பார்த்த கீழ்மட்ட அலுவலர் குறிப்பு எழுதி மேலிடத்துக்கு அனுப்பி வைத்தார். அவருடைய குறிப்பைப் படித்துப் பார்த்த அவருடைய மேலதிகாரி, உதவி தலைமை அலுவலர், அதை ஆமோதித்து அவருடைய மேலதிகாரிக்கு அனுப்பிவைக்க அவரும் ஆமோதித்து அவருடைய மேலதிகாரிக்கு... இவ்வாறு படிப்படியாக முனைவர் கஜராஜின் விண்ணப்பம் அரசாங்க அதிகாரத் தூண்களின் மேஜைகள் ஒவ்வொன்றையும் தாண்டி நிதித்துறை இணைக்காரியதரிசி வரை சென்று அவருடைய ஆமோதிப்பையும் பெற்றுமுடிப்பதற்குள் சுமார் ஆறுமாதங்கள் ஆயின. அவ்வாறே விண்ணப்பதாரருக்குத் தெரியப்படுத்தலாமென்று இணைக்காரியதரிசி குறிப்பு எழுத, அவ்விண்ணப்பம் படிப்படியே, வந்தவழியே, கடைசிமட்ட அலுவலர்வரை உள்ள கீழ் அதிகாரிகளுக்குச் செல்ல, அவர் 'விண்ணப்ப நிராகரிப்பு'க் கடிதத்தை எழுதிக் கையெழுத்திட்டு முனைவர் கஜராஜுக்கு அனுப்பி வைத்தார். நாட்டில் நிதிநிலை நெருக்கடி வராமல் காப்பாற்றியதற்காகத் தனக்கு அடுத்த ஆண்டு வெகுமானமாக இரண்டு சம்பள உயர்வுகள் கோரவேண்டுமென்று தீர்மானித்து அன்று மாலை வீட்டுக்குப் போகையில் மனைவிக்குக் கொடுக்க 100 கிராம் திருநெல்வேலி அல்வா வாங்கிக்கொண்டு போனார்.

நாட்டை நாசம் செய்துவந்த எலிக் குலத்தையே ஒழித்து நிர்மூலமாக்கி நாட்டைக் காப்பாற்றியதற்காக முதல்மந்திரிக்கு "எலி ஒழித்த வீரச் செம்மல்" விருது (சுருக்கமாக எ.ஒ.வீ.செ) வழங்குவதென்று மந்திரிசபை ஏகமனதாக முடிவுசெய்தது. இந்த நற்செய்தியை வானொலி உலகுக்கு அறிவித்தபோது நாடெங்கும் குதூகலம் பொங்கியது. சோமேரியா நாட்டு விஞ்ஞானிகள் சிலர் மாத்திரம் தங்களுக்குள் சிரித்துக்கொண்டனர்.

15

இருபது வருடமாக இடைவிடாது ரகசியமாகச் செய்த ஆராய்ச்சியின் பலனாக சோமேரியா நாட்டு ராணுவத்தைச் சேர்ந்த விஞ்ஞானிகள் குழு ஒன்று ஒரு புதுவிதமான, கிருமியுமல்லாத காளானுமல்லாத, இரண்டுக்கும் இடைப்பட்டதொரு நுண்ணுயிர் வகையைக் கண்டுபிடித்திருந்தது. அந்த உயிர் வகையை எந்த மிருகமும் தன் மூச்சுக்காற்றுடன் உள்ளிழுத்தால் ஒருநாளைக்குள்

ரத்தம் சுவறிப் போய் இறந்துவிடும் என்பது அவர்கள் ஆராய்ச்சி யின் ஊகம். இந்த முடிவு சரிதானா என்பதை அவர்களால் சோதனை செய்துபார்க்க முடியவில்லை. ஏனெனில், சோமேரியா மிகவும் நாகரிகமும் தொழில்வளர்ச்சியும் அடைந்து உலகிலேயே அதிமுன்னேற்றமடைந்த நாடானபடியால் அங்கிருந்த மண், காற்று, புல், பூண்டு தாவரங்களில் பலவித ரசாயனப் பொருட்கள் கலந்து கலப்படமாகி அந்நாட்டில் மனிதனைத் தவிர வேறு மிருகங்களே இல்லாமல் போய்விட்டிருந்தது. தவிரவும், இவ்வாராய்ச்சி அவர் களுடைய ராணுவத்துக்காக, நாட்டின் தற்காப்புக்காக, செய்யப் பட்ட ஆராய்ச்சியாகும். ஆகவே, இந்த நுண்ணுயிர் வகை ராணு வத்தின் ரகசிய ஆயுதங்களுள் ஒன்றான 'பரமரகசிய' ஆயுதமாக நிர்ணயிக்கப்பட்டது. எனவே, இந்த ஆயுதம் வேலைசெய்கிறதா என்று சோதிப்பதையும் பரமரகசியமாகவே செய்யவேண்டியிருந் தது. கடைசியில், இந்த நுண்ணுயிர் வகை நிறைக்கப்பட்ட கிருமிக் குண்டை இந்துமாக் கடலின் வடகோடியில் ஒரு தீவில் ரகசியமாக வெடித்துப் பார்க்கலாம் என்று நிச்சயித்தார்கள். அத்தீவில் ஒருசில ஆதிப்பழங்குடிகளும், பல வேறு வகையான, ஆனால், முயல், மான், அணில் போல யாருக்கும் ஆபத்து விளைவிக்காத, வனவிலங்குகளும் பறவைகளுந்தான் இருந்தன. இதை சோமேரியா விலங்கியல் (ராணுவப் பிரிவு) நிபுணர்கள் அங்கே சென்று உறுதிப்படுத்தி னார்கள். சோமேரியா பூகோள சரித்திர நிபுணர்கள் (ராணுவப் பிரிவு) அத்தீவில் ஆதிப்பழங்குடிகள் தவிர வேறு யாரும் கிடையா தென்றும், அந்தத் தீவு யாருக்குச் சொந்தம் என்று இரு நாடுகளுக் கிடையில் ஐம்பது வருடங்களுக்கு முன் விவாதம் நடந்ததென்றும், அந்த விவாதம் தீவிரமாவதற்குள் வேறு பல முக்கியமான விஷயங் களில் அவை தங்கள் கவனத்தைச் செலுத்த வேண்டி வந்ததால் இந்தத் தீவு பற்றிய விவகாரத்தையே மறந்துவிட்டிருக்கின்றன என்றும் தங்கள் ரகசிய ஆராய்ச்சி முடிவைத் தங்கள் ரகசியக் குறிப்பில் தெரிவித்தனர். புது நுண்ணுயிர் வகை மனிதர்களைப் பாதிக்குமா என்பதை எப்படித் தெரிந்துகொள்வது என்று ஆவலாய்க் கவலைப் பட்டுக்கொண்டிருந்த ராணுவ அதிகாரிகள், கடவுள்தான் இத்தீவைத் தங்களுக்கு வரப்பிரசாதமாகத் தந்திருக் கிறார் எனக் கருதி, அதுவே மேற்படிக் கிருமிக் குண்டுப் பரிசோ தனைக்கு ஏற்ற இடம் என்று முடிவுசெய்தனர். கற்கால நாகரிக மக்கள், நாம் வாழும் கிருமிக்குண்டு யுக நவ நாகரிகத்தைக் காப் பாற்ற உதவும் முயற்சியில் பங்கெடுப்பது மிகவும் உத்தமமான சுயநலமற்ற காரியமென்றும் அதில் தவறொன்றும் இல்லை என்றும் எடுத்துக்காட்டி ராணுவ அதிகாரிகள் ரகசியமாகச் சமாதானம் சொன்ன பிறகே சோமேரியா அதிபர் கிருமிக் குண்டின் பரி சோதனை வெடிப்புக்குத் தன் அனுமதியை ரகசியமாக அறிவித்தார்.

ஒருநாள் அதிகாலை நான்கு மணி முப்பத்தேழு நிமிஷத்துக்கு (உள்நாட்டு நேரம், சோமேரியா நேரப்படி முதல்நாள் பிற்பகல் மூன்றுமணி பதினேழு நிமிஷம்) கிருமிக் குண்டு ரகசியமாக வெடித்தது.

அது ச.உ.நா.கு. ஆனபடியால் (அக்குண்டு மிக ரகசியமாகத் தயாரிக்கப்பட்ட ஆயுதமான படியால் அதன் பெயரை வெளிப்படையாகச் சொல்லத் தயக்கமாக இருக்கிறது. வாசகர்களுள் உள்ள குறுக்கெழுத்துப் போட்டி தாசர்கள் யாராவது ச என்பது 'சர்வ' என்றும் உ என்பது 'உயிர்' என்றும் நா என்பது 'நாச' என்றும் கு என்பது 'குண்டு' என்றும் அனுமானித்தால் அதற்கு நான் பொறுப்பாளியல்ல), அதன் விளைவுகளை குண்டு வெடித்து ஓராண்டு ஆனபிறகு, சோமேரிய விலங்கியல் விஞ்ஞானிகள் (ராணுவப் பிரிவு) ரகசியமாகச் சென்று கணிக்க வேண்டும் என்று நிச்சயித்திருந்தார்கள்.

இதே சமயம் இரண்டு நாட்களாக இந்தோனேசியா அருகில் மையம் கொண்டிருந்த ஒரு பயங்கரமான சுழல் காற்றுப் புயல் யாரும் எதிர்பாராத விதமாகத் திசை திரும்பி கிருமிக் குண்டு வெடித்த நான்கு மணி நேரத்தில் அத்தீவைத் தாக்கியது. அப்புயல் தொண்ணூற்றாறு மணிகளுக்குள் கடல் கடந்து நம்நாட்டில் சிறுபுயலாகவும், நாடுபூராவும் மூன்றுமணிநேரம் விடாதுபெய்த கடுமழையாகவும் மாறிப் பின் பலவீனமடைந்து மெல்ல மறைந்தது. புயல் நாட்டை அடைந்த முதல் இருபத்துநாலுமணி நேரத்துக்கு சோமேரியா நாட்டு விஞ்ஞானிகளுக்குத் தூக்கமே வரவில்லை. என்னதான் விருப்பு வெறுப்பற்ற விஞ்ஞானிகளானாலும் கோடிக் கணக்கில் மக்கள் மடியப்போகிறார்களே என்ற அதிர்ச்சி ஒரு பக்கமும், கிருமிக் குண்டின் விளைவு என்னவாயிருக்கும் என்பதைத் தெரிந்துகொள்ளும் ஆவல் இன்னொருபக்கமும் அலைக்க அவர்கள் தங்கள் கவலைகளை வெளியே சொல்லமுடியாமல் அவஸ்தைப்பட்டுக் கலக்கத்தில் ஆழ்ந்திருந்தார்கள். லட்சக் கணக்கில் நிரபராதியான மக்களைக் கொன்றுகுவிக்க உடந்தையாக இருந்தோமே என்று தன் மனச்சாட்சியால் சித்திரவதை செய்யப்பட்ட அறிவியல் அனுபவம் முதிராத இளம் சோமேரியா விஞ்ஞானி ஒருவர் தன் இளம் மனைவியையும் அவள் காதலனையும் சுட்டுக்கொன்றுவிட்டுத் தன்னையும் மாய்த்துக்கொண்டார். அதே போல இன்னுமொருவர், அவருக்கு மனைவியும் அவளுக்குக் காதலனும் இல்லாதபடியால் தன் மேலதிகாரி விஞ்ஞானியையும் தன்னையும் சுட்டுக்கொன்றுகொள்வது என்ற பயங்கர முடிவுக்கு வந்த சமயம், நம்நாட்டில் எலிகள் மந்தை மந்தையாகச் செத்து விழ ஆரம்பித்திருக்கும் செய்தி கிடைத்தது. தன் வாழ்நாளின்

பொன்னான பகுதியைச் செலவிட்டுத் தயாரித்த அந்த நூதன நுண்ணுயிர் வகைதான் எதிர்பார்த்தது போல எல்லா உயிர்களுக்கும் எமனாகாமல், கேவலம் எலிகளை மாத்திரந்தான் அழிக்கவல்லது என்பதை உணர்ந்து, ஏமாற்றமுற்ற மனக் கசப்பின் மிகுதியால் புத்தி பேதலித்துத் தன்மேலதிகார விஞ்ஞானியைச் சுட்டுக் கொன்றுவிட்டுத் தானும் தற்கொலை செய்துகொண்டார். மற்றவர்கள், எலிகள் செத்து விழும் வேகத்தைக் கணக்கிட்டுவிட்டு வரும் நாலுமாதம் இருபத்து மூன்றுநாட்கள் பத்தொன்பது மணிக் காலத்துக்குப் பின்னர் இந்நாட்டில் எலிகளே இரா என்று ரகசியக் குறிப்பில் எழுதிவிட்டு இன்னும் சக்திவாய்ந்த புதுக் கிருமிகளைத் தயாரிப்பதில் ஈடுபட்டனர். பழைய தலைமை விஞ்ஞானியை ராணுவ அதிகாரிகள் வெளியேற்றிவிட்டனர். புதுத் தலைமையின் கீழ் புது ஆராய்ச்சிகள் ஆரம்பிக்கப்பட்டன. தங்களுக்கு வந்திருக்க வேண்டிய எ.ஒ.வீ.செ. விருது வேறு யாருக்கோ கிடைத்ததுபற்றி அவர்கள் துளிகூட வருத்தப்படவில்லை. மாறாகத் அவர்கள் தூங்கும் முன் விருது விஷயம் நினைவுக்கு வரக் கபடச் சிரிப்புத் தான் சிரித்துக்கொண்டனர்.

16

எதிர்க் கட்சித் தலைவர் சுப்புராஜுவுக்குத் தான் செய்தமுயற்சி களின் பலன் தன் எதிரியின் ஆட்சிக்காலத்தில்தானா வெளிப் படையாக வேண்டும் என்று உள்ளூறக் குமுறல். திரு. ரத்தினக் கண்ணனின் விருது அளிப்புவிழாவில் சிறப்பு உரை ஆற்றிவிட்டு வீடுவந்த பின், செத்துப்போன எலிக்கூட்டங்களை வாரியெடுத்துத் தகனம் செய்ய அல்லது எருவாக மாற்ற அரசாங்கம் ஒரு முயற்சியும் எடுக்காததால் நாடெங்கும் அழுகல் நாற்றம் நிறைந்து எழுத்தறி வில்லாத ஏழை மக்களின் சுகாதாரத்தைப் பாதிக்கும்படிச் செய்வதை எதிர்த்து ஒரு மாபெரும் இயக்கத்தை உருவாக்கத் திட்டம் தீட்டுவதில் ஈடுபட்டார். சில விஷமிகள், நாட்டின் கேடு களுக்கெல்லாம் வால்நட்சத்திரங்கள்தான் காரணம் என்றும், எலிகளும் வால் உள்ளவை என்றும், எல்லா எலிகளுக்கும் நாலுகாலும் ஒருவாலும் இருக்கவேணுமென்று அவசியமில்லை என்றும் சொல்லித் திரிந்தார்கள். விவேகம் நிறைந்தநாட்டில் விஷமிகள் பேச்சு எடுபடவில்லை என்று சொல்லத்தேவையில்லை. எலிகள் ஒழிந்த பின்னர், முன்னே அவைகளால் தடைபட்டுப் போன தூமகேது பரிகார சமாதான சாந்தி மகாயக்ஞம் முதல் மந்திரி தலைமையில் வெகுவிமரிசையாக நடைபெற்றது என்பதை மிக மகிழ்ச்சியுடன் தெரிவித்துக்கொள்கிறேன்.

வால் நட்சத்திரங்கள் குறு நாவல் முற்றிற்று.

[பின்குறிப்பு: "வால்நட்சத்திரங்கள்" குறுநாவலானாலும் நாவலானபடியால் மற்ற கதாபாத்திரங்கள் என்னவானார்கள் என்று தெரிந்துகொள்ள அபிமான வாசகர்கள் ஆவலாக இருப்பார்கள். அவர்களுக்காகச் சேர்க்கப்பட்ட பிற்சேர்க்கை வருமாறு.]

பிற்சேர்க்கை: எலிகள் தொல்லை முடிந்த பின் 'தினத் தூதனை'ப் படிப்பதைப் பத்திரிகை வாங்கிப் படித்து வந்த சிலரில் பலரும் நிறுத்திவிட்டனர். அதன் முதலாளி பத்திரிகையை இழுத்து மூடிவிட்டு ஆசிரியர் வெ. நா. ரனாரைத் தவிர பத்திரிகையில் வேலை செய்த மற்ற அனைவருக்கும் சீட்டுக்கொடுத்து அனுப்பி விட்டார். அவர் இப்போது நாட்டின் நான்கு பெரிய மாநகரங் களிலும் நாற்பத்துநான்கு பெரிய நகரங்களிலும் எழுபத்தாறு சிற்றூர்களிலும் 'ஜனோபகாரநிதி அண் லாட்டரி' நடத்திவருகிறார். வெ. நா. ரனார்தான் அதன் தலைமை மானேஜர். ரமாமணியை ஒரு சினிமாப் படத் தயாரிப்பாளர் இரண்டாம் முறையாகக் 'கண்டு பிடித்து' அவளை வைத்து எடுத்த முதல்படமே பிரமாதமான வெற்றியடைய அவள் பிரபல திரைநட்சத்திரமாகிவிட்டாள். எல்லோருடன் முவன்னாவுக்கும் வேலை போய்விட்டது. கணவன் வேலையிழந்துவிட்டார் என்ற புதுக் காரணமும் ஏற்பட்டபடியால் கமலாசனியம்மாள் தன் பிறந்த வீட்டுக்குச் சென்றுவிட்டாள். ரமா மணி நட்சத்திரமான பின்னர், அவளுக்குத் தன் வாழ்த்துகளைத் தெரிவிக்க முவன்னா அவள் மாளிகைக்குப் போனபோது, அவருடைய வேலையில்லா நிலையைக் கேட்டறிந்த ரமாமணி, "உங்களால்தானே எனக்கு முதன்முதலில் பேர்வந்தது. நீங்கள் என்னுடைய காரியதரிசியாக இங்கேயே இருந்துவிடுங்கள்" என்று கேட்டுக்கொண்டாள். அவள் இப்போதெல்லாம் இலக்கணமாகப் பேசுகிறாள் என்பதை உணர்ந்து சந்தோஷப்பட்ட முவன்னா அவள் சொற்படியே அவளுடைய காரியதரிசியாக இருந்து வருகிறார். யாராவது ரமாமணி முன்னாள் செய்த சபதத்தை நினைவூட்டிக் கேட்டால் "சபதத்தை ஒருநாள் இல்லாவிட்டால் இன்னொருநாள் நிறைவேற்றத்தான் போகிறேன். முதலிலே ரசிகர்களைத் திருப்தி பண்ணின பிறகுதானே மீதியெல்லாம் செய்யமுடியும்?" என்று பதில்வரும். இருந்தாலும், ரமாமணியின் சபதத்தை நிறைவேற்றத் தன் கணவர் எங்கேயாவது உடந்தையாகிவிடுவாரோ என்று பயந்த கமலாசனியம்மாள் திரும்பவும் முவன்னாவுடன் வாழ வந்து விட்டாள். 'அரசியல் பூபதி' இன்னும் உயிரோடுதான் இருக்கிறர். அவரிடம் யாரும் யோசனை எதுவும் கேட்கவராததால் நாட்டுக்கு ஓர்அபாயமும் நேர்ந்துவிடவில்லை என்ற திருப்தியோடு அவர் வாழ்ந்துகொண்டிருக்கிறார். டாக்டர் சம்பத் மோகன் எலிகள் எல்லாம் இறந்துபட்ட பின்னர் இப்போது பைத்தியக்கார

ஆஸ்பத்திரியில் இருப்பதாகக் கேள்வி. எலிக் கடி தவிர மற்ற சகல வியாதிகளையும் ஒழிக்கும் சந்தர்ப்பம் நழுவிப் போய்விட்டதே என்று அவருக்கு மனம் முறிந்து போய்விட்டதாம். அங்கே அவர் வேலையாகத்தான் இருக்கிறார் என்று சிலர் சொல்கிறர்கள்.

பின் பிற்சேர்க்கை: வால் நட்சத்திரங்கள் இத்துடன் முடிவாக முற்றிற்று. ஏனெனில், இதன் பின்னர் நாட்டில் எரி நட்சத்திரங்கள் தோன்றத் தொடங்கிவிட்டன.

சுபம்.

(1970 மே மாதத் "தாமரை"யில் வெளிவந்தது)

அமர பண்டிதர்

குள்ளனை நான் முதன் முதலில் பார்த்தது எப்போ என்று எனக்கு நினைவில்லை. சிறு வயசு முதற்கொண்டே பார்த்திருக் கிறேன். அப்படியானால், எனக்கு அவனை முப்பது வருஷங் களுக்கும் அதிகமாகவே தெரிந்திருக்க வேணும். வீட்டின் நிலைப் படியை முதன்முதலில் நான் எப்போ தாண்டினேன் என்று நினை விருக்கிறதா என்ன? குள்ளன் விஷயத்திலும் அதுபோலத்தான். ஆனாலும், வெகு காலம் வரை அவனுடைய இயற்பெயரே குள்ளன் என்று எனக்குத் தெரியாது. ஒரு நாள் தலையைச் சொறிந்து கொண்டு, ஒரு மஞ்சள் காகிதத்தை அவன் நீட்டினபோதுதான் இந்த விவரம் எனக்குத் தெரியவந்தது. அது கலியாணப் பத்திரிகை. ஒரு பக்கம் மஞ்சள் நிறம்; மறுபக்கம் காவி. பச்சை எழுத்துகள். ருக்மிணி சத்யபாமையின் தோள்மேல் கை போட்டுக்கொண்டு 'ஜாலி'யாக இருக்கும் கிருஷ்ணன் படம் இரு மருங்கிலும் அழகு செய்ய, பிள்ளையார் சுழி, சிவமயம், வேலு மயிலும் துணை தலைப்போடு, நிகழும் இன்ன ஆண்டிலே இன்ன மாதத்தில் இத்தனாந்தேதி (லேட்) நடேச பண்டிதர் குமாரன் – செல்வன் குள்ள பண்டிதருக்கும், இன்னார் குமாரத்தி கிருஷ்ணவேணி என்கிற சுபத்திராவுக்கும்... வழக்கம் போல.

குள்ளனுக்கு ஏற்கனவே ஒரு கலியாணமாகியிருந்தது எனக்குத் தெரியும். அவன் மனைவியை நான் கண்ணால் பார்த்திராத போனாலும் அவளைப் பற்றி, பல விஷயங்கள் குள்ளன் சொல்லக் கேட்டு, எனக்குத் தெரியும். ஆனால், அவள் காலமாகிவிட்டாள் என்ற சங்கதி எனக்குத் தெரியாது. எனக்கு அதிர்ச்சியாக இருந்தது.

"என்ன இது குள்ளா, மொதல் சம்சாரம் தவறிப்போன விஷயமே சொல்லலியே?"

இந்த முக்கியமான சமாசாரத்தைக் குள்ளன் என்னிடம் சொல்லாமல் போனது பற்றி எனக்குக் கொஞ்சம் கோபங்கூட வந்தது எனலாம்.

அவன் மீண்டும் அசட்டுச் சிரிப்புடன் தன்னுடைய குத்துப்புல் தலையைச் சொறிந்துகொண்டு இளித்தான்.

“தவறலை சாமீ, நல்லாத்தான் இருக்குது; பத்து வருஷம் ஆவப் போகுது, பிள்ளையே இல்லையே, அதான்...’ என்று இழுத்தான்.

“ரெண்டு பெண்டாட்டி கட்டக் கூடாதுன்னு சட்டம் போட்டிருக்கிறப்போ நீ ரெண்டாங்கலியாணத்துக்கு கடுதாசி அச்சடிச்சுக் கொடுக்கறியே, ரொம்ப தைரியம் ஒனக்கு!”

அவன் முதல் மனைவி சாகவுமில்லை, அவன் தன் கடமையிலிருந்த தவறவுமில்லை என்றறிய என் மனசு கொஞ்சம் சாந்தமாச்சு. அவன் பத்திரிகை விநியோக அவசரத்திலே இருந்ததனால், அவனை மேலும் இதுபற்றி விசாரித்துக் கேட்க முடியவில்லை. அஞ்சு ரூபாயை வாங்கிக்கொண்டு ஓடி விட்டான்.

அவனுக்கு ஏன் குள்ளன் என்று பேர் வைத்தார்கள் என்று எனக்குத் தெரியாது. ஆரம்பத்திலே வேறே பேர் இருந்திருக்க வேணுமென்பது அவன் யூகம். ஆனால், தொண்டர்களெல்லாம் அவனை ‘டே குள்ளப்பையா’ என்று கூப்பிட்டுக் கூப்பிட்டு அதுவே அவன் பேராய் நிலைத்துவிட்டது. தொண்டர்கள் என்றால் என்ன தொண்டர்கள் என்று கேட்கிறீர்களா? தேசத் தொண்டர்கள்தான். என் சிறு வயசில் அப்படியொரு ஜாதி சின்னூரில், இன்னும் அநேகமாக எல்லா ஊர்களிலுமே இருந்தது. அவர்களை சமையல்கார குப்புப் பாட்டி ‘காந்திக்காரன்’ என்று குறிப்பிடுவாள். மற்றவர்களெல்லாம் ‘தொண்டர்கள்’ என்று சொல்வார்கள். சின்னூரிலும் இந்தத் தொண்டர்கள் நிறையப் பேர் இருந்தார்கள். ராமாஞ்சுலு நாயுடு, பொட்டிக் கடை நரசிம்முலு, டெய்லர் கன்னையன், மிட்டாய்க்கார சேஷாசலம், டாக்டர் அமிர்தலிங்கம், ஸ்ரீமான் கந்தசாமி முதலியார், ஜவுளிக்கடை பாகுபலி நயினார், ஷராப் நாராயணசாமி, ரகோத்தம ராவ், வக்கீல் சுப்பையர் இப்படி நிறையப் பேர் உண்டு. அப்போது குள்ளன் சிறு பையன். தொண்டர்களுக்கு சேவை செய்யும் தொண்டை தன் தேசப் பணியாக எண்ணித் தன்னை அர்ப்பணித்துக் கொண்டிருந்த சிறுவன். எதுக்கெடுத்தாலும் குள்ளப் பையனை விரட்டினால் போதும், வேலை நடந்துவிடும். நாவிதப் பிள்ளையானாலும் அவனுக்கு எல்லார் வீட்டிலும் அனுமதியுண்டு. அந்தக் காலத்தில் தேசத்தொண்டில் தன் பேரையே தியாகம் செய்து ‘குள்ளன்’ ஆக மாறிப் போய்விட்டான். இதில் அவனுக்கு ரொம்பப் பெருமையுங்கூட. அவன் பேரைப் பற்றி யாராவது கேலி செய்து பேசினால்கூட, ‘மகாத்மா – வுன்னா பெரிய ஆத்மா இல்லியா, அதும் முன்னாலே, நானென்ன, நாம எல்லாருமே குள்ளந்தானே?’ என்று வியாக்கியானம் வேறு செய்வான்.

அவன் உண்மையில் ஒன்றும் அவ்வளவு குள்ளமில்லை. சாதாரண இந்தியனுடைய சராசரி உயரமான ஐந்தடி நாலங் குலத்துக்குக் குறையாது; மேலேயும் போகாது. தலையில் எப்போதும் அடங்காமல் படியாமல் முரண்டு ரெண்டங்குல உயரத்துக்கு முடி சிலுப்பி எழுந்து நின்றுகொண்டிருக்கும். கொஞ்சம் அதிகமாக வறுபட்ட காப்பிக்கொட்டை மாதிரி நிகுநிகுப்புடன் கூடிய கரும் பழுப்பு நிறம். முகம் உருண்டு தட்டையாக அகலமாக இருக்கும், லாரிகளுக்குப் பின் சக்கர இருசில் திருஷ்டி பரிகாரம் போலப் படம் போட்டிருக்குமே அந்த மாதிரி; கோரப் பல்லும் அரிவாள் மீசையுந்தான் கிடையாது. வில்லை வில்லையான பற்களை மூடி மறைக்கப் பிரயாசைப்பட்டுக்கொண்டிருக்கும் தடித்த உதடுகள். எப்பவும் முழங்கைக்குக் கீழே வரும் அரைக்கைச் சட்டை. தட்டுச் சுற்று வேஷ்டி, தோளில் ஒரு துண்டு. இதுதான் குள்ளனுடைய பிற்காலத்திய உருவம். அவன் குள்ளப் பையனாக இருந்த போதிருந்த உருவம் எனக்கு இப்போது ஞாபகமில்லை. காலை வேளையில் பார்த்தால் குழைத்து இட்ட திருநீறு முப்பட்டையாகப் பளிச்சென்று இருக்கும். அந்த சமயங்களிலே அவன் உடம்பிலே அது ஒண்ணுதான் வெள்ளை வெளேரென்று துலங்கும், மற்ற சமயங்களிலே வில்லைப் பற்கள்தான் வெள்ளை. சட்டை, துணி வெளுப்பாக இருந்து நான் கண்டதில்லை.

திடீரென்று ஒரு நாள் தலையில் கதர்க் குல்லாயும் கையில் அடைப்பப் பெட்டியும் முகத்தில் சிரிப்புமாக என் முன்னால் வந்து நின்றான்.

"எப்போ சாமி வந்தெ?" என்றான்.

அது, நான் காலேஜில் படித்துக்கொண்டிருந்த காலம்; என் தலை அலங்காரத்தைப் பற்றி ரொம்ப ரொம்ப அக்கறை செலுத்தி வந்த காலம். ஹாஸ்டலிலும் சரி, காலேஜிலும் சரி, ஒவ்வொரு மாணவனும் அவனுடைய மதிப்பின் தராதரமும் அளவிடப்பட்டது– அவனுடைய முடி வெட்டு, சட்டைக் காலர், ட்ரௌசரின் பின்னம் புறம், ஷூக்களின் பளபளப்பு, கைக் கடிகாரத்தின் மினுமினுப்பு – இவைகளைப் பார்த்துதான். ஒவ்வொருத்தனும் 'பட்டாபிஷேகம்' செய்துகொண்ட மூணுநாள் தன் தலையைப் பற்றி அவமானப் பட்டுக்கொண்டு கிராப் நாகரிகத்தின் மேல் தற்காலிக வெறுப்புக் கொள்ளும் காலம்!

எனக்குக் குள்ளனின் அலங்காரத்தைப் பார்த்து ஆச்சரிய மாயிற்று. அப்போதுதான் அவன் முதல் தடவையாக என்னை 'சாமீ' என்று விளித்தது என்று நினைக்கிறேன்.

"என்ன, குள்ளா, எங்கே இத்தனை நாளா காணோம்? இதெல்லாம் என்ன வேஷம்?"

அவன் தொண்டன் என்றாலும் அதுவரை அவன் குல்லா யணிந்து நான் கண்டதில்லை.

கேட்டதற்குப் பதில் உடனே கிடைக்கவில்லை. மாறாக, அகலமாகச் சிரித்துக்கொண்டு,

"ரெண்டு நாள் இருப்பியா?" என்று மறு கேள்வி கேட்டான்.

"ரெண்டு நாளென்ன, ஒண்ணரை மாசம் இருக்கப் போறேன், காலேஜு லீவு."

"நாளைக் காலமே வரேன், தலையெல்லாம் காடா வளந்துட்டு இருக்குதே!" என்று தொழில் முறையில் குசலப் பிரச்சனம் விசாரித்துவிட்டுப் போய்விட்டான்.

மறுநாள் விஷயம் வெளியாச்சு. இப்போ குள்ளன் வெறும் தொண்டனில்லை – தியாகி.

அப்போ தனி நபர் சத்தியாக்ரகம் நடந்துகொண்டிருந்த காலம். சின்னூரிலிருந்து ஷராப் நாராயணசாமியும் மிட்டாய்க்கார சேஷாசலமும் ஆகிய ரெண்டே பேர்கள் இந்த சத்தியாக்ரகத்தில் ஈடுபடுவதற்காக மேலிடத்தால் தேர்ந்தெடுக்கப்பட்டிருந்தார்கள். கடைத் தெருவின் நடு மத்தியில், முச்சந்தியில், காலை மணி ஒன்பதுக்கு தேசபக்தர் ஷராப் நாராயணசாமி சத்தியாக்ரகம் செய்யப் போகிறார் என்று அறிவிக்கப்பட்டிருந்தது. காலை ஏழு மணியிலிருந்தே ஜனங்கள்கூட ஆரம்பித்து விட்டார்கள். கடைகளெல்லாம் ஒரு பலகை, ரெண்டு பலகைதான் திறந்து வைத்திருந்தார்கள். பல கடைகள் திறக்கவேயில்லை. கலாட்டா ஏதாவது நடக்குமோ என்ற பயம். சின்னூர் அமைதிக்குப் பேர் போனது என்றாலும், சித்திரை வெய்யிலிலே கார்த்திகைக் குளிரை எதிர்நோக்கி மஃப்ளர் கட்டும் முன்யோசனைக்கும் பேர்போனது. கடைத் தெருவின் இருபுறமும் ஜனக்கூட்டம் நெரிந்து வழிந்தது. முன்னால் நாதசுரம் முழங்க, கழுத்தில் கதர்மாலை அசைய, நெற்றியில் வேர்வையில் நனைந்த குங்கும திலகம் மின்ன, நாராயணசாமி மண்டித்தெரு வழியாக வந்து முச்சந்தி நடுவில் நின்றார். அவருக்கு முப்பதடி தள்ளி ஒரு மூலையில் ஒரு போலீஸ் லாரி நிறையச் செந்தலைகள்.

கூட்டச் சந்தடி திடீரென நின்றது. என்ன நடக்கப் போகிறது என்ற ஆவலுடனும், வேடிக்கை பார்க்கும் எண்ணத்துடனும், சத்தியாக்ரகியை ஆதரிக்கும் நோக்கத்துடனும், இடையே முடிந்தால் ஜேப்படி செய்யும் கருத்துடனும், இதுகள் பற்றிய நினைப்பே இல்லாமல் சில்லறை வியாபாரத்துக்காகவும், விவகாரத்துக்காகவும் 'சும்மா'வும் ஊரிலிருந்தும் அக்கம்பக்கத்துக் கிராமங்களிலிருந்தும் அரசூரிலிருந்தும் மருதூரிலிருந்தும் வடுகப்பட்டியிலிருந்தும் உம்மணாம் பாளையத்திலிருந்தும் வந்தவர்களுமாக தங்களுக்குள்

தாங்களே பேசி, விவாதித்து, வாழ்த்தி வைது வெற்றிலை போட்டுத் துப்பிக்கொண்டிருந்த கூட்டம் திடீரென அமைதியானது.

"போலோ, பாரத் மாதா கீ–!"

"–ஜே!"

"போலோ, மஹாத்மா காந்தி கீ–!"

"–ஜே!"

ஆயிரம் உள்ளங்கள் தங்கள் ஆயிரம் சிறு எண்ணங்களை விட்டு, ஒரே முழக்கமாக, தட்டிவிட்ட வீணைத் தந்திகள் போல அதிர்ந்தன.

"வந்தே மாதரமென்போம்..." என்று ஆரம்பித்துத் தன் எடுப் பான குரலில் ஷராப் நாராயணசாமி நான்கு கண்ணிகளைப் பாடி னார். யார் யாரோ வந்து அவருக்கு மலர் மாலைகளும், கதர்நூல் மாலைகளும் போட்டார்கள். 'கூப்பிய கையும் பனித்த கண்ணுமாக, அவைகளை ஏற்றுக்கொண்டார் நாராயணசாமி. புதுப் புடவை போல கூட்டம் சரசரக்க ஆரம்பித்தது. போலீஸ்காரர்கள் சும்மா வேடிக்கை பார்த்துக்கொண்டிருந்தார்கள்.

"சின்னூர் மகா ஜனங்களே! நம்மைக் கேட்காமல், நம்முடைய உயிரனைய சுதந்திரத்திற்காக நாம் பாடுபட்டுக்கொண்டிருக்கும் போது நம்முடைய சம்மதத்தைக் கேளாமல் வெள்ளைக்கார ராஜப் பிரதிநிதி லார்டு லின்லித்கோ துரை நம்மையும் அவர்களுடைய சண்டையில் இழுத்துவிட்டிருக்கிறார். இத்தனை நாள் நம்மை சுரண்டிப் பிழைத்தது போதாதென்று அவர்களுடைய ஏகாதிபத்தி யத்தைக் காப்பாற்ற வேணுமென்று மேலும் நம்முடைய உயிரையும் ரத்தத்தையும் உடலையும் பொருளையும் நம்நாட்டு இளைஞர்களை யும் பலி கேட்கிறார். இந்த அடாத செயலை, அக்கிரமத்தைக் கண்டிக்கும் வகையில், நம் மகாத்மா காந்தியவர்களின் ஆணைப்படி, உங்கள் அனைவரையும் இந்தப் பாபயுத்தத்துக்கு உழைப்புதவியோ பொருளுதவியோ அல்லது ஆளுதவியோ செய்யாதீர்கள் என்று தாழ்மையுடன் வேண்டிக் கொள்கிறேன்."

போலீஸ் லாரியிலிருந்து சர்க்கிள் இன்ஸ்பெக்டர் பரமேசுவரம் பிள்ளையும் சில கான்ஸ்டபிள்களுமாக வந்தனர். சர்க்கிள் நாராயணசாமியின் காதில் என்னவோ சொன்னார். பிறகு, ஒரு போலீஸ்காரன் நாராயணசாமியின் கையில் தான் தயாராகக் கொண்டு வந்திருந்த விலங்கை மாட்டினான்.

"தேசபக்தர் கையில் விலங்கு மாட்டாதே!" என்று நரசிம்மு லுவின் பெட்டிக் கடையிலிருந்து ஒரு குரல் எழுந்தது. கூட்டத்தின்

சலசலப்பு தணிந்த உறுமலாகப் பெருகிற்று. நாராயணசாமி கையை மர்த்த, சர்க்கிள் விலங்கை அவிழ்க்க, இருவரும் போலீஸ் லாரியில் ஏறிப் போயினர். சில அரை மனது 'ஜே'க்களுக்குப் பிறகு, கூட்டம் தண்ணீரில் விழுந்த எண்ணெய்த் துளி மாதிரி கலைந்து பறந்தது.

முச்சந்திக்கு நூறு கெஜம் தள்ளி ராவ்சாகிப் சுந்தரமூர்த்தி முதலியாரின் 'கடை' இருக்கிறது. சின்னூர் ராஜவிசுவாசிகளில் முதன்மையானவர் ராவ்சாகிப் முதலியார்; பெரும் பணக்காரர். கள்ளுக்கடை கான்ட்ராக்டு, லேவா தேவி, நிலம், நெல் மெஷின்கள், சினிமா தியேட்டர் இத்தியாதி ஸ்தாவர ஜங்கம சொத்துகளுக்கு அதிபதி. குள்ளனும் கூட்டத்தின் ஒரு பகுதியும் முதலியாரின் கடையைக் கடக்கும்போது மாதவராவ் கொஞ்சம் அதிகப்பிரசங்கித் தனமாகப் பேசிவிட்டான். மாதவராவ் முதலியாரின் காரியஸ்தன். அவன் இந்தமாதிரிப் பேசுவது ஒண்ணும் புதுசில்லை. தஞ்சா வூரைச் சரபோஜி ராஜா ஆண்ட காலத்தில் சின்னூர்ஜாகீரை மாதவ ராவின் முப்பாட்டனோ அல்லது முப்பாட்டனுக்கு முப்பாட்டனோ ஆண்டான் என்கிற பெருமையும், தான் ராவ்சாகிப் முதலியாரின் காரியஸ்தன் என்கிற கர்வமும், அவனை எப்போதும் கொஞ்சம் துள்ளிக்கொண்டேதான் இருக்கச் செய்யும். எல்லோரும் அந்தத் துள்ளலுக்கு ஒதுங்கித் தலைவணங்கிப் போய்விட்டுப் பின்னால் காறியுமிழ்வார்கள். ஆனால், இந்தமுறை ராவ் கொஞ்சம் அதிக மாகவே பேசிவிட்டான்.

"தட்டாரப் பயல் காப்பு மாட்டிக்கினு ஜெயிலுக்குப் போயி கம்பி எண்ணப்போறதை வேடிக்கை பார்க்க வந்துட்டாங்க மகா ஜனங்க! இவங்களுக்குப் பயந்துக்கினு கவர்மென்ட்டே கவுந்து பூடும்!" என்று தன் கோணற் பற்களைக் காட்டிச் சொல்லிவிட்டுத் தெருச் சாக்கடைக் குறட்டில் காறி உமிழ்ந்தபோது குள்ளனுக்குக் கோபம் கட்டுக்கடங்காமல் வந்துவிட்டது.

"டேய் ராவ்! என்னா சொன்னே?" என்று கூவி, குனிந்து தரையிலிருந்த சாணியை அள்ளி ராவின் முகத்தில் எறிய, அது ராவின் மூக்கிலும், அதனடியில் வியாதி பிடித்த கம்பளிப் பூச்சி போல ஒண்டிக்கொண்டிருந்த மீசை மேலும் கீழுதட்டின் மேலும் அப்ப, கூட்டம் கை தட்டிச் சிரித்து குள்ளனை அப்படியே அலாக் காய்த் தூக்கிக் கொண்டு பவனி வர, வெகு சீக்கிரத்தில் போலீஸ் காரன் ஒருவன் வந்து குள்ளனை நெட்டித் தள்ளிக் கொண்டுபோய் லாக் – அப்பில்... "எலும்பைப் பொறுக்கிட்டாங்க சாமீ!" என்று குள்ளன் குலுங்கக் குலுங்கச் சிரித்தான்.

"ஏய், ஏய், பாத்து வெட்டு, காதைக் கத்திரிச்சுடப் போறே!" என்று நானும் சிரித்தேன்.

அமைதியைக் குலைத்து 'அஸால்ட்' செய்த குற்றத்துக்காக ஆறுவாரம் ஜெயில் வாசம் செய்துவிட்டுச் சிறை சென்ற தியாகி யாகத் திரும்பியதின் வரலாறு இது.

இதுவரை அவன் சொல்லிவிட்டு, முடிவெட்டுவதைச் சட்டென்று நிறுத்திவிட்டான்.

"என்ன அதுக்குள்ளே நிறுத்திட்டே?"

"மொதல் ரெண்டு நாளூ தூக்கமே வரலை சாமீ, ஏந் தெரியுமா? அமைதியா, அன்பா, அகிம்சையா, நெஞ்சிலே வன்ம மில்லாதே இருந்து சர்க்காரை எதிர்க்க வேணுமின்னு காந்தி சொல்லியிருக்கும்போது நான் இப்பிடி செய்துட்டனேன்னு ரொம்ப மனசு கஷ்டமாயிடுச்சு. அவர் காதிலே விழுந்தா அவர் எவ்வளவு கஷ்டப்படுவாருன்னு தோணிச்சு. போலீஸ்காரனைக் கூப்பிட்டு, 'குள்ளன் செய்த தப்புக்கு இன்னும் ரெண்டு வேணுமானா அவன் முதுகிலே சாத்துங்கடா'ன்னு சொல்லத் தோணிச்சு" என்றான். மீண்டும் கத்திரி வேலை துவங்கியது.

சில நிமிஷங்களுக்குப் பின் அவன், "சாமீ, நான் ஏன் மாதவராவு மூஞ்சியிலே சாணியை விசிறினேன் தெரியுமா?" என்று கேட்டான்.

"நல்லாயிருக்கே நீ கேக்கிறது? நல்ல தேசபக்தர் அப்போதான் சர்க்காரை எதிர்த்து சத்தியாக்ரகம் செய்திருக்காரு; அந்த சமயத் திலே போய் அவன் அந்த மாதிரி மரியாதைக்குறைவா பேசினா யாருக்குத்தான் கோபம் வராது?"

"நீ சொல்றது நெஜந்தான் சாமீ. ஆனா, இன்னும் ஒரு காரணம்கூட இருக்குது. பெரிய தேச பக்தர், தியாகி நாராயணசாமி. அவரை 'தட்டாரப்பையன்'னு சொல்றவன், நாளைக்கு என்னைப் பார்த்து 'அம்பட்டப் பையா' என்பான். ஏன், காந்தியையே 'செட்டிப் பையன்' என்பான்.

"அப்பிடிப் பேசறவன் பழிபாவத்துக்கு அஞ்சமாட்டான் சாமீ. ஜாதி ஒழியட்டும், இருக்கட்டும்; ஜாதித் திமிர் மாத்திரம் கூடாது, இல்லியா? அதான் அவன் மூஞ்சியிலே சாணியை வீசினேன்" என்று விளக்கம் கொடுத்துவிட்டு, புருவத்தைச் சுளித்துக்கொண்டு கத்திரிக்கோலால் மாதவராவை என் தலைக்குள் தேடுபவன்போலச் செலுத்தி வெட்டித் தள்ளினான். அன்றைக்கு ரொம்பக் குப்பை!

அவன் கலியாணப் பத்திரிகை நீட்டியபின் அடுத்தமுறை அவனிடம் தலையைக் கொடுத்தபோது நான் அவன் வாயைக் கிளறினேன். அப்போது நான் மெடிக்கல் காலேஜில் படித்துக் கொண்டிருந்த சமயம்.

“ஏன் குள்ளா, குழந்தை இல்லேன்னு ரெண்டாந்தாரம் கட்டறியே, இப்போமாத்திரம் குழந்தை பிறக்கும்னு என்ன நிச்சயம்? தப்பு ஒன்னுடைய ஒடம்பிலே இருக்குதோ என்னமோ?”

“அதென்ன அப்பிடிச் சொல்லீட்டே சாமீ, நம்ம மேலே ஒரு மிஷ்டிக்கும் கிடையாது. மொத சம்சாரத்துக்கு என்னமோ நோய் வந்து அதனுடைய கெர்ப்பப்பையே அடைஞ்சு போச்சாம். அதும் மேலேதான் நான் ரெண்டாவது கட்டறதுன்னு முடிவு செய்தேன்.”

அவன் குரலில் தன் ஆண்மையைக் குறை கூறுவதா என்ற ஆத்திரப் பெருமிதமும், தான் செய்யவேண்டியவைகளையெல்லாம் செய்துமுடிக்கும் விஷயமறிந்தவன் என்ற இறுமாப்பும் தோன்றியதைப் பார்க்க எனக்குக் கொஞ்சம் ஆத்திரம் வந்தது. எந்தக் காரணமாக இருந்தாலும் அவன் ரெண்டாங் கலியாணம் செய்வது எனக்குப் பிடிக்கவில்லை.

“குழந்தை இருக்கிறவனெல்லாம் ‘ஐயோ பொறந்துட்டுதே’ன்னு அவஸ்தைப்படறான். நீ என்னடான்னா, குழந்தையில்லேன்னு ரெண்டாவது கலியாணம் பண்ணிக்கறேன்னு சொல்லறே. ஏன், அப்பிடிக் குழந்தை வேணுமானா, யாராவது சொந்தக்காரங்க குழந்தையை தத்து எடுத்து வளர்க்கலாமே. அதுக்காக கலியாணமா செய்துக்கணும்?”

குள்ளன் விஷமச் சிரிப்புச் சிரித்தான்.

“சாமீ, ஒனக்கு இன்னும் கலியாணம் ஆவலே. ஆயிருந்தா, இப்பிடிப் பேசமாட்டே. தத்து எடுத்துக்கலாம். என்னதான் எடுத்து வளர்த்தாலும், நம்ம பிள்ளை மாதிரி ஆகுமா? நம்ம ரத்தத்துலே உருவாகறது நாமே மறு ஜென்மம் எடுக்கறமாதிரி. இன்னொருத்தன் குழந்தை இன்னொருத்தனதுதான். நாம என்ன சாமீ, இன்னிக்கி இருக்கோம், நாளைக்கு அம்போன்னு போயிடறோம். நம்மோட வித்து வளர்ந்துட்டா, நாம போனாலும் லட்சியமில்லே. ஆலம் விழுது தழைஞ்சு வளர்ந்து வேரு ஊனிட்டா, தாய் மரத்தை வெட்டினாலும் மரம் சாவுதா, போயிடுதா? அதே மாதிரிதான்னு வெச்சுக் கோயேன். ஒனக்கு கலியாணம் ஆவட்டும், சாமீ. ஆயி, சாமி புண்ணியத்துலே குழந்தை பொறக்கட்டும். அப்போ புரியும். அது வரைக்கும் வெறும் படிப்புத்தானே, அதனாலே வெறும் பகுத்தறிவாப் பேசும். அனுபவமானா வேறே அறிவு வரும்.”

அப்போது எனக்குப் புரியவில்லைதான். பின்னால் அவன் வாக்குப்படியே எனக்குக் குழந்தை பிறந்தபோது ‘வேறே அறிவு’ வந்தது. அது வேறு கதை; என் கதை, குள்ளன் கதையில்லை.

“இப்ப நம்ம ஊரு அரசியலெல்லாம் எப்படி இருக்குது?”

பேச்சை வேறு தடத்தில் திருப்பினேன். நாவிதன் ஆனாலும், எங்கள் ஊரிலிருந்து சிறைசென்ற தேசபக்தர்களில் ஒருவன், பள்ளிப் படிப்பற்றுப் போனாலும் உலக அறிவுடையவன், விழிப்பான ஆசாமி, நாலு பேர்கள் மத்தியில் பழகுபவன் என்றெல்லாம் குள்ள னைப் பற்றி நல்லெண்ணம் உண்டு எனக்கு.

"அதையேங் கேக்கறே போ, ஊரே கெட்டுக்கினு வருது."

"ஏம்பா அப்பிடிச் சொல்லறே, போன எலக்ஷன்லே கூட காங்கிரஸ்தானே ஜெயிச்சுது?"

"அ... ஆங்! அதுவும் ஒரு ஜெயிப்பா? கள்ளுக்கடை சுந்தர மூர்த்தி முதலியார் இருக்காரே, அவர் மச்சான் சுப்பிரமணிய முதலி யார்தான் நகர காங்கிரஸ் கமிட்டி தலைவர்னா பாத்துக்கோயேன். ராமாஞ்ஜுலு நாயுடு, சுப்பையரு எல்லாம் ஒதுங்கிப் போயிட்டாங்க. நேத்து வரைக்கும் காங்கிரஸைத் திட்டிப்பிட்டு ஜார்ஜ் ராஜா படத்துக்கு மாலை போட்டுக் கற்பூரம் கொளுத்திக் கும்பிட்ட வனெல்லாம் இன்னிக்கு காங்கிரஸ் தலைவரு. இவங்களுக்கெல் லாம் நாம 'ஜே' போட முடியுமா, நீயே சொல்லு. அப்பிடி முடியு மின்னாலும் அவுங்களுக்கு நாம தேவையேயில்லையே. ஆனாலும், பாரு முனிசபாலிடி எலெக்ஷன் சமயத்துலே மாத்திரம் எல்லோ ருக்கும் குள்ளன் கவனம் வந்துடும். ஏழாம் வார்டுலே இன்னும் குள்ளன் பேச்சுக்குக் கொஞ்சம் மதிப்பு இருக்கே, போவலியே!" என்றான் குள்ளன், கத்தியைத் தீட்டிக் கொண்டே.

தொடர்ந்து, "அந்த மாதவராவு இருக்கானே, அவன்தான் இப்போ நகர காங்கிரஸ் செக்ரடரி. காலம் மாறிப் போச்சு. ரொம்ப நாள் நிக்காது சாமி. எத்தனை நாள் துட்டைக் கொடுத்து ஜெயிச் சுக்கினு இருக்க முடியும்? என்னிக்கு நம்ம ஜனங்க காந்தியைக் கொலை பண்ணினாங்களோ அன்னிக்கே எனக்குத் தெரிஞ்சு போச்சு, இவுங்களுக்குக் கதி மோட்சமே கிடையாதுன்னு. இப்போ நான் அரசியலிலே ரொம்ப தலையிட்டுக்கிறதில்லே. நம்ம பொழைப்பைக் கவனிக்கிறதே பெரிய பாடாயிருக்குதே."

கத்தி 'கர் கர்' என்று வழிக்க ஆரம்பித்தது.

"ஓம் பொழைப்புக்கென்ன? இப்பத்தான் எல்லாம் கிறாப்பு வெச்சுக்கிட்டு கிருதா வெட்டிக்கிறான். என்னதான் சாப்பாட்டுக்கு இல்லாமே போனாலும் வாரத்துக்கொரு சினிமா, மாசத்துக்கொரு கிறாப்பு இல்லாத மனுஷனே இல்லியே" என்று நான் சிரித்துக் கொண்டே சொன்னேன்.

"நீ ஒண்ணு சாமி, தமாஷ் பண்ணறே, இப்பல்லாம் பொழைப்பு கஷ்டந்தான். வீடு வீடா ஏறி எறங்கி, 'ஏண்டா நேத்து வரலே,

ஏண்டா இன்னிக்கு லேட்டா வந்தே, நாளைக்கி வா'ன்னு பேச்சுக் கேட்டுக் காசு குறைச்சலா வாங்கி சம்பாத்தியம் பண்ணுறத்துக்குப் பேசாமே ஒரு ஸலூன் வெச்சுடலாம்னு பாக்கறேன். அதுக்கும் ஏகப்பட்ட பணம் தேவையாயிருக்குதே, நான் எங்கே போயித் திருடறது?" என்று சற்றே வருத்தம் கோடி காட்டும் குரலில் கேட்டு விட்டு, மௌனமாகத் தன் வேலையைத் தொடர்ந்தான்.

நான் விடவில்லை. "ஒனக்குத்தான் எத்தனையோ பெரிய மனுஷங்களைத் தெரியுமே, நாலஞ்சு பேர் ஆளுக்கு நூறு ரூபா குடுத்தாப் போறாதா?"

"நானூறு ஐநூறு இருந்தாப் போதும் சாமீ; எவன் தர்றாங்கறே? நான் முந்தா நாள் நடராஜ சாஸ்திரியார் கிட்ட ஜாடையாச் சொன்னேன். அவர் என்ன சொன்னாரு தெரியுமா? 'ஏண்டா பழி, அப்பறம் நீ இங்கே ஆத்துக்கு வந்து பண்ண மாட்டியே, ஸலூனுக்குன்னு வரச் சொல்லுவே'ன்னு சொல்லிச் சிரிச்சாரு. என்ன சிரிச்சா என்ன, பணம் என்னமோ பேரலை."

நடராஜ சாஸ்திரியார் சின்னூரின் பிரபல வக்கீல்களிலே முதன்மையானவர்.

நான் அம்மாவிடம் பேசிக்கொண்டிருந்தபோது குள்ளனைப் பற்றிப் பேச்செடுத்தேன். அம்மா சீறி விழுந்தாள்.

"அவன் கெட்டான், ரெண்டு பெண்டாட்டிக் கட்டாலே போறவன். திமிர் பிடிச்சு அலையறதுகள்" என்று அர்ச்சனை செய்தாள்.

"அவன் என்ன செய்வான், பாவம். மொதல் பொண்டாட்டிக்குக் கர்ப்பப்பை அடைஞ்சு போச்சாம்; தனக்கு குழந்தை வேணும்னு அவனுக்கும் ஆசை இருக்காதோ?" என்று நான் குள்ளனுக்காகப் பரிந்து பேச வேண்டியிருந்தது.

"ஆமாமா, நீ ரொம்பக் கண்டவன். அவன் ஒங்கிட்டே ஏதாவது ஒண்ணுக்கு நாலா புளுகியிருப்பான். அவதான் எங்கிட்டே வந்து ஒரு குரல் அழுதாளே" என்று சொல்லி முகத்தை இடித்துக் கொண்டு, புடவைத் தலைப்பில் கையைத் துடைத்துக்கொண்டு உள்ளே போய்விட்டாள் அம்மா.

வெகு நாட்களுக்குப் பிறகு அடுத்த முறை குள்ளனைப் பார்த்த போது, எனக்குத் 'திக்'கென்றது. ஆள் அடையாளமே தெரியவில்லை. இளைத்துக் கருத்துப் போயிருந்தான். முகத்தில் கன்ன எலும்புகள் துருத்திக்கொண்டு மேடிட, தோலை இழுத்துக் கட்டியிருந்தது. தலையில் அங்குமிங்குமாக நரைகூட எட்டிப் பார்க்க ஆரம்பித் தாச்சு. வெறுங்கையோடு வந்திருந்தான்.

“என்ன குள்ளா, சௌக்கியமா? ரொம்ப நாளா ஆளையே காணோமே, ஒடம்பு சுகமில்லியா? என்னமோ போலே ஆயிட்டி ருக்கியே?” என்று விசாரித்தேன்.

அசட்டுச் சிரிப்புத்தான் வந்தது. வேறு பதில் வரவில்லை.

“இத்தனை நாள் எங்கே மாமனார் வீட்டுக்குப் போயிருந் தானான்னு கேளு; பண்டிதரோ இல்லியோ, பதில் சொல்லுவான்” என்று ஆக்ரோஷத்தோடு சமையலறையின் உள்ளேயிருந்து உரக்கச் சத்தமிட்டாள் அம்மா.

குள்ளன் மௌனமாகத் தலை குனிந்து, ஜன்னல் விளிம்பைக் கீறிக்கொண்டிருந்தான்.

என்னவோ விசேஷம் நடந்திருக்கிறது என்று உணர்ந்த நான் குரலைச் சற்றுத் தணித்துக்கொண்டு,

“என்ன நடந்தது?” என்றேன்.

“அம்மா என் மேலே இன்னும் கோவமாயிருக்காங்க; என் பேச்சை யாரும் நம்பறதில்லை” என்று அவன் சொன்னபோது, அவன் குரல் கம்மியிருந்தது; குனிந்த தலை நிமிரவில்லை.

தட்டாரப் பூச்சியொன்று எங்கிருந்தோ திடீரென்று உள்ளே நுழைந்துவிட்டு வெளிச் செல்ல வகையறியாமல் அங்குமிங்கும் தாறுமாறாகப் பறந்து ‘பார் பார்’ என்று சுவற்றிலும் படங்களிலும் மோதி மோதி, பின் ஜன்னல் கம்பிகளூடே தப்பிப் பறந்து போனது. அவனே மேலே சொல்லட்டும் என்று காத்துக்கொண்டிருந்தேன்.

நடந்த விஷயம் இதுதான்: ஒரு நாள் போலீஸ் கான்ஸ்டபிள் பெருமாள்சாமி குள்ளனிடம் தனக்குக் கிறாப்பு வெட்டச் சொன் னான். தனக்கு மாத்திரமல்ல – அவன் பையன் கோவிந்தசாமியோ ஜெயராமோ பேர் – அவனுக்கும் வெட்டச் சொன்னான். முதலில் பையனுக்கு முடிவெட்ட ஆரம்பித்த குள்ளன் பேச்சுவாக்கில் விலைவாசி உயர்வுகளையெல்லாம் குறிப்பிட்டுவிட்டு, அதன் விளைவாக பையனுக்கு முடிவெட்ட நாலணாவும், பெரிய ஆளுக்கு எட்டணாவும் என்று ‘ரேட்’ உயர்ந்திருப்பதைச் சொல்லிவைத்தான். பெருமாள்சாமி எங்கே பழைய ‘ரேட்’டிலேயே கூலி கொடுத்து விடுவானோ என்று குள்ளனுக்குப் பயம்.

“ரேட் ஏறட்டும் எறங்கட்டும்; அதைப்போயி எங்கிட்ட ஏன் நீ சொல்றே?” என்று சிறிது குரலை உயர்த்தினபடியே சிவந்த முகத்தோடு மறித்துக் கேட்டான் பெருமாள்சாமி. இவன் பழைய ரேட்டுக்கூட கொடுக்கப் போவதில்லை, ஓசிக்கிறாப்பு வெட்டிக் கொள்ளப் பார்க்கிறான் என்று புரிந்துகொண்ட குள்ளனுக்கு எரிச் சல் வந்தது; பேச்சு வளர்ந்தது.

“பின்னே, ஒங்கிட்டே சொல்லாதே குட்டிச் சொவர் கிட்டே சொல்லவா?”

“டேய், நாக்கை அடக்கிப் பேசு!”

“அடா புடாங்காதே. என்னமோ ரேட் ஒசந்து போச்சுன்னு சொன்னா, எங்கிட்ட ஏன் சொல்லறேன்னு நாயாட்டமா மேலே வுழறியே? ஒங்கிட்ட சொல்லாதே யார்கிட்டே சொல்லவாம்?”

“ரேட்டுப்படி காசு குடுக்கிறவங்ககிட்டே சொல்லு. சும்மா பேசிக்கினே, கழுதை கடிச்ச மாதிரி வெட்டிக்கினு போறியே, பாத்து நல்லா வெட்டு. வூட்டுலே வேலை தலை சொமையாக் கெடக்குது.”

ஓசிக் கிறாப்புக் கேட்கும் அதிகாரத்தோடு, தன் தொழில் திறமையையும் பழித்துக் கூறினபோது குள்ளனுக்கு மகா கோபம் வந்துவிட்டது.

பெருமாள்சாமி ஒண்ணும் அப்படிக் குபேரனில்லை. சாதா பி.சி.தான். அவன் வீட்டிலேயும் அஞ்சாறு குழந்தைகளின் பிச்சுப் பிடுங்கல். அதில் குறைந்தது நாலு பெண்களாவது உண்டு. கிழத் தாய், உதவாக்கரை மச்சான், சோகை பிடித்த மனைவி, காக்காய் வலிப்பினால் ‘ஒண்ணுக்கும் உதவாத’ தங்கை – இன்னோரன்னா ஐசுவரியங்களுக்கும் குறைவில்லை; ஆபீசில் மூலக்கடுப்போடு சிடுசிடுக்கும் புது சர்க்கிள். இதெல்லாம் குள்ளனுக்கும் தெரியும்.

“இருந்தாலும் என்ன சாமீ, கொஞ்சம் பணிவோடே ‘இந்த வாட்டி கடனா வெச்சுக்கோ குள்ளா’ன்னு கேட்டா நான் என்ன மாட்டேன்னு சொல்லீடுவேனா; இல்லை பத்திரம் எழுதி வாங் கிக்கப் போறேனா, நீயே சொல்லு. எல்லாருக்குந்தான் கஷ்டம் இருக்குது. அவன் போலீசானா அவனோடே. நானே அவனோடே வேலைக்காரன் மாதிரியில்ல அதிகாரம் பண்ணினான். ‘போய்யா போ, வேறே எவன்கிட்டயாவது போயி ஒன் பையன் தலையிலே சொச்சத்தை வெட்டிக்கோ’ன்னு சொல்லிப் பாதிக் கிறாப்போடே நிறுத்தி வெச்சுட்டுக் கையைக் கட்டிக்கினு உக்காந்துட்டேன். அவன் ‘ஆய் ஊய் தாட் பூட்’டுன்னு குதிச்சான். ‘நான் வெள்ளைக் காரனுக்கே அஞ்சினவன் இல்லை, ஒன்னைப் போல முட்டிக்கால் தட்டற போலீசுக்காரனுக்கா பயப்படுவேன்? கடையைக் கட்டு’ன்னு சொல்லிட்டேன். குருவிக்காரனாட்டமா கூச்சல் போட்டுக்கினே போயிட்டான்.”

இதுவரை சொல்லி நிறுத்தினான் குள்ளன். அவன் முகத்தில் புன்னகை படர்ந்தது. மானசீகமாக அவன் மீண்டும் பெருமாள்சாமி ‘குருவிக்காரனாட்டமா கூச்சப் போட்டுக்கினே’ போன காட்சியை ரசிக்க ஆரம்பித்திருக்க வேண்டும்.

“அப்புறம் என்ன ஆச்சு?” என்று நான் தூண்டினேன். கதை மேலே தொடர்ந்தது.

இது நடந்து சுமார் ஒரு வாரம், பத்து நாள் கழித்து ஒரு நாள் சாயங்காலம் திடீரென்று ஒரு போலீஸ் படை குள்ளன் வீட்டில் புகுந்தது. தட்டுமுட்டுச் சாமான்களையெல்லாம் தூக்கி வெளியே எறிந்தார்கள். பழஞ்சோற்றுப் பானையைக் கைப்பற்றிக்கொண்டு குள்ளனையும் போலீஸ் ஸ்டேஷனுக்கு இழுத்துக்கொண்டு போனார்கள். கோர்ட்டில், ‘கள்ளுப்பானை வைத்திருந்தான்’ என்று குற்றப்பத்திரிகை வாசித்தார்கள். விசாரணையின்போது, நாற்ற மெடுத்துக் கொண்டிருந்த கள்ளுப்பானையொன்றும், படை யெடுத்த போலீஸ்காரர்களும், அவர்களில் பெருமாள்சாமியும் ஒருவன், சாட்சி.

“நமக்கென்ன பெரிய வக்கீல் வைக்க முடியுதா; அம்மூர் சுந்த ரேசய்யர்தான் வைக்க முடிஞ்சுது. அவரு பொணச்செவிடுதான். என்னா செய்ய? மேஸ்திரட்டு சொல்லறதை காதிலே வாங்காமே தான் பாட்டுக்கு ‘எங் கட்சிக்காரன் பழைய தேசபக்தன், காந்தி தொண்டன்; அவன் போயி சாராயம் காச்சுவானா?’ன்னு வாதிச் சாரு. அதெல்லாம் ஒரு வாதமா சாமி? பழைய தேசபக்தன் புதுசா தப்பு பண்ணறதில்லியா, எவ்வளவோ பண்றான். மேஸ்திரட்டு அந்தக் காலத்திலே காந்தி பக்தரா இருந்திருப்பார் போல இருக்கு. ‘காந்தி பேரைச் சொல்லி ஊரை ஏமாத்திட்டு, வூட்டுலே கள்ளச் சாராயம் காச்சறியா, ஒனக்கு எவ்வளவு கபடு இருக்கணும்’னு சொல்லி, ஆறு மாசம் தீட்டிட்டாரு. போன வாரம் தான் வெளியே வந்தேன்’ என்று சொல்லி முடித்து, தலையை மீண்டும் தொங்கப் போட்டுக் கொண்டான். வற்றிக் கருத்துக் குழிவிழுந்துபோன அவனது கன்னங்கள் இன்னும் வற்றி, இன்னும் குழிந்து சிவந்து கிடந்தன.

“அடப்பாவி!” என்று சொல்வதைத் தவிர வேறு ஒன்றும் என்னால் சொல்ல முடியவில்லை.

பாவி என்று பெருமாள்சாமியைச் சொன்னேனா, மாஜிஸ்டி ரேட்டைச் சொன்னேனா, அல்லது குள்ளனைத்தான் சொன் னேனா என்று யோசித்துப் பார்க்கிறேன். யாரைச் சொன்னேன் என்று இன்றுவரை எனக்கு விளங்கவில்லை.

மறுநாளும் அவனே வந்து என்னிடம் ஒரு சொல் சொல்லி விட்டு அழுதான்.

“திருடினான், ஜேப்படிச்சான், இல்லை நடு ரோட்டிலே ஒண்ணுக்கு இருந்தான், நியூசென்ஸ் பண்ணினான்னு சொல்லி

உள்ளே போட்டிருந்தாக்கூடப் பரவாயில்லை சாமீ. திருட்டுச் சாராயம் காச்சறான்னு சொல்லியில்லை உள்ளே தள்ளினாங்க'' என்று சொல்லி அழுதான். வாய் விட்டு அழவில்லைதான்; ஆனாலும், கண் கலங்கிவிட்டது.

"காந்தி சாட்சியாச் சொல்றேன் சாமீ; எனக்குப் படிப்புக் கிடையாது; நானும் எவ்வளவோ தப்புப் பண்றவன்தான். ஆனா, இது மாத்திரம் கிடையாது. ஒனக்காவது எம்பேச்சிலே நம்பிக்கை இருக்கிறதனாலே ஒங்கிட்டே சொல்றேன்'' என்று சொல்லிவிட்டு, நில்லாமல் போய்விட்டான். எனக்கு அவன் பேச்சில் நம்பிக்கை தான். ஆனால், அம்மாவுக்கு என்னவோ அவன் பேச்சில் துளிகூட நம்பிக்கையில்லை.

குள்ளனுக்குப் படிப்பில்லை என்று நிஜந்தான். தமிழ்ப் பேப்பரைத் தட்டித் தடவிப் படிப்பான். அந்த அளவுக்கு மேல் அவனுக்கு எழுத்தறிவோ பள்ளிப் படிப்போ கிடையாது.

''குள்ளா, நீ மாத்திரம் படிச்சிருந்தே, நம்ம ஊருக்கு எம்.எல்.ஏ.யா வந்திருக்கலாம்'' என்று ஒரு தடவை சொன்னேன்.

அவனுக்கு ரொம்ப சந்தோஷமாகி விட்டது. கண்கள் இடுங்கி கோணங்கி காண்பித்தன.

"நீ கேலி பண்றே சாமி. ஆனாலும், நீ சொல்லறதுலே ஒரு நியாயம் இருக்குது. நான் மட்டும் படிச்சிருந்தா இந்த ஊர்ப் பெரிய மனுஷன் கண்ணிலேயெல்லாம் விரலை விட்டு ஆட்டியிருக்க மாட்டேனா? எம்.எல்.ஏ.யில்லாத போனாலும் கவுன்சிலராவது ஆயி, இந்த நாத்தம் பிடிச்ச ஊரை துப்புரவாக்கியிருப்பேன்'' என்று சொல்லித் தன்னை மறந்து தன் கனவின் லயிப்பில் சொக்கிச் சில விநாடிகள் நின்று விட்டுப் பிறகு 'சூள்' கொட்டி –

"அம்பட்டப் பயலுக்கு அவ்வளவு ஆசை கூடாது சாமி'' என்று யதார்த்தமாகச் சொல்லித் தன்னையே மட்டந்தட்டிக் கொண்டான்.

"நான் மாத்திரம் இந்த ஜாதியிலே பொறக்காமே, கொஞ்சம் சொத்து சுகத்தோடே பொறந்திருந்தா, என்னெல்லாமோ செய்தி ருப்பேன்... ஆனாலும், நான் குறைபட்டுக்கக் கூடாது. படிப்பில்லாத போனாலும் ஆண்டவன் மூளையைக் கொடுத்திருக்கான். வெறும் ஏட்டுச் சுரைக்காயா இருந்தா என்ன பிரயோஜனம் சாமீ. ஞானம் புஸ்தகத்திலேயிருந்துதான் வரணுமா யென்ன...?''

அவன் பேச்சு நீண்டுகொண்டே போனது.

குள்ளனுடைய தாய்க்கு அவள் மகன் படித்துப் பெரிய மனுஷன் ஆகவேணுமென்று ஆசை. தகப்பனோ, 'அ... ஆங், அம் பட்டப் பையன் பி.ஏ. படிச்சு ராஜாங்கம் பண்ணப் போறா னாக்கும்' என்று அசுவாரசியமாக இருந்துவிட்டான். பையனுக்கும் சின்ன வயசிலே படிப்பில் நாட்டம் செல்லவில்லை. ரெண்டு மூணு வருஷம் 'படித்துப்' பார்த்துவிட்டு, 'நான் படிக்க மாட்டேன்' என்று அழுத்தந்திருத்தமாகச் சொல்லிவிட்டான்.

"பள்ளிக்கூட நேரத்திலே ஆத்தங்கரைக்கோ கன்னி குளத் துக்கோ போயி மடுவிலே நீச்சலடிச்சிட்டு, வழியிலே ரெண்டு மாங்காப் பிஞ்சோ, புளியங்காயோ, கொடுக்காப் புளியோ அடிச்சுத் தின்னுட்டு வீட்டுக்குப் போயி, 'ஏண்டா ஒழுங்காப் பள்ளிக்கூடம் போவலே'ன்னு அம்மாகிட்டே அடி வாங்குறதே வழக்கமாய்ப் போச்சு. ரெண்டு வருஷத்துக்கப்புறம், 'சீ, என்னா பிழைப்புடா இது'ன்னு தோணிப்போச்சு. பள்ளிக்கூடத்துக்குப் போனா, வாத்தி யாரு நாய் கணக்கா சீறிவிழறான். வீட்டுக்கு வந்தா, ஆத்தா புலி யாட்டமா பாஞ்சு புடுங்கறா. இவங்க ரெண்டு பேரு கிட்டேயும் அடி வாங்கி வாங்கி கையும் முதுகும் காய் காச்சுப் போச்சு. 'என் னைக் கொன்னு வாணாலும் போட்டுடு, பள்ளிக்கூடம் மாத்தரம் போவச் சொல்லாத ஆத்தா'ன்னு ஒரு நாள் முடிவாச் சொல்லிட் டேன். அவளுக்கு என்ன தோணிச்சோ என்னவோ, என்னைக் கட்டிப் புடிச்சுட்டு, 'போடா போக்கத்த முட்டாப் பய மவனே, ஒந் தலையெழுத்து எப்படியோ அப்படியே போ'ன்னு சொல் லிட்டா. அத்தோடே என் பள்ளிக்கூடம் தீர்ந்தது. படிப்பும் முடிஞ் சுது. அதுக்கப்பறம் அப்பன்கிட்ட தொழில் கத்துக்கினேன்... அதுவும் ஒரு விதத்துலே நல்லதாத்தான் போச்சுன்னு வெச்சுக் கோயேன், இல்லாதபோனா, எங்கப்பா காலராவிலே போனப்பறம் நான் தொழில் செய்யாம போயிருந்தா, எங்க குடும்பமே சந்தியிலே நின்னு சாம்பலாப் போயிருக்கும். எல்லாம் ஒரு நன்மைக்கேன்னு சும்மாவாச் சொன்னாங்க..." இதுதான் குள்ளன் படித்த படிப்பு.

அவனுக்கு உள்ளூற தான் படிக்கவில்லையே என்று ஒரு 'மாபெருங் குறை' இருந்திருக்க வேண்டும். அதைச் சரி செய்து கொள்ளும் வகையில்தானோ என்னவோ அடிக்கடி என்னிடம்–

"கல்வி முறை சரியில்லை சாமீ, நாலெழுத்து படிச்சவனெல் லாம் பியூன் வேலை பாக்கணும், குமாஸ்தாவாகணும்னு பாக்கறான். எனக்குப் பிள்ளையிருந்து, அவனும் படிச்சான்னா, என் மாதிரி கத்திரியெடுத்துத் தலை வெட்ட வருவானா? அச்சப்படுவான். நான் சும்மாச் சொல்லலை சாமீ; தொரைசாமி தெரியுமா, அதான் பிடாரி மாதிரி முடி வளர்த்துக்கினு இருப்பானே, செவத்தவன், அவன்தான். அவன் மகன் ஆறுமுகம் பத்தாவது படிச்சிருக்கான்.

அப்பன்காரனுக்கு ஒதவியா அவனைக் கொஞ்சம் பொட்டி தூக்கச் சொல்லு. ஊஹூம், மாட்டாராம், வெக்கமாயிருக்குதாம். அப்பன் பேருதான் தொரைசாமி, இவரு ஐயாவே தொரை, சாமி. எங்க ஜாதிக்கும் தொழிலுக்கும் என்ன ஈனம், நீதான் சொல்லேன். பண்டிதருன்னு சும்மாவா பட்டம் கொடுத்திருக்காங்க? வணங் காமுடி மன்னனே நம்மைக் கண்டாலும் தலை வணங்கித்தானே ஆகணும்'' என்று சொன்னாலும், அதே மூச்சில்–

"அந்த நாளிலே கொஞ்சம் மனசு வெச்சு, உடல் வணங்கிப் படிக்கிறதுக்குப் புத்தியில்லாமப் போச்சு. அப்போ என்னோடே கூட படிச்ச பாப்பாரப் பசங்கள்ளாம் இப்பப் பாரு, பெரிய பெரிய உத்தியோகம் பண்ணறாங்க. சுப்பையர் மவன் ராஜு இருக்குதே, டில்லியிலே இப்போ ஆயிரமோ ஐநூறோ சம்பாதிக்குது. பார்த்த சாரதி ஐயங்கார் பெரிய பிள்ளை வீரராகவன் பம்பாயிலே என்னமோ பெரிய வேலை; ஆறு நூறோ எண்ணூறோ சம்பளம். ஆனா, நடேச பண்டிதர் மகன் குள்ள பண்டிதர் சின்னூர்லே சவரம் பண்ணிக்கினு சோத்துக்கு லாட்டிரி அடிக்கிறாரு!'' என்று சொல்லிச் சிரிப்பான். அந்தச் சிரிப்பிலே பொறாமையையோ பொச் சரிப்பையோ நான் கண்டதில்லை. ஆதங்கத்தைக்கூட நான் கண்ட தில்லை. தன்னையே பார்த்துத் தானே சிரித்துக்கொள்ளும் விநோத சுபாவம்.

குள்ளனுக்கு படிப்பு இல்லாததனால்தானோ என்னவோ பொதுக் காரியங்களிலும், அதிலும் குறிப்பாக அரசியலிலும் கொஞ்சம் ஈடுபாடு அதிகந்தான். அவனுக்குக் குஷியைக் கிளப்பி விட வேண்டுமென்றால் அரசியலைப் பற்றிக் கேட்டால் போதும். அப்புறம் அவன் வாயை அடைக்க முடியாது. அரசியல் என்றால் சர்வதேச அரசியலல்ல; அது அவனுக்குப் பிடிபடாத விஷயம்; தேச அரசியலுமல்ல; அதுகூட அவ்வளவு தெரியாது. உள்ளூர் அரசியல், மிஞ்சிப் போனால் ஜில்லா விவகாரங்கள் அவனுக்கு லட்டு மாதிரி. என்னுடைய உள்ளூர் அரசியல் ஞானம் எல்லாம் குள்ளன் வாயில் போட்டு வேகவைத்து எடுத்ததுதான்.

நான் வாலிபத் துடிப்பில் இடதுசாரிக் கட்சிகள் பக்கமாகச் சாய்ந்துகொண்டிருந்த காலத்தில், "குள்ளா, நம்ம ஊரில் கம்யூனிஸ்டு கள் யாராவது இருக்காங்களா?'' என்று கேட்டேன். இருந்தால் பழகிக்கொள்ளலாம் என்ற ஆசை.

"ஓ, ஒரே ஒரு ஆளு இருக்கான். சாயக்காரத் தெரு சிவாநந்தம் இருக்காரு தெரியுமா – அதான், எஸென்ஸ் வியாபாரம் செய்யறாரே அந்த ஆளு – அவருடைய மச்சான் தேவராஜின்னு ஒரு ஆளு இருக்கான். முனியூரான். அவன்தான் நம்ம ஊரிலே இருக்கிற ஒத்தைக் கம்யூனிஸ்டு. வேஷ்டியை மடிச்சுக் கட்டிக்கினு பீடித் தொழிலாளர்,

நெசவுத் தொழிலாளர், ஓட்டல் தொழிலாளர் அது இதுன்னு சொல்லிக்கிட்டு எப்பப் பாத்தாலும் கொள்ளு திங்கப்போற குதிரை மாதிரி ஓடிக்கினே இருப்பான். ஆளு நல்லவன்; ஆனா, அவனுக்கு நம்ம ஊர் சமாசாரம் தெரியாது. நானே அவங்கிட்ட நிறைய வாட்டி சொல்லியிருக்கேன், 'சின்னூர் சமாசாரம் ஒனக்குத் தெரியாது. இந்த ஊரிலே எந்தக் கட்சியும் உருப்பட்டதில்லை. அதுவும் ஒங் கட்சிக்கு நீதான் கொடி தூக்கணும், கோல்நடணும், ஓடணும், நிக்கணும், நடக்கணும், கோஷம் போடணும்; எவனும் வரமாட்டான், எல்லாம் சோத்தமுக்கிங்க. நீ வேறே, சாமியாவது பூதமாவதுன்னு சொல்றது மாத்திரம் இல்லை, அதை நம்பற கட்சி. எல்லாரும் ஒன் பக்கம் தலையாட்டிட்டு, எவன் வெங்கடாஜலபதி படத்தைக் காமிச்சுட்டு ஒரு ரூபா குடுக்கறானோ அவனுக்குத்தான் ஓட்டுப் போடுவாங்க'ன்னு சொல்லிட்டேன். நம்ம ஊரிலே கம்யூனிஸ்டாவது காந்தியாவது, எல்லாம் அவனவன் கட்சி. பணக்காரன் பின்னாலே பத்துப் பேர், பைத்தியக்காரன் பின்னாலே பத்துப் பேருன்னு சொல்றதில்லையா? அது மாதிரி புதுசா எவனாவது நம்ம ஊரிலே ஏதாவது ஆரம்பிச்சா கொஞ்ச நாள் அவன் பின்னாலே ஓடற கும்பலாச்சே. அவன் பழசாப் போனான், இல்லை அவன் கிட்டேயிருந்து பணம் ஒண்ணும் பேரலை – அப்பிடியே அம்போன்னு விட்டுடுவாங்களே. இது சுத்தப் பேமானி ஊரு சாமீ; ஒனக்குத் தெரியாது நம்ம ஊர் சங்கதி. நீ வந்து வந்து போற ஆளு, நான்தான் எல்லாத்தையும் பாத்துக்கிட்டே இருக்கிறவனாச்சே" என்று ஊரைப் பற்றியே விமர்சனம் வந்தது!

"என்னப்பா அப்பிடிச் சொல்லிட்டே; சிறை சென்ற தியாகி, நீயே இப்பிடிச் சொல்லலாமா? நம்ம ஊரிலேயுந்தான் சத்தியாக்கிரகம் பண்ணினாங்க, கூட்டம் போட்டாங்க. சின்னூரு நீ சொல்றது மாதிரி அவ்வளவு மோசமில்லை" என்றேன்.

குள்ளனுக்குக் கோபம் வந்துவிட்டது.

"ஆமாமா, நான் சொல்லட்டுமா நம்ம ஊரு யோக்கியதை? ஷராப் நாராயணசாமி கடை கண்ணியை விட்டுட்டு, பொண்டாட்டி புள்ளையை விட்டுட்டு சத்தியாக்ரகம் பண்ணி ஜெயிலுக்குப் போனாரு. போறப்போ மாலை, மேளம், குங்குமம் எல்லாம் வெச்சு அனுப்பினாங்களே சின்னூர் ஜனங்க. அவரு விடுதலை ஆயி வெளியே வந்தப்போ எவனாவது வந்து, 'ஏண்டா பாவீன்னு கேட்டிருப்பானா? எவன் கேப்பான், சின்னூர் ஜாதியாச்சே! எனக்குத் தெரியும்; நான்தானே வேலூர் ஜெயில் வாசலிலே காத்துக் கெடந்து நின்னு, இட்டு வந்தேன். எனக்குப் போறாத காலம் பாரு, அப்போ கையிலே தம்பிடிக் காசில்லே. அவரு வெளிய

வந்து நின்னப்போ எவ்வளவு கண்றாவியா இருந்திச்சு தெரியுமா? 'நீ இங்கேயே இரு'ன்னு சொல்லி ஜெயிலுக்கு வெளியே புளியமரத்தடியிலே குந்தவைச்சுட்டு, ஊருக்குள்ளே ஓடிப்போயி, எங்க மனுஷாள் இருக்காங்க – சகலபாடி முறையாகணும், அவன் கிட்ட என்னமோ புளுகி அஞ்சு ரூபாயை கடனா வாங்கிக்கிட்டு ஓடியாந்தேன். இவுரு புளியமரத்தடியிலேயே பரதேசியாட்டமா கதர்த்துண்டை விரிச்சுப் போட்டுத் தூங்கறாரு. அவரைச் சீந்த ஆளில்லை. எழுப்பி 'சண்முகா கேப்'புக்குக் கூட்டிப் போயி, தோசை காப்பி வாங்கிக் குடுத்து ஊருக்கு இட்டு வந்தேன். அப்ப வாவது எவனாவது தலையைத் தூக்கி 'ஏன்'னு கேப்பானா? மொதல் சுதந்திர தினம் வந்துதே, அப்போ யாரு தேசியக் கொடி ஏத்தினது – தாசில்தாரு; யாரு சலாம் போட்டது – சுந்தரமூர்த்தி முதலியாரு; யாரு தரையிலே விழுந்து கும்பிட்டது – மாதவராவு. எவனாவது நாராயணசாமி எங்கேன்னு கேட்டானா? எப்படிக் கேப்பான்; சின்னூரு ஜாதியாச்சே, சும்மாவா?"

"அவர் எங்கே போயிருந்தார்?"

"வீட்டில் உபவாசமிருந்து நூல் நூற்றுக்கொண்டு, கண்ணால் தண்ணி விட்டபடி காந்திஜி படத்தின் முன்னால் பிரார்த்தனை செய்துகொண்டிருந்தார், 'பாரத மாதாவை சூர்ப்பனகை போலப் பங்கம் செய்து விட்டார்களே' என்று அழுதுகொண்டிருந்தார்.

"அது கிடக்கட்டும், அவர் ஒரு வேளைச் சாப்பாட்டுக்கும் வழியில்லாமே பொண்டாட்டி பிள்ளையோடு நடுத்தெருவிலே நிக்கிற நிலைமை வந்தப்போ, யாரு என்ன செய்தாங்க? நான்தான் சொன்னேன்: 'தியாகிகளுக்கு நிலம் கொடுக்கறாங்களே, நீங்களும் கேளுங்க, ஒரு அஞ்சு ஏக்கரா கிடைச்சா இன்னொருத்தனைப் போயி கையேந்தி நிக்க வேண்டியதில்லை'ன்னு சொன்னேன். அப்பறந்தான் அவரு எழுதிப்போட்டு, 'சிபாரிசுக்காக அவனுக்கும் இவனுக்கும் ஓடி... கடைசியிலே என்ன கிடைச்சுது தெரியுமா? ஆத்துக்கு அந்தண்டை சுடுகாடு இருக்குதே, அதுக்குப் பக்கத்திலே கல்லுப் பூமியிருக்குதே, அதைத் தாராளமாகக் கொடுத்துட்டாங்க. அந்த நிலத்துலே பாடுபடறதை சுடுகாட்டுச் சாம்பலைத் துண்ணு செத்துப் போலாம் சாமீ. அதுலே இருக்கிற கல்லை வெச்சு இந்த ஊரிலே இருக்கிற பெரிய மனுஷனுக்கெல்லாம் கோரி கட்டிடலாம். அதை அவர் வெச்சுக்கினு என்ன செய்வாரு? மாடு வாங்குவாரா, கெணறு வெட்டுவாரா, கல்லுப் பொறுக்குவாரா? கடைசியிலே, சுந்தரமூர்த்தி முதலியாருக்கே அரை விலைக்கு, கால் விலைக்கு வித்தாரு. அவன் அதிலே ரைஸ் மில்லு கட்டிட்டான்; பெட்ரோல் பங்க் வெச்சுட்டான்; மர தொட்டி வெச்சுட்டான். ஹூம், இந்த ஊரைச் சொல்லு!"

நாராயணசாமி சமாசாரம் இப்படியாயிற்றென்று அன்றுவரை எனக்குத் தெரியாது. உண்மையில் நான் அவரை மறந்து விட்டிருந்தேன். அந்த நாளில் அவரைப் பற்றி நிறையக் கேள்விப்பட்டதுண்டு. மகாத்மா காந்தியை முழுக்க முழுக்க நம்பித் தேசத் தொண்டில் தன்னை அர்ப்பணித்துக்கொண்ட மனிதன். அவரால் முடிந்த அளவுவரை செய்யும் ஆளல்ல. தன்னாலே முடியாத அளவு செய்ய முயலும் மனிதன். அப்படிப்பட்டவர் இவ்வாறு புறக்கணிக்கப் பட்டார் என்பதைக் கேட்கக் கஷ்டமாயிருந்தது; ஆச்சரியமாயிருந்தது.

"இப்போ எப்படி இருக்காரு, நிலமை பரவாயில்லியா?" என்று கேட்டேன்.

"அந்த மனுஷன் போயி இப்போ ஒரு வருஷம் ஆகப்போகுதே. பரவாயில்லையா, இப்போ அவருக்குக் கஷ்டமே கிடையாது! காந்தி நம்ம தலைமேலே சுமையெல்லாம் ஏத்தி வெச்சுட்டுத் தான் போன மாதிரி, இவரும் அவர் சுமையெல்லாம் பொண்டாட்டி பிள்ளை மேலே ஏத்தி வெச்சுட்டுப் போய்ச் சேர்ந்தாச்சு. இருமி இருமிச் செத்தாரு மனுஷன். என்னமோ புது ஊசி வந்திருக்குது, போட்டாப் பொழைச்சிடுவார்னு மிஷன் ஆஸ்பத்திரியிலே சொன்னாங்க. ஊசிக்குத் துட்டுக்கு எங்கே போக? ஊசியும் வாணாம் காசியும் வாணாம்னு சொல்லிட்டாரு. அவரோட தியாகி நிலத்துக்குப் பக்கத்திலேயேதான் அவரைச் சுட்டுப் பொசுக்கி சாம்பலாக்கினோம்" என்று ஆத்திரத்தோடு பதிலிறுத்தான். இந்தச் செய்தி எனக்கே அதிர்ச்சியாயிருந்தபோது, அவனுக்கு வெறுப்பாகவும், கசப்பாகவும், கோபமாகவும் இருந்ததில் ஆச்சரியமில்லை.

குள்ளனுக்கு தியாகி நிலம் கிடைக்கவில்லையா என்று கேட்டேன். அவன் கேட்கவில்லையாம். ஏனென்று கேட்டதற்கு, விநோதக் காரணம் சொன்னான்:

"நமக்கெதுக்கு அதுவெல்லாம்? அப்போ, நம்ப தேச பக்திக்கும் தியாகத்துக்கும் விலை வெச்ச மாதிரியில்லை இருக்கும். அதெல்லாம் புனிதமான விஷயங்களாச்சே, அதுக்குப் போயி விலை போடலாமா?" என்று ஆரம்பித்து,

"எனக்கு வெட்டி வெட்டித்தான் பழக்கமே ஒழிய, உழுது விதைச்சு, தண்ணி பாய்ச்சி, ஆகாசத்தைப் பார்த்துக் காத்திருந்து, அப்பாலே அறுக்கற பழக்கமில்லை. நிலத்தை வெச்சு நான் எண்ண பண்ணுவேன்; படா தொந்தரவு சாமி. அங்கேயே உக்காந்து, மண்ணோடேயும் கல்லோடேயும் மன்னாடணும். மழையைப் பார்த்துக் கிடக்கணும். எனக்குச் சரிப்பட்டு வராது. என் கையையே நம்பி இத்தனை நாள் பிழைப்பை நடத்திவிட்டு, திடீருன்னு மண்ணையும் கல்லையும் மாட்டையும் சாணியையும் நம்புடான்னா முடியுமா?

அக்குள்ளே பெட்டியை வெச்சிக்கினு ஹாய்யா இஷ்டம் போல இருக்கிற மாதிரி ஆகுமா? விவசாயிப் பிழைப்பு நமக்கு ஒத்து வராது'' என்று, தொடர்ந்து –

''மகா நிலம் கொடுத்துட்டாங்க, புல்லுகூட மொளைக்காத கரம்புமேட்டைக் கொடுப்பாங்க. நாராயணசாமிக்குக் கொடுத்தது தான் பார்த்தேனே. எங்கியோ ஒரு தேசத்துலே ராஜாவுக்கு ஆகாத வன்னா, அவனுக்கு வெள்ளை யானையைப் பரிசாக் கொடுத்திடு வாங்களாம். அதைக் காப்பாத்தித் தீனிபோட்டு வளர்க்கிறதுக் குள்ளே தாவு தீர்ந்து போயிடுமாம். இந்தத் தியாகி நிலமும் அதே கதைதான். அதுக்குக் கிணறு வெட்டணும், கல்லு பொறுக்கணும், மண் அடிக்கணும், மருந்து தெளிக்கணும், இத்தனையும் செய்தாத் தான் அது விவசாயத்துக்கு ஏத்தபடியா வரும். அப்போ கடன் காரன் வந்து, கௌவிக்கினு போயிடுவான்'' என்று புளித்த பழங் கதை மாதிரி முடித்தான்!

இதுபற்றி அம்மாவிடம் நான் பிரஸ்தாபித்தபோது, அம்மா வுக்குச் சிரிப்பை அடக்க முடியவில்லை.

''நல்ல பிள்ளைடா நீ, குள்ளன் சொல்றதையெல்லாம் வேதவாக்கா நம்பிடறயே. அவன் சொல்றது அத்தனையும் புளுகு. அவனா நிலம் குடுத்தா வேண்டாமென்கிறவன்? தியாகி நிலம் வேணுமின்னு ஒத்தைக் காலாலே நின்னு என்னமா பாடுபட்டான். மனுவெழுதிக் குடுத்துப்புட்டு, சிபார்சுக்கு யார் யாரையோ பிடிச்சுப் பார்த்தானே! அவனுக்குக் கிடைச்சுடும்போல இருந்துதாம். ஆனா, கடைசி நேரத்துலே, 'அவன் தியாகியில்லை, காமன் அஸால்ட் கேஸிலே ஜெயிலுக்குப் போனவன்'னு தள்ளுபடியாய்ப் போச்சாம். அதிலே அவனுக்குக் கொள்ளை வருத்தம். இப்போ ஒங்கிட்ட வந்து, 'சீசீ, யாருக்கு வேணும் இந்த நிலம்'னு பேசறானாக்கும்!'' என்று விளக்கம் வேறு கொடுத்தான்.

எனக்குத் தலை சுற்றியது. நாலு நாளுக்கப்புறம் குள்ளனைக் கடைத்தெருவில் சந்தித்தபோது, சுற்றி வளைக்காமல் நேரடியாகவே அவனிடம் இதுபற்றிக் கேட்டு விட்டேன்.

''என்ன குள்ளா, என் கிட்டவே ஒன் கைவரிசையைக் காட்டிட் டயே? 'தியாகி நிலம் யாருக்கு வேணும், என்னாலேயெல்லாம் சவரட்சணை பண்ண முடியுமா'ன்னு சொன்னதெல்லாம் கதை தானே? நிலம் வேணுமின்னு ஒத்தைக் காலிலே நின்னு முயற்சி பண்ணினயாமே?'' என்று கேட்டு விட்டேன்.

''யாரு சாமீ சொன்னது அப்படியெல்லாம். ஒங்கிட்ட பொய் சொல்லி எனக்கு என்னா வந்துடப் போவுது?'' என்று அவன் சத்தியக் கோபத்தோடு என்னைத் திருப்பிக் கேட்டான்.

“எல்லாம் அம்மாதான் சொன்னாங்க; வேறே யாரும் சொல் லலே” என்றதும் அவன் முகத்தில் கோபம் அடங்கிச் சிரிப்பு விரிந்தது.

“அப்படி சொல்லு, இப்ப விளங்குது சங்கதி! என் சம்சாரம் அம்மாகிட்டப்போயி என்னமாவது சொல்லியிருக்கும். அது பேச்சைப் போயி நம்பிடலாமா? நான் சொன்னது அத்தனையும் நிஜம் சாமி. என் சம்சாரத்துக்குத்தான் தியாகி நிலம் வேணுமின்னு ஆசை. என்னைத் துருவி எடுத்துடுச்சு. பொம்பிளைதானே; ‘நிலம் கிடைக்கும் ஓம் புருசனுக்கு, அவருதான் தியாகியாச்சே’ன்னு யாரோ போதனை பண்ணினதைக் கேட்டுட்டிருக்குது. அதுக்கு மேல் கொண்டு யோசனை போகுமா? ‘சீ, போ, பொம்பளே! ஒனக்கு வேறே வேலை கிடையாதுன்னா நாலு காசு சம்பாரிக்கிற வழியைப் பாரு’ன்னு சொன்னேன். அதுக்குக் கோவம் வந்துதே பாக்கணும்! வீட்டுப் பொம்பிளைக்கு மாத்திரம் கோவம் வர மாதிரிச் செய்யக்கூடாது சாமி. கன்னாபின்னான்னு பேச ஆரம் பிச்சுட்டுது. ‘கையிலே வைச்சிருக்கான் கத்தியும் கப்டாவும்– மகா வெண்ணை வெட்டி சிப்பாய் மாதிரி! பொம்பிளையைச் சம்பாரிச் சுக்கினு வான்னு சொல்றவனுக்கு வெக்கமில்லை? ரோஷமில்லை?’ இப்பிடியெல்லாம் ஏச ஆரம்பிச்சுட்டுது. இந்த வம்பெல்லாம் நமக்கென்னாத்துக்குன்னு அடுத்த நாளே அதுங்கிட்ட, ‘நான் தியாகி நிலத்துக்கு மனுக் கொடுத்தாச்சு’ன்னு சொல்லி சமாதானப்படுத்தி னேன். அத்தோட விடுதா? அப்போ சொன்ன ஒரு பொய்யைக் காப்பாத்தறத்துக்கு இன்னும் வேறே ஒம்பது பொய் சொல்லி முட்டுக்குடுக்க வேண்டியதாய்ப் போச்சு. கடைசியிலே, ‘நான் தியாகி யில்லேன்னு சொல்லிட்டாங்க; மாதவராவை அடிச்ச வெறும் சாதா கிரிமினல் கேசு; அதாவது கேடின்னு சொல்லிட்டாங்க; நிலமும் கிடையாது நீரும் கிடையாது; ஒழுங்கா முடிவெட்டிப் பொழைச்சுப் போடா போக்கத்தவனேன்னு சொல்லிட்டாங்க’ இப்பிடியெல்லாம் சொல்லி நம்ம சம்சாரத்தின் வாயை அடக்க வேண்டியதாப் போச்சு” என்று சொல்லிச் சிரித்தான்.

அந்தச் சிரிப்பில் துளிகூட பொய்யோ அல்லது பொய்யைக் கண்டுபிடித்து விட்டார்களே என்ற அச்சமோ எனக்குத் தென் படவில்லை.

குள்ளன் சொன்னதில் எவ்வளவு பொய், எவ்வளவு நிஜம், எவ்வளவு கற்பனை, எவ்வளவு உண்மையாக நடந்தது என்று நான் கணிக்க முயலவில்லை. அப்படி நான் செய்ய முயற்சி செய் வதும் வீண். அதுமாதிரிக் கண்டுபிடிக்க வேணுமென்றால், அதற் கென்று தனியாக ஒரு விசாரணைக் கமிஷன் வைத்தால்தான் முடியும்! குள்ளன் ஒண்ணும் சத்திய சந்தனில்லைதான். அல்லது

அவனே சொல்வதுபோல 'அரிச்சந்திரன் வீட்டுக்குப் பக்கத்து வீட்டுக்காரனும்' இல்லை. ஆனாலும், அவன் பொய் பேசுவதில் மன்னன் என்று அம்மா சொல்வதையும் நான் ஏற்றுக்கொள்ள மாட்டேன். மற்றவர் சொல்லும் பொய்க்கும், அவன் 'கற்பனை'களுக்கும் வித்தியாசம் உண்டு. பொய்யைப் பொய்யென்று தெரிந்து சொன்னால்தான் பொய் பொய்யாகும். தான் சொல்வதைப் பரிபூரணமாகத் தானே நம்புகிறவனை எப்படிப் பொய்யன் என்று சொல்வது? குள்ளன் பேசுகிற 'பொய்கள்' இந்த ரகத்தைச் சேர்ந்தவையே. நான் அவனைக் கடைத்தெருவில் வழி மறித்துக் கேட்டபோது அவன் தான் சொன்னதெல்லாம் நிஜம் என்று சுவாமி சந்நிதியில் கற்பூரத்தை அணைத்துச் சத்தியங்கூடச் செய்திருப்பான். அவன் பேச்சை அவனைப்போல முழுதும் நம்பினவர்கள் இந்த உலகத்தில் அவனைத் தவிர வேறே யாரும் இருக்கமாட்டார்கள். இதற்கு உதாரணமாக அவன் தம்பி விவகாரத்தைச் சொல்லலாம்.

ஒருமுறை குள்ளன் தன் தம்பியைப் பற்றிச் சொல்லிக் குறைபட்டுக் கொண்டான்:

"என்ன சாமீ, வீட்டுக்குப் போனாலே, ஏண்டா போவறோமின்னு இருக்குது. தங்கராசு பண்ணற அட்டகாசம் சகிக்க முடியலே."

"அது யாரு அவன், தங்கராசு?"

"அட, ஒனக்குத் தெரியாதா, – நம்ம தம்பி சாமீ, அவனாலே ரொம்பத் தொந்தரவு எனக்கு. படிப்பும் ஏறலே, தொழிலும் கத்துக்கலே. சரியான சோம்பேறிப் பையன். புத்தி இருக்கு சாமீ; ஆனா அதை நல்ல வழியிலே செலுத்தத் தெரியலே. தனக்காவும் தெரியலே, சொன்னாலும் கேட்டுக்க மாட்டேங்கறான். அவனையும் ரொம்பச் சொல்லக்கூடாது, கலைஞன் பாரு. கலையென்னமோ அவனண்டை இருக்குது அதை வளர்த்துக்கோடான்னா..."

"கலையா? என்ன கலை?"

குள்ளன் குடும்பத்தில் கலை இருக்கிறது என்றதைக் கேட்டு என்னால் அதிர்ச்சியடையாமல் இருக்க முடியவில்லை. ஆகவே மறித்துக் கேட்காமல் இருக்க முடியவில்லை.

"ஆமா சாமீ. அவனுக்கு சங்கீதம் வரும். நாயனம் மாத்திரம் குறியாப் பழகினான் – பொறையூர் சுப்ரமண்யத்துக்குச் சமானமா வரக்கூடிய திறமை அவன்கிட்ட இருக்குது. ஆனா, அவனுக்குப் பொறுமையில்லை. திரேகத்துலேயும் வலுவில்லை. பழகுடான்னா மூச்சுப்புடிக்க முடியாது; விரலு வளைய மாட்டேங்குதே எங்கிறான். அப்பிடீன்னா தவிலாவது அடிக்கலாமா, ஊஹூம், அதுவும்

மாட்டானாம். விரலெல்லாம் வுட்டுப்போவற மாதிரி நோவுமாம். 'ஒத்துதான் எனக்குச் சரி'ங்கறான். எவனாவது தொழிலும் செய்யாமே ஒத்தூதியே பிழைப்பை நடத்திட முடியுமா? வாழ்க்கை என்னா சாமீ அரசியலா, அப்பிடியே ஒத்தூதிக் காலத்தைத் தள்ளிட்டுப் போவ? இப்போ, அவனுக்கு கலியாணம் செய்து வைக்கணுமாம், வீட்டிலே சொமை சண்டை போடறான். எப்பிடி இருக்குது? அவனுக்கு கலியாணத்தைச் செய்து வெச்சு, அப்பறம் பிள்ளைகுட்டின்னு பெருகி அதுங்களுக்கு சோறு துணி வீடு வாசல் பள்ளிக்கூடம் – இதெல்லாம் என்ன விளையாட்டா? நான்தானே எல்லாம் செய்யணும். நான் எங்கே போய்த் திருடறது, நீயே சொல்லு. அதனாலே முந்தா நாள், 'போடா போ, மொதல்லே நாலு காசு சம்பாதிச்சு சோத்துக்கும் துணிக்கும் வழி பண்ணிக்க; அதுக்கப்பறந்தான் கலியாணத்தைப் பத்தி யோசனை பண்ண லாம்'னு கண்டிஷனாச் சொல்லிட்டேன். இப்போ மூணு நாளாச்சு அவன் என்னோட பேசி" என்று முறையிட்டான்.

குள்ளன் தம்பி தங்கராசுக்கு வயது முப்பதை நெருங்கிக் கொண்டிருக்க வேண்டும். ஆள் வாட்டசாட்டமாயிருப்பான். தலையில் நாடகமேடை நடிகன் மாதிரி பிடரிவரை தொங்கும் முடி. முகம் குள்ளன் மாதிரி இருக்காது; நீண்டிருக்கும். அவனை எப்பவோ ஓரிரு முறைகள் பார்த்திருக்கிறேன். அவனுள் ஒரு சங்கீத மேதை ஒளிந்து கொண்டிருக்கிறது என்பது நான் கொஞ்சமும் எதிர்பாராத விஷயம். உண்மையில், என்னைத் தூக்கிவாரிப் போடச் செய்த விஷயம்.

தங்கராசுவையும் அவனுடைய சங்கீத ஞானத்தையும் அறிமுகம் செய்துகொள்ளும் பாக்கியம் சீக்கிரமே கிடைத்தது. அன்று தீபாவளிக் காலை. அருணோதயத்துக்கு முன்னாலேயே எழுந்து, சுடச்சுட வெந்நீரில் குளித்துவிட்டு, தம்பி, தங்கைகளுக்காகப் பட்டாசு கொளுத்தி விளையாடிவிட்டு, கடைசியில் ஆறரை ஏழு மணி சுமாருக்கு ரேடியோவைத் திருப்பினேன். அப்போது திடீரென்று ஒரு விசித்திர சப்தம் கேட்டது. அதுவரை என் ஆயுளில் அந்த மாதிரியான கர்ணகொடூரமான சப்தத்தை நான் கேட்ட தேயில்லை. ஒரு விநாடி, ரேடியோவுக்குத்தான் கெடுதல் நேர்ந்து விட்டதோ என்று நினைத்தேன், மறு விநாடி செவ்வாய் கிரகத்தி லிருந்து யாராவது ராட்சசர்கள் படையெடுத்து விட்டார்களோ என்றுகூட நினைத்தேன்! முதல் நாள் ராத்திரி எச்.ஜி. வெல்ஸ் படித்ததன் விளைவு. பிறகுதான், சப்தம் வீட்டு ரேழியிலிருந்து வருகிறது என்று புரிந்தது. என்னைச் சுதாரித்துக்கொண்டு ரேழிக்கு ஓடினேன். கம்பிக் கதவின் பின்னால் ஒரு ஆள் நின்றுகொண்டு நான் கேட்ட விசித்திர சப்தத்தை உண்டாக்கிக்கொண்டிருந்தான்.

ஒரு நாயனத்தை வாயில் வைத்துக்கொண்டு, அதில் ஒரே சமயத்தில் அடிவயிற்றிலிருந்தும் தொண்டையிலிருந்தும் முக்கிக்கொண்டிருந் தான். என்னைப் பார்த்ததும் முக்குவதை நிறுத்தி, 'குட்மார்னிங் சார்!' என்றான் தங்கராசு! மீண்டும் தன் ஹடயோக சங்கீதத்தை ஆரம்பித்தான்!

"ஏய், நிறுத்து நிறுத்து!" என்று நான் கூச்சலிட்ட பின் வாசிப்பை நிறுத்தி, நாயனத்தின் தக்கையை திருவாவடுதுறை ராஜரத்தினம் துடைக்கிற பாவனையாகத் துடைக்க ஆரம்பித்தான்! தீபாவளி இனாம் கொடுத்து, அவனை வீட்டை விட்டு வெளி யேற்றின பிறகுதான் என் மனசு நிம்மதியாயிற்று!

அன்று சாயங்காலமே குள்ளனின் தரிசனப் பிராப்தி கிடைத் தது.

"குள்ளா, தங்கராசு காலையிலே வந்திருந்தான்!" என்றேன் நான் சிரித்துக்கொண்டே.

"வந்தானா சாமீ, பரவாயில்லியே! நான்தான் அவனை எழுப்பி, ஐயா வீட்டிலே போயி ஊதிக் காமிடான்னு விரட்டினேன்" என்று பரம திருப்தியுடனும் உவகையுடனும் குள்ளன் பதிலளித்தான்.

"வந்தான், வந்தான்! அவன் ஊதினதைக் கேட்டப்பறம் ஒடனே இனாம் கொடுத்து அனுப்பத் தோணிடுத்து!" என நான் விஷமச் சிரிப்போடு சொன்னேன்.

குள்ளனுக்கு விஷயம் வாங்கி விட்டிருக்க வேணும். ஆனால், அவன் முகத்தைப் பார்த்த யாரும் என் பேச்சிலிருந்த கேலிக் குறிப்பை அவன் தெரிந்துகொண்டான் என்று சொல்ல மாட் டார்கள். நிச்சலமான முகத்தோடு –

"கொஞ்சம் சுதி தட்டும், பழகினாத்தானே. விடிகாலமே எழுந்து பழகுடான்னா கேக்க மாட்டேங்கறான். பயமாயிருக்குதாம்; இருட் டிலே ரத்தக் காட்டேரி வந்து அடிச்சுடுமாம்" என்று சொல்லிவிட்டு நழுவிவிட்டான்.

"ஆமாமா, தங்கராசு சொல்றதும் நிஜந்தான்!" என்று நான் சொன்னது காதில் விழுந்தும், விழாத மாதிரிப் போய் விட்டான்.

தன் தம்பியின் சங்கீத ஞானம் குள்ளனுக்குத் தெரியாது என்று சொல்லமுடியாது. அதே சமயம் என்னிடமோ, அல்லது வேறு யாரிடமோ அதைப் பற்றிச் சிலாகித்துப் பேசும்போது அவனே தான் சொல்வதை நம்பித்தான் சொல்கிறான் என்று நான் நினைக் கிறேன். நான் நினைப்பது சரிதான் என்பதை தன் தம்பிக்காக அவன் எடுத்துக்கொண்ட பற்பல முயற்சிகளிலிருந்து தெரிந்து

கொள்ளலாம். ஆல் இந்தியா ரேடியோவில் 'நிலையவித்துவான்' ஆக்க பிரம்மப் பிரயத்தனம் செய்தான். பலமான சிபாரிசுகளின் உதவியினால், கடைசியில் வாத்தியப் பரீட்சைக்கும் ஏற்பாடு செய்து விட்டான். வாத்தியப் பரீட்சைக்குத் தம்பியைக் கூட்டிக்கொண்டு போனபோது, குள்ளன் எதிர்பாராத சங்கடம் ஒன்று முளைத்தது. தங்கராசு அங்கே ஒரு கக்கூசுக்குள் புகுந்து கொண்டு விட்டானாம்! வெளியே வரச் சொன்னால், சங்கீதத்தையும் கலையையும் வயிற்றுப் பிழைப்புக்காக விற்பதானால் வரமுடியாது என்று சொல்லி மறுத்து விட்டானாம்! வெகுநேரம் அவனோடு மன்றாடிக் கடைசியில், 'கலையை விற்பனை செய்வதில்லை' என்று வாக்குறுதி கொடுத்த பின்தான் வெளியே வந்தானாம்! 'கலை சரஸ்வதியாச்சே, அதை வியாபாரம் செய்து பிழைக்கிறதா?' என்று வழிநெடுக திரும்பி வரும்போது வாக்குவாதம் வேறே!

"பையன் நல்ல பையன், சாமீ. உயர்ந்த எண்ணம் இருக்குது அவன் கிட்ட. ஆனா, பிழைக்கத் தெரியல்லே" என்று குள்ளன் அங்கலாய்த்துக்கொண்டான். ரேடியோவில் பரீட்சையும் நடக்க வில்லை, வேலையும் கிடைக்கவில்லை என்று சொல்லத் தேவை யில்லை.

பிறகு, பல கோவில்களில் முயற்சி செய்தான். உள்ளூர்ச் சிவன் கோவில், பெருமாள் கோவில், ராமர் கோவில், சுப்பிரமணிய சுவாமி கோவில், அனுமார் கோவில், துரோபதியம்மன் கோவில் – எல்லாக் கோவில்களிலும் பார்த்தான். எங்கேயும் நாயனமோ ஒத்தோ தேவையில்லை என்று சொல்லி விட்டார்கள். அனுமார் கோவிலில் அதற்குமேல் ஒருபடி தாண்டி, "தங்கராசு என் கோவிலுக்கு ஊத வந்தா, நானே வந்து ஒன் கொரவளையைப் புடிச்சு ரத்தம் கக்க வைப்பேன்னு அனுமாரே கனவிலே வந்து சொன்னாரு" என்று பூஜாரி சொல்லிவிட்டான்.

"கொரங்குப் புத்திதானே!" என்று சமாதானம் சொல்லிக் கொண்டு, தம்பிக்கு வேறு இடத்தில் வேலைதேடப் போய்விட்டான் குள்ளன்.

"சங்கீதத்தையும் வயிற்றுப் பிழைப்புக்கு உபயோகப்படுத்த மாட்டான்; பியூன் வேலை பாக்கணுன்னா ஓடியாட முடியாது; வாச்மேன் வேலை செய்யணுமானா கண் விழிக்க முடியாது; குமாஸ்தா வேலை பாக்கலாம்னா படிப்புக் கிடையாது; தொழிலும் செய்யமாட்டான். அப்படியானா, என்ன வேலைதான் செய்வான் ஒன் தம்பி?" என்று நான் குள்ளனைக் கேட்டேன்.

"அதான் எனக்கும் தெரியலே. பையன் நல்லவன்தான், கள்ளங் கவடு கிடையாது, சூது வாது கிடையாது, வித்தை இருக்குது. ஆனா, இப்பிடி இருக்கான். நானே ஒரு வாட்டி அவனைக் கேட்டேன்

சாமீ, 'நீ என்னதான் செய்யணும்னு ஒனக்கு ஆசை?'ன்னு. அவன் என்னா சொல்றான் தெரியுமா? தாமோதர நாயுடு மாதிரி ஒரு பெரிய ஷாப்புக்கடை வெச்சு, கல்லாப் பெட்டியிலே ஒக்காந்து, கடைப் பையன்களை அதிகாரம் பண்ணி வேலை வாங்கணுமாம்! எப்பிடி இருக்குது ஆசை? 'டேய், நீ ராஜா வயித்துலே பொறந் திருக்கணும்'னு சொன்னேன். 'ஆமாண்ணா'ங்கறான்! 'அம்பட்ட ஜாதியிலே பொறந்தது தப்பு'ன்னு சொன்னேன். 'ஆமாண்ணா, நீ சொல்றது ரொம்ப சரி'ங்கறான். நான்ன என்னாதான் செய்வேன்'' என்று தலையிலடித்துக்கொண்டான்.

குள்ளனுக்குத் தன் தம்பி விளங்காமல் போகிறானே என்பதை விட, தன் வம்சம் இப்படியாகிறதே என்னும் குறைதான் அதிகம். ஒருமுறை எனக்குப் பொறுக்கவில்லை.

''அந்தக் காலத்திலே ராஜாக்களும் மந்திரிகளும்தான் வம்சம் சுத்தமாயிருக்கணும், வம்சம் விருத்தியாகணும் வம்சம் விளங்கணும், அப்பிடி இப்பிடீன்னு உயிரை விடுவாங்க. இந்தக் காலத்திலே போயி நீ என்னடான்னா வம்சம் வம்சம்னு பேசறியே? சுத்த பத்தாம் பசலி ஆளாயிருக்கே. 'எல்லோரும் ஓர் குலம்'னு பாட்டுப் பாடின ஆசாமியில்லே நீ; அப்பேர்க்கொத்த ஆளு இப்பிடியெல் லாம் பேசலாமா?'' என்று அவனைக் கடிந்துகொண்டேன். தங்கராசுவை நினைத்துப் பார்த்தபோது, அந்த வம்சம் இல்லாமல் போனாலே தேசத்துக்கு க்ஷேமமாயிருக்கும் என்றுகூட எனக்குப் பட்டது.

''நீ சொல்றது ரொம்ப நிஜம் சாமீ; நான் என்ன சூரிய குலமா, சந்திர குலமா, அதெல்லாம் கிடையாது. வெறும் அடைப்பம் தூக்கற அம்பட்டன் – நாவிதன் – பெருமையாச் சொல்லிக்கிடணு மானா பண்டிதரு; பள்ளிக்கூடம் போவாத போனாலும் பண்டிதரு, அவ்வளவுதான். நான் இந்தக் குலத்தைச் சொல்லலை சாமீ. நான் சொல்றது வேறே விஷயம். நாமெல்லாரும் மனுஷரு இல்லியா; நமக்கும் மரம் மட்டை நாயி பூனை ஆடு மாட்டுக்கும் வித்தியாசம் இருக்குது இல்லியா; என்ன நான் சொல்றது சரிதானே?''

''யாரு இல்லேன்னு சொன்னது, நீ மனுஷன் இல்லேன்னு சொன்னது? விஷயத்தைச் சொல்லாமே சுத்தி வளைச்சு, நெல்லுக் குள்ளே அரிசியிருக்குங்கிற மாதிரி பேசறியே?''

''அவசரப்படாதே சாமீ, விஷயத்துக்குத்தான் வரேன். ஒனக்கு ஒன் முப்பாட்டனார் பேர் தெரியாது. அப்பிடித் தெரிஞ்சாலும் அவருக்குப் பாட்டன் பேர் தெரியாது. அப்பிடியே அவுங்களுக்கு முன்னாலே நூத்துக்கணக்கான ஆயிரக்கணக்கான வருஷமா இருந்த வங்க யாரையும் தெரியாது. எனக்கு என் பாட்டனார் பேரே தெரியாது. அவுங்களும் மனுஷங்கதான். என்னையும் ஒன்னையும் தவிர அவுங்க இருந்தாங்க, வாழ்ந்தாங்கன்னு சொல்லறத்துக்கு

என்ன அடையாளம் இருக்குது? என்னவோ யாரையும் கேக்காமே வந்துட்டோம்; எல்லாரையும் கேட்டுக் கேட்டு வாழ்ந்தோம்; அப்புறம் ஒரு நாளைக்கு, யாரையும் கேக்காமே யாரு கிட்டேயும் சொல்லிக்காமே காலை நீட்டிட்டுப் போயிட்டோம், அப்பிடித் தானே வாழ்ந்தாங்க? அப்போ அது என்னா மனுஷ வாழ்க்கை யின்னு கேக்கறேன். அந்த வாழ்க்கைக்கும், காட்டு ஜென்மத்துக்கும் வண்ணான் வீட்டுக் கழுதைக்கும், ரோடு ஓரத்திலே முளைச்சு வளர்ந்து பட்டுப்போயிப் பாழாகிற மரத்துக்கும் என்ன வித்தியாசம்? நீயே சொல்லு. அதுங்களுந்தான் பொறக்குது, வளருது, குட்டி போடுது? வயசானா சாவுது. நானும் பண்டிதனோ பறையனோ, இல்லை என்ன ஜாதியோ; ஆனாலும், முதல்லே மனுஷன்தானே. மத்த மிருகத்தையெல்லாம்விட அறிவுள்ளவனாச்சே. நானும் ஒரு மனுஷன்னு காட்டவாணாம்? சும்மா பொழுது விடிஞ்சா பொழுது போனா முடிவெட்டி முடிவெட்டி ஒரு நாளைக்கு மசிர்க்குப்பை மாதிரி குப்பை மேட்டுலே ஒதுங்கறதுதானா மனுஷ ஜென்மத்தின் வாழ்க்கை? அவ்வளவு தாண்டா ஒன் வாழ்க்கைன்னா, மனசு கேக்கமாட்டேங்குது சாமி... பணம், பதவியெல்லாம் இருந்திருந்தால், நான் மனுஷன், அதுலேயும் எப்பேர்ப்பட்ட மனுஷன்னு காமிக்க லாம். அதெல்லாம் இல்லாதே நான் என்னதான் செய்யறதுன்னு பார்க்கறேன், ஒண்ணும் தெரியலே.. அந்தக் காலம் மாதிரியா இப்பல்லாம்? சந்தனத்தேவன் மாதிரி வழிப்பறிக் கொள்ளைகூடச் செய்ய முடியாதே. இப்போ கொள்ளையடிக்கிறதுக்குக்கூட மொதல் வட்டியோடே மோட்டார், ரேடியோ, எல்லாம் வேண்டியிருக்குது! நம்மாலெ ஒண்ணும் முடியலேன்னா நம்ம ரத்தத்துலே ஊறின வித்தையாவது ஆளாக்கி, நம்மாலே செய்ய முடியாததை அவனை விட்டாவது செய்யப்பார்க்கலாம், அதுக்குக்கூட...''

அவன் குரல் தேய்ந்து மங்கியது. பேச்சின் ஆரம்பத்தில் இருந்த உற்சாகத்தைக் காண முடியவில்லை. மாறாக, அந்தி மாலை இருள் அவன் கண்களில் படர்ந்தது. அவன் மனமும் கவனமும் இந்த உலகிலேயே இல்லை என்பதை அவன் முகமும் கண்களும் துல்லிய மாகக் காட்டின. மனித உள்ளத்தின் உள்ளுக்குள் உள்ளாக இருக் கும் ஒரு புனிதமான அந்தரங்கப் புதிரின் சிக்கலின் வெளியீடை நான் நின்று பார்த்துப் பிரமித்துக்கொண்டிருந்தேன். அவன் கனவைக் குலைக்க நான் விரும்பவில்லை.

சம்பவங்களே நடக்காமல் கட்டைவண்டி வேகத்தில் வாழ்க்கை நிகழும் சின்னூரில் கலியுகத்தின் குட்டி அதிசயம் ஒன்று நடந்து விட்டது. ஊரையே ஒரு கலக்குக் கலக்கி விட்டது. மூணு வாரங் களுக்கு ஊரில் பரபரப்பும் குதூகலமும் பரவியிருந்தது – இந்தக் குட்டி அதிசயத்தின் விளைவாகப் பிறந்த பெரிய அதிசயம்!

ஒரு நாள் சாயங்காலம் ஆற்றங்கரைக்குப் போகும் பாதையில் முனியக்கோனான் போய்க்கொண்டிருந்தான். வழியிலே ஒரு பாழுங் குளம் – கன்னிகுளம் என்று பேர் – இருக்கிறது. உலகத்தை, அதாவது சின்னூரை, வெறுத்து அதிலிருந்து விடுதலை பெற விரும்பும் சின்னூர்க் கன்னித் தாய்களும், இளம் விதவைகளும், தீராத வயிற்றுவலிக்காரர்களும் அடைக்கலம் புகும் குளம் அது. காணாமல் போய் விட்ட பசுவொன்றை, ரெட்டியாரின் செவலை, தேடி அலைந்து கொண்டிருந்த முனியன் அந்தக் குளத்தோரம் செழித்து வளர்ந்திருந்த தூங்குமூஞ்சி மரத்தைக் கடக்கும் போது–

"யாருடா, அவன்! கோபிகா ஸ்திரீகள் குளிக்கிற இடத்திலே வருகிறது?" என்று ஒரு அமானுஷ்யமான கீச்சுக்குரல் ஆகாயத்திலிருந்து அவனைத் தாக்கியது.

முனியனுக்கு ஒரு கணம் மூச்சடைத்து நின்றுவிட, நாக்கு வீங்கி விரிந்து, வாய் பூராவும் வியாபித்து, அண்ணத்தோடு ஒட்டிக் கொண்டுவிட, உடலெங்கும் மின்னல் வீச்சுப் போல் திகில் கிளை விட்டுப் பாய, கால்கள் தன்வசமிழந்து நின்று விட்டான். எதாவது எட்சிணியோ, அல்லது 'கன்னி'யோ என்ற பயங்கர எண்ணத்தினால் உடல் 'குப்'பென்று வேர்த்து வழிந்தது. மிகவும் பிரயாசைப்பட்டுத் தலையை நிமிர்த்தி மேலே பார்த்தான்.

மரத்தின்மேல் ஒரு பருத்த கிளைமேலே ஒரு பையன் ஒருக்களித்தவாக்கில், ஒரு காலைக் குத்திட்டு, இன்னொரு காலைத் தொங்கவிட்டபடி உட்கார்ந்திருந்தான். அவனுடைய கருத்த உடம்பில் சட்டையில்லை. கழுத்தில் முத்துமாலை போல என்னவோ பளபளத்தது. அவன் தலைமேலே மயிலிறகுபோல எதுவோ அசைந்தாடியது.

"யாரது?" என்று முனியன் ஈனசுரத்தில் கேட்டான். அவன் குரலே அவனுக்கு அடையாளம் தெரியவில்லை.

"நான்தாண்டா பாலகிருஷ்ணன். ஏன் கோபிகா ஸ்திரீகள் குளிக்கிற இடத்துக்கு வந்தே? உடனே போறயா, இல்லை ஒன்னை..."

பாலகிருஷ்ணன் பேசி முடிப்பதற்குள், 'அடி ஆத்தே!' என்று கூவினபடியே முனியக்கோனான் நெடுஞ்சாங்கிடையாகக் கீழே விழுந்து 'பளார் பளார்' என்று கன்னத்தில் அறைந்துகொண்டான். தன்னை 'டா' போட்டுப் பேச தன்குல தெய்வமான கிருஷ்ண பகவானுக்குத் தவிர வேறு யாருக்கும் தைரியம் வராது என்று முனியனுக்குத் திடமான நம்பிக்கை.

அமர பண்டிதர் 519

“கிருஷ்ண சாமீ! தெரியாம வந்துட்டேன்... கொம்புச் செவலையைத் தேடிக்கினு வந்தேன்.... தெரியாமே வந்துட்டேன், சாமீ, மன்னிச்சுக்கோ எங்கப்பனே” என்று அரற்றியபடி மெஷின் மாதிரி விடாமல் கன்னத்தில் அடித்துக்கொண்டேயிருந்தான்.

“கொம்புச் செவலையா... அதோ இருக்கு பாரு புடிச்சுக்கிட்டுப் போ. ஓடிப்போ, நிக்காதே” என்று பாலகிருஷ்ணன் மறுபடி கூச்சலிட்டான்.

முனியக் கோனான் ரப்பர் பந்துபோலத் துள்ளியெழுந்து, தலையைக்கூட நிமிராமல் கண்ணை மூடிக்கொண்டு கால் காண்பித்த வழியே பறந்தான். சுமார் அரை மைல் தூரம் விழுந்து எழுந்து ஓடின பின்னர்தான், அவனுக்கு மூச்சுமுட்ட, ஓடுவதை நிறுத்தி, தான் எங்கே இருக்கிறோம் என்று சுற்று முற்றும் பார்த்தான். அவனுக்கு முன்னால் நூறு கெஜ தூரத்தில் கொம்புச் செவலை சாவதானமாக மேய்ந்துகொண்டிருந்தது!

முனியனுக்குத் தான் பார்த்தது கிருஷ்ண பகவான்தான் என்று உறுதியாயிற்று. கொம்புச் செவலையை இழுத்துக்கொண்டு ஊருக்குள் நடந்தான். ஊருக்குள் நுழைந்தபின், எதிர்ப்பட்டவர்களையெல்லாம் இழுத்து நிறுத்தி, தான் ‘கிருஷ்ண சாமீ’யைப் பார்த்த கதையைச் சொன்னான்.

“அவரண்டை, ‘சாமீ நீதான் காப்பாத்தணும்’னு சொல்லி, அவர் காலைக் கெட்டியாகப் புடிச்சுக்கினு வுழுந்து கெடந்தேனோ... ஒடனே அவரு ‘டே முனீயா, நீ கவலைப்படாதே, ரெட்டியார் கோவிச்சுப்பாரேன்னு கஷ்டப்படாதே, நான் கண்டுபுடிச்சுத் தரேன் ஒன் கொம்புச் செவலையை’யின்னு புல்லாங்குழலை எடுத்து ஊதினாரு பாரு! அதிசயம் பாரு! எங்கேருந்தோ கொம்புச்செவலை பூனைக்குட்டி மாதிரி வந்து உராஞ்சிக்கினு நிக்கிது! ‘நேரமாச்சு வூட்டுக்குப் போடா’ன்னு சொல்லிட்டு, ஜெகஜ்ஜோதியா, அப்பிடியே சினிமா மாதிரி மறைஞ்சு பூட்டாரு!”

அவன் சொன்ன சமாசாரத்தையும், அதை அவன் உளறிக் குழறிச் சொன்ன விதத்தினையும், புழுதியேறிச் சிராய்த்துக்கிடந்த அவன் உடம்பையும், சிவந்து கிடந்த கன்னங்களையும் பார்த்தவர்கள், ‘முனியனா பேசறான், எல்லாம் ‘சரக்கு’ செய்யற வேலை! இன்னிக்கு நாலு திராம் அதிகமாகவே போட்டுட்டிருக்கான் போலிருக்கு!’ என்று சொல்லி, விஷயமறிந்த நமிட்டுச் சிரிப்புச் சிரித்துவிட்டு, தங்கள் தங்கள் வேலையைப் பார்க்கப் போய் விட்டார்கள்.

முனியக்கோனானிடம் முக்கால்வாசி நேரம் சரக்குவேலை செய்துகொண்டிருக்கும் என்பது ஊரறிந்த உண்மை. ஆனால், இந்த

முறை முனியக்கோனான் தனக்கு நேர்ந்த அதிசயச் சம்பவத்தை எடுத்துரைத்தபோது, குள்ளனால் ‘சரக்கு செய்யும் வேலை’ என்று தட்டிக்கழிக்க முடியவில்லை. முதலாவதாக, முனியனிடம் வழக்கத்தைவிட சாராய வீச்சம் கம்மியாகவே இருந்தது. இரண்டாவதாக, சாதாரணமாக முனியன் சாராயத்தில் மிதக்கும்போது இந்த மாதிரிக் கதைகள் வராது. ஊர்ப் பெரிய மனிதர்களின் வண்டவாளங்கள், முனியனுடைய தேக வலிமை, வீர்யப் பிரதாபங்கள் – இம்மாதிரி விஷயங்களே வரும். மூன்றாவதாக, முனியனின் கன்னங்கள் சிவந்திருந்தாலும் கண்கள் சிவக்கவில்லை. மாறாக அவைகளை அவன் உருட்டி விழித்த விதம், அவன் உண்மையிலேயே ஒரு சம்பவத்துக் காளாயிருந்தான் எனக் காட்டியது. கன்னி குளத்தின் அருகில் ஏதோ ஓர் அசாதாரணச் சம்பவம் நடந்திருக்கிறது என்பதைத் தவிர குள்ளனால் முனியனிடமிருந்து உருப்படியாக வேறொன்றும் கிரகிக்க முடியவில்லை. கோனான் ‘கிருஷ்ணசாமி’யைப் பற்றி சொன்ன மயிர்க்கூச்செறியும்படியான பயமுறுத்தல்களையும் காதில் வாங்காமல் குள்ளன் கன்னிகுளத்துக்கு நடந்தான்.

குள்ளன் குளத்தை அடைந்தபோது இருட்ட ஆரம்பித்து விட்டது. குளக்கரையில் ஒரு சிறுவன் – பத்து பனிரெண்டு வயசிருக்கும் – அழுதுகொண்டிருந்தான். அவன் சின்னூர்ப் பையனாகத் தோன்றவில்லை.

“யாரு தம்பி நீ? ஏன் அழுவறே?”

அழுதுகொண்டிருந்த பையன் கேவிக்கொண்டே, “பசிக்குது, பயமாயிருக்குது” என்று திக்கினான்.

“பயப்படாதேடா, யாரு நீ? ஒம் பேரென்ன சொல்லு. ஒங்க வீட்டுக்கு இட்டுக்கினு போறேன்.”

“நானு... பாலகிருஷ்ணன், பக்கத்தூரு” என்று சொல்லி கையை ஏகதேசமாக ஏதோ ஒரு திசையை நோக்கி ஆட்டிக் காண்பித்து விட்டு, “பசிக்குது” என்று மீண்டும் தன் அழுகையை ஆரம்பித்தான்.

“எந்தூரு?”

“பசிக்குது...”

“ஒங்க ஐயா பேரென்ன?”

“பசிக்குது...”

முதலில் வயிற்றுக்குக் கொடுத்தாலொழிய விஷயம் ஒண்ணும் வராது எனத் தெரிந்துகொண்ட குள்ளன்...

‘சரி வா, எம் பின்னாலேயே வா; பூச்சி பொட்டு இருக்கும்” என்று எச்சரித்து, முன்னால் வழி காட்டப் பின்னால் பையன்

தொடர்ந்தான். முனியக்கோனான் சொன்னதுக்கும் தான் கண்ட துக்கும் என்ன சம்பந்தம் என்று வழிநெடுக குள்ளன் மர்ம முடிச்சை சிக்கெடுத்துக்கொண்டே வந்தான்.

வீட்டுக்குப் போனதும் பையனை விளக்கு வெளிச்சத்தில் பார்த்தான். சாதா சிறு பையன். எலும்பெடுத்து கிடந்த உடம்பு. இடுப்பில் முடிஞ்சுவிட்ட காக்கி நிஜார். உடம்பெல்லாம் தூசி. முகத்தில் தூசியினடுவில் கண்ணீர் பாதை போட்டிருந்தது. காலில் முழங்கால்வரை மேஜோடு போட்ட மாதிரி ரோட்டுப் புழுதி. பையனின் கண்கள் மாத்திரம் நட்சத்திரங்கள் மின்னும் நள்ளிரவு மாதிரிக் கன்னங்கரேலென்று அகன்று அசாதாரணமாகப் பள பளத்தன. ஒட்டிக்கிடந்த வயிறும், கை கால்களைக் கழுவிக் கொண்டபின் இலைமுன் உட்கார்ந்து அள்ளிப் போட்டுக்கொண்டு அவன் சாப்பிட்ட மாதிரியும், பையனுக்கு அசுரப் பசியாயிருந் திருக்க வேண்டும் எனக் காட்டின. அவன் சாப்பிட்டதைப் பார்த்த குள்ளனின் தாய், “யார் பெத்த பிள்ளையோ, சோறு தின்னு எவ்வளவு நாளாச்சோ” என்று அங்கலாய்த்துக்கொண்டாள்.

சாப்பிட்டான பிறகு, குள்ளன் பையனிடம் பேச்சுக் கொடுத்துப் பார்த்ததில் சில விவரங்கள் கிடைத்தன.

அவன் யார் பெற்ற பிள்ளையோ, அநாதை. தெற்குப் பக்கம், எங்கெங்கோ சுற்றி எப்படியெப்படியோ வேலை செய்து, பிச்சை யெடுத்து, கூலி தூக்கி வயிற்றுப்பாட்டைச் சமாளித்து வந்தான். இரண்டு வருஷங்களுக்கு முன்னால் யாரோ ஒருவர் அவன்மீது இரக்கப்பட்டு அவனை ஓர் அநாதாசிரமத்தில் சேர்த்து விட்டார். அதன் பிறகுதான் அவன் மீது சாமிவர ஆரம்பித்தது. திடீரென்று கிருஷ்ண பகவான் அவனுள் பிரவேசித்து விடுவாராம். அவர் எப்போது வருவார் என்று பையனுக்கே தெரியாது. சாமி வந்து விட்டால் பையனுக்குத் தன் நினைவே இருக்காது. பேச்சும் நடத் தையும் பகவானுடையது; அவனுடையதல்ல. பகவான் வெளி யேறிய பிறகு பையன் மூர்ச்சையாகி விடுவான். குறைந்தது அஞ்சு நிமிஷமாவது ஆகும் அவன் மூர்ச்சை தெளிந்து கண் விழிக்க. சாமி வர ஆரம்பித்தபின் பையன் தன் பெயரை பாலகிருஷ்ணன் என்றே வைத்துக்கொண்டுவிட்டான்.

அநாதாசிரம வாழ்வு அவனுக்குக் கட்டோடு பிடிக்கவில்லை. அதன் கட்டுப்பாடுகளும் ஒழுங்கு முறைகளும் விதிகளும் – அஞ்சு மணிக்கு எழுந்திரு, அஞ்சரைக்குப் பிரேயர், அஞ்சே முக்காலி லிருந்து ஆறரை வரை நூல் நூற்பு, இப்படி ராத்திரி எட்டுமணி வரைக்கும் அட்டவணை; எட்டே கால் தியானம், எட்டு இருபது படுக்கை – இதெல்லாம் அவனுக்கு ஒத்துவரவேயில்லை. இந்த

மாதிரி ஜெயிலில் இன்னும் இருந்தால், தான் செத்தே போய் விடுவோம் என்று அவனுக்கு 'காபரா' பிடித்துக்கொண்டது. பத்து நாளைக்கு முன்னால், சொல்லாமல் கொள்ளாமல் வெளியேறி விட்டான்.

குள்ளனுக்கு பிரமிப்பாய் விட்டது. பையனின் கதையை நம்பவும் முடியவில்லை, நம்பாமல் இருக்கவும் முடியவில்லை. பாலகிருஷ்ணனைப் பார்த்தால் கண்ணபிரான் மாதிரி இல்லாவிட்டாலும், அண்டப்புளுகன் போலவோ, முழுத்திருடன் போலவோ தோணவில்லை. அதே சமயம், 'என்னதான் சாமிவர ஆளாயிருந்தாலும், பொடிப்பையன் – அதுவும் பிச்சைக்காரப் பையன் – இவ்வளவு சாமர்த்தியமா வெடுக் வெடுக்குனு பேசக்கூடாது' என்று வேறு தோணியது.

மறுநாள் காலையே குள்ளனின் சந்தேகங்கள் ஒழிந்தன. கிருஷ்ண பகவானின் பிரசன்னம் கிடைத்தது. குள்ளனின் மூத்த மனைவி தயிர் கடைந்து வெண்ணையெடுத்துக் கொண்டிருந்த போது, உள்ளே எட்டிப் பார்த்த பூனையை விரட்ட மத்தை ஓங்கினாள்.

"இல்லேம்மா இல்லை. இனிமே நான் வெண்ணை திருட மாட்டேன். அடிக்காதே, விட்டுடு, விட்டுடு!" என்று அலறிக் கொண்டு பாலகிருஷ்ணன் வீட்டுக்குள் சுற்றிச்சுற்றி ஓடி வந்தான். அவள் செயலற்றுப் போனாள். கொலை நடப்பது போன்ற கூச்சல் கேட்டு உள்ளே ஓடிவந்த குள்ளனுக்கு ஒரு நிமிஷம் ஒன்றுமே புரியவில்லை. பிறகுதான், பையன் மேல் கிருஷ்ண பகவான் வந்திருப்பதைப் புரிந்துகொண்டு, சுவாமிக்குக் கற்பூரம் ஏற்றிக் காண்பித்துவிட்டு, இதமான வார்த்தைகளைச் சொல்லி, மெதுவாகப் பையனை நடையிலிருக்கும் திண்ணையில் உட்கார வைத்தான். உட்கார்ந்த ஓரிரு நிமிஷங்களுக்குள் பாலகிருஷ்ணனுக்குக் கண் சொருகி மூர்ச்சையாகி விட்டது. சுமார் பதினைந்து நிமிஷங்களுக்குப் பிறகுதான் நினைவு திரும்பியது. ஆனால், அவனுக்கு நடந்த விஷயங்கள் ஒன்றும் நினைவில்லை.

மத்தியானத்துக்குள் ஊர் பூராவும் பாலகிருஷ்ணன் சங்கதி பரவிவிட்டது. மாலை நாலு மணி அளவுக்குள் குள்ளன் வீட்டின் முன் ஊரே கூடிவிட்டது! ஜனநெரிசல் தாங்க முடியவில்லை. ஊர்ப் பெரிய மனிதர்கள், ஆஸ்திகர்கள், நாஸ்திகர்கள், நோட்டம் பார்க்கவந்த சிலர், ஆஸ்திகராகி விடலாமா என்று யோசித்துக் கொண்டிருந்த பலர், வியாபாரிகள், யாதவர்கள், தெருப்பெருக்கிகள், வக்கீல்கள், மாணவர்கள், கிழவர்கள், பிராமண அப்பிராமண விதவைகள், கூலிக்காரர்கள், கைக்குழந்தைகள்; இன்னும் சர்வஜாதி

மக்களும் திரண்டு விட்டனர். முன் வரிசையில் இருந்தவர்கள் பயபக்தியுடன் வெறும் உடம்போடு அரையில் துண்டை வரிந்துகட்டி, கைகட்டி வாய் பொத்தி நின்றுகொண்டிருந்தார்கள். இந்தக் கும்பலின் நடுவில் பாலகிருஷ்ணன் சிறிதும் அச்சமோ கூச்சமோ இல்லாமல் வழக்கம் போலப் பேசிக்கொண்டிருந்தான்.

"என்னை இப்போ யாரும் நமஸ்காரம் பண்ணாதீங்க, நான் இப்போ சாமியில்லை, சாதாரண பையன்தான்; சாமி வந்தப் போதான் சாமி, அப்போ பையனில்லை" என்று தன் கருங் கண் களை உருட்டியபடி அவர்களுக்கு விளக்கிக்கொண்டிருந்தான்.

அவனைச் சுற்றிலும் பழத்தட்டுகள் – வாழை, ஆரஞ்சு, திராட்சை, இத்தியாதி. யாரோ ஆறு ஆப்பிள்கூட வைத்திருந் தார்கள்.

பையன் பேச்சை நிறுத்தி, அருகிலிருந்தவர்களை ஒரு பார்வை பார்த்தான் – யாரையோ தேடுவதுபோல. அவன் பார்வை – வழுக்கைத் தலை, மழமழத்த உடல், எடுப்பான தொந்தி, முப்பட்டை விபூதி மேனி, ருத்திராட்ச மாலை சகிதம் இருந்த – வக்கீல் எஸ்.என். நாராயணையரின் மேல் விழுந்து நிலைத்தது.

"மாமா, நான் உங்க வீட்டிலே வந்து இருக்கட்டுமா? இங்கே இருந்தால், இருக்கிறவங்களுக்கும் கஷ்டம்; பார்க்க வர்றவங் களுக்கும் கஷ்டம்" என்று சொல்லியபடி, குள்ளன் வீடு என மங்கல மாகப் பெயர் பெற்றிருந்த இடிந்த கட்டடத்தைக் காட்டினான்.

எஸ்.என். நாராயணையர், பி.ஏ., பி.எல்., வக்கீல் அவர்களுக்கு உடல் புளகாங்கிதமடைய, மயிர்சிலிர்க்க, "யதேஷ்டமா வரலாமே, இப்பவே போகலாமா?" என்று உணர்ச்சிப் பரவசத்தில் நாத்தழு தழுக்கச் சொல்லி, ஆனந்த அவசத்தில் பையனைத் தூக்கி இடுப்பில் வைத்துக்கொள்ளப் போக, பையன் கலீரென்று சிரித்து அவரை இவ்வுலகுக்கு வரவழைத்தான். பாவம், எஸ்.என். நாராணையர் நல்ல மனுஷர். பள்ளிக்கூடம் மூடிய பின் வெளி யேறும் மாணவக் கும்பலைப் போல், குள்ளன் வீட்டை விட்டுக் கூட்டம் வெளியே படையெடுத்தது. பழத்தட்டுகளும் வெற்றிலைத் தட்டுகளும் மறைந்துவிட்டன.

அன்றிரவு வெகுநேரம்வரை, குள்ளன் வந்தவர்களுக்கெல்லாம், தான் பாலகிருஷ்ணனைக் கண்டுபிடித்தது பற்றியும், அவன் மேல் ஸ்ரீ கண்ணபிரான் 'இறங்கியது' பற்றியும் கதை கதையாகச் சொல்லிக்கொண்டிருந்தான். கேட்டவர்களுக்கும் அலுக்கவில்லை; குள்ளனுக்கும் பொழுது போனதே தெரியவில்லை.

எடுப்பான தோற்றத்தோடுகூடி, உள்ளேயும் பிரமாண்ட மான வீடு வக்கீல் எஸ்.என். நாராயணையரின் வீடு. சாதாரண

நாளிலேயே அங்கே எப்போதும் ஜேஜேயென்று இருக்கும் – கட்சிக் காரர்கள் பத்துப்பேர் சதா இருப்பார்கள். நெருங்கின உறவினர்கள், தூர பந்துக்கள், விருந்தாளிகள், சாமியார்கள், பிரமுகர்கள் – இப்படி எப்பவும் யாராவது இருந்துகொண்டே இருப்பார்கள். பால கிருஷ்ணன் வந்த பிறகு, அந்தப் பெரிய வீடுகூட வருபவர் போகிற வர்களுக்கு இடம் பத்தவில்லை. எழும்பூர் ஸ்டேஷன், சைனா பஜார், ஹைக்கோர்ட் இது மூணும் ஒண்ணாக்கிச் சின்னூரில் மேலத் தெருவில் கொண்டுவந்து வைத்ததுபோல ஆகிவிட்டது! பாலகிருஷ்ணனை வேடிக்கை பார்க்க வந்தவர்கள், பகவானைத் தரிசிக்க வந்தவர்கள், பகவானிடம் முறையிட்டுத் தங்கள் கஷ்டங் களுக்கு வழி தேடும் முயற்சியாக வந்தவர்கள் – இப்படிப்பட்டவர் களால் வீடு ரொம்பி வழிந்தது. ஊரின் நட்ட நடுவில் ஒரு பெரிய வீட்டில் கடவுள் தங்கியிருந்தது எல்லோருக்கும் சௌகரியமாக இருந்தது எனலாம். ஆனால், பக்த கோடிகளின் துரதிர்ஷ்டம் – பாலகிருஷ்ணன் அந்தச் சௌகரியமான இடத்தில் மூணு நாலு நாட்களுக்குமேல் தங்கவில்லை. ஒருநாள் எல்லாரும் பார்த்துக் கொண்டிருக்கும்போதே – ஆனால், ஒருவரும் எதிர்பாராத விதமாக, விடுவிடென்று வீட்டைவிட்டு இறங்கி வெளியில் நடந்து விட்டான். மறுபடி உள்ளே நுழையவும் மறுத்துவிட்டான்!

அதன்பிறகு அவன் ஊரில் பத்துப் பதினைந்து நாட்கள் இருந் திருப்பான். இஷ்டமான வேளையில் இஷ்டமான வீட்டில் நுழை வான், சாப்பிடுவான்; தூங்குவான்; அல்லது வீட்டுக் குழந்தை களோடு விளையாடிக்கொண்டிருப்பான். இந்தப் பதினைந்து நாட்களில் அவன்மேல் நாலைந்துதரம் கிருஷ்ணர் 'இறங்கின'தாகக் கேள்வி. பதினைந்து நாட்களுக்குப் பின்னர் அவன் ஊரை விட்டே போய்விட்டான். அதற்கப்புறம் அவனைப் பற்றிய விவரங்களும் கிடைக்கவில்லை.

குள்ளனிடம் நான் அவனைப் பற்றிப் பேசிக் கொண்டி ருந்தேன்.

"பையன் ரொம்ப நல்ல பையன் சாமீ, நல்ல புத்திசாலி. நம்ம ஊரை விட்டுப் போகறதுக்கு மொதல்நாள் என்னோட ரொம்ப நேரம் பேசிக்கினு இருந்தான். அவன் ஏன் நாராயணையர் வீட்டை விட்டு ஓடிட்டான் தெரியுமா?" எனக் கேட்டுவிட்டுத் தானே பதிலும் சொல்ல ஆரம்பித்தான்.

"அந்த வீட்டில் ஊர்க்கிழவர்களும் பக்தர்களும் பாட்டிகளும் அவனைச் சுற்றிக்கொண்டு ஒரு மனுஷக் கோட்டையே கட்டி விட்டார்களாம். சுதந்திரமாக வீட்டுக்குள்கூட அவனால் இருக்க முடியவில்லை. எப்போது பார்த்தாலும் கிருஷ்ணர் வந்திருக்காரா,

இல்லையென்றால் எப்போ வருவார் என்று அவனைத் துளைத்து எடுத்துவிட்டார்கள். அந்த வீட்டுக்குள் இருந்தது ஜெயில் வாசத் தோடு சித்திரவதையும் சேர்த்த மாதிரி இருந்ததாம். தொந்தரவு தாங்க முடியவில்லை; வெளியேறிவிட்டான்.

"நம்ம ஜனங்க அவனைப் போட்டுப் பிச்சுத் துண்ணுட்டாங்க சாமி. கிருஷ்ணரே நேரே வந்திருந்தாக்கூட வந்த அன்னிக்கே இவங்க ரோதனை பொறுப்பாமே, பெத்தேன் பிழைச்சேன்னு ஓடிட்டிருப்பாரு!"

"கடைசியா, என்ன சொன்னான் தெரியுமா? 'குள்ளா, நீ ஒரு ஆள் தான் நான் சாமிக்காரப் பையன்னு தெரியாததுக்கு முன்னா லேயே என்னை நல்லா நடத்தினே. மத்தவங்கள்ளாம் அது தெரிஞ்சப்பறம் என்னை வதைச்சுட்டாங்க. தெரியாது போயிருந்தா ஒதைச்சு எடுத்திருப்பாங்க. இன்னிக்கி ராத்திரி ஒன் வீட்டிலேயே சாப்பிட்டுட்டுத் தூங்கிட்டு விடிகாலையிலே இந்த ஊரைவிட்டே போயிடப் போறேன். இங்கேயே இருந்தா, எனக்குப் பைத்தியம் பிடிச்சுடும்'னு சொன்னான்; அப்படியே பண்ணிட்டான். ராத்திரி சாப்பிட்டான பிறகு, திடீர்னு அவனுக்குப் பேச்சு மூச்சத்து போச்சு. எனக்குப் பயமாப் போச்சு."

'பாலகிருஷ்ணா, என்னா பண்ணுது?'ன்னு கேட்டேன். அவன் கண்ணைத் திறந்தான்.

'துவார பாலகா, குசேலர் போயாச்சா?'னு கேட்டான். சாதாரணமா எப்பவும் பேசறமாதிரிக் கேட்கலை. கீச்சுக் குரலிலே, செவிடன்கிட்டே பேசறாப்பலே சத்தம் போட்டுக் கேட்டான். எனக்கு விஷயம் விளங்கிப் போச்சு.

'நான் குள்ளன் சாமி; வேறே யாரும் இங்கே இல்லை'ன்னேன்.

'குள்ளா, நீ நல்ல பக்தன்; ஒனக்கு என்ன வேணும்'னு அவர் கேட்டாரு.

'என் பேர் விளங்கணும் சாமீ, அது ஒண்ணுதான் எனக்கு ஆசை'யின்னு சொன்னேன். எனக்கு மனசு திக்கு திக்குனு அடிச் சுட்டுது. சாமி என்ன சொல்வாரோ?

'கோவில் கட்டுடா முட்டாள்'னு சொன்னாரு.

'யாருக்கு சாமீ கட்டறது, ஒன் பேருக்கே கட்டிடவா?'ன்னு கேட்டேன். கிருஷ்ணருக்கு ரொம்பகோபம் வந்துட்டுது. 'என்னைத் தவிர வேறே யாருக்கு வேணுமானாலும் கட்டு'னு சொல்லிட்டு மூர்ச்சையாயிட்டாரு. பத்து நிமிஷத்துக்கப்பறந்தான் பையன் முழிச்சுக்கினான்' என்று சொல்லி நிறுத்தினான் குள்ளன்.

எனக்குச் சிரிப்பு வந்துவிட்டது.

"கிருஷ்ணராவது கம்சனாவது! அந்தப் பிள்ளைக்கு என்னமோ மூளைக்கோளாறு, புத்தி சரியில்லை. அப்பப்போ சித்தப்பிரமை பிடிச்சுடுது, நீ ஒண்ணு!" என்று சொல்லிச் சிரித்தேன். குள்ளன் நான் சொன்னதை ஒத்துக்கொள்ளவில்லை. ஆனாலும், நேரடியாக மறுக்காமல் –

"நீ படிச்சவரு சாமீ; சாமி பூதம்னா சிரிக்கறே. அப்பிடியே அந்தப் பையன் புத்தி சரியில்லாதவன், அரைப் பைத்தியமானாக் கூட, சும்மா பேச்சுக்குச் சொல்றேன், அவன் காலிலே விழுந்து கன்னத்துலே அறைஞ்சுக்கினு அவனைப் பிச்சுப்புடுங்கி அவன் உயிரை எடுத்துட்டாங்களே! வக்கீலுங்க, வாத்தியாருங்க, டாக்டருங்க வேறே பெரிய பெரிய உத்யோகஸ்தருங்க, படிச்சவங்க, அவங்கள்ளாம் என்னைப்போலே புத்தியில்லாதவங்களா? அப்பிடி எல்லாரையும் பைத்தியமா அடிக்கிறான்னா அவன் ஒண்ணு பக்காத் திருடனா இருக்கணும். இல்லை, அவனண்டை ஏதோ ஒரு சக்தி இருந்து அவனை ஆட்டி வைக்கணும்" என்று பண்போடு மறுத்துச் சொல்லிவிட்டான்.

நான் சிரித்ததன் காரணம் குள்ளன் எனக்குச் சொன்ன விஷயங்கள் மாத்திரமல்ல; குள்ளனின் கற்பனையும் நிஜமும் கலந்த வார்த்தைகளைக் கேட்டுதான். உண்மையில், பாலகிருஷ்ணன் ஊரை விட்டுப் போகும் முதல் நாள் எங்கள் வீட்டில்தான் சாப்பிட்டான்! சாப்பிடும்போதும், பிறகு சிறிது நேரமும், நான் அவனோடு பேசிக்கொண்டிருந்தேன். இதையெல்லாம் சொல்லிக் காட்டி, குள்ளனின் சுயமதிப்பை அவன் முன்னாலும் என் முன்னாலும் குறைக்க நான் விரும்பவில்லை.

அப்போதுதான் முதன் முறையாக பாலகிருஷ்ணனைப் பார்த்தது. நாங்கள் சாப்பிட உட்கார்ந்த சமயத்தில் 'மாமி' என்று கூப்பிட்டுக்கொண்டே யாரோ கதவிடித்தார்கள். அம்மா போய்த் திறந்து, 'வாடாப்பா வா' என்று வரவேற்று அவனை உள்ளே அழைத்து வந்தாள். அவனும் கால் கழுவிக்கொண்டு எங்களோட சாப்பிட உட்கார்ந்தான்.

"இதுதான் பாலகிருஷ்ணர்" என்று அம்மா அறிமுகம் செய்து வைத்தாள். நான் அவனைக் கவனித்துப் பார்த்தேன்.

நம் நாட்டிலுள்ள கோடானு கோடி நோஞ்சான் பசங்களைப் போல இவனுமொரு நோஞ்சான் பையன்!

"எங்கே புல்லாங்குழலைக் காணோமே?" என்று நான் சிரித்துக் கொண்டே சொன்னேன், ஏதாவது பேச வேணுமே, அதுக்காக.

‘‘புல்லாங்குழல், மயில் ரெக்கை, கிரீடம் எல்லாம் வேஷம் போடறவங்களுக்குத்தானே மாமா வேணும், என்கிட்டே ஒண்ணுமே கிடையாது’’ என்று கணீரென்ற குரலில் பதில் சொன்னான். சூட்டிகையான பையன்தான், சந்தேகமில்லை.

சாப்பாடான பிறகு, சிறிது நேரம் அவனை உட்கார்ந்து விட்டுப் போகச் சொன்னோம். அப்போது பேச்சுவாக்கில் நான் அவனை, “இந்த ஊர் எப்படி?’’ என்று கேட்டேன்.

‘‘இது ரொம்ப அடாஸ் ஊர் மாமா; விவஸ்தையே இல்லை, புத்தியும் இல்லை. என்னைக் கொன்னு போட்டுடறாங்க. இவங் களுக்கு சாமீன்னா, என்னவோ அவங்க வீட்டு வேலைக்காரன், மந்திரவாதி, வைத்தியன், ஜோசியன் எல்லாம் ஒண்ணாச் சேர்ந்த ஆளுன்னு எண்ணம். ஒருத்தர் மாப்பிள்ளைக்கு மாத்தலாக்கிக் குடுங்கறார். இன்னொருத்தர் மருமக கெர்ப்பவதியாவாளான்னு கேக்கறார். வேறொருத்தர் அடுத்த வார ரேஸிலே எந்தக் குதிரை ஜெயிக்குதுனு சொல்லச் சொல்றார். நான் நாளைக்கே இந்த ஊரை விட்டுப் போயிடப் போறேன்’’ என்று நூற்றுக் கிழவன் போலப் பதிலளித்தான்.

நேற்று முளைத்த பயல், அதிலும் புத்தி சரியில்லாதவன், சரபோஜி மகாராஜா காலத்திலிருந்து பேர்பெற்று விளங்கி வரும் சின்னூரை ‘அடாஸ் ஊர்’ என்று ஈனமாகச் சொன்னது எனக்கு எரிச்சலைக் கிளப்பி விட்டிருக்க வேண்டும்.

‘‘ஒனக்குதான் சாமி இறங்கினா நடக்கிறதே நினைவிருக் காதாமே, இதெல்லாம் எப்பிடித் தெரியும்?’’ என்று மடக்கினேன்.

கோவிலில் தீபாராதனை சமயத்தில் சேமக்கலம் ஒலிப்பது போல, வீடே அதிரும்படிச் சிரித்தான் பாலகிருஷ்ணன். சிரிப்பில் ஆரம்பித்து இருமலில் முடிந்தது. கண்களில் நீர் துளித்துவிட்டது.

‘‘நல்ல ஆளு மாமா நீங்க! சாமி வர்றபோதுதான் எனக்கு நினைவு இருக்கிறதில்லை. ஆனா ஜனங்க சும்மா விடறாங்களா? இருபத்து நாலு மணி நேரமும் என் மேலே சாமி ஏறி உக்காந் திருக்கிற மாதிரி செய்யறாங்களே!’’ என்று ஒரு கையால் கண்களைத் துடைத்துக்கொண்டே சொன்னான். பிறகு ஒரு நிமிஷம் ஏதோ யோசிப்பதுபோலத் தயங்கிவிட்டு, ‘‘நான்தான் நாளைக்குப் போயிடப் போறேனே, அதனாலே ஒங்ககிட்டே சொல்றேன். நீங்க என்னைப் பத்தித் தப்பா நினைச்சுட மாட்டீங்களே?’’

அவன் குரல் கெஞ்சுவதுபோல் ஒலித்தது.

“இல்லை இல்லை, சொல்லு’’ என்று தைரியமூட்டும் வகையில் நான் அவனுக்கு ஊக்கமளித்தேன்.

“சில சமயம் இவங்க தொந்தரவு பொறுக்க முடியாம, சாமி வராதபோதுகூட வந்தமாதிரி பாசாங்கு பண்ணிடறேன்; அப்போ தான், அவங்க என்னை சும்மா விடறாங்க, கொஞ்ச நேரமாவது. அவங்களுக்கு திருப்தியாகுது? எனக்கும் நிம்மதி கிடைக்குது. யாருக்கும் ஒண்ணும் நஷ்டமில்லை!”

“பின்னே ஏன் ஊரைவிட்டுப் போகிறேன்னு சொல்லறே?”

“இங்கேயே இருந்தா எனக்குப் பைத்தியம் பிடிச்சுடும் மாமா. சும்மா இருக்கிறபோதுகூட சாமி வர மாதிரிப் பண்ணனும்போல இருக்குது. இவங்க சும்மா இருக்கவும் விடறதில்லையா? அதுனாலே நான் இங்கே இன்னும் கொஞ்ச நாள் இருந்தா, எனக்கும் நிச்சயம் பைத்தியம் பிடிச்சுடும்.”

இவ்வாறு சொல்லிவிட்டு எழுந்து ஓடிவிட்டான். மறுநாள் முதல் அவனை ஊரில் காணவில்லை. என் வீட்டிலிருந்து கிளம்பிய பிறகு அவன் குள்ளனைப் பார்த்தானோ என்னவோ. எனக்குச் சந்தேகந்தான். இதையெல்லாம் போய்க் குள்ளனிடத்தில் சொல் வானேன் என்று சும்மா இருந்துவிட்டேன்.

இதெல்லாம் நடந்து பல மாசங்களாச்சு. என் ஞாபகத்தி லிருந்து இந்த நிகழ்ச்சிகள் கரைந்துபோய்விட்டன என்றுகூடச் சொல்லலாம். ஒருநாள் குள்ளன் என்னிடம் ஒரு காகிதத்தை நீட்டினான்.

“என்ன குள்ளா, மூணாங் கலியாணம் பண்ணிக்கப் போறியா?” என்று கேட்டபடியே அந்தக் காகிதத்தை வாங்கினேன். ஆனால், கேட்டவுடனேயே, அவனுடைய ரெண்டாங் கலியாணமும் பொய்த் துப்போய் ஏமாற்றமாகிவிட்டதைக் குத்திக் காட்டி வேடிக்கை செய்கிறோமே என்று மனத்தில் சுருக்கென்றது. குள்ளன் என்ன நினைத்துக்கொள்வானோ என்று தலை நிமிர்ந்து அவனைப் பார்த் தேன். அவன் சிரித்தபடியேதான் இருந்தான்.

“இல்லை சாமி, அந்தத் தப்பை இனிமேல் செய்யமாட்டேன். இப்போ வீட்டுக்குப் போனா இருக்கிறவங்க சண்டையை விலக் கறதே பெரிய காரியமாய்ப் போச்சு. நம்ம தலையிலே எழுதியிருக் கிறபடி ஆயிட்டுப் போவுது” என்று சொல்லி, மீண்டும் சிரித்தான்.

அவன் கொடுத்த காகிதம் வரசித்தி விநாயகர் கோவில் திருப்பணிக் கைங்கரியம் என்று கொட்டை எழுத்தில் தலைப் பிட்டு அச்சடித்த விஞ்ஞானம்:

“பேரன்புடையீர்,

கோகுலவாஸி ஸ்ரீ பாலகிருஷ்ணப் பெருமாளின் உத்தரவுக் கிணங்க, நம் சின்னூரில் தகுந்த இடத்தில், ஆகம சாஸ்திர விதி களுக்கிணங்க, 11 கலியுக தெய்வமும் வேண்டுபவர்களுக்கு வேண்டி யதை வழங்கி அருள்பவருமான வரசித்தி விநாயகப் பெருமானின் திருவுருவத்தைப் பிரதிட்டை செய்து, திருக்கோவிலெடுக்கும் திருப் பணியில் உங்களையும் ஈடுபடுத்திக் கொள்ள வேண்டுகிறோம். இந்தப் புனிதமான ஈசுவர கைங்கரியத்துக்கு தாராளமாய் நன் கொடை வழங்கித் திருக்கோவில் திருப்பணியை விரைவில் துவக்க உதவுமாறு வேண்டுகிறோம்.

வரசித்தி விநாயகர் துணை.

வரசித்தி விநாயகன் திருவருள் கிட்டின், இகசித்தி பரசித்தி எல்லாம் உடன்சித்தி.

இப்படிக்கு,

வரசித்தி விநாயகர் திருக்கோவில் திருப்பணிக்குழு" – என்று எழுதியிருந்தது.

எனக்கு ஒன்றும் புரியவில்லை.

"இது என்ன இது குள்ளா, என்ன கோவில்? என்ன குழு?"

"கோவில் கட்டலாமின்னு முடிவு பண்ணிட்டேன் சாமி."

எனக்குத் தூக்கிவாரிப் போட்டது. குள்ளனாவது, கோவில் கட்டுவதாவது?

"என்ன திடீர்னு பக்தி வந்துட்டுது, ஒனக்கு? சலூன் வைக்க ணும்னு சொல்லிட்டிருந்தே. இப்போ தடால்னு வந்து கோவில் கட்டப்போறேன்னு சொல்றே. என்ன சமாசாரம்?" என்று கேட்டேன்.

தன் அந்தரங்க ரகசியத்தை வெளியிடுவதில் நாணமடைந்தவன் போன்று, தலையை ஒரு புறமாகச் சாய்த்துக்கொண்டு குள்ளன் பேச ஆரம்பித்தான். அவன் பேசப் பேச வியப்பு என்னைக் கவிந்து கொண்டது.

"எப்பவும் இருக்கிற பக்திதான் சாமீ, புதுசா ஒண்ணும் அதிகமா யிடலை, குறையவுமில்லை. பாலகிருஷ்ணர் 'கோவில் கட்டுடா'ன்னு சொன்னாரில்லே, அது ரொம்பவும் உண்மையான வாக்கு. என்பேரு விளங்கறதுக்கு இது ஒண்ணுதான் வழி. என்னாலேயெல்லாம் காந்தி மாதிரியோ நேரு மாதிரியோ நாட்டைக் காப்பாத்தறதுக்கோ கட்டி யாள்றதுக்கோ, அதுக்காக உசிரை விடறதுக்கோ முடியுமா? இல்லை, இமயமலை மேலே ஏற முடியுமா? இல்லே, ராக்கெட்டிலே போயி

சந்திரனுக்கும் சூரியனுக்கும் போக முடியுமா? ஆகாசத்துலே நடக்க முடியுமா? நீயே சொல்லு. ஆனா, என்னாலே கோவில் கட்ட முடியும். எனக்கும் பக்தி இல்லாமே போயிடலே, ஜனங்களுக்கும் சாமீன்னா வெல்லக்கட்டி, அதான் பாலகிருஷ்ணனைப் பார்த்தியே, கோவில் கட்டினா' நல்லகாரியத்துக்கு நல்ல காரியம், புண்ணி யத்துக்குப் புண்ணியம், ஒருத்தனுக்கும் ஒரு கெடுதலும் கிடையாது. உலகத்திலே சாமி நம்பிக்கை இருக்கிறவரைக்கும் கோவில் இருக்கும். கோவில் இருக்கிறவரைக்கும் என் பேரும் இருக்கும்...''

''சாமி நம்பிக்கைதான் இப்போ குறைஞ்சிட்டே வருதே குள்ளா'' என்றேன் இடக்காக.

குள்ளன் விட்டுக்கொடுக்கவில்லை.

''அதனாலே, எனக்குக் கவலை இல்லை சாமீ. நம்பிக்கை போயி சாமியே போயிடுச்சுன்னா எம்பேரு மறைஞ்சு போனாப் பரவாயில்லை. நானென்ன வெறுந் தூசுக்குச் சமானம்'' என்றான். அவன் குரலில் நான் அறிந்திராத விதமாக உறுதி உறுமியது.

பாலகிருஷ்ணன் சொன்னதை, அல்லது அவன் சொன்ன தாகக் குள்ளன் கற்பித்துக்கொண்டதை, இவ்வளவு உண்மையாக, வேதவாக்காக அவன் எடுத்துக்கொள்வான் என்று நான் கனவிலும் எதிர்பார்க்கவில்லை. அவன் உறுதி என்னை மலைக்க வைத்தது.

''நீ எப்படி கோவில் கட்ட முடியும்? அந்தக் காலத்துலேயின்னா ராஜராஜசோழன் கோவில் கட்டினான், கங்கை கொண்ட சோழன் கோவில் கட்டினான். அவங்களெல்லாம் ராஜாவுங்க. நீ போய் இன்னிக்கு அப்பிடியெல்லாம் கட்ட முடியுமா? யோசனை பண்ணி னியா?'' என்று கேட்டேன்.

''அதெல்லாம் பயமில்லை, சாமீ, கட்டிடுவேன். நான் மதுரை தஞ்சாவூர்க்கோவில் மாதிரிக் கட்ட முடியுமா?'' விரலுக்கேத்த வீக்கம், ஏழைக்கேத்த எள்ளுருண்டை மாதிரி என் சக்திக்கேத்தபடி, என் பேருக்கேத்தபடி, குள்ளமா ஒண்ணு கட்டிடுவேன். தேவி பாளையத்திலே ரொம்ப பிரபலமான சில்பாசாரி ஒருத்தர் இருக் காரு. சுந்தரேச ஆச்சாரின்னு பேரு. சாஸ்திரமெல்லாம் படிச்சவரு. நானே அவரைப் போயிப் பார்த்துக் கேட்டனே; அவரு ரொம்ப சந்தோஷப்பட்டாரு. 'நீ போன ஜென்மத்திலே ரொம்பப் புண்ணியம் செய்திருக்கணும், குள்ளா! இல்லாமே போனா இந்த யோசனையே ஒனக்கு உதிச்சிருக்காது'ன்னாரு. 'கோவில் கட்டறது பெரிய விஷய மாச்சே'ன்னேன். 'நீ ஒண்ணுத்துக்கும் கவலைப்படாதே, கடைக் காலிலிருந்து சிகர கும்பம் வரைக்கும் நானே பார்த்து முடிச்சுத் தரேன்'னு சொல்லிட்டாரு. எனக்கு தைரியம் இருக்குது, சாமி, கட்டிடுவேன்'' என்று முடித்தான்.

என்னால் குள்ளனின் மனோதிடத்தை வியக்காமல் இருக்க முடியவில்லை. அதே சமயம் குள்ளனை உபயோகித்துக்கொண்டு, 'கோவில் திருப்பணிக் குழு' தன் காரியத்தை சாதித்துக்கொள்ளப் பார்க்கிறதோ என்ற சந்தேகம் வேறே.

"யார் இந்தக் குழு? நீ என்னடான்னா நீயே என்னவோ கோவில் கட்டற மாதிரிப் பேசறே."

"குழுவெல்லாம் சும்மா ஒப்புக்கு, சாமீ. 'இப்பிடிக்கு குள்ள பண்டிதர்'னு போட்டா, அம்பட்டனை நம்பி எவனாவது ஒரு பைசா குடுப்பானா? அதான் 'குழு'வுன்னு போடச் சொன்னேன்" என்று சொல்லிப் பழைய குள்ளன் போலச் சிரித்தான்!

எனக்குத் தூக்கி வாரிப் போட்டது. ஏதோ ஒரு பைத்தியக் காரனின் உளறலைக் கேட்டுக்கொண்டு இவ்வளவு தூரம் போய் விட்ட குள்ளனை எச்சரிக்காவிட்டால் ஏதாவது விபரீதத்தில் முடிந்துவிடுமோ என்று எனக்குப் பயம் தட்டியது. தவிர, 'ஊரை ஏமாற்றிப் பணத்தைச் சேர்த்துக் கையாடிவிட்டான் என்று எங்கே யாவது ஜெயிலுக்குப் போய்த் தொலையப் போகிறானே என்ற பயம் வேறு உந்த –

"ஒனக்கெதுக்கு குள்ளா இந்த வம்பெல்லாம்? ஊர்ப் பணம் கையிலே நடமாடினா நாலு பேர் நாலு விதமா பேசுவாங்க. ஏன் வலுவிலே போயி வம்பிலே மாட்டிக்கணும்? பேசாமே ஒன் காரியத்தைப் பாத்துட்டுப் போகாமே..."

என்னை முடிக்க விடவில்லை, அவன்.

"ஒரு வம்பும் வராது சாமீ, அதெல்லாம் நான் பாத்துக்கிடு வேன். வம்பு வர்றதானா பாலகிருஷ்ணரே சொல்வாரா? இனிமே இதான் என் காரியம்."

ரெண்டு வாரத்துக்கெல்லாம், எனக்குத் தெற்கே ஒரு மிஷன் ஆஸ்பத்திரியில் வேலை கிடைக்கவே, நான் சின்னூரை விட்டுப் போக வேண்டி வந்து விட்டது. பஸ் காத்தான் குளத்தைக் கடந்து போகும்போது ஒரு நிமிஷம் நின்றது. சுமார் இருநூறு வருஷங் களுக்கு முன்னால் ஊரில் ஏற்பட்ட ஒரு கொடிய பஞ்சத்தின்போது இந்தக் குளத்தை வெட்டினார்களாம். பஞ்சத்திலிருந்து ஜனங்களைக் காத்ததால், காத்தான் குளம் என்று பேர் ஏற்பட்டுவிட்டது.

ஏன் பஸ்ஸை நிறுத்தினார்கள் என்று எட்டிப் பார்த்தேன். குளத்தங்கரையில் ஒரு அரசமரம் இருக்கிறது. அந்த மரத்தில் ஓர் உண்டி தொங்கிக்கொண்டிருந்தது. பஸ் கண்டக்டர் இறங்கி அந்த

உண்டியில் ஒரு நாணயத்தை போட்டு விட்டு பஸ்ஸில் ஏறினவுடன் பஸ் கிளம்பியது. உண்டியின் மேலே 'வரசித்தி விநாயகர் கோவில் தரும உண்டி' என்று எழுதின அட்டை தொங்கிக்கொண்டிருந்தது!

ஒரு நாள் நான் ஆஸ்பத்திரியில் வேலையை முடிக்கும் சமயம். யாரோ என்னைப் பார்க்க வந்திருப்பதாகத் தெரிவித்தார்கள். உட்காரச் சொல்லச் சொல்லிவிட்டு, மிச்சமிருந்த சில்லறை வேலை களை முடித்துவிட்டுக் கையைத் துடைத்துக்கொண்டே வெளியில் வந்தேன். சுவரோரமாகக் குள்ளன் குந்தியிருந்தான்! என்னைத் தேடிக்கொண்டு இவ்வளவு தூரம் குள்ளன் வருவான் என்று நான் கொஞ்சமும் எதிர்பார்க்கவேயில்லை. உண்மையைச் சொல்லப் போனால் நான் குள்ளனின் நினைவு அற்றுப் போயிருந்தேன் என்றே சொல்ல வேண்டும். அவனைப் பார்த்துக் குறைந்தது ஒண்ணரை வருஷமாவது ஆகியிருக்கவேண்டும். இந்த ஒண்ணரை வருஷத்தில் நான் ஊருக்குப் போயிருந்த ஓரிரு முறையும் ஊரில் ரெண்டு நாட்களுக்குமேல் தங்கினதில்லை. அந்தச் சமயங்களிலும் குள்ளனைச் சந்திக்கவில்லை.

"என்ன குள்ளா, எங்கே இவ்வளவு தொலைவு வந்துட்டே? என்ன விசேஷம், வா உள்ளே."

விசேஷம் இல்லாமல் அவன் ஏன் என்னைத் தேடி வர வேண்டும்!

குள்ளன் உள்ளே வந்து, நின்று கொண்டேயிருந்தான். 'உக்காரு' என நாலுதரம் சொல்லி வற்புறுத்தியதன்மேல் ஸ்டூலில் உட்கார்ந்தான்.

இந்தப் பதினெட்டு மாதங்களில் அவன் ஆளே மாறியிருந் தான். ஆணியில் சட்டை தொங்குவதுபோல் அவன் உடம்பின் மேல் அழுக்குச்சட்டை தொங்கிக்கொண்டிருந்தது. நரை அதிகமாகி விட்டிருந்தது. கன்னக்குழிகள் ஆழமாகி விட்டிருந்தன. கண்கள் இடுங்கிப்போய் கிடந்தன.

கையிலிருந்த ஜமக்காளப் பையை மடிமேல் வைத்துக் கொண்டு, "சௌக்கியமா, சாமீ?" என்று சிரித்துக்கொண்டே விசாரித்தான். அவன் குரல்கூட மாறிப்போய்க் கரகரவென்றிருந்தது.

"உம், நல்லாத்தான் இருக்கேன். என்ன சங்கதி, சொல்லு."

இந்த முறை அவனைப் பார்த்தபோது, எதனாலோ பரிதாப மாயிருந்தது. இதற்கு முன்னெல்லாம் குள்ளன் என் மனத்தில் எத்தனையோ விதமான உணர்ச்சிகளைக் கிளப்பியிருக்கிறேன். ஆனால், இதுவரை அவனைப் பார்த்து நான் பரிதாபப்பட்டதாக எனக்கு ஞாபகமில்லை.

அமர பண்டிதர்

“ஒடம்பைக் காமிச்சுட்டுப் போகலாமின்னு வந்தேன்” என்று தன் புதுக்குரலில் சொல்லிக்கொண்டே, தன் இடுங்கின கண்களை விரிக்க முயற்சித்து சுற்றுமுற்றும் பார்த்தான். ஆஸ்பத்திரி வெள்ளையும் சுத்தமும் அவனுக்குப் புது அனுபவமாக இருந்திருக்கும் போலிருந்தது! ஆயுள் பூராவையும் சின்னூரிலேயே கழித்தவனாச்சே!”

“என்ன ஒடம்புக்கு?”

அல்ப சொல்பமான கஷ்டமாயிருந்தால் உள்ளூரிலேயே வைத்தியம் பார்த்துக்கொண்டிருக்கலாம். பெரிய விஷயமானால் ஜில்லா தலைமை ஆஸ்பத்திரியிலோ, அல்லது சென்னையிலோ பார்த்துக்கொண்டிருக்கலாம். இங்கே ஏன் வர வேண்டும்?

அப்பப்போ மார்வலி வருகிறதாம். அசதியாயிருக்கிறதாம். நெஞ்சு படபடவென்று அடித்துக்கொள்கிறதாம். மேலும் விசாரித்துக் கேட்டதில், ‘ஓடியாடி வேலைசெய்ய முடியவில்லை; ரெண்டு பர்லாங்கு நடந்தால் மூச்சு வாங்குகிறது; அவ்வப்போது தலைசுற்றி மயக்கம் வருகிறது’ என்று சொன்னான்.

அவனைப் பரிசோதித்துப் பார்த்தேன். பாதங்கள் பூசினாற் போல வீங்கியிருந்தன.

“அது அப்பிடியேதான் சாமி இருக்குது. காலையிலே எழுந்திருக்கறப்போ ஒண்ணும் இல்லை, சரியாத்தான் இருக்குது. சாயரட்சையானா மதமதனு நீர் இறங்கி ஊதிப் போவுது. இப்போ கொஞ்சம் நடந்தேன், அதுனாலே இப்பவே வீக்கம் வந்துட்டிருக்கு” என்றான்.

அவன் மார்பைத் தட்டி, வயிற்றை அமுக்கி, மற்றபடி சோதிக்க வேண்டிய முறைப்படி சோதித்துப் பார்த்தேன். என் சந்தேகம் உறுதியாயிற்று.

“குள்ளா, உன் இருதயம் பலஹீனப்பட்டுப் போயிருக்கு. இந்த நிலையிலே நீ ஏன் இவ்வளவு தூரம் வந்தே?” சின்னூர்லேயே பார்த்துச் சொஸ்தப்படுத்திக் கொண்டிருக்கக் கூடாது?”

சின்னூரில் லோகல் பண்டு ஆஸ்பத்திரி இருக்கிறது. ஆண் டாக்டர், பெண் டாக்டர், ஆயா, கம்பவுண்டர் எல்லாம் இருக்கிறார்கள்.

“என்னதான் நம்ம ஊரிலே பார்த்தாலும் ஒன்கிட்ட வைத்தியம் பண்ணிக்கிற மாதிரி ஆவுமா?” என்று பதில் கேள்வி கேட்டு, மீண்டும் சிரித்தான் குள்ளன்.

"அந்தக் கதையெல்லாம் கிடக்கட்டும்; இங்கேயே ஒரு வாரம், பத்து நாள் இருந்து, உடம்பைத் தேத்திட்டுப் போ. என்ன, தெரிஞ் சுதா?"

"சரி, ஒன்னிஷ்டம். அதுக்குத்தானே வந்திருக்கேன்" என்று மறுபேச்சின்றி ஒத்துக்கொண்டான்.

அவனை ஆஸ்பத்திரியில் சேர்த்த மூணாவது நாள்தான், அவன் தான் ஏன் சின்னூரிலேயே தொடர்ந்து வைத்தியம் செய்து கொள்ளவில்லையென்று விவரித்தான்.

"இப்போ வந்திருக்கிற டாக்டர் ரொம்ப மோசம் சாமீ. அவரை ஆஸ்பத்திரியிலே பார்த்தா, உள்ளுக்கு சிவப்பு மிக்சர்; வெளிக்கு கருப்பு மருந்து. இது ரெண்டுதான், என்ன வியாதியானாலும். நமக்கு ஒடம்பு நல்லாகணுமானா, மத்தியானத்துக்கு மேலே அவரை வீட்டிலே போயி பார்க்கணும். ஊசியெல்லாம் அங்கேதான் போடு வாரு. பசு மாட்டுகிட்ட, கன்னுக்குட்டித் தோலுக்குள் வைக்கோலை அடைச்சுப் போட்டுக் காண்பிச்சுக் காண்பிச்சுப் பாலையெல்லாம் கறக்கற மாதிரி, ஊசியைக் காண்பிச்சுப் பணத்தைக் கறந்துடறாரு. ரெண்டு கை போறலை, அப்பிடி வாரறாரு. நம்மாலே அந்த மாதிரி வைத்தியம் பண்ணிக் கட்டுமா? அப்பிடியும் அம்பது ரூபாக்கு மேலே செலவழிச்சுப் பாத்துட்டேன். ஒண்ணும் பிரயோசனமில்லாத போகவேதான், ஒன்னை நெனைச்சுக்கினு ஓடியாந்துட்டேன்" என்று ஆற்றாமையோடு சொன்னான்.

"ஏன், ஜனங்கள் புகார் பண்ணலியா?" என்று கேட்டேன். சின்னூர் கொஞ்சம் விசித்திரமான ஊர். அங்கே, ரொம்ப நேர்மை யாகவும் இருக்கக்கூடாது. அப்படி இருந்தால், சலுகைகள் கிடைக் காத கோபத்தால், மொட்டைக் கடுதாசிகளும் மகஜர்களும் போய் விடும்! ரொம்ப மட்ட ரகமாகவும் இருக்கக்கூடாது. நேர்மை இல்லை யென்று மொட்டைக் கடுதாசிகளும் மகஜர்களும் போய்விடும்! சின்னூரில் பேர் வாங்க வேண்டுமானால், சாதாரண மனுஷன் போல, அதாவது கொஞ்சம் நேர்மையாகவும் கொஞ்சம் நேர்மை யற்றும், பாதி நேரம் ஒழுங்காகவும் பாதி நேரம் ஒழுங்கீனமாகவும் தான் இருக்கவேணும்.

"மொட்டைக் கடுதாசு, விண்ணப்பங்கள் எல்லாந்தான் போச்சு. டாக்டருக்குப் பெரிய இடத்து சம்பந்தம் இருக்கும் போல இருக்குது. ஊரிலேயும் பெரிய மனுஷங்களுக்கு அவர் தயவு வேண்டியிருக்குது. அவருக்கும் அவங்க தயவு கிடைச்சுடுது. அதுக்கு முன்னாலே, அம்பட்டன் பேச்சும், குடியானவன் பேச்சும் நிக்க முடியுமா சாமீ, நீயே சொல்லு."

அன்றைக்கு நான் அவனிடம் பேச வேண்டுமென்றுவந்த விஷயத்தைப் பற்றிப் பேசவில்லை. ஆஸ்பத்திரியில் சேர்த்த ரெண்டாம் நாளே உடம்பு குணமடையும் குறிகளைக் காட்ட ஆரம்பித்து விட்டாலும், இன்னும் நாலுநாள் போகட்டும் என்று விட்டு வைத்தேன்.

நான் பேசவந்த விஷயம் இதுதான். அவன் வந்த மறுநாள் அவன் இருதயத்தை எக்ஸ்ரே படம் பிடித்துப் பார்த்தேன். நான் பயந்த மாதிரியே இருந்தது. இருதயத்திலிருந்து வெளியேறும் பிரதம ரத்தக்குழல் மலினமடைந்து பலூன் மாதிரி வீங்கிப் போயிருந்தது. முதுகெலும்பைக்கூட அரிக்க ஆரம்பித்துவிட்டிருந்தது. ஆகாரம் உள்ளே செல்லும்பாதையையும் நசுக்கிக்கொண்டிருந்தது. இதுபற்றி என்றாவது ஒரு நாள் பலூன் மாதிரி வெடித்தால் உயிருக்கே ஆபத்து. அவனுக்கு ஏன் இவ்வாறு நேர வேண்டும் என்று சந்தேகித்து, அவன் ரத்தத்தை சோதனைக்கு அனுப்பினேன். நான் எதிர்பார்த்தபடியே முடிவும் வந்தது. வாலிப விளையாட்டின் விளைவு! அவனுக்குத் தற்போது ஏற்பட்டிருக்கும் இந்த ரத்தக் குழல் வீக்கத் துக்குச் சாமானிய வைத்தியம் கிடையாது. பலவீனப்பட்டுப் போயிருக்கும் இருதயத்தைத் தற்காலிகமாத் தேற்றி வைக்கலாம். அவ்வளவு தான் செய்ய முடியும்.

பத்து நாட்களுக்குப்பின் அவன் உடல் முக்காலும் தேறி வரும் சமயம், அவனே ஊருக்குத் திரும்புவதைப் பற்றிப் பேச்செடுத்தான். அவனை எச்சரிக்க அதுதான் சமயம் என்று நான் –

"குள்ளா, ஒனக்கு பாலியத்தில் ஏதாவது வியாதி வந்ததுண்டா?" என்று கேட்டேன்.

"ஒண்ணும் வந்ததில்லையே!"

"நல்லா யோசிச்சுப் பாரு; பாலியம்னா, சின்னப் பையனா இருந்தப்போ இல்லை; வாலிபத்திலே, வயசுக் காலத்திலே காளைப் பருவத்திலே..."

நான் எதைக் கேட்கிறேன் என்று அவனுக்குப் புரிந்திருக்க வேண்டும். ஆனால், அவன் பதில் சொல்லவில்லை. நான் தொடர்ந்தேன்.

"வழி தப்பிப் போனால் நெருஞ்சி முள் தைக்கும் இல்லியா?"

'ஆமாம்' என்னும் பாவனையில் தலையை ஆட்டினான்.

"வாலிப விளையாட்டு வழிதப்பிப் போற மாதிரிதானே?"

அவன் மீண்டும் தலையை ஆட்டினான்.

"நீயும் அந்தக் காலத்தில் விளையாடினதுண்டுதானே?"

அவன் தலை மீண்டும் அசைந்தது.

"நெருஞ்சி முள் தைச்சிட்டிருக்கு; இருதயத்துக்குள்ளே புடம் வெச்சுட்டிருக்கு!"

அவன் சில விநாடிகள் ஒன்றும் பேசவில்லை. பிறகு தணிந்த குரலில்:

"உயிருக்கு ஆபத்து உண்டா சாமீ" என்று கேட்டான். 'உண்டு' என்ற ஞானமும், அதேசமயம் 'என் மனச்சாந்திக்காவது இல்லை யென்று சொல்லேன்' என்று கெஞ்சுகிற குழைவும் அவன் குரலில் தொனித்தது. அவன் குனிந்த தலை நிமிராமலே பேசினான்.

'உண்டு, நிச்சயம் உண்டு; இன்னும் உன் வாழ்வு ரெண்டு மாசமோ, ஆறு மாசமோ, மிஞ்சிப் போனால் ஒரு வருஷமோ. அப் புறம் நீ ரத்தம் கக்கிச் செத்துப் போவாய்' என்று எப்படி அவனிடம் சொல்வது?

"இப்போதைக்கு இல்லை..." என்று இழுத்தாற் போலச் சொன்னேன்.

"இதுக்கு வைத்தியம் ஒண்ணும் இல்லியா, சாமீ?"

"வைத்தியம் இருக்கு. ஆனாலும்..."

நான் வாக்கியத்தை முடிக்கவில்லை. உண்மையில், 'உன் நோய்க்கு வைத்தியம் இல்லை; பாழான ரத்தக்குழலைப் புதுப்பிக்க முடியாது' என்று அவனிடம் எப்படிச் சொல்வது?

அவன் முகம் கொஞ்சம் பிரகாசமடைந்தது.

"மெட்றாசுக்குப் போயி, அங்கே பெரிய டாக்டர் யாராவது ஆபரேஷன் செய்வாரா என்று வேணுமானால் கேட்டுப் பார்க்க லாம்" என்று நப்பாசை காட்டுகிறமாதிரி, தேறுதல் சொல்கிற மாதிரி, அதே சமயம் நம்பிக்கை ஊட்டாதவிதமாய்ச் சொன்னேன், மெட்றாசில் அவனுக்கு ஆபரேஷன் செய்ய யாரும் தயாராயிருக்க மாட்டார்கள் என்று தெரிந்திருந்தும்.

"ஆபரேசன் கீபரேசன் எல்லாம் வாணாம், சாமீ. உன் கையிலே வைத்தியமானாலும் சரி... இன்னும் ரெண்டு மாசம் தாங்குமில்லியா?"

அவன் முகத்தில் சந்தேகமும், ஆவலும், உற்சாகமும், பயமும், மாறி மாறி நிழலாடின.

“ரெண்டு மாசம் பயமில்லை. ஏன் ஆறு மாசம் ஒரு வருஷங் கூட ஒரு தொந்தரவுல்லாமே நல்லபடியாகப் போகலாம். ஆனாலும், நாம என்ன பிரமாவா – ஆயுளெல்லாம் அளந்து பாத்து வெச் சிருக்கமா? இந்த மாதிரி விஷயத்திலெல்லாம் நிச்சயமா ஒண்ணும் சொல்லமுடியாதில்லியா”... என்று என் வாய் பேசியது. மனசுக் குள்ளேயோ, ‘ரெண்டு மாசமோ, ஆறு மாசமோ... நிச்சயமா ஒரு வருஷம் தாண்டாது’ என்ற எண்ணம் ஈர விறகு போலக் குமைந்து கனன்றது.

அவன் சிரித்தான்!

“ரெண்டு மாசம் போதும், சாமீ; அதுக்கப்பறம் எனக்குக் கவலை இல்லை” என்றான்.

மிகப்பெரிய கஷ்டத்திலிருந்து எதிர்பாராது கிடைத்த பேருதவி யினால் விடுபட்டவன் மாதிரி, பிரமாண்டமான பளுவை இறக்கி வைத்துவிட்டு, முதுகைச் சொடுக்கி விட்டுக்கொண்டு சுகப்படு கிறவன் மாதிரி, அவன் திருப்திப்பட்டுக்கொண்டிருந்தான்!

எனக்கு ஆச்சரியமாயிருந்தது. ‘நீ இன்னும் ஆறு மாசம் உயிரோடிருப்பதே சந்தேகம்’ என்ற மிக முக்கியமான விஷயத்தை நான் சொல்லி அவன் உணர்ந்துகொண்டபோது அவன் அதிர்ச்சி யடைந்து, கண்கலங்கிக் கைபிசைந்து, என் கால்களைக் கெட்டி யாகப் பிடித்துக்கொண்டு, ‘எப்படியாவது என்னைக் காப்பாற்றி விடு’ என்று அழுவான் என்று நான் நினைத்துச் சங்கடப்பட்டுக் கொண்டிருக்கையில், அவன் கவலை நீங்கி ‘ரெண்டு மாசம் இருந்தால் போதும்’ என்று திருப்திப்பட்டதும் சந்தோஷப்பட்டதும் விளங்காத புதிராகி, எனக்கு வியப்பையும் எரிச்சலையும் உண்டாக் கியது

“என்ன குள்ளா, வியாதியை இவ்வளவு தூரம் முத்த விட்டுட் டியே, அந்தக் காலத்துலேயே, ஆரம்பத்திலேயே வைத்தியம் பண்ணி யிருந்தா, இந்த மாதிரி...” என்று நான் அவனைக் கடிய ஆரம்பித்த போது –

“அதெல்லாம் பழைய கதை; விட்டுத் தள்ளு சாமீ, எனக்குக் கலியாணம் ஆகறதுக்கு முன்னாலே ஆயிப்போன விஷயம். இப்போ அதைச் சொல்லி ஆசை காட்டாதே சாமீ. கொட்டிப்போன பாலுக் கும், வெட்டிப்போட்ட மயிருக்கும் சமானம். ‘நானு பி.ஏ. படிச்சி ருந்தா’ங்கிற மாதிரித்தான் இதுவும். ஆனது ஆயிப்போச்சு; அதை விடு. நான் எப்போ ஊருக்குப் போகலாம்னு சொல்லு சாமி, ஊர்லே நிறைய வேலை கெடக்குது. ரெண்டு மாசத்துக்குள்ளே முடிச்சாக வேணும்” என்று மிக உற்சாகத்தோடு சொன்னான். அவன் குரல் மாறிவிட்டிருந்தாலும் நான் முன்பு அறிந்திருந்த குள்ளனை

இப்போது அடையாளம் கண்டுகொள்ள முடிந்தது. கள்வெறி ஏறிக் குஷாலாக இருப்பவனைப்போல இருந்தான் அவன்!

"என்ன, அவ்வளவு வேலை பாழ் போகுது ஊரிலே? உடம்பை சரியா வெச்சுகிட்டாத்தானே ஊருக்குப் போயி வேலை எதுவும் செய்ய முடியும்?"

"கோவில் கும்பாபிஷேகத்துக்கு நாள் பாத்தாச்சு சாமி; இன்னும் நாப்பது நாள்தான் இருக்குது" என்றான்.

இதைச் சொல்லும்போது, அவன் முகம் புதுமணப் பெண்ணின் முகம்போல நாணிச் சிவந்து பூரித்தது.

"கும்பாபிஷேகமா, எந்தக் கும்பாபிஷேகத்துக்கு நீ போயி வேலை செய்யணும்?"

"பிள்ளையார் கோவில் சாமி – நான் கட்டறேன்னு சொன்னேனே அந்தக் கோவில்தான், கட்டி முடியப்போகுது, அதுக்குத் தான் கும்பாபிஷேகம்."

அவன் முகமெல்லாம் பல்லாகி சந்தோஷம் விரிந்தது.

எனக்கு ஆச்சரியம் தாங்கவில்லை. நானும் இதுவரை அந்தக் கோவில் சமாச்சாரத்தையே மறந்துவிட்டிருந்தேன். அந்தப் பைத்தியக்காரப் பையன் வந்துபோன சூட்டில் ஏற்பட்ட தற்காலிக ஆசை, பைத்தியம் தெளிவதுபோலப் பத்துநாளில் போய் விட்டிருக்கும் என்றே நான் நினைத்திருந்தேன். அந்த ஆசை தற்காலிக மானதல்ல; அவன் சாதித்தே தீர வேண்டுமென்று உறுதி கொண்டிருந்தது என்பது இப்போதுதான் எனக்கு உறைக்கலாயிற்று. குள்ளனாவது கோவில் கட்டுவதாவது என்று நான் நினைத்திருந்ததும் என் மறப்புக்குக் காரணமாக இருந்திருக்கலாம்.

மரணம் தன் முட்சிறகைப் பரப்பி கவிந்துகொண்டிருக்கும் அவன் முகத்தைப் பார்த்தேன். அதில் சந்தோஷமும் பெருமிதமும் தாண்டவமாடிக்கொண்டிருந்தன. சாவின் கருநிழலில் நின்று கொண்டிருக்கையிலும் தளர்ச்சியடையாது சந்தோஷமாக இருக்கும் அவனைக் கண்டு என்ன நினைப்பது என்றே எனக்குத் தோன்ற வில்லை. என் மனத்தில் வியப்பும் இரக்கமும், பொறாமையும்கூட, என் ஆவலைத் தூண்டிவிட்டன. குள்ளன் எந்த மாதிரிக் கோவில் கட்டியிருப்பான்?

"அடே. நீ சும்மா சொன்னேன்னு நினைச்சேன். கோவில் கட்டியாச்சா! எங்க கட்டியிருக்கே? பரவாயில்லியே பெரிய ஆளு தான் நீ!" என்று பாராட்டினேன்.

“காத்தான் குளத்தண்டை கட்டியிருக்கேன், சாமீ. நீ வரும் போது பாரு; ரொம்ப ஜோரா அமைஞ்சிபோயிருக்குது.”

சின்னக்குழந்தை முதன் முதலில் தானாகவே குட்டிக் கரணம் போட்டவுடன் அடைவதைப்போல இருந்தது அவன் முகத்திலும் பேச்சிலும் இருந்த ஆனந்தம்.

ரெண்டு வாரத்துக்குமேல் ஆஸ்பத்திரியில் இருந்து, பின் விடுதலையானான் குள்ளன். போகும்போது, ‘போய் வரேன், சாமீ’ என்றதைத் தவிர அவன் வேறொண்ணும் சொல்லவில்லை. ஊருக்குப் போவதில் அவனுக்கு அவ்வளவு ஆத்திரம். என்னதான் ஆத்திரமானாலும் அவனைக் காப்பாற்றிவிட்டதுக்கு மரியாதைக் காவது அவன் நன்றி தெரிவித்திருக்கலாம். ஆனால், அவன் என்னவோ அவ்வாறொண்ணும் செய்யவில்லை. எனக்கு அவன் முடிவெட்டுவது என்றிருப்பதுபோல, அவனுக்கு நான் வைத்தியம் செய்து சொஸ்தப்படுத்த வேண்டியது என்னுடைய அன்றாடக் கடமைகளுள் ஒன்று என்பதாக, அவன் நடந்துகொண்டது எனக்குக் கொஞ்சமும் பிடிக்கவில்லை. வேறு சில நோயாளிகளைப் போல அவனும் எனக்கு நன்றிக் காணிக்கையாக ஆரஞ்சும் ஆப்பிளும் கொடுக்க வேணும் என்று நான் எதிர்பார்க்கவில்லை. ஆனாலும், ‘ஒன்னாலேதான் சாமீ என் உயிர் பிழைச்சிது’ என்று அவன் சொல்லியிருக்கலாம், சொல்லவில்லை. போகிறான், அவனுக்குத் தெரிந்தது அவ்வளவுதான் என்று சமாதானப்படுத்திக் கொண்டேன்.

அவன் ஊருக்குப்போன ரெண்டு மூணு வாரத்துக்கப்புறம் தபாலில் எனக்குக் கும்பாபிஷேகப் பத்திரிகை வந்தது. அசிரத்தையாக அதைப் படித்தேன். கடைசியிலே –

“இன்னிசை விருந்து – இரவு 8 மணிக்குமேல் – பிரபல சங்கீத வித்வான் இன்னிசை மன்னர் சின்னூர் ராமசாமி அவர்களின் கிளாரினெட் கச்சேரி நடைபெறும். கடப்பூர் சுப்பிரமணிய பிள்ளை தவில் வாசிப்பார்கள். சின்னூர் தங்கராசு அவர்கள் ஒத்து. ஒலிபெருக்கி உண்டு. அனைவரும் வந்து கேட்டுக் களியுங்கள்.

இப்படிக்கு கோவில் திருப்பணிக் குழுவினர் சார்பாக, சின்னூர்– குள்ள பண்டிதர்.”

என்ற செய்தியைப் படித்ததும், எனக்குச் சிரிப்பு வந்து விட்டது.

சமீபத்தில் பிரபலமடைந்து கொண்டிருக்கும் கிளாரினெட் வித்துவான் சி. ராமசாமி சின்னூர்க்காரர் என்பது எனக்குப் புதுச் செய்தி. ராமசாமி அடிநாளிலேயே சின்னூரை விட்டுப்

போயிருக்க வேண்டும். அல்லாத போனால் அவர் எப்படிப் புகழேணியில் ஏறியிருக்க முடியும்?

‘தங்கராசுவுக்கும் எப்படியோ வழிசெய்துவிட்டான், குள்ளன் பரவாயில்லை, எமகாதகப் பயல்!’ என்று நினைத்துக்கொண்டேன்.

பஸ் ஊரை நெருங்கிக்கொண்டிருந்தபோது என்னுடைய ஆவலை அடக்க முடியவில்லை. சின்னப் பிள்ளைபோல அடிக்கடி வெளியே எட்டிப் பார்த்துக் கொண்டிருந்தேன். பஸ் காத்தான் குளத்தைக் கடந்தது. அப்போதும் என் கண்ணுக்கு கோபுரம் எதுவும் தென்படவில்லை. பெருத்த ஏமாற்றமாகிவிட்டது.

வீட்டுக்குப் போனதும் முதல் வேலையாக, குள்ளன் நிஜ மாகவே கோவில் கட்டி முடித்தானா, கும்பாபிஷேகம் செய்தானா, கிளாரினெட் கச்சேரி வைத்தானா என்று விசாரித்தேன். என் பேச்சைக் கேட்டுக்கொண்டிருந்த ராதா – என் தங்கை –

“ஒனக்குத் தெரியுமோ அண்ணா, குள்ளன் செத்துப் போயிட் டான்” என்றாள்.

எனக்குத் தூக்கிவாரிப் போட்டது.

“என்ன, குள்ளன் செத்துப் போயிட்டானா, எப்போ?”

அதற்குள் அம்மா குறுக்கிட்டு,

“சரிதான் போடி உள்ளே, வேலையைப் பாரு, வந்ததும் வராத துமா சுபசமாச்சாரம் சொல்ல வந்துட்டாள், இங்கிதம் தெரியாத அஸத்து” என்று கோபித்து விரட்டிவிட்டாள்.

அன்று பிற்பகல் ராதாவைக் கூப்பிட்டு விசாரித்தேன்:

“குள்ளனா, அவன் செத்துப்போயி ஏழெட்டு மாசமாச்சு. அவனை பிசாசு அடிச்சுடுத்து. அவன் ஒன்னைப் பார்த்துட்டு வந்ததிலேயிருந்து, எப்பப் பார்த்தாலும் ஒன்னைப் பத்தியேதான் பேச்சு. ஒரே புகழ்மாலை: ‘ஆஹா என்னமா கவனிச்சுக்கினாரு, தினம் ஆரஞ்சென்ன, ரொட்டியென்ன! தலகாணி உறைகூட தினம் புதுசு போட்டாயாமே! சொல்லிச் சொல்லி மகிழ்ந்து போனான். நீ இவ்வளவு நல்லவன்னு எங்களுக்கெல்லாம் காட்டாமேதானே ஒளிச்சு வெச்சிருந்தே?...” என்று மூச்சு விடாமல் பொரிந்து தள்ளி னாள் ராதா.

“கேட்டதுக்குப் பதில் சொல்றயா இல்லையா?” என்று மிரட்டின பின்னர்தான் விஷயம் வந்தது.

குள்ளன் நிஜமாகவே கோவில் கட்டி கும்பாபிஷேகம் செய்து கிளாரினெட் கச்சேரி வைத்து, தங்கராசுவையும் ஒத்தூதும்படிச்

செய்துவிட்டான். ஆஸ்பத்திரியிலிருந்து வந்தது முதல் காலில் ரெக்கை கட்டிப் பறந்தவண்ணமாயிருந்தான். அசுரனாய் உழைத் தானாம். கும்பாபிஷேகம் நடந்த பதினைந்தாம் நாள் திடீரென்று இறந்துவிட்டான். பிசாசு அறைந்து விட்டதாம்!

அன்று மாலை காத்தான் குளத்தண்டை போனேன். அதன ருகே ஓர் அரசமரம் இருக்கிறது. முன்னே தரும உண்டி தொங்கின இடம். அங்கே மரத்தைச் சுற்றி ஆறடி உயரத்துக்கு கருங்கல் சிமிட்டி மேடை. மேடை மேல் விநாயகர் பிரதிஷ்டை செய்து, விக்கிரகத்தைச் சுற்றி ஒரு சிறு மண்டபம்; நாலடி உயரத்துக்குமேல் இருக்காது. அதற்கு ஒண்ணரையடி உயரத்துக்குமேல் போகாத விமானம் – சின்னது, வேலைப்பாடுகள் ஒன்றுமில்லாமல். இதுதான் குள்ளன் கட்டிய கோவில். விநாயகர் தலைக்கு மேலே ஒரு நீண்ட குழாய் விளக்கு எரிந்து கொண்டிருந்தது. அதில் பெரிய எழுத்தில் 'ராவ் சாகிப் சுந்தரமூர்த்தி முதலியார் தருமம்' என்றும், சின்ன எழுத்தில் 'வரசித்தி விநாயகர்' என்றும் எழுதியிருந்தது.

'கோவில் எப்பிடி இருக்கு சாமீ?' என்று குள்ளன் குரல் கேட்ட மாதிரி இருந்தது. திடுக்கிட்டுச் சுற்றுமுற்றும் பார்த்தேன். ஒருவரை யும் காணவில்லை. என் மனசு பாறாங்கல்லாய் கனத்தது. அங்கே இருக்கப் பிடிக்கவில்லை. மேலேயிருந்து கிளிகளும் காக்காய்களும் எச்சமிட்டு விடுமோ என்ற பயம்வேறு. காற்றாட நடக்கலாம் என்று இறங்கி வெளியே நடந்தேன்.

எதிரே எலிமெண்டரி ஸ்கூல் வாத்தியார் (ரிடயர்டு) சுப்ரமண்ய ஐயர் – எனக்குக்கூட வாத்தியாராக இருந்தவர் – வந்தார். சற்று நேரம் அவரோடு எதையோ பற்றிப் பேசிக்கொண்டிருந்துவிட்டு, குள்ளன் நினைவு வர அவனைப்பற்றி விசாரித்தேன்.

"பரியாரிப் பயல் கோவில் கட்றேன்னு ஆரம்பிச்சான். அதுவும் விக்னேஸ்வரர் கோவில்! தெய்வத்துக்கே பொறுக்கல்லே, பழி வாங்கி டுத்து. ஒரு நாள் ராத்திரி கன்னி குளத்தண்டை போயிருக்கான், பிசாசு அறைஞ்சுட்டிருக்கு. மக்கா நாள் கார்த்தாலேதான் எடப் பசங்க கண்டுபிடிச்சுதுங்கோ. தூங்குமூஞ்சி மரத்தடியிலே, வாயா லேயும் மூக்காலேயும் ரத்தம் கக்கிச் செத்துக் கிடக்கான். பரியாரி இந்தக் காரியத்திலேயெல்லாம் ஈடுபடலாமோ? சாமியே பூதகணங் களை ஏவி, பாடங் கற்பிச்சுட்டார்!" என்று உற்சாகத்தோடு பேசிக் கொண்டே போனார்.

எனக்குப் பொறுக்கவில்லை. "ஏன் ஸார், சாமிக்குப் பொறுக்க லேயின்னா, அவன் கோவில் கட்டி முடிச்சு கும்பாபிஷேகம் செய்யற வரைக்கும் காத்துண்டிருக்கணும்? ஆரம்பத்திலேயே பூதத்தை அனுப்பியிருக்கலாமே?" என்று கேட்டேன்.

ஸார் மூக்குக் கண்ணாடியைச் சரிசெய்து மாட்டிக்கொண்டு என்னை ஏற இறங்கப் பார்த்துவிட்டு, வேலை இருக்கிறது என்று சொல்லி இன்னும் என்னவோ முணுமுணுத்துக்கொண்டு போய் விட்டார்.

லீவு முடிந்து சின்னூரை விட்டுக் கிளம்பினேன். புழுதிக்கும் இரைச்சலுக்கும் அசுத்தத்துக்கும் நடுவிலிருந்து பஸ் புறப்பட்டது. சிறிது தூரந்தான் போயிருக்கும். கண்டக்டர் தன் இடத்திலிருந்த படியே டிரைவரை நோக்கி, “குள்ளன் கோவில்லே ஒரு மெரி மெரிச்சுக்கோப்பா, பாடிகை வருது” என்று கூவினான்.

எனக்குத் திடுக்கிட்டது. சந்தோஷமாயும் இருந்தது. அங்கே பஸ் நின்றபோது கோவிலைப் பார்த்தேன். ராவ்சாகிபின் தரும விளக்கடியில் இருந்த வரசித்தி விநாயகர் என்னைப் பார்த்துக் குறுநகை புரிந்து வலக்கண்ணை மூடி இடக்கண்ணை விஷமமாய்ச் சிமிட்டினார்! பதிலுக்கு நானும் சிரித்துக்கொண்டே கண்ணைச் சிமிட்டினேன்! வெள்ளை வேட்டியும் ஜிப்பாவும் ஜரிகை அங்க வஸ்திரமும் அணிந்துகொண்டு எனக்கு எதிர் ஸீட்டில் இருந்தவர் ஏதோ சந்தேகத்தோடு என்னை முறைத்துக்கொண்டிருந்தார்!

(அறுசுவை)

முற்றும்